சடையன்குளம்

சடையன்குளம்

ஸ்ரீதரகணேசன் (பி. 1954)

சிறுவயதில் கற்றல் குறைபாட்டுப் பாதிப்புக்குள்ளான ஸ்ரீதரகணேசன் மிகுந்த சிரமத்திற்கிடையில் 1970இல் ஏழாம் வகுப்பில் நுழைந்து அந்த ஆண்டே பள்ளிக்கூடத்தை விட்டு வெளியேறியவர். அவரது தந்தை பலவேசம், களிமண்ணில் சிற்பங்கள் செய்துவந்த சுதைமண் சிற்பக் (டெரகொட்டா) கலைஞர்; தாய் லட்சுமி நூற்பாலைத் தொழிலாளி.

ஐந்து நாவல்கள், மூன்று குறுநாவல்கள், ஐம்பதுக்கும் மேற்பட்ட சிறுகதைகளை எழுதியிருக்கிறார். ‘தூத்துக்குடி மாவட்ட ஆதிதிராவிடர்கள்’ என்கிற ஆய்வு நூலையும் எழுதியிருக்கிறார்.

இவரைத் தஞ்சைத் தமிழ்ப் பல்கலைக்கழகம் சிறந்த இலக்கிய ஆளுமை யாகத் தேர்வுசெய்து வருகைதரு பேராசிரியராகப் பணியமர்த்தியது. 2022ஆம் ஆண்டுக்கான திருநெல்வெலி மனோன்மணியம் சுந்தரனார் பல்கலைக்கழகத்தின் மனோன்மணியம் சுந்தரனார் இலக்கிய விருதைப் பெற்றார். இவரது ‘உப்பு வயல்’ நாவல் தமிழ்நாடு அரசின் தமிழ் வளர்ச்சித் துறை வழங்கும் சிறந்த நாவலுக்கான விருதை 1996ஆம் ஆண்டு பெற்றது. தூத்துக்குடி சாராள் – ராஜபாண்டியன் இலக்கியச் சாதனையாளர் விருதையும் பலவேறு அமைப்புகளிலிருந்து சிறந்த நாவலுக்கான விருதுகளையும் பெற்றிருக்கிறார். இவரது சிறுகதைகள் ஆங்கிலத்திலும் மலையாளத்திலும் மொழியாக்கம் செய்யப்பட்டுள்ளன.

2007இல் திருப்பூரில் நடந்த சுதந்திரப் பொன்விழா நாவல் போட்டியில் ‘சந்தி’ நாவல் கையெழுத்துப் பிரதியிலேயே முதல் பரிசு பெற்றது.

மனைவி: சுசீலா

மகன்: கலைஞானச்செல்வன், பாலசுப்பிரமணியன்

தொடர்புக்கு: 9629586668

ஸ்ரீதரகணேசன்

சடையன்குளம்

காலச்சுவடு பதிப்பகம்

● அன்பார்ந்த வாசகருக்கு,

வணக்கம்.

காலச்சுவடு நூலை வாங்கியமைக்கு நன்றி.

நூலின் உள்ளடக்கம், உருவாக்கம், அட்டைப்படம் இன்ன பிற அம்சங்கள் பற்றிய உங்கள் கருத்துகளையும் ஆலோசனைகளையும் காலச்சுவடு வரவேற்கிறது. தகவல், எழுத்து, வாக்கியப் பிழைகள் தென்பட்டால் அவசியம் தெரிவித்து உதவுங்கள். நூல் தயாரிப்பில் கடும் குறைபாடு இருப்பின் மாற்றுப் பிரதி உங்களுக்குக் கிடைக்கக் காலச்சுவடு ஏற்பாடு செய்யும்.

மின்னஞ்சல்: **publisher@kalachuvadu.com**

காலச்சுவடு நாகர்கோவில் அலுவலகத்துக்குக் கடிதம் அனுப்பலாம்.

தங்கள்
எஸ்.ஆர். சுந்தரம் (கண்ணன்)
பதிப்பாளர் – நிர்வாக இயக்குநர்

சடையன்குளம் ❖ நாவல் ❖ ஆசிரியர்: ஸ்ரீதரகணேசன் ❖ ©ப. கணேசன் ❖ முதல் பதிப்பு: ஜூலை 2012 ❖ காலச்சுவடு முதல் பதிப்பு: செப்டம்பர் 2024 ❖ வெளியீடு: காலச்சுவடு பப்ளிகேஷன்ஸ் (பி) லிட்., 669, கே.பி. சாலை, நாகர்கோவில் 629001

காலச்சுவடு பதிப்பக வெளியீடு: 1249

caTaiyankuLam ❖ Novel ❖ Author: Sridharaganesan ❖ © P. Ganeshan ❖ Language: Tamil ❖ First Edition: July 2012 ❖ Kalachuvadu First Edition: September 2024 ❖ Size: Demy 1 x 8 ❖ Paper: 18.6 kg maplitho ❖ Pages: 408

Published by Kalachuvadu Publications Pvt. Ltd., 669 K.P. Road, Nagercoil 629001, India ❖ Phone: 91-4652-278525 ❖ e-mail: publications @kalachuvadu.com ❖ Printed at Real Impact Solutions, No.12, 3rd Street, East Abiramapuram, Mylapore, Chennai 600 004

ISBN: 978-81-19034-72-7

9/2024/S.No. 1249, kcp 4802, 18.6 (1) rss

முன்னுரை

மனிதர்கள் வீதியில் இறங்கிப் போராடும் போது, நானும் ஒருவனாக நின்றேன். கோஷமும் இட்டேன். களைக்கவும் செய்தேன். அதைத்தான் கதையாக எழுதினேன். நிகழ்வுகளும் அனுபவங்களும் அங்கேயே கிடைத்தன. அவர்களே கதைக்குரிய பாத்திரங்கள். அதனால் என் நாவல்களில் போராட்டக்களம் தவிர்க்க முடியாததாகிப்போனது போராட்டக்காரர்களின் உணர்வு, உணர்ச்சி, ஆசை, கனவு எதையும் திட்டமிட்டு, சித்தரித்து எழுத ஆயத்தமானது கிடையாது. ஆனாலும் அவர்களே என் கதைக்குரிய பாத்திரங்கள்.

இத்தகைய நாவல் எழுதுவது கம்பில் நடப்பதற்கு ஒப்பானது. கம்பில் நடப்பவன் விழுந்திட மாட்டான். கைத் தட்டலைப் பெறுவான். அவன் கைத் தட்டலுக்கு ஆசைப்பட்டாலும், அவர்கள் கொடுக்கும் சில்லரைக் காசுகள் தான் வாழ்வாதாரம். நாவல் எழுதுகிறவனுக்கு இதெல்லாம் கிடைக்குமா என்ன? அப்படியிருந்தும் நானும் எழுதினேன். நான் எழுதியிருக்கும் ஐந்தாவது நாவல் ‘சடையன்குளம்’.

இந்த நாவலில் வருகின்ற கதைமாந்தர் களுக்கு மணம், குணம், குறை, நிறை எல்லாம் உண்றென்றாலும், அதைப் பின் தள்ளி, அவர்களின் சாதி மேலாண்மை ஊரைச் சிதைக்கிறது. தூத்துக்குடி, சோட்டையன்தோப்பு குடியிருப்பி லிருந்து, விளாத்திகுளம் ஊர், சடையன்குளம்

குடியிருப்புக்கு வாழ்க்கைப்பட்டு வந்த பெண் தொடிச்சியின் திருமணநாளில் தொடங்கிய கலவரம், நாவல் முழுவதும் நீளுகிறது.

இந்த நாவல் எழுத ஊக்கம் தந்த முனைவர் ச. அருள்மணி, முனைவர் அரச முருகபாண்டியன், பேராசிரியர் ரெ. விஜயகுமார், எழுத்தாளர் களந்தை பீர்முகம்மது, கவிஞர். யாழன் ஆதி, திருமதி. சுசிலாவதி ஆகியோருக்கு நன்றி கூற வேண்டியதைக் கடமையாக நினைக்கிறேன்.

காலச்சுவடு பதிப்பகத்தின் பதிப்பாளரைப் பார்த்தது மில்லை; பேசியதுமில்லை. நான் நாவல்களைப் பொட்டணம் கட்டி அனுப்பியதும் எந்த மறுப்பும் சொல்லாமல் உடனே புத்தகமாக வெளிக்கொண்டுவந்தார். அவருக்கு என் நன்றி என்றும் உரித்தானது. நூல் உருவாக்கத்தில் ஈடுபாட்டுடன் பணியாற்றிய காலச்சுவடு பணியாளர்கள் வள்ளியூர் வி. பெருமாள், கலா முருகன் ஆகியோருக்கும் நன்றி சொல்வதில் மகிழ்ச்சி யடைகிறேன்.

தூத்துக்குடி, ப. ஸ்ரீதரகணேசன்
03.08.2024

பாகம் 1

1

ஜனங்கள் நல்லாயிருக்கக் கூடாதுன்னு பொசமுட்டுனவனுங்க ஒன்னாச் சேர்ந்துக் கிட்டானுவ. ஊரக் கூறு போட்டானுவ. அந்தக் கும்பல் ஓடி வருது. கைல தடி, கம்பு, கத்தி, அரிவாள்ன்னு வச்சுருக்காங்க. ஒருத்தன் வீடு புகுந்தான். சாமான்களத் தூக்கி எறிஞ்சான். ரெண்டு பேரு பந்தலை அசச்சிப் பார்க்காங்க. அந்த மரத்துல ஏறுறாங்க. அது உச்சில ரேடியோ கட்டியிருக்கு. அது ரெண்டும் குழாய் ரேடியோ. அதுவள அவுக்காங்க. பொத்துன்னு போடுறாங்க. நொங்குன்னு விழுது. படார்ன்னு சத்தம். அம்புட்டும் சப்பிப் போச்சு. இனிம ஒண்ணுக்கும் உதவாது. எதுக்க வந்தவங்களுக்கும் அடி. உதை. குத்து விழுந்துச்சு. ரத்தக் காயம் ஏற்பட்டுச்சு. அலறலும் கூப்பாடுமாய்க் கேட்டுச்சு. "பறக் கூதிவுள்ளகளா, ஒங்களுக்கு ரேடியாவா கேட்கு ரேடியா? இது இல்லாம இவிய கலியாணம் நடக்காதோ? இவன்கள இந்தால வுடக் கூடாது. தாயளிகத் தலைக்கு மேல ஏறி மோளுவானுக!" அந்தக் குரலத் தொடர்ந்து இன்னொருத்தன் ஓடி வாரான்.

நல்லையா புதுமாப்பிள்ளை. அவன நாலு பேரு பிடிச்சுக்கிட்டாங்க. அப்படியிருந்தும் அவன் திமிருறான். "இது என்ன கொடுமையா இருக்கு? நம்ம யாருக்கு என்ன செஞ்சோம்? இப்டி வந்து அடிக்காங்க" புதுப்பொண்ணு தொடிச்சிக்கு

எதுத்தாப்புலதான் எல்லாம் நடந்துச்சு. அவளும் ஓடிப்போய்த் தடுக்க முடியும். ஆனால் அவளையும் பிடிச்சுக்கிட்டாங்க. அவள் மேல அடி விழுந்திடக் கூடாதுன்னு – புதுப் பொண்ணப் பாதுகாப்பான இடமாகப் பார்த்துக் கூட்டிக்கிட்டுப் போனாங்க. கீழத்தெரு ஆட்கள் எதுக்க நிக்காங்க. பையமாருக மல்லுக்குப் போறாங்க. அவுங்களும் கைல கெடைச்சதத் தூக்கிட்டு அடிக்காங்க. "எவனாவது பக்கத்துல வந்த ஒரே வெட்டுத்தான்"ன்னு ஒருத்தன் விரசலாக ஓடி வாரான். பலாத்காரக் குரல்க அங்ஙன கேட்குது. அத எதுக்குற குரலும், அடிக்கிற சத்தமும், காலடி ஓசையும், அழுகையும், கூப்பாடும் நாலாப் பக்கமும் எதிரொலிக்கி. அந்தக் கும்பல் முன்னேறிச் செல்லுது.

வீடு போச்சு. இனிம கலியாணம் அம்புட்டுதான். வெள்ளனக் கலியாணம், தம்மக்காரச் சாம்பாத்தி பேரனுக்குச் சோட்டையன் தோப்பு காத்தமுத்து மவளக் கட்டி கொடுக்காவ. அதுக்கு வட்டுச் சுத்துது. குழாய் பாடுது. அது தப்பா போச்சு. ரேடியோ பாடக் கூடாதாம். மேலத் தெரு ஆட்களுக்குக் காதுகளுல ஈயத்தக் காய்ச்சி ஊத்துன மாதிரியாயிற்று. அதுமாதிரி அங்ஙன கூடிவுள்ள சாதி ஜனங்களுக்கும் பொசுபொசுன்னு வந்துச்சு. மனசுல புழுங்கிக்கிட்டாங்க. ஆனா தேவமார்களுக்கு அப்படி இருக்க முடியல. கீழத் தெருக்காரன்னா தொக்கு. பறக்குடியச் சமட்டி எடுத்துட்டாங்க. கலியாண வீடு கதிகலங்கிப் போச்சு. தாக்க வருறவங்க, சொல்லிட்டு வந்திருக்கலாம். அதுவுமில்லன்னாலும், குழாய நிப்பாட்டுன்னியாவது சொல்லியிருக்கலாம். பெறத்தால வந்து குத்துனா எப்படி?

தம்மக்காரச் சாம்பாத்தி பைத்தியம் பிடிச்ச மாதிரி அலறினாள். சத்தம் பலமாகக் கேட்குது. நாய்ங்க அங்ஙன நடக்கிறதப் பார்த்துக் குரைச்சது. பெறவு அதுவும் ஓஞ்சு போச்சு. சாம்பாத்தி கூந்தல அள்ளிச் சொருகிக்கிட்டாள். பந்தல், செத்தையெல்லாம் பிஞ்சு கெடந்துச்சு. அதுல கட்டப்பட்ட சீலத்துணியும், ஒட்டப்பட்ட காலண்டர் படங்களும் கிழிஞ்சி போச்சு. மரப் பெஞ்சுவளும் நாற்காலிவளும் திசைக்கு ஒன்னாக் கெடக்குதுக. நடுவுல சண்டியமாருங்க நிக்காங்வ. அவுங்க தலைவரு உத்திரப்பாண்டித் தேவர் மீசையைத் திருக்கிக்கிட்டான். அவனுக்குத் தடிச்ச உடம்பு. நெட்டை உருவம். தார்ப்பாச்சிக் கட்டியிருந்த வேட்டி; ரெண்டு கையையும் கன்னாப் பின்னான்னு சுருட்டி வச்சுருந்த வெள்ள நிற ஜிப்பா. ஒரு மல்யுத்தப் பயில்வான் மாதிரி இருந்துச்சு, அவனப் பார்க்க.

தம்மக்காரச் சாம்பாத்திக்குப் படபடன்னு வந்துச்சு. பதற்றமும் அவளத் தடுமாற வச்சது. அந்தக் கேந்தி வாக்குல

பேசினாள். உரத்தக் குரலு எல்லாத்தியும் நிப்பாட்டி வச்சது. "வெட்டு என்ன வெட்டு, நாந்தான் எம் பேரனுக்குக் கலியாணத்த எடுக்கேன். ரேடியாவக் கட்டச் சொன்னதும் நாந்தான். அதுக்கு என்னத்தான் கொல்லணும், எவ்வம்மெல்லாம் வெட்டணும்னு நெனைக்கியோ... அவனெல்லாம் வந்து வெட்டுறியா... வெட்டு! இந்தா தல!" அவள் அந்தக் காலத்துக் கட்டை இன்னும் துடிப்பாக இருந்தாள். வார்த்தைங்க கொதிச்சு வந்துச்சு அவளது ரவுக்க இல்லாத திரேகம் விரைச்சுக்கிற்று; சுருக்கு விழுந்த மூஞ்சி நிமிர்ந்துக்கிற்று. பாம்படமில்லாத காதுக் குலுக் குலுக்குன்னு ஆடிக்கிற்று, சொல்லப் போனா, 'எவ்வனுக்காவது தைரியமிருந்தா கிட்டவா பார்க்கலாம்' எங்கிற மாதிரி இருந்துச்சு, அவளப் பார்க்கிறதுக்கு. 'எதுவும் நடந்துறக் கூடாது'ன்னு ஆட்கள், சாம்பாத்தியச் சுத்தி நின்னுக்கிட்டாங்க.

"இது என்னயா அநியாயமா இருக்கு. ரேடியோ போடாதன்னாக் கேட்டுக்கிடுறோம். அத வுட்டுட்டு இப்டி வந்து அடிச்சா எப்டி? எவ்வளவு பொருட்க சேதமாகிப் போச்சு! இந்த நட்டத்த யார் தருவா?"ன்னார் புலமாடன். அவரு கீழத் தெருவுக்குத் தலைவர். அவரும் சித்து உடம்புக்காரர். மல்வேட்டியக் கால் வழியாகக் கட்டியிருந்தார். காடாத் துணில முண்டு தைச்சுப் போட்டு, நீலக்கட்டம் போட்ட சட்ட அணிஞ்சிருந்தார். அவருக்கும் திருக்கு மீசை. அதுவும் கருப்பா இருந்துச்சு. அவருக்கு எதுர்த்தாப்ல நின்ன உத்திரப்பாண்டித் தேவருக்கு சுருத்து வந்துற்று. அவனுக்குன்னா கோபம். பல்ல நற நறன்னு கடிச்சிக் கிட்டான். அடிக்கப் போவுற மாதிரி வந்தான். புலமாடங்கிட்ட நெருங்கி வந்து, நெஞ்ச மலர்த்திக்கிட்டு, "ஏலே தாயளி. என்னத் திமிரிருந்தா எதுத்துப் பேசுவ? பச்சேரில ஒரு வூடு இருக்காது. தீ வச்சுப் பொசுக்கிடுவேன்!"ன்னான். அந்தாட்கள் புலமாடனச் சுத்தி வளைச்சுட்டாங்க!

நெலம மோசமாச்சு. சத்தம் பலமாகக் கேட்குது. பதற்றம் ஜாஸ்தியாச்சு. மேலத் தெருவு தேவமார்வ வந்துட்டாவ. அதுவும் காணாதுன்னு நாட்டாம ராமசாமி நாயக்கர், பஞ்சாயத்து பிரசிரெண்ட் மூலபடச் செட்டியார், பால்ப்பண்ணை சிவன் கோனார், கிராம முன்சீப் ஆறுமுகத் தேவர், தலையாரி விபுஷண ரெட்டி, ஊர்த் தலைவர் அங்கமுத்துத் தேவர்ன்னு எல்லாரையும் பார்க்க முடிஞ்சது. "என்ன பாண்டியன்? இப்டி செஞ்சுப்புட்டிங்க. நம்மள அண்டித்தானே அவிய இருக்காவ. கொஞ்சம் முன்னப் பின்னப் பார்த்துப் போங்க. சரி சரி நடந்தது நடந்துபோச்சு. இனிம நிக்காதீங்க. இடத்தக் காலிப் பண்ணுங்க"ன்னு சாந்தமா, சமாதானமா சொல்லுகிற மாதிரி சொன்னார் மூலபடச் செட்டியார். பிரசிரெண்ட் சொல்லியும் உத்திரபாண்டித்

தேவர் கேட்கல. கெத்தா நெஞ்ச மலர்த்திக்கிட்டு நின்னான். ஏற்கெனவே அடிச்சாச்சு; உதைச்சாச்சு; உடைச்சாச்சு; மிதிச்சாச்சு; இதுக்கு இன்னும் முடிவு தெரியல. குழப்பம், தடுமாற்றம், நடுக்கம், பயம், பரபரப்புப் பதற்றத்துக்கு நடுவுல திரும்பவும் அதே ஆட்கள் அடிக்கப் போகிற மாதிரி, அசிங்கமாகப் பேசி, இருக்கக் கூடாதுன்னு சொன்னதும், கீழத் தெருவு சாம்பாக்கமாருங் களும் வரிஞ்சுக் கட்டிக்கிட்டாங்க. அவியளும் ஆளாளுக்குப் பேசத் தொடங்கினாங்க.

நல்லையா கத்திச் சொன்னான்: "இதுன்னையா அநியாயமா இருக்கு? இது எங்க வூட்டுக் கலியாணம். நாங்க பணம் செலவழிக்கோம். நாங்க கலியாணத்த எடுக்கோம். நாங்க ரேடியா கட்டுனா இவியளுக்கென்ன? அத எப்டித் தடுக்க முடியும்? தடுக்க என்ன ரைட் இருக்கு? வந்து கலட்டா பண்ணி, அடிச்சி நொறுக்குனது அக்கரமம். திரும்பவும், நா இப்டித்தான் செய்வேன், இப்டிதான் அடிப்பேன், இப்டித்தான் புடுங்குவேன், நக்குவேன், நொட்டுவேன்னா எப்டி? யாருமில்லாத தெருவு, கேட்குறதுக்கு நாதி இல்லன்னு நெனச்சுக்கிட்டிங்களா?" அதுதான் 'சுருக்'ன்னு குத்துச்சு, அந்த வலிய உணர முடிஞ்சது. உடனே அடிக்கப் போற மாதிரி உத்திரப்பாண்டித் தேவர் வந்தான். அங்னன கூடியிருந்த ஆட்கள் தடுத்துக்கிட்டாங்க. ஆனாலும் தேவர் துள்ளினான். குரலை உயர்த்திப் பேசினான்: "ஏலே என்ன நெனச்சுக்கிட்ட? ஊர்க்காரங்க தெரண்டாப்பல விட்டுருவோம்மால. இருக்கணும்னா ஒழுங்கா இரிங்க. இல்லன்னா, ஒரு நாய்கூட இங்க இருக்க முடியாது. வெட்டித் தாளிசம் பண்ணிடுவேன்."

அங்கமுத்துத் தேவர் ஒரடி முன்னுக்கு வந்து, பளபளக்குற கண்ணால உத்திரப்பாண்டித் தேவரப் பார்த்தார். அவரத் தட்டிக் கொடுத்து, நெருங்கி நின்னு, "சரியப்பா. எல்லாரும் அமைதியா இருங்க"ன்னார். அங்னன நின்ன நாட்டாம நாயக்கரும், "ஒங்களுக்கு ஒன்னும் வராது. வந்தா நாங்க இருக்கோம்"ன்னு தம் பங்குக்குச் சாம்பாக்கமாருவளத் தாஸா செஞ்சார். "எல்லாம் சரிதான். இப்பம் அம்புட்டுப் பொருளும் உடஞ்சிக் கெடக்கே! இதுக்கு யார் பொறுப்பு ஏக்குறது?"ன்னு புலமாடன் கேட்டதும், குழப்பம் வந்துச்சு. பால் பண்ணை சிவன் கோனார் முந்திக்கிட்டு, "அடிச்சி நொருக்குன்னவங்கதான் கொடுக்கணும். ஊருல சண்டைன்னா விலக்குப் பிடிக்க முடியும். அதுக்காவப் பொருட்கயெல்லாம் உடச்சுப் போட்டாக் கொடுக்க முடியுமா?"ன்னார். உடனே மூலபடச் செட்டியாரும், "ஆமாங்க. பொருட்க சேதமாகி இருக்கு. அங்கமுத்துத் தேவர், நீங்கதானே மேலத்தெருவுக்குத் தலைவர். ஆட்களக் கூட்டி ஒரு முடிவுக்கு வாங்க. எனக்கு அவசரமா ஜோலி இருக்கு. அத முடிச்சிட்டு வந்திடுறேன்"ன்னு அவரும்

புறப்பட்டார். "இதாண்டா சாக்கு"ன்னு அவர் பெறத்தால முன்சீப்பும் தலையாரியும் போவதைப் பார்க்க முடிஞ்சது. ஆட்களும் பைய்ய நகண்டுட்டாங்க. அங்கமுத்துத் தேவர் கையப் பிசைஞ்சார். அவர் மூஞ்சில வருத்தம். அங்ஙன நின்ன பள்ளிக் கூடத்து வாத்தியார் பொன்னுத் தேவர் முன்னால வந்தார். அவரும் பதறியடிச்சு வந்திருக்கணும். வார்த்தைங்க தடுமாறிச்சு. "செஞ்சிருக்கிறது துரோகம். இப்டிச் செஞ்சா என்ன ஆகும்னு முதல யோசிச்சிருக்கணும். எல்லாம் நடந்துபோச்சு. பிரசிரெண்ட் சொன்ன மாதிரி நம்மதான் ஒரு முடிவு எடுக்கணும்"ன்னார். அப்பம் கொஞ்சம் கால உயர்த்தி, மேல மந்தைல உப்பளம் போட்டுத் தொழில் நடத்துகிற பால்பாண்டி தேவர்: "ஏய் புலமாடன் இங்ன வா. நடந்தது நடந்துபோச்சு, இனிம பேசி பெரஜனமில்ல. என்னென்ன ஒங்களுக்குச் சேதமாகி இருக்கோ, அத வாங்கித் தருறது எம் பொறுப்பு. இனியும் நின்னுக்கிட்டு இருக்காதிய. போய் என்ன வேல உண்டோ அதப் பாருங்க." அங்கமுத்துத் தேவருக்கும் தெம்பு வந்துச்சு. பறப் பயலுவள சரிக்கட்டிடலாம்னு நெனச்சார்.

அப்பந்தான் போலீஸ் வந்துச்சு. ஆட்களுக்குச் சிவப்புத் தொப்பிகளக் கண்டதும் பொறி கலங்கிப்போச்சு. துண்டக் காணோம், துணியக் காணோம்னு ஓடலாம்ன்னாலும் முடியல. போலீஸ்காரங்க வந்து நின்னுட்டாங்க. கஞ்சிப் பச வச்சு, அமுத்தி அயன் பண்ணி, கத்தி மாதிரி ரெண்டு பக்கமும் நீண்டுக் கிட்டிருக்கிற காக்கி டவுசர்; சட்ட; சிவப்புத் தொப்பி. போலீஸ் இன்ஸ்பெக்டரும் அதுமாதிரி காக்கி டவுசரும், சட்டைக்கு மேல பெல்ட்டும் கட்டியிருந்தார். இடுப்புலயும் ஒரு பெல்ட். அதுல ரிவால்வர். கால்ல சாக்ஸ், பூட்ஸ். இம்புட்டயும் பார்த்ததும் பயம் அப்பிக்கிற்று.

நாகந்திரத் தேவரப் பார்க்க முடிஞ்சது. ஆளும் வளர்த்தியாக இருந்தார். அதுக்குத் தக்கன உடம்பு. மூஞ்சி கறுப்பானாலும், குரலு கம்பீரமாக இருந்துச்சு: "ஆம்பிள்பயறு, ரிக்காட் பாக்ஸ், பீக்கரு, வயரு, டீயூப்புகயெல்லாம் எதுக்கும் உதவாது. இப்பம் எல்லாத்தியும் தூக்கிட்டு வருவாங்க. பாருங்க!"ன்னார். அவர் சொன்னது சரிதான். எல்லாம் வெல கூடுனப் பொருட்க. இதப் பத்தி யாரும் நெனக்கல. அவரு ஆட்கள் சொல்லி, அவரும் போலீஸ்ஸைக் கூட்டிக்கிட்டு வந்திருந்தார். உடைஞ்சு போன எலேக்ட்ரானிக் சாமான்கள வச்சதும், எல்லாரும் பார்த்தாங்க. வாப்பாற முடிஞ்சது. இப்படி நடந்து போச்சே, என்ன செய்ய?

சூரிய வெளிச்சம் நெறஞ்சிருந்துச்சு. நின்ன ஆட்க பாதி பேரக் காணோம். மத்தாட்க சத்தங் காட்டல. மரம், செடி,

கொடிக தான் அசையுது. பறவைங்க குரல் கேட்குது. அவியளுக்கு வடிகிற வேர்வயத் துடைக்கத் தெம்பில்ல. திரும்பி வந்த கிராம முன்சீப் நடந்ததச் சொன்னார். கீழத்தெரு ஆட்களும் ஆவலாதி சொன்னாவ. ரெண்டு தெருக்காரவியளையும் நிப்பாட்டி, இன்ஸ்பெக்டர் விசாரிச்சார். அவருக்கும் கொஞ்ச வயசு. கண்டிப்பான ஆளுன்னு பெயர் வாங்கியவர். அவரும் தேவர்தான். தேவமாருங்கப் போய், எதாவது பார்த்துச் செய்வாருன்னு நெனச்சாங்க. அவர் அதட்டிப் பேசினார்: “என்னயா இவ்வளவு ஆட்க இருந்தும் தடுக்காம இருந்திருக்கீங்க? எல்லாரும் சேர்ந்து இந்த வேலயச் செஞ்சிங்களா? எவ்வளவு பொருளு சேதாரமாகி இருக்கு, ஆட்க அடி வாங்கி ரத்தக் காயத்தோட நிக்கி. அடிச்ச வெனல்லாம் எங்க? உடனே முன்னால வந்து நிக்கணும். இல்லன்னா நெலம சிக்கலாகும்.”

“அப்படியெல்லாம் இல்லயா. எதோ சின்னப் பயலுவ இப்டிச் செஞ்சுபுட்டானுக. எல்லாம் நடந்த பெறவுதான் எங்களுக்குத் தெரியும். இப்பம் என்ன செய்யலாம்னுதான் பேசிக்கிட்டிருக்கோம்”ன்னு அங்கமுத்துத் தேவர் சொன்னார். எல்லா ஜாதி ஜனங்களுக்கும் தலைவராக இருக்கிறதுனால, நாட்டாம ராமசாமி நாயக்கரும், நடந்தது நடந்துபோச்சு, எதோ நெட்டையோ குட்டையோ பேசி முடிஞ்சிடலாம்ன்னுதான் வந்திருந்தார். அவர் எதுருல கிடக்கிற பொருட்களப் பார்த்ததும், யாராலயும் எதுவும் செய்ய முடியாதுன்னு தோனிச்சு. அப்படியே பம்மிக்கிட்டார். இன்ஸ்பெக்டரே பேசட்டும்னு இருந்தார். இன்ஸ்பெக்டரும், “இதுக்குப் பொறுப்பேற்கிறது யாரு? அத மொதல சொல்லுங்க. இல்லன்னா வேற மாதிரி நடவடிக்க எடுக்க வேண்டியது வரும்”ன்னு சொன்னதும், ஆட்க மூஞ்சி கறுத்துப் போச்சு. “இப்டி நின்னா என்ன அர்த்தம். ஊரான் சொத்த எவன் வேணும்னாலும் அடிச்சிட்டுப் போகலாம். அத கேட்க ஆளில்லன்னு நெனச்சுக்கிட்டிங்களா? ஆட்கள எங்க, எந்த வீடு?”ன்னு இன்னொரு முற அதட்டிக் கேட்டதும், “இன்னாரு... இன்னாரு”ன்னு சொல்ல ஆரம்பிச்சார் அங்கமுத்துத் தேவர். அந்த வார்த்தைங்க தடுமாறி, தத்தளிச்சு, பயந்து, பதற்றத்துடன் வரச்சல, யாரும் சத்தங்காட்டல. கம்னு நின்னாவ. புழுக்கம்தான் மிஞ்சியது. அந்தக் கவல வாட்டிச்சு. கூட்டத்தோடு நின்ன, பொன்னுத் தேவர், “ஊர்த் தலைவர் சொன்ன மாதிரி அடிச்சது அவுங்கதான். மத்த யாருக்கும் இதுல சம்மந்தமில்ல”ன்னார். “என்னயா பேசுறீங்க பேச்சு? வூட்டுக்கு ஒருத்தன்னாலும் எல்லாவனும் சேர்ந்துதான் இந்தக் கலவரத்த நடத்திருக்கணும். செஞ்சதயும் செஞ்சிட்டு நா செய்யல, இவந்தான் செஞ்சானா எப்டி? இங்க இருக்கிறவனல்லாம் பைத்தியக்காரப்

பயன்னு நெனச்சுக்கிட்டிங்களா? இனிம யாரும் இங்க இருக்க முடியாது. போலீசுக்கும் கோர்ட்டுக்கும்தான் அலையணும். பாளையங்கோட்டைல கூட இருக்க மாட்டிங்க. திருச்சி, வேலூர்ன்னு போயிடுவீங்க. ஆமா" இன்ஸ்பெக்டர் கடும் கோபத்துல இருந்தார்.

நாகந்திரத் தேவரும் கூட்டத்தப் பார்த்துச் சொன்னார்: "அய்யா சொல்றதுதான் நெஜம். வீட்டுக்கு ஒருத்தன்னாலும் ஊர் பூராவும் சேர்ந்திடும். அப்பம் எல்லாரும் சேர்ந்துதான் இந்த நட்டத்தத் தாங்கணும், பொருளாக் கொடுங்க. இல்லன்னா பணமாக் கொடுங்க. நா வாங்கிட்டுப் போறேன்." இன்ஸ்பெக்டரும் முடிவாகச் சொன்னார்: "சேதத்துக்கு நஷ்ட ஈடக் கொடுங்க. கொடுக்க முடியலன்னாலும், கடன் வாங்கியாவது கொண்டு வந்து தாங்க. இது ஒங்களுக்கும் நல்லது. பிரச்சன வளராமையும் இருக்கும்."

"என்னங்க அய்யா. இது பேச்சுக்காகுமா, அவனுக கொழுப்பெடுத்து அடிச்சுட்டு, சேதப்படுத்திட்டுப் போவானுக. அதுக்கெல்லாம் துட்டுக் கொடுக்க, யாருக்கிட்ட இருக்கு? இங்க எல்லாரும் பணக்காரங்க இல்ல. இங்கயும் கூலிக்காரங்க இருக்காங்க. இவ்வளவு பெரிய நட்டத்த எப்டித் தாங்க முடியும்?"ன்னார் அங்கமுத்துத் தேவர்.

இன்ஸ்பெக்டருக்கு எரிச்சல் வந்துச்சு: "சரி. வேண்டாங் கிறீங்களா, எல்லாரும் ஸ்டேஷனுக்கு வாங்க. அங்க வச்சு பேசிக்கிடலாம்."

"அடிச்சவனப் புடிங்க. அவனுவள கூட்டிக்கிட்டுப் போங்க. அவனுகக் கிட்டத்தான் நட்டத்த வாங்கணும். சும்மா அப்புராணியா இருந்தவன் எல்லாம் கடன் படணும்னு தலையெழுத்தா?"ன்னார் கருப்பச்சாமி கோவில் முனியசாமி ஆடுகிற வைரவத் தேவர். அவரக் கார வீடு சின்னராஜாத் தேவர் அடக்கினார்: "நீ வாய் மைத்த வச்சுக்கிட்டு சும்மாயிரு. எதாச்சும் சொல்லி காரியத்தக் கெடுத்துடாதே."

அங்கமுத்துத் தேவர் தயங்கித் தயங்கிப் பேசினார். "என்னயா, இப்டிக் கூப்பிடுறீங்க! ஒரு நா பொறுங்க. ஊர்க் கூட்டம் போட்டு முடிவுச் சொல்லுறோம்"

"நீங்கக் கூட்டம் போடுங்க. பேசுங்க. இப்பம் ஸ்டேஷனுக்கு வாங்க."

"எல்லாத்துக்கும் காரணமானவங்க தப்பிட்டாங்க. நாங்க போலிஸுக்கு வந்து என்னங்க செய்ய முடியும்?"

"அதெல்லாம் பேசக் கூடாது. யார் யார எப்டிப் பிடிக்கணும்னு எங்களுக்குத் தெரியும். முதல்ல வாங்க" இன்ஸ்பெக்டர் கண்டிப்பாகச் சொல்ல, நாகந்திரத் தேவரும், "இவுங்களுக்கு இனப்பற்றிருந்தா, எம் பொருள உடப்பாங்களா? நம்மாளு வாழட்டும், ஹெல்பா இருக்கணும்னு நெனப்பெல்லாம் கெடையாது. முட்டாத்தனமா வரணும். அடிக்கணும். உதைக்கணும்னு இருந்தா போதுமா? எது எப்டியானாலும் எம் பொருளு எனக்கு வரணும். இல்லன்னா விடமாட்டேன்"ன்னார்.

"நீங்க ஏங் கவலப்படுறீங்க. ஓங்கப் பொருட்க மட்டுமில்ல, இங்க யார் யார் பொருட்கயெல்லாம் சேதமாகி இருக்கோ, அவுங்க பொருட்கயெல்லாம் கெடைக்கும்"ன்னார் இன்ஸ்பெக்டர்.

அடிப்பட்டு ரத்தக் காயங்களுடன் நின்னவங்களப் பார்த்தார்: "எல்லாரும் கவுருமெண்ட் ஆஸ்பத்திரிக்குப் போங்க. வரச்சல சீட்டோட வரணும். அப்டி வரலண்ணா, எல்லாத்தியும் பிடிச்சு உள்ள வச்சுடுவேன்"ன்னு கண்டிப்பும் எச்சரிக்கையும் கலந்த குரல்ல இன்ஸ்பெக்டர் சொல்லச் சொல்ல அங்கமுத்துத் தேவர் குறுக்கிட்டார். "அவுங்க எதுக்கையா அம்புட்டுத் தூரம் போகணும். நாங்க வேணும்னா எங்கச் செலவுல இங்ஙன உள்ள ஆஸ்பத்திரில வச்சு கவனிக்கோம்"ன்னார்.

ஆட்களுக்கும் கலக்கம் உண்டானது. "நடந்தது நடந்து போச்சு. எதுன்னாலும் இங்ஙனையே முடிச்சுக்கிடலாம்"ன்னாங்க. இன்ஸ்பெக்டரும் கடுகடுக்கல. அமைதியாப் பேசினார்: "இனி என்ன பேசினாலும் ஸ்டேஷனுல வந்து பேசுங்க."

அப்பம் தம்மக்காரச் சாம்பாத்தியும், "அய்யா எங்க வூட்ட உடச்சாச்சு. பந்தல நொறுக்கிப் புட்டாவ. எங்க நாற்காலி பெஞ்செல்லாம் தூக்கிப் போட்டு முறிச்சுட்டாவ!"ன்னாள்.

"நீங்களும் அங்க வாங்க. ஸ்டேஷனுல வந்து சொல்லுங்க."

அதுக்குப் பெறவு இன்ஸ்பெக்டர் பேசல. அடிபட்ட ஆட்களக் கூட்டிக்கிட்டுப் போறதுல மும்முரமாக இருந்தார். அஞ்சாறு கான்ஸ்டபிள்மாருங்க, நாலஞ்சி வெடலப் பையமார் களை இழுத்துப் பிடிச்சுக் கட்டிக் கூட்டிட்டு வந்தாங்க. அவங்க பின்னால் ஒரே கூட்டம். பக்கத்துல நீல நிற ஜீப். அதப் பொம்பளங்க சூழ்ந்துகிட்டாங்க. ஒரு பொம்பள முன்னுக்கு வந்தாள். அவளுக்கு மூச்சு வாங்கியது. கொண்ட முடி அவுந்து கிடந்துச்சு. வார்த்தைக கொப்பளிச்சுச்சு : "எங்களக் கொன்னுட்டு இவியள கொண்டு போங்க." பைதாவுல உக்கார்ந்துக்கிட்டாள். அவ்வளவு பேரும் படுத்துக்கிட்டாங்க. ஜீப்பச் சுத்திக் கூட்டம். போலீஸ்காரங்களுக்குச் சங்கடமாகப் போச்சு. வந்தவுடனே

பிடிச்சுட்டுப் போயிருக்கணும். அத விட்டது தப்பு. இவ்வளவு தூரம் பேசி இருக்கக் கூடாதுன்னு இன்ஸ்பெக்டருக்கு நெனக்கத் தோன்றிச்சு. அவரும் எரிச்சல விழுங்கிக்கிட்டார்: "வழி விடப் போறீங்களா, இல்லையா?"ன்னு கேட்டார். "முடியாது"ன்னாங்க. அங்கமுத்துத் தேவரும் மீசய முறுக்கிட்டு முன்னால வந்தார். "விடுங்க. இல்லன்னா ஜீப்புக்குத் தீ வச்சுடுவோம்"ன்னார். குறி வச்சு அடிச்ச மாதிரி இருந்துச்சு. நெலம மோசமாவத இன்ஸ்பெக்டரும் கவனித்தார். அவருக்கும் உச்ச கோபம். அத வெளிக்காட்டல. அவர் சொன்னார்: "சரி அவுங்கள விட்டிருங்க."

நாகந்திரத் தேவருக்குப் பதற்றம் வந்துச்சு. அவர் பதறிப் போய், "எம் பொருட்க எப்பம் கெடைக்கும்?"ன்னு கேட்டார். இன்ஸ்பெக்டரும் 'கொஞ்சம் சும்மா இருங்க'ங்கிற மாதிரி கை சைக செஞ்சார். போலீஸ்காரங்களும் சத்தம் காட்டல. ஏட்டையா தான், "என்னங்கைய்யா, என்ன செய்யணும்?"ன்னு கேட்டார். "இப்பம் ஒண்ணும் செய்ய வேண்டாம். வண்டில ஏறுங்க"ன்னார் இன்ஸ்பெக்டர். அவர் சொன்ன மாதிரி ஜீப்ல ஏறிக்கட்டாங்க. அப்பந்தான் அமைதி நிலவிச்சு. அதுவும் அச்சமாகத்தான் இருந்துச்சு. ஜீப் புகையைக் கக்கிட்டு, உருமலுடன் புறப்பட்டுப் போச்சு. மேலத்தெரு ஆட்களும் ஜெய்ச்சுட்டோம்னு சந்தோஷம். ஆ . . . ஊ . . .ன்னு சத்தம் போட்டாங்க. கட்டிப் பிடிச்சுக்கிட்டாங்க. கீழத்தெருவுக்காரங்க ஒண்ணுமே பேசல. அங்ஙன இருந்து நகர ஆரம்பிச்சாங்க. கலியாண வீட்டுல சரிஞ்சுக் கெடந்த பந்தல நகட்டும் வேல தொடங்கிச்சு. திரும்பவும் அந்த நாய்க எதாச்சும் கிடைக்காதான்னு சுத்தி வர ஆரம்பிச்சது.

சடையன் குளம், சூரங்குடி விலக்குல இருந்துச்சு. வீடுகன்னு நூத்தம்பது தேறும். ஊரச் சுத்தி ஒரே உடங்காடு; பனங்காடு; கரிசக்காடு. மழத்தண்ணி இருந்துச்சுன்னா பச்சைப் பசேன்னு இருக்கும். தண்ணீ இல்லன்னா அவ்வளவுதான். மண்ணுல போட்ட காசு பணமெல்லாம் அம்புட்டுத்தான். ஒண்ணு மிஞ்சாது. நட்டம். பஞ்சாயத்துலருந்து கிணறு போட்டுக் கொடுத்திருக்காங்க. ஆழக்கிணறு, தண்ணி அடிலக் கெடக்கு. ஏற்றத்த இழுத்து இறக்கணும். தண்ணி பரவாயில்லாம இருக்கும். குடிக்கலாம். அது பொதுக் கிணறு, மேலத் தெருவுக்கும் நடுத்தெருவுக்கும் மத்தில இருக்கு. அவிய தண்ணி இறச்சிட்டுப் போனாதான் சாம்பாக்கமாருங்க கிட்டப் போக முடியும். இடைல போனா சண்ட வந்திடும். எல்லாரும் ஒண்ணாச் சேர்ந்துக்கிடுவாங்க. அதனால என்ன வந்தாலும் பரவாயில்ல. தண்ணி எடுக்கக் கூடாதுன்னாலும் கவல கெடையாது.

ரோட்டு இறக்கத்துல நாயக்கமாருங்க குளம் இருக்கு. அதே மாதிரி தேவமாருங்க பாதாளக் கிணறு தோண்டியிருக்காங்க. அவங்க கும்பிடுற கருப்பசாமி கோவிலு கப்பிச் சால மேல இருக்கு. பக்கத்துல செம்பக அம்மன் கோவில். இது நாயக்கமாருங் களுக்குப் பாத்தியப்பட்டது. அதுலருந்து அவுங்க குடியிருப்புத் துவங்கும். பெறவு ரெட்டியார் குடியிருப்பு. அவுங்க எண்ணிக்க குறைவு. அதே மாதிரி கோவிலும் சின்னது. அதக் கடந்தாச்சுன்னா, கோங்கக்காமாருங்க வீடுவ வரும். அவுங்க கோவில் பெருசு, அங்க இருக்கிற சலுப்பச் செட்டிமாருங்க கட்டியிருக்கிறது கல் மண்டபம். அதுக்குப் பக்கத்துல அவிய கோவில், கிராமத்துக் காவல் தெய்வம்னு எதுவும் கிடையாது. அப்படி வைக்கணும்னு யாருக்கும் நெனப்பும் வரல. அல்லது வச்ச தெய்வத்தச் சண்டைப் போட்டு அழிச்சுட்டாங்களான்னும் தெரியல. கடைசித் தொங்கல்ல சாம்பாக்கமாரு வீடுவ, அங்ஙன அஞ்சாறு வாதிரிமார்க குடும்பமும், பத்தே பத்து அருந்ததியர்க குடும்பமும் இருக்கு. ரெண்டு நாடாக்கமாருங்க குடும்பம் மேல இருக்கு. அந்த வீடுவ இப்பம் கட்டுனது.

எப்பமோ அரமணல வேலைப் பார்த்தாங்களாம். ஓசில காடு கர கிடைச்சிருக்கு. அது ஒவ்வொரு சாதிக்கும் ஏக்கர் கணக்குல கிடக்கு. இப்பம் கோவில் கொடைன்னாலும், சரிதான்; பொதுச் செலவுன்னாலும் சரிதான். அந்த வருமானம் போதும். எந்தக் காரியத்தையும் நடத்திப்புடலாம். கீழத்தெருவுயக்காரவிய எவனும் ஒரு துண்டு நெலம் கொடுக்கல. அவுங்க அவுங்க உழைக்க சம்பாத்தியம் பண்ணுனது. அதக்கூட அமுக்கின கூட்டம் உண்டு. அதுல மிஞ்சினது குச்சிலாக நிக்கி. குச்சில்க பூரா ஒண்ணுபோல இருக்கு. தெரு மத்தில சந்தி மறிச்சாள் அம்மன் கோவில். எப்பமோ காலரா வந்துச்சாம்! ஆட்க செத்துச் செத்துப் போனாங்களாம்.

சடையன் சாம்பான் பெரிய கோடாங்கி. குறி சொன்னா தப்பாதாம். அப்டித்தான் நடக்குமாம். மத்தத் தொள்ளாளி பயப்புடுவாங்களாம். சடையன் சாம்பான் குளத்துக்குப் போனாராம். விழுந்து கும்புட்டாராம். ஒரு பிடி மணல அள்ளிக் கிட்டு வந்தாராம். அத சந்தில வச்சாராம். அண்ணக்கி மழன்னா மழ. அப்டி மழயாம். அம்மன் கரஞ்சு போச்சாம். காலரா ஓடிப் போச்சாம். இன்னக்கிவரைக்கும் கோவில் கட்டல. சந்தி மறிச்சாள் அம்மன் வீதில இருந்தாள். கொடை அண்ணக்கி மண்ணக் கொண்டுவந்து வப்பாங்க. அம்மன் துடியான தெய்வம்னு பயமும் உண்டு.

சந்தி மறிச்சாள் அம்மன் கோவில்ல கலியாணம். சும்மா வீடு முட்டும். மணல் பொதியைக் கொண்ட அம்மன் பிரகாரத்தச் சுத்தி சூரிய வெளிச்சம். அங்ஙன தெரு ஆட்கள் கூடியிருந்தாங்க. அப்பம் பார்த்து அம்மாசி தாத்தாவுக்குச் சாமி வந்துற்று. முன்னும் பின்னும் அசைஞ்சார். பீடத்தச் சுத்தி வந்தார். ஒரு ஆள் மாதிரி நல்லது கெட்டதுல பங்கெடுக்கிற மாதிரி எப்பமும் கூடவே இருக்கிற மாதிரி, ஆடைக்கும் கோடைக்கும் அசையாமல் நிற்கிற சந்தி மறிச்சாளை வெறிச்சுப் பார்வை பார்த்தார் அம்மாசி தாத்தா. ஆளும் கறுப்பு. திரேகமும் நரம்பு மாதிரி இருந்துச்சு. அத வச்சுக்கிட்டுக் குலுங்கிக் குலுங்கி ஆடினார். அவர நிறுத்தினார் புலமாடன். அவருதான் எதுக்க நின்னு கேட்டார்: “ஏய் சந்தி மறிச்சாளே… ந மண்ணா நிக்கிற மாதிரி இந்தப் புள்ளியளயும் நிக்க வச்சிடாதே தாயே. போன தடவ கலியாணம் நின்னு போச்சு. இனிமயும் நிக்கக் கூடாது. நீதான் வழிகாட்டணும்…”

வைத்தான்செல்லையா முன்னுக்கு வந்தார். ஆளும் வாட்ட சாட்டமாக இருந்தார். பயில்வான் மாதிரி உடம்பு. எதையும் ‘அத்தப்பார்’ன்னு தூக்கி வீசிக்கிற மாதிரி கைங்க. அவர்க்கும் தூத்துக்குடி பாலத்தடில வேலை. கடலுக்குள்ள கப்பல் நிற்கும். அதுல நிலக்கரி இருக்கும். தோணில போய் அத அள்ளிக்கிட்டு வரணும். கரல இறக்கி வைக்கணும். நிலக்கரி இறக்கிற வேல வாரம் முழுசும் இருக்கும். சனிக்கிழமை கூலி. அன்னிக்கி ராத்திரியே ஊருக்கு வந்திடலாம். ஞாயிற்றுக்கிழமை லீவு, திங்கட்கிழமை போகணும். நெறய பையமார்வளச் சேர்த்துவிட்டிருக்கிறார். அவர்தான் கேட்டார்: “இவ்வளவு நடந்த பெறவும் நீ ஆடய்யா செய்கிற? ஒனக்குக் காது ரெண்டும் அவிஞ்சாப் போச்சு. இல்ல கண்ணு ரெண்டும் மங்கிப் போச்சா? சடையன் சாம்பான் புடிச்ச மண்ணுல கரஞ்சு போனியா? நீ இன்னும் எத்தன நாளக்கி மண்ணா இருக்க போற? எந்திரிச்சு நில்லு. இதுக்கு ஒரு வழிய சொல்லு…”

அதக் கேட்டு அம்மாசி தாத்தா திருதிருன்னு முழிச்சார்; ஏறிட்டுப் பார்த்தார். பெறவு சுதாரிச்சு நின்னார். ஒண்ணுமே பேசல. எல்லாரும் அவரப் பார்த்துக்கிட்டிருந்தாங்க. தாத்தா அசைஞ்சார். லேசா முணுமுணுத்தார். பெறவு சத்தமாகப் பேசினார்: “எப்பா எனக்கு எல்லாம் தெரியும். நா பாத்துக் கிட்டுத்தான் இருக்கேன். தாலி ஏறட்டும் பெறவு பாரு, என்ன நடக்குன்னு. நம்மள யாரும் அசக்க முடியாது. நா எங்கயும் போகமாட்டேன். இங்ஙனதான் இருப்பேன். போதுமா?”

“போதும் தாயி…”

மாப்பிள்ளய அழைச்சிப் பனம்பாயில உக்கார வச்சாங்க. பெறவு பொண்ணு அழைப்பு நடந்துச்சு. தொடிச்சிக்குப் பதினெட்டு வயசாகுது. சின்னாளம் பட்டுச் சேல. சேலய வரிஞ்சுக் கட்டி விட்டிருந்தாவ. ரெண்டு கை புஜமும் தெரிஞ்சுச்சு. அத மறைக்க ரவுக்க அணியல. ஆனாலும் காதுகளுல பாம்படம் தொங்கிச்சு. கழுத்துல அட்டியல் கெடந்துச்சு. எல்லாம் சேர்ந்து அஞ்சு பவுன். அம்பது ரூபாய் ரொக்கம். மாப்பிள்ளயும் பொண்ணும் சுத்தி வந்தாங்க. கோவில மூணு சுத்துச் சுத்திட்டு வந்து பாயில உக்காந்தாங்க. அம்மாசி தாத்தா வாழையிலையை விரிச்சார், அதுல ஒரு படி அரிசி, மசாலா சாமான், தேங்காய், பழம், சூடம், பத்தி, விபூதி, வெத்தலை, பாக்கு, சந்தனம், சாம்பிராணி, குங்குமம்னு எடுத்து வச்சார். பெறவு அந்தச் சிவப்பு பூந்தாளுல சுத்தி வச்சுருந்த செத்தங்காணு இருந்த தங்கத் தாலியைக் கொருத்திருந்த மஞ்சக் கயித்தயும் தூக்கி வச்சுக்கிட்டார். தாத்தா விழுந்து கும்பிட்டார். தேங்காய் உடச்சார். சூடம் கொளுத்தினார். சந்தனம், குங்குமம், விபூதிய அள்ளிப் பொண்ணு மாப்பிள்ளைக்குப் பூசினார். ரோசாப்பு மாலைகளை ரெண்டுபேரு கழுத்துலயும் போட்டுவிட்டார். அவுங்க மணப்பாயச் சுத்தி வந்தாங்க; உக்காந்தாங்க; தாலிக் கட்டு நடந்துச்சு. பந்தலு போடல. மேளத்துக்குச் சொல்லல. பொம்பளங்க குலவைச் சத்தம்தான் கேட்டுச்சு. அது தொடிச்சி காதுகளுல அடிச்சத்தம் விழுந்த மாதிரி இருந்துச்சு.

தொடிச்சிக்குத் தாங்க முடியல. அது மனச வருத்திச்சு. எப்பமும் அதத்தான் சொன்னாள்: “இது என்ன வூரு. நம்ம ஊட்ல, நம்மக் கலியாணம். அதுக்கு ரேடியோ போடக் கூடாதுன்னு சொல்ல அவ்வுங்க யாரு? தடுக்க என்ன உரிமை இருக்கு? அடிதடி, ரத்தக்காயம், சேதம். இப்பம் போலீஸ் கேஸ் வேற. எல்லாரும் பாத்துக்கிட்டுதான் இருக்கப் போறீங்களா? இப்டியே இருந்தா என்ன அர்த்தம்? இந்நேரம் எங்கவூரா மட்டும் இருக்கட்டும். பதிலுக்கு ரெண்டு தலைக உருண்டிருக்கும்!” இதைக் கேட்டு நல்லையா திணறினான்: “இப்டிப் பேசாத தொடிச்சி. என்னைக்கும் ஒன்னுபோல இருக்காது. நம்ம கலியாணத்துல செஞ்சமாதிரி எதாவது வம்ப இழுத்துருவானு.”

என்னதான் சொன்னாலும் அவளுக்குக் கோபம் தணிஞ்சப்பாடு இல்ல. சதா அதயே நெனச்சாள். அந்த வேதனையும் ஆத்திரமும் அவளுள் அழுத்தமாகப் பதிந்து போயிற்று. அதப் பொத்தி வச்சுக்கிட்டு வேலயப் பார்த்தாள். வீட்டு வேலையும் ஜாஸ்தி. தம்மக்காரச் சாம்பாத்தி திடமானவள். யாரையும் எதிர்பார்க்கமாட்டாள். எல்லாத்துக்கும் முன்னால

எந்தரிப்பாள். மாடுகளுக்குக் கூளத்த அள்ளி வப்பாள். அதுகளுக்குப் புண்ணாக்குத் தண்ணியும் கரச்சு வச்சுட்டு, தூத்துத் தொளிப்பாள். பெறவுதான் ஊர்க்காத்தான் எந்தரிச்சு வருவார். அவரும் ஒத்தாச செஞ்சிக் கொடுப்பார். அவரது பெஞ்சாதி. ரெண்டு புள்ளியளப் பெத்துட்டு, மூணாவது பெக்கச்சில, தாயும் பிள்ளையுமாய்ச் செத்துப் போனவ. பேரப் பிள்ளைங்கள வளர்த்தது தம்மக்காரச் சாம்பாத்திதான். அவளுக்கும் ஆறு மக்கமாரு. மூத்த மகனுக்குத் தூத்துக்குடில பொண்ணு, கந்தனும் அங்ஙனையே இருந்துக்கிட்டார். ஹார்வி மில்லில் வேலை. அவருக்கும் அஞ்சாறு பிள்ளைங்களாகிப் போச்சு. ரெண்டு பெண்ணைக் கரை ஏத்திருக்கு. இன்னும் ரெண்டு கொமரக் கரை ஏத்தணும். ஒரு பொண்ணும் பையனும் சின்னதுவ. அவரு தம்பி கருப்பனக் கூட்டிக்கிட்டுப் போய் மில்லுல சேர்த்து விட்டார், கருப்பனுக்கும் கலியாணம் முடிஞ்சு மூணு பிள்ளைங்க இருக்கு. இன்னொரு தம்பி மூக்கன். அவரும் அவரு பெஞ்சாதியும் பாலத்தடி கரிக்குளத்துல வேல. அங்ஙனையே குச்சில மடக்கி இருக்காங்க. அவுங்களுக்கும் நோஞ்சானும் குஞ்சானுமாய் அஞ்சி புள்ளிய இருக்கு. சாம்பாத்தி மவள, மேல் மந்தைல கட்டிக் கொடுத்திருக்கு. பூவதியும் அவள் புருஷனும் உப்பளத்துக்கு வேலைக்குப் போறாங்க. அவியளும் ஏழு பிள்ளைங்களோட இருக்காவ. இன்னொருத்தியை இன்னா இருக்கிற விருசம்பட்டில கெட்டிக் கொடுத்திருக்கு. புருஷன் ஒரு சோவாரி. மொதப் புள்ளப் பெத்த வீட்டுலேயே மாரியை விட்டுட்டு ஓடிப்போனான். பெறவு மூணு வருஷம் கழிச்சி வந்து நின்னான். புருஷன் திருந்திட்டான்னு அவங்கூட வாழப்போன மாரி, ரெண்டாவது புள்ளியயும் பெத்துக்கிட்டாள். பெறவு ஆளக் காங்கல. வந்தான்; நாலு வருஷம் கழிச்சு வந்தான். அப்பந்தான் மாரி சுதாரிச்சாள். அவங்கூட வாழ மறுத்தாள். 'எங்கூடப் படுப்ப. இன்னொரு புள்ளயத் தந்திருவ. நா இதுவள வச்சுக்கிட்டு லோல் படையா?'ன்னு கேட்டாள். ரெண்டு பேருக்கும் சண்ட அண்ணக்கிப் போன ஆள, இன்னும் காங்கல. மூத்தப் பிள்ளையும் வயசுக்கு வந்துற்று. மாமியாளும் மாமனாரும் கிருவம் உள்ள ஆட்கள். மருமவள வச்சுக் காப்பாத்திக்கிட்டாவ. அதுனால எந்தலாகப் போச்சி.

தொடிச்சியின் மூஞ்சி பளிச்சுன்னு இருந்துச்சு. அவள் குளிச்சு கூந்தலச் சிக்கெடுத்து, சீவி அள்ளி முடிஞ்சிருந்தாள். அதுல வண்ண ரிப்பனக் கட்டிருந்தாள். சிவப்புல மஞ்சக் கட்டம் போட்ட சுங்கிடிச் சேல. அதுவும் புதுசு. அதச் சுருக்கு வச்சு, ஒண்ணுபோல எடுத்து, அந்த மடிப்புப் பூரா அசஞ்சாடத் தூக்கிச் சொருகி இருந்தாள். அந்த நிறத்துல ரவுக்கையும் அணிஞ்சியிருக்கா! அவள் பிராயம் பூரிப்பாகத் தெரிஞ்சது. சேலக்கட்டு மிடுக்காகக்

காட்டிச்சு. அதுதான் பதற வச்சது. கலங்க வச்சது. அதுவே நடுக்கத்தையும் தந்துச்சு. என்னதான் இருந்தாலும், பேத்தியப் பார்த்து, இப்டிச் சீலக் கட்டாத, ரவுக்கப் போடாத, எங்கயும் போவாத, வராதன்னு சொல்ல வாய் வரல. தம்மக்காரச் சாம்பாத்தி குழம்பிப் போய் நின்னாள். காணாததுக்குத் தொடிச்சியும், "நா போய் கிணத்துல தண்ணி எடுத்துட்டு வாரேன்"ன்னு சொன்னதுதான் தூக்கி வாரிப் போட்டது. சாம்பாத்திக்கும் பதற்றம் ஜாஸ்தியானது. அவள் சொல்லிச் சமாளிச்சாள். "ஏளா நீ சும்மா இரி. புதுப்பொண்ணு, நாலு பேரு கண்ணுப்படும், எங்கயும் போவாத. தண்ணிக் காணாட்டா நா எடுக்கேன்"ன்னாள். அவள் பயத்த உள்வாங்கிக்கிட்டாள்.

மருமவளப் பார்த்து ஊர்காத்தனுக்கும் கலக்கம் வந்துச்சு. அவரும், அவிய அம்மா சொல்லாததையெல்லாம் சொல்ல ஆரம்பிச்சுட்டார்: "என்ன நீ இப்டிச் சுருக்கு வச்சு சீலக் கட்டி யிருக்க. காணதுக்கு ரவுக்கயும் தச்சுப் போட்டிருக்க. அய்யையோ, ஊருல உள்ளவன் என்ன சொல்லப் போறானோ தெரியலையே" அப்பந்தான் தொடிச்சிக்கு வெளம் வந்துச்சு. அவளும் வெடுக்னு கேட்டாள்: "ஊருல உள்ளவன் என்ன சொல்லுவான்? இல்லாதவன் ஊட்டுப் புள்ள பீய நக்கிச்சுன்னா வயத்துக்கில்ல, அதான் பீயத் திங்குது என்பான். இருக்கிறவன் வூட்டுப் புள்ள பீயை நக்கிச்சுன்னா மருந்துக்கு நக்கிச்சு என்பான். அவிய சுருக்கு வச்சு, சேலக்கட்டி, ரவுக்க போடலாம். நம்ம போடக் கூடாதாக்கும். அப்டி ஒரு சட்டம் எழுதியா வச்சுருக்கு. போங்க மாமா"ன்னாள். ஆனாலும் மாமா தடுத்தார்: "நீ அலய வாண்டாம். இரி. தண்ணி வேணும்னா நா எடுத்துட்டு வாரேன்."

அடுத்த வீட்டு புஸ்பம் குரல் கொடுத்தாள்: "என்ன மச்சான், நீங்க பேசுறது? தண்ணி எடுக்கப் போனாத்தான் என்ன? சம்முகக் கனியும் போறா. நானும் போவணும். தொடிச்சிய அனுப்பி வைங்க. எவ்வளவு நாளைக்கு ஆம்பளைங்க எடுப்பீங்க?" உடனே சாம்பாத்தி சொன்னாள்: "இல்ல புஸ்பம். செத்தப் பொறுக்கட்டும். பெறவு தண்ணி எடுக்கலாம்னு நாந்தான் சொன்னேன்" தொடிச்சி கேட்கல. சாம்பாத்திக்கும் ஒண்ணும் சொல்ல முடியல. அங்ஙன வந்த புஸ்பம் மருமகா சம்முகக்கனியும், "நாங்க, நாங்கப் பாட்டுலப் போயி தண்ணி இறைக்கப் போறோம். எங்கப் பாட்டுல வரப் போறோம். அதுக்குப் போட்டு நீ என்னத்துக்குப் பயப்புடுற?"ன்னாள். தொடிச்சியும் ஆச்சி பதில் எதிர்பார்க்கல. "வாக்கா போகலாம்"னு இடுப்புல ஒன்னு, கைல ஒன்னுன்னு குடங்களோட போனாள். சாம்பாத்தி அவுங்கப் போறதப் பார்த்துக்கிட்டு நின்னாள்.

அன்னா இருக்குக் கிணறு. ஒரு எட்டுல போயிட்டு வந்துற லாம். இன்னும் சீக்கரம் போகணும்னா நடுத்தெருவுல கூடிப் போகணும். அவிய வீட்டு முன்ன போவக் கூடாது. அவியளுக்குக் கோபம் வந்திடும். சண்டை வரும். இந்தச் சரவலுக்காகப் போறது கிடையாது. அப்டியே போகணும்ன்னாலும் வீட்டுக்குப் பெறத்தாலக்கூடிதான் போகணும். அங்கன சாக்கடை, கழிசடை, கவுச்சை, கழிவு எல்லாம் கிடக்கும். மூக்கப் பொத்திக்கிடணும். அப்பந்தான் அவியள பார்க்கலாம். அதுலயும் நாச்சியாரம்மா, நாச்சியாரையான்னு சொல்லணும். கும்பிடணும். அப்பந்தான் அவிய மனசு குளிரும்; இரங்கும். என்னன்னு கேட்பாவ. இப்டிப் பட்ட ஆளுக முன்னே, கீழத்தெரு பொண்ணு ரவுக்கயும், சுருக்கு வச்சச் சேலயும் கட்டிக்கிட்டு வந்து நின்னா, மனசு என்ன பாடுபடும்?

அங்கன பெரிய பணக்காரங்கன்னு யாரும் கிடையாது. சொத்துக் கணக்குப்படி ஆளாளுக்குக் கொஞ்சம் நிலம் தேறும். வீடுகளப் பார்த்தாலும் செத்தங்காணுத்தான் இருக்கு. ஏதோ செங்கல அடுக்கி, சுண்ணாம்பக் கொழைச்சுக் கட்டுன வீடுக. ஒரு ரூம்பு; ஒரு தார்சா; பெறவு வசதிக்காகப் பனங்கையைப் பரப்பிக் கூரை மேஞ்சி யிருந்தாவ. அதுவுமில்லாம ஆட்களும் இருக்கத்தான் செய்யுது!

எது எப்படினாலும், ஒரு பறச்சி, அதுவும் நேத்து வந்தவா; அவ சுருக்க வச்சச் சேலக் கட்டிக்கிட்டு, அதுலயும் ரவுக்க. காதுல பாம்படம்; கழுத்துல அட்டியலு; நல்ல மினுக்கு மினுக்கிறான்னு ஒரு பொம்பள மூஞ்ச சிலுப்பிக்கிட்டா. கிணத்துல குடங்கக் கிடக்கு. அஞ்சாறு பொம்பளைங்கக் குத்த வச்சுக்கிட்டிருந்தாங்க. ஒரு தேவமாரு பொம்பள தண்ணி இறைக்கா. ஏற்றம் இறங்குது. தண்ணி விழுற சத்தமும், அலம்பற ஓசையும் கேட்குது. அந்தப் பொம்பள இன்னம் சத்தமாக முணுமுணுக்காள்: "கழிசடப் பயவுள்ளைங்கயெல்லாம் கிணத்துக்கு வருதுக. சொல்லி வைக்கணும். நம்ம வருற நேரத்துல. இவிய வரக் கூடாதுன்னு" அவள் குடத்தக் கழுவ ஆரம்பிச்சாள். அங்கன சதசதன்னு சகதி கிடக்கு. ஈயும் கொசுவுமாய் மொக்கி. ஒரே ஊள நாத்தம். இதெல்லாம் அவளுக்கு அருவருப்பாகத் தெரியல. கீழ்த் தெருவு பொம்பளைங்க தண்ணி எடுக்க வருறதுதான் அருவருப்பாக, அசிங்கமாக, குமட்டிக்கிட்டு வருற மாதிரி அவளுக்குத் தெரிஞ்சுது.

தொடிச்சிக்குக் கோபம் பொத்துக்கிட்டு வந்துச்சி. உடனே வெறுப்பைக் காட்டணும். 'நறுக்' தெரிஞ்ச மாதிரி ரெண்டு வார்த்தைங்க கேட்கணும்னு நெனச்சாள். அதுக்குள்ள ஒருத்தி முந்திக்கிட்டாள்: "நம்ம எந்த சரவலுக்கும் போவ வாண்டாம். அவிய இறச்சிட்டுப் போவட்டும்" அந்தச் சமாதானத்துக்கு மேல

எதுவும் பேச முடியல. அந்த வலி எல்லாத்துக்கும் இருந்தாலும், ஒன்னுக்கெடக்க ஒண்ணச் சொல்லி, அது பெருசாகிவிடக் கூடாதுன்னு பயந்தாங்வ. அவுங்க நின்ன எடத்துக்கு எதுத்தாப்பல பனங்காட்டுத் தெரட்டு, காஞ்ச கரிச மண்ணு. அதுல ஒத்தையடி பாதை. ஆட்கள் கஞ்சிக் கலசத்தத் தூக்கிட்டு வேலைக்குப் போறது தெரிஞ்சது. அவுங்களையே பார்த்துக்கிட்டிருந்த சம்முகக்கனியப் பார்த்து தொடிச்சி, "எக்கா அந்தப் பொம்பள தண்ணி இறச்சிட்டா, இப்பம் நா போய் இறைக்கட்டா ?"ன்னு கேட்டாள், சம்முகக்கனியும் இறைக்கச் சொன்னாள்.

நாயக்கமாரு பொம்பளைங்க ஒண்ணுபோல தண்ணி இறைச்சு முடிச்சாங்க. கடைசிக் குடம் நெறையச்சில தொடிச்சி கிணத்துக்கு வந்தாள். அவளுக்குக் குமுறல் ஒயல அவுங்க செஞ்சய மாதிரியே செஞ்சாள். முதல்ல தண்ணி இறைச்சாள். அதைக் குடத்துல ஊத்திக்கிட்டாள். அந்தத் தண்ணில வாளியைக் கழுவினாள். பெறவு இருக்கிற தண்ணியெல்லாம் கீழ ஊத்திட்டு இறைச்சாள். இதெல்லாம் அவிய செய்கிற வேலைக. அதையே தொடிச்சியும் செஞ்சாள். அதுவும் முதல் முறையாக ஒரு பறைச்சி கிணத்தடில வாளியைக் கழுவித் தண்ணி இறைப்பதைப் பார்த்ததும்தான், அவியளுக்கு அவமானமாகப் போச்சு. மூச்சில அரஞ்ச மாதிரி, நரம்பெல்லாம் தென்னித் தெனறுகிற மாதிரி, ஒரு அசைப்பு அசைச்ச மாதிரி இருந்துச்சு. முசுக்னு கோபம் வந்துச்சு. அந்த அதிர்ச்சியில இருந்து மீள முடியல. அதுல ஒரு நாயக்கப் பொம்பள கேட்டாள்: "நீ என்ன செய்கிற ? என்னத்துக்கு வாளியக் கழுவிப் பிடிக்க? நாங்க இறைச்ச வாளிய நீங்கப் புடிக்க மாட்டிங்களோ ? ஊர் பறச்சிகளுக்கு நல்ல ஏத்தம் ஏறிப்போச்சு. இல்லாட்டா இந்த நொட்டு நொட்டுவாளுவளா ?" அவளுக்கு மூச்சு வாங்கியது. அடுத்தப் பொம்பளைங்களும் பேச ஆரம்பிச்சுட்டாங்க. தொடிச்சியும் ஏதோ சொல்ல வாயெடுத்தாள். அதுக்குள்ள சம்முகக்கனி, "தொடிச்சி நீ வாளியக் கழுவிட்டல்ல; தண்ணி இற. வேற எதுவும் பேசாத"ன்னாள். தொடிச்சி மூச்சுக் காட்டல. அவள் பாட்டுக்குத் தண்ணி இறைக்க ஆரம்பிச்சாள்.

சம்முகக்கனிதான் சமாதானம் பேசினாள்: "நாச்சியாரம்மா கோபப்படாதீயே. வாளில் தூசி மண்ணு இருந்திருக்கும். அதான் கழுவி ஊத்திருப்பா" அவ்வளவுதான் அந்த நாயக்கமாரு பொம்பளைங்களுக்குக் கோபம்னான கோபம், அப்படி வந்துச்சு, "தூசியா இருந்துச்சு தூசி? யார்க்கிட்டக் காதுக் குத்துற. அவ என்னடான்னா, மூஞ்சுல அடிக்கிற மாரி, வாளிய கழுவி இறைக்கா. நீயுமா அவகூட சேர்ந்துக்கிட்டு சாக்குப் போக்குச் சொல்ற ?"

சம்முகக்கனிக்கும் கோபம் வந்துற்று: "ஆமா. ஆமா, அப்டித்தான் வச்சுக்க"ன்னு பதிலடி கொடுத்தாள். பெறவு தொடிச்சியைப் பார்த்தாள்: "நீ இறச்சு ஊத்து. வருறதைப் பார்த்துக்கிடலாம்?"ன்னு தைரியமும் சொன்னாள். பெறவு யாரும் பேசல. அந்தப் பொம்பளைங்க புலம்பிட்டுப் போனாவ.

நாட்டாம ராமசாமி நாயக்கர் கூப்பிட்டு விட்டிருந்தார். இதத் தலையாரி விபுஷ்ணன் ரெட்டியும், ஏழுவட்டுச் சாம்பானும் வந்து சொன்னாங்க. வீட்டுல முசுக் முசுக்குன்னு ஹரிக்கன் லாம்பு எரிஞ்சது. அந்த வெளிச்சம் அங்னனையே காணல. சுத்திலும் இருட்டாக இருந்துச்சு. தெருவுல போஸ்ட் நட்டி கை லாம்ப எரிய விட்டிருந்தாங்க. அதுவும் எண்ணெய் காணாம கறண்டுகிட்டுப் போச்சு. இந்த ராத்திரி போய் நாட்டாமைய கூட்டிக்கிட்டு வான்னு சொல்லுறாரேன்னு முணுமுணுத்துகிட்டார் ரெட்டி. சும்மாவே விபுஷ்ணன் ரெட்டிக்குக் கீழத் தெருவுல கால் வைக்கக் கூசும். நாட்டாமை, நீதான் கூட்டிக்கிட்டு வான்னதும் தட்ட முடியல. ரெட்டியும் ஏழுவட்டுச் சாம்பானைத் தேடிப் பிடிச்சார். சாம்பான் வயசானவரு. அவருக்கு மூஞ்சிப் பூரா வெள்ளை முடியாய் இருந்துச்சு. அதுவும் அப்பிக் கெடந்துச்சு. காலக் கெந்திக் கெந்தி வந்தார். இந்தக் காலோடதான் நல்லது பொல்லத சொல்லப் போவார். அவர் காலத்தோட அதுவும் முடிஞ்சிப் போகும். ஏற்கெனவே தேவமார்களுக்குச் சொல்லப் போக ஆளில்ல. கீழத் தெருக்காரவியளும் அங்கப் போறதும் கெடையாது. தேவமார்களும் புது வழிக் கண்டுபிடிச்சுட்டாவ. யாரும் செத்துப் போனா ரேடியோ கட்டுவாவ. மாரடிக்கவும் ஒப்பாரி வைக்கவும் விளாத்திகுளம் ஊர்லருந்து முத்தாயியைக் கூட்டிக்கிட்டு வருவாவ. முத்தாயி சாம்பாத்தி, மாரடிக்க ஒரு கூலி, ஒப்பாரி வைக்க ஒரு கூலின்னு கொடுத்தாத்தான் வருவாள். அவள் முன்னால மைக்கிருக்கும். அந்த ஒப்பாரி எட்டூருக்குக் கேட்கும். அதக் கேட்டு துஸ்டிக்கு வருவாவ.

விபுஷ்ணன் ரெட்டியும் ஏழுவட்டுச் சாம்பனும் வரச்சில, வீட்டுல நல்லையா, ஊர்க்காத்தான், தொடிச்சி இவிய மூணு பேரும் இருந்தாவ. வள்ளிநாயகபுரம் போன தம்மக்காரச் சம்பாத்தியை இன்னம் காணோம். வந்தாட்கக்கிட்ட, "என்ன விசயம்"ன்னு கேட்டார் ஊர்க்காத்தான். திண்ணைல லாம்பு இருந்துச்சு. எல்லாரும் நின்னாவ. தொடிச்சி வாசல்கிட்ட நின்னாள். அவளுக்கு அந்தச் சம்பவம் நினைவுக்கு வந்துச்சு. சொல்லலாமான்னு யோசனை. பெறவு, கேட்டுட்டு வரட்டும் சொல்லிக்கிடலாம்னு இருந்துக்கிட்டாள். அப்பம்

ஊர்க்காத்தானைச் சமாதானப்படுத்துற மாதிரி ஏழுவட்டுச் சாம்பான், "எனக்கு ஒன்னும் தெரியாது பூ. நா அங்ஙன நின்னுக்கிட்டிருந்தேனா, தலையாரி வான்னு கூப்பிட்டாரு வந்தேன்"ன்னார்.

நல்ல உயரமும் பெரிய தொப்பையும் வெள்ளை வேட்டி, கதர் சட்டையோட நின்ன விபுஷ்ணன் ரெட்டி படபடன்னு சொன்னார், "எனக்கும் என்ன விசயம்னுத் தெரியாது. ஒங்க ரெண்டுபேரையும் நாட்டாம கூப்பிட்டுவுட்டாரு, அதான் வந்திருக்கேன்."

"இப்பந்தான் வந்து சூன்னு குத்த வைக்கல. அதுக்குள நாட்டாம கூப்பிட்டாருன்னா என்னதாயிருக்கும்?"ன்னு நல்லையா முணுமுணுத்துக்கிட்டான். ஊர்க்காத்தானும் குழப்பத்தோடு நின்னார். அவர் மவனப் பார்த்து, "ஏலே நல்லயா. நீ போய் என்னன்ன கேட்டுட்டு வால"ன்னார். உடனே தலையாரி சொன்னார்: "நாட்டாம ரெண்டுபேரையும் கையோடக் கூட்டிக்கிட்டு வரச் சொன்னாரு."

ஊர்க்காத்தானும் அவியள நிக்க வைக்கல. "சரி நீங்க போங்க. நானும் எம்மவனும் இப்பம் வாரோம்"ன்னார். அவருக்கும் குழப்பம் ஜாஸ்தியாக இருந்துச்சு; கவலை வாட்டிச்சு. தகப்பனின் பகைக்கிற மூஞ்சைக் கண்ட நல்லையா, "என்னத்துக்குப் பயப்படுறீங்க. நாம போவோம். என்ன சொல்றாருன்னு கேட்டுட்டு வந்திடலாம்"ன்னான். "சரி புறப்படு"ன்னார். பெறவு வந்தாட்களை அனுப்பி வச்சார். நல்லையா மேலுக்குக் குளிச்சிட்டு வந்தான். புது வேட்டி சட்டையோடு நின்ன, மவனப் பார்த்து அவரும் தொவச்ச சட்ட வேட்டியை எடுத்துக் கட்டிக்கிட்டார். ரெண்டு பேரும் புறப்பட்டுப் போனாவ.

நாட்டாமை ராமசாமி நாயக்கர் கார வீட்டுத் தார்சாவுல நாயக்கமாருங்க கூடியிருந்தாங்க. எல்லாரும் வளர்ந்து சாட்டமாக இருந்தாலும் கொஞ்சம் பம்மிப் போறவிய. ஆனாலும் சாம்பாக்கமார்வளக் கண்டா இளக்காரம். அவியள ஒரு நாளும் பெயர்ச் சொல்லிக் கூப்பிட்டதே கிடையாது. எல்லாத்துக்கும் வக்கப் பெயரு. ஊர்க்காத்தானை, "ஊத்து"ன்னு ஒரு நாயக்கன் கூப்பிட்டான். இன்னொரு நாயக்கன், "பீத்து"ன்னு சொல்லச் சொன்னான். அது நெலச்சதுல அவனுக்குச் சந்தோஷம். நாட்டாம ராமசாமி நாயக்கர் ரெண்டையும் சேர்த்துவச்சுக் கூப்பிட்டார்: "அந்த ஊத்து பீத்து வந்துட்டானா. அவனக் கூப்புடு?" "ஆமா நாட்டாம வந்தாச்சு"ன்னு குரல் வந்துச்சு. அங்ஙன ஆம்பளையாட்க தலையாத் தெரிஞ்சுச்சு. குசுகுசுன்னு

பேச்சு மட்டும் கேட்டுச்சு. வானம் இருட்டடைஞ்சு கிடந்துச்சு. நிலா தொலைந்து போயிருந்தது. சிமினி விளக்குகளாக மங்கித் தெரியும் நட்சத்திரங்களையும் காணோம். தார்சாவுல பெட்ரோமக்ஸ் லைட் எரிஞ்சது. அந்த வெளிச்சம்தான் குப்ன்னு பரவிக் கிடந்துச்சு.

நல்லையாவுக்கு ஒரு மாதிரி இருந்துச்சு, மெனக்கட்டு எதுக்கு வரணும்னு நெனச்சான். அதிலையும், அப்பா வேட்டிய இறக்கிவிடுன்னு சொன்னது அவமானமாக இருந்துச்சு. அப்டி வேட்டிய இறக்கி, கைகட்டி, வாய்ப் பொத்தி, குனிஞ்சு நிக்கணும்னா என்னத்துக்கு இங்க வரணும்? இதுக்காக இங்ஙனக் கூடி வேல பார்க்கிறதும் கிடையாது. மூணு மைல் நடந்தாலும் பரவாயில்லன்னு விளாத்திகுளம் ஊருக்குப் போறது. அங்ஙன நின்னா லாரி வரும். செங்கல் சூளைல வேல. கஷ்டம்தான். செஞ்சதுக்குத் துட்டு, எவனும் ஏச முடியாது. அனாவசியமாகத் திட்ட முடியாது. அடிதடி வராது. வேலையைச் செஞ்சோமா, கூலிய வாங்குனோமா, வீட்டுக்கு வந்தோமான்னு இருக்கும். எவங்கிட்டையும் குனிஞ்சு, கை கட்டி, கூளக்கும்பிடு போட வேண்டியதில்ல. அதுக்கும் விட மாட்டுக்கானுவ. எதாவது ஒன்னு வந்திடுது.

இப்பம் அப்பா கை கட்டி நிக்கிறதைப் பார்த்ததும் கோபம் வந்துச்சு. அவரும் ரொம்பப் பயந்தார். அந்தக் கறுத்த திரேகம் வேர்த்தது; நடுங்கியது. அப்பா என்னத்துக்குப் பயப்புடுறாரு? என்ன நடந்திடப் போவுது? அன்னைக்கி நடந்தத விடவா நடந்திடும்? அப்படியே நடந்தாலும்தான் என்ன? அதுக்காக விட்டுக் கொடுத்திட முடியுமா? நல்லையாவுக்குப் பயமோ பதற்றமோ இல்லை. கோபம்தான் மிஞ்சி நின்னது. அத ஜாஸ்தியாக்கிற மாதிரி நாட்டாம கேட்டார்: “ஏலே... என்ன? புதுசாக் கலியாணம் முடிச்சுருக்கோம்னு கெத்தா. ஒம் பொண்டாட்டி, கிணத்துல வாளியக் கழுவி பிடிச்சாளாமே! இப்டிச் செய்ன்னு சொல்லிக் கொடுத்தியா?” நல்லையாவும் ‘தடார்’ அடி கொடுத்தான்: “என்னங்க கிணத்தடில யாரும் கழுவிப் பிடிக்கக் கூடாதுன்னு சட்டம் போட்டிருக்கா. இல்லாட்டி நீங்க எதுவும் போர்டு கீர்டு மாட்டியிருக்கிங்களா? அப்டிருந்தா சரிதான். கழுவினது தப்பு. நாங்க வாளியத் தொட்டதும், நீங்கக் கழுவிப் பிடிக்கிங்க. மொதல்ல அத விடுங்க. பெறவு மத்தவங்களுக்குச் சொல்ங்க. அதவுட்டுட்டு, இவ்வளவு தூரம் கூப்பிட்டு வச்சு பேசணும்மாக்கும்? நேரம் தான் சுணங்கும்?”

நல்லையா பேசிக்கிட்டிருக்கச்சிலயே சத்தம் எழுந்துச்சு. கோபத்துல ஒரு நாயக்கர் கத்தினார்: “எலே ஒனக்கு குண்டில

சதை வச்சுப் போச்சா? நாட்டாம யாரு? எவ்வளவு பெரிய ஆளு? அவரயா எதுர்த்துப் பேசுற? ஒன்னையெல்லாம் முதுவுலத் தோலு இல்லாம உரிக்கணும்?" ஆளாளுக்கு முந்திக்கிட்டு வந்தாங்க. அவனும் அவுங்கள ஏறிட்டுப் பார்த்து, "இப்டி அடிக்கிறது. கெடத்துறதெல்லாம் வச்சுக்கிடாதீங்க? இப்பம்தான் அடிதடில இறங்குன ஆட்க கோர்ட் கேஸ்சுன்னு அலையுதுக. அப்டியொரு ஆச இருந்துச்சுன்னா . . . அடிச்சுப்பாருங்க பார்ப்போம்!"ன்னான்.

நாட்டாமைக்கு வெளம் ஏறிற்று, பொத்துக்கிட்டு வருகிற கோபத்த அடக்க முடியல. உடனே நாட்டாம எழுந்தார். வேட்டியை மடிச்சுக் கட்டினார். கத்திப் பேசினார்: "ஏலே. உள்ளவளெல்லாம் முட்டாப்பயன்னு நெனச்சுயா? செய்யணும்ன நெனச்சா பச்சேரில ஒரு வூடு மிஞ்சாது! அங்ஙன யாரும் இருக்க மாட்டிங்க. என்ன திமிருருந்தா எம் முன்னால எதுத்துப் பேசுவா?" ஆட்களெல்லாம் எந்திரிச்சிட்டாவ. அடிக்கப் போற மாதிரி வந்தாவ. ஆளாளு பேசவும் தொடங்கிட்டாவ. அந்தக் கசமுசக்குள்ள, ஊர்க்காத்தான் குரல் பதற்றமாகக் கேட்டது: "அவன் சின்னப் பையன்யா. வெபரமில்லாம பேசுறான். அதப் பெருசாக்காதீங்க?" பெறவு மவனப் பார்த்து, "நீ ரொம்பப் பேசாத. சும்மா இரி. நா பேசிக்கிடுறேன்"ன்னார். அந்த நேரம் பார்த்து ஒருத்தன் நல்லையா பிடரில சப்ன்னு ஒன்னு வச்சான். நல்லையாவும் அந்தக் கேந்தி வாக்குல ஒன்னு கொடுத்தான். அவ்வளவுதான். நாயக்கமாருங்க பூராவும் சேர்ந்துக் கிட்டாவ. எல்லாரும் அடிக்கச்சில என்ன செய்ய முடியும்? காணாததுக்குச் சாம்பக்கமார்களின் பெறப்பைச் சந்தேகப் படுகிற மாதிரி கெட்ட வார்த்தைகளச் சொல்லி ஏசுன்னாங்க.

ஊர்க்காத்தான் அலறினார்:"அய்யா அவன விட்டிருங்கையா! அய்யா அவன விட்டிருங்கையா!"ன்னு கையெடுத்துக் கும்பிட்டார். "ஏலே என்ன நெனச்சுட்டிங்க? இங்க இருக்கிறவனெல்லாம் பைத்தியக்காரப் பயலுகன்னு நெனச்சுக் கிட்டிங்களா? என்ன திமிருருந்தா எங்கத் தெருக்குள்ள வந்து நெஞ்ச மலத்துவிங்க?"ன்னு அவருக்கும் அடி! நல்லையாவுக்கு வாய்வழியாக ரத்தம் வழிஞ்சது. அவனும் முண்டுக் கொடுத்து சமாளிச்சான். "வான்னு கூப்பிட்டு, மொத்தமா சேர்ந்து முதுல குத்துற நாயக்கன்கக்கிட்ட நமக்கென்னப்பா பேச்சு. வாங்கப்பா போகலாம்"ன்னு தகப்பன் கையைப் பிடிச்சு இழுத்தான். ஊர்க்காத்தானுக்கும் அது அநியாயம்னு தெரிஞ்சது. அவரால பேச முடியல. ஒரு மொற மொறச்சிச்சிக்கிட்டு மவன் பெறத்தால போனார்.

நல்லையாவத் திண்ணைல உக்கார வச்சாவ, அவனச் சுத்திக் கூட்டம். ஆட்களுக்குக் கடுங்கோபம். இப்பமே நடுத் தெருக்குள்ள போகணும். என்னன்னு கேட்கணும். எதுர்த்து நிக்கணும். மல்லுக் கட்டணும். அந்த ஆவேசம் பொம்பளைங் களுக்கும் இருந்துச்சு, ஊர்க்காத்தான் மருமவ மேல கோபப் பட்டார். அவள் மேல குற்றம் சொன்னார்: “தொடிச்சித்தான் இவ்வளத்துக்கும் காரணம்”னு சொல்லச்சில நல்லையா குறுக்கிட்டான்: “என்னப்பா நீங்க பேசுறது? அவள எதுக்கு ஆவலாதி சொல்றீங்க? அவ என்ன வம்புக்கா சண்டைக்குப் போனா? வாளியக் கழுவி இறைக்கிறது என்ன கொலக் குற்றமா? அவ செஞ்சது சரிதான்.”

அதுக்குப் பெறவு ஊர்க்காத்தான் பேசல. கம்னு நின்னார். எல்லாரும் கொமஞ்சுக்கிட்டுருக்கச்சில, புலமாடன் முன்னே வந்தார். நெஞ்ச மலர்த்திக்கிட்டுத் தூக்கலாக நின்னார். அந்த வேட்டிலயும் சட்டைலயும் ஒரு துளி அழுக்கில்ல. ஆனாலும் கசங்கலாத்தான் இருந்துச்சு. அவர்தான் பதற்றப்படாமச் சொன்னார்: “நாம நேரா போலீஸுக்குப் போவோம். யாரும் அடிதடில இறங்கிடாதீங்க. இது இன்னையோட போறதில்ல. நாளக்கும் இதே மாதிரி வரலாம். இப்பமே போலீஸுக்குச் சொல்லி வைக்கணும். அப்பந்தான் அவுங்களுக்கும் தெரியும். அவுங்களும் வந்து விசாரிக்கட்டும். சட்டப்படி என்னச் செய்யணுமோ அதைச் செய்யட்டும்.” அவர் சொல்லிக்கிட்டிருக்கச்சிலயே, பக்கத்துல நின்ன நல்லையாவும் சொன்னான்: “தலைவர் சொல்ற மாரி போலீஸுக்குப் போறதுதான் நல்லது. ஏற்கெனவே வழக்கிருக்கு. அதோட இதுவும் இருக்கட்டும்.”

அவன் அப்பாவுக்கு இதுல வள்ளுசா இஷ்டங் கெடையாது. போலீஸுக்குப் போனா பிரச்சன நீளும். பணம் செலவாகும். எல்லாத்தியும் பகைச்சிக்கிடணும். அதுதான் பயமாக இருந்துச்சு. ஊர்க்காத்தான் சொல்லிப் பார்த்தார். யாரும் கேட்கிற மாதிரி தெரியல. வர மாட்டேன்னாலும் யாரும் விடுற மாதிரியும் தெரியல. “ஊர்க்காத்தான்தான் சாட்சி. மவன அடிக்கச்சில அவருதான் பக்கத்துல இருந்துக்காரு. வரணும்”னு வல்லாத்தடியா வண்டில ஏத்திட்டாங்க. அவரும் மனசில்லாம ஏறினார்.

இன்ஸ்பெக்டர் பொறுமையாகக் கேட்டார். கோபப்படல. பதற்றப்படல. மூஞ்சச் சுழிக்கல. அங்கன வச்சு எழுதிக் கொடுத்த மனுவ வாங்கிப் படிச்சார். அப்பம் முன்ன நின்ன புலமாடனும், “நீங்கதானையா இதுக்கு வழி சொல்லணும்?”ன்னார். எல்லாரும் மேசையைச் சுத்தி நின்னுக்கிட்டிருந்தாவ. ஒரு நாப்பது வால்ட் பல்பு ஒளிதான் எல்லாத்தையும் காட்டிக்கிட்டிருந்துச்சு. ரத்தம்

வழிஞ்ச மூஞ்சக் காட்டினான் நல்லையா. இன்ஸ்பெக்டர், அவங்கிட்ட நடந்ததைக் கேட்டார். ஒண்ணு விடாம சொன்னான்.

புலமாடன் தலைய முன்னால நீட்டி, "நாங்க விட்டுக் கொடுத்துதான் போறோம். அவுங்க எங்கள வுடமாட்டுக்காவ. எதுக்கெடுத்தாலும் அடி உதன்னு இருக்காவ. நீங்க பாத்துக் கிட்டுத்தானே இருக்கீங்க. என்ன நடக்குன்னு?"ன்னார். பதற்றம் செத்த தணிஞ்சது; பேச்சொலி மட்டும் கேட்குது. ஆளாளுக்கு ஆவலாதி சொன்னாவ. இன்ஸ்பெக்டர் தலைய ஆட்டிக்கிட்டார். நல்லையாவ ஆஸ்பத்திரிக்குப் போகச் சொன்னார். பெறவு, "நீங்க பயப்படாமப் போங்க. அது அது பாட்டுல நடக்கும்"ன்னார். அதுக்கு மேல எதுவும் பேசல. வீட்டுக்குப் புறப்பட அவருக்கு நேரமாச்சு. ஏட்டையாவும், "அய்யா சொல்லிட்டாங்களே, புறப்படுங்க"ன்னார். சரி போலீஸுக்குச் சொல்லுறதச் சொல்லி யாச்சு. இனிம நடக்கிறதப் பார்ப்போம்னு ஆறுதல் பட்டுக்கிட்டு ஊர் வந்து சேர்ந்தாவ எல்லாரும்.

மக்கா நாளு மூஞ்சிக் கருக்கல். வெள்ளன ஆகல. நிலா வெளிச்சம் இருந்துச்சு. நட்சத்திரங்க தெரிஞ்சது. மேகங்க நகர்ந்துச்சு. குளுந்த காத்து வீசுது. எதத் தொட்டாலும் ஜில்லுன்னு இருக்கு. ஆட்கள் அலுப்புல தூங்குறாங்க. தொழுவத்துல லாம்பு வெளிச்சம். மாடுவளுக்குக் கூளம் போட்டு, தூத்துத் தொளிக்கிற சத்தம்; அந்த மாடுக மணியோசை; பால் கரக்கிற சுரசுரப்புக் கேட்குது. அப்பந்தான் வேன் வந்துச்சு. அதுல பூரா போலீஸ்காரவிய! அம்பது காணும் இருக்கும். மடமடன்னு இறங்கினாவ. கூட்டம் கூட்டமாகப் போனாவ. எட்ட விரசலாக வச்சு முக்கியமானவங்க வீட்டுக் கதவுகளத் தட்டினாங்க. திடீரென்று சத்தம் கேட்டு, எந்திரிச்சு வந்தாட்களுக்கு அதிர்ச்சி, பயம், பதற்றம், பரபரப்பு. அவியள 'என்ன'ன்னு கேட்கக்கூட விடல. உள்ள புகுந்து தேடுனாவ. ஆட்கள இழுத்துக்கிட்டு வந்தாவ. திமிருன ஆட்களுக்கு ரெண்டு அடி. இவியள என்னத்துக்குப் பிடிச்சிட்டுப் போறீய. என்ன செஞ்சாவ?"ன்னு தெருவுல கூடிட்டாவ. ரொம்ப நெஞ்ச மலர்த்திட்டு வருற ஆட்களப் பிடிச்சு கம்பால சாத்தி, "நீயும் ஏறுல!"ன்னாவ. பெறவு பக்கத்துல யாரும் வரல.

"இந்தப் பறக் கூதிவுள்ளங்க, நாயக்கமாரு யோக்கிதய கொஞ்ச மாவா நெனச்சுப் பாத்தானுவளா? இப்டி நெனச்சுப் பாத்திருந்தா இப்பம் போலீஸக் கூட்டிக்கிட்டு வந்து நிப்பானுகளா? இப்பம் நாட்டாமையும்ல சேர்த்து போலீஸ் பிடிச்சுட்டுப் போவுது!"ன்னு ஒரு நாயக்கர் புலம்பிக்கிட்டு நிக்கச்சில, இன்னொரு தேவமாரு ஆளு சொன்னார்: "நடந்தது நடுத்தெருவுல. நாட்டாம வூட்டுல நாயக்கமாரு அடிச்சுட்டாங்கன்னா ஒங்களப் பிடிச்சாலும் ஒரு காரணமிருக்கு. சும்மா வூட்டுல

தூங்குன்ன ஆட்களத் தட்டி எழுப்பி அடிச்சுப் பிடிச்சுக்கிட்டுப் போனா எப்படி? எங்கத் தெரு தலைவரயும்ல புடிச்சுட்டுப் போறாவ. அங்கமுத்து தேவர்க்கே இந்தக் கதின்னா, மத்தாட்க எம்மாத்திரம்?" "எல்லாம் நாமகொடுத்த எளக்காரம். அன்னைக்கே தலயத் தட்டி, இருக்கிற எடத்துல வச்சா, இன்னைக்கி தலமேல ஏறி மோண்டிருப்பானுகளா?"ன்னு இன்னொரு ஆளு மூஞ்சச் சுழிச்சுக்கிட்டுச் சொன்னார். அதையெல்லாம் மீறி பூட்ஸ் கால்கள் பரபரக்கிற சத்தமும், பொம்பளைங்க பதறுகிற குரலும் கேட்டுச்சு.

சாம்பாக்கமாரு பூராவும் கீழத்தெருவுலேயே நின்னுக் கிட்டாவ. என்னமும் நடக்கலாம். அடிதடில இறங்கலாம். மண்டையை உடைக்கலாம். கை கால்களை முறிக்கலாம். தீ வச்சுக் கொளுத்தலாம். தேவமார்களும் நாயக்கமார்களும் கூட்டுச் சேர்ந்தால் எல்லாமே நடக்கும்னு பயம். உஷாராக இருந்தாங்க. கத்தி, கம்பு, அரிவாள்னு எடுத்து வச்சு இருந்தாங்க. அந்த இளம் வெயில்ல பிரசிடெண்ட் வருறது தெரிஞ்சது. அவரு வேட்டிய மடிச்சுக் கட்டிக்கிட்டு, விரசலா வந்து நின்னார். முழிச்ச கண்ணுக்கு வந்திருக்கணும். தூக்கச் சடவு. பனியனுக்கு மேலே துண்டப் போட்டிருந்தார். கொஞ்சம் குரல இறக்கியே பேசினார்: "என்னடேய் இப்டிச் செஞ்சுட்டிங்க? அவுங்க அடிச்சிட்டாங்கன்னா, எங்கிட்ட சொல்ல வேண்டியதானே. நாங்க இல்லையா? சமாதானம் செஞ்சுவைக்க மாட்டோமா? இப்டித் திடுத்திடுப்பென்னு போலீஸுக்குப் போனா எப்டி? நாளப்பின்ன ஒருத்தர் மூஞ்சில ஒருத்தர் எப்டி முழிப்பீங்க? சரி இப்பமும் ஒண்ணும் கெட்டுப் போகல. போய் கொடுத்த ரிப்போட்ட வாபஸ் வாங்குங்க. நாட்டாம வரட்டும். எல்லாரை யும் கூட்டி வச்சு முடிவு பண்ணுவோம். இப்படியே நீண்டுக் கிட்டுப் போனா, ஒங்களுக்குத்தான் சிக்கல் வந்து நிக்கும்."

உடனே ஊர்க்காத்தான் சொன்னார்: "நா அப்பமே சொன்னேன். இந்தச் சரவல இழுக்க வாண்டாம்னு. யாரும் கேட்கல. என்னையும் இழுத்துட்டுப் போயிட்டாங்க." இதுக்கிடைல அம்மாசி தாத்தா சொன்னார்: "இப்டிச் சண்ட சண்டன்னு நீண்டுக்கிட்டுப் போனா, நாளப்பின்ன ஒருத்தரும் வேல தர மாட்டாவ. நம்மதான் லோல் படணும். பிரசிடெண்ட் அய்யா சொல்ற மாதிரி பேசி முடிவுக்கு வந்திடணும். ஏய் ஊர்க்காத்தான், நீ கொடுத்தத வாபஸ் வாங்கு. இது ஒனக்கும் நல்லது. தெருவுக்கும் நல்லது" நல்லையா மூஞ்சச் சுளிச்சான்; கோபமடைஞ்சான். காலம் முழுசும் இதுதான் பேசுறாங்க? ஒண்ணும் கதைக்காகல. இப்பம் இப்படின்னா எப்படி?

அவன் கறாரா சொன்னான்: "என்னானாலும் பரவாயில்ல. வாபஸ் வாங்க முடியாது. நாங்க யாரையும் அடிக்கல. பிடிக்கல.

வம்புக்குப் போகல. அடிச்ச ஆளத்தான் சொல்லியிருக்கு. போலீஸ் என்ன சொல்லுதோ, அதக் கேட்டுக்கிடுறோம்." ஆட்கள் அவனைப் பார்த்தாவ. இண்ணக்கி மொளைச்சப் பையமார்களுக்குச் சந்தோஷம். உடனே குன்னிமரியான் சொன்னான்: "இந்தாப் பாருங்க. நாங்க போய் யாரையும் சண்டைக்கு இழுக்கல. ஒண்டிக்கு ஒண்டி சண்டப் போட முடியாத தெம்மாடிப் பயல்க, பெறத்தால வந்து குத்துறானுவ. இத எத்தன நாளக்கிப் பாத்துக்கிட்டிருக்க முடியும்? ஒங்களால என்ன முடியுமோ அதச் செய்யுங்க? அத வுட்டுட்டு எங்கள வந்து வாபஸ் வாங்கிக்கன்னா எப்டி?"

அப்பம் புலமாடனும் குரலச் சுருக்கி, "ஆமங்க கொடுத்தத போய் உடனே திருப்பித் தாங்கன்னு கேட்க முடியாது. அது அவ்வளவு நல்லாவும் இருக்காது. நீங்க ஒண்ணு செய்ங்க. அவிய எல்லாத்தியும் கூட்டிட்டுப் போங்க. இனிம சண்டப் போட மாட்டோம். ஒத்துமயா இருப்போம். அப்படியே சண்ட வந்தா அதுக்கு நாங்க பொறுப்புன்னு எழுதிக் கொடுக்கச் சொல்லுங்க. எங்களக் கூப்பிட்டா நாங்களும் வாறோம்."

"என்ன புலமாடன் நீயும் வெபரம் தெரியாம பேசுற. நாளக்கு ஒண்ணுன்னா நெலம என்னாகும்."

"பிரசிடெண்ட் அய்யா நீங்க பயப்புடாமப் போங்க. யாரும் வரலைன்னாலும் நானும் ஊர்க்காத்தானும் வாரோம். போலீஸ்கிட்டச் சொல்லி வாபஸ் வாங்கிக்கிடலாம்"ன்னார் அம்மாசி.

போலீஸ் ஸ்டேஷன்ல கூட்டமா நின்னாவ. மனசு இன்னும் ஆறல. சாம்பாக்கமாருங்கள நொத்தணும்போல இருக்கு. கோபம் ஊடுருவி வருது. ஆனாலும் ஒண்ணும் செய்ய முடியாது. அப்படியாகிப் போச்சு. நெனச்சது ஒண்ணு, நடந்தது ஒண்ணு, ஒக்குல தொட்டதும் ஒம்பதும் ஆடிற்று. சின்ன விசயம். அத ஊதிப் பெருசாக்கி, உடைச்சாச்சு. எல்லாரும் கைக்கட்டி நிக்க வேண்டியதாயிற்று. யாருக்கும் 'இருப்பு' கொடுக்கல. மூச்சுக் காட்டக் கூடாது. நடுக்கம், பயம், பீதியோட நின்னாவ. அவிய நெனச்ச மாதிரி இல்ல. இன்ஸ்பெக்டர்கிட்ட விசயத்தைச் சொன்னதும், பளார்ன்னு செவுட்டுல அடிக்கிற மாதிரி கேள்விகளக் கேட்டார்: "இது என்னன்னு நெனச்சிங்க. போலீஸா? அல்லனா உங்க வூடு, சத்திரம்னு நெனச்சிங்கிளா? நெனச்ச நேரத்துக்கு அவன் அடிச்சுட்டான், இவன் அடிச்சுட்டான்னு எழுதிக் கொடுக்குறது. பெறவு அவன விடு, இவன விடுன்னு வந்து சொல்றது. அதெல்லாம் யாரையும் விட முடியாது. இப்பம்

கோர்ட்ல கொண்டு நிறுத்துவோம். அங்க வச்சு ஜாமீன்ல எடுத்துக்கங்க." அவ்வளவுதான். யாரும் ஆடல. அசையல. பேசல. இன்ஸ்பெக்டர் சத்தம் மட்டும் பலமாகக் கேட்டது. ஓராளு உயரத்துக்குத் துப்பாக்கிகளை வச்சுக்கிட்டு போலீஸ்காரவிய நின்னாவ. யாரும் அசஞ்சிகன்னா சுட்டுப்புடுவேன்ங்கிற மாதிரி இருந்துச்சு அவுங்களப் பார்க்க. பிரசிரெண்ட்தான் குரலச் சுருக்கி, குனிஞ்சு, மெதுவாகப் பேசினார்: "கோர்ட்டுக்கெல்லாம் அலய முடியாதையா. நெட்டையோ குட்டையோ பேசி ஒரு வழிய நீங்கதான் காட்டணும். எல்லாரும் ஊர் பெரிய மனுஷங்க. எதோ நடந்து போச்சு. இனியும் அப்டி நடக்காம பார்த்துக்கிடுறோம்."

"நீங்கெல்லாம் பெரிய மனுஷங்களாய்யா? எப்படி உங்கள பெரிய மனுஷங்கன்னு சொல்ல முடியும்? ஊர்ல மட்டும் பெரிய மனுஷங்கன்னு இருந்தாப் போதுமா? நீங்களே அடிச்சிட்டீங்கன்னு போலீஸ் ஸ்டேஷனுக்கு ஆட்க வருதுன்னா எப்டி? அன்னைக்குன்னா, கலியாண வீட்ட அடிச்சு நொறுக்கி யிருக்கீங்க. இன்னும் உத்திரப் பாண்டிய எங்க ஒழிச்சு வச்சுருக்கீங்கன்னு தெரியல. எல்லாத்தியும் நீங்கெல்லாம் பார்த்துக் கிட்டிருக்கிங்க. இப்பம் என்னன்னா, அடிச்சுட்டாங்கன்னு ரிப்போர்ட் கொடுத்த ஆள, அடிக்கலன்னு வாபஸ் வாங்கக் கூட்டிகிட்டு வந்து நிக்கீங்க. உங்கள எப்டி நம்புறது? அதெல்லாம் முடியாது. இப்பம் எப்.அய்.ஆர். போடத்தான் செய்யணும். எதுவேணும்னாலும் கோர்ட்ல பார்த்துக்கோங்க."

நாட்டாமை ராமசாமி நாயக்கர் கலங்கிப் போனார். அடுத்து என்ன செய்யலாம். எப்படிச் சமாளிக்கலாம், எதைப் பேசினா நல்லபடியாக நடக்கும்னு யோசிச்சிகிட்டு நின்ன ஆட்களுக்கு ஈரக்குல நடுக்கம் எடுத்துச்சு. நின்னயிடத்துல இருக்கிற ஜன்னல் வழியாகச் சூரிய வெளிச்சம் மிருதுவாக வந்துக்கிட்டிருந்துச்சு. நேரமாகிப் போச்சு. இன்னும் மெனக்கிட்டா பிரச்சன தீராதுன்னு பிரசிடெண்ட்தான் திரும்பவும் பேசினார்: "அய்யா, இந்த ஒரு தடவ மட்டும் விட்டிடுங்க. இனிம இப்டி நடக்காது"ன்னார்.

அப்பந்தான் இன்ஸ்பெக்டர் கொஞ்சம் இறங்குன மாதிரி இருந்துச்சு. அவரு கோபமும் தணிஞ்சியிருந்துச்சு. "சரி கோர்ட் கேஸ்ன்னு போனா அலையணும்; செலவாகும்; உள்ள இருக்க வேண்டி வரும்; நட்டத்த ஏத்துக்கிட்டிங்கன்னா சமாதானமாகப் போகலாம். எது வேணும் சொல்லுங்க?"

"இது எப்டிங்க முடியும்? கிணத்துப் பிரச்சன. பேசிக்கிட்டி ருக்கச்சில கைகலப்பு வந்துற்று. அதுக்காகச்சிட்டி அவ்வளவு சாதி சனங்களையும் பிடிச்சுட்டு வந்து நட்டத்தக் கொடுன்னா எப்டி?"

"என்னங்க நீங்க பேசுறது? ரெண்டு தெருக்காரங்கப் போய் ஒரு தெருக்காரங்கள அடிக்க மட்டும் தெரியுது. அவுங்களுக்கு நட்டம் வந்தா ரெண்டு தெருக்காரங்களும் சேர்ந்துதான் கொடுக்கணும். அதுதான் கொடுங்க. இல்லன்னா உள்ள இருங்க. எப்படிச் சவுரியம்?" ஆட்க முழிக்கிறதப் பார்த்து இன்ஸ்பெக்டர் மேலும் சொன்னார்: "கோர்ட்டுக்குப் போனா பதினைஞ்சு நாளு ரிமாண்ட் பாளையங்கோட்டைல இருக்கணும். இதெல்லாம் செய்யக் கூடாதுன்னு நெனக்கேன். எல்லாரும் வேண்டியவங்களாக இருக்கீங்க. இங்ஙன வச்சு பேசி முடிங்க. இல்லன்னா போங்க. அது ஒங்க இஷ்டம்."

நாட்டாமை ராமசாமி நாயக்கர்க்குத் தலை சுத்திக்கிட்டு, வந்தும் இப்படி வந்து மாட்டிக்கிடுவோம்னு அவர் நெனக்கல. எவ்வளவோ கூட்டத்த நடத்தி, யாருக்கெல்லாமோ தீர்ப்புச் சொன்ன ஆளு, இன்னைக்கி தலை குனிஞ்சு நிக்க வேண்டியதாய்ப் போச்சு. நெட்டையோ குட்டையோ கொடுத்திடலாம். இப்பம் வெளியே போகணும். சிரமம் தொலைஞ்சாப் போதும். "சரிய்யா நாங்க என்ன கொடுக்கணும்"ன்னு கேட்டார். இன்ஸ்பெக்டர் அவருக்குப் பதில் சொல்லல. எதுத்தாப்பல நின்ன அங்கமுத்துத் தேவரைப் பார்த்து. "நீங்க என்ன சொல்றீங்க? நாகந்திரத் தேவருக்கு ஏற்பட்ட நட்டத்த ஏத்துக்கிடுறீங்களா?"ன்னு கேட்டார். அப்பம் ஒருத்தரையொருத்தர் பார்த்துக் கிட்டாவ. மூஞ்சிப் போன போக்கு ஒரு மாதிரி இருந்துச்சு. அதைக் கடுமையாக்கி வச்சுக்கிட்டாலும், அங்ஙன வச்சு ஒண்ணும் செய்ய முடியல. அது அவங்களுக்கே தெரிஞ்சும் போச்சு. அங்ஙனையே பேசி முடிவுக்கு வந்தாங்க.

பெறவு அங்கமுத்துத் தேவர் சொன்னார்: "சரியா எவ்வளவு ஆகும்னு சொல்லுங்க. கொடுக்கோம்!" அப்பாடி! இழுத்துக்கிட்டுக் கிடந்தது முடிஞ்சுப் போச்சு. இன்ஸ்பெக்டரும், "பணத்தக் கொண்டு வாங்க. உடனே முடிக்கணும். எனக்கு அடுத்த வேலையிருக்கு"ன்னார். எழுதி வச்ச பத்திரத்த அவரும் பார்த்தார். எல்லாத்திலேயும் கையெழுத்துப் போடச் சொன்னார். படிக்கத் தெரிஞ்ச ஆட்கள் படிச்சாங்க. தெரியாத ஆட்கள், கேட்டுத் தெரிஞ்சுக்கிட்டாவ. வேற ஒண்ணும் செய்ய முடில. எல்லாரும் குனிஞ்சு குனிஞ்சு கையெழுத்துப் போட்டாவ. கை நாட்டு வச்சாவ. அப்பந்தான் போலீஸ் புத்தி தெரிஞ்சது. பெறவு ஊர் வந்து சேர மத்தியானமாயிற்று.

நாட்டாமை சோர்ந்து போனார். 'இருப்பு'ல இருக்க முடியல. நின்னா உக்காரணும்போல இருக்கு. உக்காந்தா நிக்கணும் போல இருக்கு. அசதி, குழப்பம், கவலை, அங்ஙன ஓடி, இங்ஙன

இருந்து, அதைப் பார்த்து, இதைச் சொல்லி, சாப்பாடுகூட மறந்து போச்சு. அவர் வீட்டைத் தேடி ஆட்க வந்துக்கிட்டிருந்தாங்க. எல்லாத்துக்கும் சரியான கேந்தி. பச்சேரியைச் சுட்டுப் பொசுக்கிடலாம்போல இருக்கு. அதுதான் சரின்னும் பட்டுச்சு. அதைச் சொல்லவும் செஞ்சாங்க. அது அவ்வளவு நல்லாயிருக்காது. ஒரு அடி கொடுத்திருக்கு. அதுவே நட்டத்துல முடிஞ்சியிருக்கு. திரும்ப எதாவது ஒண்ணாச்சுன்னா, வம்ப வெல கொடுத்து வாங்குற மாதிரி ஆகும். நாட்டாமைக்கு இப்படித்தான் தோன்றிச்சு. எந்தச் சரவலையும் இழுக்க வேண்டாம்னு நெனச்சார். பெறவு மெதுவா, பதற்றப்படாமப் பேசினார்: “அங்கப் போய் அடிக்கப் போறதுனால எதுவும் கெடைக்கப் போறதில்ல. நம்ம அடுத்தது என்ன செய்யலாம்னு பேசணும். மத்தது நமக்கு வாண்டாம்.”

“என்ன நாட்டாமைய்யா, நீங்க பேசுறது கொஞ்சங்கூட நல்லாயில்ல. நம்மள அந்தப் பாடு படுத்திட்டானுவ. நம்ம ஒண்ணுமே செய்யல. அதுக்கு நட்டம் வேற அழுதிருக்கு. அவனுகள விட்டு வைக்கலாமா? ரெண்டுல ஒண்ணு பார்க்க வேண்டாமா?”

“இப்பம் இதுல்ல பிரச்சன. நம்ம இனும எப்டியிருக்கணும். என்ன செய்யணும். நடந்துக்கிடணும்னுதான் பேசணும். இனிம பஞ்சாயத்துக் கிணத்துல தண்ணி எடுக்கப் போவ வாண்டாம். நமக்கன்னு கிணறு எடுக்கணும். நம்ம குளத்தத் தூர்வாரி சுத்தப் படுத்தணும். இந்த மட்டோட நம்ம தெருவச் சுத்திச் சுவர் வளர்க்கணும். அதுதான் நமக்குப் பாதுகாப்பு. இதவுட்டுட்டு இன்னும் அடிதடின்னு போனா பிரச்சன ஓயாது. நீளும். அதுல மண்டிக்கிட்டுக் கிடக்க வேண்டியதுதான். எது வேணும் நமக்கு? சொல்ங்க?”

யாரும் பேசல. மூச்சக் காணோம். அமைதியாக இருந்துச்சு. அப்பந்தான் இன்னொரு நாய்க்கரு எந்திரிச்சுக் கேட்டார்: “நீங்கச் சொல்றது நல்லாத்தான் இருக்கு. இதுக்குப் பெரிய தொகல்ல தேவயா இருக்கும். அப்டியே செஞ்சாலும் அந்தச் சின்னச் சாதிப் பயல்வளுக்குப் பயந்து செஞ்ச மாதிரி ஆவாதா?”

பொத்திப் பொத்தி வச்ச கோபம் பீறிட்டு எழுந்துச்சு. நாட்டாம ராமசாமி நாயக்கர் கடுமையாகச் சொன்னார்: “எந்தக் கழுதச் சுன்னியாண்டிக்கும் பயந்து இதச் செய்யல. நாலையும் நெனச்சுப் பார்க்கணும். நமக்குன்னு அது அது வச்சுக்கிடணும். நம்மப் பாதுகாப்ப, நம்மதான் முடிவு பண்ணனும். இவனுக்குப் பயந்துக்கிட்டு இருக்கோம்னு நெனக்கக் கூடாது. நம்ம வசதிக்குத் தான் நம்ம செய்றோம்.”

“நாட்டாம நீங்கச் சொல்றது வாஸ்தவம்தான். இல்லன்னு சொல்லல. நமக்கு ஏற்கெனவே குளம் இருக்கு. கிணறு

வெட்ட எதுக்குப் பணம் செலவளிக்கணும், இன்னொரு பொதுக் கிணறு வெட்டித் தாங்கன்னு பஞ்சாயத்துல கேட்போம்."

"அதுவும் சரிதான். மூலபடச் செட்டியாருக்கிட்டச் சொல்லிப் பார்ப்போம். அவுரு முடிச்சுத் தந்தாருன்னா பார்ப்போம். இல்லன்னா நாம பேசி முடிவுப் பண்ணிக்கிடலாம்."

"சரி நாட்டாம இப்பம் போலீஸ்சுக்குத் தெண்டம் அழுதிருக்கே, அந்தப் பணத்த எப்டிச் சரிக்கட்டுறது?"

"அத யாரும் தரவாண்டாம். எம் பணமாக இருக்கட்டும்."

"அது எப்டிங்க முடியும். பொதுப் பிரச்சனைன்னு வந்தாச்சு. பொது பண்ட்ல இருந்து எடுங்க; கணக்கெழுதிக்கிங்க."

அப்பந்தான் சரசரன்னு கல்லாய் விழுந்துச்சு. பெரிய கல்லு, சின்னக்கல்லு, கருங்கல்லு, செங்கல்லுன்னு விழுற சத்தம் நாலாப் பக்கமும் கேட்டுச்சு. தரத்துத் தேவமாருப் பையங்க பூரா கீழத் தெருவுக்கு வந்துட்டாங்க. அவியளுக்குக் கோபம்ன்னா கோபம் அப்படிக் கோபம். "ஏய் தேவுடியாவுள்ளகளா, என்ன திமிருருந்தா, போலீஸுக்குப் போவீய?"ன்னான் ஒருத்தன். அவன் குனிஞ்சு கல்லத் தேடினான். கிடைச்ச கல்லைத் தூக்கி எறிஞ்சான். இன்னொருத்தன் கம்பத் தூக்கிட்டு வந்தான். அங்கமுத்துத் தேவர் ஆட்களத் திரட்டிக்கிட்டுப் போய் சண்ட பெருசாகமத் தடுத்தார்: "எதுக்கு இப்டி துள்ளுரிய. இப்பம்தான் போலீஸ் கேஸ்சுன்னு அலஞ்சிட்டு வந்து நிக்கி. அதுக்குள்ள அடுத்ததா? வேண்டாம். போங்க. சொன்னாக் கேளுங்க"ன்னார். அதுக்கு ஒருத்தன் சொன்னான்: "இவ்வளவு நாளும் சரி சரின்னு இருந்தாச்சு. கூதிவுள்ளக பொழச்சுட்டு போறான்னு இருந்தது தப்பா போச்சு, இந்த நொட்டு நொட்டுனப் பெறவுவுடலாமா?" பொம்பளையாட்களுக்கு இப்பம் பயம். அவிய புள்ளியளத் தேடினாவ. விரசலாப் போய் கைவளப் பிடிச்சு இழுத்தாவ. பையமாருவ வருற மாதிரியும் தெரியல. கேட்கிற மாதிரியும் தெரியல. கெட்ட வார்த்தையும் ஓஞ்சப்பாடில்ல. ஆளாளுக்குப் பேசி, இன்னும் ரெண்டு கற்களை விட்டெறிஞ்சாங்க. துள்ளிக் குதிச்சுக் காலடி மண்ணுக பறக்க ஓடினாங்க. அவியளுக்கு இடைல புகுந்து, மறிச்சி, நிப்பாட்டி, ஆவி சேர்த்து அணைச்சு, கட்டி இழுத்துக்கிட்டுப் போக வேண்டியதாய் இருந்துச்சு.

நாயக்கமார் கூட்டம் பாதில நின்னுற்று. அவ்வளவுபேரும் எந்திரிச்சுட்டாங்க. என்னமோ யாதோன்னு போனாங்க; பார்த்தாங்க அவிய ஆசை நிறைவேறிக்கிட்டிருந்துச்சு. அதைப் பார்த்ததும் சந்தோஷம். "அவிய சண்டப் போட்டுக்கிட்டிருக்கட்டும். வாங்க நம்ம சோலியப் பார்ப்போம்"ன்னார்

நாட்டாமை ராமசாமி நாயக்கர். அவுங்க திரும்பச்சில உற்சாகம். ஒருத்தர்க்கொருத்தர் தட்டிக் கொடுத்துப் பேசிக்கிட்டாங்க: "இப்பம் மாத்திரம் உத்திரப் பாண்டித் தேவர் இருந்தார்ன்னா, நடக்கிற கதையே வேற. அவுரு ஒழிஞ்சுக்கிட்டு அலையிறாரு. அவுரு வரட்டும். அப்பம் தெரியும்."

ஒரு முடிவுக்கு வந்திடணும்ம்னு மூலபடச் செட்டியார் பிரயாசைப்பட்டார். அவர் எப்பமும் பொது ஆளுதான். நாசுக்காகப் பேசக்கூடியவர். எங்கையும் மூக்கை நுழைக்க மாட்டார். எது பேசினாலும் கேட்டுக்கிடவும் செய்வார். சீக்கிரம் கோபப்படவும் மாட்டார். யாருக்கும் எதுன்னாலும் எந்திரிச்சு வந்திடுவார். யாரும் வரிஞ்சுக்கட்டிக்கிட்டு நின்னாலும், பஞ்சாயத்துத் தேர்தலுல அவருதான் ஜெய்க்க முடிஞ்சது. ஆனாலும் அவியள மிஞ்சி எதுவும் செய்ய முடியாதுன்னு அவருக்கும் தெரியும். அதனால, யாரும் அவரைப் பார்க்க வந்தால், அவியளப் பார்த்துட்டு வாங்க, இவியளப் பார்த்துட்டு வாங்கன்னு அனுப்பி வச்சுடுவார். பின்னால இருந்துதான் மத்தக் கதைகளைப் பார்ப்பார். இப்பம் அப்படி இருக்க முடியல. தலைக்கு மேல வெள்ளம் போயிட்டிருக்கு. உடனே வழிக்குக் கொண்டு வரணும். விட்டுக்கிட்டிருந்தால் நாறணும். அதுக்காகவே பஞ்சாயத்தக் கூட்டினார். அதுவும் பொதுப் பஞ்சாயத்து.

பஞ்சாயத்துக் கட்டடத்துல டியூப்லைட்வளக் கட்டியாச்சு. ஜெனரேட்டர் ஓடுற சத்தம் கேட்டுச்சு. வெளிச்சம் பளிச்ன்னு அடிச்சது. எல்லாத் தெருவுலையும் சொல்லி இருக்கு. அங்ஙன வந்து கூடினாங்க. அதுவுமில்லாம போலீஸுக்கும் சொல்லி, அங்கிருந்து ரெண்டு கான்ஸ்டபிள்களும் வந்திருந்தாங்க. அவுங்களுக்கும் இருப்புக் கொடுத்திருக்கு. அதுல உக்கார்ந்தி ருந்தாங்க. நாட்டாம ராமசாமி நாய்க்கர் வரணும்னு சொல்லி இருந்தும் அவர் வரல. பிரசிடெண்ட்தான் போய்க் கூட்டிக்கிட்டு வந்தார். தேவமார்களும் நாயக்கமார்களும் வந்திருந்தாங்க. சாம்பாக்கமாரு அவ்வளவு வரல. செட்டியார் சொல்லிட்டாரேன்னு, புலமாடன் அஞ்சாறு ஆட்களக் கூட்டிக்கிட்டு வந்திருந்தார். எல்லாரையும் வச்சுக்கிட்டு கூட்டத்த ஆரம்பிச்சார் பிரசிடெண்ட் மூலபடச் செட்டியார். அவர் நின்னயிடத்துல மேச, நாற்காலிகப் போடப்பட்டிருந்துச்சு. ஒரு நாற்காலில ராமசாமி நாயக்கரும், இன்னொரு நாற்காலில அங்கமுத்துத் தேவரும் உக்கார்ந்திருந்தாங்க. மிச்சம் ஒரு நாற்காலி போடணும். போடல. போட்டா புலமாடனக் கூட்டி வச்சு உக்காற வைக்கணும். பறப்பயல எங்களுக்குச் சமமா உக்காற வச்சுட்டீரேன்னு சண்டைக்கு வந்திடுவாங்கன்னு கவனமாகத்

தவிர்த்திருந்தார் மூலபடச் செட்டியார். அதனால புலமாடனுக்கு கவலயிருக்கத்தான் செஞ்சது. ஆனாலும் சத்தங்காட்டாம நின்னார்.

பஞ்சாயத்துக் கட்டடம் தள்ளி இருந்துச்சு. எதுத்தாப்ல தென்னந்தோப்பு. அதுதான் குமிசலா, கறுப்பாத் தெரிஞ்சது. யாரும் சத்தம் காட்டல. டீச்சர் வரச்சில பிள்ளைங்க அமைதி யாக இருக்குமே, அந்த மாதிரி இருந்துச்சு அங்ஙன. பிரசிடெண்ட் புத்தகத்தக் கொடுத்தார். நாட்டாம வாங்கிப் படிச்சார். அதில கையெழுத்தும் போட்டார். அந்தப் புத்தகம் ஒவ்வொருவருக்கா போயிட்டிருந்துச்சு. கூட்டமும் ஆரம்பிச்சது. மூலபடச் செட்டியார் முன்ன வந்து பேசினார் "என்னயெல்லாமோ நடந்துப் போச்சு போனதக் கிண்ட வேண்டாம். இனிம நடக்கிறதப் பார்க்கணும் குற்றம்னு கண்டா எல்லாமே குற்றமாத்தான் இருக்கும். தப்புச் செய்யாத மனுஷங்க யாரும் கெடையாது. தப்பு நடந்தா, அது மன்னிச்சு, விட்டுக் கொடுத்து வாழுறதுதான் வாழ்க்க. அதையே நெனச்சுக்கிட்டு, நோண்டிப் பார்த்தா வாழ முடியாது. சந்தோஷமாக இருக்க முடியாது. எல்லாரும் ஒத்துமயா இருக்கணும். வாழணும்ங்கிறதுக்குத்தான் இந்தக் கூட்டம். எதுவும் மறுதலிப்பு, ஆட்சேபண இருந்தா சொல்லுங்க. அதப் பேசி முடிவு பண்ணிக்கிடலாம். தயங்க வேண்டாம்."

உடனே ஒரு தேவர் எந்திரிச்சார்: "இந்தப் பறப்பயலுவ நம்மள போலீஸுக்கு இழுத்துட்டானுவ. அவனுவளுக்குப் பாடம் கற்பிக்கணும். அதுக்கு வழி சொல்ங்க."

பிரசிடெண்ட் குறுக்கிட்டார்: "இது பஞ்சாயத்துல இருந்து கூட்டியிருக்கிற கூட்டம், இங்க சாதியச் சொல்லிப் பேசக் கூடாது. தெருவச் சொல்லிப் பேசுங்க."

"சரி நா சொன்னதுக்கு என்ன சொல்லப் போறீங்க?"

"இதுல சொல்லுறதுக்கு என்ன இருக்கு? மொதல்ல கலியாணத்த தடுத்தது தப்பு. முத்தலாபுரம் நாகந்திரத்தேவர் போலீசுக்குப் போயிருக்காரு. அதனாலதான் இவ்வளவு பிரச்சன."

அப்பம் பேச்சொலி எழுந்துச்சு. மேலத் தெருவுக்காரங்க மத்தியில பரபரப்பு காணப்பட்டது. அப்பந்தான் அங்கமுத்துத் தேவர் எழுந்தார். அவரும் கையக் காட்டி தெருக்காரவியளைப் பார்த்து, "கொஞ்சம் அமைதியாக இருங்கப்பா. பிரசிடெண்ட் என்னதான் சொல்றாருன்னு கேட்போம். அதுக்குள் கொமஞ்சிட் டிருந்தா எப்டி?"ன்னார். சத்தம் அமுங்கியது அமைதியானாவ.

பிரசிடெண்டும் பேச்ச மாத்தினார். "இன்னும் கொஞ்ச நாளுல போஸ்ட் நட்டி கரண்ட் இழுக்கப் போறோம். யார்

லைட் வேணுமோ அதக் கேளுங்க. வேற எதுவும் சவுரியம் வேணும்மா, செஞ்சுத்தாறோம். அத விட்டுட்டு அடிக்கணும், பிடிக்கணும்னா ஒண்ணும் மிஞ்சாது. இன்ஸ்பெக்டர் சொன்ன மாதிரி கோர்ட் கேஸீன்னு அலைய வேண்டியதுதான்"ன்னு பேசிக்கிட்டிருந்தார். யாரும் சத்தங்காட்டல, இருந்தாலும் ஒரு நாயக்கர் எந்திரிச்சார் "பிரசிடெண்ட், பஞ்சாயத்துலருந்து எங்களுக்குன்னு கிணறு வெட்டிக் கொடுங்க. பழைய கிணத்த அவனுகளே வச்சுட்டுப் போவட்டும். அது எங்களுக்கு வாண்டாம்."

"அதுக்கென்ன? செஞ்சாப் போச்சு. இன்னும் ரெண்டு கிணறுக வெட்ட நா ஏற்பாடுச் செஞ்சுத்தாரேன்"ன்னார். இது பிடிச்ச விசயமாக இருந்துச்சு. நாட்டாம ராமசாமி நாயக்கர் தலைய ஆட்டிக்கிட்டார். மேலத்தெருவு தேவமாருகளுக்கும் ஊர்ல நல்லது நடந்தால் போதும்ங்கிற மாதிரி இருந்தாவ. எல்லாத்தியுமே புரிஞ்சுக்கிட்டுப் பிரசிடெண்ட் பேசி முடிச்சார்.

தொடிச்சிக்குக் கோபமிருந்தாலும், கிணறு கைக்கு வந்ததுல சந்தோஷம், அவிய மூஞ்சப் பார்க்க வேண்டாம். அதிகாரம் பண்ணுனது போதும். இனி வர மாட்டாங்கன்னு நெனக்கக்சிலயே ஜெயிச்சிட்ட மாதிரி இருந்துச்சு. கிணத்தடிக்குப் போகணும். தண்ணி இறைச்சுட்டு வரணும்னு புறப்பட்டாள். ஆனாலும் ஊர்க்காத்தானுக்கு உள்ளுக்குள்ள உறுத்தல். பிரச்சன முடிஞ்சா பரவாயில்ல. வேற ஏதாச்சும் வந்திரக் கூடாதுன்னு பயந்தார். மருமவள நிப்பாட்டி எப்பமும் சொல்லுறதச் சொன்னார்: "நீ எதுக்கும்மா, முன்னுக்கு முன்னுக்குப் போற? தண்ணி எடுக்க வாண்டாம் இரி. ஒனக்கு நா எடுத்துத் தாறேன்" மருமவளக் கண்காணிக்க கனப்பாடுபட்டார். ஊகூம். முடியல. தொடிச்சி அவ்வளவு பொம்பளைங்களுக்கு முன்னாலயே வாளியக் கழுவுனவா. அதுவே பிரச்சனையாச்சு. அவள இருன்னா, இருப்பாளா?" "என்ன மாமா நீங்க பேசுறது? கிணறு நமக்குன்னு ஆகிப்போச்சு. இப்பமும் பயப்பட என்னயிருக்கு? நான்போயி தண்ணி இறச்சுட்டு வாரேன்"ன்னாள். குடத்தைத் தூக்கிட்டு விறுவிறுன்னு போயிட்டாள்.

கிணத்தடிக்கு வந்துக்கிட்டிருக்கசிலயே அங்ஙன கூட்டமாக இருந்துச்சு. தொடிச்சிக்கு என்னன்னு தெரியல. குழம்பிப் போய் விரசலாய் நடந்தாள். எதுக்க வந்த பொம்பளைங்கக்கிட்ட, "என்ன மைனி, கிணத்தச் சுத்தி ஒரே கூட்டமா இருக்கு?"ன்னு கேட்டாள். மைனி குரல்ல பதற்றம். அவள் சொன்னாள்: "ஒனக்கு விசயம் தெரியாதா! எந்தத் தேவுடியாவுள்ளயோ, பேண்டுட்டுப் பீய அள்ளிக் கிணத்துல போட்டிருக்கு. தண்ணி பூரா நாத்தம், பீயாய் மிதக்கு!"

அவ்வளவுதான். தொடிச்சி ஆடிப் போனாள். அவள் மூஞ்சே ஒரு மாதிரி ஆனது. இப்டியும் ஆட்க இருக்குமான்னு அதிர்ச்சியும் வியப்புமாய் இருந்துச்சு. அவளால நம்ப முடியல. பேச முடியல. நிக்க முடியல. கிணத்தடிக்கு ஓடினாள். கிணத்தச் சுத்தி பரபரப்பு. ஆட்கள் வாப்பாரினாங்க. கொடக் கொதிச்சது. மலைச்சுப் போய் நின்னாங்க. காலைல உதிச்சு வந்த சூரிய வெளிச்சம் கூட மங்கிப் போனது. அவிய பதறிக்கிட்டு, புலமாடனைக் கூப்பிடப் போனாங்க. இப்டி செஞ்சுப் புட்டாங்களேன்னு பரிதாப முணுமுணுப்பு. அடுத்து என்ன செய்யலாம்ங்கிற சலசலப்பு. ஒண்ணு போனா ஒண்ணு வந்து சேருதேன்னு கனத்துப் போன துக்கம். இன்னைக்கிக் கிணத்துல பீய அள்ளிப் போட்டுட்டானுவ. நாளக்கி மூஞ்சில உட்டெறிய மாட்டானுகன்னு என்ன நிச்சயமிருக்கு? இத எதுக்கணும். எதுத்து நிக்கணும். இப்பம் என்ன செய்யலாம்ன்னு யோசித்த படியே நின்னாள் தொடிச்சி. அவளச் சுத்தி பெரிய கூட்டமே நின்னது. திரும்பவும் வெயில் அடிக்க ஆரம்பிச்சிருந்தது.

2

தொடிச்சி சுத்துச் சேலை கட்டுறது கிடையாது. கலர் கலராய், அழகு அழகாய், கட்டம் கட்டமாய்ச் சேலைகளைக் கட்டினாள். அந்த மடிப்பும் சுருக்கும் ஒண்ணுபோல இருந்துச்சு, அதுக்குத் தக்கன ரவுக்கை. அதுதான் பொறுக்கல பொம்பளைங்களுக்கு. பொறாமை. 'அற்பனுக்குப் பவுசு வந்தா அர்த்த ராத்திரியில குடைப் பிடிப்பானாம்'னு வசவு வேற, தம்மக்காரச் சாம்பாத்தியும், 'ஊர்க்குத் தக்க அனுசரிச்சுப் போன்'னாள். தொடிச்சிக்குக் கோபம் வந்துச்சு. எதுர்த்துக் கேட்கவும் செஞ்சாள். "எங்ஙன கூடி அனுசரிச்சுப் போவ. கலியாணத்துல என்ன நடந்துச்சு? சரி அதான் போவட்டும், இந்தக் கெணறு என்ன செஞ்சிச்சி. அதுல என்னத்தப் போட்டாவ? அவ்வளத்தியும் அள்ளி, இறச்சி, தூர்வாரப்பட்டத லேசுல மறந்திட முடியுமா? திரும்பவும் எதுக்குப் பயப்படணும். அனுசரிச்சுப் போகணும்? அப்பம் திரேகத்துல துணியில்லாமத்தான் திரியணும்" கேட்டக் கேள்வி ஸ்ட்ராங்கா இருந்துச்சு. சாம்பாத்தி வாயைப் பொத்திக்கிட்டாள். உக்கார்ந்த இடத்துலருந்து எந்திரிக்கல. பெறவு எல்லார்க் கிட்டையும் ஆவலாதி சொன்னாள். யார்க்கிட்டச் சொல்லி என்னாவப் போவுது? தொடிச்சியும் பயப்படார்றது கிடையாது. அவளக் கண்டுதான் ஆட்கள் பயந்தாவ; பம்மினாவ; புலம்பிக் கிட்டாவ. ஊர்க்காத்தானைக் கண்டு பேசி, "ஒம்ம மருமவள அடக்கி வையி"ன்னாவ. அதை நல்லையாக் கிட்டச் சொல்லச்சில, அவன் எதுர்த்துக் கேட்டான். "அவ சீலய அவக்கட்டுறா. அத இப்டித்தான்

கட்டணும்; அவ இப்டித்தான் வரணும், இப்டித்தான் போகணும் இருக்கணும்னு சொல்றதுக்கு அவிய ஆரு?"

அவள் உண்டாகி இருந்தாள். மூணு மாசம். மவளப் பார்க்க சோட்டையன் தோப்புலருந்து காத்தமுத்துவும் கள்காரியும் வருவாவ. அவியக்கிட்டையும் ஒரே பொசபொசப்பு. "ஒம்மவ போக்குச் சரியில்ல, எல்லாரையும் பகைக்கா. வம்ப வெல கொடுத்து வாங்குறா, இது நல்லதில்ல"ன்னு சொல்லுற ஆட்கக்கிட்ட, "சரிங்க சாமி நாங்க கண்டிச்சி வைக்கோம்"ன்னாவ, கள்காரிக்கு மூஞ்சி வெளுத்துப் போச்சு. பயம் வந்துச்சு. 'என்ன இந்தப் புள்ள இப்டி இருக்கு?'ன்னு புலம்பிக்கிட்டாள். ஆனாலும் மவாக்கிட்ட கேட்க தைரியமல்ல. காத்தமுத்துதான் பக்குவமாகச் சொன்னார். "நம்ம உண்டு. நம்ம வேல உண்டுன்னு இரி. எதுவும் நமக்க வாண்டாம். நம்ம கஷ்டப்பட்ட ஆளுக. தணிஞ்சுதான் போகணும் நீ பொம்பள. இப்பம் புள்ளதாச்சி. ஒண்ணுயிருக்க ஒண்ணாச்சினா மீள முடியாது. பாத்து நடந்துக்க." பெறவு, அந்த ஆட்களை எதுர்க்க நின்னு மாண்டு போன மனுஷங்க கதைகளையெல்லாம் சொன்னார். மவள் குறுக்க பேசல. எல்லாத்தியும் கேட்டுக்கிட்டாள். ஆனாலும் மருமவன் எதுர்த்தான். நல்லையாவுக்கு எரிச்சல் ஜாஸ்தி இருந்துச்சி, "நீங்க அப்படியெல்லாம் பேசாதிங்க மாமா, ஒங்க மவா அப்டி என்ன அநியாயம் பண்ணிட்டா? ஆர் குடியும் கெடுத்தாளா? திங்ற சோத்துல மண்ணள்ளிப் போட்டாளா?"ன்னு கேட்டான்.

காத்தமுத்துக்கு என்ன சொல்லணும்னு தெரியல. இருந்தாலும் சொன்னார்: "இல்ல மருமவனே! நம்ம ஏன் பகையை வளர்க்கணும்? எங்க போனாலும் ஒங்க ரெண்டுபேத்தையும் பத்திதான் ஆவலாதி. அது எதுக்கு நமக்கு?"

"சொல்லுறவிய சொல்லிக்கிட்டுத்தான் இருப்பாவ. அத பத்தி எங்களுக்கென்ன கவல. ஒண்ணத் தெரிஞ்சுக்கங்க. ஒங்க மவா ரவுக்க போடப் போய்தான், இங்கவுள்ள கொமருகளுக்கு ரவுக்கப் போடத் துணிச்சல் வந்திருக்கு. தொடிச்சி புள்ள பெறட்டும். அவள தையல் படிக்க வைக்கணும். தையல் மிஷின் வாங்கிக் கொடுக்கணும்."

அண்ணக்கி வீட்டுல தம்மக்காரச் சாம்பாத்தியும் தொடிச்சியும் இருந்தாங்க. ஆம்பளைங்க வேலைக்குப் போயாச்சு. வெயிலும் ஏறிக்கிட்டிருந்துச்சு. இனிம வெக்கையும் ஜாஸ்தியாகும். சாம்பாத்தி திண்ணைல உக்காந்திருந்தாள். பக்கத்துல உரலும் உலக்கையும் இருந்துச்சு. வெத்தலை இடிக்க ஆரம்பிச்சாள். அந்தச் சத்தம் கேட்டுச்சு. அப்பம் ஒரு வில் வண்டி வந்து நின்னது. மொதல வண்டிக்காரர் இறங்கினார். பெறவு

இன்னொரு ஆளும் இறங்கிட்டான். அந்தாளு நல்ல தண்டி. தள்ளிக்கிட்டுத் தொந்தி இருந்துச்சு; ஆளு வளர்த்தியாகவும் இருந்தான். வெள்ள ஜிப்பாவும் வேட்டியும் கட்டியிருந்தான். இந்த மாதிரி கிருதா. அதுல திருக்கு மீசை. ஆளும் 'போர்சா' தெரிஞ்சது. தொடிச்சி வீட்டுக்குள்ளப் போயிட்டாள். சாம்பாத்தி பயந்து, நடுங்கி, ஒடுங்கி நின்னாள். பெறவு கொஞ்சம் உஷாராகி, விரசலாக வந்து தலையை உயர்த்திப் பார்த்தாள். வந்திருக்கிற ஆளு, சின்னராசத் தேவர் வீட்டுக் கணக்கப்பிள்ளை முத்தையா பாண்டின்னு தெரிஞ்சது. அதிர்ச்சியைச் சமாளிச்சுக்கிட்டாள். குரல் உள்வாங்கி, "வாங்கையா!"ன்னு கையெடுத்துக் கும்பிட்டாள் முத்தையா பாண்டியனும் கண்ண உருட்டிக்கிட்டுப் பார்த்தான்: "ஏய் கிழவி. ஊத்தான் எங்க?"

"நாச்சியாரையா வூட்டுக்குத்தானே வேலக்கி வந்தான்!"

"அந்தக் காலம் மலையேறிப் போச்சு. இனிம எங்கையும் வேல பார்க்க முடியாது. வாங்ன கடன் கைக்கு வரணும். இல்லண்ணா வம்பா சீரழிஞ்சுப் போவிங்க. ஊத்தான் வந்தா சொல்லி வையி."

சாம்பாத்தி மூச்சுக் காட்டல. சொன்னதக் கேட்டுக் கிட்டாள். இன்னும் நடுக்கம் போகல. முத்தையாப் பாண்டியன் முறச்சிக்கிட்டு வண்டிக்காரரைப் பார்த்தான். பெறவு கனைக்கிற குரல்ல, "நீ என்ன இன்னும் நட்டமா நின்னுக்கிட்டிருக்க? போய் மாடுகள அவுத்துட்டு வா"ன்னான். அங்ஙன நின்னுக்கிட்டு அவம் பாட்டுல பேசினான்: "மாடு கொடுத்து, வேல கொடுத்து, சம்பளம் கொடுத்து, கடனும் கொடுத்தது தப்பாப் போச்சு. இல்லன்னா, இந்த நொட்டு நொட்டுவானா? இனிம எத வச்சு நொட்டுவான்னு பாப்பம்?"

வண்டிக்காரர் தொழுவத்துக்குப் போனார். அந்தச் செத்தங்கானு இடத்துல கூரை மேஞ்சியிருந்துச்சு. அங்ஙன அஞ்சாறு கூளமும் தண்ணீரும் சகதியுமாய் இருக்க, மாடுக ரெண்டும் கட்டுல நின்னதுக. அதுகள தடவிக் கொடுத்து, ரெண்டு தட்டுத்தட்டிக் கட்டை அவுத்தார். கயித்தைப் பிடிச்சுக்கிட்டுக் கூட்டி வந்தார். முத்தையா பாண்டியன் வண்டில ஏறி உக்கார்ந்துக்கிட்டதும், அதுக்குப் பின்னால லூசா கயிறு விட்டுக் கட்டினார். பெறவு அவரும் வண்டில ஏறி உக்கார்ந்துகிட்டார். "வண்டி நேரா வூட்டுக்குப் போவட்டும்"ன்னான் முத்தையா பாண்டியன்.

ஊர்க்காத்தானுக்கு முன்னக்கூட்டியே தெரியும். வேலை யிலிருந்து நிப்பாட்டினாலும் ஏன், எதுக்குன்னு கேட்கல. நின்னுக்கிட்டார். அவரு வீட்டுக்கு வந்ததும், நடந்ததைச் சொன்னாங்க. அதிர்ச்சியோ பயமோ பதற்றமோ துக்கமோ

துயரமோ எதுவும் ஏற்படல அவருக்கு. "வாங்கன கடனக் கொடுக்கணும்"ன்னார். "எவ்வளவு கடனிருக்கு"ன்னு தொடிச்சி கேட்டாள். அந்தக் கடன் தொகையைச் சொன்னார்: "எல்லாம் கலியாணக் கடன்தான், வேல செஞ்சு அடைக்கலாம்னு பாத்தது. இப்பம் என்னாச்சு பாத்தியா? அதுக்குதான் சொல்றது. ஊருல நாலும் நாலு விதமா இருக்கும், நம்மதான் அனுசரிச்சுப் போகணும். நீ சொன்னதக் கேட்டியா? இப்பம் பாரு. என்னாச்சின்னு?" "சரி மாமா. கடன்தானே இருக்கு. எம் பாம்படத்தைக் கழத்தித் தாறேன். வித்து கடன அடைங்க. அவுக சகவாசமே வேணாம். நம்ம வேற எங்காச்சும் வேல பாத்துப் பெழச்சுக்கிடலாம்"ன்னாள் தொடிச்சி. உடனே தம்மக்காரச் சாம்பாத்தி பேத்திய அண்ணாந்து பார்த்து, "கலியாணம் முடிஞ்சு ஆறு மாசமாகல. இப்பம் புள்ள வேற உண்டாகி இருக்க. அதுக்கும் பாம்படத்தக் கழத்தி தந்தா, நாலு பேரு என்ன சொல்வா. அதெல்லாம் ஒண்ணு வாண்டாம். ஒம் புருஷனும் வரட்டும். வந்ததும் பேசி முடிவு எடுப்போம்"ன்னாள்.

"எப்படினாலும் இதுதான் நெலம. கைல பணமிருந்தா விக்க வாண்டாம். இப்பம் நா சொல்றதக் கேளுங்க. பாம்படத்தக் கழத்தி தாறேன், வில்லுங்க. நானும் காதுகள வெட்டத்தான் போறேன். அத தச்சுட்டு, ரெண்டு கம்மல வாங்கி மாட்டிக்கிடு றேன்!" அதக் கேட்டு ஊர்க்காத்தான் குழம்பினார். "என்ன இந்தப் புள்ள இப்டிச் சொல்லுது"ன்னு புலம்பு வேற செஞ்சுக்கிட்டார். அப்பந்தான் சாம்பாத்தியும் சொன்னா. "ஏய் தாயி. நீ எதையும் கழத்திக் கொடுக்க வாண்டாம். ஒங்காத வெட்டவும் வாண்டாம். எப்பமும் இப்டியே இரி".

"என்ன இப்டிச் சொல்லிட்டீய ஆச்சி? இன்னும் ஒங்க காலத்த மாதிரி இருக்க முடியுமா? புதுசா மாறித்தானே ஆவணும்!"

அவ்வளவுதான். தாய்க்கும் மவனுக்கும் வாயடைச்சுப் போச்சு. வீட்டுக்கு வந்த மருமவா ரவுக்கப் போட்டு, சுருக்கு வச்ச சேலைக் கட்டிக்கிட்டு, கிணத்தடிக்குப் போகப் போயிதான், ஊரு ரெண்டு பட்டுப் போச்சு. வேலையும் இல்லைன்னு ஆச்சு. இந்தக் கடனக் கொடுக்கணும். கடனுக்காகப் பாம்படத்த விக்கணும்ங்காள். இப்பன்னன்னா, தொங்கிற காது ரெண்டையும் வெட்டணும்னுல சொல்லுறா. வெட்டி கம்மலு போடப் போறாளாம் கம்மல். வேற வினையே வேண்டாம். இத வச்சு என்னன்ன நடக்கும்னு யாருக்குத் தெரியும்? தொடிச்சிக்கென்ன, அவள் பாட்டுல சொல்லிட்டுக் குத்துக் கல்லுல உக்காந்துக் கிட்டாள். பெறவு மெல்லச் சிரிக்கவும் செஞ்சாள்: "கஷ்டத்துக்குப் பயன்படாத நக நட்டிருந்து எதுக்கு மாமா? நா சொல்றேன் இத வில்லுங்க."

"அதெல்லாம் சரிதான். இப்பம் காத வெட்டிக் கம்மல் போடப் போறேங்கிற. அத நெனச்சாதான் பயமா இருக்கு."

"இதுல என்ன பயமிருக்கு? எங்காது. நா வெட்டப் போறேன். வலியும் புண்ணும் எனக்கு. இதுல அடுத்தவங்க சொல்ல என்னயிருக்கு?"

"அதுக்கில்லம்மா. ஓங்காதுதான். அதுல கம்மல் கெடந்தா நாலுபேரு எதையும் சொல்வாவ, அந்தச் சரவ நமக்கெதுக்கு?"

"என்ன மாமா நீங்க பேசுறது. பொம்பளைங்க காதுல கம்மல் போடக் கூடாது. பாம்படத்தோடதான் இருகணும்ணு சட்டம் எதுவும் இருக்கா. அப்டி எதுவுமிருந்தாச் சொல்லுங்க. அதவுட்டுப்புட்டு ரவுக்கப் போடக் கூடாது. சேல கட்டக் கூடாது, கம்மல் போடக் கூடாதுன்னா எப்டி. நம்ம என்ன அடிமையா, அல்லன்னா மிருகம்மா? என்ன மாமா நீங்க பேசுறது. நீங்க ஏன் பயப்புடுறீய!"

ஊர்க்காத்தானுக்கு மறுப்பு சொல்ல முடியல. அவருக்குக் குழப்பந்தான் நீண்டது. மாட்டுக் குச்சிலுக்கு வந்தார். அங்ஙன மாடுகள் இல்லன்னதும், சங்கடமாக இருந்துச்சு. அவரு அம்மையும், "நீ ஏன்ல கவலப்படுற. நடக்குறது, நடக்கும், வேற சோலி இருந்தா பாரு"ன்னாள். தொடிச்சியும், "நீங்க ஏம்மாமா ஒரு மாதிரி இருக்கிய. இப்பம் என்ன நடந்திடப் போவுது. அப்பிடியே வந்தாலும் பாத்துக்கிடலாம்"ன்னாள்.

"பாக்கத்தானே செய்து. இப்பம் என்ன நடக்குன்னு. பெறவு இனிமயும் என்ன வரணும்?"ன்னு ஊர்க்காத்தான் கேட்டார்.

"வரப் போயிதானே யார் யார் எப்டின்னு தெரியுது. நம்மளும் என்ன செய்யலாம்னு யோசிக்க முடியுது. இல்லன்னா முடியுமா?" பெறவு மாமாக்கிட்ட, "இப்பம் வேல கொடுக்க மாட்டேன்னுட்டு சொல்லிட்டாவுல. மாட்டையும் அவுத்துட்டுப் போயிட்டாவுல. எந்தப் பொருளக் கொடுத்திருந்தாலும் இனிம அப்பிட்டுப் போவாவ. இதோட அவியத் தொடர்வு முடிஞ்சுட்டுன்னு நெனச்சுக்காங்க. இனியும் பயந்துக்கிட்டிருந்தா வாழ முடியாது மாமா."

மாமனார் மருமவளை அண்ணாந்து பார்த்தார்: "நீ நெனக்கிற மாதிரி இல்ல. அவனுக சாதில நெருப்பா இருக்கானுவ. காணாததுக்குப் பலமிருக்கு. பணமிருக்கு. ஓங்கலியாணத்துல பாத்தில, எப்டி திமுதிமுன்னு வந்து அடிச்சானுவன்னு. அதுக்காகச்சிட்டிதான் பம்ம வேண்டியதிருக்கு. மொதல அத நெனெ. அப்பந்தான் புரியும்."

"மாமா நீங்கச் சொல்லுறது வாஸ்தவம்தான். நா இல்லங்கல. அப்பிடியே வந்து அவிய சரவல் பண்ணுன்னா, நம்ம பாத்துக் கிட்டிருக்க முடியாது. அப்டியே பாத்துக்கிட்டிருந்தா நம்ம இருக்க மாட்டோம். பெறவு ஊரும் இருக்காது, சுடுகாடுதான் மிஞ்சும்".

இந்தப் பேச்சுக்கிடைல, சத்தமில்லாம வந்து நின்ன குன்னி மரியானை யாரும் கவனிக்கல. அவனுக்கு இருபத்தி மூணு வயசாகுது. நல்லையாவுக்கு ரெண்டு குத்துக்கு இளையவன். ஆளும் அதாட்டியமாக இருந்தான். அவன் பக்கத்துல வந்தவுடனேதான், "குன்னி மரியானா, வாபூ. ராத்திரி முழுசும் ஏன் வரல? நைட்டு வேல இருந்துச்சா?"ன்னு தொடிச்சி கேட்டாள்.

அவனுக்கும் தூக்கச் சடவு இருந்துச்சு. கைலேயும் காலிலேயும் 'சில்க்கா' சிவப்புப் போகல. "திடீர்ன்னு நைட்ல வேல வச்சுட்டாவ, அங்ஙன சாப்பிட்டு வேல செய்ய வேண்டிய தாகிற்று"ன்னான்.

அப்பந்தான் ஊர்க்காத்தான் சொன்னார்: "ஏலே நைட் வேலருந்தா ஆர்கிட்டையும் சொல்லி வுடு, ஒன்ன ஆளக் காங்கலன்னு தேட வச்சிடாத. ஆமா."

குன்னி மரியான் பதில் பேசாம நின்னான். மாட்டுக் குச்சிலைப் பாத்தாப்புல பார்வை. "என்னப்பா மாடுவளக் காங்கலே!"ன்னு கேட்டான். "வேலயில்லன்னா பெறவு மாடுவள வச்சிவப்பானுவளா? வந்து அவுத்துட்டுப்போயிட்டானுவ"ன்னார் ஊர்க்காத்தான்.

குன்னி மரியானும், "நா இப்டியாவும்னு எதுர்ப் பாத்ததுதா"ன்னான். பெறவு தொடிச்சிக்கிட்ட, "சரி மைனி எதுவுமிருக்கா தின்னுட்டுப் போவ"ன்னு கேட்டான். "எல வாங்குனக் கடனிருக்கு அதக்கேட்டு, ஆளு வந்தாச்சு. ஒங்க மொதலாளிக்கிட்ட கேட்டு கைமாத்தா துட்டு வாங்கித்தர முடியுமால?" தகப்பனக் சுவர்ந்து பார்த்தான் குன்னி மரியான். "இங்ஙன உள்ளச் சண்ட அங்கையும் வந்துட்டது ஒங்களுக்குத் தெரியுமா? நம்மத் தெருக்காரவியள நிப்பாட்டிருவாவ. இப்பம் நெலம சரியில்ல. எதுவும் கேட்க முடியாது. கொஞ்ச நாளு பொறுங்க"ன்னான். எதுக்க உக்கார்ந்திருந்த தம்மக்காரச் சாம்பாத்திக்குப் பயம் வந்துச்சு. "அப்பம் ஒன்னையும் நிப்பாட்டிடுவாவல"ன்னு கேட்டாள். தொடிச்சி பதறாம முந்திச் சீலய இழுத்துச் சொருவிக்கிட்டு, "குன்னி மரியான் வா. சாப்பிட்டுட்டு பெறவு பேசலாம்"ன்னாள். அவனும் சத்தம் காட்டல. மைனி பெறத்தால போனான்.

அம்மன் கோவில் முன்ன வந்து குத்த வைக்கச்சிலத்தான் தெரிஞ்சது, அவியளுக்கு வேலை இல்லன்னு. ஆட்கள் விழுந்து, வாப்பாரிக்கிட்டாவ. “திரும்பவும் போய், கால்லக்கைல குனிஞ்சு கும்பிட்டு, வேல தாங்கன்னு கேட்கவா முடியும்? போனது போவட் டும். இனிம வேற வேலத் தேட வேண்டியதான்”ன்னு ஒருத்தர் துண்ட உதறி மேலுல போட்டுக்கிட்டார். வேலை இல்லன்னா துட்டில்ல. வீட்டுல அடுப்பெரியாது. பொண்டாட்டி புள்ள என்னத்த திங்கும்ங்கிற கவலை. அந்தக் கொடக் கொதிப்பில் இன்னொருத்தர் சொன்னார். “என்னல இது. வேல இல்லன்னா எங்க போவ. நமக்குன்னு காடுகர இருக்கா, சொத்து சொகமிருக்கா ஊட்லருந்து தூங்க. வேல இருக்கச்சிலய இந்தப்பாடு. இல்லன்னா என்னாவும்?”

வெயில் வெள்ளையாய் இருந்துச்சு. மேகக் கூட்டத்தையே காணோம். வானம் துடைச்சு வச்ச மாதிரி இருக்கு, காத்தையும் காங்கல. திரேகமும் புளுங்கி, மனசும் புளுங்கிச்சு. வேற வேலை தான் தேடணும். கூலி வேலை. காட்டு வேலை. தெருக்காட்டு வேலை. எது கிடைச்சாலும் போதும். உள்ளூர் வேலையாக இருந்தால் தாவல. கொஞ்சம் தூரமாக இருந்தாலும் போகலாம். பிரிஞ்சு வாழப்பழகிடணும். கொஞ்சம் பணம் சேர்க்கணும். வீட்ட நல்ல மாதிரி வச்சுக்கிடணும். புள்ளியளப் படிக்க வைக்கணும் இதெல்லாம் சொல்ல நல்லாயிருக்கு. செயல்ல காட்டணும். உள்ளுக்குள்ள பிரிவு. வெளியில் சாதித்திமிரு. பணமிருக்குங்கிற கெத்து. எதுர்த்து முன்னுக்கு வரணும். முடியுமா?

புலமாடன் விரசலாக வந்தார். எல்லாரும் அம்மன் கோவில் திரட்டுல நின்னாங்க. அங்ஙன அரச மரமும் வேப்ப மரமும் ஒண்ணுபோல நின்னதால, ஒரு சொட்டு வெயில் விழல. பூராவும் நிழலாய் இருந்துச்சு. ஆனாலும் வேர்த்துச்சு. ஆட்களுக்குப் பதற்றம், படபடப்பு, பயத்தோடதான் நின்னாங்க. எதுக்கு நிப்பாட்டிட்டாங்கன்னும் புரிஞ்சி. புலமாடனும் கேட்டு விசாரிச்சுட்டுத்தான் வந்தார். அவர் பேச ஆரம்பிச்சார்: “இனிம அவியகிட்ட வேலைக்கிப் போக முடியாது. இப்பம் என்ன செய்யலாம்னு சொல்ங்க. நம்ம ஒரு முடிவுக்கு வரலாம்.” அப்பம் ஆளாளுக்குப் பேசச்சில சலசலன்னு சத்தம் வந்துச்சு. “ஊருன்னா நாலும் இருக்கத்தான் செய்யும். அப்படியும் இப்டியும் போக வேண்டியதுதான். அதுக்காகச்சிட்டி கோவிச்சுக்கிட்டிருக்க முடியுமா? கொளத்துல கோவிச்சுக்கிட்டுச் குண்டி கழுவாம போனா ஆர்க்கு நஷ்டம்? அவுக வசதி வாய்ப்புல கூடுனவிய. நம்மதான் ஏதோ நடந்தது நடந்து போச்சு. இனிம அப்டி நடக்காது; வேல தாங்க; கடன அடைச்சுக்கிடுறோம்னு தாசாக் கேட்டுப்

போக வேண்டியதுதான். இத வுட்டுட்டு வீம்புன்னா, நமக்குத் தான் நஷ்டம்"ன்னார் அம்மாசி தாத்தா.

உடனே நல்லையா சொன்னான்: "இது பேச்சுக்காகுமா? நம்மளா அவியக்கிட்ட நொட்டுக்கும் நொடுக்குக்கும் சண்டப் போட்டிருக்கிட்டிருந்தோம். அதுமில்லாம நம்மளா வேலக்கி வரமாட்டோம்னு சொன்னோம். இப்பம் அவியதான் வாண்டாங்காவ. இன்னும் மானங்கட்டத் தனமாகக் கால்ல போய் விழ முடியுமா? அப்டி எவ்வளவு நாளக்கித் தான் விழுறது? இதெல்லாம் வாண்டாம். அங்க போகவே கூடாது. திரும்பவும் போனா தொக்கா போகும். மதிக்க மாட்டாவ."

ஊர்த்தலைவர் குரல உயர்த்தி, "ஏய் நிறுத்துங்கப்பா, நீங்க ஆளாளு முட்டுல பேசிச் சண்ட, போட்டுக்கிட்டிருக்காதீய. வேலக்கிப் போறது. போவாதது அவிய இஷ்டம். போ, போவாதன்னு நம்மச் சொல்ல முடியாது"ன்னார்.

"இது சரியா? எல்லாத்தியம் மொத்தமா நிப்பாட்டிட்டாவ. நம்மளும் நின்னுக்கிடுவோம். அவியகிட்டப் போக வாண்டாம். வேற வேலயப் பாப்போம்."

"வேற என்ன வேலயிருக்கு? அவியளவுட்டா ஆர்க்கிட்ட போவ. அதச் சொல்லு"

"வேலக்கிப் போறது. போவாதது இருக்கட்டும். எதுக்கு நிப்பாட்டினாவன்னியாவது கேட்கணும்ல?"

"அதுதான் நா கேட்டுட்டு வந்திருக்கேன்லப்பா. அவிய வேலக்கி எடுக்க மறுக்காவ. இனி அவியகிட்ட வேலக்கிப் போறதுக்குக் கால்ல விழுந்தா, நம்ம ஒவ்வொருத்தரையா போயி தடுக்க முடியும்? அது அவிய இஷ்டம், நம்ம தடுக்க முடியாது"

"ஆர் விழுந்தா என்ன? விழாமப் போனா என்ன? விழாம இருக்கணும். எந்திரிச்சி நிக்கணும். கெத்தா பேசணும்."

"அப்பம் திரும்பவும் கோர்ட் நாட்னு அலயச் சொல்லுறீயா?"

"நா அப்டிச் சொல்லல. நம்மள யாரும் அலய வைக்காம இருந்தா சரிதான். இவ்வளவு தூரம் வந்த பெறவு திரும்பவும் அவியகிட்ட போயி கைக்கட்டி நிக்க முடியாது. நம்ம என்ன தெம்மாடியா? பொசமுட்டுன பெயலுவளா? அவியளக் குனிஞ்சுக் குனிஞ்சு கும்பிடுறதுக்கு?" பேச்சுக் கடுமையாக இருந்துச்சு.

தலைவர் பதமாகப் பேசினார்: "சரிடேய் அவியகிட்ட வாங்ன்னக் கடன அடைக்கணும்ல. அதுக்கு வேல செஞ்சாத் தானே முடியும்?"

"கடன் அடைக்கக் கூடாதுன்னு ஆர் சொன்னா? அதுக்கு வேற எங்கையும் போயி வேல செய்யணும். திரும்பவும் இவியகிட்ட வேல செஞ்சி கடன அடைக்க முடியுமா? திரும்பத்தான் கடன் ஏறும்."

ஊர்த்தலைவர் முடிவாகச் சொன்னார்: "இந்த விசயத்துல ஊர் தலையிடாது. ஒங்கள அங்க வேலக்கிப் போவாதீயன்னு சொல்ல மாட்டேன். அவியவிய வேல அவியவியதான் பாத்துக்கிடணும். மொத்த ஊரே பாதிக்கப்படுற மாதிரி வந்தாச் சொல்லுங்க பாத்துக்கிடலாம்" அவர் துண்ட உதறித் தோள்ல போட்டுக்கிட்டு எந்திரிச்சார். பெறவு அவர் பெறத்தால ஆட்களும் எந்திரிச்சாங்க. சூரங்குடி தார்சாலைல இப்பந்தான் புதுசாக பஸ்சு விட்ருக்காங்க. அது புள்ளியாய் தெரிஞ்சது. அதுக்கு அங்கிட்டுப் பச்சைப்பசேர்ன்னு உட மரங்களும் பன மரங்களும் நிக்கிற காடு தெரிஞ்சது. சூரியன் கதகதன்னு இருந்துச்சு. மணி அப்பம் ரெண்டு.

காலைல செம வேலை. திரேகம் வேர்வைல நனஞ்சது. அன்னா இன்னான்னு மணியும் ஒம்பதாகிற்று. அப்பந்தான் வயிறும் கிள்ளியது. அங்ஙன உக்காந்து, குத்த வச்சு, குத்துக்காலிட்டு, கலசத்துல உள்ள கம்மங் கஞ்ச அப்படியே அண்ணாந்து வாயில ஊத்திக்கிட்டாவ. தொட்டுக்கிட தொவையல் இருந்துச்சு. அப்பந்தான் அன்னாடு வேலைக்கு வருகிற ஆட்கள் வந்துக்கிட்டிருந்தாங்க. அவிய பேச்சொலி கேட்டுச்சு. பறவை களும் குரல் கொடுத்துச்சு. எதையும் பார்க்கவும் கேட்கவும் நேரமில்லை. தொடிச்சி வரச்சில அஞ்சு படி சம்பா கொண்டு வந்தாள். அந்த அரிசியைப் பொங்கினாள். வடித்தண்ணியைப் பொன்னம்மக்கா வாங்கிட்டுப் போனாள். அதுல கம்மங் கஞ்சக் கலக்கி, சூடு கஞ்சின்னு புள்ளியளுக்குக் கொடுத்தாள். புள்ளியளும் ஆவு ஆவுன்னு குடிச்சிற்று. பன்னி பூராவும் வந்து நின்னுச்சு. மிச்சம் மீதி இருந்ததெல்லாத்தியும் அதுகளுக்கும் வச்சாள். எல்லாரும் ஒரே நேரத்துல தின்னு முடிஞ்சாவ.

பொன்னம்மக்காள் பாவம்தான். அவளுக்கு ஏழு புள்ளியளுவ. மூத்தவன் ஊர விட்டு ஓடிட்டான். எங்கயி ருக்கான்னு தெரியல. ஒரு கொமரக்கரை ஏத்தியிருக்கிறாள். மருமவனுக்குக் காட்டு வேல. அவியளுக்கு மூணு புள்ளய. மவளக் கட்டிக் கொடுத்த பெறவு அக்காவும் ரெண்ட பெத்துக் கிட்டாள். இந்த அஞ்சையும் கூட்டிக்கிட்டுத்தான் அக்கா வேலைக்கு வருவாள். எல்லாரும் சேர்ந்து வேலை பார்த்தாங்க. துட்டு இருந்துச்சுன்னா போதும். அக்கா புருஷனக் கைல

பிடிக்க முடியாது. கொசவன் மச்சான் லாடு மாதிரி பேசவார். மச்சாதுக்கிட்ட வேலப் பார்த்ததாகச் சொல்வார். இன்னா வாரேன்ம்பார். ஆளக் காணாமப் போயிரும். எங்கயாவது அசவு தெரியாமப் படுத்து உறங்குவார். பொன்னம்மக்காதான் போய் எழுப்பணும். கெஞ்சிக் கூத்தாடிக் கூட்டிக்கிட்டு வரணும். குடிக்கத் துட்டுக் கொடுத்தாத்தான் வருவேன் என்பார். பெறவு துட்டு பார்த்துக் கொடுக்கணும். இல்லன்னா அந்தால போற ஆளப் பிடிக்க முடியாது. புருஷனத் தேடி அலயவும் முடியாது. உடனே கொடுக்கிறதைக் கொடுத்துக் கையோட கூட்டிக்கிட்டு வருவாள் பொன்னம்மக்காள்.

இதுக்கு ரோஸ் பெரியம்மா தேவல. மூணாவது குச்சில்ல இருக்கிற அந்தப் பெரியம்மா, ஒரு சாம்பானை வப்பாளனாக வச்சுருந்தாள். அவளும் ரெண்டு புருஷனுக்கு வாக்கப்பட்டாள். ஒரு புருஷங்கூடயும் வாழல. ஒருத்தன் ஓடிப் போனான்; ஒருத்தன் செத்துப் போனான். சிப்பி சுமக்கப் போனயிடத்துல கொடுக்காரச் சாம்பானுக்கும் அவளுக்கும் பழக்கமாச்சு, வரப்போக இருந்தாப்புல, அவரும் அவகிட்டையே தங்கிட்டார். ஏற்கெனவே அவளுக்கு ஒரு கொமரு உண்டு. கொமரக் கட்டிக் கொடுத்துட்டா. இப்பம் தாயும் மகளுக்கும் பேச்சுவார்த்தை கிடையாது. ரோஸ் பெரியம்மா முந்தில எப்பமும் துட்டிருக்கும். ஓரணா ரெண்டணா கேட்டால் தந்து உதவுவாள். கொட்டுக்காரச் சாம்பான் நல்ல உழைப்பாளி. ரெண்டாளு வேலையை ஒத்தைல செய்வார். அவர வச்சுத்தான் அட்வான்ஸ் வாங்கிக்கிட்டு, கூட மாட வேலை செஞ்சாள் ரோஸ் பெரியம்மா.

தொடிச்சிக்குக் கொட்டுக்காரச் சாம்பான் தூரத்துச் சொந்தம். அவரும், "வா தாயி, உக்காரு தாயி" என்பார். "ஏலே மாப்புள்ள, எங்கம்மைய ஒங்கைல கொடுத்திருக்கு. ஊட்ல வச்சு சோறு கொடுக்காம இங்கக் கூட்டிக்கிட்டு வந்திருக்கில"ன்னு கேலி பேசுவார், நல்லையா சத்தங்காட்ட மாட்டார். சிரிக்க மட்டும் செய்வார். எல்லாத்தியும் முறை வச்சு அழைப்பார், யாருக்கும் ஒரு கஷ்டம்னா முன்னுக்குப் போய் நிப்பார். அன்னைக்கி ஒரு நாளு கருத்தானும் அவம் பெஞ்சாதியும் அறுத்த செங்கல்ங்க சரி இல்லன்னு மல்ல சாம்பான் கழிச்சார். அது கணக்குல வராது. கூலியும் கெடையாதுன்னியும் சொன்னார். கூலியாட்களும் தயவாப் பேசி, கூலியக் கொறச்சுடாதிய வேல மெனக்கட்டுப் போகும். செஞ்ச வேலக்கிக் கூலி இல்லன்னா எப்டின்னு தாஸா செஞ்சுக்கிட்டிருக்கச்சிலதான் கொட்டுக்காரச் சாம்பான் கேட்டார்: "ஏய் மல்லு சாம்பான், நாயக்கர்க்காவ ரொம்பவும் தூக்கிப் பிடிக்காதியும். நல்லா வேல செய்யணும்னு சொல்லும். செங்கல் சரி இல்லன்னா, நாளப் பின்ன அறுத்துத்

தாறோம். அதுக்காச்சிட்டி கூலில மட்டும் கை வக்காதியும் நல்லதில்ல. பிரச்சனையாகிடும்"ன்னார்.

மல்லு சாம்பானும் படக்ன்னு கேட்டார்: "இதுக்குத்தான் சண்டிய மார்வள வேலக்கி சேக்கக் கூடாதுங்கிறது."

உடனே கொட்டுக்காரச் சாம்பான் பதிலடி கொடுத்தார்: "இங்க சண்டியர் கிண்டியர்ன்னு பேசாதியும். இது வேல செய்கிறயிடம், தொழிலாளின்னு பேசும்?"ன்னார்.

பெறவு மல்லு சாம்பான் பம்புன மாதிரி பதமாச் சொன்னார்: "எந்த வேல செஞ்சாலும் ஒழுங்கா செய்யுணும். இப்டி அர வெட்டும், காவெட்டுமா செய்யக் கூடாது. இதான் கடேசி இனும இப்டி இருந்துச்சுன்னா வுடமாட்டேன். பெறவு கூலிய வெட்டிட்டான்னு ஆவலாதி சொல்லக் கூடாது."

ஊர்க்காத்தானுக்கு உடம்பு கொணங்கிற்று. மண்டயிடிக்கி, உடலு வலிக்கி, காய்ச்சல் அடிக்கின்னார். அது பெரிய காய்ச்சலா போச்சு. நிக்க முடியல. குத்தவைக்க முடியல. குதுகுதுன்னு நடுக்கம். நல்லையா பயந்துபோனார். தகப்பனை விளாத்திகுளம் ஊருக்குக் கூட்டிக்கிட்டுப் போனார். ஒரு நாட்டு வைத்தியர். நல்ல பெயர் பெற்றவர். எப்பமும் அவருக்கிட்ட கூட்டமிருக்கும். கொடுத்த மருந்து வேலைசெய்யும். நோயும் குணமாகும். போன உடனே, சாதாரணக் காய்ச்சல்தான். ஒண்ணும் செய்யாதுன்னு சொல்லி, மூணு பொட்டணம் மருந்து கொடுத்தார். அதை இடிச்சு அவுச்சு, கசாயமாகக் கொடுக்கச் சொன்னார். வேலைக்குப் போக வாண்டாம். ஊட்டுல இருக்கணும். ஓய்வு எடுக்கணும்னு சொல்லி அனுப்பினார். ஊர்க்காத்தானைச் சடையன் குளத்துக்குக் கூட்டிக்கிட்டு வந்தாச்சு. காய்ச்சலும் நின்னுச்சு. உடல்தான் அசாத்தியமாய் இருந்துச்சு. வேலைக்கு வர முடியாது. அத நெனச்சுத்தான் குழப்பம். வாங்குன கடன் இருக்கு. வேலை செஞ்சு கழிக்கணும், ஒத்தைல கெடந்து செய்ய முடியாது. தொடிச்சிக்கு ஒண்ணும் ஓடல, ஆச்சிக்கிட்ட சொல்லிட்டுச் செங்கல் சூளைக்கு வந்தாள். நல்லையாவும் அவளும் வேலை செஞ்சாங்க. அவளும் அசந்து போனாள். உடம்பு வத்தி, நிறமும் மங்கிப் போச்சு. முடியும் செம்பட்டை பாய்ஞ்சுட்டு. காதுகளூல கெடந்த பாம்படமும் கழுத்துல கிடக்கிற அட்டியலும்தான் மினுக்கு மினுக்குன்னுச்சு.

அந்த நகைங்கதான் கண்ண உறுத்துச்சு. "எப்பூ இது எங்க வாங்குனது. எத்தன பவுனு, எம்புள்ளைக்கும் இதே மாரிதான் செய்யணும்னு நெனக்கேன். முடியல"ன்னு ஏனாக்குடிச்சாவ. தொடிச்சியும் பாம்படங்களைக் கழத்தி வைக்கணும்னுதான் நெனச்சாள். அத எங்ஙன வைக்கிறதுன்னு தெரியல. குச்சிலுக்கும் பாகாப்புக் கிடையாது. கதவுமில்ல. கதவுன்னு செத்தைதான்

மறைப்பாக இருந்துச்சு. எதுவும் வராம இருக்க இழுத்துப் பிடிச்சுக் கட்டிக்கிடலாம்.

அதையும் அவுத்துக்கிட்டு ஆட்கள் வரும். யாரையும் வராதிங்கன்னு சொல்ல முடியாது. அண்ணக்கு அஞ்சரப் பெட்டிலக் கிடந்த சில்லறையைக் காணோம். இன்னார்தான் எடுத்திருப்பான்னு குற்றம் சொல்ல முடியல. நம்ம துட்ட நம்ம தான் பந்துஸாக வச்சிக்கிடணும்னு சமாதானம் அடைஞ்சுக் கிட்டாள். இருக்கிற சூழ்நிலையையும் அறிஞ்சுக்கிட்டாள். ஒண்ணுக்குள்ள ஒண்ணா இருக்கிறதுனால, யாரையும் ஒண்ணும் சொல்ல முடியல. முன்ன பின்ன வந்தாலும் விட்டுக் கொடுத்துப் போனாள். இப்பம் இந்த நகையை வீட்டுல கழத்தி வச்சுட்டு வரணும். அப்டியே மாமாவையும் பார்த்துட்டு வந்திடலாம்னு நெனச்சாள்.

மல்லு சாம்பானைப் பார்த்து, நல்லையாவும் கேட்டான்: "ஞாயிற்றுக்கெழம ஒரு நா மட்டும் ஊட்டுல இருந்துட்டு, திங்கட் கெழம காலைல வந்திடுறோம்."

மல்லு சாம்பானும், "கடன அடைக்கந்தட்டியும் இங்கதான் இருப்பேன். எங்கயும் நகலமாட்டேன்னுதானே முதலாளிக் கிட்ட ஒப்பந்தம் எழுதிக் கொடுத்திருக்க, பெறவு சனிக்கெழமப் போறேன். ஞாயிற்றுகெழம இருக்கேன், திங்கட்கெழம வாரேன்னா எப்டி?"ன்னு கேட்டார்.

நல்லையா தகப்பனின் உடல் நிலையைச் சொல்லி, "திங்கட் கெழம வெள்ளனையே வந்திடுறோம்"ன்னான். "சொன்ன மாதிரி நடந்துக்கிடணும்"னு போகச் சொன்னார் சாம்பான். நேரம் காலத்தோடு, அட்வான்ஸ் பிடிச்சது போக மிச்சக் கூலி வாங்கிக்கிட்டான். முக்கி முக்கி உழைச்சாலும் கடைசில மிஞ்சுனது கொஞ்ச துட்டுதான். நெனச்சா கவலையாயிருக்கு.

"நா போய் ஒரு வண்டியப் பிடிச்சுட்டு வரட்டா? அதுல ரெண்டு பேரும் போயிறலாம்"ன்னான் நல்லையா. "வண்டி எங்கன நிக்கி, விளாத்திகுளம் ஊர்க்குப் போனாத்தானே வண்டியப் பார்க்கலாம்?"

வீட்டுல தம்மக்காரச் சாம்பாத்தி இருந்தாள். அவளும் திண்ணைல உக்காந்து வெத்தல இடிச்சுக்கிட்டிருந்தாள். செத்தங்காணு இரும்பு உரலு. அதுல வெத்தல, பாக்கு இடி படுகிற சத்தத்த மீறி அந்த மணியோசை கேட்டுச்சு. அப்பந்தான் அவளும் பார்த்தாள். உடனே எந்திரிச்சு வந்தாள். அவளுக்குன்னா சந்தோஷம், பரவசம் பொங்க பேத்திய ஆவி சேர்த்து அணைச்சுக்கிட்டு, "ஏளா! என்ன இப்டி நறுங்கி போயிருக்க?"ன்னு

வீட்டுக்குள்ள கூப்பிட்டு வந்தாள். பெறத்தால நல்லையா வந்தான். தொடிச்சி சிரிச்ச மொகமாக இருந்தாள். சாம்பாத்திக்குத் தான் பொறுக்கல. கவல வந்து ஒட்டிக்கிட்டு. குழம்பிப்போய்ப் பார்த்தாள்:

"நீ என்னத்துக்கு வேல செய்யணும். ஆளில்லன்னா வந்திட வேண்டியதான. எம் புள்ள செய்ய மாட்டானாக்கும். வேல என்ன ஓடியாப் போவுது"ன்னாள்.

தொடிச்சியும், "மாமாவுக்கு எப்டியிருக்கு"ன்னு கேட்டாள்.

"அவனுக்குச் சொகமாயிற்று. ரெண்டு நாளைக்கி முன்னக் கூட்டியே வேலக்கி வந்திருப்பான். அந்தத் தேவர் பணத்த வாங்க மறுக்காரு. அங்கத்தான் போயிருக்கான் இப்பமும்"ன்னு சாதாரணமாகச் சாம்பாத்தி சொன்னதும், அதுதான் இடிச்சது, நல்லையா குரலை உயர்த்திக் கேட்டான், "எதுக்கு அந்தாளு பணத்த வாங்க மாட்டுக்கான். பணத்தப் புடிச்ச புடில வைய்ன்னு ஒத்தக் கால்ல நின்னான். இப்பம் பணத்த வாங்க மாட்டுக்கான்னா எப்டி ?"

தொடிச்சி திண்ணைல குத்த வச்சாள். அவளுக்கு வீட்டுக்கு வந்தது சந்தோஷமாக இருந்துச்சு. வேற எதுவும் நெனக்கத் தோணல. நல்லையா தன்னால புலம்பிக்கிட்டார். அதுதான் அவளுக்குச் சங்கடமாக இருந்துச்சு. "நீங்க என்னத்துக்குக் கொழம்புறீய. கடனக் கேட்டாவ. கொடுத்தாச்சு. அத வாங்க மாட்டுக்காவன்னா நம்ம என்ன செய்ய முடியும்? ஓங்கப்பா போயிருக்காவல. வரட்டும். அதுக்குப் பெறவு பேசிக்கிடலாம்"ன் னாள். நல்லையா பேசல. அப்படியே நின்னான். அப்பந்தான் இருட்டவும் தொடங்கி இருந்துச்சு. சாம்பாத்தி கை லாம்பக் கொண்டுவந்தாள்.

நாளைக்கு ஒரு நாள் இருக்கு. வீட்டுல பொங்கிச் சாப்பிடலாம். உக்காந்து கதை பேசலாம். செத்தபடுத்துக் கண்ணசறலாம். எங்னையும் போயிட்டு வரலாம். ஞாயிற்றுக் கிழமை சர்ர்ர்ன்னு போயிரும். இனிம திங்கட்கிழமை வெள்ளனையே எந்திரிக்கணும். கொண்டுபோறதுக்குச் சாமான்களைப் பார்த்து எடுத்து வச்சுக்கிடணும். ஓடணும். இதுவும் எத்தனை நாளைக்குன்னு தெரியலே. வயித்த தள்ளிக்கிட்டு வேலசெய்ய முடியாது. வீட்டுல இருக்கணும். இருக்க மாட்டேன்னும் சொல்லவும் முடியாது. ஆனாலும் குழந்தையை நல்லபடியாக பெத்தெடுத்திடலாம்னு தைரியமும் அவளுக்கிருந்துச்சு. அவ பயப்புடல. பயம் பூரா நல்லையா வுக்குத்தான். அவன் எரிச்சல்பட்டான். தலைல கை வச்சு

உக்கார்ந்துட்டான். அவளுக்குச் சிரிப்புதான் வந்துச்சு: "நீங்க எதுக்கு அல்லல்படுறீய, பணத்த வாங்காட்டா போறான் மயிரு. அதுக்கு நம்ம ஏன் பயப்புடணும்?"

நல்லையா திடுக்கிட்டான். அவள நிமிர்ந்து பார்த்தான்: "என்ன நீ இப்டிப் பேசுற? பாத்துப் பேசு. அவிய காதுகளுல விழுந்துச்சு, வேற வெனையே வாண்டாம். எதுக்கும் துணிஞ்சவனுவ. இப்பமும் திட்டத்தோடதான் இருக்காவ. அதுதான் என்னன்னு தெரியல." அவன் பம்மிய குரலில் சொல்லச்சில அவளுக்கும் மூஞ்சி மாற்றம் கண்டுச்சு. அந்தச் சிரிப்பும் காணாமப் போச்சு. அவள் சொன்னாள்: "நம்ம உழைக்கோம் பணத்த வாங்குறோம். கடன அடைக்கோம். நான் கொடுத்தவன் வாங்க மாட்டுக்கானா நம்ம என்ன செய்ய முடியும்? அதுக்காக இப்டிப் பயந்தா எப்டி? வர்றது வரட்டும். அதையும் தான் பாக்கலாம்." "நீ சொல்றது சரிதான். நானும் தப்புன்னு சொல்லல. பணத்த வாங்க மாட்டுக்கானா, இதுல சூழ்ச்சி இருக்குன்னு சொல்லுறேன். அதப் புரிஞ்சுக்க."

"நானும் புரியாம இல்ல. நம்ம எதுக்கும் அவியகிட்டப் போகப் போறமா? அஞ்சு பத்துக்குக் கை ஏந்தப் போறமா? எதுக்கும் சூழ்ச்சி வச்சுருந்தா என்ன? திட்டம் போட்டா நமக்கென்ன? அதுக்காச்சிட்டி பயந்துக்கிட்டிருக்கக் கூடாது. கொட்டுறவன் முட்டாளு. கொட்டக் கொட்ட குனியிறவன் அதவுட முட்டாளு. . ."

அப்பந்தான் ஊர்க்காத்தான் வந்தார். அவுரும் சோர்ந்து காணப்பட்டார். செங்கக்காட்டுல கறுத்து, குன்னி, வதங்கி, மெலிஞ்சு இருந்தவரை, காய்ச்சலும் அமுக்கி, ஆளப் பாதியாக்கி இருந்துச்சு. "மாமா வாங்க. இப்பம் உடலுக்கு தேவலையா?"ன்னு தொடிச்சி கேட்டாள். அவரும் மருமவளப் பார்த்து, "பரவா யில்ல. நீ என்னத்துக்கு இப்டி மெலிஞ்சுப் போயிட்ட? ஒன்ன ஆரு வேல செய்யச் சொன்னது. என்னத்துக்கு நீ வேலப் பாத்த, நா சொகமான பெறவு வந்திருக்க மாட்டேனா?"ன்னார்.

உடனே தொடிச்சியும் "இப்பம் நா என்ன செஞ்சுட்டேன். நீங்க இல்ல. ஒராளு குறைஞ்சது. ஒங்க வேலய நா பார்த்தேன். அவ்வளவுதான். ஆச்சியும் கவலப்படுது. நீங்களும் கவலப்படுறீய. இதுக்கு ஏன் கவலப்படணும்?"ன்னாள்.

"அதுக்கில்லம்மா நீ புள்ளதாச்சி, ஆரும் ஒன்ன ஒன்னும் சொல்ல மாட்டாவ. எங்களத்தான் சொல்லுவாவ, பாரு. புள்ள உண்டாகி இருக்கிற புள்ளயே வேலக்கி விட்டிருக்காவன்னி சொல்வாவ. அதுக்குத்தான் சொல்லுறது."

தொடிச்சி பேச்சை மாற்றினாள், “போன காரியம் என்னாச்சு?”ன்னு கேட்டாள்.

“தேவர் பணத்த வாங்க மாட்டுக்காரு. நா வேற எங்கயும் வேலக்கி போகக் கூடாதாம். அவுரு பண்ணைலதான் வேலை செய்யணுமாம். அப்டி இல்லன்னா பணத்துக்கு வட்டி போட்டுக் கொடுங்காரு. நா பதில் பேசாம வந்துட்டேன்.”

“சரிப்பா நீங்க என்ன செய்லாம்னு நெனக்கிய?”ன்னு நல்லையா கேட்டான். “இதுல நெனக்கிறதுக்கு என்னயிருக்கு? பணத்தக் கொடுக்கலன்னா நா அங்க வேலக்கிப் போகணும். நம்ம கடனாளியாகத்தான் இருப்போம். கூலியும் பிச்சுப் பிச்சு தருவாவ. கடனையும் பிடிக்க மாட்டாவ. வட்டியும் ஏறிக் கிட்டுப் போகும். இல்லன்னா, இப்பமே வட்டியும் மொதலையும் கொடுத்துட்டு நின்னுக்கிடணும்.”

“மாமா இந்த மட்டோட நீங்க நின்னுக்கிடுறதுதான் நல்லது. வட்டி கேட்காவல்ல கொடுத்திடுங்க. கொடுக்கச்சில நாலு பேரு முன்ன வச்சுக் கொடுங்க. எழுதியும் வாங்கிக்காங்க. இப்டி ஆளுக்க, கொடுக்கலன்னி சொல்லிடும்!”

“அப்டி எழுதிக் கேட்டாத் தருவாவளா, நாங்க கொடுக்கச்சில எழுதியா கொடுத்தோம்ன்னா என்ன சொல்ல?”

தகப்பன் சொல்லச்சில நல்லையா விளக்கம் சொன்னான்: “எப்பா நம்மளையும் அவனுகளையும் ஒன்னா மதிக்காதிய. நம்ம சொன்னா சொன்ன மாதிரி நடந்துக்கிடுவோம். அவனுக அப்டியில்ல. கொஞ்சம் கொஞ்சமாக் கொடுத்து எல்லாத்தியும் பிடிங்கிக் கொள்வானுவ. நாளப் பின்ன கூட்டியும் சொல்வானுவ. அதுக்கும் ‘ஆமா’ போட ஆளிருக்கு. இவ்வளவு ஆன முட்டும் கடன அடைக்கிறதுதான் நல்லது. தொடிச்சி சொல்ற மாதிரி ஆட்கள வச்சு கொடுக்கணும். எழுதியும் வாங்கணும்.”

ஊர்க்காத்தானும் சொன்னார்: “நீங்க சொல்ற மாதிரி ஆட்கள வச்சு பணத்தக் கொடுத்து, எழுதி வாங்குவோம்.”

தெரு ஆட்கள் வந்தாங்க. பொம்பளையாட்களையும் பார்க்க முடிஞ்சது. அவிய பெறத்தால சின்ன புள்ளியளும் வந்துச்சு. “ஏய் நல்லையா, ஒன்னையும் ஒங்க அய்யனைத்தான் பாக்க வந்தம்பூ” என்னாவ. ஆம்பளையாட்கள் மீசையெல்லாம் செம்பட்டையும் கருப்புமாய் வெளறித் தெரிஞ்சது. இடுப்புல நாலுமுள வேட்டி. உடம்புல அதுவுமில்ல. தலைப்பாவ இறுக்கிக் கட்டியிருந்தாவ. பொம்பளையாட்க கண்டாங்கி முந்தி கொத்தா தொங்கிச்சு. தல முடிய அள்ளிச் சொருகி இருந்தாவ. மேலுக்கு ரவுக்கையும் கெடையாது. இன்னொரு முந்திய

இழுத்து மூடியிருந்தாவ. எல்லாத்துக்கும் பாம்படக் காதுகதான். ஆனால் அந்தப் பாம்படங்க எங்கப் போச்சுன்னுத் தெரியல. வெறும் காதுகளாக இருந்துச்சு. அவிய திரேகமும் அட்டைக் கரியாய் இருந்துச்சு. அவிய, மாத்து வேலை தேடி வந்திருந்தாவ. அவியளுக்குச் செங்கச் சூளைல வேலை வேணும்மாம். வேலை நெலவரத்தை விசாரிச்சாவ. நல்லையாவும், அவனுக்கு தெரிஞ்சதச் சொன்னான். உடனே ஒராளு, “ஆமாப்பூ, எங்களையும் அதுல சேர்த்து வுடு. நாங்களும் இங்னனக் கூடி கடன வாங்கிட்டு லோல்பட்டுக்கிட்டிருக்கோம். இன்டேற முடியல. ஒன்ன மாதிரி செங்கச் சூளைக்கு வரலாம்னு இருக்கோம்”ன்னார். எல்லாரும் அவம் மூஞ்சைப் பார்த்தாவ. அவனும் கொஞ்சம் யோசித்தான். இதுல யோசிக்கறதுக்கோ சிந்திக்கிறதுக்கோ குழம்பறதுக்கோ ஒண்ணுமில்லைதான். எல்லாரும் குடும்பமாக அங்க போய் உக்காரணும். வாங்குன துட்டுக்கு உழைக்கணும். புள்ளியளப் படிக்க வைக்க முடியாது. இங்னன இருந்தால், இருக்கிறதைத் தின்னுட்டுப் பள்ளிக்கூடத்துக்காவது போகும். அதுதான் கவலை, இருந்தாலும் இங்னனக் கூடி, கூனி, குறுகி, அடிப்பட்டு, மிதிப்பட்டு, அவமானப்பட்டு, மரியாதை இழந்து, வாய் பொத்தி, கை கட்டி வேலை செய்யாங்காட்டிலும், அது தேவல. நல்லையாவும் சொன்னான்: “செங்கச் சூளைக்குப் போனா ஊர்ப்பக்கம் வர முடியாது. அப்டி வந்தா கணக்க முடிச்சிட்டுதான் வரணும். செய்ற வேலக்குத்தான் கூலி. அதுவும் ரெண்டு பேரு நின்னு செய்யணும். எவ்வளவு வேலயும் செய்யலாம். வேலயும் கஷ்டமாக இருக்கும். ஒங்களுக்கு முடியும்னா சொல்லுங்க. சேர்த்துவிடுறேன்”.

ஒருத்தர்க்கு ஒருத்தர் பேசிக்கிட்டாவ. வேலை செஞ்ச இடத்துல ஒரு தேவர் அடிச்சுட்டாராம். கூலி மட்டும் கேட்கத் தெரியுது. வேலை செய்கிறதுக்கு மட்டும் நோணியா வலிக்கின்னாராம். வேலை செஞ்சும் ஏன் அடி வாங்கணும்? பேச்சுக் கேட்கணும்? எங்கப் போனாலும் சும்மா வச்சு எவனும் கூலி கொடுக்க மாட்டான். இங்னன கால் வயித்துக்குக் கெஞ்சிக் கூத்தாடி, ஏச்சு வாங்கி வேலை செய்றதுக்கு, அங்னன போய் உழைச்சுச் சாப்பிடலாம். கடன அடைக்கலாம். நாலு துட்டு மிச்சப்படுத்தலாம். இப்படிப் பேச்சு இடைல தொடிச்சிக்கிட்ட ஒருத்தி வந்தாள். “தொடிச்சி எப்டியிருக்க? நல்லாயிருக்கியாபூ. இது எத்தன மாசம். இந்த வயித்த வச்சுக்கிட்டாபூ வேலைக்குப் போன ?”ன்னு அவள் கேட்கச்சில, பதில் சொல்ல முடியாம திணறினாள் தொடிச்சி.

அப்பந்தான் நல்லையா, “நாங்க காலம்பெறையே விளாத்திகுளம் போயிருவோம். நீங்க எல்லாரும் ஒம்பது மணிக்கு

அங்க வாங்க. நா மல்லு சாம்பாங்கிட்டச் சொல்லி வைக்கேன். அவுரு எங்கையாவது சேர்த்து விடுவாருன்னான்.

அவுங்களும் "சரிபூ, வாரோம்பூ"ன்னு கிளம்பினாங்க. எல்லாரும் ஊரை விட்டுக் கிளம்பிட்டா. இங்ஙன யார் இருப்பா?

தகப்பனும் மகனும் செங்கல் சூளைக்குப் போயிட்டிருந்தாங்க. நல்லையா, தூக்குச் சட்டில கஞ்சு வச்சுருந்தான். அது பித்தாளத் தூக்குச் சட்டி. அவன் பெஞ்சாதி வீட்டிலிருந்து கொண்டுவந்தது. புளி வச்சி விளக்கி இருந்தாள். சட்டி பளபளன்னு இருந்துச்சு. மாமாவும் செங்கல் சூளைக்கு வேலக்கி போறேன்னதும், தொடிச்சிக்கு மனசு கேட்கல. ஏம்மாமா அவ்வளவு தூரம் போகணும். இங்ஙன வேலை இருந்தா பாருங்க. இல்லன்னா இரிங்கன்னாள். மாமா கேட்கல. மருமகளுக்கும் தடுக்க முடியல. வீட்டுல ஒரு தூக்குச் சட்டிதான் இருந்துச்சு. நாங் கஞ்சிக் கொண்டு போவேன்னுல கலசம், அதுல வச்சு சீலத் துணில பொதிஞ்சுத் தா. நாந் தூக்கிட்டு போறேன்னார். அவளுக்கு அது நல்லதாகத் தெரியல. கைல உள்ள காசையெல்லாம் பெறக்கி புருஷங்கிட்டக் கொடுத்தாள். இது மாதிரி தூக்குச் சட்டி வாங்கிட்டு வரச் சொன்னாள். அய்யோ வம்பா எதுக்கு துட்ட செலவு செய்யனும். வாண்டாம்ன்னார் ஊர்க்காத்தான். நல்லையா கேட்கல. இங்ஙன வேலைக்கிப் போனீய. மண் கலசத்துல கஞ்சி கொண்டு போனீய. சரின்னு இருந்தாச்சு. விளாத்திகுளம் ஊருக்குப்போய், அங்கயிருந்து செங்கச் சூளைக்குப் போகணும். கலசம் எதுலையாவது பட்டுச்சுன்னா உடைஞ்சுப் போவும்ன்னான். நல்லையா சட்டி வாங்கிட்டு வந்தார். ஆளுக்கொரு தூக்குச்சட்டியை வச்சுக்கிட்டு நடந்தே வந்தாவ.

விளாத்திகுளம் ஊரு கலகலப்பாய் இருந்துச்சு. புழுதியாகக் கிடந்த தரைல பைதா தடம், அங்ஙன ஒரே ஒரு பஸ்சை மட்டும் பார்க்க முடிஞ்சது. எதுக்க கியூ நின்னது. எட்டயபுரம் வழியா தூத்துக்குடி போறது. இத விட்டால் இனிம சாய்ங்காலம்தான் பஸ் இருக்கு. அந்தக் கப்பிச் சாலைல ஒன்னு எட்டயபுரத்துக்கும் நாகலாபுரம் – புதூர் – அருப்புக்கோட்டைக்கு ஒன்னும் இன்னா இருக்கிற சூரங்குடிக்கு ஒன்னும், பிரிஞ்சு போனது. எல்லாச் சாலைகளும் ஆக மோசம். ஒன்னும் நல்லா இல்ல. கப்பிக பூரா பெயர்ந்து, குண்டும் குழியும், புழுதியும் மணலுமாய்க் கிடந்துச்சு ஆட்கள் எல்லாம் நடந்துதான் வரும், நடந்துதான் போகும். வசதி உள்ளவிய வில வண்டில போவாவ வருவாவ.

சடையன் குளத்துலருந்து விளாத்திகுளம் ஊர் மூணு மைலு. எப்பமாவதுதான் ஊர்க்காத்தான் பஜாருக்கு வருவார். அது

சந்தி பஜார். அங்ஙன கூட்டமும் இருந்துச்சு. இனும தெனமும் இங்ஙன வரணுமேன்னு நெனக்கச்சில மலைப்பாய் இருந்துச்சு. அவருக்கு முதல்ல பண்ணைக்கு வேலைக்குப் போயிறலாம்னுதான் நெனப்பு. காலுல கைல விழுந்தா வேலைக்கு எடுத்துக்கிடுவாங்க. அதயும் சொல்லத்தான் செஞ்சார். நல்லையாவுக்குக் கோபம் வந்துற்று. நாளு முழுசும் வேலை செஞ்சா தொட்டுக்க, தொடச்சுக்கன்னு ஏதோ கொடுப்பாவ. அதுல ரவ்வா ரவ்வான்னு ராவ வேண்டிய திருக்கும். இப்டி ஏன் நம்ம மானம் கெட்டுப் போகணும்? அங்ஙன செய்கிற வேலையை இங்ஙன வந்து செய்யுங்க. காலைல ஒன்பதுமணிக்குப் போனா சாய்ங்காலம் அஞ்சுமணிக்கு வந்திடலாம். ரெண்டுபேரும் ஒரே இடத்துல வேலை செஞ்சா முன் பணமும் வாங்கலாம். கடன அடைக்கலாம், எதயும் விக்க வாண்டாம்ன்னான். ஊர்க்காத்தானுக்குச் சரின்னு பட்டது. அவரும் அவங்கூட புறப்பட்டு வந்தார். இருந்தாலும் புது இடம். புது வேலை. வேலை கஷ்டமாக இருக்குமோ, செஞ்சிறலாமோ, அவசரப்பட்டு வந்துட்டோமோன்னி அடிக்கடி குழம்பிக்கிட்டு இருந்தார். அதுனால பயமும் வந்துச்சு. கடனை அடைக்கணுமேன்னு மனசைத் தேத்திக்கிட்டார். வெயில் உறைக்க ஆரம்பிச்சது. ஆட்கள் வந்துசேர்ந்தாங்க. எல்லாம் ஒண்ணுக்குள்ள ஒண்ணு. தாய் பிள்ளைங்க. அவியளப் பார்த்ததும் தெம்பு வந்துச்சு ஊர்க்காத்தானுக்கு.

அப்பந்தான் மாட்டு வண்டியும் வந்துச்சு. அதுல பூரா சொரு சொருன்னு செம்மண் சவதி. அது எங்ஙனத் தொட்டாலும் ஒட்டிச்சு. வண்டில ஏறி உக்காந்தாங்க. வண்டி புறப்புட்டுச்சு. ஆற்றுப் பாலத்தைத் தாண்டி, காட்டுப் பாதைக்குப் போச்சு வண்டி. ஒரே வெட்ட வெளி. வழியெல்லாம் புதரும் புல்லுமாய் மண்டிக் கிடந்துச்சு. பறவைங்க கீச் கீச்னு சத்தம் கொடுத்துச்சு. பறவைக் கூட்டம் ஒன்னு பறந்து போயிற்று. அந்த இறக்கத்துலதான் செங்கல் சூளை. அது பெரிய பள்ளம். தோண்டத் தோண்ட செம்மண், அதயும் ஒரு நாயக்கர் வச்சுருந்தார். அந்தச் சூளை பக்காவா இருந்துச்சு. அதுல வேல ஜாஸ்தி. வேலயும் கஷ்டம், மத்தியான வெயில்ல நிக்கணும், வெக்கையைத் தாங்கணும், கீழயிருந்து மண்ணச் சுமக்கணும், களி ரொம்பன்னா, அந்த மண்ணத் தண்ணீரிட்டு மிதி மிதின்னு மிதிக்கணும். மண்ணு சேர்க்கணும். அதப் பிசைஞ்சு எடுக்கணும். பக்குவம் வந்துட்டான்னு பார்க்கணும். மரத்துல செஞ்ச அச்சு இருக்கும். அந்த அச்சை வச்சு செங்கல் அறுக்கணும். செங்கல் ஒண்ணுபோல இருக்கணும். கோணக்கா மாணக்கான்னு ஆகிடக் கூடாது. காய வச்சு அடுக்கணும். அதுகள சூளைக்குத் தூக்கிட்டுப் போகணும். ஒரு அட்டி செங்கலை அடுக்கி, அடுத்த அட்டிக்கு விறக அடுக்கணும்.

பத்தாயிரம் செங்கல், பதினைந்தாயிரம் செங்கல்களை அடுக்கிட்டு – அந்த நாலு பாந்துகளையும் விட்டுட்டு – இடைல மணல அள்ளி பூசணும். ஒவ்வொரு பாந்துக்கா தீ வச்சா, தீ ராத்திரி எரியும். பெறவுதான் சுட்ட செங்கல் காசாகும். அந்தச் செங்கலை உருவாக்கப் படுகிற பாடிருக்கே பாடு, பெரும்பாடு. திரேகத்தை வில்லாய் வளைக்கணும். கறுத்துக் கரி குளிக்கணும். தூசியும் புழுதியும் செம்மண்ணாய் ஒட்டும். அதுல வேர்வை சிந்தி ஓடும். ஒரு நேரம் “சூ”ன்னு குத்தவைக்க முடியாது. இப்டி வேல யாருக்கு விருப்பம் இருக்கும்?

அப்படியே விரும்பி வந்தாலும் ரொம்ப நாளைக்கு நிக்க முடியாது. வெளி வேலை, காட்டு வேலை, சித்தாள் வேலை, கூலி வேலை, எது கிடைச்சாலும் போயிடுவாங்க. ஆள் தட்டுப்பாடு எப்பமும் இருக்கும். அதுக்காச்சிட்டித்தான் ‘சல்லி’க்கு முன்பணம் கொடுத்துக் கைக்குள்ளவே வச்சுக்கிடுறது. அவங்கள எங்கயும் போகவிடுறது கிடயாது. குச்சில் கட்டி உக்கார வச்சுக்கிடுறது. அப்படி ஆளும் பேருமிருந்தாத்தான் செங்கல்கள் உற்பத்தி யாகும். அதுவும் மழைக்கு முன்னக் கூட்டியே சுட்டெடுக்கணும். ஒரு கால அளவுல நடக்கிற வேல. பெறவு வேல இருக்காது. யாரும் இருக்க மாட்டாங்க. அதுவும் ‘ஸ்டாக்’ இருக்கிற செங்கல் பூராவும் வித்துப் போச்சுன்னா, செங்கல் சூள மட்டும்தான் உக்காந்துக்கிட்டிருக்கும். இந்தச் செங்கல் சூளைகளுக்கு நெருக்கடிகளுல சேர்ந்து, வதங்கி, மெலுஞ்சு, மெல்லவும் முடியாம, கக்கவும் முடியாம, கஷ்டத்தின் கூறு வாராவ. இப்டித்தான் நம்மளும் வந்திருக்கோமோன்னு நெனச்சார் ஊர்க்காத்தான்.

நல்லையாவுக்குத்தான் ஒரு மாதிரி இருந்துச்சு. தகப்பனுக்கு வேல வாங்கிக் கொடுக்கணும். பெரிய முதலாளி எப்பம் வருவாருன்னு தெரியல. வரட்டும்னா வேல மெனக்கிடும். வேல செஞ்சா கூலி. அதுவும் எடு பிடி வேல இங்க தங்கி இருக்கிறீயவளுக்கு போகதான் வேல. அவியத்தான் கல் அறுக்கணும். கல்லுக்கு இவ்வளவுன்னு உண்டு. ஒரு நாள் முழுசும் கல் அறுத்தால் கூலிக்குக் கட்டும். இல்லன்னா அம்புட்டுத்தான். வேலைக்குச் சொன்ன நேரத்துக்கு வரணும். சுணங்கிட்டா போகச் சொல்லிடுவாவ. கஞ்சிச் சட்டியைச் சுமக்கக் கஷ்டமாக இருக்கும். இன்னும் காத்திருந்தால் ஒண்ணும் முடியாதென்று மல்லு சாம்பானைத் தேடிப் போனான் நல்லையா.

மல்லு சாம்பான் கிணத்துக்கிட்ட நின்னார். வயது எழுபது இருக்கும். சின்ன வயசுலேயே செங்கல் சூளைக்கு வந்தவர். அவர் புள்ளியளுவ, ஆளுக்கொரு ஊர்களுல இருக்காவ. அவரும் அவர் பெஞ்சாதியும் இங்ஙன தங்கிட்டாக. பெஞ்சாதி குச்சில்ல குத்த வச்சுக்கிட்டிருக்கும். அவர் சும்மா

சுத்திக்கிட்டு வருவார். அவுருக்குக் கால் வலிச்சா, எங்Nனை யாவது குத்த வச்சுருவார். அவருக்கும் மூஞ்செல்லாம் சுருக்கு விழுந்துப் போச்சு. சதை வத்தி எலும்பும் தெரிஞ்சது. தலைமுடி கழிஞ்சு, இருக்கிற முடியும் நரைச்சுப் போச்சு. அவருக்கு மாசச் சம்பளம். இருக்கக் குச்சில். எங்கும் போகலாம், வரலாம். யாரும் கேட்க மாட்டாங்க. அவருக்குப் படிப்பறிவு கிடையாது. கடையில சாமான் வாங்கிட்டு வரத் தெரியாது. ஆனால் ஒரு செங்கல் சுட்டிருக்கா இல்லையான்னு கண்டுபிடிக்கத் தெரியும். மண்ணுல களி ஜாஸ்தி, மண்ணச் சேர்க்கணும்; களில மண்ணு ஜாஸ்தி, களி சேர்க்கணும்னு பார்த்தவுடனே சொல்வார். இந்த மண்ணுக்கு நிறம் வராது, கருப்படிக்கும்ன்னுகூட அவருக்குத் தெரியும். அறுத்த செங்கல் சரி இல்லன்னா, பார்த்தவுடனே சொல்வார். செங்கல்லைத் தூக்கிப் பார்த்துக் கனம், அடர்த்தி, வலு, பலம், உறுதி எல்லாத்தியும் சொல்லக் கூடியவர். அச்சுல அமுக்கிற செங்கல் சரி இல்லன்னா, அவரே உக்கார்ந்து, இப்டி அச்சுல மண்ண அமுக்கி வைக்கணும், கைய வச்சு இப்டித் தட்டி வழிக்கணும்னு சொல்லிக் கொடுப்பார். அவர் செங்கல் அறுத்தார்ன்னா, அதன் அளவு துல்லிதமாய் இருக்கும். தொழில்ல கை தேர்ந்தவர். அவரச் சும்மா வச்சு சம்பளம் கொடுக்கறதுனால, நாயக்கருக்கு ஒன்னும் கெட்டுப் போகாது. அங்கவுள்ள செங்கல்கள் உறுதியாக இருக்கும். தூக்கி நச்ன்னு போட்டாலும் உடையாது. இதுவரைக்கும் செங்கல் சரி இல்லன்னு யாரும் வரல. ஒரு ஆவலாதியும் கிடையாது. செங்கலுக்கு எப்பமும் 'ஆபர்' இருக்கும்.

நல்லையாவைப் பார்த்த மல்லு சாம்பான், "என்ன நல்லையா விரசலா வார. மொதலாளிய பாத்தியா. என்ன சொன்னாரு"ன்னார். நல்லையாவும் வந்து நின்னதும், "பெரிய மொதலாளி இல்ல. சின்ன மொதலாளிதான் இருந்தாரு. அவுருக்கிட்ட சொன்னேன். அவுரு ஒங்களக் கூட்டிக்கிட்டு வரச் சொன்னான். மல்லு சாம்பான் பதில் சொல்லல. மெல்ல நடந்து வேப்பமரத்து நிழலுக்கு வந்தார். அவரும் யோசிச்சுப் பேசினார்; "ஒங்கையா வேல பார்க்கட்டும், அதுபத்தி ஒன்னுமில்ல. அட்வான்ஸ் கேட்கிங்களே, அதான் யோசிக்க வேண்டியதிருக்கு. அட்வான்ஸ் வாங்குனா நீங்க இங்கத் தங்கணும். சடையன் குளம் போக முடியாது."

"அது எப்டித் தாத்தா போகாம இருக்க முடியும்? இன்னா யிருக்கு ஊர். ராத்திரி போயிட்டுக் காலைல வந்திடுறோம்."

"நான் போகச் சொல்லிடுவேன். ஆனா மொதலாளி வுட மாட்டாரு. நாயக்கர் நாடு கண்ட பாப்பான், ஒரு சல்லிக் காசு வுட

மாட்டான். ஒன்ன மாதிரிதான் சொந்தக்காரன்னு அட்வான்ஸ் வாங்கிச் சேர்த்துவுட்டேன். அவிய அட்வான்ஸைக் கழிக்கல. சொல்லாம போயிட்டாவ. பெறவு நாந்தான் அவியள தேடிப் பிடிச்சு, வேலைக்குக் கொண்டுவரப்பட்ட பாடு பெரும் பாடு, இப்பம் நாந்சொன்னா மொதலாளி கேட்க மாட்டாரு. அதான் ஒன்ன வுட்டு கேட்கச் சொன்னது." "அப்டி நாங்க இருக்க மாட்டோம் தாத்தா. சொன்ன மாதிரி நடந்துக்கிடுவோம். வேலைக்கு ஒழுங்கா வருவோம். செங்க அறுத்து கடனக் கழிச்சிடுவோம். நீங்க சொன்னா எப்டியும் அட்வான்ஸ் கெடைக்கும். வாங்கித் தாங்க தாத்தா." "கொஞ்ச பணம்ன்னாலும் பரவாயில்ல. நீங்கக் கேட்கிறது ரெம்பவுல இருக்கு. இது மொதலாளி பாத்துத்தான் கொடுக்க முடியும். அதுவும் ஆர்ராவது சொல்லணும். அப்பந்தான் கொடுப்பாவ. இங்ன பொங்கித் தின்னுட்டு இரிங்க. வேலயப் பாருங்க நா சொல்லி அட்வான்ஸ் வாங்கித் தாறேன்."

மல்லு சாம்பான் சொல்லுறதுல தப்பில்ல. அவர் அனுபவப் பட்டவர். சொல்லுறாரு. என்ன செய்ய? ஒரு கடன அடைக்க இன்னொரு கடன். இதுக்கு வட்டி கிடையாது. மொத்தமாகவும் கொடுக்க வேண்டாம். பணமாகவும் கொடுக்கணும்னு கட்டாயம் கிடையாது. ஆனாலும் கொடுக்கணும். உடலை வளைச்சுக் கொடுக்கணும். லீவுபோடக் கூடாது. வேர்வை சிந்தனும். நரம்பு தென்னனும். குண்டிச் சதை கரைஞ்சு போகணும். அப்பந்தான் கூலி கைக்குக் கிடைக்கும். அட்வான்ஸ் பிடிச்சது போக மிச்சம் கொடுக்கிற கூலில பொங்கி தின்னுக்கிட்டு, குச்சில்ல முடங்கிகிட்டு, காலைலேயே எந்திரிக்கணும். வேலையைத் தொடங்கணும். அந்தி சாஞ்சு, பொழுதடைஞ்சு, இருட்டுன பெறவுதான் வேலையை விட்டு இறங்கணும். இதெல்லாம் செஞ்சிடலாம். நல்லையாவுக்கு நம்பிக்கையும் திடணும் தைரியமும் இருந்துச்சு. வேலை செஞ்சு கடனை அடைச்சுட்டு, நிம்மதியாக வாழணும்னு அவரும் நெனச்சார். அதை வச்சுப் பணமும் கேட்டார். சாம்பான் தட்டிக் கழிக்கார். என்ன செய்றது?

நல்லையா கையைப் பிசைஞ்சார். பெறவு தாத்தாவைப் பார்த்தார். அவர் குரல் கெஞ்சுற மாதிரி வந்துச்சு. திரும்பவும் சொன்னதையே சொன்னான்: "அப்படியெல்லாம் இல்ல தாத்தா. நாங்க சொன்ன மாதிரி கடன அடைப்போம். வேலை செய்வோம். எங்களால் எந்த பிரச்சனையும் வராது."

"நானும் என்ன சொல்லுறேன். பணத்த வாங்கித் தாறேன். இங்ஙன தங்குங்க. வேலய செய்யுங்க. பணம் கழியும்னுத்தான் சொல்றேன்."

மல்லு சாம்பானும் திரும்பத் திரும்ப அதையேதான் சொன்னார். நல்லையாவுக்கும் என்ன பேசணும் தெரியல. பணத்தை வாங்கிட்டாலே. இங்க தங்கணும்போல தெரிஞ்சது. அப்படின்னா தொடிச்சியையும் கூட்டிக்கிட்டு வரணும். வீட்டுல ஆடு கோழி நிக்கி, அதுகளையும் பார்க்கணும். குன்னி மாரியான் வீட்டுக்கு வருவான். அவனுக்கும் பொங்கிக் கொடுக்கணும். தம்மக்காரச் சாம்பாத்திதான் பாவம். அவளுக்கு வேலை ஜாஸ்தி இருக்கும். ஒன்னையும் கொறைக்க முடியாது. செஞ்சாகணும். அதுலையும் ரெண்டு செலவு. இதெல்லாம் சொன்னாலும் மல்லு சாம்பான் கேட்கிற மாதிரி தெரியல."

"சரி தங்குறோம். பணத்துக்கு ஏற்பாடு செய்யுங்க"ன்னார்.

மல்லு சாம்பானும் சொன்னார்: "சரி ரெண்டு பேரும். இப்பம் வேலய பாருங்க. மொதலாளி வந்ததும் கூப்பிட்டு வுடுறேன்."

மூஞ்சி கருக்கல்ல சேவல் கூவிச்சு. அயர்ந்து தூங்கிட்டிருந்த தொடிச்சி கண் விழிச்சாள். போர்வையை மூடிப் படுத்திருந்த அவள், வானத்தைப் பார்த்தாள். நீலமாய் இருந்துச்சு வானம். அதுல நட்சத்திரங்கள் சிதறிக் கெடந்துச்சு. அதுகளைப் பார்க்க அழகாக இருந்துச்சு. திறந்த வெளில படுத்திருக்கிற ஆட்கள் மங்கலாய்த் தெரிஞ்சுச்சு. மணி என்னயிருக்கும்னு தெரியல. உடம்புல அசதி. ஆனாலும் வயித்துல பிள்ளை தடவிக் கொடுக்கிற மாதிரி சுகம். மகிழ்ச்சி. இதுவும் வீட்டுல இருந்தால், இன்னம் சந்தோஷமாக இருக்கும். புது இடம். இங்க வந்து ரெண்டு நாளாச்சு, சோறு கறி பொங்கி வைக்கணும். கூடமாட இருந்து ஏண்ட உதவியைச் செஞ்சுக் கொடுக்கணும். அப்படித்தான் நேரம் போவுது. இன்னக்கி எப்படியிருக்கும்னு நெனச்சுக்கிட்டே படுத்துக் கிடந்தாள். அவளுக்கு எந்திரிக்க மனசில்ல. குளுந்த காத்துல போர்வையைப் போர்த்திக்கொள்ள சுகமாக இருந்துச்சு. திரும்பவும் இன்னொரு சேவல் கூவ, பொன்னம்மக்கா எழுந்து, கை லாம்ப பத்த வச்சாள். அந்த வெளிச்சம் அங்ஙன பூராத் தெரிஞ்சது. எந்திரிச்ச ஆம்பளைங்க பீடி பத்த வச்சாங்க. தீக்குச்சி உரசுகிற வெளிச்சம் குப்னு வந்துச்சு. வெள்ளிகளும் காணாமப் போச்சு. விடி வெள்ளியும் மங்கிக்கிட்டிருந்துச்சு. கிழக்குல வானம் சிவந்துச்சு; வெளிச்சம் வந்துச்சு; காலை பெறந்துச்சு.

எதுர்த்தாப்பல செத்த செத்தங்கானு குச்சில்வ. ரெண்டாளு உக்காரலாம். துணி மாத்திக்கிடலாம். ஓராளு வேணுமானால் படுக்கலாம். அவ்வளவுதான் வீடு. வெளில மண்ணக் குழப்பி அடுப்பாங்கரை உருவாக்கி இருந்தாவ. அதுக்கும் மறைப்புக்

கிடையாது. மழை பெஞ்சா கரைஞ்சிப் போகும். பக்கத்து குச்சில்லுலுருந்து புள்ளிய ஓடி வந்துச்சு. அந்த ரெண்டும் அம்மணங்குண்டி. தலைமுடி கறுப்பு, வெளுப்பு சாம்பலுமாய் இருந்துச்சு. காணாததுக்கு அதுக திரேகமும் அழுக்கு, தூசி, புழுதியுமாய்ப் படிஞ்சிருந்துச்சு. இப்படியிருந்தா இதுக எப்படி பள்ளிக்கூடம் போவும்?

ஆம்பளைங்க வெளிக்குப் போயிட்டு வந்தாங்க. அங்ஙன இங்ஙன சுணங்கல. நிக்கல. குத்த வைக்கல. தலைப்பாலை இழுத்துக் கட்டிக்கிட்டாங்க. வேட்டியை மடிச்சுக் கட்டிருந்தாங்க. மேலுல சட்டை இல்லை. கன்னங்கரேல்னு இருந்த திரேகம் முறுக்கேறி இருந்துச்சு. இனிம சட்டியையும் மம்முட்டியையும் எடுத்துக்கிட்டா ஒரே வேலதான். என்ன நடந்தாலும் தெரியாது. கீழ பள்ளம் பார்த்து நடக்கணும். மண்ண அள்ளி மேலக் கொண்டு வரணும். அதைக் குமிச்சு வச்சுக்கிடணும். அப்பந்தான் செங்கல் அறுக்கத் தோதுவாய் இருக்கும். அதுக்காகச்சிட்டி காலம்பெறயே வேலயைத் தொவக்னாங்க. ஆம்பளையாட்கள் இந்த வேலையை செஞ்சா, பொம்பளை யாட்களுக்கு வீட்டுல வேலை சரியா இருக்கும். பழையது இல்லன்னா பொங்கணும். ஆகாரத்துக்குக் கூட்டு பார்க்கணும். கோழி, ஆடு, பன்னின்னு இருக்கு. அதுகளுக்கும் தீவனம் பார்க்கணும். புள்ளியளுக்கு வயித்துக்குக் கொடுத்து வேலைக்குக் கூட்டிக்கிட்டுப் போகணும். பொசுக்கும் வெயில்ல ஆளும் பேருமாய் நின்னு செங்க அறுக்கணும். வெயில் ஏற ஏற பிள்ளைங்க தப்பிச்சு ஓடும். அதுகளுக்குத் தின்பண்டங்களும் தண்ணியும் கொடுத்து ஏமாத்தி வேல வாங்கணும். பொம்பளையாட்க வேலை செஞ்சுக்கிட்டே அங்ஙன சுள்ளிகளையும் பெறக்கிக்கிடுவாவ. ஆம்பளை யாட்களும் வேலை பாத்துக்கிட்டே, அங்ஙன 'கண்ணி' வைப்பாவ. அதுல பறவைக அம்புடச்சல சந்தோஷமாக இருக்கும். பையமார்க கொமரு பிள்ளைகளோட வேலை செய்யச்சில உரசல் வந்திடும். முதல்ல கோபம் வரும். பெறவு சிரிப்பு வரும். ஈஸியா காதல் பெறந்திடும். இனிம அந்தப் பார்வை, அந்தப் பேச்சுலேயே வேல நடக்கும்.

3

ஒங்கச் சங்காத்தமே வாண்டாம். ஒங்கத் துட்டு மயிரும் தேவையில்ல. ஆள விட்டா போதும் சாமிங்கிற மாதிரி சாம்பாக்கமாருங்க சன சனமாக் கிளம்புனாங்க. குச்சில்க காலியாகக் கெடந்துச்சு. காடுகரை வச்சுருந்தவியளுக்குப் பொசு பொசுன்னு வந்துச்சு. சின்னராஜாத் தேவர் கையப் பிசைஞ்சார். "சிறுக்கிவிள்ளைங்க ஏமாத்திட்டுப் போயிட்டே"ன்னு புலம்பினார். சிவன் கோனாரும், "அதுதானுங்க. நம்மக் கைல ரெண்டு ப(ள) றயனுங்க எடுபிடி வேல செஞ்சுக்கிட்டிருந்தானுவ. அவனுவளயும் இப்பம் காங்கல!"ன்னு சொல்லிக் கிட்டு அலஞ்சார். அங்ஙனக் கூடி பெறக்கிட்டு வந்த ஆட்களும் ஒழுங்கா நிக்கல. யாரையும் கண்டிக்கவும் முடியல. கூலி கொடுத்தும் முத்த மாட்டெங்கு. அந்தக் கூலிக்குத் தக்கன வேலையும் காங்கல. வாதிரிமாருங்க இருக்காங்க. அவியள வான்னு கூப்பிடவும் முடியாது. கூப்பிட்டாலும் வரவும் மாட்டாவ. அவிய பொம்பளைங்க ராட்டினத்துல நூல் நூற்கிறாங்க. ஆம்பளைங்க தறி போடுறாங்க. சேலை வேட்டி விற்று அவிய பொழைப்பு. அங்ஙன உள்ள அருந்ததியர்களும் துப்பரவு வேலைக்குப் போறவிய. பெறவு யாரப் போய்க் கூப்பிட?

நாயக்கமாரும் கூடிப் பேசினாங்க. கூட்டத்துல முடிவு எட்டல. புழுக்கமும் கிறக்கமும் ஜாஸ்தியா இருந்துச்சு. கடேசில ஒரு நாயக்கர், "நம்ம நெலத்த நம்மதான் பாடு பாக்கணும், ஆட்க கெடைக்கலன்னா,

ஊட்ல உள்ள எல்லாரும் சேர்ந்துதான் வேல பாக்கணும்"ன்னார். அதுக்கு நாட்டாம நாயக்கர், "தோப்பு வச்சுருவியளுக்கு இது தோதுப்படாது. ஆட்களக் கூட்டி வந்தாத்தான் காரியம் நடக்கும்"ன்னார். அவிய எல்லாரும் விளாத்திகுளம் செங்கல் சூளைக்குப் போனாவ. அங்க நல்லையா, அவர் அப்பா ஊர்க்காத்தான் இன்னும் அஞ்சாறு அவிய தெருக்காரவிய வேல செய்கிறாவ. செங்கல் சூள வச்சுருக்கிறது ஒரு நாயக்கர். நாயக்கர்க்குச் சாதகமாக எல்லாத்தியும் நிப்பாட்டிடுவாருன்னு போனதுக்கு, இவிய உருட்டல், பெறட்டல், சாமாத்தியம் எதுவும் அங்க பலிக்கல. முதலாளி நெத்தியடி அடிச்சார். ஒங்க ஊர்க்காரங்க எங்கவூர்காரங்கன்னு இங்க வந்து பேசாதீங்க. இது தொழில் நடக்கிற இடம். சாதி பாக்க முடியாதுன்னுட்டார். ஆனால் தீப்பெட்டி ஆபிஸ் முதலாளி, அவர், கம்பெனில சாதிவாரியா கணக்கு எடுக்கச் சொன்னார்.

குன்னிமரியான் கிட்டக் கேட்கச்சில தயங்கினான். இருந்தாலும் பயப்புடாம சத்தமாகச் சொன்னான்: "பறையர்"ன்னு. கணக்க பிள்ளையும் அத எழுதிக்கிட்டு, "ஏலே நீ பறயப் பயலாருக்க. ஒழுங்கா வேல செய். அப்டி ஆளுதான் வேணும்னு முதலாளி நெனக்காரு கவனம்"ன்னு எச்சரிச்சுட்டுப் போனார். குன்னிமரியானுக்கு ஒரு மாதிரியாயிற்று. அப்படியே நின்னுட்டான். ஒரு வேலயும் ஓடல. செம்பகம்தான் பவுடரக் கலக்கிட்டிருந்தாள். அவளப் பார்த்து அவன் கேட்டான்: "இப்பம் தெரிஞ்சு இருப்பேல. நா என்ன சாதின்னு?" "அதுக்கென்ன இப்பம்?" அதுக்கு அவனால் பதில் சொல்ல முடியல. அவள் நிதானமாக வேல பார்த்துக்கொண்டிருந்தாள்.

செம்பகத்துக்குத் தீக்காயம் பட்டுச்சு. சின்னக் காயம். அதுவும் முழங்கைல காயம். உஸ்சு உஸ்சுன்னாள். அய்யோன்னு அழவும் செஞ்சாள். அவன்தான் அவள தொட்டிக்கிட்டக் கூட்டிக்கிட்டுப் போனான். கைல குளிரக் குளிரத் தண்ணி கோதி ஊத்தினான். அவளுக்கு, அவன் கையைப் பிடிச்சது அச்சுறுத்த லாக இருந்துச்சு. அதுவே பதற வச்சது. பயப்படவும் வச்சது. 'வெடுக்'ன்னு கையை இழுத்துக்கிட்டாள். வலி குறையும் தண்டியும் இருந்துட்டு வந்தாள். அந்த இடம் மட்டும் பொக்களமாய் இருந்துச்சு. அவளாகத்தான் கையக் காட்டினாள். அவன் தொட்டுப் பார்த்தான். நட்பு நெருக்கமாச்சு. காதலாகக் கனிஞ்சது.

செம்பகத்தைக் கூட்டிக்கிட்டு வந்தான். கொஞ்சத் தூரமாய்ப் போயிருக்கணும். இன்னா இருக்கு தூக்குக்குடி. அங்ஙன போனா, ஒண்ணுக்கு மூணு சித்தப்பாமாருங்க இருக்காங்க. தம்பிமாருங்க இருக்காங்க. சொந்தக்காரங்க இருக்காங்க. தெரிஞ்ச ஆட்க இருக்கு. தங்கிக்கிடலாம்.

பாதுகாப்பு இருக்கும். கண்டுபிடிக்க முடியாது. யாரும் காட்டியும் கொடுக்க மாட்டாங்க. அப்படியே வந்தாலும் ஒரு கை பார்க்கலாம். கலியாணத்தை முடிச்சிடலாம். பொண்ணு மாப்பிள்ளை சந்தோஷமா வாழும். இத நெனக்கல அவன். மைனி ஊரு பக்கத்தூரு. அந்தச் சோட்டையன் தோப்புக்குக் கூட்டிக்கிட்டுப் போனான். தொடிச்சிக்கு ஏழு மாசமாக இருக்கச்சில, பொங்கிப் போட்டுக் கூட்டிக்கிட்டுப் போனாங்க. மைனி இருக்கிற தைரியத்துல, ரெண்டுபேரும் பயந்து, பதுங்கி, பார்த்து, ஒழிஞ்சி வீடு வந்துசேர்ந்தாங்க.

காத்தமுத்து செம்பகத்தைப் பார்த்ததும், இது இன்னார் மகள், இப்படி விசயம்னு தெரிஞ்சுப் போச்சு. பதற்றம் அடைஞ்சார். பதறிப்போன கள்காரிக்கும் ஒரே பயம். அவுங்களைப் பார்த்து மிரண்டாள். வார்த்தைக வரல. அப்படியே நின்னுட்டாள். தொடிச்சிக்கு அப்படி நிக்க முடியல. பலதும் நெனக்கத் தோன்றிச்சு. அந்தத் தெகைப்பு மேலிட கொழுந்தனப் பார்த்தாள். அவன்மேல் கோபப்பட்டாள்: “என்ன குன்னிமரியான் ... இப்டிச் செஞ்சுட்ட? இந்தப் புள்ள யாருன்னுத் தெரியும்ல ... நாளப் பின்ன ஒண்ணு கெடக்க ஒண்ணாச்சின்னா யாரு பொறுப்பேக்கிறது?”

தொடிச்சி மைனியா இப்படிப் பேசுறது? மைனி துணிச்சல் உள்ளவா. தைரியம் சொல்லுறவா. அவள நம்பலாம். நம்பிக்கை வீண் போவாதுன்னு நெனச்சதெல்லாம் பொய்யா? எல்லாமே பேச்சோடுதானா? இப்டித் தெரிஞ்சா இங்ன வந்திருக்கவாண்டாம். நேராய் வீட்டுக்குப் போயிருக்கலாம். அப்பம் காத்தமுத்துவும் சேர்ந்து அதட்டினார்: “என்ன பொண்ணு நீ. ஒரு வயசுப்புள்ள இப்டி வரலாமா? நாங்க சரின்னாலும், ஓங்க ஊட்ல வுட்டுக் கொடுப்பாங்களா? இவ்வளவு வெபரம் தெரிஞ்சப் புள்ள இப்டி நடந்துக்கிட்டியே?”

செம்பகத்துக்குப் பதற்றம் ஜாஸ்தியாச்சு. சுவருல சாஞ்சு நின்னு அழுதாள். கண்ணுல மாலை மாலையாய் நீர் வடிஞ்சது. அவள் திரேகம் வெட வெடச்சுச்சு. அதைக் கண்ட கள்காரி, “தைரியமா வரத் தெரியுது. இப்பம் அழுதா என்ன அர்த்தம்?”ன்னு கேட்டாள்.

அப்பந்தான் செம்பகம் பேசினாள். “நா முடியாதுன்னு தான் சொன்னேன். இவியதான், எம் மேல உசுர வச்சுருந்தா, எம் பெறத்தால வான்னாவ. தட்ட முடியல வந்துட்டேன்.”

“அவன் சொல்லத்தான் செய்வான். ஒனக்கு அறிவு எங்கப் போச்சு?”ன்னு கேட்டார் காத்தமுத்து.

தொடிச்சி இடைல கேட்டாள்: "நீங்க ரெண்டுபேரும் இங்ன வந்ததப்பத்தி ஒண்ணுமில்ல. ஊர் ஒலகத்துல இல்லாததை யும் நீங்க செய்யல. ஒருத்தருக்கு ஒருத்தர் விரும்பியிருக்கிறிய. வந்திருக்கிறிய. ஆரும் கழுத்தப் பிடிச்சு தள்ள மாட்டாவ, ஒங்க ஊட்ல எதாச்சும் செஞ்சிடக் கூடாது. அதுதான் பயமாயிருக்கு?"

காத்தமுத்து வெளுத்த வேட்டி சட்டையையும் எடுத்து அணிஞ்சுக்கிட்டார். "ஊட்ட பூட்டிக்காங்க. அவியளப் பத்தரமா பாத்துக்காங்க. நாஞ்செத்த நேரத்துல வந்திடுறேன்"னு போனார். திரும்பி வரச்சில ரெண்டு போலீஸ்காரங்களையும் கூட்டிக்கிட்டு வந்தார். குன்னிமரியான் கலக்கம் அடைஞ்சான். அவனுக்கு அதிர்ச்சியும் ஆத்திரமும் வந்துச்சு. குளிருல ஒண்டுற குருவி மாதிரி செம்பகம் நின்னாள். காத்தமுத்து மர நாற்காலிகளைத் தூக்கிப் போட்டார். அவியள உக்காரச் சொன்னார். முந்தில உள்ள பணத்தை எண்ணிக் கொடுத்தார். ஏட்டையா சுருட்டிப் பாக்கட்டுல வச்சுக்கிட்டார்: "சரி, புறப்படுங்க. மத்தத ஸ்டேசன்ல பேசிக்கிடலாம்".

"என்ன மாமாவ்! இதெல்லாம் ஒங்களால முடியலன்னா, சொல்லிருக்கலாம்ல. இப்டி போலீசைக் கூட்டி வந்து நிக்கிய"ன்னு குன்னிமரியான் கேட்டான்.

உடனே அந்தப் போலீஸ்காரர் அதட்டினார்: "என்னடா, செஞ்சதையும் செஞ்சிட்டுப் போலீஸான்னு கேட்க? ரெண்டு பேரும் உள்ள இருங்க. அப்பந்தான் புத்தி வரும்."

அதக் கேட்டு செம்பகம் பதறினாள். இப்பமே இப்பிடிருக் காங்க. போகப் போக எப்பிடியெல்லாம் இருப்பாங்கங்கிற நெனப்பே குலுங்க வச்சது. குன்னிமரியானை நம்பி வந்தது தப்பாப் போச்சுங்கிற மாதிரி அழுதாள். கண்ணீர் வடிஞ்சுது; நாசி ஒழுகிச்சு. தொடிச்சி ஆறுதலாய் அணைச்சிக்கிட்டாள். அவளுக்கும் குழப்பமும் திகைப்புமாய் இருந்துச்சு. அவளுக்கும் கொழுந்தனப் பத்தித் தெரியும். அவனும் ஜாஸ்தி பேசமாட்டான். அவங்கிட்டப் பழகுவதற்கே நாளாச்சு. அவனுக்கும் மைனிமேல மரியாதை உண்டு. இப்பம் அவன் நிக்கிற நெலமையைக் கண்டு கண்ணுல நீர் வடிஞ்சது அவளுக்கு. "என்னப்பா இப்டித் திடுதிப்ன்னு போலீஸைக் கூட்டிட்டு வந்து நிக்கியே!"ன்னு கேட்டாள்.

மவள காத்தமுத்து அடக்கினார்: "நீ கம்னு இரி. எல்லாம் நல்லா நடக்கும்."

போலீஸ் ஸ்டேஷனுக்குள் வந்ததும், எல்லாரையும் பெஞ்சுல இருக்க வச்சாங்க. சப் இன்ஸ்பெக்டரும், செம்பகம்

வீட்டுக்கும் குன்னிமரியான் வீட்டுக்கும் ஆள் அனுப்பி வச்சார். அவரும், "அவுங்களும் வரட்டும் பேசிக்கிடலாம்"ன்னார். காத்தமுத்து நின்னுக்கிட்டே இருந்தார். பெறவு அவுரா வலியப் போய் இன்ஸ்பெக்டர்க்கிட்ட, "அய்யா நீங்க எப்டிச் செஞ்சாலும் பரவாயில்ல. ஒத்தைல வெளியே அனுப்பிடாதீங்க?"ன்னார்.

"எல்லாரும் வரட்டும்மையா, வந்தப் பெறவு பேசிக்கிடலாம். அதுந்தட்டியும் உக்காருங்க."

மாமாமேல கடும் கோபம் குன்னிமரியானுக்கு. நம்பி வந்தவங்களக் கழுத்த அறுத்துட்டாருன்னு நெனச்சான். "எங்கள வுட்டுருங்க. நாங்க எங்காச்சும் போய் பெழச்சுக்கிடுவோம்"ன்னான்.

"நீ எதுவும் பேசக் கூடாது. சும்மா இரி"ன்னு அடக்கினார் ஏட்டையா. அவன் குழப்புறதைக் காத்தமுத்தும் கண்டுக்கிட்டார். அவன ஆறுதல்படுத்துற மாதிரி அவரும் சொன்னார்: "இல்ல குன்னிமரியான். நீ எங்க போனாலும் வுடமாட்டாங்க. உண்டு இல்லன்னி ஆக்கிப்புடுவாவ. அதுக்கு இங்ன இருக்கிறது நல்லது."

"இது என்னமோ சொன்னக் கதெயாலருக்கு. எத்தன நாளைக்குப் போலீஸ் இருக்க முடியும்? நாங்க ரெண்டு பேரும் சேர்ந்து வாழுறதா முடிவு பண்ணிட்டோம். வுட்டுட வேண்டியதானே. நா ஒரு முட்டாள். ஓங்க ஊட்டுக்கு வந்தேன் பாருங்க. அதச் சொல்லணும்."

"கோபப்படாதீங்க. பொறுமையா இருங்க. சிக்கலான விசயம். திடுதிப்னு எதுவும் செஞ்சிட முடியாது." காத்தமுத்து சொல்லச்சில, ஏட்டையா குறுக்கிட்டார்: "அட நீங்க ஒண்ணு. அவங்கிட்ட என்ன பேச்சு. இப்பம் நடக்கிறத பாப்போம்."

அப்பந்தான் தகப்பனும் மகனும் வந்தாவ. விசயத்தை அவியக்கிட்டச் சொன்னதுமே பதறியிருக்கணும். அந்தப் பதற்றம் ஜாஸ்தியாகவே இருந்துச்சு. வேர்த்து விறுவிறுத்து உள்ள நுழைஞ்சதும், "ஏலே என்ன? இப்டிச் செஞ்சுட்டே? கொஞ்சமாவது கூறுருக்கா. ஒன்னாச்சுன்னா ஆரு என்ன செய்ய முடியும்?"ன்னு படபடன்னு கேட்டார் ஊர்க்காத்தான். வெடிச்சுக்கிட்டு வருற கோபத்தக் கட்டுப்படுத்திக்கிட்டான் குன்னிமரியான். செம்பகம் கண்ணீர் வடிச்சுக்கிட்டு தலை குனிஞ்சு உக்கார்ந்துக்கிட்டிருந்தாள். உடனே உஷாரான காத்தமுத்து, ஊர்க்காத்தானை மறிச்சு, அவரயும் அவர் மவனயும் அந்தாலக் கூட்டிட்டுப் போனார். தள்ளிப்போய் ஜன்னல் ஓரமாய் நின்னுக்கிட்டுச் சொன்னார்: "இதுதான்

விசயம். என்னமோ நடந்துபோச்சு. ரெண்டும் நம்ம புள்ளய. நம்மத்தான் காப்பாத்தணும். அந்த வூருக்காரனுவ சாதி வெறிப் பிடிச்சவனுவ மட்டும் இல்ல, ரத்த வெறியும் புடிச்சவனுவ. என்ன வேணும்னாலும் செய்வானுவோ. ஏற்கெனவே கண்ணால பாத்திருக்க. இப்பம் புள்ளைங்கள வுட்டா பொசுக்கிப்புடுவானுவ. அதுதான் போலீஸுக்குக் கூட்டீட்டு வந்துட்டேன். உக்கார்ந்து பேசி நல்ல முடிவோட புள்ளியளக் கூட்டிக்கிட்டுப் போவோம்."

ஊர்க்காத்தானுக்கு ஒண்ணுமே சொல்ல முடியல, அவர் கலங்கிப் போய் நின்னார். நல்லையாவுக்கு நிதானமாக நிக்க முடிஞ்சுச்சு. செம்பகத்தை அண்ணாந்து பார்த்தார். செம்பகம் கறுப்புதான்; சித்துப் புள்ளயாகவும் லட்சணமாகவும்தான் இருந்தாள். இனிம தம்பி பெஞ்சாதி கொழுந்தியாளக் கண் கலங்காமக் கூட்டிக்கிட்டுப் போவணும். அதுதான் அவர்க்கு முக்கியமாக இருந்துச்சு, வச்சிகிட்டுதான், அவரும் சொன்னார்: "சரியப்பா, வாங்க. உக்காருங்க. பிரச்சனை எப்டி முடியுதுன்னு பாத்துக்கிடுவோம். பெறவு நம்ம செய்ய வேண்டியதச் செய்வோம்".

செத்த நேரத்துல அஞ்சாறு ஆம்பளையாட்கள் வந்தாங்க. அவியள்ல ஒராளு அந்தப் புள்ளக்கி தகப்பன். மந்திரத் தேவர்க்கு மவளக் கண்டதும் மூஞ்சி இறுகிப் போச்சு. இது போலீஸ் ஸ்டேஷன்ங்கிறதும் மறந்து போச்சு. "அடியே . . . அடங்காத முண்ட. என்ன தெனாவெட்டிருந்தா ஒரு பறத்தாயோளிகூட ஓடி வந்திருப்ப?"ன்னு கனைச்சார். ஓடிவந்து அடிக்க வந்தார். அங்ஙன நின்ன போலீஸ்காரவிய தடுத்துட்டாங்க. "தூரப் போயா. இது என்ன ஒங்கப்பன் ஊடுன்னு நெனச்சியா? சும்மா கம்னு கெட. இல்லன்னா மருவாதக் கெட்டுப் போவும்!"ன்னு அதட்டவும் தேவர் நிதானத்துக்கு வந்தார். தகப்பன் வேகத்தையும் தோற்றத்தையும் பார்த்து செம்பகம் வாய் விட்டு அழுதாள். "வந்தாட்கள்ல ரெண்டு பேரு மட்டும் இரி. மத்தவனெல்லாம் வெளியே போ"ன்னார் இன்ஸ்பெக்டர். அவர் சுட்டிக்காட்டுன நாற்காலில மந்திரத் தேவரும் மருதுபாண்டித் தேவரும் உக்கார்ந்தாங்க. மந்திரத் தேவர் மவளக் கொடூரமாகப் பார்த்தார். அதக் கவனிச்ச மருதுபாண்டித் தேவர், "யேய் என்ன இந்த லம்பு லம்புற. இங்ன வச்சு எதுவும் பேசாத. மொத புள்ளியக் கூட்டிக்கிட்டுப் போவப் பாப்பம். மத்ததெப் பெறவுப் பாத்துக்கிடலாம்"ன்னு முணுமுணுத்தார். எதுத்த, நாற்காலிகள்ல காத்தமுத்துவும் ஊர்க்காத்தானும் இருந்தாவ, அவியளுக்கு அந்தாளு சாதியத் தீண்டிப் பார்த்ததுதான், ஆறாம நெஞ்சுக்குள்ள நின்னது.

“நீதான் அந்தப் புள்ளக்கி அப்பன்னா?”ன்னு கேட்ட இன்ஸ்பெக்டர், அவியளப் பார்த்தார். அவர் மூஞ்சில அமைதியக் காணோம். அவர் குரல் கனமா இருந்துச்சு: “என்ன நீ முந்திக்கிட்டு வார. செவுட்டு வாக்குல கொடுத்தா மூஞ்சி கிழிஞ்சுப் போவும்!”

உடனே மருதுபாண்டித் தேவர், “புள்ளயப் பெத்தவன். எதோ பேசிட்டான். பெருசுப்படுத்தாதீங்க”ன்னார்.

“அவுங்க கலியாண வயசுக்கு வந்துட்டாங்க. இந்தக் கலியாணத்த யாரும் தடுக்க முடியாது. எல்லார் சம்மதமும் இருந்துச்சுன்னா, இங்ன வச்சே முடிச்சுடலாம்”ன்னார் இன்ஸ்பெக்டர்.

அவ்வளவு தான். மந்திரத் தேவர்க்குக் கோபம் பொத்துக்கிட்டு வந்துச்சு. அவர் கைய மருதுபாண்டித் தேவர் இறுக்கிப் பிடிச்சுக்கிட்டுச் சொன்னார், “இது புள்ளங்க. அவ நெனச்ச மாப்புள்ளைக்கு நாங்க கெட்டி கொடுக்கோம். இப்பம் புள்ளயே வுடுங்க. கூட்டிக்கிட்டுப் போறோம்.”

“நீங்க என்ன சொல்லுறீங்க?”

“நீங்க என்ன சொல்றீங்களோ, அது மாதிரி நாங்க கேட்டுக்கிடுறோம்”ன்னார் ஊர்க்காத்தான். இன்ஸ்பெக்டர் செம்பகத்தப் பார்த்தார்: “என்னம்மா... ஒங்கையா கூப்புடுறாரு. ஒனக்கு போவ இஷ்டமா?”

செம்பகம் சொன்னாள்: “சரிங்க போறேன்!”

குன்னிமரியான் திணறிப் போனான். ஏமாற்றம் பிச்சுத் தின்னது. மூஞ்சிம் ஒரு மாதிரியாகிற்று. “என்ன செம்பகம் இப்டிச் சொல்லிட்டே! நம்ம ரண்டுபேரும் சொல்லி வச்சுத்தானே வந்தோம். இப்பம் ஒங்கப்பா பெறத்தால போறங்க. இது ஒனக்கே நல்லாயிருக்கா?”

செம்பகம் பதில் பேசல. அவள் கண்கள்ல நீர் வடிஞ்சபடி நின்னாள். இன்ஸ்பெக்டரும், “சரி, தாமதிக்காம ஒங்கப் புள்ளய கூட்டிக்கிட்டுப் போங்க. போறதுக்கு முன்னால ரைட்டரு இருப்பாரு. அவுரு சொல்லுற மாதிரி மனு எழுதி கையெழுத்துப் போடுங்க. வெளில நிக்கிற ஆட்களையும் கூப்பிட்டுச் சாட்சிக் கையெழுத்து போடச் சொல்ங்க”ன்னார்.

சிரிப்பாணிய வரவழைச்சுக்கிட்டார் மருதுபாண்டித் தேவர். “வாம்மா போகலாம். ஊட்டுக்குப் போயி நாலாட்களக் கூட்டி வச்சுப் பேசி, இந்தக் கலியாணத்த நல்லபடியா செஞ்சிடலாம். பயப்புடாதெ!” அந்த இனிக்கிற அழைப்பு செம்பகத்த நடக்க வச்சது. போகிற செம்பகத்தச் சங்கடத்தோடு பார்த்தான் குன்னிமரியான்.

“செம்பகம், நீ போவத்தான் போறீயா?” செம்பகம் அவனப் பார்க்கக்கூடச் செய்யல. அவள் அவுங்கக்கூடப் போயிட்டாள். காத்தமுத்துவும் ஊர்க்காத்தானும் சங்கடத்த அடக்கிக்கிட்டாங்க.

ஊர்க்காத்தான் இன்ஸ்பெக்டரப் பார்த்துக் கேட்டார்: “அய்யா, அவுங்க புள்ளய, அவுக கூட்டிக்கிட்டு போறாவ. நாங்ளும் காலா காலத்துல போகலாம்ல?”

“முதல அவுங்கப் பிரச்சன முடியட்டும். பெறவு ஓங்கக் கிட்டையும் எழுதி வாங்கணும். இருங்க”ன்னார் இன்ஸ்பெக்டர். ரைட்டரும் எழுதுனதக் கொண்டு காட்டினார். ஒவ்வொரு ஆளாகக் கையெழுத்துப் போடச் சொன்னார்.

செம்பகத்த அழைச்சுட்டு போனாங்க. அன்னைக்கே அவ தூக்குல தொங்கிட்டான்னு சொல்லிப் பொணத்த எரிச்சிட்டதா பறக்குடிக்குத் தகவல் வந்துச்சு. கழுத்த நெரிச்சே கொன்னுட்டதா குசுகுசுன்னு பேசினாக. இனிப் பேசி என்ன ஆக!

ஊர்க்காத்தான் வீடு எரிஞ்சுச்சு. நெருப்பு எல்லாப் பக்கங்கள்லயும் பரவிக் கொளுந்துவிட்டுச்சு. வீட்டச் சுத்தி புகைக் காடு. மூங்கில் வெடிக்கிற சத்தம் சுள்ளு சுள்ளுன்னு கேட்டுச்சு. நல்ல வேள வீட்டுல யாரும் கிடையாது. பக்கத்து வீடும் அண்டைய வீடும் பூட்டிக் கெடந்துச்சு. தம்மக்காரச் சாம்பாத்தி அம்மன் கோவில் முன்ன குத்த வச்சுருந்தாள். அவளுக்கு என்னன்னு தெரியாது. திடுதிப்ன்னு புறப்பட்டுப் போன மகனயும் பேரனயும் எதிர்பார்த்திருந்தாள். தெருவுலயும் அவ்வளவு ஆட்க கிடையாது. பெரியாளு, சின்னாளுன்னு செங்கல் சூளைகளுக்குப் போக, மீதி இருந்தவியளும் ஊர்க்காட்டு வேலை, தீப்பெட்டி ஆபிஸ்ன்னு போனாவ. அவியள பொழுதடையதான் பார்க்க முடியும். சமயம் பார்த்து தீ வச்சுட்டாங்க. இது யார் வச்சா? எவரு வச்சான்னு தெரியாது.

முதல்ல பார்த்த வெள்ளச்சி சாம்பாத்தி திடுக்கிட்டாள். அய்யோ குய்யோன்னு கத்தினாள். அங்கிட்டும் இங்கிட்டும் ஓடினாள். ஆட்கள் இருக்கிற வீட்டு முன்ன நின்னு சத்தம் போட்டாள்: “சீக்கரம் எந்திரிச்சு வாங்க. நம்ம ஊர்க்காத்தான் ஊடு எரியுது!” அங்ஙனம் இருந்தவிய ஓடி வந்தாவ. அதுக்குள்ள வீடு முழுசும் எரிஞ்சுப் போச்சு. வீட்டச் சுத்தி தீக்கங்கு. வெக்கை. பனங்கட்டையெல்லாம் நின்னு எரிஞ்சுது. எல்லாம் கருப்பா ஒண்ணுமில்லாமப் போச்சு. இம்மி இம்மியா சேர்த்துவச்ச பொருட்களையெல்லாம் தீ சுருட்டிக்கிட்டுப் போயிற்று. கடைசில

சாம்பல்தான் மிஞ்சியது. அடுத்தக் குச்சில் தள்ளி இருந்துச்சு. அதுக்குத் தீ பரவாம இருக்க, மண்ணள்ளிப் போட்டாங்க. தண்ணியக் கொணந்து ஊத்தினாங்க. ஆட்க வாப்பாரினாங்க. பொம்பளைங்களுக்குக் கண்ணுல நீர் கட்டி வடிஞ்சுச்சு. தம்மக்காரச் சாம்பாத்திக்கு என்ன செய்யறதுன்னு தெரியல. சாம்பாத்தி தெருவுல கெடந்த புழுதி மணல ரெண்டு கையாலும் அள்ளி கிழக்காம நின்னு எறிஞ்சாள்: "எங்க ஊட்ட தீ வச்சப் பாவம் சும்மா விடாது. அவனுக நல்ல சாவு சாக மாட்டானுவ. அவுனுக கை அழுகிப் புளுத்துப் புழு வச்சு நாறித்தான் சாவுவான்." அவள் கூட நின்ன பொம்பளைங்களும் இதேதான் பேசினாங்க. "இப்டிச் செஞ்ச பயலுவெ வெளங்குவானுகளா? அவனுக குடும்பம் வெளங்குமா? பொட்டுப் பொடுக்கன்னு கொள்ளி இல்லாமத்தான் போவும்." "குடியிருக்கிற ஊட்ட தீ வச்சுருக்காவுல்ல. இது எவ்வளவு பெரிய பாவம். இந்தப் பாவம் அவுனுவள சும்மா வுடுமா?" "டேய்... முண்டப் பயலுவளா. இது ஆருல செஞ்சது. நேருல வால. பொச முட்டுன நாய்களா. ஆருமில்லான்னவுடனே தீ வச்சுட்டிங்களால?" "பெரிய சாதி சுருத்துல அலைறானுவ. சுருத்த இப்டியா காட்டணும். நாசமாப்போய் மண்ணாப் போற பயவுள்ளிக."...

அன்னைக்குச் சோட்டையன் தோப்புலையும் தகராறு; கலாட்டா. எல்லாரும் உஷாராக இருந்தாங்க. அப்படியிருந்தும் சாம்பாக்கமாருங்க தெருவுல கல் விழுந்துச்சு, அடிக்க வந்தாங்க. திமுதிமுன்னு ஓடி வந்தாங்க. முட்டிக்கிட்டாங்க. கம்பு, தடி, கத்தி, வாள் எல்லாம் இருந்துச்சு. ஒரே சண்டைக்காடு. இது ஒவ்வொரு ஊருக்கும் பரவிச்சு. ஜனங்க வெளியே வரல. ஒத்தைல போக முடியல. வேலை வெட்டி நின்னுப் போச்சு. சோலி கெட்டுப்போச்சு. சடையன் குளத்துல போலீசைக் கொண்டு வந்து நிறுத்திட்டாவ. மேலத்தெருவு பொம்பளைங்களுக்குக் கோபம் கோபமாக வந்துச்சு. அவிய பிள்ளைகள தேடுனாவ. "எடுப்பெடுத்த பயக சாதி சாதின்னு அலைறானுவ. சாதி கொழுப்பெடுத்த பய பெத்தப் புள்ளயக் கொன்னுட்டான். இப்பம் சாதி வந்தா புள்ளய காப்பாத்தும்? சாதின்னு அலஞ்சாப்ல ஊடு நெறைஞ்சுடுமா? இப்பம் என்ன சாதி வேண்டிக் கெடக்கு. இப்பம் எம்புள்ளய காங்கல. நான் எங்கப் போய்த் தேடுவேன்?" "அதுவும் இங்னயா புள்ளிவள வைக்கானுவ? வேலூர், திருச்சின்னு கொண்டு போயிருறானுவ. அம்புட்டுத் தூரம் அலையறதுக்கு முந்தில துட்டாருக்கு?"

"இந்த எடுப்பட்ட பயவளுக்கு எங்கத் தெரியுது. கடேசில நம்மதான் லோல் படணும்".

குன்னிமரியானுக்கு என்ன செய்யுது? ஒண்ணும் சாப்பிட மாட்டுக்கான், பேச மாட்டுக்கான். உக்கார்ந்தயிடத் தவுட்டு எந்திரிக்க மாட்டுக்கான். எப்பமும் ஒரு மாதிரி இருக்கான். தண்ணி கூட வாயில வைக்கல. அந்தாலப் பார்த்துக்கிட்டிருக்கான். அவன உசுப்ப வேண்டியதாய் இருந்துச்சு. ஊர்க்காத்தான் மவனப் பார்த்து கோபப்பட்டார். "ஒரே நாள்ல எல்லாத்தியும் கெடுத்துக் குட்டிச் சுவராக்கிட்டியடா படுவா. செஞ்சதையும் செஞ்சிட்டு இப்பம் கல்லு மாதிரியா இருக்க?"

"அப்டிச் சொல்லாதீக மாமா. மனசு நொடிஞ்சு போய் இருக்கும். எதுவும் சொன்னாக் குழப்பம்தான் மிஞ்சும்."

"இந்த ஆக்கங்கெட்ட பயல பெத்ததுக்கு இதுவும் வேணும். இதுக்கு மேலயும் வேணும். எல்லாரு மனசும் ரெண்டாப் போச்சு. இப்பம் இந்த கழுத மனசு நொடிஞ்சா என்ன, நொடியாட்டா என்ன?"

தொடிச்சியும் குன்னிமரியானை அதட்டாம, கோபப்படாம கனிவா சொன்னாள்: "குன்னிமரியான் இப்டிருந்தா உடம்பு என்னத்துக்காவும்? எந்திரிச்சு நடப்பூ சாப்புடுபூ"ன்னாள்.

நல்லையாவும் தம்பியப் பார்த்து புலம்பிக்கிட்டார்: "யேல எந்திரில. என்னல ஒன்னால பெரிய்ய தொரட்டாருக்கு?"

கள்காரியும் இடைல புகுந்து, "என்னங்க தம்பி இப்டி இருக்கீய. ஒங்க மேல எந்த வருத்தமும் கெடையாது. நீங்கதான் பாத்துக்கிட்டியல்ல. என்ன நடந்துச்சுன்னு இப்டியாகுன்னு ஆரு கண்டா? நம்ம என்ன செய்ய முடியும்? நாலயும் மறக்கத் தான் செய்யணும்!"

"கொஞ்ச நாளக்கி இங்ன இருங்க. வெறி புடிச்ச நாய்க அலயும். கைல அம்புட்டா என்ன செய்யும்னு தெரியாது"ன்னார் காத்தமுத்து. "இல்லங்க நாங்க ஊருக்குப் போவணும். அங்ன என்ன நடந்துச்சுன்னு தெரியல. எங்கம்மா எப்டியிருக்கான்னு தெரியல. நாங்க வந்திருவோம்னு காத்துக்கிட்டிருப்பா. அவளுக்கும் எதுவுமாகிடக் கூடாது. அவளப் பாத்தாத்தான் மனசு ஆறும்."

"இந்த மட்ல எப்டி மாமா போவீங்க? அந்தமானக்கி எவனும் எதுவும் செஞ்சிடக் கூடாது. நெலம சரியில்லாம இருக்கு. அப்பா சொல்றமாரி இருந்து போங்க."

எல்லாரும் ஆளாளுக்குப் பேசிக்கிட்டிருக்கச்சில, இப்படி தம்மக்காரச் சாம்பாத்தி வந்து நிப்பாள்ன்னு யாரும் எதிர்பார்க்கல. சாம்பாத்தி கால்நடையாக சோட்டையன் தோப்புக்கு வந்திருந்தாள். அவளும் சோர்வாக இருந்தாள்.

திரேகம் நச நசன்னு இருந்துச்சு. படலைத் திறந்துக்கிட்டு வரும் சாம்பாத்தியை முதல்ல கள்காரிதான் பார்த்தாள்: "ஆர்ரு தம்மக்காரயம்மையா? வாங்க வாங்க வாங்க. ஒத்தையிலயா வாரீய?"

சாம்பாத்தி பதில்கூடச் சொல்லல. அதுக்குள்ள ஊர்க்காத்தான் முந்திக்கிட்டுக் கேட்டார்: "என்னம்மா இப்டிக் கோட்டிக்காரிச்சு மாதிரி ஓடியாந்திருக்க? ஒன்ன ஆரு வரச் சொன்னா. என்னமும் ஆச்சின்னா என்ன செய்ய முடியும். நாங்க வர மாட்டோமா?"

"ஆம்ல நாங் கோட்டிக்காரிச்சித்தான். கோட்டிக்காரிச்சா இருக்கப் போயித்தான் இம்புட்டுத் தூரம் ஓடியாந்திருக்கேன். நீ ஊட்ட வந்து பாரு, நா ஏன் ஓடியாந்திருக்கேன்னு தெரியும். ஊட்ல ஒண்ணும் கெடையாது. துப்புக் கெட்ட பயவ, தூமயக் குடிச்ச பயவுள்ளய. தீ வச்சுக் கொழுத்திட்டானுவ. எல்லாம் போச்சு. இதெல்லாம் பாக்கணும்னு எந்தலயில எழுதி வச்சுருக்கு" "அய்யய்யோ... எம் பெறப்பே... சின்ன சிறுக்கிவிள்ளக இப்டியும் செய்யுமா. அவனுவ கைய வெட்டி கொள்ளில போட. அவனுவ வெளங்குவானுவளா? அவனுவ குடும்பம் வெளங்குமா? இப்டி வாழ்ற ஊட்ட தீ வச்சுக் கொழுத்துறானவெல. அவனுவள தெய்வம் சும்மா வுடுமா?"ன்னு கள்காரி புலம்பினாள். சாம்பாத்தியும் கூடச் சேர்ந்து புலம்பினாள்.

"இந்தப் பாவம் சும்மா வுடாது. அந்தச் சிறுக்கி விள்ளக நல்ல சாவு சாவாது, அழுகிப் புளுத்துப் புழு வச்சுத்தான் சாவும்." தொடிச்சி முந்திச் சேலைய எடுத்து கண்ணத் துடைச்சுக் கிட்டாள். நல்லையா, ஆச்சிக்கு ஆறுதல் சொன்னார்: "யேங்காச்சி கவலப்படுறீங்க? வீடுதானே போச்சு. நாங்க இருக்கோம்ல. வீட்டக் கட்டிக்கிடலாம். பொருள் வாங்கிக்கிடலாம். உக்காருங்க. பதறாதீங்க."

"யேய் என்னப் பெத்த ராசா. நீங்கலாம் இருக்கப் போய்த் தான் இந்தக் கட்ட கெடக்கு. இப்பம் சொன்னீயே அதுதான் வாஸ்தவம். லாப நட்டம் வரும் போவும். அதுக்கெல்லாம் நம்ம பயப்புடக் கூடாது. அத நெனச்சுத்தான் நா இம்புட்டு தூரம் ஓடியாந்தேன். பெத்தவூருல நம்ம தல நெமுந்து நிக்கணும்..."

தம்மக்காரச் சாம்பாத்தி பேத்தியப் பார்த்தாள்: "ஏளா நீ பயப்புடாதெ. நல்லா இரி. நல்லா புள்ளயப் பெத்துக் கொடு. நாங்க ஊருக்குப் போறோம்."

"ஆமா நாங்க போறோம். ஊட்டுக்குத் தீ வச்சத போலீஸ்க்குத் தெரியப்படுத்தணும். எல்லாத்தியும் அப்புறப்

ஸ்ரீதரகணேசன்

படுத்திட்டு, புதுசா குச்சிலக் கட்டப் பாக்கணும். நாங்க இங்னருந்தா ஒண்ணும் நடக்காது."

"மாமா நீங்க சொல்றது சரிதான். இப்பம் நெலம சரியில்ல. போக்கத்தப் பொச முட்டுனப் பயலுவ. எங்னயாவது நின்னு எதுவும் செஞ்சிடக் கூடாது. அதான் பயமா இருக்கு"ன்னு சொல்கிற மருமகளப் பார்த்து ஊர்க்காத்தான் சொன்னார்: "பயந்தா கத நடக்காது. நாங்க ஒடனே போயாகணும்."

இந்தப் பேச்சு வாக்குல குன்னிமரியான மறந்தாச்சு. உள் வீட்டுக்குப் போன கள்காரி திகைச்சாள். அவனை அங்ஙன காங்கலன்னதும். பதற்றம் ஜாஸ்தியாச்சு. வீட்டச் சுத்திப் பார்த்தாள். வெளில நிக்கானான்னியும் பார்த்தாள். எதுத்த வீடு, பக்கத்து வீடு, அடுத்த வீடுன்னு பார்த்துட்டு வந்தாள். குன்னிமரியான் எங்ஙனையுமில்ல. பெறவு அம்மன் கோவில் முட்டும் போனாள். ஊர் சாவடியப் போய்ப் பார்த்தாள். பெஞ்சாதி பதறிக்கிட்டு அலைவதப் பார்த்து காத்தமுத்து கேட்டார்: "நீ என்ன இங்கையும் அங்கையும் தட்டோடமிட்டு அலைற? எதிர்த்த ஊட்டுக்குப் போற. இங்க வாற. அங்கப் போற. என்னடி விசயம்?"

"குன்னிமரியான காங்கல!"

"இதென்ன தொரட்டாப் போச்சு. நல்லா பாத்தியா?"

"பாத்தாச்சு. ஆளக் கண்ணுல காங்கல!"

குன்னிமரியான் மாயமாய் மறைஞ்சிட்டான். அவன் எங்கப் போனான்னு தெரியல. ஆளாளு மட்டுல தேடினாங்க. காத்தமுத்துவும் அலைஞ்சிட்டு வந்தார். தொடிச்சி குத்த வச்சுக்கிட்டு அழுதாள். தேடிப் போன நல்லையாவையும் காங்கல. சாம்பாத்தி வாப்பாரினாள்: "ஊடு எரிஞ்சு கெடக்கு. இங்ஙன்னனா இவனக் காங்கல. எங்ன போய்த் தேட?"ன்னு பெருமூச்சு விட்டாள்.

ஊர்க்காத்தானும் சங்கடப்பட்டார். கோபமும் வந்துச்சு: "இந்தப் பயலால தொல்லையாப் போச்சி. பயலுக்குக் கொஞ்சமாவது கூறு வாண்டாம்? எதுக்குத்தான் இந்த வரத்து வாரானோ தெரியல. இவனால ஒரு புள்ளப் போச்சி. மானம் மருவாத எல்லாம் போச்சி. போலீசுல கைகட்டி நின்னுருக்கு. இப்பம் ஊடும் எரிஞ்சிருக்கு. அப்பமும் அறிவில்லன்னா என்ன செய்ய? தொலயட்டும். அந்தால தொலஞ்சிப் போட்டும்."

இதக் கேட்டதும் வாசலோரம் குத்த வச்சுருந்த சாம்பாத்தி மவனப் பார்த்தாள்: "யேல அப்டிச் சொல்லாதல, பேரனுக்கு நேரம் சரியில்ல. மத்த நேரமெல்லாம் இப்டியாருந்தான்? அவன்

வருறது தெரியுமா. போறது தெரியுமா, அவன் இருக்குறதுதான் தெரியுமா? உன்னிப் பேச மாட்டான்? அவனுக்கு எதோ கெட்ட நேரம் வந்தாப்பல வந்திருக்கு. அது போயிரும். நீ புள்ளயத் தேடு.” அம்மா சொல்லுக்குப் பதில் சொல்லல. அவரும் தேடிப் போனார். ஊர் முழுச்சும் தேடியாச்சு, ஊசும், குன்னிமரியான் கெடைக்கல. அன்னைக்கி ராத்திரியும் வந்து சேரல. அவன் எங்கப் போனான்னு தெரியாது.

மக்காநாளு ஒரு வண்டியப் பிடிச்சு சடையன் குளம் போனாவ. கீழத்தெருவுல ஒரு போலீஸ் லாரி, ஏழெட்டுப் போலீஸ்காரங்களப் பார்க்க முடிஞ்சது. அவிய தெரு எல்லைல மறிச்சுக்கிட்டாவ. ஆரு எவுருன்னு விசாரிச்சதும், நல்லையா இறங்கி வந்தார். விபரத்தச் சொன்னார். பெறவு போவச் சொன்னாங்க. அங்ஙன இருந்த ஆட்களும் சூழ்ந்துகிட்டாங்க. அந்தக் குடும்பங்க எங்கையும் போகல. விளாத்திகுளம் போனா, கூரை மேய, கிணறு வெட்ட, வாணம் தோண்டன்னு எதாச்சும் வேல கிடைக்கும். அந்தச் சொறபத் துட்டுல ஒட்டிக்கோ துடச்சுக்கோன்னு குடும்பம் ஓடிச்சு. அடுப்பு எரிஞ்சுச்சு. ஒரு பன்னிய அறுக்கச்சில மட்டும் சாராயம் குடிச்சுக்கிட்டாங்க. அவியள நம்பி, செங்கல் சூளைக்குப் போனவிய, வயசான ஆட்களையும் பள்ளிக்கூடத்துக்குப் போவுறத விட்டுட்டுப் போயிருந்தாவ.

சன்னியாசி முன்னுக்கு வந்தார். ஊர்க்காத்தானைப் பார்த்து அவர்தான் சொன்னார்: “மச்சான் இறங்கி வாரும், நடந்தத நாங்களும் கேள்விப்பட்டோம். பெத்தப் புள்ளையையே தகப்பன் கொன்னுட்டான். அவனுவ புத்தி அப்பிடி. அதுக்கு நம்ம என்ன செய்வோம்? எவனோ சூத்துல அடிச்சானாம், பல்லுப் போச்சாம். அது மாதிரி இங்ஙன வந்து முட்டிக்கிட்டானுவ. ஊட்டத் தீ வக்கிறதும், அடிக்கிறதும், ஒரே சண்டக்காடா போச்சு. ஒம்ம ஊடு மட்டுமில்ல, வரிசையா எல்லா ஊடும் தீப் புடிச்சுப் போச்சு!”ன்னு அவர் பதற்றமில்லாமச் சொல்லச்சில, தம்மக்காரச் சாம்பாத்தி பதறிக்கிட்டுக் கேட்டாள்: “இது என்னல எளவாருக்கு? நாந் போகச்சில எம் வூடுதான கொழுத்திருந்துச்சு. அதுக்குள்ள அம்புட்டையும் எரிச்சுட்டாவளா?”

“ஏய். கெழவி நீ சும்மாக் கெட, ஒண்ணிருக்க ஒண்ணச் சொல்லிக்கிட்டிருக்காத. அந்தக் கொழுப்பெடுத்தக் கூதிவுள்ளய எல்லாத்தியும் கொழுத்திட்டு”ன்னு சாம்பாத்தியை அடக்கிய சன்னியாசி, “பயப்புடாதீயும் மச்சான். ஒம்ம வூட்டுச் சாமான்கள எடுக்க முடியாமப் போச்சு. இப்டித் திமு திமுன்னு வருவானுவன்னு எதிர்பாக்கல. சண்டப் போட்டுத்தான்

அவுனுகள வெறட்டிருக்கு. அசையாமணிக்கு அடி. மண்ட ஒடஞ்சுப் போச்சு. ஆஸ்பத்திரில சேர்த்திருக்கு. நேத்து பூரா போலீஸ் ஸ்டேஷனுக்கும் பெரியாஸ்பத்திரிக்கும் அலஞ்சிட்டு, ராத்திரித்தான் வந்துசேர்ந்தோம். இன்னக்கி அதிகாரிக வருவாவ. அப்பம் நீரு எங்கவராம போவீரோன்னு பயந்தேன். நல்லவேள வந்துட்டீரு. வந்தா சொல்லும். எதையும் எடுக்க வாண்டாம். அப்டி அப்டியே கெடக்கட்டும். அப்பந்தான் அவியளுக்குத் தெரியும்."

அவிய எல்லாரும் எரிஞ்சுக் கெடந்த சாம்பாத்தி வீட்டு முன்னதான் கூடியிருந்தாவ. வீடுன்னு ஒண்ணும் கிடையாது. எல்லா வீடுவளும் எரிஞ்சுச் சாம்பலாப் போச்சு. அதுக மேல கருப்பா கரியா பனங்கைக கிடந்துச்சு. தீப் பரவச்சில, ஆட்க இருந்தாவ. அவிய சாமான்கள அப்புறப்படுத்திக்கிட்டாவ. அந்தச் சாமான்க மானாங்கண்ணியா தெருவுல கெடந்துச்சு. அதுக்கங்கிட்டு உள்ள வைத்தான்செல்லையா வீடும், பூட்டிக் கெடக்கிற அஞ்சாறு வீடுகதான் தப்பி இருந்துச்சு.

அங்ஙன வந்த போலீஸ்காரங்க, "கூட்டம் போடாதீங்க. தூரப் போங்க. அவுக அவுக சோலியப் பாருங்க."ன்னு சொல்லச்சில, பூச்சிக்காட்டான் பெஞ்சாதி, "ம் பாருங்கையா, நம்மத் தெருவுல நம்ம நிக்கக் கூடாதாம்"ன்னு விசனப்பட்டாள். இன்னொரு பொம்பளையும் அவளோட சேர்ந்துகிட்டு, "தூரப் போவனும்மாம்ல தூர. ஏம் போவணும்?"ன்னு கேட்டாள்.

"ஏளா ஒனக்குக் கொஞ்சமாவது கூறு இருக்கா. அவுக சோலிய அவுக பாக்காவ. அதுக்குத்தான் அவியள நிப்பாட்டி வச்சுருக்கு. அவியக்கிட்ட மல்லுக்கு நின்னா எப்டி? நீங்களா வலிய வம்ப இழுத்திடுவியபோல இருக்கே"ன்னார்.

வயவூரு சாம்பான், "போலீஸ்கார அய்யா, எடுப்பட்ட புள்ளயேளு எதோ பேசிட்டு, அத மனசுல வச்சுக்கிடாதீய. நாங்க நகண்டு போய்க்கிடுறோம்"ன்னார். அப்பம் ஆட்க கப்சிப்ன்னு ஆகிகிட்டாவ. கலஞ்சும் போயிட்டாவ.

மத்தியான வெயில் சமட்டிச்சு. எல்லாரும் சேர்ந்து ஒரு வீட்டத் திறந்து கொடுத்தாவ. ஊர்க்காத்தான் உம்மென்னிருந்தார். மவன் தொலஞ்ச கவல. வீடு எரிஞ்ச வருத்தம். ஒரு மர மேச, ரெண்டு நாற்காலி, நார்க்கட்டில், பெரிய மரக் கதவு, துணிமணி, பண்டம் பாத்திரம் அத்தனையும் போயிட்டேங்கிற ஏக்கம், படபடப்பு, பதற்றம், குழப்பம், அவர நெல தடுமாற வச்சது. அவர் தலையத் தலைய ஆட்டிக்கிட்டார். அப்படியே வந்து திண்ணைல உக்கார்ந்தார். குன்னிமரியானப் பத்தி யாரும்

சடையன்குளம் ဖ 79 ည

கேட்கல. அவரும் சொல்லல. நல்லையா கைல கனக்கிற பையை ஓரமாக வச்சார். அந்தத் துணிப்பைல அஞ்சுபடி கட்டச்சம்பா அரிசியும் அஞ்சாறு தேங்காவும் கெடந்தது. தம்மக்காரச் சாம்பாத்தி குத்த வச்சுக்கிட்டுப் புலம்பிக்கிட்டே இருந்தாள். சாம்பாத்தி எதுக்க இருந்தவா, "இந்த மட்ல கவலய வுடுங்க. கவலப்பட்டாப்புல என்ன நடந்துடும்?"ன்னாள்.

"எல்லாத்தியும் அந்தமானக்கி கொளுத்திட்டுப் போயிட்டுவ சின்ன சிறுக்கிவுள்ளக. எப்டிக் கவலப்படாம இருக்க முடியும்?" சாம்பாத்திக்குக் கோபம் தீர்ந்தபாடில்ல. நல்லையா யோசன பலமா இருந்துச்சு. ஒரு குச்சிலக் கட்டணும். பானை பாத்திரம் வாங்கணும். உடு மாத்த துணி எடுக்கணும். கணக்குப் போட்டா மலைப்பா இருக்குது. இப்பம் கொஞ்சம் பணமிருக்கு. பெஞ்சாதி, பிள்ளை பெத்து வந்தா என்ன செய்ய? குழப்பம் மண்டயப் பிச்சுச்சு. எந்திரிச்சு வெளியே வந்தார்.

அப்பந்தான் பஞ்சாயத்துத் தலைவர், கிராம முன்சீப், தலையாரி இவிய மூணு பேரும் வந்திருக்கணும். அவுங்ககூட புலமாடனும் நின்னார். அம்மன் கோவில் வேப்ப மரத்தடியில அவிய பேசிக்கிட்டிருப்பது தெரிஞ்சது. பக்கத்துல தெருக்கள்ல ஆட்கள் இருக்கா, இல்லையான்னித் தெரியல. எல்லாம் அமைதியா இருந்துச்சு. பன மரத்து உச்சி ஓலைங்க உரசிச்சு. அந்தச் சலசலப்புத்தான் துல்லியமா கேட்டுச்சு. அவியக்கிட்ட வந்தார் நல்லையா. உடனே அவர் கேட்டார்: "என்னயா நீங்களாம் இருந்தும் பலவட்டுற பயலுவ இப்டிச் செஞ்சுட்டுப் போயிட்டானுவ. நாதி அத்த ஊரு, என்ன வேணும்னாலும் செய்யலாம், கேட்க ஆளில்லனு நெனச்சிக்கிட்டானுவளா?"

"ஓம்ம ஆதங்கம் எனக்கும் தெரியுது. இது நடக்கச்சில நா ஊருல கெடையாது. கோவில்பட்டிக்குப் போயிருந்தேன். அப்டியே நா இருந்தாலும் தடுக்கவா முடியும்? வந்தவனுவ சட்டுப்புட்டுன்னு காரியத்த முடிச்சுட்டுப் போயிட்டானுவ. கலெட்டரு வர, போய்ப் பாத்திருக்கு. ஆபிசர்மார்வளயும் கண்டு பேசியிருக்கு. இப்டி செஞ்சவியள இப்பமில்ல எப்பன்னாலும் சும்மா விட்டிடமாட்டாங்க. அதிகாரிமாரும் வாரோம்னு சொல்லிருக்காங்க. கொஞ்சம் முன்னப் பின்ன ஆவும். கைல கொடுக்கிறத வாங்கிக்கிங்க. மத்தத ஒவ்வொன்னாப் பாப்பும்"ன்னு மூலபடச் செட்டியார் பேசச்சில நல்லையா பதில் பேசல. அவர் பாட்டுல நின்னார்.

பெறவு செட்டியார்தான் கேட்டார்: "என்னப்பா நா எதுவும் தப்பாச் சொல்லிட்டேன்னா?"

“இதுல யன்னங்க தப்பிருக்கு. இவ்வளவு செஞ்சதே பெருசு. என்னருந்தாலும் பாதிக்கப்படுறது நாங்கதான். குடியிருக்கிற ஊட்டையே எரிச்சப் பெறவு இதுல பேச என்னயிருக்கு?”

“என்ன நல்லையா இப்டி விசனப்படுற. தைரியமா இரி. எல்லாம் நல்லதுக்குன்னு நெனச்சுக்க”ன்னார்.

பெறவு அவிய கிளம்பிப் போகச்சில முன்சீப் ஆறுமுகத் தேவர் சொன்னார்: “ஏய் . . . புலமாடா அவிய வருவாவ. வந்தாங்கன்னா, என்ன வந்து சத்தம் காட்டு. நாந் பஞ்சாயத்துல தான் இருப்பேன். இங்ஙன உள்ளவிய எல்லாத்தியும் எழுதிக் கொடுத்திருக்கு. நா இல்லாம எதுவும் நடந்துச்சுன்னா, எனக்குத் தரல ஒனக்குத் தரலன்னு ஆவலாதி சொல்லக் கூடாது பாத்துக்க.”

குன்னிமரியான் காணாமப் போனது வெளியே தெரிய ஆரம்பிச்சது. ஒவ்வொருத்தரா கேட்க ஆரம்பிச்சுட்டாங்க. ஊர்க்காத்தான் மூச்சுக் காட்டல. அவர் ‘எம் பெறப்பே’ன்னு உக்கார்ந்தவரு, எந்திரிக்கல. எங்கையும் போகல. வரல. தகப்பன் வேதனய நல்லையாவும் கண்டுக்கிட்டார். அவர்தான் வந்தவியளுக்குப் பதில் சொன்னார். ஒத்தையில கெடந்து எரிஞ்ச பொருட்கள அப்புறப்படுத்தினார். சாம்பாத்தியும் கூடமாட நின்னாள். வீட்டுக்கு ரெண்டு சேல, வேட்டி, அஞ்சுபடி அரிசி, கைல ரெண்டு ரூபாயும் கொடுத்தாங்க. அத வாங்க செங்கல் சூளைலருந்து ஆட்கள் வந்துச்சு. அவியளும் எரிஞ்ச வூட்டப் பார்த்துட்டு, அப்படியே சாம்பாத்தி வீட்டையும் பார்த்துட்டுப் போனாவ. அப்படி வந்தவியள்ல கடற்கரை போகல. இருந்துகிட்டார். அவுரு வூட்ட அவுரு கிளீன் பண்ணினார்.

“என்ன மச்சான். செங்கல் சூளைக்குப் போகலையா?”ன்னு நல்லையா கேட்டார்.

“மாப்புள, அவனுவ தொணதொணப்புத் தாங்கல. அதுலயும் முதலாளி வந்து நின்னுக்கிடுறான். அடியாட்க சுத்திச் சுத்தி வாராங்க. கங்காணி வேற இது சூத்த, அது நொள்ளங்கான். கல்லு சரியில்லங்கான். நெறையா, கழிக்கான். நாள ஒப்பேத்திடலாம்னு பாத்தா முடியல. ஊட்டையும் தீ வச்சுப்புட்டானுவளா. அதயும் கட்டணும்ல. அதான் போகல.”ன்னு கடற்கரை சாதாரணமாகச் சொல்லச்சில, தம்மக்காரச் சாம்பாத்திக்குக் கோபம் கோபமாக வந்துச்சு, “யேல கூறு கெட்டப் பெயல. ஒனக்குக் கொஞ்சமாவது அறிவிருக்கா. அங்ன ஒம் பொண்டாட்டியும் ஒங்கம்மையும் கஷ்டப்படுவாவ. ஒரு ஆம்பள கூட இல்லாட்டி

எப்டிச் செங்கல. அறுப்பாவ. போ போய் கொற நாளக்கியும் இருந்து வேல செஞ்சி வாங்கின அட்வான்சக் கழிச்சுட்டு வா."

"யேய் தம்மக் காரியாச்சி, அவனுவ கிட்ட வேல செய்ய முடியாது. பிரயோசனமில்ல. உசுர எடுத்தாலும் எடுத்துக் கிடுவானுவ."

"அப்பம் அவிய உசுரு போவட்டும்னு இருக்கியா?"

"அப்டி உட்டுடுவேனா ஆச்சி. நா வரச்சில போலீசுல எழுதிக் கொடுத்திட்டுதான் வந்திருக்கேன். சாதி கலவரத்துல ஊடு எரிஞ்சிப் போச்சுன்னவுடனே என்ன போகச் சொல்லி யிருக்காவ. இன்னும் ரெண்டு நாளுல அவியளும் வந்திடுவாவ."

"போலீசில அப்டி என்னதான் எழுதிக் கொடுத்தீரு மச்சான்?"ன்னு நல்லையா கேட்டார்.

அதுக்கு மச்சான் சொன்னார்: "அதான் மாப்புள, எங்கள கொத்தடிமையா வச்சுருக்காவ. வேல செய்யலன்னா அடிக்காவ. நீங்கத்தான் காப்பாத்துனும்னு எழுதிக் கொடுத்திருக்கேன்."

"போல போக்கத்தப் பயல. இவுரு காப்பாத்தும்னு எழுதிக் கொடுத்துட்டு வந்துட்டாராம். பொம்பளங்க என்ன பாடுபடும்னு ஆருக்குத் தெரியும்? போல, போய் அவியள கூட்டிட்டு வா. இல்லன்னா ஆளும் பேருமா இருந்து நாளப்போக்கிட்டு வாங்க"

"இல்லாட்டி நாந் போய் அங்க மாட்டிக்கிட்டென்னா, முட்டுக்குக் கீழ உறிச்சுடுவானுவ. அப்டியே வுடலன்னா, கலெட்டரத்தான் பாக்கணும். பிரச்சனை கிளப்புனாத்தான் முடிவு தெரியும்."

"என்னமோப்பா. நீ செய்றது ஒன்னும் நல்லால்ல."

சொன்ன மாதிரி புஸ்பம் பெரியம்மாவும் சம்முகக்கனி அக்காவும் வந்துட்டாவ. கடற்கரை மச்சானக் காங்கல. கைல உள்ள துட்டை வச்சிக் குச்சிலக் கட்டுனாரு. இங்ஙன இருந்தாரு. அங்ஙன போனாரு. ஆமாம். அன்னைக்கிப் போன ஆளக் காங்கல. அந்தாலப் போயிட்டாரு. வீட்டுக்கும் வரல. அங்ஙனக் கூடியும் இல்ல. எதுவும் ஆட்டத்துக்குப் போயிருப்பாருன்னு பார்த்தா அதுவுமில்ல. அவுரு கூடச் சேர்ந்த ஆட்கயெல்லாம் அவரத் தேடி அலஞ்சாங்க. விளாத்திகுளம் பூரா தேடியாச்சு. சொந்தக்காரங்க வீடுகள்ல விசாரிச்சாச்சு. சம்முகக்கனி அக்காவுக்கு தலைல பாரத்த வச்ச மாதிரி இருந்துச்சு. "இந்தப் போக்கத்த பொச முட்டுன மனுசனுக்கு வாக்கப்பட்டு நா என்ன சொகம் கண்டேன். அவுரு கொண்டு வருறதெல்லாம் அந்தமானக்கி வாங்கி முந்தியிலயா வச்சுக்கிட்டேன். அட்வான்சு வாங்குனாரு.

அதயும் நாங் கேட்டேனா. கூடத்தான வேல செய்யப் போனேன். என்ன எத்துவாளித்தனம் செஞ்சாரோ தெரியலையே. போலீஸ் வந்துச்சு. வுடமாட்டேன்னு சொல்லல, விட்டாவ. இப்பம் இவரக் காங்கலையே எங்க போய்த்தேட"ன்னு புலம்பிக்கிட்டு மூலைல உக்கார்ந்தாள்.

"யம்மே"ன்னு புள்ளியளுவ ரெண்டும் அவள் மடில வந்து படுத்துக்கிட்டு. ரெண்டு இழுப்பு இழுக்கலாம்னு நெனச்சாள். பெறவு கோபத்தக் கட்டுப்படுத்திக்கிட்டாள். அவிய தகப்பன் வாங்கிக் கொடுத்த சாமான்களக் காட்டிச்சிக. புள்ளியளுவளக் கட்டி அணைஞ்சுக்கிட்டாள். அதுகளுக்கும் அம்மா எதுக்கு அழுகுதுன்னு தெரியல.

இதுக்கு முன்ன கடற்கரை இப்படி ஓடுனது கிடையாது. ரெண்டு பேருக்கும் சண்டை வந்திருக்கு. அடிச்சுக்கிட்டுக் கெடந்திருக்காங்க. ஒன்ன ஒன்னத் தூக்கி எறிஞ்சுருக்காங்க. தெருவுல கட்டிப் பிடிச்சு உருண்டிருக்காங்க. ஒரு நாள் சண்டையில வசமா அடி விழுந்துச்சு சம்முக்கனிக்கு. வலி பொறுக்க முடியாம அலறினாள். அந்தக் கேந்தி வாக்குல புருஷன் கொட்டையைப் பிடிச்சுக்கிட்டாள். அந்த வலில அவுரு கத்தினார். அவள் பயந்து போனாள். பிடியை விட்டாள். அவுரு அடிச்சு விளாசப் போறாருன்னு நெனச்சாள். ஆனால் அவுரு கோப்படல. தன்ன நிதானப்படுத்திக்கிட்டார். மெதுவாகத்தான் பேசினார்: "இப்டிப் பிடிச்சுட்டியே, நா செத்துக் கித்து போயிட்டன்னா என்ன செய்வ"ன்னு கேட்டார். அவ்வளவு தான். அவள் அவரக் கட்டிப் பிடிச்சுக்கிட்டாள். ஏங்கியேங்கி அழுதாள். அவுருதான் பெஞ்சாதியத் தேற்றினார். அப்பெல்லாம் ஓடாத மனுஷன், இப்பம் ஓடுனது எதுக்கு? அதுவும் அட்வான்சு பணத்தையும்ல கொண்டு போயிட்டாரு? அவுரு எங்கயிருக்காரு? என்ன ஆனாருன்னு தெரியலயே.

மக்காநாளே செங்கல் சூளக்காரன் வந்துட்டான். அவன் பெறத்தால ஆட்களும் வந்திருந்தாவ. அவ்வளவுபேரும் அடியாட்க. அவிய வந்த நேரம் சரியில்ல. "யாரும் இங்க நிக்கக் கூடாது. போயிருங்க. இல்லன்னா எல்லாத்தியும் தூக்கிப் போட்டு கொண்டு போயிருவேன். பாளைங்கோட்டைலதான் இருக்க வேண்டியதிருக்கும்!"ன்னு ஏட்டையா அதட்டினார்.

சுற்றிலும் போலீஸ்காரங்க நின்னாங்க. செங்கல் சூள முதலாளிதான் பேசினான்: "அய்யா, வேலைக்கு முன் பணம் வாங்கியிருக்காக. வூடு எரிஞ்சுப் போச்சுன்னு, ஒங்கள மாதிரி போலீசக் கூட்டிட்டு வந்து சொன்னதும் விட்டேன். இப்பம்

வராம இருந்துக்கிட்டாக. ஒண்ணு, கொடுத்த அட்வான்ச திருப்பித் தரணும். இல்லன்னா வேலைக்கு வரச் சொல்லணும்."

ஏட்டையாவுக்கு எரிச்சல் வந்துச்சு. அவரும் அதட்டிக் கிட்டுச் சொன்னார்: "அவுங்களும் போலீசுக்குச் சொன்னாவுல. அது மாதிரி நீங்களும் போலீசுல எழுதிக் கொடுங்க. இல்லன்னா ஒரு வக்கீலப் புடிச்சு கேஸ் போடுங்க. இப்பம் ஊர் நெலவரம் சரியல்ல. போங்க போங்க." அதுக்குப் பெறவு ஒண்ணும் செய்ய முடியல. புலம்பத்தான் மிஞ்சிச்சு. கடைசில திரும்பித்தான் போனாவ.

விருசம்பட்டிக்குப் போற வண்டி, சடையன் குளம் விலக்குல நின்னது, வைத்தான்செல்லையா இறங்கிக்கிட்டார். டிரங்கு பெட்டியையும் இறக்கி வைச்சார். பைலருந்து ரெண்டனாவைத் தூக்கி வண்டிக்காரனுக்குக் கொடுத்தார். அவன் வாங்க மறுத்தான். "ஏணேய், வாண்டாம்ண்ணய். வச்சுக்கண்ணய்"ன்னான். "சும்மா வச்சுக்காடேய்"ன்னு அவன் கைல திணிச்சார். அவன் வாங்கிக்கிட்டான். மாட்டுவண்டி மேற்காலப் போயிற்று. வைத்தான்செல்லையா நடந்தார். பெட்டிதான் கனத்துச்சு. ஆளும் முன்னமாதிரி இல்ல. கெத்து கெத்துன்னிருந்தார். கன்னம் பளபளச்சுச்சு. கரும்பாய் இருக்கிற மீசயத் திருக்கிட்டார். அயர்ன் செஞ்சு பச்சைக் கட்டம் போட்டச் சட்டையும் கோடி வேட்டியும் கட்டியிருந்தார். அங்ஙனக் கூடி ஒரு ஜனமில்ல. எரிஞ்ச வீடுகயெல்லாம் அப்படியே கெடந்துச்சு. தெரட்டக் கடந்தார். விரசலா வீட்டு முன்ன வந்தார். கதவு சாத்தியிருந்துச்சு. அதத் தள்ளுனதும் தெறந்துக்கிற்று. அதுக்குள்ள பசங்க, "ஹைய் அப்பா வந்தாச்சு! அப்பா வந்தாச்சு!"ன்னு ஓடிவந்தாவ. சின்னையனும் வீரையனும் அப்பாவக் கட்டிப் பிடிச்சுக்கிட்டாவ. அவியளுக்கு மகிழ்ச்சின்னா மகிழ்ச்சி, அப்டி மகிழ்ச்சி. மூணு மாசத்துக்குப் பெறவு இப்பந்தான் தகப்பனைப் பார்க்காவ. அந்த ஆர்வத்துல விளையாட்டு மறந்து போச்சு. அப்பந்தான் புருஷன் வருகிறதக் கண்டாள் கன்னியம்மை. "இப்பந்தான் வாரீகளா?"

"என்ன ஊடெல்லாம் எரிஞ்சுக் கெடக்கு?"

"அது பெரிய கத. நா மெதுவாச் சொல்றேன்."

"என்ன மெதுவா சொல்லுறங்க. தெருவுல உள்ள வூடு பூரா எரிஞ்சுக் கெடக்கு. என்ன நடந்துச்சு. ஒடனே சொல்லு."

கன்னியம்மையும் நடந்ததச் சொன்னாள்: "அச்சச்சோ இது என்ன கொடுமையா இருக்கு?"ன்னு ஏங்கிப் பெருமூச்சு விட்டார் வைத்தான்செல்லையா. பெறவு எல்லா விபரத்தையும்

துருவித் துருவிக் கேட்டுத் தெரிஞ்சுக்கிட்டார். பசங்க அப்பா பெறத்தால ஒட்டிக்கிட்டாவ. அவரும் டிரங்கத் தெறந்தார். அவுங்களும் உத்துக்கெடந்து பார்த்தாவ. ஆளுக்கொரு பந்து, பிஸ்கட் பொட்டணத்தையும் தூக்கிக் கொடுத்தார். கன்னியம்மை மோவாயில கை வச்சுக்கிட்டுப் புருஷனையும் பிள்ளைங்களையும் மாறிமாறிப் பார்த்தாள். அவர் அவளருகில் போனார். பசங்க பிஸ்கட்டைத் தின்னுக்கிட்டுப் பந்தைத் தூக்கிப் போட்டு பிடிச்சுக்கிட்டிருந்தாங்க. கன்னியம்மை பயந்தாள்: "என்னங்க ஒரு மாரி வாரீங்க. புடிச்சிக்கிடிச்சு இழுத்திடாதீங்க"ன்னாள்.

வைத்தான்செல்லையாவுக்குக் கோபம் வந்துற்று "ச்சீ என்ன பேசுற. அப்பிடியே அரஞ்சேன்னா கன்னம் பேந்திடும்"ன்னார்.

பெறவு கன்னியம்மையும் சுதாரிச்சுக்கிட்டு "என்னங்க என்ன விசயம்?"ன்னு கேட்டாள்.

வைத்தான்செல்லையாவுக்குத் தயக்கமாக இருந்துச்சு. இருந்தாலும் சொன்னார்: "நா ஒண்ணு காட்டுவேன். பாத்துட்டு கம்னு இருக்கணும். ஆர்க்கிட்டையும் மூச்சுக் காட்டக் கூடாது. அப்டி எதையும் சொன்னே, போலீஸ்தான் வந்து நிக்கும்! உள்ளதும் போச்சு நொள்ளக் கண்ணான்னு ஆகிடும். எல்லாத்தீயும் அப்பிக்கிடுவாவ. நம்மளோட இது போவாது. கொழும்பு நடைக்குப் போன ஆட்க கைல பூரா விலங்கு மாட்டிடுவாவ. பாத்துக்க. அப்டி ஒன்னால இருக்க முடியும்னா சொல்லு. நா வச்சுருக்கிற பொருளக் காட்டுறேன்."

கன்னியம்மை பயந்தாள். போலீஸ்ன்னதும் பதற்றமும் ஜாஸ்தியாச்சு. "என்னங்க விசயம்? என்ன வச்சுருக்கிங்க? எங்கிட்டக் காட்டுங்க. தப்பித்தவறிக் கூட நா யார்க்கிட்டையும் சொல்ல மாட்டேன்"ன்னாள்.

அந்தப் பொருளப் பார்க்க ஆசையும் ஆர்வமாவுமா இருந்துச்சு. அவரும் சற்று நிதானிச்சுக்கிட்டார். அந்த டப்பியத் தெறந்து காட்டினார். அவ்வளவும் தங்கக்காசு. புத்தம் புதுசாய் மஞ்சளாய் ஒளிவீசுகிற காசுகளப் பார்த்ததும் கன்னியம்மை திகைச்சுப் போனாள். இதுக எப்படிக் கெடச்சுருக்கும்? திருட்டுச் சாமானாருக்குமோ? கடத்திக்கிட்டு வந்திருப்பாவளோ? இல்லன்னா என்னத்துக்குப் போலீஸ்க்குப் பயப்புடணும்? கன்னியம்மைக்குச் சந்தோஷம் இல்ல. மகிழ்ச்சி கொள்ள மனசு மறுத்துச்சு. மூஞ்சுல கவலை படிஞ்சுச்சு. அவளால அதிர்ச்சியிலிருந்து மீள முடியல. "என்ன கன்னி, ஒரு மாதிரி

ஆகிட்டே. இது நம்மப் பொருளுதான். இதக் கொடுத்து பணமாக்கணும்.”

“அதெல்லாம் சரிதாங்க. இந்தத் தங்கம் எப்டிக் கெடச்சது? நேர் வழில கெடச்சுச்சா. அல்லாட்டி கெட்ட வழில வந்துச்சா?”

“என்ன கன்னி, இப்டிக் கேட்டுட்டெ? என்ன திருட்டுக்காரப் பய, சொளமாரிப் பயன்னு நெனச்சுட்டியா? நா ஒண்ணும் கள்ளப் பய கெடையாது. இது ஒண்ணும் களவு சாமானுல்ல. இங்கருந்து கொழும்புக்குப் போகச்சில, ஆட்க துட்டுப் போட்டு ஜவுளி எடுத்துக்கிட்டுப் போனோம். அத அங்க வித்து தங்கமாக ஆக்குனோம். பங்கு வைக்கச்சில எனக்கு ஆறு தங்கக்காசு கெடச்சது. அதத்தான் கொண்டு வந்திருக்கேன். நீ நெனக்கிற மாதிரி அடிச்சிப் பிடிச்சோ, களவெடுத்தோ கொண்டு வந்த சாமான்க கெடையாது. இத வெளில சொன்னா ஒன்ன மாதிரிதான் நெனப்பாங்க, பாத்துக்க, பத்திரம்.”

கன்னியம்மை நிதானத்துக்கு வந்தாள். அந்தக் குழப்பம், தயக்கம், சங்கடம், கவலையெல்லாம் குறைஞ்சு போச்சு. இனிம பாரம் குறையும். ஆனந்தம் கூடும். சந்தோஷம் நெறைஞ்ச விசயங்களாக இருந்துச்சு. பதில் பேச முடியல அவளுக்கு. வாயடைச்சு நின்னாள். வைத்தான்செல்லையா கொழும்புல இருந்தார். தோணி துறைமுகத்துல நின்னது. அங்க வச்சுத்தான் குன்னிமரியானக் கண்டார். அவர் முதல்ல கவனிக்கல. அவன்தான் பார்த்தான். “ஓ... மச்சான்!”ன்னான். பெறவுதான் அவரும் பார்த்தார். அவருக்குன்னா ஆச்சரியம். ஆனந்தம். சந்தோஷம். மகிழ்ச்சி. அந்த வாக்குல வடக்கயித்தப் பிடிச்சு, கால்களப் பின்னிப் பின்னி இறங்கி வந்தார். ரெண்டு பேரும் சந்திச்சுக்கிட்டாவ. கட்டித் தழுவினாவ. கரியும் அழுக்குமாய் நின்னான் குன்னிமரியான். “என்ன மாப்புள்ள இப்டி நிக்க. ஒம்மக் காணாம எல்லாரும் சங்கடத்துல இருக்காவ. நீமரு என்னன்னா, அநாதையா நிக்கீரு? வா மாப்புள்ள. நம்ம தோணில ஊருக்குப் போயிறலாம். இங்ன எதுக்கு ஒத்தைல கஷ்டப்படணும். இதுல வேற எவனும் எதுவும் செஞ்சிடக் கூடாது. ஆரு எவுருன்னுத் தெரியாமப் போவும்”ன்னு செல்லையா சொல்லச்சில, குன்னிமரியான் சொன்னான்: “அப்டியெல்லாம் நடக்காது மச்சான். நா ஒரு கங்காணிக்கிட்டத்தான் வேலச் செய்றேன். சோறு போட்டுக் கூலியும் கொடுக்காவ. அங்க வந்து என்ன செய்யப் போறேன்? அங்ஙன வந்தா மனசுக்குத்தான் குழப்பமா இருக்கும்.”

“இல்ல மாப்புள்ள, நீமரு இங்ன செய்கிற வேலய அங்ன வந்து செய்யும். ஒம்ம மைனிக்குக் கொழந்த பெறந்திருக்கு. ஒம்ம அண்ணம் புள்ளய நீமரு பாக்க வாண்டாமா?”

“என்ன கொழுந்த?”

“பொம்பளப் புள்ள. அத நீமரு கண்டிசனாகப் பார்க்க வரணும்”ன்னு வலுக்கட்டாயமாகக் கூப்பிட்டார் வைத்தான்செல்லையா.

குன்னிமரியான் தாழ்ந்த குரல்ல சொன்னான்: “இல்லீங்க மச்சான். நா கொஞ்ச நாளைக்கி இங்ன இருக்கேன். நா ஆசப்பட்டு கொழும்புல வந்ததாக நெனக்காதீய. என் நெலம ஒங்களுக்குத் தெரியும்ல. அந்தப் புள்ள சாகலைன்னாகூட நா இவ்வளவு தூரத்துக்கு நொந்து போயிருக்க மாட்டேன். என்னாலதான் அவ செத்தா. அதுவும் அப்பங்காரன் கொலை செஞ்சுட்டான். அத எப்டித் தாங்க முடியும்? அங்ன வந்தா அந்த ஞாபகம் வரும். இங்னன்னா மறக்கலாம். அதான் இருக்கேன்.”

தோணிலயிருந்து சாமான்கள இறக்கிட்டிருந்தாங்க. ஆட்கள் தலைச்சுமையாகத் தூக்கிட்டுப் போனாங்க. பாலத்தடியில தூசியும் புகைமாய் மண்டிக்கிடந்துச்சு. கடல் இரைச்சலும் ‘சோ’ன்னு கேட்டுச்சு. கடல்ல தோணிங்க குறுக்கும் நெடுக்குமாய் நின்னுச்சு. எல்லாத் தோணிலையும் கருப்புத் தாரும் வெள்ளப் பெயிண்ட்டும் அடிச்சிருந்தாங்க. அந்தப் பெயரும் நம்பரும் கொட்டை எழுத்துக்கள்ல தெரிஞ்சது. பாய்மரங்க கோடு கோடாய் நின்னது. தோணிகள இழுத்துப் பிடிச்சுக் கட்டி யிருந்தாங்க. அங்ஙன நின்ன குன்னிமரியானுக்குத் தயக்கம் வந்துச்சு. “கொஞ்சம் நில்லுங்க மச்சான். ஆளோட நின்னு மூடைய அட்டிப் போட்டுட்டு வந்திடுறேன். இல்லன்னா எதுவும் நெனைப்பாங்க.”

“மாப்புள்ள இனிம வேலக்கி போவாதியும். எங்கூட வாரும், நாள நின்னு நம்மத் தோணி தூத்துக்குடிக்கு நடைபோவும். அதுல போயிறலாம்.”

குன்னிமரியான் குறுக்கிட்டுச் சொன்னான்: “அப்டின்னா லும் இன்னக்கி வேலய முடிச்சுடுறேன். அப்பந்தான் கணக்கு முடிக்க தோதாருக்கும்.”

குன்னிமரியான வள்ளத்தடியாகத்தான் கூட்டிக்கிட்டு வர வேண்டியதாய் இருந்துச்சு. அவன் உழைச்சு சம்பாதிச்சப் பணத்தையெல்லாம், தங்கக்காசாக மாற்றிக் கொடுத்தார் வைத்தான்செல்லையா. எல்லாத்தியும் வச்சுக்கிட்டுத்தான் சடையன் குளம் வந்து சேர்ந்தான். வீட்டுக்கு வர சாய்ந்திரமாயிற்று. தெருவுல ஆட்கள் கெடையாது. வீட்டுலையும் ஆம்பளையாட்க இல்ல. வேலைக்குப் போனவிய வரல. தம்மக்காரச் சாம்பாத்தி திண்ணயில உக்கார்ந்திருக்காள். குழந்தை தொட்டுல்ல

தூங்கிகிட்டிருந்துச்சு. குன்னிமரியான் படலைத் திறந்துக்கிட்டு வரச்சில, சாம்பாத்தி உத்துப் பார்த்தாள். யாருன்னு சரியாகத் தெரியல. ரோஸ் சட்டயும் வெள்ள வேட்டியும்தான் ஆள் வருறத அடையாளம் காட்டிச்சு. உடனே உஷாராகி விரசலாக வந்தாள்: “ஆர்ருல இத்து?”

“என்னாச்சி என்னத் தெரியலையா?” அவன் சிரிச்சுக்கிட்டு நின்னான். சாம்பாத்தியும் கிட்டத்துல வந்துதான் அடையாளம் கண்டாள். அவளுக்கு அதிர்ச்சியாய் இருந்துச்சு. ஆனந்தமாக இருந்துச்சு. அந்தச் சந்தோஷத்துல, குரல் பதற்றமாக வந்துச்சு: “ஏய் என்னப்பெத்த ராசா. எப்டியையா இருக்க? கண்ணுத் தெரியல. அதான் தெணறிட்டேன். உள்ள வந்திரி. ஒம்மவா தூங்குது. வந்து பாரு”ன்னு தம்மக்காரச் சாம்பாத்தி அடுத்த வீட்டு செத்தையை எட்டி, “ஏளா... ஏய் கள்காரி மவளே. இங்க வா. இங்ன ஆர்ரு வந்திருக்கான்னு பாரு!”ன்னாள்.

ஆச்சி கூப்பிடுகிற குரல் கேட்டதும் தொடிச்சி, உடனே வந்தாள். குன்னிமரியானக் கண்டதும் திகைச்சுப் போனாள். ஆச்சரியம் தாங்க முடியல, “எப்பூ... எப்பம்பூ வந்தெ?”ன்னு கொழுந்தன் கையை இறுக்கமாய்ப் பிடிச்சுக்கிட்டாள். பெறவு ஆச்சியப் பார்த்து, “பாத்திங்களா, எப்டியும் குன்னிமரியான் வருவான், பாப்போன்னு சொன்னேன்ல... இப்பம் அது நடந்துட்டா?”ன்னு மகிழ்ச்சி பொங்கச் சொன்னாள். அவங்கிட்ட நடந்ததக் கேட்டாள். அவனும் கொழும்பப் பத்திச் சொன்னான். அந்தத் தங்கக் காசுகள மைனிக் கிட்டக் கொடுத்தான். ஆச்சியும் வாங்கிப் பார்த்தாள். ஆச்சிக்கும் பேத்திக்கும் சந்தோஷம் தாங்க முடியல.

4

மல்லு சாம்பான் பேச்சு வாக்குல சொன்னார்: "யேலய் நல்லையா, விளாத்திகுளம் ஊர்க்கு மேற்க ஒரு செங்கச் சூளயிருக்கு. எடுத்து நடத்துதியா? சின்னச் சூளத்தான். இருபதாயிரம் கல்லு வைக்க லாம். இவ்வளவு நாளும் ஒரு நாடார் வச்சுருந்தார். இப்பம் அவுரு அசலூருக்குப் போயிட்டாரு."

சாம்பான் சொல்லச்சில கேட்க நல்லாத்தான் இருக்கு. சொந்தத் தொழில். யார் கையயும் எதிர்பார்க்க வேண்டாம். ஆளும் பேருமாய்ப் பாடுபட்டாப் போதும். நாலு துட்டப் பார்க்கலாம். ஆனாலும் நெலத்துக்கு வாடகை கொடுக்கணும். அங்ஙன மண் எப்படியிருக்கும்னு தெரியாது. மண்ணு களியா இருந்துச்சுன்னா பருமண் அடிக்கணும். பருமண்ணாயிருந்துச்சுன்னா களிமண் அடிக்கணும். அதுக்கு வண்டி வேணும். வண்டிக் கூலி கொடுக்கணும். வண்டி வண்டியா விறகு வாங்கணும். கைல காத்துட்டுக் கெடையாது. இருந்தத் துட்டுப் பூராவும் குச்சிலக் கட்டவும், சாமான்க வாங்கவும் செலவாச்சு. எங்ஙனக் கூடி செங்கல் சூள வைக்க? "அதெல்லாம் நம்மால முடியாதையா. ஆனைல ஏறணும்னா பலம் வேணும். நானும் ஏறுறேன்னு ஏறி விழுந்திடக் கூடாது. நம்மக்கிட்டத் துட்டும் கெடையாது. எதையும் இழுத்துக்கிட்டுப் போவ வசதியும் வாய்ப்புமில்ல."

"பயப்புடாதெல. தைரியமா இறங்கு. கடன் பட்டாலும் பரவாயில்ல. பின்னால எந்திரிச்சுக் கிடலாம்"ன்னார் சாம்பான்.

“கேட்க நல்லாத்தான் இருக்கு. செங்கச் சூள நடத்துறது லேசா?”ன்னு கேட்டார் நல்லையா.

“மொதல அப்டித்தான் இருக்கும். இறங்குன பெறவு எல்லாம் சரியாப் போவும்.”

“ஊட்டுலப் போய் எல்லாத்துக் கிட்டையும் கேட்கணும்.”

“கேளு, நல்லா யோசி. சீக்கிரம் முடிவச் சொல்லு, அல்லன்னா வேற எவனும் சூளய வாங்கிக்கிடுவான்.”

அன்னைக்கிப் பூராவும் அதே நெனப்பு. ஊர்க்காத்தான் பயங்காட்டினார்: “ஆயிரத்தச் சொன்னாலும் இதெல்லாம் நம்மால முடியாது. சாம்பான் என்னத்தையாவது ஒண்ண சொல்லிக்கிட்டிருப்பாரு. அதெல்லாம் கேட்காத. நீ உண்டான வேலயப்பாரு. பொண்டாட்டி புள்ளயக் காப்பாத்து”ன்னவர், பஜாருல நின்னுக்கிட்டார்.

நல்லையா ஒத்தைல நடந்தார். எப்பமும் நடக்கிற சாலை. புதுசா தார் ஊத்தியிருந்தாவ. அது பளபளன்னு இருந்துச்சு. வழி நெடுக்க மின் கம்பங்க கெடந்துச்சு. அவைக கனத்த இரும்புல செஞ்சது. கொஞ்ச நாளுல கரண்ட் வந்திடும். லைட் எரியும். அதுவே பெரிய விசயம். ஆனாலும் சலிப்பா இருந்துச்சு. உடல் அசதி வேற, அப்பம் மாட்டுவண்டி வந்துச்சு. அதுவும் சடையன் குளத்துக்குப் போற வண்டி. வண்டில ஒண்ணும் கெடையாது. வெத்து வண்டி, வண்டிக்காரன் பார்த்தும் பாராத மாதிரி இருந்துக்கிட்டான். மாடுவ மணிச் சத்தம் குறைய, வண்டி விரசலாய்ப் போயிற்று. அன்னா இன்னான்னு நல்லையா ஊர் வந்து சேரச்சில இருட்டிட்டு.

திண்ணைல அரிக்கன் லாம்பு எரிஞ்சது. அந்த வெளிச்சம் நாலாப் பக்கமும் தெரிஞ்சது. குன்னிமரியான் குழந்தைய வச்சுக்கிட்டிருந்தான். அப்பந்தான் நல்லையா வந்தார். அவர் தம்பியக் கவனிக்கல. எதுப்புலத் தொட்டி இருந்துச்சு. தண்ணி மோந்து காலக் கழுவினார். அவர் திரும்பச்சிலத்தான், “அண்ணேய் வாங்கண்ணேய். எப்டிருக்கீய? நல்லா யிருக்கீயளா?”ன்னு எழுந்து வந்தான் குன்னிமரியான். நல்லையா திகச்சுப் போனார். பெறவு அந்தச் சந்தோஷத்துல பேசினார்: “யேய் குன்னிமரியான், நீ எப்பம் வந்தெ? எப்டிருக்க? பாத்து எம்புட்டு நாளாச்சு?”ன்னு படபடத்து கேட்கச்சில, குன்னிமரியான் சொன்னான்: “நான் நல்லாத்தான் இருக்கேன். நீங்க எப்டி யிருக்கீய அப்பாவ எங்க? இன்னும் காங்கல?”

அப்பா ஓராளப் பாத்துட்டு வரும். எங்களுக்கு ஒன்னப் பத்தித்தான் கவல. இவ்வளவு நாளும் எங்க இருந்த, என்ன செஞ்ச, எப்டி வந்த?"

"நான் கொழும்புக்குப் போயிட்டேன். பாலத்தடில வேல செஞ்சுக்கிட்டிருந்தேன். வைத்தான் மச்சான் பாத்தாரு. கூட்டிக்கிட்டு வந்துட்டாரு!"

ஊர்க்காத்தானும் குன்னிமரியானும் திண்ணைல இருந்தாவ. அங்ஙனக் கிடந்த கல்லுமேல நல்லையா இருந்தார். தம்மக்காரச் சாம்பாத்தி கீழக் குத்த வச்சிருந்தாள். கிட்டத்துல தொடிச்சி நின்னாள். நல்லையா பேச ஆரம்பிச்சார்: "தம்பிக்கிட்ட மூணு பவுனிருக்கு. அவனும் செங்கச் சூளய எடுத்து நடத்துங்கங்கான். சொந்தத் தொழிலு, லாபமோ நட்டமோ நமக்கு. எனக்கு நம்பிக்க இருக்கு. நீங்தான் சரிங்கணும்"னு தகப்பனப் பார்த்தார் நல்லையா.

ஊர்க்காத்தான் சுணங்கினார். அப்பம் குன்னிமரியான் சொன்னான்: "இதுல யோசிக்க ஒண்ணுமில்ல. அண்ணன் சொல்லுறது சரி. எல்லாரும் பாடுபட்டா முன்னுக்கு வரலாம். பலன் கெடைக்காமப் போவாது."

"என்ன கோட்டிக்காரத்தனமா பேசுறீய, செங்கச் சூள நடத்துறது என்ன லேசா? அதுக்கு எம்புட்டுப் பணம் வேணும். பணம் என்ன காய்க்கையா செய்யுது? பறிச்சுப் புடுங்க!"

"இருக்கிறத வச்சு வாங்குவோம். அப்டியே முடியலன்னா விட்டுடுவோம். ஒரு தொழில் தொடங்கி நட்டமின்னியாவது இருக்கட்டும்."

"சரி எல்லாரும் விரும்புறீய. நா எதுக்கு இடைல நிக்கணும். இருந்தாலும் தொழில் நடத்துறது நமக்குப் புதுசு. அண்ணந் தம்பிக்குள்ள மனஸ்தாபம் வந்திடக் கூடாது, பாத்துக்கங்க."

நல்லையா எதையும் பெருசுபடுத்தல. அவர் செங்கல் சூள விசயமாக அலைஞ்சார். மல்லு சாம்பான் சொன்ன ஆளப் போய்ப் பார்த்தார். நாலாப் பக்கமும் சுவர். சுற்றித் தோட்டம். நடுவுல வீடு இருந்துச்சு. வீட்டு வாசல்ல காக்க வேண்டியதாய்ப் போச்சு. அங்ஙன வந்தாளுகக்கிட்ட சொல்லிவிட்டார். பெறவுதான் குருசாமி நாயக்கர் வந்தார். நாயக்கர் ஒரு பருத்தி வியாபாரி. ஜின்னிங் பாக்டரி வச்சுருக்கார். ஆளும் வளர்த்தியாக இருந்தார். அந்தச் சிலுக்குச் சட்டயும் பட்டு வேட்டியும் எடுப்பாய் இருந்துச்சு. அவர் மொறச்சிப் பார்த்தார். "என்ன...

என்ன விசயம்?” அந்த அதட்டும் குரல் திகைக்க வச்சது. இருந்தாலும் நல்லையா நிமிர்ந்தே நின்னார். அவரும் வெள்ளச் சட்டயும் வேட்டியும் அணிஞ்சிருந்தார். சற்றுத் தயங்கினாலும் பெறவு நிதானமாகப் பேசினார்: “என்ன மல்லு சாம்பான் அனுப்பி வச்சாருங்க. செங்கச் சூள வைக்க எடம் கேட்டு வந்திருக்கேங்க.”

குருசாமி நாயக்கர் ஏற இறங்கப் பார்த்தார். நல்லையாவின் தோற்றமும் நிறமும் வளர்த்தியும், ‘இவன் எங்ஙனக்கூட செங்கச் சூள நடத்தப் போறான்?’ எங்கிற உணர்வைக் கொடுத்துச்சு. இன்னும் குரலைக் கடுமையாக்கிச் சொன்னார்: “நீயா செங்கச் சூள நடத்தப் போற? ஒன்னப் பாத்தா அப்டி ஆளாத் தெரியலையே?”

நல்லையாவுக்குக் கடுப்பா இருந்துச்சு. அவரும் தொண்டையைச் செருமிக்கிட்டுச் சொன்னார்: “ஆம்மாங்க. நாந்தான் நடத்தப் போறேன். ஒங்க நெலம் வேணும். அதுக்கு என்ன உண்டோ அதத் தந்திடுறேன்.”

“ம் நீ ஆரு? எந்த வூரு? எங்கருந்து வார? ஒன்னால குத்தகப் பணம் கொடுக்க முடியுமா?”ன்னு நாயக்கர் கேட்கச்சில, நல்லையாவும் பதறாம, பதற்றப்படாம, அமைதியாகப் பேசினார். “நான் இன்னாரு. இங்கருந்து வாறேன். இப்டி விசயம் நீங்க கேட்கிற தொகையைக் கொடுக்கிறேன்” என்றெல்லாம் சொன்னார். அப்பம் நாயக்கர் குரல அழுத்தி இறுக்கிக் கேட்டார்: “நீயும் சாம்பான் தானா! ஒங்க ஊருல ஆயிரத்தெட்டுத் தொரட்டுயிருக்கப்பா. ஒனக்கிடம் கொடுத்தா ஒங்கவூருக்காரனுவ வந்து மறிப்பானுவல. அதுனால நா உனக்கு எப்டி குத்தகைக் கொடுக்க முடியும்?” சப்னு மூஞ்சில அடிச்ச மாதிரி இருந்துச்சு. வச்சுருந்த நம்பிக்கை எல்லாம் நொடிப் பொழுதுல உடைஞ்சு சுக்கு நூறாகிப் போன மாதிரி இருந்துச்சு.

ஒரு வயசான பொம்பள வந்தாள். அவள் செக்கச் செவேர்ன்னு இருந்தாள். கழுத்துல அட்டியலு, காதுல ரெட்டக் கொத்துப் பாம்படம், கைக்கு நவ்வாலு வளையலுவ. ரெண்டு கைலயும் பச்சைக் குத்தியிருந்தாள். “என்ன விசயம்”னு கேட்டாள். அவள் தெலுங்குல பேசுனது விளங்கல. சடையன் குளம், நாகந்திரத் தேவர், ரேடியோ எங்கிற சொற்கள் மட்டும் தெரிஞ்சது. ஊர்ல நடந்த பிரச்சனையச் சொல்லுறாளோன்னு யூகிக்க முடிஞ்சது. நாயக்கரும் நிதானத்துக்கு வந்தார். பெறவு சொன்னார்: “சரிப்பா எங்கம்மா சொல்லிட்டாங்க. வருசம் இவ்வளவு ரூபா. பிச்சுப் பிச்சுத் தரக் கூடாது. பணம் மொத்தமா வந்திடணும். என்ன சொல்லுற?”

"என்னங்க, போன வருசம் கம்மியான ரூபாத்தானே கொடுத்திருக்கீங்க!"

"அது போன வருசம். இந்த வருசம் இப்டித்தான். ஒனக்கு இஷ்டமிருந்தா கொடு. இல்லன்னா போ."

"கொஞ்சம் கொறைக்கக் கூடாது?"

"சரி ஒனக்கும் வாண்டாம். எனக்கும் வாண்டாம். இவ்வளவுதான் ரூபா கொடு."

"சரிங்க இன்னிக்கிக் கொண்டுட்டு வந்து கொடுக்கேன்."

"ம்."

தங்கக் காசுகள வித்தாச்சு. அதுவும் இருநூறு ரூபாய் தேறல. அதுக்கும் இருபது ரூபாய் குறைஞ்சுச்சு. நல்லையா குழம்புறதக் கண்டு தொடிச்சி, கழுத்துல கெடந்த அட்டியலக் கழற்றிக் கொடுத்தாள். பாம்படத்தையும் கொடுப்பதாகச் சொன்னாள். நல்லையா பிடிவாதமாக மறுத்தார்: "வாண்டாம் வச்சுக்க. எல்லாத்தியும் கழத்திக் கொடுத்துட்டு நீ மூளியாவா இருப்ப?"ன்னு கேட்டார்.

"இல்லீங்க. நா காத வெட்டி கம்மல் போட்டுக்கிடுறேன்."

"சும்மாவே ஊருல கரிச்சுக் கொட்டுறாவ. இதுல காத வெட்டிக் கம்மல் போட்டா கேட்கவே வாண்டாம்."

"என்னங்க நீங்க. அடுத்தவிய சொல்றாவன்னு நம்ம இருக்க முடியுமா? பேசாம எம் பெறத்தால வாங்க. பாம்படத்தக் கையடிங்க, கம்மல் எடுத்துத் தாங்க. போட்டுக்கிடுறேன்."

பாம்படத்த விக்கச் சில பணம் கெடச்சது. கம்மலும் வாங்கிக் கிட்டாவ. மருமவளப் பார்த்து ஊர்க்காத்தான் வாப்பாரினார்: "இது என்ன கண்றாவி. எதுக்கு இப்டிச் செஞ்ச. சும்மாவே ஆவலாதி தாங்கல. இப்பம் ஒங்காதுல கம்மல் கெடந்தா என்னல்லாம் பேசமாட்டாவ."

"இப்பம் என்ன குடி மூழ்கியா போச்சு. எதுக்கு இந்தக் கத்துக் கத்துற. நானும் மொதல வாண்டாம்னுதான் சொன்னேன். இப்பம் பேத்தியா ஆசப்படுறா, கம்மல் போட்டுட்டுப் போவட்டும்"னு தம்மக்காரச் சாம்பாத்தி தொடிச்சிக்கு ஆதரவாகப் பேசியதும் ஊர்க்காத்தான் திணறினார். இருந்தாலும் அவர் சொன்னார்: "அதுக்கில்லம்மா. ஊர் நெலவரம் மோசம்னு ஒனக்கும் தெரியும். ரவுக்கப் போட்டதுக்கே என்ன வரத்து வந்தாவ. இப்பம் காதுல கம்மலும் வந்தாச்சு. இனிம என்ன சொல்லப் போறாவளோ ஆர் கண்டா?"

“நானும்தான் சொன்னேன் பேத்தியா கேட்கல. காத வெட்டி தைச்சாச்சு. இனிம பேசி பெரயோசனமில்ல.”

தொடிச்சியும் சொன்னாள்: “பாம்படன்னாத்தான் ஆபத்து, அது எப்பமும் தொங்கிட்டே கெடக்கும். படுக்கச்சில பாத்துப் படுக்கணும். ஒத்த செத்தயா போக முடியாது. கள்ளப் பயல்வ அத்துட்டுப் போயிடுவானுவ. கம்மல் அப்டில்ல. எனக்கு இதான் பிடிச்சிருக்கு.”

எல்லாத்துக்கும் அலச்சல் ஜாஸ்தி. சடையன் குளத்துக்கும் விளாத்திகுளம் ஊருக்கும் அலஞ்சு முத்தல. அதுலருந்து இன்னும் போகணும். குப்பா ஓடைப் பக்கம் இருந்துச்சு செங்கல் சூள. எங்ஙன பார்த்தாலும் முள்ளும் புதரும் மண்டிக் கெடந்துச்சு. ஒரு செங்கல விட்டுவைக்கல. எல்லாத்தியும் பெறக்கிட்டுப் போயிருந்தாவ. சாம்பலத்தான் பார்க்க முடிஞ்சது. காலடிப்பட்ட தளம் இருந்துச்சு. கிணற்றுலையும் தண்ணி கெடந்துச்சு. தண்ணி கடுக்கல. சவக்களிச்சுக் கெடக்கல. குடிக்கலாம். அப்டி இருந்துச்சு. மண் சரியான களி. பரு மணல் அடிக்கணும். காளவாசல எடுத்துக் கட்டணும். இந்த வேலயச் செஞ்சிமுடிச்சி ஒரு குச்சிலையும் முடக்கிக்கிட்டாவ.

ரத்தினசாமி நாடார்தான் வண்டி வண்டியாய் மணலக் கொண்டு வந்து தட்டினார். பெறவு விறகையும் கொண்டுவந்து இறக்கினார். ரெண்டுக்கும் சேர்த்துக் கணக்குச் சொன்னார். நல்லையா பற்று வச்சார். மீதிப் பணத்தக் கல் இறக்கினவுடனே தருவதாகச் சொன்னார். நாடாரும் கேட்டுக்கிட்டார். எல்லாரும் பாடுபட்டாவ. தம்மக்காரச் சாம்பாத்தியும் அங்ஙன வந்து குத்த வச்சுக்கிட்டு இயன்ற உதவிகளைச் செஞ்சாள். இழுத்துப் பிடிச்சுச் செங்கல் அறுத்தாவ. நல்லையாதான் காளவாசல்ல எப்டி கல்ல வைக்கணும்னு சொல்லிக் கொடுத்தார். ஒரு பாந்துக்கு விறகு வச்சாவ. விறகு ஜாஸ்தியாகிடவும் கூடாது. கம்மியாகவும் இருந்திடக் கூடாது. பெறவு கல்லு வேகாம உக்காந்துக்கிடும். தீ ரொம்ப ஆச்சினா, எல்லாக் கல்லும் உருக்குலஞ்சிப் போயிரும். முண்டு முண்டு கல்லாகத்தான் பெயர்த்தெடுக்கணும். போட்டத் துட்டுப் போச்சு. வேல செஞ்சும் பிரயோசனமில்ல.

ஒழுங்கா கல்லடுக்கியாச்சு. அதுக்குத் தக்கன முண்டு விறகா அடுக்கியிருக்கு. பெறவு மண்ணக் குழப்பிப் பூசுன்னாவ. எல்லா வேலையும் முடிஞ்சுச்சு. இனிம தீ வைக்கணும். பூசைக்கு ஏற்பாடுக நடந்துச்சு. கிழக்க வாழயிலய விரிச்சார் ஊர்க்காத்தான். அந்த இலைல பிடி மண் வச்சார். அதுல குங்குமம், விபூதி, சந்தனம்னு வச்சாச்சு. கோடிச் சேலை, ரவுக்கத் துணி, பாவாடை

எல்லாத்தியும் இலை ஓரம் வச்சார். தேங்காய், ஒரு சீப்புப் பழம், வெத்திலப் பாக்கு, சூடம், சாம்பிராணி, பத்தியெல்லாம் இருந்துச்சு. தொடிச்சி குத்துவிளக்கக் கொண்டு வச்சாள். பெறவு ஒரு ஓலைப் பிளாப்பெட்டில நெல்சோறு, கும்பாவுல கருவாட்டுக் குழம்பு, சுட்ட சாளக் கருவாடு, ஒரு போத்தல் சாராயம், எல்லாம் படையலுக்கு வச்சாச்சு. தம்மக்காரச் சாம்பாத்தி வேணும்ங்கிற சாமான்கள எடுத்துக் கொடுத்தாள். ஊர்க்காத்தான் வேட்டியத் தார்பாய்ச்சு கட்டிக்கிட்டார். தேங்காய் உடைச்சார். பத்தி கொளுத்தினார். சாம்புராணி புகையக் காட்டினார். "அம்மா ... தாயே ... சந்தி மறிச்சாளே ... இந்தச் செங்கச் சூள நீண்ட ஆய்சுக்கு இருக்கணும். எங்களக் காப்பாத்தணும். வச்சக் கல்லெல்லாம் நல்லபடியா வேகணும். எந்தக் குறையும் வரக் கூடாது"ன்னு விழுந்து கும்பிட்டார். விபூதிய அள்ளிப் பூசிக்கிட்டார். அங்ஙன ஒரு சேவல் கெடந்துச்சு. அத அந்தாலத் தூக்கினார். கத்திய வச்சு அதோட கழுத்தறுத்தார். ரத்தம் பீச்சி அடிச்சிச்சி. அத காளவாசல்ல தெளிச்சார். எல்லாரும் செங்கல் சூளயச் சுத்தி வந்தாவ. விழுந்து கும்பிட்டாவ. பெறவு ஆளுக்கொரு வாசல்ல தீ வச்சாவ. தீ பத்திக்கிற்று. தீயக் கண்டால் பயமாயிருக்கு என்பாங்க. ஆனால் தம்மக்காரச் சாம்பாத்தி குடும்பத்துக்குப் பயமே இல்ல. அதுலத்தான் ஆனந்தம். அதன் வெளிச்சம் இருட்டக் கிழிக்கச்சில சந்தோஷம்னா சந்தோஷம் அப்டிச் சந்தோஷம் அவியளுக்கு.

நல்லையா, 'எங்கன தீ குறையுது'ன்னு பார்த்தார். அந்தப் பாந்துல முண்டத் தூக்கிப் போட்டார். குன்னிமரியான் விறகத் தூக்கிக்கொண்டு வச்சான். சாம்பாத்தியும் கூடமாட நின்னாள். தொடிச்சி மேட்டு விளும்புல குழந்தைய அணச்சபடி குத்தவச்சாள். அவளுக்கு எல்லாம் புதுசு. சூள எரிகிறது வேடிக்கையாக இருந்துச்சு. அந்தத் தீயும் விடிய விடிய எரிஞ்சது. தீ குறையாம பார்த்துக்கிட்டாவ. மூணாம் நாளு காலைலதான் தீ தாந்துச்சு. கொஞ்சம் கொஞ்சமா மேலருந்து செங்கல எடுத்தாவ.

அந்தச் செங்கல விற்கங்காட்டிலும் போதும் போதும்ணு ஆகிற்று. யாரும் தேடி வந்து வாங்கிற மாதிரி இல்லை. ரொம்ப தெரிஞ்சவிய நூறு இருநூறுன்னு வாங்கிட்டுப் போனதோட சரி. அதுக்கும் வண்டி பிடிச்சு, வாடகை பேசி அனுப்பங்காட்டிலும் அப்பாடின்னு இருந்துச்சு. பணமும் சுணங்கித்தான் வந்துச்சு. அதுவும் அன்னாடச் செலவுக்குக் கழிஞ்சுப் போச்சு. என்னத்துக்கு இந்த வேண்டாத வேல. ஆள மாதிரி வேல செஞ்சி, உண்டானதக் காய்ச்சி குடிச்சிட்டுப் போவ வேண்டியதானேன்னு

சொந்தக்காரவியளே பேசிக்கிட்டாவ. “இப்பம் ஒண்ணும் கெட்டுப் போகல. பக்கத்தூருல ஒரு செட்டியாரு செங்கச் சூள வச்சுருக்காரு. நம்ம செங்கச் சூளய அவுருக்கிட்ட கையடிச்சிடலாம். கிரயம் முடியும்னா பணத்த வாங்கிக் கிடலாம். என்ன, கொடுத்திடலாமா?”ன்னு ஊர்க்காத்தான் கேட்டார்.

தொடிச்சி விரசலாக வந்து சொன்னாள்: “எல்லாரும் சேர்ந்து அரும்பாடுபட்டு உருவாக்குன சூளயை எடுத்தேன் கவுத்தேன் கொடுத்தேன்னா, எப்டி? இதுக்கா ராவ்வும் பகலும் நாய் படாத பாடுபட்டுச்சு. வேலயில்லாமயா இங்ஙன வந்து குத்த வச்சுருக்கோம்?”

ஊர்க்காத்தான் எதயோ சொல்ல வாயெடுத்தார். உடனே தம்மக்காரச் சாம்பாத்தி, “நீ எதுவும் சொல்லாத. நீ சொன்னா, வித்துட்டுத் தேன் வாங்கி வழிக்கரைல நக்கிட்டுப் போவச் சொல்லுவ. நம்ம அதுக்கா காத்துக் கெடக்கோம். ஏலேய் நல்லையா, நீ இங்கின ஒரு வேலயும் பாக்க வேண்டாம். ஆட்க வந்தா நாங்க செங்கல எண்ணிக் கொடுத்துக்கிடுறோம். ஒம் பொண்டாட்டி கணக்கு வச்சுருப்பா. நீ விக்கிற விசயமா அலஞ்சா போதும். இப்பமே நாலிடத்துக்குப் போயி விசாரி... ஓடு.”

பஜாருல வச்சு மல்லு சாம்பா பார்க்க முடிஞ்சிது. நல்லையா எல்லாத்தியும் சொன்னார். அவர் திண்டாட்டம் சாம்பானுக்கும் புரிஞ்சது. “நா சொன்ன ஆளுவளப் பாத்தியா?”ன்னு கேட்டார்.

“ம் பார்த்தேன். தேவப்பட்டா வாங்குறோம்ன்னாவ. பெறவு ஆரும் வரல.”

தத்தளிக்கிற நல்லையாவச் சாம்பான் தேற்றினார்: “என்னடா செய்றது. யாபாரம்னா லேசுப்பட்ட விசயமா. அப்டி இப்டித்தான் இருக்கும். போவப் போவ சரியா போவும். அதுலயும் நம்மள மாதிரி ஆளுவ யாபாரம் தொடங்கினா, தேவுடியாவுள்ளைங்களக்குப் பொறாமயா இருக்கும். பொசக் காப்பெடுக்கும். அதெல்லாம் சமாளிக்கணும். நீ நேரா தூத்துக்குடிக்குப் போ. நாந் சொல்ற ஆளப் பாரு. அவுரு மொத்த யாபாரி. அவுருக்குப் பிடிச்சுச்சுன்னா வெல சொல்லுவாரு. ஒனக்கு கட்டுமானா கொடு. பணம் ரொக்கமா கெடைக்கும். அதுல கடன அட. மிச்சப் பணத்த அடுத்த சூளக்கி வச்சுக்க. இருக்கிற செங்கல மெதுவா வித்தாலும் போதும். கைல துட்டுப் பொறளும். பெறவு கடன்பட வேண்டியதிருக்காது.”

“இப்பமே போகட்டா?”

“போறது போற, நாலு செங்கலயும் தூக்கிட்டுப்போ.”

தூத்துக்குடி முதலாளியப் போய்ப் பார்த்தார் நல்லையா. அந்த முதலாளி பெயர் ஆத்திக்கண்ணு நாடார். ஆளும் வளர்த்தியாக இருந்தார். குண்டு உடல். பெரிய தொப்ப. அழுக்குப் படாத வெள்ளை கதர் சட்டையும் வேட்டியும் அணிந்திருந்தார். சற்று அதட்டலாகவே பேசினார். “நாந் தெரியாத ஆளுவகிட்ட செங்கல் வாங்கிறது கெடையாது. மல்லுச் சாம்பான் அனுப்பி வச்ச ஆளுங்க போய்தான் பேசுகிறேன். நீங்க செங்க அறுக்க லைசென்ஸ் வச்சுருக்கீங்களா? அப்டி இல்லன்னா, குடிசை தொழிலுன்னு போட்டு ஒரு லைசென்ஸ் வாங்கிட்டு வாங்க. மத்ததப் பெறவு பேசிக்கிடலாம்.” நல்லையா நிற்பதப் பார்த்ததும், “பெறவும் ஏன் நிக்கிங்க. ஓங்க செங்கல கொறச்சி சொல்லல, நல்லாத்தான் இருக்கு. அதுக்காவ வாங்க முடியாது. தொழில் நடத்துறேன்னு சொல்லுறீங்க, அப்பம் லைசென்ஸ் கொண்டாங்க. நாளைக்கி பிரச்சனன்னு வந்தா நானுல கைக்கட்டி நிக்கணும்” நல்லையாவும் கேட்டுக்கிட்டார். “சரி முதலாளி. லைசென்ஸ் எடுத்துக்கிட்டு வாரேன்.”

தொடிச்சி பதில் பேசல. அவள் குழம்பிப்போய் நின்னாள். இங்ஙன கூடி விற்கிறத வச்சு, பெட்டிப் போட்டுக் கடனையும் கொஞ்சம் அடைச்சிட்டு எந்தரிச்சிடலாம்னு நெனச்சார் நல்லையா. நெனப்பு வேறு மாதிரி இருந்துச்சு. இப்பமே லைசென்ஸ் எடுக்கணும். முதலாளிக்குச் செங்கலக் கொடுக்கணும். துட்டுப் பார்க்கணும்போல் இருந்துச்சு. தம்மக்காரச் சாம்பாத்தி அமைதிப் படுத்தினாள். ஆறுதல் வார்த்தைகளைச் சொன்னாள். எல்லா பிரச்சனைகளையும் சங்கடங்களையும் துன்பங்களையும் துயரங்களையும் வருத்தங்களையும் சந்தி மறிச்சாள் தீர்த்து வைப்பாள். அவள்மேல் பாரத்தப் போட்டுட்டு மத்தக் காரியங்களப் பாருங்கங்கிற மாதிரி சாம்பாத்தி பேசினாள்.

நல்லையாவுக்கு அலைச்சல் ஜாஸ்தி. கடை பஜாருக்குக் குன்னிமரியான் போய் வந்தான். ஊர்க்காத்தான் செங்கல் சூளைக்குக் காவல் இருந்தார். ஆச்சியும் பேத்தியும் ஊர் திரும்பினாவ, தெருவும் வெறிச்சின்னு கிடந்துச்சு. வயசான கிழவிமார்களத்தான் பார்க்க முடிஞ்சுது. சம்முகக்கனி அக்கா வந்தாள். அவள் கேட்டாள். “ஏய் கிழவி நீ ஊட்ல இருந்தா என்ன? எதுக்கு செங்கமாலுக்கும் ஊட்டுக்கும் அலஞ்சுக்கிட்டிருக்க?”

“இங்கின குத்த வச்சு நா என்ன செய்ய? இப்பமோ செத்த நாழியோ தெரியல, போற கட்ட இது. இங்ஙன இருந்தா என்ன? அங்ஙன இருந்தா என்ன?”

மதியம்போல நல்லையா வந்தார். போன காரியம் ஒண்ணும் நடக்கல. அங்ஙனயே குத்த வச்சுட்டார். "என்ன அப்டியே வந்து படுத்துட்டு, அப்பம் வெளியில வந்து நிக்கிய. சாப்புடலையா?"ன்னாள் தொடிச்சி. நல்லையா பெஞ்சாதிய உற்றுப் பார்த்தார். பார்வைல சடவு இருந்துச்சு. மெல்லப் பேசவும் செஞ்சார். "தொழிலுன்னு இறங்கின பெறவுதான் தெரியுது. அதுல எவ்வளவு பிரச்சன இருக்குன்னு. தலையாரி விபுஷ்ண ரெட்டியப் பாத்து கிராம முன்சீப் ஆறுமுகத் தேவர் ஊட்டுக்குப் போனேன். அவுர ஊட்டுல வச்சுக்கிட்டே இல்லன்னுட்டாவ. அவுரு ஆபீஸ்சுக்குப் போனா எப்பம் வருவாருன்னு தெரியாதுங்காவ. அவுரு எழுதித் தந்தாத்தான் மத்ததப் பாக்க முடியும். இதேயுது அவிய சாதிக்காரவியன்னா, ஊட்டுக் குள்ளக் கூப்புட்டு வச்சு எல்லாத்தியும் முடிச்சுக் கொடுத்திருப்பாவ. நானு பறையனாப் பெறந்துட்டேன்ல. அதான் இந்த இழுப்பு."

"தலையாரிக்கிட்ட கேட்க வேண்டியதானே. இதக் கொஞ்சம் முடிச்சுத் தாங்கன்னு."

"நா எப்டி கேட்காம இருப்பேன். அவுரு வாங்கித் தாரேன். கைல துட்டு வச்சுக்கிடணும்ங்காரு. நானும் சரின்னுட்டு வந்திருக்கேன்."

"அப்டி எதுக்கு நம்ம துட்டுக் கொடுக்கணும். நம்ம என்ன திருட்டுத்தனமாவா தொழில் செஞ்சுக்கிட்டிருக்கோம். செத்தப் பொறுமையா இருந்து திரும்பவும் அலஞ்சு லைசென்ஸ் வாங்கப் பாருங்க. அதுக்காவ துட்ட செலவழிக்க வாண்டாம்."

"தொழில் நடக்கணும்னா வளஞ்சு நெளிஞ்சுத்தான் போவணும். எல்லாத்துக்கும் கணக்குப் பாத்துக்கிட்டிருக்க முடியாது. மனுசங்க நன்னூல் மாதிரி இருப்பாவன்னு எதிர்ப் பாக்கக் கூடாது. நமக்குச் சாதகமா இருப்பாவன்னு நம்புறது தப்பு. நீ நெனக்கிற மாதிரி பொறுமையா இருந்தா காரியம் கெட்டுப் போவும்."

"அடுத்தவங்க எப்டியும் இருக்கட்டும். நம்ம நேர்மையா உழைப்போம். நேர்மையா தொழில் செய்வோம். அதுலதான் நிம்மதியிருக்கும்." "நானும் அப்பிடித்தான் இருக்கணும்னு நெனக்கேன். ஆனா முடியாதுபோலத் தெரியுது."

அப்பம் பார்த்து சோலைக்கிளி வந்தார். அவருக்குக் கோட்டைப் புதூர் ஜமீன்ல வேலை. ஜமீன் நிலம் பறந்து விரிந்து கெடக்குத் தெற்க உள்ள காடுகரைக்குச் சோலைக்கிளி காவல். அங்ஙன குச்சில கட்டிக் கொடுத்திருந்தாவ. அதுல பெஞ்சாதி

புள்ளியள வச்சுக்கிட்டு ஒப்பேத்த முடிஞ்சிது. அவர்தான் பேச்சை ஆரம்பிச்சார்: "நல்லயா ஒனக்கு விசயம் தெரியுமா?"

"என்ன விசயம்?"

"அதான் சமீன் நெலமில்லாதவியளுக்கு நெலத்த பிரிச்சுக் கொடுக்க போறாவ. காத்து வாக்குல காதுக்கு வந்துச்சு. சமீன் நேருல பாத்து பேசினா, நமக்குக் கெடைக்கும். இதச் சொல்லிட்டுப் போவலாம்னுதான் வந்தேன்."

நல்லையா சோலக்கிளியக் கூப்பிட்டு உக்காரவச்சார். அவரும் கட்டிலுல உக்காந்துக்கிட்டார். தொடிச்சி கதவுல சாய்ஞ்சபடி நின்னாள். அவளுக்கு மனசு சரியில்ல. எதயோ இழந்த மாதிரி உணர்வு, எதுவும் பிடிக்காத மாதிரி சலிப்பு. ஆனாலும் இலவச நிலம்ங்கச்சில, அதப்பத்திக் கேட்க ஆர்வமானாள். நல்லையாவும் சோலைக்கிளியப் பார்த்து, "கேட்க நல்லாத்தான் இருக்கு. அதுலயும் சமீன் அசலூருல இருக்கிறவிய, அவியளச் சுத்தி இருக்கிறவிய பூராவும் மறவனுவ. அவியளுக்கும் நமக்கும் ஆவாது. சமீன் கொடுத்தாலும் இவிய விடுவாவளா?"ன்னார்.

"அப்டில்ல நல்லயா. இதுல விசயமிருக்கு, அரசாங்கம் நெலம் கொடுக்கச் சொல்லுது. கொடுத்தோம்னு கணக்குக் காட்டணும். அதுக்குத்தான் இந்த ஏற்பாடு. அதுக்கு முன்னே எவனும் முந்திடக் கூடாது. நா எல்லாத்தியும் கண்டு பேசிக் கிட்டிருக்கேன். அசலூருல இருக்கிறவியக் கிட்டையும் சொல்லணும். எல்லாரும் ஒரு நாள் போய் சமீனக் கண்டு பேசணும். நீரு, ஒம்மத் தம்பி, ஒங்கையா எல்லாரும் வாங்க"ன்னார் அவர்.

நல்லையா சிரிச்சுக்கிட்டே சொன்னார்: "இது நடக்கக் கூடிய காரியமா. துட்டுக் கொடுத்தே காரியம் ஆக மாட்டேங்கு. எவ்வனாவது நெலத்தச் சும்மாக் கொடுப்பானா? அலஞ்சும் பிரோஷனமிருக்காது. எல்லாம் வெட்டி அலச்சலா போவும்."

அப்பம் தொடிச்சி சொன்னாள். "இதுல ஏன் நீங்க காரியம் நடக்காதுங்கிற மாதிரி பேசுறீங்க. நடக்குமோ நடக்காதோ ரெண்டாது. நெலம் சும்மாக் கொடுக்கிறதா சொல்றாகள்ல. ஆளோட போய்க் கேளுங்க. கொடுக்கிறதும் கொடுக்காததும் அவிய இஷ்டம்." மேலும் அவள் சோலைக்கிளியப் பார்த்து, "இது நல்ல காரியம். எதுவும் உதவி வேணும்னா கேளுங்க. நாங்க செஞ்சு தாறோம்"ன்னும் சொன்னாள்.

"அப்டித்தாம்மா இது பொது விசயம் எல்லாரும் சேர்ந்து இருக்கணும். வந்தா மல போனா மயிரு!"ன்னு உற்சாகமாகச் சொன்னார் சோலைக்கிளி.

ஒரு நாள், வீடு கட்ட செங்கல் வேணும்னு வைத்தான் செல்லையா வந்தார். அவர் வரச்சில நல்லையா இல்ல. ஊர்க்காத்தானும் குன்னிமரியானும்தான் இருந்தாவ. அவர உக்காரவச்சுப் பேசிக்கிட்ருக்கச்சில, ஓம்பதாயிரம் செங்கலுக்கு ஆர்டர் கொடுத்தார். குச்சிலாய் இருக்கிற ஊருல ஒரு கார வீடு வருதுன்னா யார்க்குத்தான் சந்தோஷம் இருக்காது? அதுவும் சடையன் குளத்துல ஒரு பறையர் கல் வீடு கட்டுறாருன்னா லேசான காரியமா?

வைத்தான்செல்லையாவுக்கும் நம்மாளு செங்கல் சூளை வச்சுருக்காவன்னு பெருமை. என்ன விலை சொன்னாலும் அவர் வாங்கத் தயாராகத்தான் இருந்தார். குன்னிமரியான் சும்மாக் கெடக்காம விலயக் குறைத்துச் சொல்லிட்டான். தகப்பனும் ஒன்னும் சொல்லல. வைத்தான்செல்லையா பணத்த எண்ணிக் கொடுத்தார். வண்டி பிடிச்சு ஏற்றிக்கிட்டுப் போனார். போகிற வழியில் ஒரு நாயக்கர்கிட்ட விலயச் சொல்ல, அந்தாளு, பரவாயில்லயே சீப் ரேட்டா இருக்கேன்னு வந்துட்டார். அவருக்கிட்ட கறாரா நடந்துக்கிட முடியல. பொதுவான ரேட் சொன்னதும், “என்னப்பா ஒவ்வொருத்தருக்கும் ஒவ்வொரு வெல சொல்றீங்க. வைத்தானுக்குக் கொறச்சுக் கொடுத்திருக்கீங்க. எனக்கென்ன கூட்டிச் சொல்றீய. யாபாரத்துல சாதி பாக்கக் கூடாதப்பா. எல்லாரும் வேணும்னு நெனங்கப்பா. ஒங்கக்கிட்ட வெல கொறவுங்கிறனாலதான் வந்தேன். இல்லன்னா வேற எங்கயும் போய் வாங்கத் தெரியாது?”ன்னார்.

குன்னமரியான் சாக்குப் போக்குச் சொன்னான். நாயக்கர் கேட்கிற மாதிரியும் விடாப்பிடியாக இருந்தார். ஊர்க்காத்தானும் பகைச்சுக்கிட விரும்பல. அதே விலைக்குக் கொடுத்தார்.

சாயந்திரம் நல்லையா வந்தார். செங்கல் சூளையப் பார்த்தார். “என்னப்பா. இன்னைக்கிச் செங்கல் நெறைய வித்திருக்கு போலத் தெரியுது?”

“ஆமா வித்துச்சு.”

“எவ்வளவு கல்லு போச்சு”ன்னு நல்லையா கேட்டதும், அதயும் சொன்னார்.

குறைஞ்சு விலைக்குச் செங்கலக் கொடுத்ததுதான் நல்லையாவுக்குப் பிடிக்கல. “இப்டி கொடுத்தா கட்டுப்படி யாவாது”ன்னார். பெறவு திரும்பவும் “இனிம ஆர் வந்து கேட்டாலும் வெலயக் கொறைக்காதீங்க”ன்னு நல்லையா சொல்லச்சில, அங்ஙன நின்ன குன்னிமரியான் சொன்னான்: “நானு கொடுக்கணும்னு கொடுக்கல. செல்லையா மச்சான் வந்தாரு.

அவுருக்காவத்தான் கொடுத்தது. அதே வெலக்கி அந்த நாயக்கரும் ஒத்தகால்ல நின்னு வாங்கிட்டுப் போயிட்டாரு."

ஒத்தயடிப் பாதை வழியா அஞ்சாறு ஆட்க வருறது தெரிஞ்சது. முன்னால வந்த ஆள், கெத்து கெத்துன்னு இருந்தார். வளர்த்தியும் தடியும் ஒண்ணுபோல இருந்துச்சு. மடிப்புக் கலையாத வெள்ள வேட்டியும் சட்டயும் அணிஞ்சுருந்தார். நாலு விரல்களுலயும் தங்க மோதிரம். அவர் அதட்ற குரல்லக் கேட்டார். "நீதான் நல்லையாவா?" அவர் பெறத்தால மத்த ஆளுவளும் வந்துட்டாவ. அதுல ஒருத்தன் நெஞ்ச மலர்த்தினான். "செங்கச் சூள வச்சா போதாது. அடுத்தவிய என்ன ரேட் வச்சுருக்காவண்ணு தெரியுணும். ஓம்பாட்டுல வெலய வச்சா எப்டி? பெறவு நாங்க எங்குனக்கூடி செங்க விக்க?"

நல்லையாவுக்கு விசயம் புரிஞ்சது. அவரும் உடனே சொன்னார்: "இல்லைங்க. நானும் ஒழுங்கான ரேட்தான் வச்சுருந்தேனுங்க. நா இல்லாத நேரத்துல வெல தெரியாம கொறச்சுக் கொடுத்துட்டாங்க. இனிம அப்டி நடக்காது." பெறவு அங்ஙன கெடந்த மரப்பெஞ்சச் சுட்டிக்காட்டி, "எல்லாரும் இதுல உக்காருங்கையா"ன்னார்.

அவிய யாரும் உக்காரலே. கடுமையா எச்சரிச்சாங்க. "இனிமயாவது கவனமா இருந்துக்க. வெலய கொறச்சு விக்காத. பெறவு தொழில் நடத்த முடியாது பாத்துக்க. அப்டி வித்தா சிக்கல் வந்து நிக்கும்."

வந்திருந்தவிய சங்கத்துக்காரங்கன்னு இனம் காண முடிஞ்சது நல்லையாவுக்கு. அவுங்க எல்லாத்துக்கும் செங்கல் சூள இருக்கு. முன் பணம் கொடுத்து, ஆட்களப் பிடிக்குள் வச்சுத் தொழில் செய்கிறவிய. எவனாவது செங்கலக் குறைஞ்ச விலைக்கிக் கொடுக்கிறது தெரிஞ்சா வந்து நின்னுடுவாவ. இப்பம் அவிய எதுக்க நிக்கிறதப் பார்த்தும் நல்லையாவுக்குப் பதற்றம் ஏற்பட்டுச்சு, ஆனாலும் சமாளிச்சுக்கிட்டார். உடனே அந்தக் கனத்தாளு சொன்னார். "இதுதான் கடைசியும் முதலும், பாத்து நடந்துக்க. புதுசா தொழில் செய்கிறதுனால சொல்லிட்டுப் போறோம். இல்லன்னா தொழில் நடத்த முடியாது."

அந்த அதட்டல் பலமாகத்தான் இருந்துச்சு. அவிய பேசச்சில வேர்த்துச்சு. "சரி அண்ணாச்சி. இந்தத் தடவ விட்டுப் பிடிப்போம். அடுத்தாப்புலயும் இது மாதிரி நடந்துச்சுன்னா பாத்துக்கிடலாம்"ன்னு ஓராளு சொல்லச்சில மத்தவியளும் நிமிர்ந்து பாத்துக்கிட்டாவ. அவிய மூஞ்சிக இறுக்கமாகவும் கோபமாகவும் கனமாகவும் கடுமையாகவும் இருந்துச்சு. அதுல ஓராளு வேட்டியத் தூக்கிக் கட்டிக்கிட்டுச் சொன்னார்: "வாங்கிக்

சடையன்குளம்

குடிக்கிற பறக் கூதிவுள்ளைங்கயெல்லாம் செங்கச் சூள வச்சப் பெறவு தொழில் உருப்படுமா? இவனச் சொல்லக் கூடாது. பறையனுக்கு நெலம் கொடுத்த நாயக்கனச் சொல்லணும்."

திடீரென்னு பொட்டுல அறஞ்ச மாதிரி இருந்துச்சு. அதன் வலியை உணர முடிஞ்சது. நல்லையா திகச்சு நின்னார். குன்னிமரியான் பட்னு கேட்டான்: "என்ன சாதியச் சொல்லி பேசுறீங்க. ஓங்களுக்குத்தான் பேசத் தெரியுமா? எங்களுக்கும் பேசத் தெரியும். பறக்கூதிவுள்ள, அது இதுன்னு பேசுனீங்க மருவாத கெட்டுப் போவும். நாங்க ஒண்ணும் ஓசில நெலத்த வாங்கிச் செங்க அறுக்கல. செங்கலக் கொறஞ்ச வெலக்கி விக்காதீங்கன்னு சொல்ங்க கேட்டுக்கிடுறோம். அத வுட்டுட்டு என்னன்னமோ பேசுறீங்க."

"ஏலே என்ன முந்துற? மருவாத கெட்டுடுமால, அது எப்டிக் கெடுதுனனு பாப்பும்"ன்னு கனைச்ச ஆள நல்லையா இடைமறிச்சார், "சும்மாவே மருவாத கெட்டுப்போய்தான் பேசிக்கிட்டிருக்கீங்க. இந்த மட்டோட பேச்ச நிப்பாட்டிட்டுப் போனா ஓங்களுக்கும் நல்லது, எங்களுக்கும் நல்லது."

குன்னிமரியான் எதோ சொல்ல வாயெடுத்தான். "நீ ஒண்ணும் பேசாத"ன்ன நல்லையா, பெறவு சொன்னார்: "தொழில் நடத்துறவிய பாத்துப்பேசணும். அதுலயும் சாதியச் சொல்லிப் பேசக் கூடாது. இல்லன்னா தொழில் தொழிலா இருக்காது. சாதிப் பிரச்சனத்தான் வலுக்கும்."

"ஏலே எங்களுக்குச் சொல்லித் தாறேங்கியாக்கும்."

"நா எதுக்குச் சொல்லித் தரணும். எனக்கு வேற வேலயில்ல."

"சரி சரி வாங்க, பேசிக்கிட்டிருந்தா மிச்சம் ஒண்ணும் கொண்டுபோவ முடியாது."

"ஏலே ஏலே. பாத்து நடந்துக்கோங்க. இல்லன்னா தொழில் நடத்த முடியாது."

"அதயும்தான் பாப்பும் ஆர் தொழில் நடத்துறா நடத்தலன்னு." நல்லையா எச்சரிக்கை செஞ்சவியள திருப்பி எச்சரிக்கச் செஞ்சார். அவியளும் முறச்சுக்கிட்டுப் போனாவ.

குன்னிமரியான் புரண்டு படுத்தான்; நிமிர்ந்து படுத்தான்; சரிஞ்சு படுத்தான்; ஊகூம். ஒறக்கம் வரல. கண்ண மூடினா செம்பகம் நெனப்பு. செம்பகம் வந்து நின்னாள். ஓரக்கண்ணால் பார்த்தாள். இது செம்பகம்தானா? ஆம் செம்பகம்தான். தீப்பெட்டி ஆபிஸ்ல பார்த்த செம்பகம். வேல செஞ்ச கையோட நிற்கிற செம்பகம். பொய். அவள் வரமாட்டாள். செத்துப்

போனாள். அப்பக்காரன் அடிச்சே கொன்னுட்டான். எல்லாம் போச்சு. இருந்த உறவு, பாசம், அன்பு, காதல் எல்லாம் போச்சு. அதுவும் உடைஞ்சு, நொறுங்கி, சிதறி, ஒண்ணுமில்லாமப் போச்சு. அந்த இம்சை, மனக்கொதிப்பெல்லாம் சேர்ந்து அவன வதைத்தன.

குன்னிமரியான் எந்திரிச்சு நடந்தான். கால் போன போக்குல போனான். பள்ளத்தத் தாண்டி, காட்டயும் பனயையும் கரிசலயும் கடந்து போனான். இருள் சூழ்ந்திருக்க, காத்துல ஈரம் இருந்துச்சு. இருட்டில கண் முழிச்ச பறவைங்க குரல். எதையும் பத்தி அவனுக்குக் கவலையில்ல. செம்பகம் தூரத்தில் நிக்கிற மாதிரி தெரிஞ்சிது. அவ்வளவுதான், அவள நோக்கி நடந்தான்.

தொலவெட்டுல செத்தங்காணு வெளிச்சம் தெரிஞ்சிது. அதுவும் மங்கலாய்த் தெரியுது. குன்னிமரியான் அப்பிடியே நின்னான். பெறவு வெளிச்சத்தை நோக்கி நடந்தான். அது கிட்டத்துல போனான். இடுப்பளவு உயரத்துல பீடம். அதுல இசக்கியம்மன் சிலை. ரத்தச் சிவப்பாய் உடை, கழுத்துல மனித எலும்புகளாலான மாலை. ஒரு கையில் பச்சக் குழந்தை மாதிரி பொம்மை. நீண்டு வெளியே தெரிகிற நாக்கு. அங்ஙனச் சுத்திப் பூவாய்க் கிடந்துச்சு. அந்த விளக்கு எரிஞ்சது. பெரிய வாழயிலைல ஒரு சீப்பு வாழப்பழம், தேங்காய், வெத்தலப் பாக்கு, குங்குமம், சூடம், சாம்பிராணி, சந்தனம் எல்லாம் இருந்துச்சு.

குன்னிமரியானுக்குப் பயமோ பதற்றமோ இல்ல. அம்மன் பீடத்துல ஏறி உக்காந்துகிட்டான். தேங்காயச் சில்லு சில்லா உடைச்சான், அவ்வளத்தையும் தின்னான். பழத்த ஒவ்வொண்ணா உரிச்சு வாயில போட்டான். பெறவு இசக்கியப் பார்த்துப் பேசினான்: “ஏய் ... இசக்கி! நீ போறவியக்கிட்டே வர்றவியக்கிட்ட அடிச்சுப் பிடுங்கிக்கிடுவாயாமே. எங்க என்ன அடி, பிடுங்கு, கொல செய், பாப்பும். அப்டி நீ செஞ்சா ஒன்ன கையெடுத்துக் கும்பிடுவேன். அந்தப் பாக்கியம் ஒனக்குக் கெடைக்கும். நானு செம்பகத்துக்கிட்ட போயிருவேன்”ன்னு இசக்கிய உத்துப் பார்த்தான் குன்னிமரியான்.

மணி என்னவாயிருக்கும்? காத்து சுழண்டுக்கிட்டு அடிக்க, விளக்கு அணஞ்சுப் போச்சு. ஒரே இருட்டு ஒண்ணும் தெரியல. எந்திரிச்சு நடக்கலாம்னு இறங்கினான். அப்பம் பேச்சொலி கேட்டுச்சு. பெறவு காலடிக ஓசையையும் தெளிவாகக் கேட்க முடிஞ்சது. உருவம் உருவமாய்த் தெரிகிற அவியயெல்லாம் செங்கல் சூளய நோக்கிப் போகிற மாதிரி தெரிஞ்சது. அத உறுதி செஞ்ச மாதிரி, “கொட்டுக்கார பறைத் தேவடியாவுள்ளைங்க

எல்லாம் செங்கச் சூள வெக்க ஆரம்பிச்சுட்டு. இத நீடிக்க விடக் கூடாது!"ன்னு கடுப்பெடுத்த குரல் துல்லிதமாய்க் கேட்டுச்சு. இன்னொரு குரல்: "ஆம்லேய் மக்கா. இந்த மட்டுலயே உடைச்சுச் சமட்டணும்"

குன்னிமரியான் உஷாரானான். எதோ நடக்கப் போவுது. அதுக்கு முன்னே எதாவது செஞ்சாகணும். இருட்டுல கெடச்சதத் தூக்கி எறிஞ்சான். அதுக விழுறது பொத்து பொத்னு கேட்டுச்சு. உடனே கலவரக் குரல் பதற்றமாகக் கேட்டுச்சு: "ஏலேய் ஏலேய் நில்லுங்கலே. இசக்கியம்மன் கல்லத் தூக்கி விடுறா! அவள மீறிப் போனா நம்மள சும்மா விடமாட்டா. ஊட்டு வாசல்ல வந்து நிற்பா. இந்த மட்டுல திரும்புறது நல்லது." பெறவு அவிய ஓடுற சத்தம்தான் கேட்டுச்சு. அதுவும் நின்னுப் போச்சு. அமைதி திரும்பிச்சு. குன்னிமரியான் எட்டை விரசலாய் வச்சான். நேராய் செங்கல் சூளைலதான் வந்து நின்னான்.

அவிய அரும்பாடுபட்டு, வேர்வ சிந்தி, உழைச்சு, செங்கல் சூளைக்குப் பங்கம் வரல. நல்லையா தூங்கிட்டிருந்தார். குன்னிமரியான் செங்கல் சூளமேல ஏறினான். கால தொங்கப் போட்டுக்கிட்டு உக்கார்ந்தான். அப்பந்தான் அம்மன் நெனப்பு வந்துச்சு. அவள் ஓட ஓட விரட்டிய கசவாளிப் பயல்வ யார்?

5

"ஏலேய் சம்முகம் பகடைக்கு இப்டியொரு கொமரு இருக்கா? மொட்டு மாதிரி எவ்வளவு அழகா இருக்கா. நம்ம கண்ணுக்குத் தட்டுப்படாமப் போச்சே"ன்னு சொல்லிக்கிட்டே திரட்டு மேல ஏறினார் சின்னராசாத் தேவர். பெறவு வேட்டியத் தெரச்சுக் கட்டிக்கிட்டார். எட்ட விரசலாய் வச்சார். தோல் செருப்புல மண்ணு எகிறி விழுந்துச்சு. தேவர் பெறத்தால மீசையத் திருக்கிட்டு வந்த முத்தையா பாண்டியன் சொன்னான்: "இந்தப் புள்ள சமஞ்சு ரொம்ப நாளிருக்கும். ஊருலதான் ஒரே சண்ட கேஸ்ன்னு ஆகிப் போச்சுல, அதுக்காவ அலஞ்சுட்டோம். இப்பம் ஊட்டுக்குப் போய் வாங்கினக் கடனக் கேட்கப் போயித்தான் தெரிஞ்சது."

உடனே தேவர்க்குக் குஷி உண்டாகிற்று. "சரி, வாரீயால மக்கா. சம்முகம் பகட ஊட்டுக்கு. அந்தப் புள்ளய இழுத்துட்டு வந்திடலாம்"ன்னார். வறண்ட குளத்துக்குள்ள இறங்கி, ஒத்தயடிப் பாதை வழியாகப் போகச்சில முத்தையா பாண்டியன் கம்னு வந்தான். "என்னல நீ பேச மாட்டேங்க?"ன்னு தேவர் கேட்டார்.

"அந்தப் புள்ள ஒமக்கு வேணும்ல. மொத நீர் போகும். பெறவு நா பாத்துக்கிடுறேன். ரெண்டு பேரும் ஒண்ணாப் போனா நல்லாயிருக்காது."

"அதுவும் சரிதான். இப்பம் நீ எங்கப் போற?"

“உடங்காட்டுக்குள்ள கொம்புத் தேவர் சாராயம் வடிச்சுருப்பாரு. நா நல்ல சரக்காப் பாத்து வாங்கி வச்சுருக்கேன். நீரு அங்க வந்துரும்.” முத்தையா பாண்டியன் சொல்லச்சில, தேவரும் தலை ஆட்டிக்கிட்டார்.

சின்னராசாத் தேவர் ஊர்க்குத் தெக்காம நடந்து தொங்கல்ல இருக்கிற சக்கிலியக்குடியை வந்தடைந்தார். குறுக்குப் பாதையில் சம்முகம் பகடை வீட்டுக்கு வந்தார். வீட்டுப் படலையை ‘நங்’ன்னு எத்தினார். அது ‘கீச்’ன்னு திறந்துக்கிற்று. பெறவு ஆடி நின்னது. தேவர் வளவுக்குள் வந்தார். நின்னு அரக்கப் பரக்கப் பார்த்தார். எந்த அரவமும் இல்லை. இதுதான் சாக்குன்னு திண்ணைல குத்தவச்சுக்கிட்டார். அரவம் கேட்டுக் குச்சில்லயிருந்து வெளில வந்தார் சம்முகம். அவர்க்குப் ‘பக்’ன்னு இருந்துச்சு. ‘இந்தத் தேவிடியாமவன் எதுக்கு வந்தான்?’ன்னு மொனங்கிக்கிட்டார். பேசணும்மேங்கிறதுக்காகப் பேசினார்: “வாங்க சாமியோவ். இப்பம்தான் வந்தியளா? சொல்லிவுட்டா நானே வந்திருப்பேனே. நீங்க இம்புட்டுத் தூரம் வரணும்மாங்கும்?”

“அதெல்லாம் இருக்கட்டும்ல,” சின்னராசுத் தேவர் நேரடியாக விசயத்துக்கு வந்தார்: “வாங்கின கடன உடனே வைக்கணும். பணம் அவசரமா தேவயாயிருக்கு. நானும் கேட்டுப் பாத்துட்டேன். நீ கொடுக்கிற மாதிரி தெரியல. இனிம பொறுக்க முடியாது. அதனால நேருல வந்துட்டேன்.”

“சாமியோவ் நாந்தான் பாதி பணத்த அடச்சுட்டேனே. நேத்துத்தான் நம்ம கணக்கப்புள்ளய பாத்துக் கைல கொடுத்திருக்கு. அதுக்குள்ள நாச்சியாரையா, நீங்களும் வந்திட்டீய. மிச்சப் பணத்துக்குச் செத்தப் பொறுங்க. சுணங்காது. ஓங்கக் கடன அடச்சுடுவேன்.”

“சரி லேய் சம்முவம். இந்தப் பணத்த அப்படியே கழிச்சிடுவோம். ஒனக்கு ஒரு கொமரு இருக்குல. அத எனக்குக் கூட்டிக் கொடு. கணக்குத் தீர்ந்து போவும். நல்லா யோசிச்சிச் சொல்லு. இப்பம் திரும்பி வருவேன். பதில் நல்லாயில்லன்னா, ஓம் புள்ளயத் தூக்கிட்டுப் போயிருவேன். எந்தச் சுன்னியாண்டியும் கேட்க முடியாது. பாத்துக்க.”

“என்ன சாமியோவ் இப்டிக் கேட்டுட்டீய. இது எப்டி முடியும்? அது பச்சப் புள்ள. அந்த புள்ளயக் கேட்டா எப்டி சாமியோவ் கொடுக்க முடியும். இது ஓங்களுக்கே நல்லாருக்கா?”ன்னார். ‘தடார்’ன்னு விழுந்தார் சம்முகம்.

“நீ கால்ல விழு. கைல விழு. அதப்பத்தி எனக்குக் கவலயில்ல. ஓம் புள்ள எனக்கு வேணும். வேணும்னா சொல்லு,

ஓம் புள்ளய ஊட்டுல வச்சுட்டு, பெறவு கொண்டுவந்து விடுறேன். ஒரு மறவன் கிட்டப் படுக்கிறதுக்குச் சக்கிலியச்சி கொடுத்து வச்சிருக்கணும்டா. நா படுத்தப் பெறவு எவனை யாவது பாத்துக் கெட்டி வையி. நா பணம் தாரேன். இது என்னமோ புதுசா நடக்கிற மாதிரில்ல கனைக்க. நல்ல பதில சொல்லு நா வாரேன்."

மாடத்தி மேலத்தெருவுக்குப் போயிருந்தாள். அங்ஙன உள்ள வேலைகளயும் செஞ்சிட்டு, அவிய கொடுக்கிறத வாங்கிட்டு வருவாள். முத்துவீரன், சந்தி மறிச்சாள் அம்மன் கோவில்ல பொங்க வைக்காவன்னு போயிருந்தான். கலியாணியும் அவிய சித்தப்பா மகளோட அங்கத்தான் இருந்தாள். சம்முகம் பகடைக்கு வார்ப்பைத் தைக்கிற தொழில். அவரும் வேலை முடிஞ்சி மெல்ல வரக் கூடாதா? தேவர் ஆளில்லன்னு போயிருப்பார். ஆனாலும் எப்படி வராம இருப்பார்? அதுக்காகப் பெத்தப் புள்ளிய கூட்டிக் கொடுக்க முடியுமோ?

வெயில் சாய, மேற்காமகிருந்து காத்து வீசிற்று, அதுவும் பலமான காத்து. அது மண்ணள்ளிப் போட்டுச்சு. அதோட மேளச் சத்தமும் கேட்டுச்சு. தெருவுல நடமாட்டமில்ல. அப்பந்தான் மாடத்தி வந்தாள். அவர் ஒண்ணும் பேசிக்கிடல. அந்தால உக்கார்ந்தார். மாடத்தி குளிச்சுட்டு வந்தாள்: "என்ன எதையோ பறிகொடுத்த மாதிரி இருக்கீய. நீமரு குளிச்சுட்டு வாரும். அம்மாளுக்குப் பொங்க வைக்காவுளாம். கோவிலுக்குப் போய் கும்பிட்டுட்டு வந்திடலாம்" ன்னாள்.

"அதெல்லாம் இருக்கட்டும். இப்பம் நீ ஊட்டுக்குள்ள வா. நாந் சொல்றத கேட்டு வாப்பாரக் கூடாது. பெறவு நம்ம பக்டோன் குடிச்சுட்டுத்தான் சாவணும்."

"அய்யையே ஒமக்கு என்னாச்சு, ஏன் இப்டி பேசுறீயரு. அப்டி என்ன நடந்துச்சு?"

"நீ கனைக்காம மொதல உள்ள வா."

மாடத்தி புருஷன் பெறத்தால போனாள். குச்சிலுக்குள்ள பெஞ்சாதியைக் கூட்டிக்கிட்டுப் போய், ஓரிடத்தைக் காட்டி சம்முகம் சொன்னார்: "நா இந்தயிடத்துல குழி வெட்டப் போறேன்!"

"என்ன ஒமக்குப் பைத்தியம் கிய்த்தியம் புடிச்சுப் போச்சா? ஊட்டுக்குள்ள குழி எடுக்கப் போறேன்ங்கிறீயரு. ஒமக்கு என்னாச்சு?"

“ஏய் மாடத்தி! நம்ம மோசம் போயிட்டோம்” அவரால் துக்கத்தைத் தாங்க முடியல. அவர் பதற்றப்பட்டார். கையும் காலும் நடுங்கிச்சு.

“என்னன்னு சொல்லீத்தான் தொலையுமே”ன்னாள் மாடத்தி.

அவரும் சொன்னார். எல்லாத்தியும் கேட்டதும், அவளுக்கும் படபடப்பாய் இருந்துச்சு. அவள் வாய் விட்டு அழ ஆரம்பிச்சுட்டாள். அவர்தான், “வாயை மூடு. சத்தம் வெளிய வரக் கூடாது”ன்னு பெஞ்சாதியை அடக்கினார்.

“என்னையே என்ன பாடு படுத்தினான். எம் புள்ளயவுட்டு வைப்பானுவளா? எப்டியும் வருவான். தூக்கிட்டுப் போவான். இந்தக் கெழட்டுத் தூமைக்கு எம்புள்ளையா கேக்கு?”

“நம்மக் கண்ணு முன்னால நம்ம புள்ள சீரழியணும்மா? அதுக்குதான் நா குழி வெட்டுறேன். நீ மேல கம்பப் பரப்பி, சாக்க விரி. கலியாணிக்கு மாம்பழம் பிடிக்கும். ரெண்டு வாங்கிட்டு வாரேன். அத அங்ன வையி. பழத்த எடுக்கப் போனப்புல குழிக்குள்ள விழுந்துடுவா. அப்பிடியே மூடிபுடலாம்.”

சம்முகம் இதச் சொல்லங்காட்டிலும், மாடத்திக்கு மூச்சு அடைச்சுக்கிட்டு அவள் தலைச் சரியச்சில, அவர் தாங்கிப் பிடிச்சுக்கிட்டார். பெறவு தண்ணீர் கொண்டுவந்து கொடுத்தார். மாடத்தி கண்ணத் திறந்து பார்த்தாள். பெறவு அழுதுக்கிட்டே சொன்னாள்: “இத வுட்டா வேற வழி இல்லையா?”

“அசலூர்க்குத்தான் ஓடிப் போகணும். அங்கையும் வந்து நிப்பான். எங்கவூருல களவு எடுத்துட்டு வந்துட்டாவன்னி சொல்வான். அவ்வளவு மறவனும் சேர்ந்துக்கிடுவானுவ. அவனுவ நம்மள கட்டிவச்சு உறிப்பானுவ. நம்ம புள்ளய பாக்கவே முடியாது. இது வேணும்மா நமக்கு?”

முத்துவீரன் வாசல்ல நின்னான். அவனுக்கு எல்லாம் கேட்டுச்சு. திக்னு இருந்துச்சு. உடம்பு வெடவெடத்துப் போச்சு. அவன் நிலை குலஞ்சுப் போனான். தன்னால பொலம்பிக் கிட்டான். “இவன் ஆரு? இவனுக்கும் நமக்கும் என்ன உறவு? அவன் மறவனா, அவன் மப்பு அவனுக்கு. அந்த மப்ப இங்கையா வந்து காட்டணும்? சக்கிலியக் குடில வுள்ளவிய நாதி அத்தவியன்னு நெனச்சுக்கிட்டானா? அந்தச் சிறிக்கிவுள்ளதான் அப்டின்னா, இவியளுக்குப் புத்தி எங்கப் போச்சு? இத சும்மா விடக் கூடாது. இப்பமே கலியாணிய காப்பாத்தியாகணும்.”

முத்துவீரன் குச்சிலுக்குள்ள போகல. அவன் வந்ததும் தெரியாது. நின்னதும் தெரியாது. கேட்டதும் தெரியாது. உள்ள இருந்தவிய பேசிக்கிட்டு இருந்தாவ. அவனுக்கு கலியாணி மூஞ்சி தான் தெரிஞ்சது. அவள் கோவில் முன்ன நின்னு வேடிக்கை பார்த்துக்கிட்டிருப்பாள். அந்த சந்தோஷம் எல்லாத்தியும் இந்த ஊர் மேயிற பய குட்டிச் சுவராக்கப் போறானா? இதைவிடக் கூடாது. ஒரு கை பார்த்தே ஆகணும். அந்தக் கேந்தி வாக்குல ஓடி வந்தான் முத்துவீரன்.

கோவில் முன்ன ஜனங்க குவிஞ்சு இருந்தாவ. அந்தக் கூட்டத்துல தங்கச்சியத் தேடினான். அவன் கூட்டத்துல நுழைஞ்சான். "ஆரு இது. நிக்கிறது கண்ணு தெரியல. ஒம்பாட்டுல இடிச்சுக்கிட்டு பூருற?"ன்னு மூஞ்சி சுளிக்கிறவிய எரிச்சலத் தாங்கிக்கிட்டான். பொம்பளைங்க பக்கம் எட்டிப் பார்த்தான். அவியளோடதான் கலியாணி இருந்தாள். அவள் கெக்கலிட்டுச் சிரிச்சு, சந்தோஷமா இருக்கச்சில, கை சைகைக் காட்டிக் கூப்பிட்டான் முத்துவீரன். உடனே கலியாணியும் எந்திரிச்சாள். கோவில் முன்ன பாதை இருந்துச்சு. அந்த வழியாக வெளிய வந்தாள். முத்துவீரனும் எதுக்க வந்துட்டான். தங்கச்சியைக் கட்டிப் பிடிச்சு அழணும்போல இருந்துச்சு. அந்த வலியை அடக்கிக் கிட்டான். அவன் கிட்ட வந்ததும், "ஏம்ண்ணே கூப்பிட்ட"ன்னு கலியாணி சாதாரணமாகக் கேட்டாள்.

"விழா முடிஞ்சதும் எங்கையும் போவாத. நீ முக்கியமாக நம்ம ஊட்டுக்குப் போயிடக் கூடாது."

"என்னத்துக்கு?"

"ஆமா. அப்டித்தான். எவளும் வா ஊட்டுக்குன்னு கூப்புட்டாலும் போயிறாதே. இங்ஙனயே இரி. நம்ம அம்மா அப்பா வேற யார் வந்து கூப்புட்டாலும் போயிறக் கூடாது. நா எப்பம் சொல்றேனோ அப்பந்தான் போவணும்." "எதுக்கு இப்டி?"

"எதுக்கு அதுக்கின்னியெல்லாம் கேட்காத. அது அப்பிடித்தான். நான் சொல்றத மட்டும் கேளு."

"சரி விழா முடிஞ்சதும் நா ஒத்தைலயா இருக்க முடியும்?"

"அதப்பத்தி ஒனக்குக் கவல வாண்டாம். அத நா பாத்துக்கிடுறேன்."

குன்னிமரியான் தலை தெரிஞ்சது. பெறத்தால அசையாமணியும் வந்தான். கட்டத்தளத்துல 'காவு' கொடுக்க ரெண்டு சேவல்கள வாங்கிவிட்டிருந்தாங்க. அதுக கால்களக்

கட்டுன மேனிக்குப் படப்புல கிடந்துச்சு. அதுகளத் தூக்க வந்தாப்புலதான், இவியளப் பார்த்தாவ அவுக.

"எலே என்ன அண்ணனும் தங்கச்சியும் தனியா நின்னுக் கிட்டிருக்கீய. ஆட்டம் பாக்கலையா?"ன்னு அசையாமணி கேட்டான். முத்துவீரன் பதில் சொல்ல வாயெடுத்தான். ஆனால் தொண்டைக் குழி முட்டும் வந்த சத்தம் நின்னுக்கிற்று. கால் நட்டுற பரபரப்புல, மேளச் சத்தம்தான் கும்னு கேட்டுச்சு. குன்னிமரியானும் கிட்டத்துல வந்து நின்னான். முத்துவீரன் தான் "செத்த இப்டி வாங்க"ன்னு தனியாகக் கூட்டிக் கிட்டுப் போனான். வார்த்தைங்க சிதறிச் சிதறி வர விசயத்தச் சொன்னான்.

"அந்தச் சிறிக்கிவுள்ள இப்டியா சொல்லிச்சி. இத வுடக் கூடாது. உடனே எதாவது செஞ்சாகணும்."

அசையாமணி பதறிக்கிட்டு கேட்கச்சில, ஊடால குன்னிமரியான் கேட்டான்: "நல்லா தெரியுமா. அந்த வெங்கத் தேவடியாவுள்ள காட்டுக்குள்ளத்தான் போயிருக்கான்னு."

ஆமா. அப்டித்தான் சொல்லிட்டுப் போயிருக்கான்."

"சரி, நீ எங்கயும் போவாத, இங்ன இரி. நா போயி நம்ம பையமாரக் கூட்டிக்கிட்டு வாரேன். அங்ஙனயே வச்சு மறிச்சுப்புடலாம்"னு அவசரப்பட்டான் அசையாமணி.

"அதுக்கு முன்ன எந்தங்கச்சிய பாதுகாப்பா வைக்கணும். நா அவக்கிட்ட ஒன்னும் சொல்லல. அவளுக்கு எதுவும் தெரியாது. அவள ஊட்டுக்குப் போவ விடாம பாத்துக் கிடணும்"ன்னான் முத்துவீரன்.

"அப்பம் ஒன்னு செய்வோம். எங்க மைனிய கூட்டிக் கிட்டு வாறேன். அவிய கைல சொல்லி ஒப்படைச்சுட்டுப் போவோம். பத்திரமா பாத்துக்கிடுவாவ."

"ம்"

குன்னிமரியான் மைனியக் கூட்டிக்கிட்டு வந்தான். தொடிச்சிக்கிட்ட எல்லாத்தியும் சொல்லியும்புட்டான். அவளுக்கு இருந்த சந்தோஷம், ஒரு இம்மிக்கானுகூட இல்லாம வள்ளுசா கரைஞ்சுப் போச்சு, ஒத்தைல நின்ன கலியாணியப் பதற்றத்தோட பார்த்தாள் செத்த நேரம். பெறவு அவளும் வாய்ட்டு, "ஏம்மா, நீ ஏன் இங்ஙன நிக்க. அங்ஙன வா. எங்கிட்ட உக்கார்ந்து விழாவப் பாரு. ஒங்கண்ண வந்து கூப்பிட்டப் பெறவு போ. அது தட்டியும் எங்கிட்ட இரி"ன்னு கலியாணி கையப் பற்றிக்கிட்டாள்.

அவிய விரசலாய் நடந்து கப்பிச் சாலைக்கு வந்தாவ. பையமார்வளும் ஜாஸ்தியில்ல. அஞ்சாறு பேருதான். கண்ணுக்குத் தெட்டுப்பட்டவியள கூப்பிட்டு வந்திருந்தாவ. குன்னிமரியான் முத்துவீரனுக்கு ஆறுதல் சொன்னான்: "ஏல முத்து, நீ பயப்புடாத, தைரியமா இரி. எந்தக் கொம்பனா இருந்தா என்ன? இன்னக்கி ரெண்டுல ஒண்ணு பாத்திடணும்."

"அடிக்கிற அடி மர்ம அடியா இருக்கணும். அவன் எந்திரிக்கக் கூடாது. ஒரு சொட்டு ரத்தம் வந்திடக் கூடாது. அதுதான் முக்கியம்"ன்னான் அசையாமணி.

"தாயோழிய அடிச்சே கெடத்திடணும்."

"ஆமா இந்தச் சிரிக்கிவுள்ள இந்தப் பக்கம் தலெவச்சுப் படுக்கக் கூடாது. அப்டிச் செஞ்சிடுவோம்."

"ஏலே நீ அந்தத் தெரட்டுல நின்னுக்க. நீ இந்தக் கொழுஞ்சி முட்டுல இரி. நாங்க இந்தப் புதருல இருக்கோம். அவன் வந்தா சேர்ந்து மடக்கிடலாம்."

வெயில் சாம்பல் ஒளியாய் இருந்துச்சு. ஓடைல ஒரு சொட்டுத் தண்ணி இல்ல. அவ்வளவும் மணலாய்க் கிடந்துச்சு. எங்ஙன பார்த்தாலும் செடி, கொடி, புதரு, உடைன்னு மண்டிக் கிடந்துச்சு. இந்தப் பாதைக்குத்தான் சின்னராசாத் தேவர் வரணும். அப்பம் இருக்கு சண்டை. ஆனாலும் இப்டி கூடித்தான் வரணும்னு இல்ல. காட்டுப் பாதைக்கு நடந்து அவியத் தெருவுக்குப் போகலாம். அது சிரமம் பிடிச்சப் பாத. முள்ளுக் கிடக்கும். கல்லுக் கட்டியெல்லாம் கிடக்கும். பாத ஒழுங்காயிருக்காது. ஒரு வேள அப்படித்தான் போயிருப்பாரோ?

இல்லல்ல. இப்படித்தான் வந்தாரு. சொன்ன மாதிரி நல்ல குடி. சின்னராசாத் தேவர் லம்பி, தள்ளாடி, பொலம்பிக்கிட்டு வந்தார். அவர் கூட ஒருத்தரும் கெடையாது. 'தனியா போய் பகட மவள தூக்கணும்.' அந்த நெனப்புதான் நெஞ்சில நெறஞ்சு இருந்துச்சு. அங்ஙன ஆட்க ஒழிஞ்சு கெடந்தது தெரியாது. "ஏலே எந்திரிங்க. மேற்படியான் வாரான். இதான் சரியான நேரம்"ன்னு ஒருத்தன் குரல் கொடுத்தான். பையமாருங்க உஷாரானாவ. முத்துவீரன் ஒரு உருட்டுக் கட்டையோட ஓடினான். அதுக்குள்ள இன்னொரு பையன் முந்திக்கிட்டான். அந்தால ஒண்ணு கொடுத்தான். அந்தச் சத்தம் தனியா கேட்டுச்சு. "அம்மா"ன்னு அவ்வளவுதான். 'பொத்து'ன்னு சரிஞ்சிட்டார். சின்னராசாத் தேவரால எந்திரிக்க முடியல. பெறவு சரமாரியா அடிக விழுந்துச்சு. எல்லாம் ஊமையடி. தேவர் மல்லாக்கக் கிடக்கச்சில,

அவுரு வயித்துல ஏறி மிதிமிதின்னு மிதித்தான் முத்துவீரன். அவுரு குண்டில பீ வந்துற்று. ஒரே நாத்தம். “ஏலே மிதிச்சது போதும். இறங்கு. இனும சுணங்கக் கூடாது. எடத்தக் காலிப் பண்ணிறணும்”ன்னு அவசரப்படுத்தினான் குன்னி மரியான். ஒருத்தன் முத்துவீரன் கையப் பிடிச்சு இழுத்தான். அவிய எல்லாரும் காட்டுக்குள்ள மறைஞ்சாச்சு.

சக்கிலியக்குடி இன்னாத்தான் இருக்கு. ஆனாலும் செத்த நடக்கணும். பொட்டலக் கடந்தா அவிய தெரு. தெருன்னு சொல்ல முடியாது. வட்டமா, நடுவுல, எல்லாத்தியும் பார்க்கிற மாதிரி மைதானம். யார் வந்தாலும் அங்ஙனதான் வரணும். அது அம்புட்டுப் பெரிசுமில்ல. செத்தங்காணு. அதுல ஒரு புளியமரம் நின்னது. ரெண்டாளு ஆவி சேர்த்துப் பிடிக்கணும். அப்பந்தான் கட்ட முடியும். இந்த இடம் எனக்குத்தான் சொந்தங்கிற மேனிக்கு நிக்கி, தொடிச்சிக்கு அந்த மரம் பிடிச்சு இருந்துச்சு. இங்ஙன வந்து போகலாம். தம்பக்காரச் சாம்பாத்தி விடணும்ல? கலியாணியக் கூட்டிக்கிட்டு வந்ததுக்கே என்ன வரத்து வந்தாள்? இது யாரு எவரு என்னன்னு கேட்டுத் தொளச்சி எடுத்துட்டா. சொல்லி முத்தல. சமாளிக்கிறதுக்குள்ள போதும் போதும்ன்னாயிற்று. தொடிச்சிக்குத் தூக்கமும் வரல. குன்னிமரியான் வருவான். என்ன விபரம்னு கேட்கலாம்னா, ஆளையே காங்கல. வெள்ளனையே விசயம் கசிஞ்சிற்று. “பெரிய மசர புடிங்கியாச்சு. இந்தப் புடுங்கு புடுங்கலன்னாலும் இவனுவ பூழல அடைக்க முடியாது”ன்னு சொல்லிக்கிட்டே வெளில போயிட்டாள் சாம்பாத்தி. கலியாணியும், “நா ஊட்டுக்குப் போகணும். அம்மா தேடுவா”ன்னாள். அவள ஒத்தையில விடுறதுக்கும் மனசு கேட்கல. பெறவுதான் அவளை யும் கூட்டிக்கிட்டுச் சக்கிலியக்குடிக்கு வந்தாள் தொடிச்சி.

சக்கிலியக்குடி ஆட்களுக்கும் தெரிஞ்சிப் போச்சு. புளியம் முட்டுல கூட்டமாக நின்னாவ. ஆடுங்க ஒண்ணுபோல போயிட்டிருந்துச்சு. போகிற வழியெல்லாம் ஆட்டாம்புளுக்க. அங்ஙன சுத்தி புளியம் இலைங்க உதிர்ந்த மேனிக்குக் கிடந்துச்சு. காலயில எழுந்த சூரிய வெளிச்சம் குப்னு விழுந்துச்சு. எல்லாத்துக்கும் உள்ளுக்குள்ள சந்தோஷம். அத வச்சுத்தான் ஓராளு விபரம் சொன்னார்: “குச்சில் காட்டுக்குப் போற பாத இருக்குல.”

“ஆமா ஓட வரும்.”

“அதுல வச்சுத்தான் சமட்டிட்டாவ சமட்டி.”

“மல்லாக்க நின்னா, மனுசன் ஆறடி ஒசரம். அம்புட்டுப் பெரியாளு. அந்தச் சின்னராசாத் தேவர். ஆனான்னப்பட்ட தேவரயே, அம்புட்டு அடி அடிச்சுக் கெடத்திட்டவன்னா சும்மாவா?”

“அடின்னா, ஒங்க ஊட்டு அடியா. எங்க ஊட்டு அடியா. அப்டிக் கொடுத்திருக்கானுவ அடிய. சவச்சு எடுத்துட்டானுவ.”

“ஏலே பாத்து பேசு. அடிச்சது ஆருன்னு தெரியல. எவன் செஞ்சான்னு எவனுக்கும் தெரியாது. ஆளப் பிடிக்க வல போட்டு அரிக்கானுவ. நம்ம ஒன்னிருக்க ஒன்னச் சொல்லப் போயி, வம்புல மாட்டிக்கிடக் கூடாது?” “நம்ம எதுக்கு மாட்டப்போறோம்? அந்த மயிராண்டித் தேவன் எந்தப் பொம்பளயவுட்டு வச்சான். நோண்டீக்கிட்டு அலைவான். இப்பம் எங்ஙனையும் ஏறி விழப் பாத்திருப்பான். அதான் வசமா மாட்டிக்கிட்டான். இவனுளயெல்லாம் குழியத் தோண்டிப் புதைக்கனும்”ன்னு சொன்ன கருப்பனுக்குப் பயம் வந்துற்று. அவரும் எச்சை புளிச்னு துப்பிட்டு, நாலாப் பக்கமும் பார்த்துச் சுதாரிச்சுக்கிட்டார்.

புளிய மரத்தையடுத்துப் பொட்டலுக்குப் போற பாதைல அஞ்சாறு பொம்பளைங்க நின்னு இதைத்தான் பேசிக்கிட்டு நின்னாங்க. அவியதான் முதல பார்த்தாவ. வண்டிப் பாதையின் மணலில் தடம் பதிஞ்சுயிருக்க, அந்த வழியாக தொடிச்சியும் கலியாணியும் வந்துக்கிட்டிருந்தாவ. “ஆரு நல்லயா பொண்டாட்டியா? வாபூ என்ன இம்புட்டுத் தூரம்? கூட கலியாணியும் வாரா”ன்னு இலந்தப்பூ கேட்டாள். மத்தப் பொம்பளைங்களும் அவியள சூழ்ந்துகொண்டாவ.

“ரெண்டு பேரும் கால் நட்டுப் பாத்தோம். அதான் விடிஞ்சப் பெறவு கலியாணியக் கொண்டு வந்துவிட வந்தேன்.”

அப்பம் பக்கத்துல சின்ன பொன்னம்மா சொன்னார்: “இன்னக்கியாவது நீ சக்கிலியக் குடிக்கி வந்திருக்கிய. இல்லன்னா பறக்குடிலருந்து ஒரு சனம் வருமா? அதுலயும் ஒங்க ஊட்ல இருக்காளே ஒரு கெழவி, அவகிட்ட வாய் கொடுத்து வாய் வாங்க முடியுமாம்மா?”

அதைக் கேட்டு தொடிச்சி கலகலப்பாய்ச் சொன்னாள் “அவிய பழய காலத்து ஆளு. அப்டித்தான் இருப்பாவ. நம்மதான் மாத்தனும். இல்லன்னா திரேகத்துல சட்டத் தச்சு போடக்கிட முடியுமா? காதுகளுலதான் கம்மல் வந்திருக்குமா?

நா இங்க வந்துட்டென்னுல நீங்களும் வாங்க. அதுவும் எங்க ஊட்டுக்கு வாங்க. ஆரு என்ன சொல்றான்னு பாப்பும்."

அவிய பேச்சச் சட்டென்னு நிப்பாட்டுறதுக்குள்ள முத்தையா பாண்டியன் விசுக்விசுக்னு வந்தான். அவன் கடுங்கோபத்துல இருக்கணும். அவன் கண்ங்க சிவந்து திரேகம் பதற்றத்துல இருந்துச்சு. தலப்பாவ இறுக்கிக் கட்டிக்கிட்டான். அங்ஙன நின்ன ஆம்பளைங்களப் பார்த்து, "ஏல சக்கிலியத் தாயிளிகளா, சம்முகம் பகடையை எங்கல"ன்னான்.

"சாமியோவ் வந்ததும் வராம ஏங் கோபப்படுறீய. என்ன விசயம்? சொல்லுங்க. சொன்னாத்தானே தெரியும்."

"சொன்னாத்தான் கூப்பிட்டு வருவியளோ, மறவன் கொரல் அவ்வளவு எளக்காரமா போச்சோளா."

"அய்யையோ நீங்க எல்லாத்தியும் தப்புத் தப்பா அர்த்தம் காண்றீய"ன்னு குழம்படிப் பகடை அங்ஙன நின்ன கலியாணியப் பார்த்து, "ஏளா மாடத்தி மவள, ஒங்க அய்யன முத்தையா நாச்சியார் கூப்பிடுறாவன்னு கூட்டிக்கிட்டு வா, பெறவுதான் மறுசோலி."

செத்த நேரத்துல சூழ்நிலையே மாறுன மாதிரி இருந்துச்சு தொடிச்சிக்கு. அவளுக்குப் பயமும் வந்துச்சு, துப்பு ஏதாச்சும் தொலங்கி ஆட்கள் கண்டுப்பிடிச்சாச்சான்னும் நெனச்சாள். மத்தப் பொம்பளைங்களோட அவளும் புளியம் முட்டுக்கு வந்தாள். அந்தப் பரபரப்புல வெவ்வேறு யோசனைகள் தோன்றிச்சு. முத்தையா பாண்டியன் தன்னை அடையாளம் கண்டு, ஏய் என்ன இங்ஙன நிக்கன்னு சொல்வதோட நிக்காம, இவதான் ஆள் வச்சு செஞ்சிருப்பாளோன்னு கேட்டுவிடக் கூடாதுங்கிற எச்சரிக்க உணர்வுல ஒரு பொம்பள முதுகுக்குப் பெறத்தால நின்னுக்கிட்டாள்.

கலியாணி விரசலாய்ப் போனாள். தகப்பனிடம் விசயத்தச் சொன்னாள். அவருக்குப் படபடன்னு வந்துச்சு. அந்தாளு எதுக்குக் கூப்புடுறான்? அதுக்குள்ள என்னாச்சி? மாடத்திக்கும் பதற்றம் தாங்கல. அவளும் என்னமோ யாதோன்னு கூட வந்தாள். அவியளப் பார்த்து முத்தையா பாண்டியன் சொன்னான்: "ஏலேய் சம்முகம் பகட, நீ மட்டும் எம் பெறத்தால வா. தலைவர் கையோட கூட்டிட்டு வரச் சொன்னார்."

இதக் கேட்டதும் குழம்படிப் பகடைக்குப் பொறுக்கல. அவரும் மூஞ்சச் சுளிச்சுக்கிட்டுப் பேசினார். "என்னய்யா

இது அநியாயமாயிருக்கு. சம்முகம் மேல என்ன பஞ்சாயத்து? அதச் சொல்ங்க. திடுத்திப்புன்னு வந்து கூட்டிக்கிட்டுப் போனா எப்டி?”

“அதச் சொல்லணும்மாங்கும்? சொல்லுறேன். சின்னராசா தேவர இந்த தாயிளிதான் ஆளு வச்சு அடிச்சுருப்பான்னு ஆளு சொல்லுது. இல்லன்னு அங்க வந்து சொல்லட்டும்.”

“இது அடுக்குமா? ஆரும் சொன்னாத்தான் நம்புவாவளா? தேவர் எம்மாம் பெரியாளு. அவுர சும்மா கெடக்கிற சம்முவம் ஆள்வச்சு அடிக்க முடியுமா? மடுவுக்கும் மலைக்கும் முடிச்சிப் போடாதீய.”

“ஏல குழம்படிப் பகட இது முடிச்சுதாண்டா. முடிச்சிய நா போடலன்னு அங்ஙன வந்து சொல்லட்டும்.”

“இது என்ன வம்பாயிருக்கு? சக்கிலியக்குடில இப்டிச் சண்டியர் இருந்தா நாங்க எதுக்கு இப்டியிருக்கோம். சம்முவத்தப் பாத்தா அப்பிடியாத் தெரியுது ஒங்களுக்கு?”

“தெரியுமோ தெரியாதோ. இப்பம் வர முடியுமா? முடியாதா? அதச் சொல்லு. வர முடியலன்னா மேலத்தெருவு பூரா வந்து நிக்கும். ஒரு ஊடு மிஞ்சாது. பெறவு அடிச்சுட்டான். கொளுத்திட்டான்னு சொல்லக் கூடாது. எப்டி சவுரியம்?”

“சரி கூட்டிட்டுப் போங்க. சுதாரிப்பில்லாத பயந்தாளு சம்முவம். நாச்சியார நம்பித்தான் அனுப்புறோம். நாங்களும் அஞ்சாறுபேரு கூட வாரோம்.”

“ஏய் இது பொதுப் பஞ்சாயத்து கெடையாது. ஊட்டுல வச்சுத்தான் கூடிப் பேசுறோம். வேற ஆரும் வர முடியாது.”

சம்முகம் பகடை தாங்காத கவலைல உடைஞ்சு போனார். மாடத்தி பொலபொலன்னு கண்ணீர் சிந்தி, மூக்கைச் சீந்தி சீல முந்தில துடைச்சுக்கிட்டாள். அவளுக்கு யாரையும் சடைச்சுக்கிடவும் முடியல. வாயத் தெறந்து பேசவும் முடியல. அப்படி ஆவி செத்த நெலைல இருந்தாள். கலியாணிக்கு ஒண்ணும் புரியல. எதுவும் பிடிபடவும் செய்யல. அவள் அழச்சில, தொடிச்சி, “அழாதெ. கம்னு இரி”ன்னாள். அவளுக்கும் வாய் துருதுருன்னு வந்துச்சு. ஒண்ணிருக்க ஒண்ணச் சொல்லி வம்புல மாட்டிடக் கூடாதுன்னு எச்சரிக்கையா இருந்தாள். அதுலயும் கலியாணி அப்பாவக் கண்ணி வச்சுப் பிடிச்ச மாதிரி இருந்துச்சு. அதான் எப்டின்னு தெரியல. ஓரடியும் நகர முடியல. அவரைக் கூட்டிக்கிட்டுப் போந்தட்டியும் நின்னாள். பெறவு ரொம்ப நேரமாகிட்டோன்னு உறுத்தலும் வந்துச்சு.

தம்மக்காரச் சாம்பாத்தி தேடி வந்திடக் கூடாது. வந்தா எதயாவது சொல்வாள். அந்த வசவ எதுக்கு வாங்கிக் கட்டணும்? உடனே போயிறலாம்னு தோன்றிச்சு. "ஏளா கலியாணி ஒங்கம்மைக்கு ஆறுதல் சொல்லு. எல்லாம் நல்லபடியா நடக்கும் பயப்புடாத."

"இந்த நேரத்துல எங்க அண்ணனையும் காங்கல. எங்கப் போயித் தொலஞ்சானோ தெரியல."

"அதெல்லாம் எங்கையும் போயிருக்க மாட்டான். வருவான், அதுதட்டியும் பொறுமையா இரி."

விசாரணைக்காச்சிட்டி சம்முகத்தச் சின்னராசாத் தேவர் வீட்டுக்குக் கூட்டிக்கிட்டுப் போனான் முத்தையா பாண்டியன். வீட்டுக்கு முன்ன தென்னோல கிடுகுல பெரிய சாய்ப்பு இறக்கி இருந்தாவ. அங்ஙன சத்தம் மூச்சுக்காட்டாம, ஆட்க நிக்கிறதப் பார்க்க முடிஞ்சது. அங்கமுத்து தேவர் விட்டத்தப் பார்க்கிற மாதிரி பலமான யோசனைல இருந்தார். மூலபடச் செட்டியார், ராமசாமி நாயக்கர், விபுஷ்ண ரெட்டி, தேவர்க்குச் சொந்தக்காரவியன்னு நின்னவியள கைவிட்டு எண்ணி விடலாம். மத்தபடி யாரையும் உள்ள விடல. சம்முகம் வந்ததும் ஓராளு, "முத்தையா பாண்டியன் இங்க வாரும். சம்முகத்தக் கூட்டிட்டு வந்திட்டிருல. நீர் என்னமோ கேட்கணும்னீயருல. கேளும்"ன்னார்.

முத்தையா பாண்டியனும் 'கெத்தா' முன்னால வந்தான். பெறவு எதுக்க நின்ன சம்முகத்தப் பார்த்துக் கேட்டான்: "ஏலேய் சம்முவம், ராத்திரி எங்க முதலாளிய அடிச்சிக் கெடத்திருக்காவ. அதுக்கு முன்ன ஒம்ம ஊட்டுக்கு முதலாளி வந்திருக்காவ. நீதான் அவுகள ஆளவச்சு அடிச்சதா சந்தேகப்படுறோம். உண்மைய ஒளிக்காம ஒத்துக்கிடும். யார் யாரெல்லாம் இதுல சம்பந்தப்பட்டிருந்தா சொல்லும்."

"இது என்ன சாமி கொடுமையாயிருக்கு. நா என்னைக்கி கம்புகிம்பெல்லாம் எடுத்தேன், யார அடிச்சேன்? எனக்கு யாரத் தெரியும்?"

சம்முகத்தின் கெஞ்சல் நாலாப் பக்கமும் கேட்டுச்சு. அப்பம் அங்கமுத்துத் தேவர் குறுக்கிட்டார்: "அது சரில. ராசா தேவர் அடிபடுறதுக்கு முன்ன உம்ம ஊட்டுக்குத்தான் வந்துட்டுப் போயிருக்காரு. அப்பம் எதுக்கு வந்தாரு?"

"அய்யா சாமியோவ் இந்தப் பகட சொல்றேன்னு தப்பா எடுத்துக்கிடக் கூடாது. நா சொல்லுறதெல்லாம் நெசமுங்க. எம் புள்ள சமஞ்சு ஆறு மாசமாவுது. நேத்து சாய்ந்திரம்

நாச்சியாரையா எங்க ஊட்டுக்கு வந்து எம் புள்ளிய எங்கூட அனுப்பிவைய்ன்னு பிடிவாதமா சொன்னாவ. நா இப்பம் வருவேன். புள்ளய எனக்குக் கூட்டி விடுணும்னு சொல்லிட்டுப் போனாவ. பெறவு நானும் எம்பெஞ்சாதியும் புள்ளய கொன்னுடலாம்னு ஊட்டுக்குள்ளையே குழி தோண்டினோம். அதுல பரண் போட்டோம். நானும் புள்ளக்கிப் பிடிச்ச மாம்பழத்த வாங்கிட்டு வந்தேன். தங்கமாபுரம் செட்டியார் கடைல வேணும்னாலும் கேளுங்க. நா பழம் வாங்குனேனா இல்லையான்னு கேட்டுப் பாருங்க. நாங்க ராத்திரி பூரா எங்கையும் போவல. கண் முழிச்சுக் காத்துக்கிட்டிருந்தோம். விழா முடிஞ்சி புள்ள பந்தல்ல தூங்கிட்டு, நாச்சியாரையாவை ஆளக்காணும். செத்த முந்திதான் எங்களுக்கும் விசயம் தெரியும்."

முத்தையா பாண்டியன் குனிஞ்ச வாக்கில நின்னுக்கிட்டிருந்தான். அங்கமுத்துத் தேவர் அவங் கிட்டத்துல நெருங்கி, "என்ன பாண்டியன், பகடை இப்டிச் சொல்றான். ஒங்க முதலாளிக்கு வேற பொம்பளையே கெடைக்கலையா? இருந்து இருந்து சக்கிலியச்சியத்தான் ஏறப் போனாறா? கேட்கவே அசிங்கமாயிருக்கு"ன்னார்.

"பகட பய பொய் சொல்லுறான். தங்கமாபுரம் செட்டியாரக் கூப்பிடுங்க. அவுரு கடைல பழம் வாங்குனானா வாங்கலை யான்னு கேட்போம்."

உடனே சம்முகம் சொன்னார்: "அய்யா சாமியோவ் அதச் செய்ங்கையா. கடை வச்சுருக்கியவகிட்ட பழம் வாங்குனேனா இல்லையான்னு கேளுங்க. ஊட்டுக்கு வந்தும் பாருங்க. நானும் எம் பெஞ்சாதியும் குழி வெட்டுனோமா இல்லையான்னு."

அங்கமுத்துத் தேவருக்கும் மனசு ஆறிப்போச்சு. அவரும் மூலபடச் செட்டியாரைப் பார்த்தார்: "பஞ்சாயத்து தலைவரே நீர் என்ன சொல்லலாம்னு நெனக்கீரு?"

"பகட மேல குத்தமிருக்கிற மாதிரி எனக்குத் தோணல. அவன் அம்புட்டுத் தூரம் மனம் உடஞ்சிருக்கான். இன்னும் அவன்மேல நம்பிக்கை இல்லன்னா, கடக்காரரக் கூப்பிட்டு விசாரிப்போம். அவன் ஊட்டுலையும் போய்ப் பாப்போம்?"

"பெத்த புள்ளியச் சாகடிக்கத் துணிஞ்சவன் அருவாத் தூக்கி வெட்டமாட்டான்னு எப்டிச் சொல்ல முடியும்?"

"எம் புள்ள சின்னப் புள்ள. அது மோசம் போறதுக்கு செத்துப் போறது நல்லதுன்னு தோனிச்சு. மத்தப்படி எந்தத்

தகப்பன் பெத்த புள்ளய உயிரோட குழில போட்டு மூடுவான். எனக்கும் பெருக்கிக் கூட்டத்தான் தெரியும். அய்யாமார் களுக்குச் செருப்புத் தைக்கத் தெரியும். நா என்னிக்கி அருவா தூக்கினேன். அருவாள வச்சு வெட்டத்தான் தெரியுமா? இப்டிச் சொல்றீகளே நா வெட்டுனேன்னு."

அப்பந்தான் அங்கமுத்துத் தேவர் ஒரு முடிவுக்கு வந்த மாதிரி சொன்னார்: "சரில பகட நிறுத்து. இதுக்கு மேல பேசாத. சின்னராசா தேவர் மேல அருவா வெட்டு விழல. அடி தான் விழுந்திருக்கு. அடிச்சது ஆருன்னு பாக்கணும். சும்மா எவனையாவது கூட்டிக்கிட்டு வந்து விசாரிச்சுக்கிட்டு இருக்க முடியாது. ஏல பகட நீ போ."

இன்னொரு தேவர்க்கு ஆத்திரம் தணிஞ்சபாடுயில்ல, "அதெப்படி அவன போவச் சொல்றது. கடக்காரரக் கூப்பிடுங்க விசாரிப்போம். ஊட்டுலையும் போயி குழியிருக்கான்னு பாப்போம்."

"எப்பா! இத்தோட இந்தப் பேச்ச விடு. ஆருக்குச் சந்தேகம் இருக்கோ அவிய போயி கடக்காரர விசாரிங்க. ஊட்டையும் பாருங்க. இதுக்காகக்சிட்டி சும்மா கூப்பிட்டு ஒருத்தன நிப்பாட்டி கேள்வி கேட்டுக்கிட்டிருக்க முடியாது."

"என்னங்க இப்டிச் சொல்லீட்டிங்க?"

"பின்ன என்ன அவந்தான் எல்லாத்தியும் சொல்லிட்டான்ல. அதயும் நம்பத்தான் செய்யணும். நம்பாதவங்க போய் விசாரிங்க. எவனோ நல்லா சாத்தி, தேவர் கை, கால முறிச்சுருக்கான். அவன பிடிக்கணும். ஆஸ்பத்திரில கெடக்கிற தேவரையும் காப்பாத்தணும். அதவுட்டுட்டுச் சக்கிலியக் குடிலருந்து ஒரு பகடயக் கூப்பிட்டு வந்து விசாரிக்கிற நேரமா இது? நேரம்தான் சுணங்கிப் போச்சு. இதுக்கு மத்த சோலி எது உண்டோ அதப் பாருங்க."

அங்கமுத்துத் தேவர் ஒரே போடாகப் போட்டு அமுக்கி விட்டார். மத்தவியளும் அவர் சொன்னத வச்சு யோசிச்சிப் பார்த்தாவ. அதுதான் சாக்குன்னு மூலபடைச் செட்டியாரும் சம்முகத்தப் பார்த்துச் சொன்னார்: "ஏல திரும்பவும் ஏன் நின்னுக்கிட்டிருக்க. போ. நாங்க வந்து விசாரிச்சுக்கிடுறோம்."

'இந்த மட்டுல தப்புனோம்'னு விரசலாய் வெளியே வரச்சில, "ஏய்... ஏய்... அந்தப் பகடைய கூப்பிடு"ன்னு குரல் வந்துச்சு. அதுக்குள்ள இன்னொராளும், "ஏல நில்லு"ன்னார். உடனே பதற்றம் ஜாஸ்தியாச்சு. பயத்தோட நின்னார் சம்முகம்.

அவர் நின்னயிடத்துக்கே வந்தார். முத்தையா பாண்டியனக் கூப்பிட்ட சின்ன முதலாளி, முருகவேல் தேவர், "இந்தத் துட்ட அவங்கைல கொடுத்து, இந்த விசயம் யாருக்கும் தெரியக் கூடாதுன்னு சொல்லி அனுப்பு"ன்னார். முத்தையா பாண்டியனும் அத மாதிரி சொல்லி, துட்டக் கொடுத்தான், 'இதல்லாம் வாண்டாம்'னு மறுக்கலாம்னு நெனச்சார். 'வம்பு எதுக்கு'ன்னு கொடுக்கிற துட்ட வாங்கிக்கிட்டு, வெளில வந்தார் சம்முகம் பகடை.

கல்வீட்டுத் தார்சாவுல, தச்சன் நுணிக்கி நுணிக்கிச் செஞ்ச தேக்கு நாற்காலில ஜமீன் உக்கார்ந்திருந்தார். அவருக்கு எதுக்க பொன்னுத் தேவர்க்கும் 'இருப்பு' கொடுக்கப்பட்டிருந்துச்சு. மத்தவியெல்லாம் நின்னுக்கிட்டிருந்தாவ. கால் மேல கால் போட்டுக்கிட்டு ஜமீன்தார் சொல்வார்: "வாத்தியாரே ஒமரப்பத்தி கேள்விப்பட்டேன். அதான் ஒம்மக் கூப்பிட விட்டது. நம்ம சாதிக் காரனுவ ஒருத்தனும் சரியில்ல. அவனுவ சண்டய இழுக்க, நாம நெலத்தக் கொடுக்க வேண்டியதிருக்கு. இது விசயமாகப் பேசணும். ஒமக்கும் பறப்பெயல்வளுக்கும் பழக்கம் இருப்பதாகச் சொன்னாங்க."

உடனே வாத்தியார் பொன்னுத் தேவர் ஊடாலச் சொன்னார், "அப்டி ஒண்ணும் பெரிய பழக்கம்னு கெடையாது. அய்யோ பாவம். அடிக்கடி அடி வாங்குறாவளன்னு கொஞ்சம் உதவி பண்ணுவேன். அவ்வளவுதான். நாம சொல்றதையும் அவனுவ கேட்க மாட்டானுவ. அதுலயும் நாலு கோஷ்டி."

"சரி அதிருக்கட்டும். இப்பம் ஒம்மால ஒரு காரியமாகணும்." "என்ன காரியமாகணும் சொல்லுங்க? செஞ்சுத் தாரேன்." "நம்ம காடுகரய எடுத்து அவனுவளுக்குக் கொடுக்கப் போறாங்களாம். ஏக்கர் கணக்குன்னா நெறைய காலியாகும். அதுக்கு முன்ன குடும்பத்துக்கு அஞ்சு செண்ட்ன்னு கொடுத்துட்டா பிரச்சனக் குறையுமாம். நம்ம தாசில்தார் சொன்னாரு. பேசாம அப்டிச் செஞ்சுப்புடலாம்னு இருக்கேன்."

"அதுவும் நல்லதுதான். சர்க்கார் வளச்சுக்கிட்டாங்கன்னா ஒண்ணும் செய்ய முடியாது."

"இந்த விசயத்துல நான் நெறைய அனுபவப்பட்டிருக்கேன். மல்லுக்கு நின்னாலும் ஒண்ணும் நடக்காது. அதுவும் முத்துறதுக்கு முன்னால எதுவும் செஞ்சாத்தான் உண்டு."

"சரி அதுக்கு நாந் என்ன செய்யணும்?"

"நீமரு அந்தப் பறப்பெயலுவளப் பாரும். எத்தன யாட்கன்னு கணக்கெடும். யார்க்கு கொடுக்கலாம்னு நீமருதான் சொல்லணும். அதுக்கான செலவ நம்ம கணக்கப் புள்ள தருவாரு."

அப்பம் பொன்னுத் தேவர் முக்கியமான கேள்வியையும் கேட்டு வச்சார், "நம்ம சாதிச் சனங்களும் ஊடு வாசலில்லாம இருக்காங்க. அவியளயும் இவியகூட சேர்த்துக்கிடலாமா?"

அதுக்கு ஜமீன் சொன்னார், "ஏற்கெனவே இதப் பத்தி கேட்டாச்சு. சர்க்காரு சொல்லுறவியளுக்குத்தான் கொடுக்கணுமாம். அதுல உருட்டா வுட முடியாது போலருக்கு. நானும் இந்தச் சிக்கல் எதுக்குன்னு வுட்டுட்டேன்."

கணக்கப்பிள்ளயும் ஊடாலச் சொன்னார், "பள்ளன், பறையன், சக்கலியனுவுக்குத்தான் நல்ல யோகம் அடிக்கி. இல்லன்னா, நம்ம அய்யா நெலத்த அவனுவளுக்குக் கொடுக்க வேண்டியது வருமா? அதுவும் பெரிய காடால எழுதி வைக்க வேண்டியதிருக்கு!" அவர்க்கு ஆத்திரம் தீர்ந்தபாடில்லை.

"அய்யா அந்த வூருல ஒருத்தன் செங்கச் சூள போட்டிருக்கான். அவன மாதிரி ஆட்களும் நெலமில்லன்னு வருவான். நம்ம பாத்துதான் கொடுக்கணும்"ன்னார் பொன்னுத் தேவர்.

"அந்தப் பறக்குடில ஒருத்தன் கார ஊடு கெட்ட செங்கல் அடிச்சு வச்சுருக்கான்."

"ஆமய்யா இப்டிப் போச்சுன்னா, நம்மள ஏறி நோண்டிருவானுவ."

ஜமீனும் விசனப்பட்டுச் சொன்னார், எல்லாம் தெரியத்தான் செய்யுது. என்னாலேயே ஒண்ணும் செய்ய முடியல. இந்தச் சின்னச்சாதி பயல்வளுக்கு ஓசிமைத்துல நெலம் கொடுக்க வேண்டியதிருக்கு."

ஒரே கவலை. என்ன செய்யணும்னு தெரியல. குழப்பம். 'நம்ம எதுல உசந்துருக்கோம்? ஒண்ணும் கெடையாது. நமக்கு நெலமில்லன்னா எப்டி? இத இப்படியே வுடக் கூடாது. எதாச்சும் செஞ்சாகணும்'ன்னு புலம்பிக்கிட்ட குழம்படிப் பகடை கம்பைச் சரிச்சுத் திண்ணைல வச்சுட்டு உக்கார்ந்தார். கிட்டத்துல இருந்த இலந்தப்பூ, இடிச்ச வெத்தலயை எடுத்து வாயில போட்டுக்கிட்டாள். அதுல ஒரு உருண்ட வெத்தலயப் புருஷனுக்குக் கொடுத்தாள், அத வாங்கி அவரும் கடுவாயில ஒதுக்கிக்கிட்டார். எச்சி குப்புன்னு பொங்கிற்று. அத எந்திரிச்சுப்

போய்த் துப்பிட்டு வந்தார். மேல கிடக்கிற துண்டுல வாய துடைச்சு, மீசையத் தூக்கிவிட்டுக்கிட்டார். “இந்தச் சக்கிலியக் குடில இருக்கிறவன் ஒருத்தனும் சரியில்ல. குண்டித் துணி அத்தவனுவ. ஏளமாட்டாதப் பெயல்வ.”

“எதுக்குப் புடுக்கு அந்த நாய் மாரி கனைக்கிறீரு? பேசாம கெடையுமே. எல்லாத்துக்கும் உள்ளது நமக்கும்.”

“பெறவு இவனுவ வாயில என்னத்த வச்சுக்கிட்டிருக்கானுவ? கீழத் தெருக்காரவியளுக்கு நெலம் கொடுக்கச்சில, கேட்க வாண்டாமாங்கும். நம்மளும் கேட்போம்னு எவனாவது வாரானா? எத்தன தடவக் கூப்பிட்டாச்சு. அவ அவஞ்சோலியத்தான் பாக்கான். இப்படியிருந்தா வழிச்சி நக்க வேண்டியதான்.”

“எல்லாத்த மாரி இரியும். நீர் போய் நெலம் கேட்டாப்பிலக் கொடைக்கவா போவுது? ஒண்ணிருக்க ஒண்ணச் சொல்லாதீயும். பேசாம பொத்திக்கிட்டுக் கெடையும்.”

“இப்டிப் பொத்திக்கிட்டிருக்கப் போய்தான் எல்லாவனும் இந்த நொட்டு நொட்டுறானுவ. இனும பொத்திக்கிட்டிருந்தா தலைல ஏறி மோளுவானுவ. வடியச்சில நக்க வேண்டியதான்.”

“அப்பம் போகும் போய் நெலத்த தாரீயா? இல்லையான்னி கேளும்; சண்ட வரும், அடிப்பானுவ. பட்டுக்கிரும். போலீஸ், கேஸ்ன்னா, இங்ஙன செலவழிக்கக் காசுப்பணம் கெடையாது. அதயும் பாத்துக்கிரும்.”

அவிய மருமவா அம்மாளு, அஞ்சாறு சுள்ளிகளப் பெறக்கி அடுப்புல வச்சு தீ மூட்டிக்கிட்டிருந்தாள். தீ கதகதன்னு எரியச்சில, திரும்பிப் பார்த்தாள். அப்பம் அவள்தான் சொல்வாள், “மாமா சொல்றதுல என்னத்த தப்பிருக்கு? என்னைக் காச்சும் இங்ஙன உள்ள ஆம்பளைங்க மாமா சொல்லக் கேட்டிருப்பாவளா? சக்கிலியக் குடிக்கு ஊர்த்தலைவர்னு சொன்னா மட்டும் போதுமா. ஓலப் பாயில நாய் மோண்டாப்புல தெருவுக்குள்ள சண்ட போட மட்டும் ஆட்க வந்திடும். இந்தச் சண்டய மேலத் தெருவுல போய் போடட்டுமே. அது முடியாது. எவ்வளவு நாளைக்கித்தான் குண்டுச் சட்டிக்குள்ள குதுர ஓட்ட முடியும்?”

“எம்மாத் தாயி நீ பொத்திக்கிட்டிரு. நீ நேத்து வந்தவ. இங்ஙன என்ன நடந்துச்சுன்னு தெரியாது. கீழத்தெருவுல வட்டு ஆடிச்சு. குழாய் பாடிச்சு. அதான் பெரிய ரகளையாகிப் போச்சு. அவிய அய்ன்னூரு தலக்கட்டு. அவியளே என்ன பாடுபட்டுப்

போனாவ? நம்ம இங்ஙன தொட்டுக்கோ தொடச்சுக்கோன்னு பத்து ஊட்டுக்காரவிய இருக்கோம். நமக்குன்னு அஞ்சாறு குறுக்கம் நெலமும் நெலத்துல வெள்ளாமையுமா இருக்கு? ஆரையும் வந்து பாருன்னு சொல்ல?"

"எத்தெ இதெல்லாம் ஒரு பக்கமிருக்கட்டும். ஓங்களயும் குத்தம் சொல்லல. நமக்கு நெலமில்லன்னா அப்டியே விட்டுறதா. கொடுக்கச்சில கேட்கணும்ல. இல்லன்னா அப்பிடியே விழுங்கிடுவாவ. பெறவு மாமா சொல்றமாரி நக்கிட்டுப் போக வேண்டியதுதான்."

"ஏளா, நீ என்ன இப்டிப் பேசுற. மாமாவும் மருவளும் கூட்டுச் சேர்ந்துக்கிட்டிகளா. இங்ஙன நடக்குறதப் பாத்துமா ரெண்டுபேருக்கும் கண்ணவிஞ்சு போச்சு. அவனுகக்கிட்ட மல்லுக்கு நின்னு நாம எண்ணக்கி ஜெயிச்சோம்?"

படலைத் திறந்துகிட்டு தாவணிமுந்தி காத்துல ஆட ஆட துள்ளிக் குதிச்சி வந்தாள் கலியாணி. அவள் பக்கத்துல வந்து சிரிப்பாணியோட சொன்னாள், "சித்தப்பூ ஓங்களத் தேடி தொடிச்சி அக்கா வருது."

"எங்க வருது, ஆள ஒண்ணயும் காணும்."

"அக்கா எங்க ஊட்டுலருந்துதான் பேசிக்கிட்டிருக்கு. எங்கம்மையும் அப்பனும் கூட வராவ, நா முந்தி வந்து சொல்லுறேன். அவ்வளவுதான்."

"என்ன விசயம்?"

"நெலம் கொடுக்காவுல. அது விசயமா பேச வாரவ."

"இப்பம் அதெத்தான் பத்திப் பேசிக்கிட்டிருந்தோம். வரட்டும். வரட்டும். எல்லாரும் பேசுனாதான் இதுக்கு முடிவு தெரியும்."

"ஆமா ஆமா முடிவு எடுப்பீய, சக்கிலியக்குடி முடிவக் கேட்க இங்க ஆளிருக்கா? எல்லாவனும் சேர்ந்து சூத்துல அடிப்பானுவ. அப்பம் தெரியும்."

"என்னத்த நீங்க பேசுறீங்க. அடிச்சா நாங்க பட்டுக்கிறோம். அல்லாட்டி எதுர்த்தடிக்கோம். நீங்க பேசாதீய. செத்தச் சும்மா இரிங்க. அதுவே புண்ணியமா போவும்."

"நீ சொல்லு ஓங்கத்தக்கிட்ட அவ ஆடு அறுக்கங்காட்டிலும் புடுக்குப் புடுக்கு என்பாள்."

"நா புடுக்குக்குத்தான் கையெந்திக்கிட்டுருக்கேன். ஊருல என்ன நடக்கு. என்ன செய்றாங்கன்னு யோசிச்சிப் பாக்கணும்.

மானாங்கனியமா எதுலயும் தலயிடக் கூடாது. பெறவு முட்டிக்கிட்டுத்தான் குனியணும். அதச் சொன்னாக்க மாமனுக்கும் மருமவளுக்கும் குத்திட்டுப் பாயுது. என்னமோ எனக்குப் பட்டத சொல்லீட்டேன். இனிம ஒங்கப் பிரியம்."

பெறவு இலந்தப்பூ முந்திச்சீலைய விரிச்சு திண்ணைல படுத்துக்கிட்டாள். அவளும் அடிபட்டு, மிதிபட்டு, நஞ்சி, பிஞ்சிப் போனவள்தான். பட்ட காயங்களுக்கு மருந்தில்ல. எல்லாரும் வால சுருட்டிக்கிட்டுப் போனதுதான் மிச்சம். திரும்பவும் ஒண்ணிருக்க ஒண்ணச் சொல்லி, இதத்தா அதத்தான்னு கேட்கப் போயி, ஊரு எரிஞ்சா யாருக்குக் கொண்டாட்டம்? இதச் சொன்னா பொல்லாப்பு. ஆனாலும் அவள், இவிய என்னதான் செய்யப்போறாவன்னு பார்ப்பதிலும் கேட்பதிலும் ஆர்வம் கொண்டாள். அப்பந்தான் தெருக்காட்டுல மேஞ்சுட்டு வந்த நாய், அவளது கணுக்கால மோந்து பார்த்து, அங்ஙனயே முடங்கிற்று.

அம்மாளு அப்பந்தான் பார்த்தாள். உடனே பொடுக்னு எந்திரிச்சுக்கிட்டாள். ஏதோ புதுசா ஒண்ணக் கண்ட மாதிரி கலியாணி ரவுக்கையப் பிடிச்சுப் பார்த்தாள். "ஏளா! இது எப்பம் தச்சது. இத இன்னக்கித்தானே பாக்கு. இம்புட்டு நாளும் எங்க வச்சுருந்த. எனக்கும் ஒண்ணு அடிக்கணும்."

"அண்ணக்கி கால் நட்டு நடந்துச்சுல. அண்ணக்கே ரவுக்கப் போடணும்னு சொல்லிட்டாவ தொடிச்சியக்கா. மக்காநாளு என்ன கூட்டிக்கிட்டு விளாத்திகுளம் போனாவ. அங்ஙனதான் ரெண்டு ரவுக்கத் துணி எடுத்தோம். பொடிசிங்கம் பொடிசிங்கம்னு ஒரு தையக்காரரு. அவுருதான் ரெண்டையும் அடிச்சுத் தந்தாரு. மொதல்ல லூசா இருந்துச்சு. பெறவு புடிச்சுத் தந்தாரு. எங்கம்மையும் ரெண்டு ரவுக்கத் துணி எடுத்து வச்சுருக்கா. அதயும் தைக்கக் கொடுக்கணும்."

உடனே இலந்தப்பூ எந்திரிச்சு உக்கார்ந்துக்கிட்டாள். "ஏளா ஒம் பவுச இங்ஙன வந்து காட்டுறீயாக்கும்? ஊரு கெடக்கிற கெடைல பொம்பள ரவுக்க போட்டா என்னாகும்? நீ போட்டதோட நிப்பாட்டிக்க, மத்தவியக்கிட்டச் சொல்லாத."

"அப்டி நாந் என்னத்தச் சொன்னேன்? கேட்டதுக்குத் தானே பதிலு சொல்லிருக்கு. இது தப்பா."

அப்பம் குழம்படிப் பகடை ஊடாலச் சொன்னார், "நீ சொன்னதுல தப்பு இல்ல. இந்தக் கிழவி இப்டித்தான் பேசுவா. நீ ஒம்பாட்டுல பேசு. ஊரு ஒலகம் என்னைக்கும் போலயா இருக்கு? அது மாறிக்கிட்டே இருக்கு. நம்ம பொம்பள தெறந்துக்

கிட்டு அலயணும். அவிய பொம்பள மூடிக்கிடணும். அவியளுக்கு ஒரு நியாயம், நமக்கொரு நியாயமா? அம்மாளு நாந் ஒனக்கு துட்டுத் துரேன். நீயும் ஜாக்கட் தச்சுப் போடு. எவன் என்ன சொல்றான்னு பாப்போம்."

இலந்தப்பூக்கு பொறுக்கல. அவளும் சொன்னாள்: "நா சொன்னா கேட்க மாட்டிக்கீரு, நீரு பாட்டுல இரியும்ன்னாலும் இரிக்க மாட்டிக்கிறீரு. சும்மா இருக்கிற புள்ளியத் தூண்டி விட்டு வேடிக்கை பாக்காதீரும். ஒண்ணிருக்க ஒண்ணாச்சுன்னா ஆரு பாடு பாக்க முடியும்?"

"ஒன்னமாதிரி அவியளையும் நெனச்சுக்கிட்டியா. இது அவிய பிரியம். அவிய பிரியப்படியே விட்டிடணும். அதனால எதுவும் வந்தாலும் பெறவு பாத்துக்கிடலாம்".

அவ்வளவு பேச்சும் தொடிச்சு வருகையால நின்னுப் போச்சு. சம்முகமும் மாடத்தியும் கூடவே வந்தாவ. அங்ஙன நின்னவிய திண்ணைல உக்கார்ந்துகிட்டாவ. இலந்தப்பூவும் எந்திரிச்சு மத்தவியளுக்கும் இடம் கொடுத்தாள். அடுத்த வீட்டுப் பொன்னம்மாள் தட்டி வழியாகப் பார்த்து, "ஆரு தொடிச்சியா"ன்னு அவளும் வந்துட்டா. தொடிச்சி வச்சுருந்த குழந்தைய கலியாணி வாங்கி வச்சுக்கிட்டாள். குழம்படிப் பகடை சந்தோஷம் தாங்க மாட்டாம கேட்டார், "என்ன தாயி இந்தப் பக்கம், சக்கிலியக்குடில நாங்க இருக்கமா இல்லயான்னு நீயாவது பாக்க வந்திருக்கீயே. அதுவே போதும். சரி இப்பம் என்ன விசயமா எல்லாம் வந்திருக்கீய?"

"அததுக்கு இறங்கி வேல செஞ்சாத்தான் காரியமாகும் போல தெரியுது. இல்லன்னா முடியாதுபோலத் தெரியுது. இது பொதுக்காரியம். அது விசயமாகத்தான் பேசணும்னு வந்தேன்."

"ஏது கொடுக்க மறுக்காவளே, நெலம், அதப்பத்தி பேசவா."

"ஹைய் நா நெனச்சத அப்டியே செல்லீட்டியளே."

"ஆமா. ஒங்க ஊட்ல உள்ளவியளுக்கெல்லாம் நெலத்தக் கொடுத்துட்டு, ஒனக்கும் ஒம் புருசனுக்கும் கெடையாதுன்னிட்டாவளாமே."

"நாங்க செங்கச் சூள வச்சுருக்கோமாம். சரி எங்களுக்குத் தான் தர வாண்டாம். இங்க வுள்ளவிய அதுல என்ன பவுஸ்சுலயிருக்காவ. இதக் கேட்க வாண்டாமாங்கும்?"

"இதச் சொன்னதுக்குதான் இந்தக் கிழவி இவ்வளவு நேரம் கனைச்சா. நீ சொல்லு அப்பந்தான் அவளுக்கும் ஏறும்."

"நெலம் கொடுக்கச்சில எனக்கென்ன கசக்கவாப் போவுது. அல்லன்னா வாண்டாம்னு சொல்லப் போறேன்னா? இங்ன என்ன நடக்குன்னு பாக்கணும். அதனாலதான் சொல்றேன். எதச் செஞ்சாலும் பாத்து செய்யணும். மானங்கணியமா செஞ்சு முட்டிக்கிட்டுக் குனியக் கூடாது. அதான் நாந் சொல்லுறது"ன்னாள் இலந்தப்பூ.

உடனே குழம்படிப் பகடை சொன்னார், "இத இப்பமே கேட்கணும். ஆறப் போடக் கூடாது. நாந் எல்லாத்துக்கிட்டயும் சொல்லி, ஊர்க்கூட்டம் போட்டு, கைச்செலவுக்கு துட்டையும் பாத்துக்கிட்டு தாசில்தாரைப் பாப்போம்."

"உடனே இதச் செய்ங்க, நானும் கூட இருக்கேன். குன்னிமரியான்கிட்டசொல்லி நம்ம பையமார்களயும் கூப்பிட்டுக்கிடுவோம்"ன்னாள் தொடிச்சி.

"இந்தப் பொட்டச் சிறுக்கிக்கி இவ்வளவு தைரியமா, பாருடா. ஜமீன் விசயம் ஆருக்கும் தெரியக் கூடாது. ஓங்காட்களுக்கு மட்டும் ஓசில நெலத்த கொடுத்துட்டு முடிச்சுக்கிடணும். அப்டி மட்டும் சொல்லிருக்காரு. அதுவும் எம் பொறுப்புல விட்டதனால செய்றேன். இதனால எனக்கு ஒரு லாபமும் கெடையாது." பஞ்சாயத்துத் தார்சாவுல போடப்பட்ட நாற்காலில உக்காந்துக்கிட்டுச் சொன்னார் பொன்னுத் தேவர்.

எதிர்த்த இருப்புல, பட்டா நிர்வாகியும் பஞ்சாயத்துத் தலைவருமான மூலபடச் செட்டியாரும் உக்காந்திருந்தார். அவியளுக்கு எதிர்ல ஆடாம அசையாம நின்னார் புலமாடன். அவிய ரெண்டு பேருல புலமாடன்தான் மூத்தவர். அவரப் பார்த்துத் திரும்பவும் பொன்னுத் தேவர் சொன்னார், "அடேய் இங்க பாருடா. நீ கீழத்தெருத் தலைவனாக இருக்கப் போயி ஒனக்கு வேணும்னா கூட அஞ்சு செண்ட் நெலத்த கமுக்கமா வாங்கிக்க. மத்தவியக்கிட்ட இதப்பத்தி மூச்சுக் காட்டாத. ஆனா நீ ஒண்ணு செய்யணும். அந்தச் சிறுக்கிக்கிட்டப் போயிச் சொல்லு. சக்கிலியனுவள கூப்பிட்டுக்கிட்டுத் தாசில்தார்க்கிட்டப் போகக் கூடாதாம்னு. போனா போவுது அவளுக்கும் அஞ்சு செண்ட் கொடுத்திடலாம். அதுக்கும் மேல எதுவும் நடந்துச்சுன்னா எங்கிட்ட வருத்தப்படக் கூடாது. ஆமா சொல்லீட்டேன்."

"அதெப்டி நாஞ் சொல்ல முடியும். அப்டிச் சொன்னாலும் தொடிச்சி கேட்க மாட்டா."

“அப்பம் நீ என்ன மயித்துக்குத் தலைவரா இருக்க. ஊம்புறதுக்கா?”

பொன்னுத் தேவர் இப்படிக் கேட்டதும், புலமாடனுக்கும் வாய்த் துடுக்காய் வந்துச்சு. ஆனாலும் அடக்கிக்கிட்டார். பெறவு மெல்லத்தான் பேசினார். “என்னயா இப்டி கேட்டுட்டீய. நா தெருவுல கெடந்து லோல்படுறது எனக்குத்தான் தெரியும். பையங்க முன்ன மாதிரி இல்ல. நா ஊம்பப் போயிட்டன்னா, இருக்கிறதும் போயிரும். அதயும் பாத்துக்கங்க.”

“சரிடா பேச்ச விடு. அந்தப் புள்ளக் கிட்ட சொல்லிவை.”

“அதெல்லாம் சொல்ல முடியாது. தொடிச்சி முரண்டுப் பிடிச்சப் புள்ள. எதுத்துக் கேட்கும்.”

“கேட்கும் கேட்கும் குண்டிச் சீல இல்லாம தெருச் சந்தியில நிப்பாட்டி வைக்கணும். அப்பம் கேட்கும்.”

“தெரு பூராவும் இப்டித்தான் பேசிக்கிடுறாவ. சின்னராசா தேவரும் குண்டிச்சீலய உருவத்தான் போனாராம். இப்பம் ரெண்டு காலும் விளங்காம ஆக்கி வச்சுட்டாங்களாம். அதயும் பாத்துக்காங்க.”

“ஏலே என்ன, அதட்டிப் பாக்கியா?”

“அய்யா ஒங்கள நா அதட்ட முடியுமா? நடக்கிறதச் சொல்லுறேன்.”

“ஏன் சொல்ல மாட்ட. உத்திரப்பாண்டி தேவர் நடமாட்ட மில்ல. இப்பம் சின்னராசா தேவர் கெடைல கெடக்கார். அதனால ஒங்களுக்கு ஏத்தம் வந்துட்டு என்ன?”

“வளவளன்னு ஏன் பேசிக்கிட்டு. விசயத்தச் சொல்லி அனுப்பிவைங்க”ன்னார் மூலபடச் செட்டியார். அவருக்கும் தேவரப் பார்த்து எரிச்சல் வந்துச்சு. அதக் காட்டாமல் அடக்கிக் கிட்டார்.

பல மாதிரி யோசனைல இருந்த பொன்னுத் தேவர் எதையோ நெனச்சித் தலய ஆட்டிக்கிட்டார். முக்குத் திரும்புனாப்புல வரும் மனைகள முக்கியமான ஆட்களுக்குக் கொடுப்பதாகவும் சொல்லி இருந்தார். அதுல ரெண்டு அங்க முத்துத் தேவர்க்குக் கொடுக்கணும். பஞ்சாயத்துத் தலைவருக்கு ஒதுக்கணும். தலையாரியும் ஒண்ணுன்னார். அதோட நிக்காம முன்சீப், தாசில்தார்க்கும் ஒதுக்கி வச்சிருக்காங்க. அப்பந்தான் எல்லா வேலையும் ஒழுங்கா நடக்கும். ஜமீனும்

நமக்குப் பேருக்குத்தான் நெலம் கொடுக்கும். அதுக்காகச்சிட்டி எல்லாத்தையும் இழுத்துக்கிடாதீங்க. மத்தபடி ஏக்கர் கணக்கா கொடுக்கணும்னா, நானே பினாமிய ஏற்பாடு பண்ணிக்கிடுறேன்னுட்டார். இவ்வளவு சிக்கல். இதுக்கிடைல இந்தப் பொம்பள வேற. அவள் சும்மா கெடக்காம சக்கிலியக்குடிய வேற இழுத்துக்கிட்டு வாரா. இதயெல்லாம் சும்மாவிட முடியுமா?

சக்கிலியக்குடிக்கும் பறக்குடிக்கும் பாச உறவோ, ஒட்டு உறவோ, கொடுப்பினையோ, கொள்வினையோ ஒண்ணும் கிடயாது. உடங்காட்டக் கடந்து போனா மேற்கயும் ஒரு சக்கிலியக்குடி உண்டு. இங்ஙனையோட அங்ஙன தலக்கட்டு கூட. இருபது தலக்கட்டு. அவிய இங்ஙன வருவாவ. இவிய அங்ஙன போவாவ. இப்பந்தான் பறக்குடிப் பையமாரு சக்கிலியக்குடிக்கு வாராவ. முத்துவீரனும் கீழத் தெரு ஆட்கக் கிட்ட பழகிட்டான். தொடிச்சியும் வரப் போக இருந்தாள். இப்பம் நிலப் பிரச்சனையும் வந்துற்று. எல்லாரும் சேர்ந்து தாசில்தாரப் பார்க்கப் போனாவ.

மூலபடச் செட்டியார், நல்லையாவைக் கண்டு பேசினார். பெறவு நல்லையாவும் சொன்னார், “இந்த நெலத்த மொதல்லயே கொடுத்திருக்கலாம்ல. நாங்க என்ன செங்க வித்துப் பணம் பணமா சேர்த்து வச்சுருக்கோம்? அதுக்காகச்சிட்டி நெலம் இல்லன்னுட்டாவ. அப்டிச் சொன்னவுக இப்பம் எப்டி கொடுக்காவ? செல்லையா மச்சானுக்கும் கொடுக்கல. அவுருக்கும் வாங்கிக் கொடுங்க. இதுக்கு எம் பொண்டாட்டிய கொற சொன்னா எப்டி. அவ எல்லாத்துக்கும் மன வேணும்னு கேட்குறதுல என்ன தப்பிருக்கு? பறயனுக்கு மன கொடுத்தா சக்கிலியனுக்கும் கொடுக்க வாண்டாமா?”

“அதச் சக்கிலியனுவ கேட்கட்டும். அவனுகளுக்கு ஏண்டுக்கிட்டு ஓம் பொண்டாட்டி எதுக்குப் போறா? போனாலும் பரவாயில்ல. நம்ம பையமார்வளையும் பெறத்தாலைல கூட்டிக்கிட்டுப் போறா. அவளக் கண்டிச்சு வை.”

“நா என்னத்த கண்டிச்சு வைக்க முடியும்? அவ என்ன சின்னப் புள்ளயா? போவாத வராதன்னு சொல்ல. எல்லாத்துக்கும் நெலம் கொடுக்கணும். அதுக்காக அலயிறா. இதுல என்ன தப்பிருக்கு.”

“நா தப்புச் சொல்லல. நீ சொல்றதும் ஞாயந்தான். ஊரப் பத்தி ஒனக்கும் தெரியும்; எனக்கும் தெரியும். ஒண்ணிருக்க ஒண்ணு ஆகிடக் கூடாது. அதுக்குத்தான் சொல்றேன்.”

நல்லையாவும் பேச்ச நிறுத்துகிற மாதிரி, "சரி நீங்க போங்க. நா சொல்லி வைக்கிறேன்"ன்னார்.

மூலபடச் செட்டியாரும் அமைதியாகச் சொன்னார், "சொல்லி வை. என்னைக்கும் ஒண்ணுபோல இருக்காது. புள்ள கொள்ளின்னு பாக்க மாட்டனுவ. எதையாவது செஞ்சிடுவானுவ."

சந்தி மறிச்சாள் அம்மன் கோவில் திடல்ல கூட்டம். வழக்கமான கூட்டம் பஞ்சாயத்துக் கட்டடம் முன்னத்தான் நடக்கும். அதிலயும் இன்னக்கி தாசில்தார் வாரார். அவருதான் சொன்னார், கூட்டத்தக் கீழ்த்தெருவுல வைங்கன்னு. மூலபடச் செட்டியாருக்கும் இது நல்லதாப் பட்டுச்சு. பொன்னுத் தேவர் கூப்பிட்டதும் அங்கமுத்துத் தேவரும் வந்துட்டார். அவர் பெறத்தால அஞ்சாறு பேர் வந்திருந்தாவ. மூலபடச் செட்டியார், ராமசாமி நாயக்கரக் கூப்பிட்டார். நாயக்கர் ரொம்ப விஞ்சிக்கிட்டார்,

"சின்னச்சாதி கூதிவுள்ளங்க தெருவுல நடக்குற கூட்டத்துக்கு நாங்க வரணுமாங்கும். போங்கையா போங்க. நீங்களும் ஒங்கக் கூட்ட மயிரும்."

செட்டியார் சத்தங் காட்டல. அந்தால வந்துட்டார். கூட்டமும் ஒரு நாளைக்கு முன்னதான் சொல்லிருந்துச்சு. அதுக்குள்ள ஆட்கள் வந்து சேர்ந்துட்டாவ. கிட்டத்தட்ட கீழத்தெருவு ஆட்கள் பூராவும் வந்துட்டாவ. ரொம்பவும் தொலவட்டுல உள்ளவிய வர முடியலன்னாலும் திருநெல்வேலி, வல்லநாடு, வாழவந்தான், பூவாணி, ஏரல்ன்னு செங்கல் சூளைகளுக்கு வேலைக்குப் போனவிய ராவோடு ராவா பஸ்சப் பிடிச்சு வந்திருந்தாவ. சக்கிலியக்குடிலையும் ஒரு ஜனங் கிடயாது. காணாததுக்கு மேலச் சக்கிலியக்குடி ஆட்களும் வந்து கூடிட்டாவ. கோவிலச் சுத்தியும் ஆட்கள், அரச மூட்டுலயும் ஆட்கள், தெரு பாதயிலயும் கூட்டமாய் நின்னுக்கிட்டும் இருந்தாவ. அடேங்கப்பா, தாசில்தார்க்கு மால மரியாதையெல்லாம் நடந்துச்சு. "நானும் இம்புட்டு நாளைல நம்ம தெருவுக்கு இப்பிடியொரு அதிகாரிக வந்ததப் பாத்ததில்ல"ன்னார் அம்மாசி தாத்தா. அவரு தன்னுடைய மூணு குடும்பத்துக்கும் நிலம் கெடச்சதுல ரொம்ப சந்தோஷம். அங்ஙன கீழத்தெரு தலைவர் புலமாடனக் காணோம். இந்தப் பக்கமே அவர் தல காட்டல. தொடிச்சி ஆளோடு நின்னாள். அங்க வுள்ளவிய என்ன பேசுறாவ என்ன செய்யப் போறாவன்னு கூர்ந்து கவனிச்சாள்.

பொன்னுத் தேவர் என்ன சொன்னாலும் ஓடி ஓடி செஞ்சான் அன்னக்காவடி மவன் கோட்டியப்பன். அவம்

ஓ 128 ல ஸ்ரீதரகணேசன்

பெறத்தால அஞ்சாறு வாலிபப் பையமாரும் சில கிழடுகளும் சேர்ந்துகிட்டாவ. “பொன்னுத் தேவர் மாதிரி ஒரு வாத்தியார் உண்டா. எப்பா அவுரு இருக்கப் போயிதான் சமீன்கிட்ட அடிச்சுப் பிடிச்சு நெலத்த வாங்கித்திருக்காரு”ன்னு வேற பேசிக்கிட்டாவ. குன்னிமாரியானுக்குக் கேட்கச் சகிக்கல. அவன், அசையாமணி, தள்ளாடிமுத்து இவியயெல்லாம் பையமார்களக் கூப்பிட்டுக்கிட்டு அங்ஙன இருந்து ஒதுங்கி முச்சந்திலயிருக்கிற சமூகக் குச்சில்ல வந்து குத்தவச்சுக்கிட்டாவ. அங்கமுத்துத் தேவரயும் அவிய ஆட்களையும் பிடிக்காதவிய ஒதுங்கியே நின்னாவ. தாசில்தார், “எல்லாத்துக்கும் நெலம் உண்டு, யாரும் பயப்புட வேண்டாம். அதுக்கான ஏற்பாட்டையெல்லாம் செஞ்சாச்சு”ன்னார்.

உடனே மேலச்சக்கிலியக்குடி வெம்பூர்ப் பகடை மனத்தாங்கலாகக் கேட்டார், “இந்தா பாருங்க சாமியோவ். மொதல கீழத்தெருவு சக்கிலியக்குடிக்கு நெலம் கொடுக்கல. இப்பம் அவிய வெரசலா ஒங்களப் பாத்தாவ. அவியளுக்கு நெலம் கெடச்சுட்டு. நாங்களும் ஒங்களப் பாத்தோம். எங்கப் பெயரு எதுலயும் இல்ல. நாங்களும் அவியள மாரிதான் இல்லாதவிய. ஒண்ணும் கெடயாதவிய. தொட்டுக்கோ தொடச்சுக்கோன்னு இருக்கோம். எங்களுக்கும் நெலம் கொடுக்க வாண்டாமா?”

பொன்னுத் தேவர் தலையத் தூக்கிப் பார்த்தார். அப்பம் தடதடன்னு கோட்டியப்பன் போய் வெம்பூர்ப் பகடை முன்ன நின்னான். அவனும் அடிக்கப் போகிற மாதிரி நெஞ்ச மலர்த்திக்கிட்டுச் சொன்னான்: “ஏலேய்! என்ன நெனச்சிக்கிட்ட? சக்கிலியத் தாயிளிகயெல்லாம் சேர்ந்து கலாட்டா பண்ணவா வந்திருக்கீய? நெலம் வேணும்னா நம்ம வாத்தியார தனியாக் கூப்புட்டுக் கேட்கணும். அத வுட்டுட்டுக் கூட்டம் நடக்குறயிடத்துல கூப்பாடு போட்டா என்னருத்தம். இங்ஙன வந்தா வாய மூடிக்கிட்டு கம்னு இருக்கணும். இல்லன்னா மருவாத கெட்டுப் போவும்.”

“தம்பி ரொம்ப துள்ளாத அவுரு வயசு என்ன? ஒம்ம வயசு என்ன? ஆளு தராதரம் அறிஞ்சு பேசு. வார்த்தய சிந்துன்னா அள்ள முடியாது. பெறவு ஒம்ம மருவாதியும் கெட்டுப் போவும்.”

பொறுக்க மாட்டாம குழம்படிப் பகடை இப்படிச் சொன்னதும், கோட்டியப்பனுக்கு கோபம் உச்சிக்குப் போனது. “ஆர்க்கு ஆரு மருவாத கொடுக்கணும்? பறக்குடிக்குள்ள வந்து நின்னதும் காணாம சக்கிலியன்களுக்கென்னல வாய் நீளுது?”

கூட்டம் திசை திரும்பிச்சு. எல்லாம் அங்ஙன கூடினாவ. குச்சில குத்த வச்சிருந்தவியளும் விரசலாய் வந்துட்டாவ. பதற்றம் ஜாஸ்தியாச்சு. குழப்பம் சூழ்ந்துச்சு. ஒரே களபுளா. அந்தப் பேச்சொலிக்கிடையில்தான் அசையாமணி கேட்டான்.

"ஏலே! நீ இவ்வளவு கருத்தாப் பேசுறீயே இந்தக் கருத்து மயித்த அந்தாயிருக்காவுல அவியக்கிட்டக் காட்ட வேண்டிய தான? அப்பம் தெரியும் சூத்த விரிச்சு ஆப்பு வைக்கிறது."

அதுக்குள்ள அங்கமுத்துத் தேவர் கனச்சார்: "என்னடா ஒங்கச் சண்டையில எங்கள இழுக்கீய. பெறவு மறவன் நொட்டிட்டான் புடிங்கிட்டான்னு சொல்றதுக்கா?"

"ஆமா ஆமா தொட்டிட்டானுவ எவன் நொட்டுனான்னு தெரியல. ஊட்டுல கட்டியிருந்த ஆட்ட ஒண்ணையும் காணோம்! பாவிக வெளங்குவானுவளா... நம்ம பாவத்துல கை வச்சானுவ!" பதற்றத்துடன் வந்த குரலக் கேட்டதும் நெஞ்சி கப்னு அடைச்சது. அய்யையோ ஆடுக பறக்குடில மட்டும் காணாம போகல. சக்கிலியக் குடிலையும் கெட்டுன ஆடுகள அவுத்துட்டுப் போயிருக்கு. பட்டப் பகல்ல களவாண்டுட்டுப் போயிட்டானுவ. இந்தக் களவாணிப் பெயலுவ. வேற என்னத்தயெல்லாம் எடுத்துச் சோன்னு தெரியலயே? அந்தக் குழப்பத்துல அவிய நாலாப் பக்கமும் சிதறிப் போனாவ. கடைசில தாசில்தார் மட்டும் பேந்தப் பேந்த முழிச்சுக்கிட்டு நின்னார்.

6

இவ்வளவும் நடந்தது வைத்தான்செல்லையா வுக்குத் தெரியாது. தூத்துக்குடிக்கும் அந்தமானுக்கும் விடாத நடை. தோணி இங்கயிருந்த மாதிரி இருக்கும், அங்க இருக்கும். அங்கயிருந்த மாதிரி இருக்கும், இங்க வந்திடும். அவரால ஊர்ப்பக்கம் எட்டிப் பார்க்க முடியல. கொழும்பு நடைன்னா கச்சாத்துத் தங்கம் கிடைக்கும். இதுல அது முடியல. ஆனாலும் சம்பாத்தியம் கை நெறைய இருந்துச்சு.

மதியம்முட்டும் கன்னியம்மாள் எதயும் கேட்கல. அவர் கேட்ட கேள்விகளுக்கு மட்டும் பதில் சொன்னாள். அவர் விளாத்திகுளம் ஊருக்குப் போகணும்னவுடனே அவளும் பெறத்தால போனாள். வீட்டுக்கு வேண்டிய சாமான்கள வாங்கிக் கிட்டு, கூடவே ஆட்டுக் கறியும் புளுங்க அரிசியும் வாங்கிக்கிட்டாள். வாய்க்கு ருசியாகக் குழம்பு வச்சுக் கொடுத்தாள். அவர் வீட்டச் சுத்திப் பார்த்தார். ஒத்தையறை. நீள தார்சா. கோங்கு மரத்துல கைகளப் பரப்பி, செங்கக்குத்திய மட்டப்பா, ஓட்டுச் சாப்புல சமையல் கட்டு. வீட்டு முன்ன ரெட்டைத் திண்ண வீட்டு உள்ள பூசி, சிமெண்ட் தளம் போட்டிருந்தாவ. இன்னும் வெளில பூசாம கெடந்துச்சு. கன்னியம்மாள் ஆவலாய்க் கேட்டாள், "இந்த வாட்டியும் எங்கிட்டாச்சும் தங்கம் கெடச்சுச்சா. அதயும் வித்து, இருக்கிற துட்டயும் வச்சு, இந்தக் கொற வேலயும் முடிச்சுப்புடலாம்."

அவியப் புள்ளிய கும்மாளம் போட்டாவ. அந்தக் கச்சக்கால்தான் வீடு நெறஞ்சி இருந்துச்சு. அவியளும்

விளையாட்டுக் காட்டிகிட்டிருந்த வைத்தான்செல்லையா பெஞ்சாதியைப் பார்த்தார், "தங்கம் கொண்டுட்டு வந்தா தேவலதான். நாங்க போனது கொழும்புக்கில்ல அந்தமானுக்கு." அவர் அப்டியே எழுந்து சட்டயக் கழற்றினார். அவர் கழுத்துல கறுப்புக் கயிறு. அதுல செம்புல செஞ்ச செத்தங்காணு சிலுவ. வெள்ளப் பனியனுக்கு மேல அது அச்சாய்த் தெரிஞ்சது. தொங்கிட்டு இருக்கிற சிலுவய அதிர்ச்சியாய்ப் பார்த்தாள் கன்னியம்மாள். பெறவு படக்கென்னு போய், அதத் தொட்டுப் பார்த்து, "இதென்ன கழுத்துல சிலுவ தொங்குது! எப்பத்துலருந்து"ன்னு கேட்டாள்.

வைத்தான்செல்லையா, பெஞ்சாதி மூஞ்சி போறப் போக்கைக் கவனிச்சார், "நீ ஏன் இப்டி திணறுற. நம்ம இந்துவாய் ஒத்துப் போய் என்னத்த மிச்சம் வச்சுருக்கோம்? சந்தி மறிச்சாலமாதிரி புடி மண்ணாத்தான் இருக்கோம். அஞ்சி செண்ட் நெலம் கொடுக்குறதுக்குள்ள என்ன வரத்து வந்திருக்கானுவ. இங்ஙன கோவிலு, கொடை, கும்மாளம்னு அலஞ்சிக்கிட்டிருந்த, நம்ம என்னைக்கும் இண்டேற முடியாது. வம்பாடுபட்டு உழச்சாலும், நம்மள முன்னுக்கு வர வுடமாட்டானுவ. நம்ம கொஞ்சம் மாறணும். அதுவும் நம்மக்கிட்டத்தான் இருக்கு. எனக்குத் தெரிஞ்ச ஒரே வழி வேதமாவுறதுதான். ஆவுற தென்ன, ஆகிட்டேன். எங்கக் கூட வேல செய்றது பூரா பர்ணான்டஸ் ஆட்கத்தான். அவியத்தான் என்ன மாதா கோவிலுக்குக் கூட்டிக்கிட்டுப் போனாவ. பாதரப் பாத்தோம். அவுருதான் எம் பெயர மரியசிலுவைன்னு மாத்தி, இந்தச் சிலுவையும் போட்டுவிட்டாரு. மந்திரம் படிச்சு ஒப்பிச்சேன்னா, நா முழு கிறிஸ்தவன்தான். நீயும் ஆகிடு. நம்ம புள்ளகளையும் ஆக்கிடுவோம். அங்கவுள்ள கிறிஸ்தவ சொசைட்டிலயும் சேர்ந்திருக்கேன். அவிய லோன் தாரன்னு சொல்லியிருக்காவ. அதயும் வாங்கி, இருக்கிற துட்டையும் வச்சு காடுக வாங்கிப் போடணும். நமக்கு நெலம் வேணும். அப்பந்தான் நம்மள மதிப்பானுவ. தல நிமிர்ந்து நடக்கலாம். எந்த எடுப்பெடுத்த பெயவுள்ளயும் கீச்சாதின்னு சொல்ல முடியாது."

"கேட்க நல்லாத்தான் இருக்கு. வம்படியா இதெல்லாம் நடக்குமா?"

"மனசு வைக்கணும். அப்பந்தான் ஒசர முடியும். நம்மத் தான் இந்த கார ஊட்ட கெட்டுவோம்னு நெனச்சோமா, அல்லன்னா நாந்தான் கடலுக்குப் போவேன்னு நெனச்சேன்னா? எல்லாம் முயற்சி, ஆர்வம். அதனாலத்தான் ரெண்டு துட்டப் பாக்க முடிஞ்சது. அப்டித்தான் எல்லாம்."

“ஏய் மச்சான் எப்பம் வந்திய. ஆள பஜாருல கண்டதாச் சொல்லிச்சு.”

“ஆரு குன்னிமரியானா? வா வா எப்டி இருக்க மாப்புள. ஊட்டுல எல்லாரும் சுகந்தானா. நாந் காலைல வந்தேன்.”

குன்னிமரியான் தார்சாவுக்கு வந்ததும் வைத்தான் செல்லையா ஊர் நிலவரங்களப் பற்றிக் கேட்க ஆரம்பிச்சார், “மாப்புள எப்டி சின்னராசா தேவர அடிச்சுக் கெடத்தினாவ. நா வந்ததும் ஒங்கக்கா சொன்னார். என்னால நம்ம முடியல. நாந் கோவில் கால் நட்டுற அன்னிக்கி அந்தமான்ல இருந்தேன். அதுனாலத் தெரியாமப் போச்சு. அந்தத் தேவடியாமவன் என்ன வரத்து வந்தான்?”

குன்னிமரியானுக்குப் பகீர்ன்னு இருந்துச்சு. அந்தப் பேச்சை நிப்பாட்டுற மாதிரி சொன்னான், “அதான் அடிச்சுக் கெடத்தியாச்சுல. பெறவு அதயெதுக்கு நோண்டிப் பாக்கணும்? ஆமா மச்சான் இன்னும் அடிச்சது ஆருன்னு தெரியல. நம்ம ஒண்ணிருக்க ஒண்ணச் சொல்லப் போயி, அது பெரச்சனயாகிடக் கூடாது. இந்த மட்டுல அத வுட்டுடுங்க.”

“ஆமா ஆமா நீமரு சொல்றதும் வாஸ்தவம். நமக்கெதுக்கு வம்பு?”

வீடு பூராவும் மணம். பஜ்ஜி சுடுகிற மணம்,. கன்னியம்மாள் மாவாட்டுவதும், அடுப்படில இருப்பதும், புள்ளியளுக்குச் சந்தோஷம். பிளாப்பெட்டில பஜ்ஜிய வச்சுக் கொடுத்தாள். அவிய அங்ஙனையே உக்கார்ந்து தின்னாவ. குன்னிமரியான் வந்திருப்பது தெரிந்ததும், அவனுக்கும் பிளாப்பெட்டில வச்சுக் கொடுத்தாள். அவன் வாங்கிக்கிட்டான்.

“மச்சான் நீங்க சாப்பிட்டாச்சா?”

“நாந் தின்னாச்சு. நீ தின்னு”ன்ன வைத்தான்செல்லையா, “செங்கச் சூள எப்டி ஓடுது. செங்கல் இருப்பில்லாம விக்குதா? வாங்குனக் கடன் அடச்சாச்சா”ன்னியெல்லாம் கேட்டார்.

அதுக்கு குன்னிமரியான் சொன்னான்: “கடனெல்லாம் அடச்சாச்சு. வேலதான் பெண்டக் கழத்துது. எங்கயும் நகள முடியல. அதுலருந்து ஒரு காலணா துட்டு எடுக்க முடியமாட்டெங்கு. எங்க மைனி கசரப் போயித்தான், எங்கண்ணே – மூணுபேருக்கு – கூலின்னு எடுக்காரு. மைனி இவ்வளவு தூரத்துக்குக் கசரலன்னா, அண்ணன் ஒரு தம்படியும் எடுக்கமாட்டாரு. எல்லாத் துட்டும் செங்கச் சூளயிலேயே கெடக்கும்.”

“ஆட்கள வச்சு வேல செஞ்சாலும் கூலி கொடுக்கணும்ல. அந்தக் கூலிய எடுத்தாத்தானே, நம்ம ஊட்டுலயும் கத நடக்கும்.”

“ஊட்டப் பத்திப் பெரச்சன இல்ல. மைனி சமாளிச்சுக்கிடுது. செங்கச் சூளயே உடைக்க அலைறானுவ. அந்தத் தொறட்டுத் தான் பெரிசா இருக்கு.”

“இந்தத் தொறட்ட ஆரு செய்றா?”

“எல்லாம் இங்ஙன உள்ள மப்புப் புடிச்ச தேவுடியா வுள்ளங்கத்தான். இவிய மேல் சாதியாம். அந்தச் சாதிப் புத்தி இப்டித்தான் இருக்கும்போல. இவனுக ரெண்டு தடவ உடைக்க வந்துட்டாவ. ஒரு தடவ நா விரட்டுனேன். பெறவு ஒரு தடவ நானும் அண்ணனும் சேர்ந்து விரட்டுனோம்.”

எதுக்க குத்த வச்சுருந்த கன்னியம்மாள் வியந்து கேட்டாள், “இது எப்பம் நடந்தாப்புல? எனக்கும் தெரியாமப் போச்சே. அப்பன்னா கண்ணுல எண்ணைலா வுட்டுட்டு இருக்கணும்?”

“ராத்திரியானா பயந்தான். அதுக்காகச்சிட்டி நம்ம பையமாரக் கூட்டிவச்சுப் படுக்க வைக்கோம். அவியளயும் இந்தக் காட்டுல வந்து படுக்க ஏவீட்டு இருக்கோம்னு சங்கடமாத்தான் இருக்கு.” வைத்தான்செல்லையா விசயங் கேட்டுப் பதில் சொன்னார், “சரி நீ ஒண்ணுக்கும் பயப்புடாத. நாளக்கி எங்கூட வா. ஓரிடத்துக்குக் கூட்டிக்கிட்டுப் போறேன். அவிய எறிவெடி வச்சுருப்பாவ. வாங்கித் தாரேன். வச்சுக்க. என்னைக்காச்சும் கும்பலா சண்டைக்கி வாராவியன்னா வெடியத் தூக்கி வீசு, வெடிச்சுச் சிதறும். பெறவு ஒருத்தனுக்கும் ஏலாது இங்ஙன வர. அதுக்கும் பெறவும் வந்தா சொல்லு. அதுக்கு வேற வழியிருக்கு. அதயும் சொல்லித் தாறேன். செய்யி.”

“நீங்க என்ன இப்டி சொல்லிக் கொடுக்கீய? அவனுவ என்ன லேசுப்பட்ட ஆட்களா? அவிய கைல என்ன வெடி இல்லாமயா இருக்கும்?”

“ஆரு அவனுவளா? அவனுவ முட்டாப் பயலுவ. அவனுவ வெடி வச்சுருந்தாலும், அத வெடிக்கத் தெரியுமா? ஒனக்கும் அந்த விசயம் தெரியாது. நீ கம்னு இரி. ஆரிகிட்டையும் மூச்சுக்காட்டாத. பெறவு உள்ளதும் போயிடும்.”

“என்ன சொன்னீக. நா மூச்சுக்காட்டப் போறேனா. நா ஆர்க்கிட்ட எத சொல்லிருக்கேன். எனக்குத் தெரியாதாங்கும், இங்க என்ன நடக்குன்னு? அதச் சொல்லித் தரணும்மாங்கும்.”

“நீ எசக்குத் தப்பா எதயும் சொல்லப்புடாதுன்னுத்தான் சொன்னேன்.” “நாந் சொல்லமாட்டேன்.”

அங்கமுத்துத் தேவர் ஏறிட்டுப் பார்த்தார். எதுத்தாப்பல நீண்ட சதுர வசத்துல பிரிச்சிப் போடப்பட்ட மனைகள். ஒவ்வொன்னுக்கும் அடையாளமாகக் கல் நட்டி வச்சுருந்தாவ. என்னேரமும் ஆட்கள் வந்துட்டுப் போன கீரா இருந்துச்சு. அப்படிப் பார்த்துக்கிட்டிருந்த ஓராள பொன்னுத் தேவர் கூப்பிட்டார். “ஏலேய் மக்கா இங்க வா.” அவனும் திரும்பிப் பார்த்தான். வாத்தியார் கூப்புடுறாருன்னவுடனே சுதாரிச்சான். பெறவு குடு குடுன்னு ஓடியாந்தான். அந்த விரசலப் பார்த்து மேய்ஞ்சுக் கிட்டிருந்த ஆடுவ ஓடிச்சி. அவனுக்கும் விசயம் தெரியாது. அதெல்லாம் நமக்கெதுக்குன்னு வந்த விருட்ல, அக்குலதுண்ட வச்சுக்கிட்டு, கைக்கட்டி, குனிஞ்சி, குறுகி நின்னான். பெறவு அவன் சொன்னான்: “வணக்கங்க நாச்சியாரையா. வணக்கங்க வாத்தியாரையா.”

அங்கமுத்துத் தேவர், ‘இந்தப் பெயல எதுக்குக் கூப்பிட்டு நிக்க வச்சுருக்காரு’ன்னு குழம்பினார். அவரும் வாய் நெறைய வெத்தலக் குதப்பி, அந்த எச்சை புளிச்னு துப்பிட்டு நிமிர்ந்து பார்த்தார். “ஆமால ஒன் நெலம் எங்ஙனல இருக்கு?”ன்னு கேட்டார்.

“அந்தா, அந்தாயிருக்கு பாருங்க. அதான் எங்க நெலம்”ன்னான்.

அவன் இன்னும் கைக்கட்டி நிப்பதைப் பார்த்த பொன்னுத் தேவர், உடனே சொன்னார், “என்னத்துக்குல இன்னும் கையக் கட்டிக்கிட்டு நிக்க? என்ன மருவாத, மயித்தப் புடுங்குன மருவாத? மருவாத மனுசுல இருந்தா போதும். சரில நீ சிகரெட் குடிப்பியா?”

“அதெல்லாம் இல்லங்க சாமியோவ். பீடித்தான் எப்பமும் முந்தில இருக்கும். அதத்தான் வச்சு குடிக்கிறது.”

“சரி நாந் சிகரெட் தாறேன். ஆளுக்கொன்னா குடிப்போம்.”

“என்ன சாமி கீது? ஊருக்கெல்லாம் பெரிய நாச்சாரியார் அவிய. அவிய மாதிரி நீங்களும். ஒங்க முன்ன அடியேன் சிகரெட் குடிக்க முடியுமா?”

பொன்னுத் தேவர் ரொம்ப அக்கறைவுள்ள மாதிரி சொன்னார், “அவிய ஒண்ணும் சொல்லமாட்டாவ. பொது இடத்துல வந்தா நா ஆரயும் பிரிச்சிப் பாக்கிறதில்ல. இந்தா

சிகரெட். நெருப்பெட்டி வச்சுருக்கீயா. இதக் கொழுத்து. எனக்கும் கங்கு கொடு."

"நீங்கள்ளாம் நல்லாயிருக்கணும்னுதான் இந்த வேல யெல்லாம் பாத்துக்கிட்டிருக்கு. எல்லாத்துக்கும் நெலப்பட்டா வாங்கிக் கொடுத்திருக்கு. ஊராங்கிட்ட கை நீட்டி எதுவும் வாங்கியிருப்போமா? இதெல்லாம் ஆரையும் கேட்டா செஞ்சிருக்கு. கஷ்டத்துக்குப் பணமில்லையா, எங்கக்கிட்ட வாங்க. எங்களால முடிஞ்சத செய்றோம். சரில நா இப்பம் சொல்றத நல்லா கேட்டுக்கோ. இந்த எதுப்புல இருக்குற நெலம் பூரா, ஊருல உள்ள முக்கியமானவியளுக்கு வாங்கிப் போட்ட நெலம். இத அப்பப்பம் எட்டிப் பாத்துக்கா. ஆரும் கேட்டா மேலத்தெருவுல வுள்ளவிய நெலம்னு சொல்லி வையி."

"இந்த நெலமெல்லாம் எப்பம் வாங்குனது?"

"கிரயம் முடிஞ்சி ரொம்ப நாளாகுதடா. இப்பம் ஒங்களுக்கும் இங்ஙனத்தான் மன ஒதுக்கியிருக்கு. இங்ஙன வரப் போறாப்லயிருந்து எவனும் குடிச கிடிச போட்டிடக் கூடாது. அதுக்குத்தான் சொல்றது தெரியுதா?"

பொன்னுத் தேவர் பக்குவமாவ எடுத்துச் சொல்லச்சில, அவன் தலயாட்டினான். அங்கமுத்துத் தேவர் வாயத் தெறக்கல. சங்கடப்படாமப் பாத்துக்கிட்டிருந்தார். வந்து நின்னவனுக்குப் புதுசு புதுசாய் வித்தைகளக் கற்றுக் கொடுக்கிற மாதிரி, பையத் திறந்து பிராந்தி பாட்டில் ஒண்ண எடுத்துக் கொடுத்தார் பொன்னுத் தேவர். "ஏலே நீ இங்ஙன உள்ள கள்ளு சாராயத்தத்தான குடிச்சிருப்ப. இப்பம் இதக் குடி. நல்லாத் தூக்கம் வரும். மேல அசதியெல்லாம் போயிரும்."

"என்னமோ சாமி நீங்க இவ்வளவு தாராள மனசுக்காரவியளா இருப்பீயன்னு நெனக்ல நா. சரி கௌம்பட்டா?"

"ம் கௌம்பு. எதுவும் வேணும்னா என்ன வந்து பாரு." அவன் கைல பிராந்தி பாட்டிலிருக்கிற மகிழ்ச்சில கிளம்பினான்.

அங்கமுத்துத் தேவர் அவன நிப்பாட்டினார், "ஏலே! இவ்வளவு நேரம் பேசிக்கிட்டிருக்கீயே. ஒனக்கு ஒம் பெயரச் சொல்லணும்னு அறிவில்லையா. ஒம் பெயரன்னடா?"

"ஆமா, நாச்சியாரையா பெயரு அய்த்துப் போச்சு. எம் பெயரு முப்பிலியான்."

அப்பந்தான் பொன்னுத் தேவர் கவனமாகச் சொன்னார்: "எல்லா ... சரில. பிராந்திய நாந் வாங்கிக் கொடுத்தேன்னு சொல்லிறாத."

“இப்பமே போயி ஒழிச்சு வச்சுடுறேன்.”

ஊருணிக் கர தெரட்டுல நின்ன ஆலமரத்தூருல பையமார்களப் பார்க்க முடிஞ்சது. ரொம்ப நாளைக்குப் பெறவு உத்திரப்பாண்டித் தேவரும் இருந்தான். பீடியைச் சுண்டியிழுத்து, அப்படியே மீசையத் தடவி விட்டுக்கிட்டு முறுக்கினான். தொலவட்டுலயிருந்தே பார்த்த பொன்னுத் தேவர், “என்ன அங்கமுத்துத் தேவர், இவன் கொஞ்ச நாளா ஆள காங்காம போனான். இப்பம் எப்டி முளச்சான்?”

“மொதல்ல எனக்கும் தெரியல. இன்னக்கி காலைலதான் தெருவுல பாத்தேன். பெறவுதான் சங்கதி தெரியும். அந்த இன்ஸ்பெக்டர மாத்திப் புட்டாவளாம். இப்பம் ஒழிஞ்சுக்கிட்டு அலஞ்சவன் வந்துட்டான்.”

“இனிம ஒரே சண்டக்காடுதான் போங்க. இதுக்கு வழக்குப் பிடிக்கவே நேரம் சரியாயிருக்கும். உருப்படியா ஒண்ணும் நடக்காது.”

அந்தக் கூட்டத்துல தன் மக்கமாவ இருப்பானுவன்னு அங்கமுத்துத் தேவர் பதறினார். அவருக்கும் ஏழு புள்ளிய. அதுல மூணு பொம்பளங்க, நாலு ஆம்பளங்க. அவியள ஒருத்தரும் உள்ளூரு ஆரம்பப் பாடசாலைய முடிக்கல. பொட்டப் புள்ளயச் சமஞ்சவுடனே மாப்புள்ளப் பார்த்து கெட்டிக் கொடுத்துட்டார். மூத்தப் பையனுக்கு மட்டும் கலியாணம் முடிஞ்சிருக்கு. அவனும் தகப்பங்கூடக் கோபிச்சுக்கிட்டு விளாத்திகுளம் ஊருல போய் இருந்துக்கிட்டான். மத்தவிய அவருக்குக் கட்டுப்படல. அந்த ஏக்கத்துல அண்ணாந்து பார்த்தார். வானம் தொடச்சி வச்ச மாதிரி இருந்துச்சு. எண்ண முடியாத பறவைங்க கூட்டம் போய்க்கொண்டிருந்துச்சு ஒண்ணுபோல. அந்த அழகப் பார்க்க மனசில்ல அவருக்கு. மெல்லத் தலய ஆட்டிக்கிட்டுச் சொன்னார், “வாத்தியாரே! அவிய முன்ன நம்ம போவ வாண்டாம். நம்மள நிப்பாட்டி என்னத்தயாவது கேட்பானுவ. நாம ஒண்ணச் சொல்வோம். அதுல குத்தம் வந்திடக் கூடாது. இந்தக் காட்டுப் பாதவூடயே தெருவுக்குப் போயிருவோம்.”

“நீங்க என்னத்துக்குப் பயப்புடுறீய. அவனுவ அப்டி என்ன கேட்டிடப் போறானுவ. அப்டியே கேட்டாலும் பதில் சொல்வோம்.”

“வாண்டாம் வாத்தியாரே! அதுல எம் பெயளுவ இருப்பானுவ. அவனுவ தொரட்டுப் புடிச்சவனுவ. எதாச்சும் கேட்பானுவ. நம்மளும் சொல்லணும். அந்தக் கழுதக

கேட்காது. கழுதக என்னமோ திரியுதுவன்னு நானும் இருக்கேன்.” அங்கமுத்துத் தேவர் மூஞ்சிச் சுருங்கிச் சொல்லச்சில, பொன்னுத் தேவர் எதுவும் கேட்கல. அவர் பெறத்தால இவரும் நடயக் கெட்டினார்.

காலி இடத்துல அஞ்சாறு ஆடுவ படுத்துக் கிடந்துச்சு. அதுக பக்கத்துல ஏழெட்டு பொட்டைக் கோழிகளை ஒண்ணு போல கெட்டிப் போட்டிருந்தாவ. கோழிக அசைய முடியாம கிடந்துச்சு. எல்லாம் செங்கல் சூளைலருந்து கொண்டுவந்தது. திண்ணைல அரிக்கன் லாம்பு மெல்ல எரிஞ்சது. அங்ஙன நல்லையாவும் தொடிச்சியும் உக்கார்ந்திருந்தாவ. எதுர்க்க கிடந்த கல்லுல குன்னிமரியான் குத்த வச்சுருந்தான். அவன்தான் எரி வெடி வீசுறதப் பத்தி சொன்னான், “என்ன நா சொல்றது. இது வெடிக்கத்தான் செய்யும். காயம் படாது. இந்தச் சத்தத்துல ஒரு பயலும் நிக்க மாட்டான். எல்லாவனும் ஓடிடுவான். பெறவு எவனும் பக்கத்துல வர மாட்டான். அப்பந்தான் இவனுவக் கிட்டருந்து தொழில் நடத்த முடியும். இல்லன்ன பாடு திண்டாட்டம். போட்ட பணம் போயிரும். பெறவு போனது போனதுதான். இனுக்குக்கூட மிஞ்சாது. நா சொல்றத சொல்லீட்டேன். இதான் வழி.”

“இந்த எடப்பெடுத்தானுவ எதுவும் செய்வானுவ. நம்ம முன் எச்சரிக்கையா இருக்கணும். குன்னிமரியான் சொல்லுற மாதிரி நம்ம பாதுகாப்புக்கு இப்பிடி வெடி குண்டுவள வச்சுக்கிடுறதுல தப்பில்ல”ன்னாள் தொடிச்சி.

எம் பெறப்பேங்கிற மாதிரி ஒரு ஓரமாகப் போய் குத்த வச்சுக் கிட்டிருந்த ஊர்க்காத்தானுக்குப் பதற்றமாகப் போச்சு. உடனே அவரும் சொன்னார், “என்ன நீங்க பேசுறது. குண்டு கிண்டுன்னு. நம்ம பொழப்பே நாரப்பெய பொழப்பு. இதுல வேற குண்ட கைல தூக்குனா ஒண்ணும் மிஞ்சாது. இனியாச்சும் நல்லா வாழ்றது எப்டின்னு பேசுங்க.”

“சே சே நீங்க ஒண்ணு. உடனே போய் குண்ட வீசிட்டு வந்த மாதிரி பேசுறீய. செத்த நேரம் வாயப் பொத்திக்கிட்டு சும்மாயிருங்கப்பா. நீங்களே கனச்சு ஊரக் கூட்டிடுவீயபோல இருக்கு”ன்னு சொன்ன நல்லையா தம்பியைப் பார்த்துச் சொன்னார், “நீ காயப்படுத்தாத குண்டத் தூக்கி வீசுனேன்னு வச்சுக்கிடுவோம். அவிய என்ன செய்வாவத் தெரியுமா? ஆளையே கொல்ற குண்டு தூக்கிப் போட்டுட்டு போயிருவாவ. இந்தச் சிறுக்கிவுள்ளைங்க குணம் எனக்குத் தெரியும்.”

"அண்ணேய் நீ சொல்றது வாஸ்தவம்தான். அதுக்காவ நம்மளும் வீசுனக் கையா வெறுங்கையா இருக்க முடியாது. கைவசம் நாலு குண்டுகள வச்சுக்கிடணும்."

"நமக்கென்ன குண்டு வீசுறதா வேல. தொழிலு நிக்காம நடக்கணும். அதுல நாலு துட்டு வருதான்னு பாக்கணும். அதப்பத்தி யோசிக்கணும். அப்பிடியே அவிய செங்கச் சூளைய நொறுக்க வருவாண்வன்னா இருக்கிற செங்கல பூரா சீக்கரம் வித்துட்டு, அடுத்த உலைக்கு ஏற்பாடு செய்யணும். கூட நாலு ஆட்களுக்குக் கூலிக் கொடுத்தாலும் பரவாயில்லன்னி சட்டுபுட்டுனு செங்க அறுத்துக் காளவாசல்ல ஏத்தணும். எல்லா வாசலையும் தீ மூட்டிட்டோம்னா செங்கச் சூளைகிட்ட ஆரும் நெருங்க முடியாது."

"ஆமா நல்லயா சொல்றதுதான் சரி. அத அதக் கால காலத்துல செஞ்சிறணும்."

மாமனார் சொல்லி முடிச்சுதும் தொடிச்சி சொல்வாள்: "எப்டி நீ எதுக்கும் அந்த வெடிமருந்த வாங்கி வச்சுக்கா, ஒண்ணுக்கில்லாட்டாலும் ஒண்ணுக்கு உதவும்."

7

நெடுநெடுன்னு இருந்துச்சு கரண்ட் தூண்க. அவ்வளவும் இரும்புல செஞ்சது. அதுவும் கட்டி இரும்பு. ஓராளு உயரத்துக்குக் குழி தோண்டுனாவ. வடக்கயித்த வச்சு இழுத்துத் தூக்கி நட்டுனாவ. சீமச் சிமிண்டு பாக்கட் பாக்கட்டாக வந்திறங்கிச்சு. கல்ல, மணல கலந்து அடில இறுக்கிட்டாவ. தூண்வள நிறுத்துனாவ. கரண்டு இழுத்தாவ. புஞ்ச கிணத்துவளுக்குப் பம்பு செட் பொருத்துனாவ. தண்ணி கொட்டோ கொட்டுனு கொட்டுச்சு. சும்மா கெடந்த தரிசு நெலமெல்லாம் வெள்ளாமைக்கு வந்துச்சு. ஆட்கத்தான் பத்தல. கூலியும் ஜாஸ்தி யாச்சு. நேரமும் குறைஞ்சு போச்சு. அசலூர் களுக்கு வேலைக்கு போனவிய திரும்பி வந்தாவ. சக்கிலியக்குடி ஆட்களும் சம்சாரிக்கிட்ட கறாராகப் பேசி மம்பட்டி பிடிச்சாவ. தெருவுல மினுக் மினுக்னு பல்புக எரிஞ்சது. மச்சு வீட்டுக்காரவிய கரண்ட் இழுத்தாவ. பொன்னுத் தேவருக்கு வயரிங் வேல தெரியும். அவர் பள்ளிக் கூடத்துக்கு வயரிங் செய்யப் போயி, ஊருலவுள்ள வேலைக பூராவும் அவருக்கு வந்துச்சு. அவரும் நாலு ஆட்கள வச்சு வேல செஞ்சார். பள்ளிக்கூடம் முடிஞ்சதும் அவியயெல்லாம் சேர்ந்துக்கிடுவாவ. சனி, ஞாயிறு எங்கயும் அசைய முடியல. ஆனாலும் துட்டு செமையா கெடச்சது.

பொன்னுத் தேவர் மச்சு வீட்டுல வாடகைக்கு இருந்தார். அவர் வாங்கிவரச் சொன்ன சாமான்ங்க யெல்லாம் சரியா இருக்கான்னு பார்த்தார். அப்பந்தான்

படியேறி வந்த ஆளு சொன்னான், "வாத்தியார ஓம்ம சுவர் முட்டியக்கா கூப்பிட்டாவ. அவிய மூணு ஊட்டுக்கும் கரண்ட் எடுக்கணும்மாம். செத்த போயிட்டு வந்திடுங்க."

தேவர்க்குத் திகைப்பெடுத்துச்சு. உடனே அவரும் தலயத் தூக்கிப் பார்த்துச் சொன்னார், "இங்ஙனயே வேல சரியாயிருக்கு. இதுல வேற அங்க போயி என்ன உருட்ட? ஒஞ்சோலியப் பாத்துட்டு இரி, கேட்டா நா சொல்லிக்கிடுறேன்."

அவரு கூடச் சேர்ந்து சாமான்கள எடுத்து வச்சுக்கிட்டிருந்த ஆளு, "நீங்க என்னத்துக்கு வருற வேலய வாண்டாம்ங்கிறீய? ஆட்கள விடுங்க. வாங்க செய்றோம். அதுக்குண்டான கூலி வாங்கித் தாங்க. நாங்க எடுத்துக்கிடுறோம்."

"நான் அதுக்குச் சொல்லலடேய். நா என்ன சொல்றேன்னா. அந்தப் பொம்பள ஒரு மாதிரி. ம். நமக்கெதுக்கு வம்பெல்லாம். பேசாம நம்ம சோலியப் பாத்துட்டுப் போயிரணும்."

"ப்பூ. நானும் என்னமோன்னு நெனச்சிட்டேன். சுவர் முட்டியக்கா மருந்து வித்துப் பணக்காரியானவ. இப்பம் வட்டிக்கி விட்டுச் சம்பாதிக்கா. தங்கம், வெள்ளி, செம்பு, பித்தள எது கொடுத்தாலும் வாங்கிட்டுக் கடன் தாரா. இந்த ஊருல அவசரத்துக்குப் பணம் கொடுக்க, அவளவுட்டா ஆரிருக்கா?"

"எங்களுக்குன்னாப்ல தெரியாதாங்கும்? எல்லாம் தெரியத்தான் செய்யும். அதுக்குச் சொல்லல. அவ ஒரு வெடச்சப் பொம்பள. செஞ்ச வேல சரியில்லன்னா சண்டைக்கி வந்திடுவா. அவக்கிட்ட சண்ட போட முடியாது. அதோட அந்த வேலக்கி போவலன்னாத்தான் என்ன?"

"பயப்படாதீங்க வாத்தியார. அப்பிடியெல்லாம் ஒண்ணும் வந்திடாது. ஆளப் பாத்து வேலக்கிப் போனா பெழைக்க முடியாது."

"சரி போவோம். எதாச்சும் ஒண்ணாச்சின்னா நீங்கத் தான் பொறுப்பு. எம்மேல எதுவும் வரப்புடாது. நான் பள்ளிக்கூடத்து டீச்சர். ஓங்களுக்கு வேல கொடுக்குணும்னுத் தான் இந்தச் சரவல எல்லாம் இழுத்து வச்சுக்கிட்டிருக்கேன்."

"அதெல்லாம் ஓங்களுக்கு ஒண்ணும் வராது."

பொன்னுத் தேவர் மரப்பீரோவுல அயன் பண்ணி மடிச்சி வச்சுருந்த வேட்டியயும் சட்டயயும் எடுத்து அணிஞ்சிக்கிட்டார். அவர் படி வழியாய் இறங்கி வரச்சில, "நான் போயி ஊட்டப் பாத்துட்டு, சாமான்க வாங்க துட்டும் வாங்கிட்டு வந்திடுறேன்"ன்னார். அவர்க்குச் சுவர்முட்டியக்காவைப் பத்தி தெரியும்.

அக்காள் துட்டு விசயத்துல கறார். கொடுக்கல், வாங்கல், கணக்கு, வழக்குல எல்லாம் பொய், மோசடியெல்லாம் வச்சுக்கிட்டது கிடையாது. மத்தவிய கரைட்டா இல்லன்னாத்தான் கோபம் வரும். ஆள் வச்சே அடிச்சிக் கொன்னுப்பிடுவாள். இதுல வேற மருந்துன்னு ஒன்ன காய்க்காள். அதக் காய்க்க நாகர்கோவில் ஊருலயிருந்து ஆள் வரும். விலயும் ரொம்பச் சீப். அசலூருல இருந்து வருகிறவிய மொத்தமா வாங்கிட்டுப் போவாவ. இதக் குடிச்சா போதையிருக்கோ இல்லயோ, கிறக்கம் இருக்கும். நடக்க முடியாது. தள்ளாட வைக்கும். சுவருல போய் முட்டிக்கிடுவாவ. அக்காளுக்கும் வெள்ளத்தாய் எங்கிற பெயர் மங்கி, சுவர்முட்டியக்கா எங்கிற பெயர் நெலச்சிற்று.

பொன்னுத் தேவரும் அந்தச் சுவர்முட்டிய வாங்கி குடிச்சிப் பார்த்தவர்தான். ஒரு நாள் பூராவும் எந்திரிக்க முடியல அவரால. கள்ளு, பதனி, சாராயமெல்லாம் அவருக்கு ஓசில கிடைக்கும். ஆட்களுடன் சேர்ந்து குடிச்சிப் பழகிட்டார். முன்பெல்லாம் இப்டியில்ல. அவர் உண்டு, அவர் வேல உண்டுன்னு இருந்தார். எந்தச் சரவலுக்கும் போவ மாட்டார். அவருக்கு அடிபிடி, சண்டை, வெட்டுக்குத்து வள்ளுசாய்ப் பிடிக்கல. மறவன் அரிவாளத் தூக்கப்போய்தான் புத்தி மங்கிப் போச்சு என்பார். எந்தத் தொண தொணப்புக்கும் பயப்புடாம பஞ்சாயத்துக்குப் போயி நாலு கிழிகிழிப்பார். அதுனால ஊர்க்காரவிய எல்லாத்துக்கும் வேண்டியவராகிட்டார். அவர் குடும்பம் அருப்புக்கோட்டைல இருந்துச்சு. அவரு பெஞ்சாதியும் டீச்சர். அவியளுக்கு ஒரே ஒரு பையன். ஆறு வயசு. தாய்க்கிட்ட இருந்தான். அவரும் நெனச்சா ஊருக்குப் போவார். இல்லன்னா போவ மாட்டார். சும்மா இருந்தாலும் ஆட்கள் தேடி வந்திடும். என்னேரமும் யாராவது ஓராளு இருந்துக்கிட்டே இருக்கும். இப்பம் வெள்ளத்தாயக்கா வீட்டுக்கு யாரயும் கூட்டிக்கிட்டுப் போல. அவராகத்தான் போனார்.

வெள்ளத்தாயக்காவை போலீஸ்காரன் அதட்டினான், "நீ மருந்துன்னு வித்துக்கிட்டிருக்கியே கசாயம், அதுல ஊமத்த விதை கலந்திருக்குன்னு சந்தேகப்படுறாங்க. நாகர்கோவில்ல லைசென்ஸ் எடுத்து நடத்துற மாதிரி, நீயும் ஒரு லைசென்ஸ் எடுத்து வச்சுக்கா. இல்லன்னா எல்லாத்தியும் தூக்கிட்டுப் போறது மட்டுமில்ல. கேஸ் போட்டிடுவோம். ஆமா. சொல்லிட்டேன். பாத்துக்கா." அவ்வளவுதான். அக்காவும் உடனே உஷாரானாள். அம்புட்டு பாட்டல்களையும் அப்புறப்படுத்தினாள். அந்தாட்கள விட்டு ஒரு சாமான் பாக்கியில்லாம தூக்கிட்டுப் போகச்

சொன்னாள். அப்பந்தான் விளாத்திகுளம் ஊர்க்குப் போன பையன் வந்தான். அவன் சொன்னயிடத்துல பணம் வாங்காமல் வந்திருப்பதப் பார்த்ததும் கடும் கோபம்.

"ஏலே ஒனக்கு எத்தன தடவ செல்றது. அவ்வளவு தூரம் போறீய. அந்த மரக்கட நாடாங்கிட்ட பணத்த வாங்கிட்டுவான்னு சொன்னேன்ல. ஏன் வாங்கிட்டு வரல? அப்டியா ஒனக்கு அசவு அத்துப் போச்சு. நாலு இடத்துல பணம் நின்னுக்கிட்டுனா, இங்க என்னத்த வச்சு ஊம்ப? மூணு நேரம் தின்னுட்டுத் திரிஞ்சா போதாது. வேல செய்யணும். இல்லன்னா ஓடிடு."

"இல்லக்கா."

"என்ன இல்லக்கா, நொல்லக்கா"ன்னு கோபத்துல திரும்பச்சிலத்தான் பொன்னுத் தேவர் வந்தார். அவரக் கண்டதும் அக்கா குரல் மாத்தம் கண்டது. "வாத்தியாரய்யாவா? வாங்க. வாங்க. ஒங்கள எத்தன தடவ கூப்புட வுட்டேன். இந்தப் பக்கமே வர மாட்டங்கிய. எம்மல என்ன கோபம்?"

"அக்கா மேல எனக்கென்ன கோபம்? வேல சரியாயிருக்கு. எங்கயும் அசைய முடியல. அதான் இந்தப் பக்கம் வரல."

"நானும் வேல விசயமாத்தான் கூப்புட விட்டேன். எல்லாரும் கரண்ட் எடுக்காவ. நம்ம ஊட்டுக்கும் கரண்ட் எடுக்கணும்."

"அதுக்கென்ன எடுத்தா போச்சி."

"அதான் எப்டின்னு கேக்கேன்."

"எத்தன வீடு?"

"மூணு ஊடு."

"மூணு வீட்டயும் இப்பம் பாக்கேன். என்னன்னா வாங்கணும்னு எழுதித் தாறேன். வாங்கி வச்சுருங்க. ஞாயிற்றுக்கெழம எல்லாத்தியும் முடிச்சிருவோம்."

"ம்..."

வெள்ளத்தாயக்கா உள்ள கூட்டிக்கிட்டுப் போனாள். அந்த வீடு பூராவும் அடகுப் பிடிச்ச சாமான்களால் நிறைஞ்சி போயிருந்துச்சு. காணாததுக்குச் சாக்கு மூடைகளுல என்னத்தையெல்லாமோ வச்சுருந்துச்சு. பொன்னுத் தேவர் இதுல எப்படி நின்னு வேலை செய்யன்னு திகைச்சார். ஆனாலும் அடுத்த வீடு பரவாயில்ல. மட்டப்பா வீடு. மச்சி இருந்துச்சு. அங்ஙன அநாவசியமுன்னு எதுவும் கிடையாது. கிட்டத்தட்ட

வீடுன்னா இதத்தான் சொல்லணும். அடுத்தாப்பல இருந்த வீடு ரொம்ப பழசு. மூணு பத்திகளக் கொண்ட ஓட்டு வீடு. ஒவ்வொரு வீடாய்ப் பார்த்துக்கிட்டிருக்கச்சில, அக்காளத் தேடி ஆள் வந்துற்று. அக்காள் போயிட்டாள். பொன்னுத் தேவர் மச்சி வீட்டுக்குத் தனியாகப் படியேறினார். இது முட்டும் எட்டிப் பார்ப்பதும், தல இழுப்புமாய் இருந்த வெள்ளத்தாயக்கா மகள் தெய்வக்கனி தேவர் மேல வருவதைக் கண்டு, ஒதுங்கி நின்னுக்கிட்டாள். அவரும் அவள ஒரு தினுசாய்ப் பார்த்தார். 'அடேயப்பா. என்ன நிறம். லட்டு மாதிரில்ல இருக்கா. இப்டியும் அக்காளுக்கு ஒரு மவளா?'ன்னு முணுமுணுத்துக்கிட்டார். பெறவு அவளப் பாராமல், சுவர அளக்கிற கண்ணாலப் பார்த்தார். தெய்வக்கனி தயக்கமில்லாமல் கேட்டா, "ஒரே நேரத்துல எல்லா வீட்டுக்கும் வயரிங் செஞ்சிடுவிங்களா?"

"ஆமா. எல்லாத்தியும் ஒண்ணு போலத்தான் முடிக்கணும். அப்பந்தான் சப்ளை ஒரே நேரத்துல வாங்க முடியும். இல்லன்னா இழுத்தடிப்பானுவ."

பொன்னுத் தேவர், டேப்பு நுனிய தெய்வக்கனிகிட்டக் கொடுத்து, தொங்கலுக்குக் கொண்டுபோகச் சொன்னார். அவரும் நீட்டி அளந்தார். பெறவு நோட்டுல குறிச்சிக்கிட்டார். "நீங்க எத்தன பேரு?"

"என்ன சேர்த்து ஏழு பேரு. மூணு அக்கா. ஒரு தங்கச்சி. ஒரு அண்ணன். ஒரு தம்பி. தம்பிக்கு மட்டும் கலியாணமாகணும்."

"என்ன ஒனக்கும் கலியாணமாகிட்டா. பாத்தா அப்டித் தெரியலேயே!"

உடனே பதில் பேசாத தெய்வக்கனி தல குனிஞ்சுக்கிட்டாள். அப்டியே சொல்லணும்னா நெறையச் சொல்லணும். அதுவும் கலியாணத்துலயிருந்து சொல்லணும். அவளயும் கழுத்து நெறைய நக, நட்டு, தட்டுமுட்டுச் சாமாங்க, ரொக்கம்னு கொடுத்துதான் வாழப் போகிற வீட்டுக்கு அனுப்பிவச்சது. ஆனால் ஒரு மழைக்குத் தாங்காது பொது பொதுன்னு மண் சுவர் மாதிரி சரிஞ்சது வாழ்க்கை. மீசயத் திருக்கிட்டு எட்டி உதைச்சான் புருஷங்காரன். அப்பம் பொறுத்துக்கிட்டாள். இன்னொரு நாளு செவுட்டு வாக்குல அற ஒன்னு கொடுத்தான். அப்பந்தான் அவளும் பொறுக்க முடியாம வரிஞ்சுக்கட்டிக் கிட்டாள். இவனப் பிடிச்சி இறுக்கணுங்கிற மாதிரி மட மடன்னு பேச ஆரம்பிச்சுட்டாள், "இந்தா பாரு. இந்த அடிக்றது மிதிக்கிறதெல்லாம் இங்க வச்சுக்கிடாத. ஆ ஊன்னு அடிக்க வருற சோலியெல்லாம் இண்ணயோட விட்டுடு. ஒம்ம

அடிக்கும் மிதிக்கும் நா சாவணும்னு தலயெழுத்தில்ல. நானும் அரிவாளத் தூக்குனேன்னா ஒம்ம மருவாதக் கெட்டுப்போவும். என்னால முடியாதுன்னு நெனச்சுக்கிடாத. சும்மா தொட்டதுக்கும் பட்டதுக்கும். ச்சீ. ஒம்ம வீரத்தப் பொட்டச்சிக் கிட்டயா காட்டுற?"

புருஷங்காரனால் கோபத்தக் கட்டுப்படுத்த முடியல. அவன் அடிக்க, அவள் அடிக்க, அப்புறம் யாரும் இல்லாத நேரம் பார்த்து ஊர் வந்துசேர்ந்தாள் தெய்வக்கனி. பெறவு அவள் போக மறுத்தாள். ஆட்களும் வந்து கூப்பிட்டுப் பார்த்தாவ. அவளுக்கும் புருஷன வள்ளுசாய்ப் பிடிக்கல. ஒரே சாதனைக்கு அவங்கூட வாழ முடியாதுன்னுட்டாள். வெள்ளத்தாயக்கா வற்புறுத்தல. அக்கா புருஷன்தான் சல்லுபுல்லுன்னு நின்னார். வைரவத் தேவரப் பார்த்ததும் அக்காவுக்குக் கோபம். "நீரு இதுல தல விடாதீயும். ஒரு புள்ளக்காது நீமரு உழச்சி ஒரு காத்துட்டு கொடுத்திருப்பீரா? எனக்குத் தெரியாத்தனமா ஒம்ம கெட்டி வச்சுட்டாவ. நா ஒம்ம கிட்டப் படுத்து எந்திரிச்சதுதான் பெரிய தப்பு. இந்தத் தப்ப எம் புள்ளயும் ஒம்ம மாதிரி போக்கத்தவன்கிட்ட பட வாண்டாம்."

தெய்வக்கனி பேசாம நின்னாள். பொன்னுத் தேவர் அவள ஆர்வத்தோட பார்த்தார். அந்தக் காந்தப் பார்வைல, அப்டியே அவள இழுத்து இறுக்கிக்கிடணும்னு நெனச்சார். அவரும் இப்படியொரு சந்திப்பை எதிர்ப்பார்க்கல. நாம வாத்தியார், நமக்கு கலியாணமாகி இருக்கு, பெஞ்சாதி இருக்கு, புள்ள இருக்கு எங்கிறதையெல்லாம் மறந்த நெலைல அவள சூர்ந்து பார்த்துப் பெருமூச்சு விட்டார். அவளும் அவரை ஓரக்கண்ணாலப் பார்த்துச் சிரிச்சுக்கிட்டாள். அவரப் பத்துன விபரம் பூராவும் அவளுக்கும் தெரியும். அத வச்சுத்தான் அவள் கேட்டாள், "ஒங்க பொண்டாட்டிப் புள்ள நல்லாயிருக்கா. ஊருக்குப் போவியளா. எப்டி?"

பொன்னுத் தேவர் சற்றுத் தடுமாறினார். உடனே ஒரு பொய்யைத் தேடிப் பிடிச்சார். அந்தப் பொய்க்கி உருவம் கொடுக்கிற மாதிரி சொன்னார், "ஊர்க்கெல்லாம் போறது கெடையாது. அவளும் டீச்சர். என்ன மதிக்கிறது கெடையாது. சனியன் போகுதுன்னு கைகழுவிட்டேன்." "என்னாச்சு? எதுக்கு மனசு ஒடஞ்ச மாதிரி பேசிறீய?"

"ம். அத வுடுங்க, சனியனத் தல மூழ்கியாச்சு."

"நானும் அப்டித்தான் தலை முழுகிட்டிருக்கேன்."

"அடே நம்ம ரெண்டு பேரும் ஒண்ணு..."

வெள்ளத்தாயக்கா வீட்டு வேலைக ரெண்டு நாளிருந்துச்சு. அங்க சனி, ஞாயிறும் அக்கா வீட்டுலத்தான் இருந்தார் பொன்னுத் தேவர். ஆட்கள வேலை ஏவிக்கிட்டு, அவரும் கூட மாட இருந்து வேல பார்த்தார். வேல இல்லாத நேரத்துல அக்காளும் அங்ஙன வந்து குத்த வச்சுக்கிட்டாள். "நா பட்டப்பாடு, இந்த விளாத்திகுளம் வட்டாரத்துல எவ்ளும் பட்டிருக்க மாட்டா. வெள்ளங்காட்டியே எந்திரிச்சா, பல்லுல பச்சத்தண்ணி படாது அம்புட்டு வேலயும் செஞ்சி முடிப்பேன். எட்டுப் புள்ளியளப் பெத்து, நா ஒரு புள்ளயக் கூட வேல வாங்குனது கெடையாது. காத்துட்ட அரத்துட்டாக்கி, அரத்துட்ட முக்காத்துட்டாக்கி, இப்பம் முழுத்துட்டாக்கி வச்சுருக்கேன். எனக்கு வாச்ச புருஷன் ஒரு சல்லிக்காசுக்குப் பெற மாட்டான். அங்ன பேண்ட பீக்கி மண்ணள்ளிப் போடத் தெரியாது. ஊர் கோவிலக் கெட்டி அழுதா போதுமா? ஊட்டுல என்ன நடக்குன்னு தெரிய வாண்டாம்?"

"என்னடி தாயி எங்கயிருக்க? மச்சிலயா இருக்க. செத்த இறங்கி வா"ன்னு ஒரு பொம்பளக் குரல் கொடுத்ததும், அக்கா பேச்சக் குறச்சிக்கிட்டாள். உடனே இறங்கிப் போனாள்.

அக்கா இல்லாத நேரத்துலதான், அவ மவளத் தனியாகச் சந்திக்க முடிஞ்சது. அவளும் சாதாரணமாய் அங்ஙன வந்தாள். ரெண்டு கைகளிலும் – ரெண்டு ரெண்டு – தங்க வளையலுங்க. அந்த ரவுக்க நிறத்துல, மடிப்புக் கலையாத சேலையும் மினுமினுத்துச்சு. ஆளில்லாத நேரத்துல மெல்லப் பேச்சுக் கொடுத்தார் பொன்னு தேவர். "என்ன அம்மாளுக்கு இடுப்பு நோவுதா. சடஞ்சி உக்கார்ந்துக்கிட்டீய? இப்டி வந்து இந்த வயரப் பிடிச்சா என்ன? அப்பந்தான் எனக்கும் கொஞ்சம் தோதுவாயிருக்கும்?"

"நீங்க எப்டி வேல செய்றீயன்னு பாக்கலாம்னுதான் உக்கார்ந்திருக்கேன்."

"அப்டியா சங்கதி. அப்பம் சரி. உக்கார்ந்துக்காங்க. உக்கார்ந்துக்காங்க."

பெறவு சிரிச்சிச் சிரிச்சித் தெய்வக்கனி பேசிக்கிட்டிருந்தாள். அவளது கலியாணக் கதயச் சொல்லச்சில, அவள் கண்களுல நீர் கட்டி வடிஞ்சது. அதுதான் சாக்குன்னு கிட்டத்துல வந்துட்டார். அவளது மூஞ்சத் தூக்கிப் பிடிச்சி கண்ணத்துடைச்சிவிட்டார். பெறவு சொன்னார், "நம்ம ரெண்டு பேரும் ஆதரவில்லாம இருக்கோம்."

சடையன் குளம் ஊர் முன்ன மாதிரி இல்ல. கரண்ட் வந்து எல்லாத்தியும் மாத்திற்று. நட்டுன தூண்களுல பல்புக எரிஞ்சது. கார வீடுகளுல எரிஞ்ச லைட் வெளிச்சம் தெருவுலயும் சிதறிக் கெடந்துச்சு. எங்கயோ ஓடுற மோட்டார் சத்தம் குடுகுடுன்னு கேட்டுச்சு. பஞ்சாயத்துக் கட்டடத்துல ரெண்டு பவர் லைட்டப் போட்டுப் பட்டப் பகல் மாதிரி ஆக்கி யிருந்தாவ. பொன்னுத் தேவர் தின்ன சோறு இறங்கிறதுக்காக நடந்துக்கிட்டிருந்தார். அப்பம்தான் அவர் அம்மாசி தாத்தாவக் கண்டுக்கிட்டார். "ஏய் அம்மாசி ஒங்க தெருவுல புதுசா ஒரு வேதக்காரன் வரப் போறானாமே, பாத்துக்காங்கடா. அவனுவ ஒருத்தன் வந்தா போதும். ஊர் பூராத்தியும் வளச்சிக்கிடுவானுவ. பெறவு ஒங்க கோவிலும் இருக்காது. நீயும் சாமியாட மாட்ட. நீங்க ரெண்டுபட்டு போவீய. ஜாக்கிரதையா இருந்துக்காங்கடா"ன்னார்.

அம்மாசி தாத்தா அந்தப் படபடப்புல, நேர புலமாடன் வீட்டுக்கு வந்தார். "பாத்தீயளா. பாத்தீயளா. வைத்தான்செல்லையா செஞ்ச வேலய. அவன் கிறிஸ்தவனா மாறிட்டானா, நம்ம காலம் காலமா கும்பிடுற தெய்வத்த எங்க கொண்டு போயி வைக்க? இது சந்தி மாறிச்சாளுக்கு அடுக்காது. இதுனால நம்ம ரெண்டுபட்டுப் போவோம்"னு சிடு சிடுன்னு அம்மாசி சாம்பான் நிக்கச்சில, புலமாடன் பொறுமையாகத்தான் சொன்னார், "அண்ணாச்சி ஒங்களுக்கு எதுக்கு இந்தப் பயம். இது அவிய இஷ்டம். அவிய மாறுனாப்பல எல்லாம் மாறிடுவாவன்னு சொல்ல முடியாது. நானும் வைத்தான்செல்லையாவ கண்டு பேசினேன். அதெப்படி நம்ம அம்மன மறக்க முடியும்? அந்தத் தாய்க்கு உண்டத கொடுத்திடுவேன். ஊருல என்ன உண்டோ அதையும் செஞ்சிடுவேன்னாரு. நீங்கதான் ஆடு அறுக்கங்காட்டிலும் புடுக்குப் புடுக்குங்கிறீய. போய் இரிங்க. எல்லாம் நல்லபடியா நடக்கும்."

உள்ளபடியே வைத்தான்செல்லையா கிறிஸ்தவராகிட்டார். அவர் பெயரயும் மாத்திக்கிட்டார். இப்பம் அவர் பெயர் மரியசிலுவை. அவர் பெஞ்சாதி பெயர் அமலோற்பம். அவிய புள்ளிய பெயர் அந்தோணிச் சாமி, ஆரோக்கியசாமி. மரியசிலுவை சொல்வார், "இந்த ஊருல இந்துன்னு சொல்லிக் கிட்டு நாம என்னத்த வச்சுருக்கோம்? ஆரையும் தொட முடியுமா? அவிய தெருவுக்குள்ள போவ முடியுமா? செருப்புப் போட்டுக்கிட்டு நடக்க முடியுமா? நானு பாதர் முன்னால

செருப்பு போட்டுக்கிட்டுதான் நின்னேன். எனக்கு, எம் பெஞ்சாதிக்கு, எம் புள்ளீய எல்லாத்துக்கும் தலயத் தொட்டுத்தான் ஞானஸ்தானம் கொடுத்தாவ. அதோட நிக்கில எம் புள்ளீய ரெண்டுக்கும் உடுமாத்தத் துணி, புத்தகம், சிலேட்டு எல்லாம் கொடுத்து, அவிய பள்ளிக்கொடத்துலயும் சேர்த்துக்கிட்டாவ."

இந்தப் பேச்சு, கீழத்தெருவக் கடந்து மேலத் தெருவுல எதிரொலிச்சது. எதிரொலிச்சதோட நிக்கல. ஊர் அமைப்புப்படி, அங்கவுள்ளவிய கூடுற முச்சந்தில, 'எல்லாரும் பாருங்க'ங்கிற மாதிரி வரவேற்பு வளைவும் அமச்சிருந்தார் மரியசிலுவை. 'எங்கள் வீட்டுக்கு ஒளியேற்றிவைக்க வரும் அருட்தந்தையையும் அருட் சகோதரிகளையும் வருக வருக என வரவேற்கிறோம்' இப்படிக்கு மரியசிலுவை குடும்பத்தினர். வெள்ளனையே இதுதான் கண்ணுல பட்டுச்சு. அதப் பார்த்து ஆச்சரியப்பட்டாவ. மேலத் தெருக்காரவியளுக்கு அதிர்ச்சியாய் இருந்துச்சு. அங்கமுத்துத் தேவர் வாப்பாரிக்கிட்டார். அந்த ஆத்திரம் தணிஞ்சபாடில்ல. "சூத்துல அடிச்சா பல்லு போவும். இந்த எடுப்பட்ட பெயலுக்கு எப்டி இந்தத் தைரியம் வந்துச்சு. நீ வேதக்காரன்னா அத ஒன் ஊட்டுல வச்சுக்கிடணும். அத எதுக்கு நடுத்தெருவுல காட்டுற? உடனே இத இழுத்து நாலா உடக்கணும்"ன்னு புலம்பிக்கிட்டு, நேரா நாட்டாம ராமசாமி நாயக்கரப் போய்ப் பார்த்தார். நாயக்கர்க்கு விசயம் பிடிபடல. ஆனாலும் மனசுல பட்டதச் சொன்னார், "சந்தி பொது இடம். அதுல வச்சத நாம கை வைக்கக் கூடாது. பஞ்சாயத்துப் போர்டுலதான் சொல்லணும். அதுவும் சும்மா போய் சொல்லக் கூடாது. இப்டி வச்சு மத சண்ட இழுக்காவ. நாங்க ஒத்துமயா இருக்கோம். அதக் குழப்ப வந்திருக்காவன்னு சொல்லணும். அப்பம்தான் எடுப்பாகவ."

மூலபடச் செட்டியார்க்கும் ஆள் விட்டாச்சு. அப்படியே பொன்னுத் தேவரையும் கூட்டிக்கிட்டு வரச் சொன்னாவ. பொன்னுத் தேவர் வந்து, "என்ன யோசிக்கீய. அவுத்து தூரத்துல விட்டெறிங்க. சும்மா போய் அடிக்கத் தெரியுது. தீ வைக்கத் தெரியுது. இத அவுத்து நாலா உடச்சி போடத் தெரியாதாக்கும்"ன்னு படபடத்தார்.

ஆனால் மூலபடச் செட்டியார் எச்சரிக்கையா இருக்க, சில விபரங்களச் சொன்னார், "இந்த விசயத்துல ஆத்திர, அவசரம் படாதீய. பாத்தா காசுக்குப் பெறாத விசயம். என்னத்தையாவது ஒண்ண செஞ்சி, பெறவு பெரிய செலவ இழுத்திடும். கிறிஸ்தவிய பெரிய அமைப்பா இருக்காவ. செல்வாக்கு உள்ளவிய. எதுவும் ஒன்னுன்னா, முக்கியமான ஆட்கள பூரா

கூட்டிக்கிட்டு வந்திடுவாவ. பெறவு போலீஸ் கேஸ்ன்னு ஆச்சுன்னா அலய முடியாது. எதயும் பாத்துச் செய்யணும்."

"நானும் அதத்தான் சொல்றேன்"ன்னார் ராமசாமி நாயக்கர்.

கொஞ்ச நேரத்துல ஓராளு ஓடியாந்தான். அவன் பதறிக்கிட்டு வந்திருக்கணும். அந்தத் திரேகம் பதற்றத்துல இருந்துச்சு. வராண்டாவுல 'இருப்பு'ப் போட்டு பேசிக்கிட்டிருந்தவிய திரும்பிப் பார்த்தாவ. "என்ன மயிரு போச்சின்னு இப்டி ஓடியார? நில்லுல. நிதானமாச் சொல்லு"ன்னார் நாட்டாம ராமசாமி நாயக்கர்.

"அத ஏன் கேட்கீய, நாட்டாமயா. முச்சந்தில போலீஸ் நிக்கி. ஊர் எல்லைல போலீஸ் நிக்கி. கீழத்தெருவுலயும் போலீஸ் நிக்கி. நம்ம அந்தப் பாதைக்குப் போவக் கூடாதாம். நிக்கக் கூடாதாம். விரட்டுறாவ. மருயாதயில்லாம பேசுறாவ. நம்மத் தெருவுல வந்து நம்மள விரட்ட இவிய ஆரு. எல்லாம் அவனுவ செய்ற வேல. இப்பம் நம்மள விரட்டுற அளவுக்கு வந்துறு."

அதுக்குள்ள அவிய இறங்கி வந்துட்டாவ. அங்கமுத்துத் தேவர் கோபப்பட்டார். "இதென்ன வம்பாருக்கு. போலீஸ்காரனுவ நம்மள என்னத்துக்குப் போகக் கூடாதெங்கானுவ. அன்னக்கி மாதிரி அம்புட்டுப் பேரும் சூழ்ந்துக்கிட்டு, பிடிச்சி வச்சுக்கிடணும். விடக் கூடாது."

"நீங்க செத்த சும்மாரிங்க. வர வர ஒங்களுக்கு ஊர் நெலவரமே தெரியமாட்டேங்கு. அன்னைக்கி என்னாச்சி? இருட்டுல போலீஸ்காரவிய வந்தாவ. பெறவு கதவத் தட்டி எல்லாத்தயும் புடிச்சிட்டுப் போவலயா. நம்மளால என்னத்தப் புடுங்க முடிஞ்சுச்சி?"

"நீமரு இப்ப என்ன சொல்ல வாறீரு?"

"மொதல போயிப் பாப்போம், சூழ்நெல எப்டின்னு. மத்தத பெறவு பாக்கலாம்."

அவிய எல்லாம் சந்திக்கு வரச்சில, சிவப்பு தொப்பிக பளிச்னு தெரிய போலீஸ்காரவியளத்தான் பார்த்தாவ. அவிய தள்ளித் தள்ளி விரப்பாய் நிக்கிறதப் பார்க்கச்சில, அவியக்கிட்ட பேச்சுக் கொடுக்கிறதே தப்பாத் தெரிஞ்சது. எதாவது ஒண்ண கேட்கப் போயி, அவிய எதாவது ஒண்ணச் சொல்ல, எக்குத்தப்பாய் மாட்டிக்கிடக் கூடாதுன்னு பயமும் வந்துச்சு. சரி என்னதான் நடக்குன்னு பாப்பும்னு வந்தவியளும் தள்ளியேதான் நின்னாவ. பொன்னுத் தேவர்க்கு அப்பிடியே பொறுமையாக நிக்க முடியல. "ஏன் நின்னுட்டீய? வாங்க போயிக் கேட்போம். அப்டி கேட்பதுல

சடையன்குளம் ❧ 149 ❧

குத்தமில்ல. என்ன விசயம்னு தெரியணும். நீங்க வரலன்னா சொல்லுங்க, நா போயி கேட்கேன்."

"கொஞ்சம் பொறும். என்னதான் நடக்குன்னு பாத்துக் கிடுவோம்."

"பாருங்க. பாத்துக்கிட்டே இரிங்க. அதுக்குள்ள எல்லாவனும் ஊம்பிடுவான்."

அப்பந்தான் வெடிச் சத்தம் கேட்டுச்சு. மரியசிலுவ தம் பெஞ்சாதி புள்ளியளோட, ஊர் எல்லைல நின்னு வரவேற்கச் சில அவியகூட நல்லையா, தொடிச்சி, குன்னிமரியான் இவியளும் நின்னாவ. தெருவுலயிருந்து ஆட்களும் வந்திருந்தாவ. காருலயிருந்து இறங்கியவங்களுக்கு, மரியசிலுவ ரோசா மாலய போட்டார். அமலோற்பம், வந்திருந்த பாதிரியாரையும் கன்னியாஸ்திரிமார்களையும் பார்த்ததும், "வாங்க பாதர். வாங்க சிஸ்டர்"ன்னு மகிழ்ச்சி பொங்கச் சொன்னாள். அவளுக்கு எல்லாமே புதுசு. ஒரு ஜெபத்த நாலு தடவை கேட்டு அப்படியே ஒப்பித்தாள். ஆசிர்வாத பிரேயர் முடிஞ்சதும், மண்டியிட்டு ஞானஸ்தானம் பெற்றுக்கொண்டாள். இப்பமும் மரியசிலுவ, "பாதர்க்கிட்ட ஸ்தோத்திரம் வாங்கிக்கா"ன்னு சொன்னதும், சேல முந்திய எடுத்துத் தலைல முக்காடிட்டு, கால்கள மடக்கி முழந்தாளிட்டு, கைகளக் கூப்பி நின்ன அமலோற்பத்தைப் பார்த்து, "பிதா, சுதன், பரிசுத்த ஆவியின் பெயராலே ஆமன்"ன்னார் பாதிரியார். பெறவு கையத் தூக்கி, சிலுவை அடையாளம் காட்டி முடிஞ்சதும் அமலோற்பமும் எந்திரிச்சுக்கிட்டாள். அவிய புள்ளியளுவ ரெண்டுக்கும் உள்ளூர சந்தோஷம். முந்தியெல்லாம் அவியளுக்குக் கோடி டவுசர் சட்ட வருஷத்துக்கு ஒரு முறதான் கிடைக்கும். அதுவும் அம்மங்கொட அண்ணக்கி எடுத்துக் கொடுப்பாவ. இப்பம் ஞானஸ்தானம் அன்னக்கும் கோடி, இப்பமும் கோடி. அவியளப் பார்த்து, "இவுகளதானே தூத்துக்குடி ஹாஸ்டல்ல சேர்த்திருக்கு?"ன்னு பாதிரியார் கேட்டார்.

"ஆமா பாதர்."

"படிப்பு ரொம்ப முக்கியம். அடிக்கடி இவுகள வந்து பாக்கணும். கேட்டத வாங்கி கொடுக்கணும்."

"ம்."

சந்தில ஆட்கள் நின்னு பார்த்தாவ. அதுல மேலத்தெரு ஆட்கள் ஜாஸ்தி. அவியளப் பார்த்ததும், மரியசிலுவைக்குப்

பதற்றம் ஒட்டிக்கிற்று. எவ்வனும் கல்லயும் கட்டியயும் தூக்கி எறிஞ்சுடக் கூடாதேன்னு அஞ்சினார். போலீஸக் கண்டதும் செத்த ஆறுதலாக இருந்துச்சு. கூட்டத்தோடு நின்னுப் பார்ப்பவியளுக்கு எல்லாம் புதுசாய் இருந்துச்சு. “அடேயப்பா, இவியதான் கிறிஸ்தவ சாமியார், கன்னியாஸ்திரீகளா?”

“வைத்தான்செல்லையா துணிச்சல்காரன்தான்.”

“ஏய்... இப்பம் அவம் பெயரு மரியசிலுவன்னு மாத்தி வச்சுருக்கான்.”

“மாத்தி வச்சான். மாத்தி. காலம் முழுசும் அம்மன கும்மிட்டு நெத்தில திருநீர் பூசினவன், இன்னைக்கி கிறிஸ்தவனாகிட்டானாங்கும்? இதுவும் எத்தன நாளுக்குன்னு பாப்பும்?” இந்தப் பேச்சும் கீழத்தெருவுக்குள்ள அவிய நுழைய, திரும்பவும் கேட்கச் சம்பிச்சது. பெறவு அதுவும் நின்னு போச்சு. புதுமன முன்ன அழகாப்பந்தல் போட்டிருந்தாவ. அங்ஙன நெரிச்சிக்கிட்டு நின்ன கூட்டத்துல, சக்கிலியக்குடி ஆட்களையும் பார்க்க முடிஞ்சது.

வந்தவியள வீட்டுக்குள் கூட்டிக்கிட்டுப் போனார் மரியசிலுவை. அவியளும் செருப்புக் காலோட நுழைஞ்சாவ. பாதிரியாரின் வெள்ளை அங்கி கரண்டைக் கால்களத் தொட்டுச்சு. வெல உசந்த முழுக்கால் டவுசர் அணிஞ்சியிருந்தார். அந்தக் கருப்பு ஷூ பளபளன்னுச்சு. வீடு முழுக்கக் கொமஞ்சான் புகையாய் இருந்துச்சு. அந்த மணம் நாசியத் தொட்டுச்சு. பாதிரியார முன்னால போகவிட்டு, மத்தவியயெல்லாம் பெறத்தால போனாவ. அவர் கைல பன்னீர்ச் செம்பு இருந்துச்சு. அத எல்லாயிடத்திலயும் தொளிச்சார். “ஏசுராசரே வாழ்வு தாரும். உம், நித்திய ஆவியிலே செழிப்பைத் தாரும். ஏசுராசரே...”ன்னு கீதத்தைத் துவக்க, மத்தவியளும் பாடுனாவ. பாதிரியார் கைச்சைகைனால சிலுவையிட்டார். இயேசு படத்துக்கு மாலையிட்டு, வசனம் சொல்லி, மரியசிலுவ கட்டிக் குடிவந்திருக்கும் இந்த வீடு இன்னைக்கிப்போல என்னைக்கும் புனிதம் நெறஞ்சி இருக்கணும்னு பிரசங்கம் செஞ்சார். பெறவு ரெண்டு மொழுகுத் திரிகளையும் பத்த வச்சார். அவ்வளவு லைட்டையும் போடச் சொன்னார். பூரா பல்பும் எரிஞ்சது. வந்தவிய எல்லாத்துக்கும் ‘கலர்’ கொடுத்தார் மரியசிலுவை. குடிச்சிட்டுப் பாட்டலக் கொடுத்தவிய வாசலோரம் போனாவ.

பாதிரியார், “மரியசிலுவ நாங்க போயிட்டு வாறோம்”ன்னார்.

“எல்லாரும் சாப்புட்டு போங்க சாமி.”

“இப்பம் டைம் இல்ல மரியசிலுவ. அடுத்து அடுத்து வேலருக்கு. இன்னொரு நாளக்கி வாறோம். அப்பம் பாத்துக் கிடலாம்.”

“ம்...”

“சரி நாங்க வரட்டுமா”ன்னு பாதிரியார் காருலேறி உக்காந்துக்கிட்டார். மத்தவியளும் காருல ஏறுனாவ.

விளாத்திகுளம் மேக்காட்டு ஊர்களுல ஆட்களுக்கு வாயால வயித்தால் போச்சு. அது சடையன் குளத்தையும் எட்டிப் பார்த்துச்சு. அன்னைக்கிச் சாய்ங்காலமே தெருவுல தமுக்கடிக்கிற சத்தம் கேட்டுச்சு. ஏழுவட்டுச் சாம்பான் இடுப்பு வேட்டியத் தெறச்சிக் கட்டியிருந்தார். வெள்ள மயிர் அடர்ந்திருக்கிற மார்புல துண்டு தொங்கிச்சி. ஒரு கைல தமுக்க பிடிச்சிருந்தார். இன்னொரு கைல குச்சி வைச்சுருந்தார். அத வச்சு, ஓசை எடுப்பிக்கிட்டார். பெறவு சொன்னார், “அய்யா நாச்சியாரையா, நாச்சியாரம்மா, ஊர்க்காரப் பெரியவர்களே வணக்கம். காலராம்ம வந்திருக்கா. காலரா கண்டவிய உடனே விளாத்திகுளம் போவணுமாம். அங்ஙன சுகாதார ஆஸ்பத்தரி தெறந்திருக்காவ. ஊட்டயும் தெருவயும் ஊரயும் சுத்தமா வச்சுக்கிடணும்மாம். இது பஞ்சாயத்துப் போர்டு உத்தரவு.” அதக் கேட்டு ஆட்களுக்கு ஒரே கலக்கம். அடிவயிறு குலுங்கி வாந்தி, குமட்டல் எடுத்தவியள மாட்டு வண்டில தூக்கிப் போட்டுக்கொண்டு போனாவ. வசதி வாய்ப்பு உள்ளவிய வீட்டக்காலி செஞ்சிட்டு, கொஞ்ச நாளக்கி வேறு ஊருலப் போய் இருந்துட்டு வரலாம்னு நெனச்சாவ.

மக்கா நாள் காலைல – அன்னைக்கிப் போனாவுல பாதிரியார், கன்னியாஸ்திரீமாருவ எல்லாம் – அதே காருல வந்தாங்க. அதுல ஊசி மருந்து, துணி மணி, பால் பவுடர், ரொட்டி, ஸ்டவ் அடுப்பு, சீமை எண்ண, குடிதண்ணியெல்லாம் இருந்துச்சு. மரியசிலுவ வீட்ட மருத்துவமனயாக்கிக்கிட்டாவ. யார் வந்தாலும் அவிய மருந்து கொடுக்கத் தயாராக இருந்தாவ. வீடு வீடாகப் போனாவ. தடுப்பு ஊசி போட்டாவ. அந்தக் கன்னியாஸ்திரீல ஓராளு டாக்டர்னு பெறவுதான் தெரிஞ்சிச்சு. அதுல நர்சுக்குப் படிச்சக் கன்னியாஸ்திரீமார்வளும் இருந்தாவ.

மதியத்துக்குள்ள பறக்குடிலையும் சக்கிலியக் குடிலையும் சின்னப் பிள்ளைவ பெரியாளுவன்னு பிடிச்சி வச்சு ஊசிக் குத்த முடிஞ்சாச்சி. நடுத்தெருக்குள்ள போகச்சிலகூட அவிய அவிய

பாட்டுல இருந்தாவ. சில ஆட்க வந்து ஊசியும் போட்டுக்கிட்டாவ. ஆனால் மேலத்தெருவுல இவியள விடல. "நீங்க எதுக்கு இங்க வந்தீய. திரும்பிப் போங்க. நீங்க என்னைக்கி ஊருக்குள்ள கால வச்சியிளோ அண்ணக்கே காலரா வந்துற்று"ன்னு அங்கமுத்துத் தேவர் வரிஞ்சுக்கட்டிக்கிட்டு நின்னார். அவர் பெறத்தால ஆட்க பூரா நின்னுச்சு.

உடனே ஒரு கன்னியாஸ்திரீ சொன்னாள், "இது சேவைதான். இது தடுப்பு ஊசி. இத வியாதி வுருறதுக்கு முன்ன போடணும். வந்த பெறவு போடக் கூடாது. இத வெளிய பணம் கொடுத்தாத்தான் போடுவாங்க."

சாமியாடி வைரவத் தேவர் இதான் சாக்குன்னு சொன்னார், "இது காலராம்ம. அம்மைக்குச் செய்ய வேண்டியத செஞ்சா எல்லாம் சரியாவும்."

"அப்டியே இல்ல. தொத்து வியாதி, வுருறதுக்கு முன்ன ஊசி மருந்து எடுத்துக்கிடணும், அப்பந்தான் வராது. இதுக்குப் போய் அம்மன் கிம்மன்னு பெயரு வைக்காதீங்க." அங்கமுத்துத் தேவர்க்கு கோபம் வந்துற்று. மொறச்சிக்கிட்டுச் சொன்னார், "என்ன நெனச்சிக்கிட்டீய அம்மன் கிம்மனா? ஆர்க்கிட்ட வந்து பேசுறது? நீங்க கிறிஸ்தவியன்னா அத பச்சேரில வச்சுக்காங்க. இங்க காட்டாதீய. இந்தம்மனுக்கு ரெண்டு கோழிவ, ஒரு ஆட பொலி கொடுத்தாலே போதும். எல்லாம் பறந்து போவும்."

திடீரென்னு எழும்பி, காத்து, தரைல மோதிட்டுப் போனது. அது கிளப்பிட்டுப் போன தூசித்துரும்புல கண்ணு நெறைஞ்சது. வெயில் வெக்கையும் ஜாஸ்தி. அந்த வேர்வை கசகசப்பயும் பொருப்படுத்தாம பாதிரியார் பேசினார், "நாங்க சொல்றத நீங்க கேட்கலன்னா எங்களுக்கு நட்டமில்ல."

எதுருல நின்ன அங்கமுத்துத் தேவர் பல்லக் கடிச்சிக் கிட்டார். பெறவு அவரும் சொன்னார், "சரி போங்க. பெறவு எதுக்க நிக்கீய?"

கன்னியாஸ்திரீ அவர்க்குப் பதில் சொன்னாள், "நாங்க எங்கையும் போவ மாட்டோம். இங்ஙனதான் இருப்போம். ஒடம்பு கொணங்கிட்டுன்னா உடனே வாங்க. மருந்து தாரோம்."

"அட நீங்க ஒண்ணு. எங்க ஒடம்பப்பத்தி நீங்க கவலப்பட வாண்டாம். எங்க ஒடம்ப எங்களுக்குப் பாத்துக்கிடத் தெரியும். ஒங்க மருந்துவளுக்கு நாங்க ஏனாக்குடிக்க வேண்டிய அவசிய மில்ல."

"மொதல அப்டித்தான் சொல்வீங்க. வியாதி வந்தவுடன பக்கத்துல மருந்திருக்குன்னு ஓடி வருவீங்க."

“இது என்ன கிண்டலா? அன்னக்கி மாதிரி போலிஸ் இல்ல. இப்பம் அடிச்சா ஆரும் கேட்கப் போறதில்ல. கன்னம் போந்து போவும். பெறவு துணியக் காணோம், துண்டக் காணோம்னு ஓடிப் போவிய?”ன்னு ஒரு விடலப் பையன் முந்திக்கிட்டு வந்து சொன்னதும், கலவரத்துடன் நின்னவியளப் பார்த்துக்கிட்டுப் பாதிரியார் சொன்னார், “நம்ம ஏன் இங்ஙன நிக்கணும்? வாங்க. மரியசிலுவ வீட்டுல உக்கார்ந்து மத்த வேலயப் பாப்பும். யாருக்கும் ஏலலன்னா அங்ஙன கொண்டு வரட்டும். கவனிச்சிக்கிடலாம்.”

“பாதர் நீங்க சொன்னது ரொம்ப சரி. அப்பிடியே செய்வோம்”ன்னு கன்னியாஸ்திரி சொன்னதும், எல்லாருமே நடக்க ஆரம்பிச்சாங்க.

தடுப்பு ஊசிக்கு நல்ல பலன் கிடச்சது. மருந்து செஞ்ச வேலைல காலரா முறிஞ்சது. பறக்குடில அதன் தாக்கம் குறைவு. குச்சில்வளும் இப்பம் கட்டுனது. ஆட்களும் செங்கல் சூளைல இருந்தாவ. இருக்கிறவியளும் வீட்டப் பெருக்கிச் சுத்தம் செஞ்சி சுண்ணாம்பு பூசி வச்சுருந்தாவ. அதுக்குள்ள தடுப்பு ஊசி போட்டாச் சக்கிலியக்குடி ஆட்களுக்கு வயித்தாலப் போவுதுன்னு தெரிஞ்சவுடனே, கன்னியாஸ்திரிமார்வ அங்க போனாவ. நல்ல தண்ணீல உப்பயும் மருந்தயும் கலந்து மாத்தி மாத்திக் கொடுக்கப்பட்டுச்சு. ஆட்களுக்குத் தெளிச்ச வந்துற்று. மேலத்தெருவுல ரெண்டு இழவு. ஒப்பாரிச்சத்தம். அதுக்குப் பெறவு, அங்ஙன இருந்த ஆட்கள் இங்ஙன வந்து ஊசி போட்டுக்கிட்டாவ. மத்தப்படி காய்ச்சல், வலி, காயம், நாள்பட்ட வியாதின்னு வந்தவியளுக்கு மருந்து மாத்திரை யெல்லாம் கொடுக்கப்பட்டுச்சு.

தொடிச்சி கிணத்தடிக்கி வரச்சில, அங்ஙன பையமார்களப் பார்க்க முடிஞ்சது. அதுவும் நாயக்கச் சாதிப் பையமார்வ. அவிய தெருவச் சுத்தி கோட்டச் சுவர் எழுப்பியாச்சு. அம்மங் கோவில் முன்னதான் வாசல். அது வழியாகத்தான் போவலாம், வரலாம். இங்ஙன வந்து கிணத்துப் பக்கம் உள்ள ஆலமரத்து நிழல்ல குத்தவச்சிக்கிடுவாவ. அங்ஙயே ஒரு கூட்டம் சேர்ந்து போவும். கிணத்துக்கு வருற பொம்பளைங்கள நக்கல் அடிச்சி, கிண்டல் பேசிக்கிட்டு இருப்பாவ. அதயும் தட்டி விலக்க முடியல. நாட்டாமயப் பார்த்தும் சொல்லியாச்சு. ‘இங்ன உள்ள இளவட்ட பையமாரு கண்ணுக்குத் தெரிகிற பொம்பளயத்தானே கிண்டலடிப்பாவ. அதுக்காச்சிட்டி அசலுருக்கா போவாவ. இது என்ன குத்தமா?’ங்கார். பெறவு என்னத்தச் சொல்ல?.

கிணத்துக்கிட்ட போறதுக்கு முன்ன அவியள ஏறிட்டுப் பார்த்துக்கிட்டாள் தொடிச்சி. அவளுக்குப் பதற்றம் வந்துச்சு. மேல் சிலுப்பதையுணர்ந்தாள். "இதென்ன பெரீய்ய உபத்தரமா யிருக்கு. சொன்னாலும் கேட்க மாட்டுக்கானுவ. சொல்லியும் விலக்க ஆளில்ல"ன்னு எரிச்சல்ல முணுமுணுத்துக்கிட்டுத் தொடிச்சி குழம்பச்சில, "எப்பூ என்ன ஒரு மாதிரி இரிக்க, தண்ணி எடுக்கலயா?"ங்கிற குரல் கேட்டுத் திரும்பிப் பார்த்தாள். அம்மாளும் பொன்னம்மாளும் வந்தாவ. அவியப் பெறத்தால சக்கிலியக்குடிப் பொம்பளையாட்களும் மண் குடம், செப்புக் குடம், பித்தாளப் பானைன்னு வச்சுருந்தாவ. அவியளப் பார்த்ததும் உஷார் வந்துச்சு. அந்தத் தைரியத்துலதான் தொடிச்சி பேசினாள், "வாங்க. வாங்க. எல்லாரும் வாங்க. இந்த எடுப்பட்ட பெயவ இங்ன இருக்கச்சில நம்ம என்ன செய்யலாம்னு நெனச்சேன். நீங்க வந்துட்டீய. எல்லாரும் மொத்தமா தண்ணீ இறச்சிட்டுப் போவோம்."

"கிணறு நம்மக் கிணறு. பெறவு எவன் நின்னா நமக்கென்ன? எந்த மயிராண்டிக்குப் பயப்புடணும்?"

"சரி. சரி வாயப் பொத்திக்கிட்டு வா. தண்ணீ எடுத்துக்கிட்டு ஊட்டுக்குப் போவப் பாப்போம்"ன்னு அம்மாள அடக்கினாள் பொன்னம்மாள். அவளும் இடுப்புல ஒண்ணு, கைல ஒண்ணுன்னு குடங்க வச்சுருந்தாள். ரெண்டு கிழவிமார்வளத் தவிர, மத்தவியயெல்லாம் ரவிக்கத் தச்சிப் போட்டு, சேலய ஒண்ணு போல மடிச்சி, அதச் சுருக்கு வச்சு சொருகி இருந்தாவ.

வாளியக் கிணத்துக்குள்ள விட்டு, தண்ணீரள்ளிக் குடங்களுல ஊத்தினாள் அம்மாளு. அங்ஙன கிடந்த குருத்து மணல் அள்ளி, குடத்துக்கு உள்ளேயும் வெளியேயும் தேய்ச்சிச் சுத்தப்படுத்தினாவ. ஒருத்தி தண்ணி இரைக்க ஆரம்பிச்சாள். "ஏளா. செங்கச் சூள யாவாரம் எப்டியிருக்கு நல்லா ஓடுதா?"ன்னு பெரிய மனுஷி அக்கறயா கேட்டாள். அவள் கைலயிருந்த குடம் கழுவிச் சுத்தமாக இருந்துச்சு. தொடிச்சியும் பதில் சொன்னாள், "இப்பம்தானே புதுசா வச்சுருக்கு. மெல்ல மெல்லத்தான் செங்க விக்கி. அடுத்த காள வாசலுக்குக் கல் அறுத்துக்கிட்டிருக்காவ. இன்னும் ரெண்டு நாளுல அறுத்து முடிஞ்சிடும். அவ்வளத்தியும் தூக்கி சூளைல அடுக்கணும்."

அப்பம் ஒரு கல் விழுந்துச்சு. அந்தப் பொடிக்கல் அம்மாளு தோள்பட்டையத் தாக்கிச்சு. அதுனால காயம் எதுவுமில்ல. ஆனாலும் வலிச்சது. அந்த அதிர்ச்சில கோபமும் வந்துச்சு. உடனே அம்மாளு சொன்னாள், "எவம்ல கல்லறிஞ்சது? பொம்பளய வருறயிடத்துல ஒங்களுக்கென்னல சோலி?

இங்ஙன குத்த வச்சுக்கிறதும் காணாம கல்லயால யெறிகிறீய? ஒங்களுக்குத்தான் எறியத் தெரியும்னு நெனச்சுக்கிடாதீய. நாங்களும் பதிலுக்கு எறிஞ்சா, சீரழிஞ்சிப் போவீய. ஆமா.”

அதக் கேட்டுப் பொம்பளைங்க பயந்தாவ. பெறவு அந்த அதிர்ச்சில ஒருத்தரை ஒருத்தர் பார்த்துக்கிட்டாவ. கிணத்துத் திண்டுல நின்ன தொடிச்சி சத்தங் காட்டல. அம்மாளூ பேசுனது ஆச்சரியமாய் இருந்துச்சு. உள்ளுக்குள்ள சந்தோஷம் கொப்பளிச்சது. அது வெளில புன்னகையாய் தெரிஞ்சது. காலை ஏறு வெய்யில நின்ன அந்தப் பயலுவ என்ன சொல்லப் போறானுவன்னு கூர்ந்து பார்த்தாள். அவிய துள்ளிக் குதிச்சி எந்திரிச்சுக்கிட்டாவ. ஒருத்தன் நெஞ்ச மலர்த்திக்கிட்டு முன்ன வந்தான். “எவம்டி கல்லெறிஞ்சான். ஆர வைற? நாங்கத்தான் எறிஞ்சோம்னு தெரியுமா? எங்கள சொல்ற. ஒனக்குக் கண்ணவிஞ்சா போச்சி. அப்பிடியே நாங்க எறிஞ்சாலும், பதிலுக்கு நீயும் கல்லறிஞ்சி எங்கள சீரழிச்சிவிடுவாயாக்கும்? கிட்டத்துல வந்தா தூக்கிப் போட்டு ஏறிடுவேன்.”

அதக் கேட்டதும், தூக்குனக் குடத்த அப்டியே வச்சுட்டு, அவன ஏறிட்டுப் பார்த்தாள் தொடிச்சி. அந்தக் கேந்திவாக்குல அவள் சொன்னாள், “அப்பிடியா தெறந்து கெடக்கு? தூக்கிப் போட்டு ஏற? ஆம்பளனா கொஞ்சம் மருவாதியா பேசணும். இப்டி எடுப்பெடுத்துப் பேசக் கூடாது.”

அந்தக் கிழவி அவசரமா சொன்னாள், “அடியே தாய்களா, கொஞ்சம் வாய்கள பொத்திக்கிட்டிரிங்க. அவிய ஒன்னு சொன்னா நீங்க ஒம்பது சொல்லுவியபோல இருக்கே?” உடனே பயல்களப் பார்த்து, “சின்னப் புள்ளிய பேசத் தெரியாம பேசுதுவ. அதெல்லாம் மனசுல வச்சுக்கிடாதீய. நாங்கள்லாம் அந்தக் காலத்துலயிருந்து, ஒங்க நாச்சியாருக்கு, ஒங்க நாச்சியாரப் பெத்தவியளுக்கு மருவாதக் கொடுத்த ஆளுவ. இதெல்லாம் சொல்லி வைக்கோம். நீங்க போங்க.”

அப்பம் அவியளும் கொஞ்சம் அமைதியான மாதிரி இருந்துச்சு. கல்லெறிஞ்சவன், அந்த உறுத்தல்ல கம்னு ஆனான். பிரச்சன இதோட முடிஞ்சிடும்னு நெனக்கச்சில, சனியன்போல உத்திரப்பாண்டித் தேவரும், அவனோட சுத்துற பயல்வளும் அங்ஙன வந்து சேர்ந்தாவ. அவியள பார்த்ததும் பயம் அப்பிக்கிற்று. “எம காலன் வந்துட்டான். இனிம என்னாவப் போவுதோ தெரியலயே”ன்னு கிழவி புலம்பிக்கிட்டாள். தேவமார் பையங்க இங்ஙன வந்தது, நாயக்கமார் பையமார்வளுக்குச் சந்தோஷம். எத்தனயோ சண்டைகளுல இவிய முண்டு கொடுக்கிறத அவிய பார்த்ததுண்டு. அவியகிட்ட இவிய எல்லாத்தியும் சொன்னாவ.

உத்திரப்பாண்டித் தேவர்க்கு, தொடிச்சியப் பார்த்ததும் எரிச்சல். "ஆருல இந்தக் கூதிமவளா? இவள இப்டியே வுட்டு வைக்கக் கூடாது"ன்னு விரசலாய்க் கிணத்தடிக்கு வந்தான். "அடிச் சிறுக்கிவுள்ள. ஒனக்கு ஏத்தம் வச்சு போச்சோ. ஒனக்கென்னடி ஏத்தம்"ன்னு வந்த வரத்துல, தொடிச்சி மாராப்புச் சேலயப் பிடிச்சி இழுத்தான். கண் இமைக்குறதுக்குள்ள ரவுக்கைக்குள்ள கையிட்டுக் கிழிச்சிட்டான். தொடிச்சிக்குக் கோபம் உச்சிலே வந்து நின்னுற்று. அந்த விருட்ல, தண்ணித் தளும்புறக் குடத்தத் தூக்கி அந்தால ஒரு போடு. அவ்வளவுதான். அவள் போட்ட போடுல உத்திரப்பாண்டித் தேவர் தல வழியாய் ரத்தம் கொட்டிச்சி. அந்தப் பயல்வ பூரா தடபுடலா ஓடி வரங்காட்டிலும், தொடிச்சி ஓட்டம் பிடிச்சாள்.

தொடிச்சி தலதெறிக்க ஓடிவந்தாள். அவள கூட்டம் விரட்டிச்சி. பொம்பளைங்க குலுங்கிக் குலுங்கி அழுதுக்கிட்டுப் பெறத்தால ஓடினாவ. அம்மாளுக்கு அழுகய அடக்க முடியல. "நா கம்னு இருந்திருக்கணும். வாய வச்சுக்கிட்டுப் பேசுனது தப்பாப்போச்சி. இன்னும் என்ன என்ன நடக்கப் போவுதோ ஆர் கண்டா?"

"இப்பம் பேசி பெரோசனமில்ல. அவனுவ தொடிச்சிய துரத்திப் பிடிச்சிடக் கூடாது. தொடிச்சி மேல எவனும் கை வச்சுடாம பாத்துக்கிடணும். பிந்தாம நீ முந்தி வா."

"விடக் கூடாது. தொடிச்சி மேல எவ்வனாவது கைய வச்சான், தொடிச்சி குடத்தத்தான் தூக்கிப் போட்டா. நாம பாறாங்கல்ல தூக்கிப் போட்டுக் கொல்லணும்."

தொடிச்சி, மரியசிலுவ வீட்டுக்குள் புகுந்தாள். வீட்டுத் தாழ்வாரத்துல நின்ன பெர்டின் சிஸ்டர், "என்ன என்ன"ன்னு பதறினாள். பெறவு தொடிச்சியப் பார்த்தாள். அதுக்குள்ள அவிய வீட்டுக்குள்ள நுழைகிறத கண்டதும் சிஸ்டர் சுதாரிச்சாள். அவள் கடுமையான குரல்ல, "நீங்கயெல்லாம் யாரு. எதுக்கு இவுங்கள வெரட்டிக்கிட்டு வாரீங்க. மொத வெளியே போங்க"ன்னாள்.

அதுக்குள்ள ஒருத்தன் தள்ளிவிட்டான். "நீ ஆர்டி, எங்களத் தடுக்க? நீதான் அசலூருலயிருந்து வந்திருக்கிற வேதக்காரியா? மொதல ஒன்ன வெட்டித் தாளிக்கணும்"ன்னு இன்னொருத்தன் பலத்துச் சொல்லச்சில, பெர்டின் சிஸ்டர் விரசலாய்ப் போய் மேச டிராயரத் திறந்தாள். அதுக்குள்ள துப்பாக்கி இருந்துச்சு. அதுவும் கைத்துப்பாக்கி. அத வலது கைல இறுக்கிப் பிடிச்சிக்கிட்டாள். புள்ளியாய்த் தெரிகிற அதன்

தோரம் குறி பார்த்துச்சு. அப்பம் ஆடாம, அசையாம, நடுங்காம, கூர்மையான பார்வையோடு நேராய் நின்னாள் பெர்டின் சிஸ்டர். அதன் நுனிய அழுத்த அவளது ஆட்காட்டி விரல் தயாராக இருந்துச்சு. "யாருக்குத் தைரியமிருக்கு? வா. எத்தன பேர வெட்டப் போற? வெட்டு. எப்டி வெட்டுறன்னு பாப்பும். வெட்டிடுவேன். வெட்டிடுவேன்னு பூச்சாண்டியாக் காட்டுறீங்க? பூச்சாண்டி? சூட் பண்ணிடுவேன்! ஒருத்தனும் உயிரோடப் போவ முடியாது!"

பெர்டின் சிஸ்டர் துப்பாக்கியக் கிட்டத்துல கொண்டு போனாள். எதுக்க நின்னவியளக் குறி வச்சாள். அந்தப் பயலுவ பயத்துல துடிச்சிப் போனானுவ. அவிய ஆவேசமெல்லாம் காங்கல. அடிக்க வந்த கைக சுருங்கிப் போச்சு. ஆட்டம் அடங்கிற்று. சத்தத்தையே காணோம். எவனும் ஓரடி எடுத்து வைக்கல. எல்லாரும் வாசலவிட்டு இறங்குனாவ. வழில பூரா ஆட்க நின்னுச்சு. பொம்பளையாட்க விலகி நின்னுக்கிட்டாவ. வெயில் உரைச்சது. மரங்களுல பறவைங்க இளைப்பாரிச்சு. தெரு முக்கு முட்டும் போன பயலுவத் திரும்பிப் பார்த்தானுவ. அப்பந்தான் தைரியமும் வந்துச்சு அவனுவளுக்கு. உடனே கெட்ட வார்த்தைல வைதானுவ. "எங்கள ஆருன்னு நெனச்சிக் கிட்ட. இரி. இரி. ஒன்ன கவனிக்கிற மாதிரி கவனிக்கிறோம்"னு சொல்லிக்கிட்டுத் திருப்பத்துல கடந்து மறஞ்சிப் போனாவ.

அதுக்குள்ள குழந்தயத் தூக்கிட்டு தம்மக்காரச் சாம்பாத்தி வந்துட்டாள். "எந்தத் தேவடியவுள்ள எம் பேத்தி சீலய இழுத்துச்சு?"ன்னு பலத்துச் சொன்னாள்.

தொடிச்சி பக்கத்துல வந்து புள்ளய வாங்கிக்கிட்டாள். "எதுக்காச்சி பதறிக்கிட்டு ஓடி வாரீய? இப்பம் ஒண்ணும் நடக்கல. வயசான காலத்துல சும்மா இரிங்க."

"எப்டி சும்மாயிருக்க முடியும்? இப்பம் சும்மா இருக்கிறமாரியா காரியம் நடந்திருக்கு? ஏல மாட்டாத பயலுவ சீலய புடிச்சி இழுத்துக் கிழிச்சிருக்கானுவ. நீ எங்கிட்ட ஒரு வார்த்த சொல்ல வாண்டாமாங்கும்?"

"எப்டிச் சொல்ல முடியும்? புள்ள தூங்குதுன்னு கிணத்துக்கு வந்தேன். அதுக்குள்ள இப்டியாகிட்டு."

பெர்டின் சிஸ்டர் வெளில நின்னவியளக் கூப்பிட்டாள், "உள்ள வாங்க. வெய்யில் ரொம்ப அடிக்கி. இங்ஙனயிருந்து பேசலாம்." புகயிலயக் குதப்பிக்கிட்டிருந்தவிய, அதத் துப்பிட்டு வந்தாவ. பெறவு சிஸ்டர் அவியளப் பார்த்து, "இங்ஙன நடந்ததெல்லாம் பாத்துக்கிட்டுதானே இருக்கீங்க? இனிம இத வளரவிடக் கூடாது. இந்தத் தீவட்டிக் கொள்ளியெல்லாம்

அணச்சே ஆகணும். இல்லன்னா நம்மளக் கொன்னுப்புடுவாங்க. இதுக்கு மேலயும் சாதுவா இருக்கக் கூடாது. இப்பம் நாம போலீஸ்க்குப் போறோம். நடந்தத நீங்க சொல்லுங்க. மத்தத நான் பாத்துக்கிடுறேன்"ன்னாள்.

உடனே ஒரு ஆம்பளையாள் ஊடால சொன்னார், "இப்பம் ஆருட்ட சொல்லி என்னாவ போவுது? போலீஸ்கிட்ட சொன்னா சரவலு ஜாஸ்தியாவும். தொளச்சி தொளச்சி ஆயிரம் கேள்வி கேட்பாவ. அதெல்லாம் சரிப்பட்டு வருமா?"

அமலோற்பம் அந்தாள மடக்கினாள், "என்னணாச்சி நீங்க பேசுறது? இப்பம் எம்புட்டுக் கத நடந்திருக்கு. இதெல்லாம் இன்னும் நடந்துக்கிட்டுதான் இருக்கணும்மா? அப்டி நடந்தத போலீஸுக்குச் சொல்லப் போய் எல்லாத்துக்கும் தெரியுது. உள்ளயே அமுக்கிட்டிருந்தா நம்மள உண்டு, இல்லன்னு ஆக்கிப்புடுவானுவ. அதுக்கு முன்ன போலீஸ்ல சொல்லி வச்சுடணும்."

"அவிய சொன்னது சரி. புறப்புடுங்க. போவோம்" அம்மாளு உஷார்ப்படுத்தினாள்.

"போவணும்னா சீக்கிரம் கிளம்புங்க. இப்பம் வேம்பாருலருந்து பஸ் வரும். அத வுட்டா நாலு மணிக்குத்தான் இனிம"ன்னாள் தம்மக்காரச் சாம்பாத்தி.

அவளப் பார்த்து தொடிச்சி சொன்னாள், "நாங்க போலீஸ்க்குப் போறோம். நாங்க வரந்தட்டியும் நீங்க ஊட்டுல இரிங்க. எங்கயும் போவாதீய."

"அதெப்டி ஊட்டுக்குப் போவ முடியும்? எம் மனசு தாங்குமா. அந்தால நாந் செங்க காளவாசலுக்குப் போயி ஒம் புருஷன கூட்டிக்கிட்டு வாறேன். அவன வச்சுட்டுப் பேசுவோம். அவனுக்கும் இது தெரியணும்ல."

"நீங்க சொல்றதும் சரிதான். வாங்க. எல்லாரும் ஒண்ணாப் போவோம்"ன்னாள் பெர்டின் சிஸ்டர்.

அந்தால வெளியே வந்தாவ. வெயில் சுள்ன்னு அடிச்சது. அவிய சந்தியத் தாண்டி பிரதான சாலைக்கு வரச்சில, கண்ணுக்கு எட்டிய தொலவு முட்டும் கரிசக்காடு நீண்டு போனது. புல்லும் முண்டும் வதங்கிக் கருகிக் கிடந்துச்சு. செருப்பில்லாதவிய, உடமரத்து நிழல்ல காலாத்திட்டுப் பெறத்தால வந்தாவ. அவிய எல்லாரும் ஓரிடத்துல வந்து நின்னு கொஞ்ச நேரத்துல பஸ் வந்துற்று. ஆளுக்கு எல்லாத்துக்கும் டிக்கட்ட பெர்டின் சிஸ்டர்தான் எடுத்தாக.

“உத்திரப்பாண்டியா, கித்திரப்பாண்டியா. இவன் இருக்கந் தட்டியும் ஊருல லாந்த முடியாது”ன்னாள் தம்மக்காரச் சாம்பாத்தி.

“நீங்க சொல்றத பாத்தா கொசுக்குப் பயந்து ஊட்ட காலி பண்ணுற மாதிரிலயிருக்கு”ன்னாள் தொடிச்சி.

“நீ செத்த சும்மா இரி. அன்னக்கி புள்ள தூங்குதுன்னு கிணத்துக்குப் போனா, பெறவு என்ன நடந்துச்சு? அத மனசுல வச்சுப் பேசு”ன்னு சாம்பாத்தி சொன்னதும், அவள் கூட சேர்ந்து நல்லையா சொன்னார், “தொடிச்சி நீ என்ன பேசுற? நாங்க கண்காணாதயிடத்துல இருக்கோம். எது நடந்தாலும் ஓடி வந்து சொல்லணும். அப்பந்தான் தெரியும். எல்லாரும் ஒரேயிடத்துல இருந்தா பெரச்னல்ல. காளவாசல்களுக்குத் தீ முட்டி மூணு நாளு ஆவுது. இனிம கங்கு ஆந்தப் பெறவு செங்க இறக்க வேண்டியதுதான். இங்ஙன இருக்கிறத அங்ஙன இருக்கப் போற. அவ்வளவுதான்.”

“பேசி முடிவு பண்ணியாச்சில. திரும்பவும் அதப் பேசிக்கிட்டிருந்தா எப்டி. நா வண்டிப் புடிச்சுட்டு வாறேன். நீ சாமான்வள எடுத்து வை”ன்னு சொல்லிட்டுப் போனார் ஊர்க்காத்தான்.

நல்லையா எல்லாத்தியும் எடுத்து வச்சார். தொடிச்சி கூடமாட இருந்தாள். தம்மக்காரச் சாம்பாத்தி திண்ணைல குத்த வச்சுக்கிட்டு, “ஏளா தொடிச்சி கொட்டான்ல பாக்கும் வெத்தலயும் இருக்கும். எடுத்துட்டு வா. அப்டியே வெத்தல இடிக்கிற ஒரலும் கலுந்துமிருக்கு தூக்கிட்டு வந்திரு”ன்னாள்.

நல்லையாவுக்கு கோபம் வந்துற்று. “என்னாச்சி வேல செஞ்சிக்கிட்டிருக்கிறது தெரியலையா? அவள அத எடு, இத எடுன்னு வேலை ஏவீட்டு. பெறவு இந்த வேலய ஆர் செய்வா?”

“இப்பம் என்ன? இத எடுத்து கொடுக்கங்காட்டிலும் நா என்ன தேஞ்சாப் போயிருவேன்”ன்னு முந்திய இழுத்துச் சொருகிக்கிட்டுக் கேட்டத எடுத்துக் கொடுத்தாள் தொடிச்சி. தகரப் பெட்டிய நல்லையா தூக்கச்சில, அவளும் ஒரு கை பிடிச்சாள்.

அங்ஙன சம்முகக்கனி வந்தாள். அவள் சந்தோஷத்துல இருந்தாள். சிரிக்கச்சில பல் பூரா தெரிஞ்சது. “ஏளா என்ன? சிரிப்பாணி பொத்துக்கிட்டு வருது. சண்டக்கார புருஷன் சமாதானமாகிட்டானா. அவங்கூட படுத்தெந்திரிச்சு வாரீயா?”

“சீ போங்காச்சி. ஒங்களுக்கு எப்பமும் இதான் பேச்சு.”

"ரொம்பச் சிரிக்க. என்னன்னு சொல்லுளா. அப்பந்தானே தெரியும்."

"ஒங்க பேரன் அஞ்சு ரூபா கொடுத்தாவ."

நல்லையா திரும்பிப் பார்த்தார், "என்ன கடற்கரண்ணன் அஞ்சு ரூபா கொடுத்தாவளா அப்பம் இன்னக்கி மழ வந்துரும்."

"என்ன அப்டி சொல்றீய. மச்சான மாதிரி புருஷன் கெடைக்க அக்கா கொடுத்து வச்சுருக்கணும். மச்சான் நல்ல ஆட்டக்காரரு. நல்ல உழைப்பாளி. பெறவு என்ன வேணும்?"

"நா சொல்லலையா, அந்தப் பேரன மாரி உண்டான்னு? இவதான் அவன கதறக் கதற வச்சுர்றா."

சம்முகக்கனி ஒண்ணும் பேசல. அவளும் சாமான்களைப் பொறக்கி வச்சாள். எல்லாம் வாசலுக்கு எதுக்க கெடந்துச்சு. ஊர்க்காத்தான் வண்டியக் கூட்டிக்கிட்டு வந்துட்டார். "கெளம்பலாமா?"

"எல்லாத்தியும் தூக்கி வண்டில ஏத்துங்க. அதுக்குள்ள கெளம்பலாம்மானா எப்டி?"

"சரி ஏத்து"ன்ன ஊர்க்காத்தான் ஒரு ஸ்டூலக் கொண்டு வந்து வண்டி கிட்டப் போட்டார். அதுல அவரு அம்மயத் தூக்கிவிட்டு வண்டில ஏத்தினார். தம்மக்காரச் சாம்பாத்தியும் தொடிச்சி கைத்தாங்கல்ல வண்டில ஏறி உக்கார்ந்தாள். தொடிச்சியும் குழந்தய வாங்கிக்கிட்டாள். சாமான்கள ஏறி வைக்கச்சில, "அன்னக்கே எல்லாம் செங்கச் சூளைக்கிப் போயிருக்கணும். இவ்வளவு தூரம் வந்திருக்காது"ன்னு ஊர்க்காத்தான் புலம்பிக்கிட்டார். மாட்டு வண்டி போகிற வழி நெடுக்க இந்தப் புலம்பல் நீண்டது.

பாதைல கெடந்த செங்கல எடுத்து ஓரமாகப் போட்டுக் கிட்டிருந்த தொடிச்சி, திமுதிமுன்னு வருகிற கூட்டத்தப் பார்த்தாள். அவ்வளவும் விடலப் பையமாருவ. அவிய கூப்பாடு பலமாகக் கேட்டுச்சு. "விடாத அடிச்சி நொறுக்கு. செங்கச் சூள தரமட்டமாகணும். ஒரு செங்க இருக்கக் கூடாது."

"சரியண்ணேய் அடிச்சி ஒண்ணில்லாம ஆகிப்புடுவோம். இல்லன்னா இந்தப் பற சிறுக்கி இன்னும் ஏறுவா. இந்த ஏத்தத்தக் கொறைக்கணும். இல்லன்னா இன்னும் போலீஸ்க்குப் போயிட்டுதான் இருப்பா."

சடையன்குளம்

ஒருத்தன் அடிக்க வருகிற மாதிரி சொன்னான். அவிய கைல வச்சிருக்கிற இரும்புத் தடி, கடப்பாரக் கம்பியோடு விரசலாய் வந்தாவ. தொடிச்சி அதிர்ச்சியடைஞ்சி நின்னாள். உடனே சுதாரிச்சிக்கிட்டாள். அந்தப் பதற்றத்துல ஓடிப்போய்த் தொட்டுல கெடந்த குழந்தயத் தூக்கினாள். குழந்தய அணைச்சுக்கிட்டு, நல்லையா எங்கன்னு உத்துப் பார்த்தாள் படபடப்போடு. "அங்ஙன என்னத்த செஞ்சிக்கிட்டிருக்கீய. அன்னா பாருங்க. அந்த எடுப்பெடுத்த தேவுடியாவுள்ளய ஓடி வருது. அது ஒங்க கண்ணுக்குத் தெரியலையா?"

"அய்யையோ இது என்ன கொடும? வருற வரத்தப் பாத்தா எல்லாத்தியும் ஒடச்சிருவானுவபோலத் தெரியுதே. செங்க பூரா என்னாவ போவுதோ தெரியலயே? நாசமாப் போறவனுவ, ராத்திரிதான் வருவானுவ. இப்பம் பட்டப் பகலிலையும் வந்துட்டானுவ. எல்லாத்தியும் பாழாக்காம வுடமாட்டானுவ போலத் தெரியுதே."

"என்ன புலம்பிக்கிட்டு நிக்கீய? மொதல புள்ளைய பிடிங்க. ஓடைக்குள்ள இறங்குங்க. இப்பம் நம்மளக் காப்பாத்திக்கிடணும். மத்ததப் பெறவு பாக்கலாம்."

"இந்த நேரம் பாத்து குன்னிமரியான் பஜாருக்குப் போயிட்டான். அப்பா ஊருக்குப் போயிட்டு."

"இப்பம் அவிய இருந்தாப்பல, இவியள எதுர்த்திட முடியுமா? அவிய போனது நல்லதுதான்."

வந்தவிய உடைக்கிறதுல குறியாயிருந்தாவ. காளவாசல்களுல திணிச்ச விறகுமுண்டுக அமர்ந்து போகல. இன்னும் கங்காய் இருந்துச்சு. அதுலதான் செங்கல் பூரா வெந்துச்சு. நாலு பக்கமும் வெக்கை. அவிய பொருப்படுத்தல. சுவரக் கடப்பாரய வச்சுக் குத்தினாவ. சவுக்குக் கம்பச் சாத்தி, அதப் பிடிச்சி ஏறினாவ. கால்ல செருப்புக் கிடந்தவிய சூள மேல் பரப்புல நின்னுக்கிட்டாவ. அவியளோட உத்திரப்பாண்டித் தேவரும் நின்னான். "நம்மள வந்து பாருன்னுல சொல்லிட்டா இந்தப் பறத்தேவுடியா. இவ செங்கச் சூளப் போட்டு யாவாராமா பாக்கா? பாப்பப் பாப்ப. இனிம எப்டி பாப்பென்னு பாப்பும்."

தொடிச்சி திணறிக்கிட்டிருந்தாள். அவள் ஆச்சிக்கிட்ட ஓடியாந்தாள். தம்மக்காரச் சாம்பாத்தி ஓடையோரத்துல நின்ன வேப்ப மரமூட்டுல தல சாய்த்திருந்தாள். வேப்பமரத்துக் காத்துல தூக்கம் வந்திற்று. சாம்பாத்தியப் பதற்றதோடு எழுப்பினாள் தொடிச்சி. "அந்தானக்கி எந்திரிங்க. சீக்கிரம் ஓடைல இறங்குங்க. அவுனுவ இங்கயும் வந்துட்டானுவ."

அப்பந்தான் தம்மக்காரச் சாம்பாத்தியும் பார்த்தாள். அவளுக்குக் கோபம் தாங்க முடியல. "பாவி பெயலுவ. நம்மள இருக்க வுடமாட்டானுவபோலத் தெரியுது. அவிய பூழக் கொழுப்பு இப்டியா வடியணும். அய்யையோ நம்மத் துட்டுப் போச்சி."

உடனே ஆச்சி வாயப் பொத்தினாள் தொடிச்சி. "சத்தம் போடாதீய. வாங்க எம் பெறத்தால"ன்னாள். சாம்பாத்தியும் நிலமயப் புரிஞ்சிக்கிட்டாள். ஆச்சியும் பேத்தியும் ஓடைக்குள்ள இறங்கினாவ.

கண்டமேனிக்குச் செங்கச் சூளய உடைக்கிற சத்தம் கேட்ட வண்ணமிருந்துச்சு. தொடிச்சி இறங்கச்சில குதிங்கால்ல முள் குத்துச்சு. அவள் 'ஸ்ஸ்'ன்னு மூஞ்சச் சுளிச்சி, அதப் பிடுங்கிப் போட்டாள். அதுல ரத்தமும் வந்துச்சு. பெறவு கால ஊணி, ஆச்சி கையப் பிடிச்சிக் கூட்டிக்கிட்டு நல்லையா கிட்டத்துல வந்தாள். அப்பந்தான் கைக் குழந்தை அழ ஆரம்பிச்சது. அதுதான் பயத்தக் கூட்டிச்சு. அவியள நடுங்கயும் வச்சது. "இப்பம் போயிப் புள்ள அழுது. இந்தச் சத்தம் கேட்டு அவனுவ வந்திடக் கூடாது. ஆளுக்கொரு அடி வச்சாலும் போச்சு. எந்திரிக்க முடியாது. கொன்னுப்புடுவானுவ. சந்தி மறிச்சாளே எங்களக் காப்பாத்தம்மா"ன்னு நல்லையா பதறினார்.

"ஏலே நல்லயா புள்ளய ஓம் பொண்டாட்டிக் கைல கொடு. ஏளா நீ புள்ளய வாங்கிட்டுக் கொஞ்சம் தூரம் போ. அங்ஙன அழுதா. இங்ஙன கேட்காது"ன்னு சாம்பாத்தி சொன்னதும் தொடிச்சி குழந்தய வாங்கிக்கிட்டாள். குழந்த விடாம அழுதுச்சு. இந்த அழுகய அமுக்கிற மாதிரி இந்த அலறல் கேட்டுச்சு. அது நாலாப் பக்கமும் எதிரொலிச்சுச்சு, "அடேய் நம்மத் தலைவர் உத்திரப்பாண்டி தேவர் செங்கச் சூளைக்குள்ள விழுந்துட்டாருடா!"

●

பாகம் 2

1

“என்னங்க இப்டி சொல்லிட்டீய. திடீர்ன்னு காலி பண்ணச் சொன்னா நாங்க எங்க போவோம். கைல உள்ள பணம் காசெல்லாம் காளவாசல்ல முடங்கிக் கெடக்கு. இன்னும் ஒரு செங்கக்கூட எடுக்கல. அந்தாளு ஒடைக்கணும்னு வந்து காளவாசல்ல விழுந்து செத்துப் போனான். எங்க மேல தப்பில்லன்னு சொல்லிட்டாவ. அதுவும் ஒங்களுக்குத் தெரியும். அப்படியிருந்தும் காலி பண்ணணுங்கீய.” குருசாமி நாயக்கர எதுக்க வச்சுக்கிட்டு தொடிச்சி பேசினாள். அவளுக்கு இது புது அனுபவம். நல்லையா ஒத்தைல போக முடியாதுன்னு இருக்க, அவரச் சமாதானப்படுத்த அவளும் வந்தாள். குருசாமி நாயக்கரப் பார்த்ததும் நல்லையா தடுமாறினார். பெறவு தொடிச்சியே பேசத் தொடங்கினாள். அவளது கனிவும் பேச்சும் பார்வையும் நாயக்கரச் சாந்தப்படுத்திச்சு. துண்டுல பொதிஞ்சி வச்சுருந்த குழந்தை தூங்கிச்சு. அவியள உள்ள கூப்புட்டு இருப்புக் கொடுத்தார் நாயக்கர். அவரும் ஒரு நாற்காலில் உக்காந்துக்கிட்டார். அமைதியாகப் பேசத் தொடங்கியவர், பெறவு பலத்துச் சொன்னார், “ஒங்க தரப்லருந்து நீங்க சொல்லிட்டீய ஒங்களுக்கு நெலத்தக் கொடுத்து, எங்க நெலத்துல ஒருத்தன் செத்து, ஒங்க தகராறுக்கு நாங்களா சங்கடப்படணும்? இன்னக்கிப் போலீஸ் எங்க வாசல்ல வந்து நிக்கி. அந்தப் பெயல்வகிட்ட பேச்சி கேட்கணும்னு எங்களுக்குத் தலையெழுத்தா? இது எதுக்கு? எடத்தக் காலி பண்ணுங்க.”

"இப்டி சொல்லாதீங்கய்யா. திடுதிப்னு காலி பண்ணச் சொன்னா நாங்க எங்க போவோம்? காளவாசல் அப்பிடியே கெடக்கு. ஆபிஸர்மாரெல்லாம் பாத்துட்டுப் போயிருக்காவ. காளவாசல்லருந்து செங்க எடுக்க அவிய சம்மதிக்கணும். பெறவுதான் அத விக்கணும். அதுவும் எப்டி விக்கப் போறோம்னு தெரியல. அவ்வளவு பெரச்சன முட்டிக்கிட்டிருக்கு."

"அதுக்கு நானு என்னங்க செய்ய முடியும்? எடம் என்னது. அது எனக்கு வேணும். காலி பண்ணச் சொல்றேன். பண்ணுங்க."

"நாங்களும் எதுவும் தப்பா செய்யலயே. எங்களால ஒரு தொந்தரவு உண்டா? எங்க வேல உண்டு, நாங்க உண்டுன்னு இருந்தோம். பொறாமப் பிடிச்ச ஆளுவ இடைல புகுந்தா நாங்க என்ன செய்வோம்? அதுக்காகச்சிட்டி எங்களக் காலி பண்ணச் சொல்லுறீய. ஒங்க கணக்குப்படி பாத்தாலும் இன்னும் மூணு மாசமிருக்கு. கொடுத்த பணம் கழியட்டும். கொஞ்சம் மனசு இறங்குங்க."

"போதும் போதும் இடத்தக் காலி பண்ணுங்க மொதல்ல."

குருசாமி நாயக்கர் பிடிச்சப் பிடில நின்னார். நல்லையாவுக்குக் கோபம் வந்துச்சு. புருஷன் என்னமும் சொல்லிடக் கூடாதுன்னு தொடிச்சி முந்திக்கிட்டாள், "சரியா. நாங்க சொல்லிப் பாத்தாச்சு. நீங்க கேட்கல. பெறவு என்ன செய்ய முடியும்? போலீஸ்லயிருந்து எடுக்கச் சொல்லட்டும். செங்கல் அவ்வளத்தியும் அப்புறப்படுத்திட்டு, நெலத்த தந்திடுறோம். அதுக்காவது பொறுங்க." செத்த அமைதியடைஞ்சு குருசாமி நாயக்கர் எதயோ முனங்கிக்கிட்டு எழுந்தார். வீட்டுலயும் யாரும் இருந்த மாதிரி தெரியல. ஒரு கலியாணத்தயே நடத்திடலாம்போல இருந்த வீட்டுல பேச்சொலியில்ல. எல்லாம் மௌனமாய் இருந்துச்சு. அத உடைக்கிற மாதிரி ஒரு பசுவின் குரல் கேட்டுச்சு. "சரி போயிட்டு வாறோம்"னு எழுந்தார் நாயக்கர்.

உத்திரப்பாண்டித் தேவர் செத்தப் பெறவு ஒரு காரியமும் கைகூடல. பையமாருவ ஒருத்தனுக்கு லூஸாயிற்று. அவன் வாய் புலம்புறான். தலயத் தலய ஆட்டுறான். இருந்த பையமாருவளப் பிடிச்சுட்டுப் போயிட்டாவ. எல்லாத்தியும் பாளையங்கோட்டைல வச்சுருந்தாவ. கோர்ட்டுக்கும் வக்கீல் வீட்டுக்கும் அலஞ்சி திரிஞ்சாச்சு. ஒரு பாடு செலவு. ஜாமீன்ல எடுக்க முடிஞ்சது. இது இப்படின்னா, படுக்கைல கெடந்து, ஆளு ஒண்ணுக்கும் ஆவாம, பொசுக்னு போயிட்டார் சின்னராசாத் தேவர். ஒரே அழுகையும் கூப்பாடுமாய் இருந்துச்சு. திரும்பத்

திரும்ப ஒப்பாரிப் பாடலாக் கேட்டுச்சு. இது வேற துஸ்டி கேட்க வந்தவிய ஒண்ணு கெடக்க ஒண்ணச் சொன்னாவ.

உடனே கீர்த்திபெற்ற நாகலாபுரம் ஜோசியர் சீத்தாராம நாயக்கரக் கூட்டிட்டு வந்தாச்சு. ஜோசியர் ஒருநாள் முழுசும் பூசைல உக்காந்து கடைசில சொன்னார்: "துள்ளத் துடிக்க போயிருக்காரு உத்திரப்பாண்டி. அவுரு ஆவி திருப்தில்லாம சுத்துது. அது பையமாருக்கிட்ட புகுந்துக்கிடும். அப்பிடித்தான் அந்தப் பையனுக்குப் புகுந்திருக்கு. அது லேசுல போவாது. உடல கொணக்கி, மனசக் குழப்பி, பைத்தியமா அலய வச்சிடும். ஆவிய சாந்தப்படுத்தணும். அதுக்கு வழியிருக்கு. பத்தடி ஒசரத்துல, ஒரடி சுத்தளவு இருக்கிற மாதிரி ஒரே கல்ல – கருக்கல் – வாங்கிட்டு வாங்க. அத ஆசாரிய வச்சு பாலீஸ்சா செதுக்கணும். பெறவு நாலடிய பூமிக்குள்ள விட்டு நட்டணும். அதுக்கு விஸ்தாரமான இடம் வேணும். பந்தல் போடணும். மேளமடிக்கணும். தெனமும் நல்லெண்ணைல குளுப்பாட்டணும். அதுக்கு நாப்பத்தியொரு நாளு பூச வைக்கணும். அப்பந்தான் நல்லது நடக்கும்."

ஜோசியர் சொன்னதுலயிருந்து ஆட்களுக்கு இருப்புக் கொள்ளல. உடனே ஊர் கூட்டத்துக்கு ஏற்பாடு செஞ்சாவ. அவிய பேசுற பேச்சி, ஆர்வம், பரபரப்பு, எல்லாத்தியும் புரிஞ்சுக்கிட்டு அங்கமுத்துத் தேவர் சொன்னார், "ஜோசியர் சொல்ற மாதிரி பாத்தா உத்திரப்பாண்டி தேவர் கருமாந்த செலவு எக்கச்சக்கமால ஆவும்? இத எப்டிச் சரிக்கட்ட, அதச் சொல்லுங்க."

"செலவ பாத்தா முடியாது. இத செஞ்சாகணும். சாமி கொடைக்கு வரி போடுறம்ல. அதுமாதிரி இதுக்கும் வரி போடுங்க. காரியத்த முடிங்க"ன்னார் பால்பாண்டித் தேவர்.

"ஆங்க. உத்திரபாண்டி தேவர் வீர மரணமடைஞ்சவர். அவுரு ஆவி சுத்துதுன்னா, அதுக்குப் பரிகாரம் செய்ய வாண்டாமோ? வரி போட்டுச் செலவு செய்ங்க"ன்னு அவிய ஆர்வமாக இருந்தாவ. எலுப்புன்னு ஒண்ணுமில்ல. செத்துப் போன ஒருத்தனுக்கு, இவ்வளவு பணம் செலவு செஞ்சிக் கருமாரி எடுக்கிற விசயம் ஊர் முழுசும் புல்லரிக்க வச்சது.

பொன்னுத் தேவர நம்புனது தப்பாப் போச்சு. ஊர் நாட்டாமையும் சரிக்கட்டிலாம்னு சொல்லியிருந்தார். அதுவும் கதைக்காகல. இப்ப என்னன்னா, கிளம்பெண்ட் பாதர் படிப்பை இடையில் விட்டப் புள்ளியக் கூட்டிக்கிட்டு வரப்போறாராம்.

இதிலையும் அந்தப் புள்ளியளயும் வேம்பாருல கொண்டு போய்ச் சேர்க்கப் போறாராம். இந்தச் சேதி வந்ததுலயிருந்து வெங்கடாசல நாயக்கருக்கு இருப்புக் கொள்ளல. எல்லா வாத்திச்சிமார்களையும் கூட்டி வச்சுப் பேசினார்: "நாம போன புள்ளியள கூட்டிக்கிட்டு வந்து சேக்கலன்னா, ஒங்களக் குறைக்கச் சொல்லிடுவாவ. பெறவு வேலயிழந்து சம்பளம் கெடைக்காது. இத அன்னக்கே வச்சு சொல்லிக்கிட்டிருக்கேன். யாரும் காதுல வாங்குன மாதிரி தெரியல. இப்பம் பாருங்க. அந்தச் சாமியார் எல்லா புள்ளியளயும் இழுத்துக்கிட்டுப் போயிடுவாருபோலத் தெரியுது".

"நாங்க என்ன செய்யணும்? அதச் சொல்ங்க. முடிஞ்சா இழுத்துப் பிடிச்சுப் பாப்போம்"ன்னார் ஊடாலத் தங்கையா ஸார்.

"அந்தச் சாமியார் முந்தங்காட்டிலும், நம்ம முந்திப் போய் புள்ளியளக் கூட்டிக்கிட்டு வரணும். அவியளுக்குத் தங்கயிடம் கொடுக்கணும். ஆள வச்சு பொங்கிப் போடணும். அதுக்குச் செலவாகும். நீங்கயெல்லாம் சேர்ந்தாத்தான் இது முடியும்."

"எம் பங்க நா பணமா தந்திடுறேன். என்னால கூடமாட வர முடியாது. நீங்களே போனாலும் ஆரும் புள்ளியள அனுப்பவும் மாட்டாவ. தொடிச்சியக் கூட்டிட்டுப் போங்க. அந்தப் பொம்பளத்தான் பொம்பளக் கூட்டத்த சேர்த்து வச்சுருக்கா. அவ போய்க் கூப்பிட்டாத்தான் அவிய வருவாவ"ன்னார் பொன்னுத் தேவர். அவர்க்குக் கீழத்தெருவுக்குப் போவ மனசு ஒத்துக்கிடல. அதனால பம்மிக்கிட்டார்.

அவியளப் பார்த்ததும் நல்லையா திகைத்தார். வாத்தியச்சிமார்வ என்னத்துக்கு வாராவ? அவியள எப்படி வரவேற்கிறதுன்னு குழப்பம். முன்ன வந்த தங்கையா ஸார்தான் கேட்டார், "இதான தொடிச்சி வீடு?"

"ஆமா, இதான். ஒங்களுக்கு என்ன வேணும்?"

"தொடிச்சியால ஒரு உதவியாவணும். அதுக்காவச்சிட்டித் தான் வந்திருக்கோம்."

"அப்டியா வாங்க"ன்னு நல்லையா சொல்லுறதுக்குள்ள, தொடிச்சி முன்ன வந்து, "என்னால ஒங்களுக்கு என்ன உதவி வேணும்? அப்டி ஒண்ணும் நானு பெரியாளு இல்லயே"ன்னாள்.

"அப்டி சொல்லக் கூடாது. புள்ளிக கொறஞ்சுப் போச்சு. அதுகள கூட்டிட்டு வரணும். பள்ளில சேர்க்கணும். படிக்க வைக்கணும். இதுக்கு நீங்க செத்த ஒதவி செஞ்சாத் தாவல."

"இதென்ன வம்பாயிருக்கு. நாங்களே நொந்து நூலாத் தேய்ஞ்சியிருக்கோம். இதுல ஒதவின்னா எப்டி?"

"ஒங்கக்கிட்ட சொல்றதுல என்னயிருக்கு? அதுக்குத் தானே வந்திருக்கோம். புள்ளியளுக்குத் திங்கக் கொடுத்து, உடுமாத்துக் கொடுத்து, இருக்கயிடமெல்லாம் கொடுக்கலாம்னு இருக்கோம். நாங்களா போய்க் கூப்புட்டா ரோசனப் பண்ணுவாவ. தொடிச்சியும் கூட வந்தா ஏந்தலாருக்கும். புள்ளியள அனுப்பி வப்பாவ. கொஞ்சம் வாங்க."

"வருறதப் பத்தி ஒண்ணுமில்ல. இப்பம் எங்க நெலம ஒங்களுக்குத் தெரியும். பணத்த முடக்கிட்டு முழிக்கோம். இதுல வேற எடத்த தந்துருங்காரு குருசாமி நாயக்கர்"ன்னாள் தொடிச்சி.

உடனே வெங்கடாசல நாயக்கர் கேட்டார், "ஆரு விளாத்திகுளத்துல ஜின்னிங் பாக்டரி வச்சுருக்காரே அந்தக் குருசாமி நாயக்கரா?"

"அவுகதான். அவிய நெலத்துல செங்கச்சூள போட்டி ருக்கோம். இன்னும் மூணு மாசமிருக்கு. அதுக்குள்ள காலி பண்ணச் சொல்றாவ."

"எதுக் கப்டி?"

"அவிய ஊட்டுக் கதவ போலீஸ்காரவிய தட்டிட்டாவளாம். எங்களால அவியளுக்குச் சங்கடமாப் போச்சாம். அதுக்கு எங்களக் காலி செய்யணுன்னு ஒத்தக் கால்ல நிக்காவ. அதான் கவலயாயிருக்கு."

"இதுக்கு ஏன் கவலப்படுறீய? பெரச்சனய எங்கிட்ட விடுங்க. நானு ஒங்களுக்கு மூணு வருசம் அக்கிரிமெண்ட் போட்டு முடிச்சித் தாறேன்."

"நெசமாவா சொல்லுறீய?"

"நான் என்ன பொய்யாச் சொல்லுறேன். குருசாமி நாயக்கர் எனக்கு வேண்டப்பட்டவர். ஒங்கள அவுருக்கிட்ட கூட்டிக்கிட்டுப் போறேன். நல்லபடியா முடிஞ்சித் தாறேன். போதுமா?"

தம்மக்காரச் சாம்பாதிக்குச் சந்தோஷம் தாங்க முடியல. "அய்யா சாமி! நாங்க ஒங்கள நம்புறோம். இத நல்லபடியா முடிஞ்சுக் கொடுங்க"ன்னாள்.

"ம்"ன்னு வெங்கடாசல நாயக்கர் தலய ஆட்டிக்கிட்டார்.

அவரப் பார்த்து நல்லையா சொன்னார், "எல்லாம் இழுபறின்னவுடனே ஊட்டுல ஒரே கவல."

"இனிம கவலய விட்டுடுங்க."

"நீங்களும் கவலப்பட வேண்டாம். புள்ளியள எப்பாடுப் பட்டுன்னாலும் கூட்டிக்கிட்டு வந்திடலாம்"ன்னாள் தொடிச்சி.

செங்கச் சூளயப் பத்தி மோசமாகச் சொன்னாவ. அதுல ஆவி இருக்காம். அந்தக் கல்ல வச்சு வீடு கட்டுனா அவ்வளவுதானாம். வீடு விளங்காதாம். வாழவிடாதாம். கொன்னுபுடுமாம். ஆட்க சொல்லுறத நல்லையா கேட்டுப் பதறினார். அதுனால செங்கல் விலயும் சீப்பாய்ப் போச்சு. அடிமாட்டு விலக்கிக் கேட்டாவ. வாய்க்கும் எட்டல. வயிற்றுக்கும் எட்டல. "சும்மா தூக்கிக் கொடுத்த மாதிரி அப்டியெல்லாம் கொடுக்க வாண்டாம். அதென்ன அழுகிப் போற பொருளா? அது பாட்டுல இருக்கட்டும்"ன்னாள் தொடிச்சி.

அவள் பெர்டின் சிஸ்டரப் பார்க்கச்சில, இதப் பத்திச் சொன்னாள். சிஸ்டரும் கேட்டுச் சொல்வதாகச் சொன்னாக. அதே மாதிரி கிளமெண்ட் பாதர் வரச்சில கேட்கவும் செஞ்சாக. உடனே பாதர் சொன்னார்: "அதுக்கென்ன. செங்கல நம்ம வாங்கினா போச்சு. கோவில் வேலைக நடக்கு. இங்கயிருந்து அங்ஙன அனுப்பி வைச்சிடலாம். சிரமமில்ல. அவுகளுக்கும் செங்க வித்த மாதிரி இருக்கும். நாலு காசு கெடைக்கும். நல்லாயிருக்கட்டும்."

நல்லையாவுக்குன்னா சந்தோஷம் தாங்க முடியல. இதச் சிஸ்டர் சொல்லி, அதக் கேட்டு தொடிச்சி வந்து சொன்னதும் நல்லையா சொன்னார், "கிறிஸ்தவியளுக்குத்தான் இரக்கமிருக்கு. கிறிஸ்தவியளுக்குத்தான் நல்ல எண்ணமிருக்கு. அவியத்தான் அடுத்தவியளும் வாழணும்னு நெனக்காவ. அதுலயும் நம்ம மாதிரி சனங்க முன்னுக்கு வரணும்னு நெனக்கிறவிய. அப்பிடியில்லன்னா முடங்கி சரிஞ்சி மூலைல கெடக்கிற செங்கல வாங்க நாதியில்லாம இருக்கச்சில, நமக்னு வாங்க வாராவன்னா பெருமப்பட்டுக்கிடணும். இங்ஙன கெடந்து கொமஞ்சுக் கிட்டிருக்கங்காட்டிலும் அவிய கூடவே போய்ச் சேர்ந்திடலாம். அவிய சொல்றபடி செஞ்சா நாம நிம்மதியா வேல செஞ்சு திங்கலாம். பெறவு எதுக்கு இங்கின கெடந்து மாரடிக்கணும்? அவிய மதத்துலயே போய்ச் சேர்ந்திடலாம்."

"இந்த வம்புல என்ன இழுக்காதீய. அவியக்கிட்ட போனா மொதல பெயர மாத்தச் சொல்வாவ. எனக்கு வச்சுருக்கிறது நம்ம தாத்தா பெயரு. அது அழியாம காக்கணும்னுதான்

வச்சுருக்கு. எது வந்தாலும் அத மட்டும் மாத்தமாட்டேன்"ன்னான் குன்னிமரியான்.

உடனே தொடிச்சி சொன்னாள், "எப்பூ, நீ ஏன் இதப் பெருசு படுத்துற? எனக்கு எம் பெயரப் பிடிக்கல. அதுக்காவச்சிட்டி தொடிச்சிங்கிற பெயர அழிச்சிக்கிடவா முடியும்? நீயும் அப்டி நெனச்சுக்க."

தம்மக்காரச் சாம்பாத்தியும் தன் பங்குக்குச் சொன்னாள், "அங்னயெல்லாம் என்னால வர முடியாது. இங்ன சந்தி மறிச்சான் காலுக்கடில கெடந்துட்டுப் போறேன்."

"ஏம்மா நீ அப்டிச் சொல்ற? மதம் மாறுனாத்தான் இப்பம் என்ன? அவிய இவ்வளவு உதவி செய்யச்சில நம்ம அவியகூட இருக்கிறதுதான் நல்லது. நல்லயா நீ நெனக்கிற மாதிரி செய்."

"ஆமப்பா. நீங்க சொல்றது சரி"ன்னு நல்லையா சொன்னதும் குன்னிமரியான் குறுக்கிட்டுச் சொன்னான், "ஆரும் ஒங்கள மதம் மாறச் சொன்னாவளா, அவியகூட இதப்பத்தி பேசல. பெறவு நீங்க எதுக்கெண்ணேய் பறக்கீய?"

"அதுலதான் அவிய பெருந்தன்மை இருக்கு. அவிய நெனச்சா மதம் மாறுங்க செங்க வித்துத் தாறோம்னு கூடச் சொல்லியிருக்கலாம். ஆனா அவிய அப்படிச் சொல்லல. அது பேரம் பேசுன மாதிரி ஆகியிருக்கும். நம்மளும் பொசமுட்டிப் போய் அவிய பெறத்தால போன மாதிரியாகி இருக்கும். நானு அப்டிப் போகல. நாலையும் நெனச்சித்தான் போறேன். தொடிச்சி நீ கூடவாரீயா இல்லையா?"

"நீங்க எங்க கூப்புட்டாலும் வாறேன். நீங்கத்தான் பேசணும். அதத் தவுத்து என்னயும் இந்த விசயத்துல நுழைக்காதீய."

"நீ என்ன பட்டும் படாமலும் பேசுற? நானாப்பல என்ன பேச முடியும்?"ன்னு சொன்ன பேரனத் தம்மக்காரச் சாம்பாத்தி அடக்கினாள், "தொடிச்சி வாரன்னா கேட்டுக்கா. ஒனக்குப் பிடிச்சிருந்துச்சுன்னா அந்த மதத்துல சேரு. அதுக்காவ எல்லாத்தியும் வா வான்னு இழுக்காத."

தொடிச்சி ரவுக்கைக்குள்ள சிலுவ கிடந்துச்சு. அவளும் நல்லையாவும் தொம்மையார் கோவில்ல வச்சி ஞானஸ்தானம் எடுத்தாவ. அப்பம் வேம்பாறு பங்குகுரு போட்டுவிட்ட சிலுவ அது. கிறிஸ்தவியன்னு ஆனதும், பெர்டின் சிஸ்டர் புது பெயரச் சொல்லிக் கூப்பிட்டாள், "அந்தோணியம்மா ஒனக்கு வீட்டுல வேலயிருக்கோ?"

தொடிச்சி திடுக்கிட்டாள். அப்பந்தான் பெயர் ஞாபகம் வந்துச்சி. பெறவு பெயர உள்வாங்கி திரும்பிப் பார்த்தாள். "ஊட்டுல ஆச்சி இருக்கு. மத்தவியயெல்லாம் காளவாசலுக்குப் போயிருக்காவ. தட்டு முட்டு வேலயெல்லாம் முடிஞ்சுட்டுத்தான் வந்தேன்."

"வேற ஒண்ணுமில்ல. இங்கினயிருந்துட்டுப் போகத்தான்."

"ஆளில்லாட்டன்னா என்ன? அதான் தொணக்கித் துப்பாக்கி இருக்குல."

"அத என்னக்காச்சும் ஒருநாள்தான் எடுக்கணும். அதுவும் நம்ம உடம்புக்கும் உயிருக்கும் ஆபத்து வந்தாத்தான் எடுக்கணும். மத்தபடி எடுக்கக் கூடாது."

"சரி அத வுடுங்க. இப்பம் இங்ஙன பள்ளிக் கொடமிருக்குல, அதுல படிச்ச புள்ளிய, அவிய தாய் தகப்பனோட அசலூருக்குப் போயிட்டு. போனவியள நானும் டீச்சர்மாருவளும் சேர்ந்து கூப்பிட்டு வரப்போறோம். கூப்புட அன்னக்கே போயிருக்கணும். செங்கச் சூள விசயமா அலஞ்சாச்சு. காணாதுக்கு ஞாயித்துக்கெளம தொம்மையார் கோவிலுக்கு வேற போவ வேண்டியதாச்சு. அதான் பிந்திப் போச்சு. வருற ஞாயித்துக்கெழம போறோம். வருகிறவியளுக்குத் திங்கக் கொடுத்து, தங்கயிடமும் துணி மாத்தும் கொடுக்காவ."

"அப்டியா. பாதரும் அந்தப் புள்ளியளக் கூட்டிக்கிட்டு வந்து வேம்பாத்தூருல சேர்க்கணும்னுத்தான் சொல்லிட்டிருந்தாங்க. இங்கயும் ஒரு பள்ளிக்கூடம் தெறக்கணும்னுத்தான் மொதல ஒரு முயற்சியிருந்துச்சு. இருக்கிற பள்ளிக்கூடத்துல பிள்ளைக காணலன்னு தெரிஞ்சதும், அது பேச்சோட நிக்கி. போனப் பிள்ளைகளக் கூட்டிக்கிட்டு வந்து படிக்க வச்சா சந்தோஷமான விசயம்தான். நானும் பாதர்க்கிட்டச் சொல்லி அந்தப் பிள்ளைங்களுக்கு ஏதாவது செய்றேன்."

"அப்டி என்ன செய்யலாம்னு நெனக்கீய?"

"இப்பம் எல்லாத்தியும் கூட்டிட்டு வாங்க. அதுக்குப் பெறவு என்ன செய்யலாம்னு யோசிக்கலாம்."

எப்பமும் வெங்கடாசல நாயக்கர்க்குப் பள்ளிக்கூடத்தப் பத்தி நெனப்பு. அவர், அவர் பொஞ்சாதி, தங்கச்சி எல்லாரும் டீச்சராய் இருந்தாவ. புள்ளிய குறஞ்சா அவியளயும் பாதிக்கும். கல்வி அதிகாரி வரச்சில பிள்ளைகளப் பிடிச்சி வைக்கிறதே பெரிய வேலை. அதுக்காகச்சிட்டி வீடு வீடாய்க் கணக்கெடுக்கச் சொல்வார். எல்லாரயும் கூட்டி வச்சுப் பேசுவார். படிக்காத

புள்ளியளுக்குப் பெரம்படி கொடுப்பார். தாய் தகப்பனக் கூப்பிட்டுக் கண்டிப்பார். யாரும் அவரக் கடித்தோ, கோவப் பட்டோ, எரிச்சல்பட்டோ பேசியதில்லை. இப்பம் பிள்ளை களுக்குத் தங்கயிடம் கொடுத்து, திங்கக் கொடுத்து, துணிமணிக் கொடுத்துப் பள்ளிக்கூடத்துல சேர்க்கிறது தெரிஞ்சதும் நாயக்கமாருவ அவிய கொமஞ்சுட்டாவ.

நம்மாளு ஒருத்தன் பறப்புள்ளியளுக்குப் பொங்கிப் போட்டு படிக்க வைக்காணாமன்னு விரட்டல்ல வெங்கடாசல நாயக்கரப் பார்த்தார் நாட்டாம ராமசாமி நாயக்கர். “இந்தக் கழிசட பயவுள்ளங்க மேல ஒங்களுக்கு எதுக்கு இவ்வளவு அக்கற? இந்தத் தொரட்டு என்னத்துக்கு? ஊரெல்லாம் ஆவலாதியாயிருக்கு. இப்டிச் சோலியெல்லாம் இன்னியோட விட்டுடுங்க. நீங்க ஒண்ணும் அவியள தலையிலத் தூக்கி கொண்டாட வாண்டாம். நீங்க எவ்வளவு செஞ்சாலும் அவன்வளுக்கு நல்ல புத்தி இருக்காது. நம்மள மதிக்க மாட்டானுவ.”

வெங்கடாசல நாயக்கர் பதில் பேசல. மூஞ்சிச் சுளிக்கல. இருந்தாலும் அவருக்கு மனசுல அருச்சலாய் இருந்துச்சு. ஓயாத அலச்சல். பணம் செலவு. லாபமோ நட்டமோ அவர்தான் பார்க்கணும். இதுல வேற யாருக்கும் கஷ்டம் கெடையாது. பெறவு எதுக்கு நாட்டாம? ஓடியாந்து தடுக்கணும்?

வெங்கடாசல நாயக்கர் சடஞ்சிக்கிடாமச் சொன்னார், “நானு முன்னமே சொல்லியிருக்கேன்ல புள்ளிய கொறயுதுன்னு. அதுக இல்லன்னா பெரிய கஷ்டம். அதுனாலதான் இந்த ஏற்பாடு.”

“அப்பம் சரி. நாங்களும் எங்க புள்ளியள நிப்பாட்டிக்கிடுறோம். திரும்ப சேர்க்கணும்னா அது மாதிரி செஞ்சிக் கொடுப்பீளா?”

“அதுவ இல்லாத புள்ளிய.”

“என்ன இல்லாத புள்ளீய நொள்ளாத புள்ளீயன்னுட்டு. அந்தக் கழிசடைகளுக்கு எதுவும் செய்யக் கூடாது. ம். சொல்லீட்டேன். மீறி எதுவும் செஞ்சுங்கின்னா நம்ம சாதிக்காரனுவ நம்மள கவுத்துட்டான்னு நெனக்கக் கூடாது. பெறவு ஒங்க இஸ்டம்.”

வெங்கடாசல நாயக்கர் குழப்பம் அடஞ்சார். நாட்டாம சொன்னது நிலகுலய வச்சது. பக்கத்துல நின்ன தங்கையா ஸார் தான் அவரத் தேத்தினார், “இப்பம் ஒண்ணும் கெட்டுப் போகல. இப்பமும் தொடிச்சிய பாப்போம். அந்தப் பொம்பளைக்கும் அங்ஙன தங்கியிருக்கிற கன்னியாஸ்திரீக்கும் நல்ல பழக்க

மிருக்கு. அவியள வச்சு இந்தப் புள்ளியள பாக்கச் சொல்வோம். அதுக்கானச் செலவ நம்ம ஏத்துக்கிடுவோம். நீங்க எங்கயும் வர வேண்டாம். நீங்க தெரியாத மாதிரி இருந்துக்காங்க. நாங்க எல்லாத்தியும் பாத்துக்கிடுறோம்."

"இதுக்கு அவிள ஒத்துக்கிடுவாவளா?"

"மொதல கேட்போம். மத்ததெல்லாம் பெறவு பாத்துக் கிடலாம்."

"சரி இப்பமே போங்க."

தங்கையா ஸார் வந்தார். முதல்ல பார்த்த நல்லையா, "வாங்க சார். இப்டி வந்து உக்காருங்க. என்ன இம்புட்டுத் தூரம். ஹெட் மாஸ்டர் வரலயா?"ன்னு கேட்டார்.

"நம்ம ஒரு நல்ல காரியத்த நடத்தணும்னு நெனச்சா இடைல பத்து முட்டுக்கட்டய கொண்டுவந்து சொருகிறாவ. பெறவு எங்ஙன கூடி, எது நடக்கும்? நாட்டாமயோட பெரிய போராப் போச்சு."

"அந்தாளு என்ன சொன்னாரு?"

"இங்ஙன உள்ள புள்ளியளுக்குப் பொங்கிப் போட்டு ஸ்கூல்ல சேர்த்தா, அவிய புள்ளியள அனுப்பமாட்டாவளாம். அப்டி சொல்லிட்டுப் போயிட்டார்."

ஊடால தொடிச்சி சொன்னாள், "அந்தாளு கெடக்கான் விடுங்க. நாளக்கிக் கிளமெண்ட் பாதர் வாராவ. அவியக்கிட்ட நேருல சொல்வோம்."

"இப்பம் சிஸ்டர் இருப்பாவளா. அவுகக்கிட்டயும் இத இப்பம் பேசலாமா?"

"அதான் நாளக்கிப் பாதர் வந்திடுவாவள. அவியக்கிட்டயே பேசிட வேண்டியதானே."

"எதுக்கு சிஸ்டர்க்கிட்டயும் சொல்லி வைப்போம். அவுகளும் சொல்வாங்கல்ல பெறவு பாதரப் பாத்துக்கிடலாம்."

"ம்..."

சாய்ங்கால வெயில் மஞ்சளாய் அடிச்சது. கீழக்கடற்கரக் காத்து மெல்ல வந்துச்சு. பகல் வெக்க தணிஞ்சது. "புள்ளிய ஏங்கிட்ட கொடுத்துட்டுப் போ. வச்சுக்கிடுறேன்"ன்னாள் தம்மக்காரச் சாம்பாத்தி.

புள்ளிய ஆச்சிக்கிட்டக் கொடுத்தாள் தொடிச்சி. பெறவு தங்கையா ஸாரோட வெளில வந்தாள். அங்ஙன பொன்னுத்

தேவரக் கண்டுக்கிட்டாவ. அவரப் பார்த்ததும் அச்சலத்தியாய் இருந்துச்சு தொடிச்சிக்கு. "வாங்க ஸார். மொதல வர மாட்டேன்னீங்க. இப்பம் என்ன வந்தாபல இருக்கு?"ன்னு கேட்டார் தங்கையா ஸார்.

"அதுவா நம்ம ஹெட் மாஸ்டரைக் கண்டு பேசினேன். நீங்க ஒத்தைல போனதாவச் சொன்னாவ. நானும் கூட இருந்தா நல்லாயிருக்குமேன்னு வந்தேன்."

தொடிச்சி பொன்னுத் தேவர அண்ணாந்து பார்த்தாள். அப்பம் அவள் சொன்னாள், "சிஸ்டர ஆரும் அனாசியமா பாக்க முடியாது. அவுகளும் வேண்டாதவியள பாக்க மாட்டாவ. அப்டி பாக்கணும்னா நீங்க போங்க. நா வரல."

உள்ளூர வாட்டலுக்கு உள்ளானார் பொன்னுத் தேவர். தொடிச்சி யாரயும் கண்டுக்கிடாத பாவனைல வெறுத்தாள். "என்னம்மா இப்டி சொல்லிட்ட? நீங்க இல்லாம ஒண்ணும் பேச முடியாது"ன்னார் தங்கையா.

"தெரியுதுல்ல. அப்பம் அந்தாள இங்கயிருந்து போவச் சொல்ங்க. என்னக் கூப்பிட்டுப் போய்ப் பேசணும்னா என்னக் கூப்பிட்டுப் போங்க. அவுர கூப்பிட்டுப் போய் பேசணும்னா அவுர கூப்பிட்டுப் போங்க. எது வசதின்னு பாத்துக்காங்க. அவ்வளவுதான் நா சொல்வேன்."

அதக் கேட்டதும் பொன்னுத் தேவர்க்குக் கோபம் வந்துற்று. "என்னம்மா நீ பேசுற. நானும் புள்ளிய விசயமா பேசத்தானே வந்திருக்கிறேன். நா கூட வந்தா ஒனக்கென்ன?"

"எனக்கொண்ணுமில்லன்னா பெறவு நா ஒங்கக் கூட எதுக்கு வரணும்? நீங்களே போய் எல்லாத்தியும் முடிச்சுக்கங்க"ன்னு சொன்ன தொடிச்சி அவர வெறுப்புடன் பார்த்தாள்.

எதுர்த்த பூவரசு முட்டுல நின்னு புலமாடனும் சிவன் கோனாரும் பேசிக்கிட்டிருந்தாவ. குழம்படிப் பகடயக் கண்டு, "என்னல நீயும் இங்கன உக்காந்திருக்கே"ன்னார் புலமாடன்.

"சாமியோ நானென்ன போக்கத்துப் போயா வந்து குத்த வச்சுருக்கேன்? எல்லாம் ஊர் காரியமாத்தான். அசலூருக்குப் போனவியப் புள்ளியளயெல்லாம் பொங்கிப் போட்டுப் பள்ளில சேர்த்திருகாவ. சக்கிலியக்குடி புள்ளியளயும் இது மாதிரி சேர்க்கணும். அதுக்காகச்சிட்டித்தான் குத்த வச்சுக்கிட்டிருக்க."

"ஏலே தேவடியாவுள்ள இது ஆருக்குச் செஞ்சிக் கொடுக்காவன்னு தெரியுமால ஒனக்கு? படிப்ப இடைல

வுட்டுட்டு அசலூருக்குப் போன புள்ளியளக் கூட்டிக்கிட்டு வந்து பொங்கிப் போட்டு, பள்ளில சேர்த்திருக்காவ. நீங்க உள்ளூருலத்தானே இருக்கிய? பெத்தப் புள்ளியளுக்குக் கஞ்சிக் கொடுக்க முடியாது. கேட்க வந்துட்டானாம் கேட்க"ன்னு சிவன் கோனார் சொல்லச்சில, குழம்படிப் பகட சலிச்சுப்போய்ச் சொன்னார், "நாங்க கேட்க வந்திருக்கிறது தகப்பனில்லாதப் புள்ளியளுக்குச் சாமி".

"அப்டிச் சொல்லுடா. பெறவு புள்ள புள்ளன்னா எனக்கு எந்தப் புள்ளன்னு தெரியும்"ன்னு கோனார் சொன்னதும் புலமாடனும் தன் பங்குக்குச் சொன்னார், "நின்னு கேட்டுட்டுப் போ. சிஸ்டர் சேக்க மாட்டேன்னு சொல்ல மாட்டாவ."

"சரி சாமியோவ். நீங்க ரெண்டு பேரும் என்னத்துக்குச் சாமி இங்ஙன நிக்கீய?"ன்னு பகடை கேட்டார்.

"ஏய் கோட்டிக்காரப் பெயல. நீ என்னத்துக்கு வந்து நிக்க? அது மாதிரி எனக்கும் ஆயிரம் சோலி இருக்கும்டா"ன்னு கோனார் சொன்னதும், பகடயும் படக்னு சொன்னார், "அப்பம் எல்லாரும் காரியமாத்தான் வந்திருக்கோம்னு சொல்ங்க."

சுகமில்லாதவிய உள்ளே போனாங்க. சிஸ்டர் மருந்து கொடுத்தாள். சன சனமாய் வந்த கூட்டமும் குறஞ்சது. அமலோற்பம் ஆஸ்பத்திரி பணியாள். அவளும் வேலயச் சுணங்காமச் செஞ்சாள். காலியாகக் கிடந்த குச்சில்களப் புதுப்பிச்சுயிருந்தாவ. "கொஞ்ச நாளக்கி புள்ளிய ஒங்க பராமரிப்புல இருக்கட்டும். அதுக்குப் பெறவு எங்க பொறுப்புல எடுத்துக்கிடுறோம். ஆவுற செலவ நாங்க ஏத்துக்கிடுறோம். இந்த உதவிய மட்டும் செஞ்சா நல்லது"ன்னதும், பெருசா ஒண்ணும் யோசிக்கல சிஸ்டர். "ரெண்டு நாளு பொறுங்க"ன்னு மட்டும் சொன்னாள். தூத்துக்குடி முட்டும் போயிட்டு வந்தாள். பெறவு குச்சில்களும் தங்கும் விடுதியாச்சு. ஒரு பாட்டியம்மா பொங்கிப் போட்டாள். தெருக்காரவியளும் உதவியாக இருந்தாவ. எல்லாம் திருப்தியாயிருந்துச்சு.

"இதுல தகப்பனில்லாத புள்ளியளயும் சேர்த்துக்கிடணும்"னு குழம்படிப் பகட கேட்டதும், "எத்தன பிள்ளங்க இருக்கும்"னு சிஸ்டர் கேட்டாள்.

சிஸ்டர் மேச முன்னக் கிடந்த மரநாற்காலியில இருக்க, குழம்படிப் பகட எதுர்த்த நாற்காலில் உக்கார்ந்திருந்தார். அந்தப் பொம்பளைங்க சுத்தி நின்னாவ. சிஸ்டர் பெயர்களக் கேட்டு எழுதிக்கிட்டாள். "நீங்க போங்க. அவுகக்கிட்டப் பேசுறேன். அவுகதான் செலவு பூராவும் செய்கிறாங்க. புள்ளயளுக்கு

ரெண்டு நேரம் பால் கொடுக்கலாம்னு நானாத்தான் முடிவு செஞ்சுருக்கேன். இந்தச் செலவத்தான் என்னால ஏற்க முடியும். பிள்ளைங்க கூடக் கூடச் செலவு கூடும். இத எப்டிச் சரி கட்டலாம்னு கேட்டுக்கிட்டு ஒங்களக் கூப்புட்டு விடுறேன். நமக்குப் பிள்ளைங்க படிப்பு முக்கியம். எல்லாத்தியும் சேர்க்கணும்னு ஆசயிருக்கு. எப்டியும் சேர்த்திடலாம். பயப்பிடாமப் போயிட்டு வாங்க." சிஸ்டரின் ஆறுதல் வார்த்தைகளக் கேட்டுக்கிட்டார் குழம்படிப் பகடை. அவர் கையெடுத்துக் கும்பிட்டு, "சரியம்மா போயிட்டு வாறோம்"ன்னார்.

ஆளுவயெல்லாம் குறைஞ்ச பெறவு உள்ள வந்தார் சிவன் கோனார். அவர் எங்னையும் சுணங்க மாட்டார். போனமா வந்தமான்னு இருக்கிறவர். இன்னக்கி சாவகாசமா நின்னார். அவரும் கண்ணா, கிருஷ்ணா, கோவிந்தான்னு சாமி கும்பிடுகிறவர். கிறிஸ்தவியளப் பத்தித் தெரியாது. ஆனாலும் சாமியார் மேலயும் கன்னியாஸ்திரிமேலயும் மரியாதை வச்சுருந்தார். சிஸ்டர் கூப்பிட்டதும் வந்தார். அவர் கூடவந்த புலமாடன் ஆவலாய்ச் சொன்னார், "எம்மா இதான் பால் பண்ணைக்காரவீய."

"இவுகதானா அவுக? வாங்க. வாங்க. உக்காருங்க. ஒங்கள எதுக்கு கூப்புட்டதுன்னா, எங்களுக்கு ஒரு நாளக்கி நாலுபடி பால் வேணும். காலைல ரெண்டு படி பாலு. சாய்ந்திரம் ரெண்டு படி பாலு. அதுக்கான துட்ட மாசம் மாசம் வாங்கிக்கீங்க. சம்மதம்னா சொல்ங்க."

"பணம் காசா பெருசு. ஒங்க தயவுதான் பெருசு. இன்னக்கே ஊத்துறேன். துட்ட எப்பம்ன்னாலும் கொடுங்க."

"பால் வெல என்ன? பால் நல்லாயிருக்குமா?"

"என்ன இப்டி கேட்டுட்டீய. பாலு அளவு கொறயாது. பால் நல்லாயில்லன்னா துட்டுத் தர வாண்டாம்."

"சரி அட்வான்சா இந்தப் பணத்த வச்சுக்கங்க. பால ஊத்த ஆரம்பிங்க"ன்னு கொடுக்கச்சில, சிவன் கோனார் வாங்கிக்கிட்டார். "சரிம்மா. நா கிளம்புறேன். சொன்ன மாதிரி பால் தட்டாம ஒங்களுக்கு வரும்"ன்னார். புலமாடனும் அவர் கூடவே வெளியே வந்தார்.

புலமாடனப் பார்த்து சிவன் கோனார் சொன்னார்: "ஏலே புலமாடா, ஒரு பையன ஏற்பாடு செஞ்சிக் கொடு. இங்கினருந்து விளாத்திகுளத்துக்குப் பால் கொண்டு போவணும். அதக் கட கடயாத் தூக்கிக் கொடுக்கணும். அவ்வளவுதான் வேல. நானும் ரெண்டு பயல்வள பிடிச்சுச் சைக்கிளக் கொடுத்துப் பாத்துட்டேன்.

எங்கச் சொந்தக்காரப் பெய பாலோட சைக்கிளையும் கொண்டு போயிட்டான். ஆளக் காங்கல."

"இங்ஙன பையமாரு ஆரும் கெடையாது. எல்லாவனும் அசலூருக்கு வேலைக்குப் போயிட்டானுவ. எதுக்கும் குழம்படிப் பகடக்கிட்டச் சொல்லி வையும்."

"அவன் சக்கிலியக் குடியிலிருந்துல ஆள் கூட்டிக்கிட்டு வருவான்." "சக்கிலியன வச்சு பால் ஊத்துறான்னு ஆவலாதி வராதா? பெறவு கடைக்காரனுவ பாலத் திருப்பி அனுப்பிட்டான்னா. என்னடா செய்ய?"

"என்ன நீங்க பேசுறது? போற ஆளுவ நெத்திலயெல்லாம் பள்ளன், பறையன், சக்கிலியனுன்னா எழுதி ஒட்டியிருக்கு. பால் ஆரு பால்ன்னா, ஒம்ம பண்ணப் பால்னு சொல்லப் போறாவ. வாங்கிற அவசரத்துல இதெல்லாம் பாக்க மாட்டாவ. வேலைக்கு ஆள்வ கெடைக்காத நேரத்துல வசமா ஆளு வந்தா பிடிச்சிப் போடும்."

சிவன் கோனார் பேசாம நின்னார். செத்த யோசிக்கவும் செஞ்சார். இதுக்கு முந்தி இப்டி யோசித்ததில்ல. சண்டைச் சச்சரவு, சாதி, கீதின்னு ஆளுவ நொரனாட்டியும் பிடிச்சி அலைஞ்சாலும், அவருக்கு வேலை எப்பமும்போல நடக்கும். வீடுகளுல ஒத்தப் பால் மாடு, ரெட்டைப் பால் மாடுன்னு வச்சுருக்கிறவிய, கரந்தப் பால அவர் பண்ணைலதான் கொண்டுவந்து ஊத்துவாவ. அன்னன்னாடு கிடைக்கிற துட்டும் கஞ்சிப் பாட்டுக்குக் கழிஞ்சிப் போவும். பண்ணைக்கு மொத்தமா பாலும் சேர்ந்து போவும். பாலைக் கொண்டு போகணும், வரணும், பொறுப்பாய்க் கவனிக்கணும்னு நெனச்ச சிவன் கோனார் சொன்னார், "சரி நீ சொன்ன மாதிரி மாச்சலப் பாராம குழம்படிப் பகடயக் கூட்டிட்டு வா. அவங்கிட்ட இங்கின வச்சு பேசிடுவோம்."

"இங்ஙன ஆரும் வருவாவ. அவியள விட்டுக் கூப்புடலாம்"ன்ன புலமாடன் தலயத் தூக்கிப் பார்த்தார்.

வேனல் தணியக் காணோம். காத்தும் பதமாய் வந்துச்சு. சிதறிக் கிடந்த கல்லுக் கட்டியப் பார்த்துப் பார்த்து நடந்து வந்துக்கிட்டிருந்த கருப்பன், "என்ன மாமோ இங்ஙன நின்னுக்கிட்டிருக்கிய? இதாரு ஹைய். நம்ம கோனாரைய்யா. அய்யா வாங்க. என்ன இம்புட்டுத் தூரம்"னு வந்தவன, "மாப்புள்ள வாரும். ஒம்மத்தான் தேடிக் கிட்டிருந்தேன். நீமரு ஒரெட்டுல சக்கிலியக்குடிக்குப் போய் குழம்படிப் பகடயக் கோனாரய்யா கூப்புட்டாவன்னு வரச் சொல்லும். விரசலா

போரும். சுணங்காதயும்"ன்ன புலமாடனைப் பார்த்து கருப்பன் சொன்னான், "ஆரு குழம்படிப் பகடயா? இன்னாத்தான நிக்காரு. பாக்கலயா?"

"அப்டியா ஓடும். ஓடும். சீக்கிரம் கூட்டிக்கிட்டு வாரும்."

"என்ன மாமோ விசயம்?"

"விசயம் இருக்கட்டும்டா. நீ சொன்ன வேலய செய்"ன்னு கோனார் சொன்னதும் தட்டாமப் போனான் கருப்பன்.

குழம்படிப் பகடை ஒத்தைலத்தான் வந்தார். ஒரு காலு பின்னி வளைஞ்சது. அதுக்கு எசவாய்க் கம்ப ஊன்றிக்கிட்டார். அவர் மனசுல குழப்பம். 'என்னத்துக்குக் கூப்புடுறாரு'ன்னு உளஞ்சது. அவரப் பார்த்து புலமாடன் சொன்னார், "ஒண்ணு மில்ல மக்கா. சைக்களுல பால் கொண்டுபோவ ஓராளு வேணும். அதுக்காவச்சிட்டி கோனாரய்யா கூப்புடவுட்டாவ."

"ஆமடா. கொஞ்சம் கணக்கு வழக்குப் பாக்கத் தெரிஞ்சப் பையனா இருந்தா தேவல. கட்டுப் படியாவுற சம்பளத்தக் கொடுத்திடலாம். என்ன அப்டி ஆளுவ கெடைக்குமா?"

குழம்படிப் பகடைக்குச் சம்முகம் பகடை நெனப்பு வந்துச்சு. இன்னக்கிக் காலம்பெறத்தான் பார்த்துப் பேசிக்கிட் டிருந்தார். அப்ப சம்முகம் பகடைச் சலிச்சுக்கிட்டார், "பம்பு செட்னு ஒண்ணு வந்ததும் வந்துச்சு. கடைசில நம்ம தலய்ல கை வச்சுட்டானுவ. எல்லா கெணத்துலயும் ஏர் கால பிடிங்கி எறிஞ்சாச்சி. பெறவு எங்ஙன கூடி வார்வாளி தைக்க வேலயிருக்கும்? தோல் தொழிலே போச்சு. இன்னக்கி நேத்து செஞ்ச தொழிலாயிது? அப்பனுக்கு அப்பனுக்கு அப்பன்னு செஞ்ச தொழிலு? இப்பம் காணாமப் போச்சு. ஊசி வாரும், அருப்புக் கத்தியும் கேட்பாரில்லாமக் கெடக்கு"ன்னு சொல்லச்சில, குழம்படிப் பகடைக்கும் அந்த நெனப்பு இல்லாமலில்ல.

ஆனாலும் அவர் அதிர்ந்து, தன்னைத் தேத்திக்கிட்டார், "என்ன வேய் செய்ய? காலம் மாறச்சில பொழப்பு கெட்டுப் போவுது. அதுக்காவ நம்மப்பாட்டுல இருக்க முடியுமா? கீழத் தெருவு சனங்க செங்கச் சூளைக்குப் போய் வேலை செய்யுது"ன்னார்.

சம்முகம் பகடையும், "ம் . . . இதுஞ் சரியில்ல. தாயும் புள்ளையோட அலஞ்சுத் திரிஞ்சா ஊடு என்னாவும்?"னு சொன்னதும், "அதுக்கு என்ன செய்ய? அவியளுக்கு வாச்சது அப்டி. அதுக்காவ ஊருல சுத்திக்கிட்டு, ஊட்டுல இருந்தா ஆரு கொடுப்பா? ஒம்ம மவன என்னத்துக்கு அசலூருக்கு

அனுப்பி வச்சுருக்கீரு? நாலு துட்டுச் சம்பாதிக்கத்தானே"ன்னு சொன்னதும் சம்முகம் பகடை முணங்கினார், "ஆமா ஆமா சம்பாத்தியம் செஞ்சான் சம்பாத்தியம். ஊருல இல்லாத சம்பாத்தியம், நல்லாப் படிக்கான்னு சொல்லப் போயி, விளாத்திகுளம் ஊருல போய்ச் சேர்த்தேன். வாத்தியான் குடிக்க வச்ச தண்ணீக் குடத்துல லோட்டாவ ஓட்டிட்டினாம். இதுல என்னையா தப்பு? அதுக்கு வாத்தியான் அடிச்சிருக்கான். வாத்தியான தள்ளிட்டு ஓடி வந்தான். அந்தப் படிப்பு அம்போன்னு போச்சு. எங்கூட வாடா தோட்ட வேலைக்குன்னா வரமாட்டேன்னுட்டான். ஒரு நேரமும் ஊட்டுலயிருக்காம, சுத்திக்கிட்டு நாளயும் பொழுதயும் கழிக்கான். புதுசா கார ஊடு கட்டி வந்திருக்காகள சிவலிங்க நாடார், அவுக காலக் கையப் பிடிச்சு, தூத்துக்குடில ஒரு வேலைல சேர்த்து விட்டேன். அங்கின எவ்வனோ சக்கிலியக் கூதி மவனேன்னு சொன்னானாம். அவன அடிச்சுட்டு வந்திருக்கான். இவன வச்சு என்ன செய்ய?"

இந்த முத்துவீரன நெனவுல வச்சி குழம்படிப் பகடை சொன்னார், "ம். சாமியோவ் நீங்க சொல்லீட்டீங்களே. இப்பமே ஆளக் கூட்டிக்கிட்டு வந்து ஒங்க முன்ன நிறுத்துறேன்."

வேலைக்கு யார் சேர்ந்திருக்கான்னு உள் வீட்டு ஜன்னல் வழியாய்ப் பார்த்தாள் கோமதி. உடனே ஞாபகமும் வந்துச்சு. அடையாளம் தெரிஞ்சுச்சு. அஞ்சாப்புப் படிச்சத மறக்க முடியல. அவளும் அவனும் ஒண்ணாப் படிச்சவிய. அதுதான் கடைசி வருஷம். நாயக்கமார் வீட்டுப் புள்ளிக அவிய சாதி புள்ளிகளோடத்தான் பேசும். சேரிப் புள்ளியளக் கண்டா வெறுப்பாவ. பேச மாட்டாவ. மத்தச் சாதிப் புள்ளியளும் இது மாதிரிதான். சேரிப் புள்ளியக் கிட்டத்துல நாட விட மாட்டாவ. சீ, போ எம்பாவ. வாத்திச்சிமார்களும் ஆக மோசம். இவியளக் குத்த வைக்கச் சொல்லிட்டு, மூஞ்சக்கூட பார்க்க மாட்டாவ. ஆனாலும் முத்துவீரன கோமதிக்குப் பிடிக்கும். அவங்கூட பேசுவாள். பக்கத்துல உக்கார வச்சுக்கிடுவாள். கெக்கலிட்டுச் சிரிப்பாள். எல்லாமே அஞ்சாப்போட சரி. பெறவு யாரோ எவ்வரோன்னு ஆகிப் போச்சு.

அதுலயிருந்து மூணாம் வருசம் கோமதிக்குக் கலியாணம். கலியாணம் முடிஞ்சி ஒரு மாசமாகல புருஷன் மாடு முட்டிச் செத்தான். அவளும் மூலைல உக்காந்து எட்டு வருசமாச்சு. உடுக்க வெள்ளச் சேல. உள்பாவாடை கேட்கக் கூடாது. ரவுக்கைங்கிற பேச்ச எடுத்திடக் கூடாது. நூல் சேலைலதான்

திரேகத்த மறைச்சுக்கிடணும். அப்பந்தான் ஆம்பளை பார்க்க மாட்டானாம். அந்த ஆசையும் வராதாம். ஆசைய மூட்டைக் கட்டி, திரேகத்தச் சுருக்கிச் சுருட்டிக் கிடைல போட்டு எம்புட்டு நாளாச்சி?

அவளச் சுத்தி ஆட்கள் இருக்காவ. ஆனாலும் ஆதரவு இல்ல. ஆலோசனச் சொல்ல நாதியில்ல. அவள் புருஷன் செத்த பெறவு, தங்கச்சிமாரு மூவருக்கும் ஒரு தம்பி ஒருத்தனுக்கும் கலியாணம் முடிஞ்சது. அதுக்குப் பெறவும் அம்மா ஒரு தம்பியப் பெத்துக் கிட்டாள். கோமதி புலம்பல் தம்பிக்கிட்டத்தான். அவளை, எங்கேயும் போக விடாம காவலுக்கு இருந்தாவ. முன் வாசல்ல உலகம்மை இருந்தாள். பெற வாசல்ல ராக்காயி ஆச்சி இருந்தாள். கோமதிக்கும் வீட்டு வேலைங்க ஜாஸ்தி. வெள்ளச் சேலை கன்னங்கரேர்னு ஆகிப் போச்சு. அப்படியே தூக்கிச் சொருகிய கூந்தல். அழுக்கும் தூசியும் படிஞ்ச மூஞ்சி. இப்படியே இருந்து காலமும் போச்சு.

2

நல்லையாவுக்குச் செங்கல் விற்பனை தாவல. கோவிலுக்குப் போன செங்கலுக்குப் பணம் வந்துச்சு. தம்பிக்கு ஒரு வீடு கட்டணும். அவனுக்கும் கலியாணத்த முடிக்கணும். குன்னிமரியானுக்கு இந்தப் பேச்சே பிடிக்கல. செம்பகம் போயிட்டாள். தகப்பன் கழுத்தை நெரிஞ்சிக் கொன்னுட்டான். அதுதான் வேதனயாக இருக்கு. ஒரு தீ விபத்து, ஒரு கார் விபத்து, இல்லன்னா நீருல மூழ்கி, தூக்குலத் தொங்கிச் செத்தாக்கூட மனசு ஆறிப் போவும். இப்பம் எப்படி இந்த நெனப்ப மறக்க முடியும்? பெறவு கலியாணத்த எங்ஙனகூடி நெனைக்க? ஒரே சாதனைக்கு மறுத்தான். தொடிச்சியும் கொழுந்தன தேத்தினாள். அவன் மனங்கோணாம நடந்துக்கிட்டாள். தம்மக்காரச் சாம்பாதிக்கும் நம்ம காலத்துல பேரனுக்குக் கலியாணம் நடக்காதான்னு கவல.

ஒருநாள் குன்னிமரியானுக்குக் கோர்ட்டுல யிருந்து சமன் வந்துச்சு. அதத் தட்டிக் கழிக்கலா மான்னு பார்த்தான். நீ கோர்ட்டுக்குப் போகல பிடிவாரண்ட் போட்டிருவாங்க. பெறவு உள்ள பிடிச்சி வச்சா வர முடியாதுன்னு நல்லையா, சொல்லச்சில, அன்னக்கித் தேதில எல்லாரும் கோட்டுக்குப் போனாவ. கோர்ட்டுல கேட்ட கேள்விக்குப் பதில் சொன்னான். அதச் சொல்லச்சில எல்லோரும் கேட்டாவ. கோர்ட்டுலயிருந்து வெளியே வரச்சில மீசக்காரன் ஒருத்தன் வழிமறிச்சிச் சொன்னான், "ஏலே கூதிமவன இரி. ஒன்ன ஒரு வழி

பண்ணாம ஓய மாட்டம்லேய்." அதக் கேட்டு குன்னிமரியான் துடிச்சான். அந்தக் கேந்திவாக்குல ஒரு இழு இழுக்கலாம்னு கை துருதுருன்னு வந்துச்சு. கூட வந்த நல்லையா "எதுவும் பேச்சி வச்சுக்கிட வாண்டாம். வா"ன்னு அவன இழுத்துக்கிட்டுப் போயிட்டார். அவர்க்கும் வாய் துடுக்காய்த்தான் வந்துச்சு. ஒண்ணு கெடக்க ஒண்ணச் சொல்லப்போய், அதுவே பெருசாகிடக் கூடாதுன்னு அடக்கிக்கிட்டார்.

அதுக்குப் பெறவு சுணங்காம தீர்ப்பும் வந்துற்று. மந்திரத் தேவர்க்கு ஆயுள் தண்டன. குன்னிமரியானுக்குப் பழச மறக்க முடியல. வேலைக்குப் போவாம வீட்டுல முடங்கிக் கிடந்தான். நல்லையாவும் ஒண்ணும் சொல்லல. சாம்பாத்தியும் கம்னு இருந்தாள். ஊர்க்காத்தான்தான் புளு புளுன்னு வந்தார். அவரயும் தொடிச்சி சமானப்படுத்தினாள். அவனும் எந்தரிச்சு தெருவுல நடமாடிட்டு வந்தான். புலம்பலும் கூடவே வந்துச்சு. இனிம எந்தப் பெண்ணயும் பார்க்கக் கூடாது. யார்க்கிட்டையும் பேசக் கூடாது. அப்படியே பேசினாலும் ஆசய வளர்த்திடக் கூடாது. இது செம்பகத்துக்குத் துரோகமாகப் போவும். அதுக்காகச்சிட்டிப் பேசாம இருக்க முடியுமோ? சமயம் வாய்ச்சா பேசித்தானே ஆவணும்? அப்பம் இந்த ஊருலேயே இல்லாம போனால்தான் என்ன? கொழும்புக்குப் போவோம்னு நெனச்சோமா? அதே மாதிரி இப்பமும் போனாத்தான் என்ன?

பெறவு சகசமாகச் செங்கச் சூளைக்குப் போனான். அண்ணன் கூட வேல செஞ்சான். ராத்திரி காவலுக்கு இருந்தான். ஞாயிற்றுக் கிழம பகல்ல வீட்டுக்கு வந்தான். அப்படிச் சந்தர்ப்பத்தைத்தான் அந்தக் கூட்டம் எதிர்ப்பார்த்துக் கிட்டிருந்துச்சு. அவிய தீப்பெட்டி ஆபிஸ் தாழ்வாரத்திலயும் சாலையோர உடைமுட்டு நிழலிலயும் பதுங்கி இருந்தாவ. இதெல்லாம் குன்னிமரியானுக்குத் தெரியாது. அவிய குதிச்சி வரச்சில, அதுவும் கிட்டத்துல வரச்சிலத்தான் அவனும் சுதாரிச்சான். "தேவுடியாவுள்ளயக் கொல்லுங்கல!"ன்னு சத்தம் கேட்கச்சில ஓட்டம் பிடிச்சான். அவன் தலைதெறிக்க ஓடச்சில, பெறத்தால கூட்டம் துரத்திச்சு. அப்பம் பார்த்து ஒரு பஸ். அதைப் பிடிச்சி தொங்கிக்கிட்டான். பஸ் அம்புபோலப் பாய்ந்து சென்றது.

குன்னிமரியான் ஊர விட்டுப் போய் மாசம் ஒண்ணாச்சு. தகவல் எதுவும் இல்ல. எங்கயிருக்கான், என்னான்னான்னு தெரியல. முன்னால ஓடுனத விட, இப்பம் பிரச்சன ஜாஸ்தி. ஒரு கை உடைஞ்ச மாதிரி இருந்துச்சு. யாருக்கும் கூலி கொடுக்காம

அவியளாத்தான் எல்லா வேலைகளயும் செஞ்சாவ. அப்பம் குன்னிமரியானும் கூட இருந்தான். ரெண்டாளூ வேலய ஒத்தையிலச் செஞ்சான். இப்பம் அப்படியில்ல. நல்லையாவுக்கும் ஏகப்பட்ட வேலை. தொடிச்சிக்கு வீடு, குழந்தை, வரவு, செலவு, கணக்குன்னு பார்த்துட்டுத்தான் செங்கச் சூளப் பக்கமே வர முடிஞ்சது. தம்மக்காரச் சாம்பாத்தி மண்ணப் பிசஞ்சுக் கொடுத்தாள். ஊர்க்காத்தான் தண்ணி இறச்சுக் கொடுத்தார். செங்க அறுக்க மட்டும் ரெண்டாளுகள வச்சுருந்தாவ. அவியளுக்குத் தினமும் கூலியைக் கொடுத்தாவ. அப்பம் அப்பம் குன்னிமரியான் நினைப்பு வரும். அவனப் பத்திப் பேசிக் கவலைப் பட்டுக் கொள்வாவ.

நல்லையாவுக்கும் நெனப்பு மாறிப் போச்சு. அவர் இருந்த துட்டை வச்சு, நிலத்த வாங்கிப் போடலாம்னு அலஞ்சார். ஊர்க்குத் தெற்க ரெண்டு ஏக்கர் நிலமும் அமஞ்சது. அதத் தொடிச்சி கிட்டச் சொன்னார். வீட்டுல உள்ளவியளும் எதிர்ப்புக் காட்டல. எல்லோரும் அந்தப் பூமிய வந்து பார்த்தாவ. அது வளமையான கரிசல் பூமி. மழத் தண்ணீர் இருந்தால் நல்ல விளச்சலக் காணும். “ஏலேய் மக்கா வாங்கிப் போடுல. இங்ஙன உள்ளவனுவ நெலத்த கைல வச்சுக் கிட்டுத்தான் இந்த நொட்டு நொட்டுறானுவ. நமக்கும் நெலம் சொந்தம்னு ஆனாத்தான் அவனுவளுக்குப் பதில் சொல்ல முடியும்”ன்னு தம்மக்காரச் சாம்பாத்தி ஆர்வக் கோளாறுல சொல்லச்சில, ஊர்க்காத்தான் தாய்க்குப் பதில் சொன்னார்: “என்னம்மா நீ கூறு கெட்டத்தனமா பேசுற. நம்ம நெலம் வாங்கி, பாடுபட்டுப் பயிர் பச்ச உருவாக்கினா ராவோட ராவா இங்கின உள்ள கள்ளப் பயலுவ களவாண்டுட்டுப் போயிருவான். இப்டி ஆளுவ மத்தில நம்ம என்னத்த நெலம் வாங்கி என்னத்த மிச்சம் கொண்டுபோவ முடியும்?”

“இப்டித்தான் செங்கச் சூள வைக்கச்சிலயும் சொன்னோம். அதயும் எத்தனத் தடவ உடைக்க வந்தாவ. அதுல விழுந்துதான் மூடு சரிஞ்சது. அதெல்லாம் எதுர்த்து நம்ம நிக்கலையா? நம்ம பயந்தாத்தான் அவியளுக்குத் தொக்கா போவும். மொதல்ல நெலத்த வாங்கிப் போடுவோம். மத்தத பெறவு பாப்போம்.”

ஊர்க்குள்ள ஏகப்பட்ட நிலத்த வாங்கிப் போட்டுட்டாவன்னு வதந்தியும் பரவிச்சு. அதக் கேள்வியிட்டு மரிய சிலுவை வந்தார். பழய வைத்தான்செல்லையா என்கிற புதிய மரிய சிலுவைக்குத் துட்டுக்கென்ன குறைச்சல்? அவரும் விபரம் கேட்டுப் பூமிய வாங்கிப் போட்டார். பாதர் கிளமெண்ட்டும் ஊர்க்குள்ள நிலம் தேடினார். புதுசா பட்டா கொடுத்த வீட்டு மனைகளுக்கு எதுருலவுள்ள நிலம் அவருக்கும் பிடிச்சதாய்

இருந்துச்சு. நிலத்தப் பத்தி விசாரிக்க ஆரம்பிச்சார். உடனே முப்பிலியான் ஓடியாந்தான். பொன்னுத் தேவர்கிட்ட பிராந்தியும் சிகிரெட்டும் வாங்கிக் குடித்த விசுவாசத்துல, இது இன்னார் நெலம், இது இன்னார் நெலம்னு அடுக்கினான். பாதர்க்குக் கோவம் வரத்தான் செஞ்சது. தமது ஐந்தரடி உசரம் கொண்ட திரேகத்தக் கட்டுப்படுத்திக்கிட்டார். வெள்ள அங்கி அணிஞ்ச துறவியின் அடையாளம் சாந்தம்ங்கிற மாதிரி நிதானமானார். அவருக்கும் ஓயாத வேல. அதிலும் கடும் ஆவலாதி அவர் மேல. இந்தக் கழிசடகளுக்காக என்ன மயித்துக்கு அலைறாருன்னு அவர் காதுபடவே கேட்டாவ. அவரும் வாய் கொடுக்கல. சோரல. உக்காரல. அலயத்தான் செஞ்சார். இந்த நிலங்கயெல்லாம் யாரிதுன்னு பதிவாளர் அலுவலகம் போய்ப் பார்த்தார். அது அரசு பொறம்போக்கு நிலம்னு தெரிஞ்சதும், அத வாங்கப் பெரும்பாடு பட்டார்.

பொன்னுத் தேவர்க்கு பொச முட்டிக்கிட்டு வந்துச்சு. அவரும் ஆட்களத் திரட்டி, கிராம முன்சீப்பப் பார்த்து, அதுக்கான ஏற்பாட்டுல இறங்கினதெல்லாம் வீணாப் போச்சு. அதுதான் தாங்கல அவர்க்கு. இத இலேசுல விடக் கூடாதுன்னு நெனச்சார். உடனே சுதாரிப்பானார். சட்னு அங்கமுத்துத் தேவரப் போய்ப் பார்த்தார். தேவர்க்கு விக்கவும் முடியல, விழுங்கவும் முடியல. அவருக்கும் இக்கட்டாய்ப் போச்சு. அவரப் பொறுத்த முட்டும் ஊர் நிலவரம்தான் முக்கியம். அடிதடி, களவு, திருட்டு, ஆம்பள விசயம், பொம்பள விசயம், சாதிப் பிரச்சன, குடும்பப் பிரச்சனன்னு பஞ்சாயத்துக்குப் போயிருக்கிறார். ஊர் கூட்டத்தக் கூட்டித் தலமை தாங்கியிருக்கிறார். அவருக்கும் சர்க்கார் நிலத்த அபேஸ் பண்ணுற தொழில் புதுசு. அவரால என்னத்தச் சொல்ல முடியும்?

அங்கமுத்துத் தேவர் கம்னு நிக்கச்சில பொன்னுத் தேவர் வாய் திறந்தார், "என்னங்க நீங்க? நம்ம வளச்சிப் போட்ட பொறம்போக்கு நெலத்த எங்கயோ இருந்து வந்த சாமியார் வளச்சுப் போட்டுக் கிட்டிருக்கான். நாம பேசாம நின்னா எப்டி?"

"நம்ம சாமியார்க் கிட்டப் போவ வாண்டாங்க. மொதல ஆறுமுக தேவரப் போய்ப் பாப்போம். அவுருக்குத் தெரியாமையா இவுரு வளச்சிட முடியும்?"

"நீங்க சொல்றதும் சரிதான். அவரயும் பாப்போம். அதுக்கு முன்ன சாமியார ஒரு அதட்டு அதட்டி வப்போம்."

"அதட்டுறது அஞ்சு நிமிச வேல. அத இப்பம் போனாலும் செஞ்சிக்கிடலாம். அதுக்கு முன்னால அவுக எந்த ரூட்டுல என்ன

முடிவுல இந்த நெலத்த வளைக்காருன்னு பாத்துக்கிடணும். அத வுட்டுட்டு மானங்காணியா வம்புல மாட்டிடக் கூடாது. நீங்க வாத்தியாரு கம்னு இருந்துக்கிடுவீய. நாந்தான் தலய உருட்ட வேண்டியதிருக்கும். அதான் யோசிக்கி."

"சாமியாருன்னால எல்லாத்துக்கும் பயம்தான்போல."

"பயம்னில்ல. குருட்டாம்போக்குல முந்தி முந்தித்தான் எல்லாம் போச்சி. இப்பம் சும்மாக் கெடந்த வெத்து வேட்டெல் லாம் தல எடுக்க ஆரம்பிச்சுட்டானுவ. அதுக்குத்தான் சொல்றது ரெண்டு பக்கமும் பாத்து செய்வோம்னு."

அங்கமுத்துத் தேவர்க்கு இப்படியும் பேசத் தெரியுமா? அவரப் பார்த்துத் திகைத்துப் போனார் பொன்னுத் தேவர். அதுவே யோசிக்கவும் வச்சது. உள்ளபடியே கிராம முன்சீப்க்குத்தான் நடந்ததென்னன்னு தெரியும். அவரச் சந்திக்கிறதுல எந்தப் பிரச்சனயும் இல்ல. ஆறுமுகத் தேவர்க்கும் சாதிப் பற்றும் நம்மாளுன்னு செஞ்சிக் கொடுக்கிறதுலயும் ஆர்வமும் உண்டு. அவரிடம் கூசாமல் கேட்கலாம். ஆனாலும் கெட்ட காலம்தான். அவர வச்சு பட்டா வாங்கிடலாம்னு நெனச்சது முடியாது போல இருக்கு. அது பின்வாங்கும்போலத் தெரியுது. இந்தச் சாமியாரில்ல குறுக்க நிக்கான். இப்பம் இவன அடிச்சி முடுக்கணும். இதோட கன்னியாஸ்திரியையும் விரட்டணும். இதுக்கெல்லாம் ஆறுமுகத் தேவர் துணையில்லாம முடியாது. அவர விட்டால் வேறு வழியில்ல. உடனே அவரப் போய்ப் பார்க்கணும்னு விளாத்திகுளம் ஊர்க்குப் புறப்பட்டார் பொன்னுத் தேவர்.

கிளமெண்ட் பாதர், பஞ்சாயத்துத் தலைவரப் பார்த்துட்டு வந்தது திருப்தியில்லாமலே இருந்துச்சு பெர்டின் சிஸ்டர்க்கு. அவுக இந்த ஊர்க்குக் கன்னியாஸ்திரியாக வந்ததுலருந்து, சிரிச்சிப் பேசி ஒரு சுடு சொல் சொல்லாம சுறுசுறுப்பாய் இங்ஙன உள்ளவியளுக்குச் சேவை செய்கிறாவ. யாரும் வந்து எதுவும் சொன்னதும் கிடையாது. தொடிச்சிய விரட்டிக்கிட்டு வரச்சில துப்பாக்கியக் காட்டுனது அந்தக் கூட்டத்தக் கலைக்கத்தான். அதுவும் அன்னையோட முடிஞ்சிப் போச்சு. பரபரப்பு மட்டும் ரெண்டு நாளைக்கி இருந்துச்சு. பெறவு அது சன்னம் சன்னமாய் வத்திப் போச்சு. அதுக்காக யாரும் வந்து கடுமையாக நடந்துக்கில. அப்படி நடந்துக்கிட்ட ஒரே ஆள் பஞ்சாயத்துத் தலைவராய் இருக்கிற மூலபடச் செட்டியார்தான். அவர் மெனக்கட்டு வந்து சொல்வார், "ஏண்டி நீ பெரிய கொம்பா? நீ என்ன நெனச்சுக் கிட்ட? நீ கன்னியாஸ்திரீயா, இல்லன்னா கொலகாரியா. சுட்டுடுவியோ. எத்தன பேரச் சுட்டிருக்க, இப்பம் என்னச் சுடு பாப்பும்? இருக்கணும்னா ஒழுங்கயிருந்துக்கா. இல்லன்னா

மருவாதக் கெட்டுப் போவும்"ன்னு சொன்ன அவருடைய மூஞ்சப் பார்க்க, குரலக் கேட்க, எதிர்ல நின்னுப் பேச எதுவும் பிடிக்கல சிஸ்டர்க்கு. ரெண்டு கதவுகளையும் அடைத்து ஜன்னல்களையும் சாத்திட்டு உக்காந்தாள்.

இதெல்லாம் பாதர்கிட்டச் சொன்னாள் சிஸ்டர். அப்பம் சிஸ்டர அமைதிப்படுத்தும் விதமாய் கிளமெண்ட் பாதர் சொன்னார், "பகையாளியானாலும் உடனே ஒதுக்கி வச்சுடக் கூடாது. நம்ம நோக்கம் அதுல்ல. இங்கவுள்ள மக்கள ஒரு படி உயர்த்தணும். அவுங்களுக்கென்று ஒரு அமப்ப உருவாக்கணும். எக்காரணத்தக் கொண்டும் இத மறந்திடக் கூடாது. நீங்க அவுரு பேசும்போது கதவ அடைச்சது தவறு. அவுருக்கிட்ட எடுத்துச் சொல்லிச் சாந்தப்படுத்தியிருக்கலாம். நான் அவுர நேருல பாத்து சொன்ன பெறவுதான் அவுரும் புரிஞ்சிக்கிட்டார்." பாதர் சொல்லச்சில சிஸ்டரும் கேட்டுக்கிட்டாவ. அவுகளுக்கும் இப்பம் ஆதரவும் அரவணைப்பும் ஜாஸ்தி. எல்லார் சுகவாழ்விலும் அவுக பங்குண்டு. அதுக்குப் பிராயச்சித்தமாய் அவிய காடு கரைல விளஞ்ச பயிறு, பச்ச, காய்கறி, பழம்னு பை நெறைய வச்சி, வேண்டாம் வேண்டாம்னாலும் கொடுத்துட்டுப் போனாவ. சிஸ்டர் பெயர் சடையன் குளத்தத் தாண்டிச் சுத்து வட்டாரத்துல பிரபலமாகி இருந்துச்சு. சிஸ்டர் வித்தியாசம் பார்க்காம ஒளிவு மறைவின்றிப் பழகுனாவ. அப்டிப்பட்ட நாமளா பஞ்சாயத்துத் தலைவர்கிட்ட கோபப்பட்டோம்? அந்தாளு பேயோ பிசாசோன்னாக்கூட இவ்வளவு தூரம் மனவருத்தம் வந்திருக்காது. அந்தாளு மரியாத கெட்டவள்னுல சொல்லிட்டார்?

எது எப்டியானாலும் இருக்கிற இடம் தேடி வருகிற மூலபடச் செட்டியார், வெங்கடாசல நாயக்கர், விபுஷ்ண ரெட்டி ஆகியோரப் பார்த்ததும் எந்திரிச்சு நின்று வரவேற்றாக சிஸ்டர். அந்த வருகை அவுகளுக்கும் பிடிச்சிருந்துச்சு. அவிய கூடவே பாதர் கிளமெண்ட்டும் வந்தார். நீள வசத்துல கெடந்த பெஞ்சுல எல்லாரும் உக்கார்ந்தாவ. சாய்ந்திரக் காத்து மெல்ல வந்துச்சு. சூரிய ஒளியும் அடர்த்தியாய்ப் புகுந்துச்சு. புலமாடனும் குழம்படிப் பகடயும் பெறத்தாலே வந்துட்டாவ. முதன்முறையாக இப்பந்தான் எல்லாத்தியும் ஒண்ணுபோலப் பார்த்தாக சிஸ்டர். அதுவே ஆர்வத்தக் கொடுத்துச்சு. "நாங்க ஒங்களோட பேசி எங்களால என்ன முடியுமோ அத செய்யத்தான் வந்திருக்கோம்"ன்னார் மூலபடச் செட்டியார். அவரும் பாதர், கலெட்டர்க்கிட்ட பேசி, தாசில்தார்கிட்ட வாங்கிய நிலப்பட்டாவப் பார்த்ததும் திரேகம் அசைக்கிற அசப்பை உணர்ந்தார். இவியகிட்ட மோதி ஒண்ணுமாகாதுன்னு

நெனக்கச்சில, பெறவு பாலீசாய்ப் போக நெனச்சார். அதயெல் லாம் நெனைவுல வச்சுக்கிட்டுத்தான் பேசவும் செஞ்சார், “பாதர் என்ன வந்து பாத்தாக. அவுக பட்டா வாங்கி வச்சுருக்கிற நெலத்த பாக்கப் போறேன். நீங்க வாரீங்களா?”ன்னு நாட்டாம ராமசாமி நாயக்கரக் கூப்பிட்டார்.

நாட்டாம, “நா ஒங்கக்கிட்ட அந்தச் சாமியார் என்ன பேசினாருன்னு கூப்புட்டுக் கேட்டா, நீங்கென்னன்னா என்ன அவுரு வளச்சி அபகரிச்சுக்கிட்ட நெலத்த பாக்கக் கூப்புடுறீயளா”ன்னார். பெறவு, “என்னால அங்கெல்லாம் வர முடியாது. அவிய என்னத்தான் நல்லத செஞ்சாலும் மதம் மாத்துர நோக்கத்துலதான் வந்தவிய”ன்னு வர மறுத்தார்.

அங்கமுத்துத் தேவரக் கூப்பிட்டதுக்கு, “என்ன நீங்க விளங்காத ஆளாயிருக்கீய. பொன்னு தேவர் சொல்லப் போய், அந்த நெலம் கைக்கிக் கெடைக்கும்னு நெனச்சது. இப்பம் ஏமாத்தமாயிருக்கு. இந்த நேரத்துல எப்டி அங்க வர முடியும்?”ன்னு அவரும் வரல.

கூப்பிட்டவுடனே வெங்கடாசல நாயக்கர் வந்தார். செட்டியார் கிராம முன்சீப்பையும் அழைத்தார். “நான் வர முடியாது. தலயாரி வருவாரு. அவுருக்கிட்ட எது வேணுமா னாலும் சொல்லி விடுங்க”ன்னார் முன்சீப்.

பாதர் கிளமெண்ட் எல்லாரையும் முன்ன வச்சுக்கிட்டு ஒரு விசேஷச் செய்தியச் சொல்ற மாதிரி சொன்னார், “நாங்க இப்பம் சர்க்கார்க்கிட்ட வாங்கியிருக்கிறயிடத்துல சாதி, சமயம் எல்லாத்துக்கும் அப்பால்பட்டு பொதுவான சமுதாயக் கூடத்தயும் அதுக்கான ஒரு அலுவலகக் கட்டடத்தயும் மொதல கட்டப் போறோம். இத யார் வேண்டுமானாலும் பயன்படுத்தலாம். அதுக்குக் காசு பணமெல்லாம் கெடயாது. கரண்டு தீர்வ மட்டும் கட்டணும். அவ்வளவுதான்.”

“எல்லாம் சரிதான் பாதர். நீங்க இப்டிப் பொதுவான ஒரு சமூகக் கூடம் கட்டித் தருறது சந்தோஷமான விசயம்தான். இத இங்ஙன கட்டாம மேலத்தெருவுக்கும் கீழத்தெருவுக்கும் இடைய இடம் வாங்கிக் கட்டுனா என்ன?”ன்னு மூலபடச் செட்டியார் கேட்டதும் பெர்டின் சிஸ்டர் பஞ்சாயத்துத் தலைவரக் கூர்ந்து பார்த்துக்கிட்டே, “ஏன் இப்டி சொல்றீங்க?”ன்னு கேட்டாள்.

மூலபடச் செட்டியார் செத்த நிமிர்ந்து உக்கார்ந்துக் கிட்டார். ஏதோ ஓர் உண்மையக் கண்டுபிடிச்ச மாதிரி, “ஓ அதுவா, ஏற்கனெவே கீழத்தெருக்காரவியளுக்கும் மேலத்

தெருக்காரவியளுக்கும் உதவாது. நீங்க இடம் வாங்கியிருக்கிறது பூரா கீழத்தெருவுல உள்ளவியளுக்கு ஜமீன் துட்டு வாங்காம ஓசில கொடுத்த நெலத்துக்கு எதுத்தாப்புல உள்ள நெலம். நீங்க அங்ன போய் சமூகக்கூடம் கட்டுனா யார் வருவா? அதுக்குத்தான் சொல்றது."

"ஒண்ணு தெரிஞ்சிக்காங்க மிஸ்டர் மூலபடச் செட்டியார். இங்க சாதிவெறில சண்டை வந்து தீ வச்சு பொருளச் சேதப்படுத்தி அந்தப் பதட்டம் இன்னும் தணியல. அத நாம மறந்திடக் கூடாது. அதுல பாதிக்கப்படுகிறவங்க, அதுலயும் அதிகம் பாதிக்கப்படுகிறவங்க, இன்னும் சொல்லப்போனா அடிப்பட்டு மிதிப்பட்டு அவமானப்பட்டு பொருளிழந்து பாதிக்கப்பட்டவங்க அவுங்களுக்காகத்தான் நாங்க இங்க வந்திருக்கோம். அவுக பக்கத்துல வாங்கன்னுதான் கூப்புடுறோம். இதவுட்டுட்டு மத்தவங்க பக்கத்துல நாங்க போகணும்னு கணக்கு கெடையாது. இந்தயிடத்த வாங்கியாச்சு. இதுலதான் கட்டடம் கட்டப் போறோம். இது எந்த மாத்தமுமில்ல."

பாதரின் குரல் கனமாகவும் தீர்க்கமாகவும் ஒலிக்கச்சில, அத எதிர்கொண்டார் மூலபடச் செட்டியார். "நீங்க சொல்றது சரின்னு வச்சுக்கிடுவோம். இந்தக் கூட்டத்துக்கு நானு, நாட்டாமயக் கூப்பிடச்சில என்ன சொன்னாரு தெரியுமா? நீங்க வந்ததே மதம் மாற்றம் செய்யத்தானாம். அதுனால அவுரு வர முடியாதுன்னுட்டாரு. இதப் பத்தி நீங்க என்ன சொல்றீங்க"ன்னு கேள்விய எழுப்பினார் அவர்.

பாதர் இலேசாய்ச் சிரிச்சுக்கிட்டார். பெறவு நிதானமாகப் பதில் சொன்னார், "எங்க போனாலும் இப்டியொரு குற்றச்சாட்டு வரத்தான் செய்யுது. வரும்னு எங்களுக்கும் தெரியத்தான் செய்யும். நாங்களும் இங்ஙன வந்து எவ்வளவு நாளாச்சு? யார்க்கிட்டயும் இதப்பத்திப் பேசியிருப்போமா? அப்டிப் பேசவே செய்யல. இப்பம் பேசிக்கிட்டிருக்கோமே இந்த வீட்டுச் சொந்தக்காரர் மரியசிலுவ மதம் மாறினாருன்னா, அவுக குடும்பம் தூத்துக்குடில வச்சு மாறிச்சு. அந்தோணியும் அந்தோணியம்மாளும் மதம் மாறிக்கிட்டாங்கன்னா அவுக விருப்பப்பட்டு மாறிக்கிட்டாக. நாங்க யாரயும் கட்டாயப்படுத்தி மாறச் சொல்லல. அத நீங்க புரிஞ்சுக்கிடணும்."

எதயோ சொல்லணும்னு நெனச்ச செட்டியார், பெறவு சொல்லாமலே விழுங்கிக்கிட்டார். மத்தவியளுக்கும் இது வாஸ்தவம்தான்ங்கிற மாதிரி கம்னு இருந்தாவ. "என்னங்க பிரசிடெண்ட் ஊருல நல்லது நடக்கச்சில நம்ம எதுக்குக் குறுக்க

நிக்கணும். நம்மளால முடியலன்னாலும் செய்கிறவியளுக்கு வழி விட்டுட வேண்டியதுதானே"ன்னு வெங்கடாசல நாயக்கர் சொல்லச்சில மூலபடச் செட்டியார் சொன்னார், "நான் எதுக்கு வழியடைக்கப் போறேன்? ஓங்க நாட்டாம நாயக்கர் வழியடைக்காம இருந்தா சரிதான்."

"அவரப் பத்தி பெரச்சன இல்லைங்க. இப்பம் அவுரு முன்ன மாதிரி இல்ல. அவுருண்டு அவுரு வேல உண்டுன்னு இருக்கார்."

"அவுரு அப்படியிருந்தாப்பல மத்தவியளும் அப்டி இருப்பாவளாங்கும்?"

"ஆரு, இங்ஙன உள்ளவங்கத்தானே கேட்பாங்க. கேட்கட்டும். நம்ம யார்க்கிட்டயும் சண்டப் போட வேண்டாம். பேசிச் சமாதானப்படுத்திக்கிடலாம். இப்பம் வாங்க எல்லாருமாய் போய் நெலத்தப் பாக்கலாம்."

பாதர் கிளமெண்ட் எழுந்தவுடனே மத்தவியளும் எந்திரிச்சுக் கிட்டாங்க. ஒருத்தர் பின் ஒருத்தராய் வெளியிலே வந்தாங்க. பெர்டின் சிஸ்டரும் கூட வந்தாவ. தெரு ஆட்களும் பெறத்தால வர ஆரம்பிச்சுட்டாவ. அதுல ஓராள் சொன்னார், "இப்பம் கொடுத்த நெலத்துக்கு முன்ன காரக் கட்டடம் எழும்புச்சின்னா எப்பமும் அங்ஙன நடமாட்ட மிருக்கும். ராத்திரி லைட் வெளிச்சத்தப் பாக்கலாம். பயம் இருக்காது."

"பேசிக்கிட்டுப் பையப் பைய நடக்காதீய, வெரசலா நடங்க. அவிய அந்தா போயிட்டாவ"ன்னு அவரும் எட்ட விரசலாய் வச்சார். தெருவோரம் நின்னப் பொம்பளைங்க போறவியளப் பார்த்து, என்னன்னு விசாரிச்சுக் கிட்டாவ. ஒண்ணு, ரெண்டு, மூணுன்னு நம்பர் சொல்லி கண்ணா மூச்சு விளையாண்டுக்கிட்டிருந்த சின்னப் பையமாருவ எதுக்க வருகிறவியளப் பார்த்ததும் நின்னுக்கிட்டாவ. வெயில் தாழ்ந்த சாய்ங்கால நேரமிது.

இவிய வரச்சில முதல்ல தெட்டுப்பட்டது சண்டியமாருவத் தான். உத்திரப்பாண்டி வளர்த்துவிட்ட சண்டியமாருவ அவிய. இந்த நெலம் எங்களுக்குச் சொந்தம், இதுல ஆரும் சொந்தம் கொண்டாடக் கூடாது, அப்பிடியே மீறி உள்ள வந்தா வெட்டு விழும்னு வந்து நின்னாவ. நிலத்துக்குச் சர்க்கார் உத்தரவுப்படி பட்டா வாங்கியாச்சான்னு பார்க்க சண்டியமாவளுக்கு நேரமில்ல. அவியளப் பார்த்ததும் மூலபடச் செட்டியார் பின் வாங்கினார். பெறவு அவசர அவசரமாய்ச் சொன்னார்,

"நானு சொல்லல. இப்டித்தான் வரும்னு. ஏனா ஊர் அப்டி. எல்லாவனையும் பத்தி எனக்குத் தெரியும்."

பாதர் கிளமெண்ட் பதில் பேசல. வம்புச் சண்டைக்கு வந்து நிற்கும் சண்டியன்ககிட்ட என்னத்தப் பேச? கேட்கிற சக்தி இவனுவளுக்குவுண்டா, செவி சாய்ப்பானுவளான்னு யோசிக்கிற பாதர்க்குக் குழப்பம்தான் மிஞ்சியது. உடனே தன்ன நிதானப் படுத்திக்கிட்டார். இனி இப்படி நிக்கக் கூடாது. ஆக வேண்டியதப் பார்க்கணும். அவியக்கிட்ட பேசிப் புரிய வைக்கணும். இப்பமே பேசித் தீர்க்கிறது நல்லதுன்னு நெனச்ச பாதர், "நீங்க நில்லுங்க நான் வேணும்மனா பேசிட்டு வாறேன்"ன்னார். அவரத் தடுத்த வெங்கடாசல நாயக்கர் சொன்னார்: "வேண்டாம் பாதர். எவ்வனுக்கும் கை நீண்டிடக் கூடாது. அவனுளுக்கிட்டப் போக வேண்டாம். இவுனுக கேள்வி மேல கேள்வி கேட்பானுவ. நானே போறேன். எங்கிட்ட படிச்ச பயல்வ ரெண்டு பேரு இருக்கான். அவனுவ என்னதான் சொல்றான்னு கேட்டு வந்து சொல்றேன்."

"ஏலேய் முப்பிலியான், நீ எவ்வளவு காலம்ல அந்த நெலத்துக்குக் காவக்காரனாயிருக்க? இதுக்கு நீ மாசம் மாசம் கூலி வாங்கினீயா? அது எவ்வளவு? மொத்தமா ஒரு தொகையும் கொடுத்தாவளாமே? அதுவும் வாஸ்தவந்தானா?"ன்னு அங்கமுத்துத் தேவர் தலைவர்ங்கிற முறையில குரல உயர்த்தினார். கூட்டத்துக்கு முக்கியமான பெரிய மனுஷங்க யெல்லாரும் வந்திருந்தாவ. அவியளுக்கு இருப்பு கொடுக்கப் பட்டிருந்துச்சு. அதுல நாட்டாம ராமசாமி நாயக்கரக் காங்கல. அவருக்கும் இந்தக் கசமுச தெரியாம இருக்குமா? ஒவ்வொரு கூட்டத்துக்கும் தவறாம வருகிற அவரு, இப்பம் கூட்டத்துக்கு வராம மகன் கடைல போய் உக்கார்ந்துக்கிட்டார். நாட்டாம வரலன்னவுடனே நாயக்கர் கோட்டைலயிருந்து ஒரு ஜனமும் வரல. அங்ஙன இருந்தது பூரா தேவமார் ஆட்கள். அதுவும் பாதர் கிளமெண்ட் வந்திருக்காவன்னு தெரிஞ்சதும், குஞ்சுகுருமா, பொம்பள, ஆம்பள, சின்னாளு, பெரியாளுன்னு எல்லாரும் கூடியிருந்தாவ. கூட்டத்துக்கு வராத வெங்கடாசல நாயக்கர் இன்னக்கி வந்திருந்தார். அடுத்த நாற்காலில பாதர் கிளமெண்ட் உக்கார்ந்திருந்தார். அவர் பக்கத்துல மூலபடச் செட்டியார் இருந்தார். அவர் வந்தவுடனே, "இங்கப் பாருங்கப்பா, பாதர் இப்டிக் கூட்டத்துக்கெல்லாம் வரணும்னு கணக்குக் கெடையாது. என் வேண்டுகோள ஏத்துக்கிட்டுத்தான் வந்திருக்காக.

எதுனாலும் எங்கிட்டதான் கேட்கணும்; சொல்லணும். நான்தான் அவியக்கிட்டச் சொல்வேன். நீங்க அனாசியமா பேச்சு வச்சுடக் கூடாது. ஆமா. சொல்லிட்டேன். பெறவு சிக்கல் வந்திடும். பாத்து நடந்துக்காங்க"ன்னார்.

முப்பிலியானுக்குப் பயமாக இருந்துச்சு. அவன் காவல்கார உத்தியோகமும் பார்க்கல. ஒரு சல்லிக்காசும் வாங்கல. அந்தத் துண்டு சிகிரெட்டும் பிராந்தியும்தான் மிச்சம். அவன் போதாத காலம் சண்டியமார் வந்து எச்சரிச்சுட்டுப் போயிட்டாவ. நான் சம்பளம் வாங்கல. எனக்கு எதுவும் தெரியாதுன்னா இலேசுல விட மாட்டாவ. அவனயும் கொன்னு அவன் வீட்டுக்கும் தீ வச்சிடுவாவ. அவன் மனச இறுக்கிக்கிட்டான். அவிய சொல்லிக் கொடுத்த மாதிரி சொன்னான், "அய்யா சாமியாருகளா, நா ஒரு வருசமா அந்த நெலத்துக்கு காவலிருந்து வாரேன். தெனமும் வெள்ளன எந்திரிச்சதும் அங்னத்தான் போய் நிப்பேன். பெறவு பொழுதடையத்தான் என்ன ஊட்டுல பாக்க முடியும். அதுக்கு முன்பணம் பத்து ரூபாய் கொடுத்தாவ. மாசம் மாசம் அஞ்சு ரூபாய் கொடுப்பாவ. காணட்டா அப்பம் அப்பம் கேட்டு வாங்கிக்கிடுவேன். இதெல்லாம் வாங்கிட்டு நா இல்லன்னு சொல்ல முடியுமா?"

பாதர் கிளமெண்ட், மூலபடச் செட்டியார்க்கு மட்டும் கேட்கிற மாதிரி என்னமோ சொன்னார். வெங்கடாசல நாயக்கரும் காது கொடுத்துக் கேட்டுக்கிட்டார். உடனே மூலபடச் செட்டியார் எந்திரிச்சுக்கிட்டார், "சரிப்பா இவ்வளவு போதும். மேலும் எச்சளிப்ப இழுத்துக்கிட்டுப் போவ வாண்டாம்னு பாதர் நெனக்காக. அதுனால பணத்த எவ்வளவுன்னு கணக்குப் பாத்துச் சொல்லுங்க. பணம் இப்பமே இந்தக் கூட்டத்துலேயே கைக்கி வந்திடும். அத வாங்கிக்கிட்டதுக்கு அடையாளமா நோட்டு எழுதி ஸ்டாம்பு ஒட்டி கையெழுத்துப் போட்டு, சாட்சிக் கையொப்பத்தோடு கொடுக்கணும். எப்டி என்ன செய்யப் போறீய?"

சொன்னதக் காதுல வாங்கிக்கிட்ட அங்கமுத்துத் தேவர், கூட்டத்துல சலசலன்னு சத்தங் கேட்டதும், அதப் பொருப்படுத்தாது அந்தப் பையன்மார்வள நமட்டுச் சிரிப்போடு பார்த்தார், "என்னடா இப்டிச் செஞ்சிடலாமா? பணத்தத் தாரங்காங்க. சொன்னயிடத்துல கையெழுத்துப் போட்டுக் கொடுக்கிறத வாங்கிட்டுப் போங்க. இதோட கூட்டமும் முடிஞ்ச மாதிரி இருக்கும்."

"அதுக்கென்ன குடுங்க. நாங்களும் வாங்கிட்டுப் போவத்தானே போறோம். எதுலயெல்லாம் கையெழுத்துப் போடணும். சொல்லுங்க. போடுறோம்."

“அடேய் அந்தப் புரோ நோட்ட எடு. ஸ்டாம்பு ஒட்டு. எழுது. கையெழுத்து வாங்கு”ன்னு சொன்ன அங்கமுத்துத் தேவர், அவர் பக்கத்துல வந்து நின்ன பையன்மார்வளப் பார்த்துத் திரும்பவும் சிரிச்சார். பெறவு ரகசியமாய்ச் சொன்னார், “ஏலேய் நோகாமச் சம்பாதிச்சுட்டீங்கடா. ஞாயமா பார்த்தா இது பொன்னு தேவர்க்குச் சேர வேண்டிய பணம். அவுரு பெரிய மனுஷன். இந்தப் பக்கம் தலய் வச்சுப் படுக்கல. நீங்க கொக்கிப் போட்டு வாங்கிட்டுப் போறீய.” அதுல ஒரு சண்டியன், பக்கத்துல நின்ன சண்டியன் காதுல கிசுகிசுத்தான், “அப்பாவிடா ஊர்த் தலைவர்.”

பாதர்கிட்ட பணத்த வாங்கின பயல்வ, நேராய் பொன்னுத் தேவரப் பார்க்க விரசலாய் வந்தாவ. அப்பந்தான் பொன்னுத் தேவரும் எதிர்க்க வந்தார். “நீங்க சொன்ன மாதிரி எல்லாம் கச்சிதமாய் முடிஞ்சுட்டு. அந்தச் சாமியாரு கசறாம கேட்டத் தொகயக் கொடுத்துட்டான்”ன்னு ஒருத்தன் சொல்லச்சில, இன்னொருத்தனும் சொன்னான், “நாம தொகய கூட்டிக் கேட்டிருக்கணும். எவ்வளவு கேட்டாலும் அவன் தரத்தான் ரெடியா இருந்தான்.”

“எதச் செஞ்சாலும் ஒரு கணக்கோடத்தான் செய்யணும். இல்லன்னா நம்ம மேல சந்தேகம் வந்திடும்”னு சொன்ன பொன்னுத் தேவர், அவியள மச்சுக்கு அழைச்சிக்கிட்டுப் போனார். அவியயெல்லாம் விடல பையமாருகதான். அவிய சினேகம் கெடச்சது மகிழ்ச்சியாகத்தான் இருந்துச்சு. அவருக்கும் பெரிய எதிரின்னு யாருமில்ல. அவரயும் வாத்தியார்ங்கிற மதிப்போடத்தான் வச்சியிருந்தாவ. எதயும் நச்ன்னு செஞ்சு முடிப்பார். பேசுவார். அந்த மரியாதயக் காப்பாத்தியும்கிடுவார். இது என்னக்கும் ஒண்ணுபோல இருக்காதுன்னு அவருக்கும் தெரியும். எப்பமாவது எக்கச்சக்கமாக மாட்டிக்கிடச்சில இந்தப் பையமார்வள ஏவிவிடலாம். உண்டு இல்லன்னு பார்த்திடுவாவ. அதுக்காச்சிட்டி எதுவும் கொடுக்கவும் வேண்டாம். அப்படியொரு வலய விரிச்சுக்கிட்டார். இனி அவர் உக்கார்ந்தயிடத்துலயிருந்து தலமை தாங்கலாம். எந்தக் காரியத்தயும் சாதிக்கலாம். இத மனசுல வச்சுக்கிட்டுச் சொன்னார், “அடேய் நல்லா கேட்டுக்காங்டா. மொதல நமக்குள்ள ஒற்றுமை இருக்கணும். எக்காரணத்தக் கொண்டும் சண்டச் சச்சரவு வந்திடக் கூடாது. முன்ன மாதிரி ஆடு திருடினேன், மாடு திருடினேன், சொவர் ஏறிக் குதிச்சேன்னியெல்லாம் வச்சுக் கிடாதீய. விட்டுடுங்க. அதெல்லாம் ஒரு தொழிலா? ஒரு தொழில் செஞ்சு பணக்காரனாவணும். நான் சொல்ற மாதிரி கேட்டா. நீங்க குப்னு பணத்த அள்ளிறீவிங்க.”

“எப்டி. எப்டி. பணத்த அள்ளிடலாமா? பணக்காரவியளாகிக் கிடலாமா?”

“ஆமாடா. நா சொல்ற மாதிரி நீங்க கேட்கணும். பணம் காசெல்லாம் கைக்கு வந்திடும்.”

“அதெப்படி வாத்தியார். சொல்லுங்க. நாங்க செய்றோம்.”

“நான் எங்கயெல்லாம் பெறம்போக்கு நெலம் இருக்குன்னு காட்டுறேனோ அதயெல்லாம் நீங்க போய் வளச்சிப் போட்டிடணும். அதுக்கு பட்டா வாங்கிடலாம். பெறவு கையடிச்சிடலாம். வருற வருமானத்துல மூணு பாகம் வச்சு, ஒண்ணு செலவுக்கு. ஒண்ணு அதிகாரிகளுக்குக் கொடுக்க. ஒண்ணு நமக்கு.”

“இப்பமே போவமா? எங்க நெலம் கெடக்கு சொல்லுங்க. நாங்க போறோம்.”

“ம். போவோம். நீங்க மொதல விளாத்திகுளம் பஸ் ஸ்டாண்டுல போய் நில்லுங்க. நா பெறத்தால வாறேன். நானும் ஒங்கக்கூட வந்தா சந்தேகம் வந்திடும். நாம எது செஞ்சாலும் துளி சந்தேகம்கூட வந்திடக் கூடாது. அதுலயும் வாய் தவறி எதுவும் சொல்லிடவும் கூடாது. இது ரொம்ப முக்கியம். கவனமாவ இருந்துக்காங்க. போங்க.”

அவிய சுறுசுறுப்படைந்தாவ. புதுத் தெம்போடு மச்சிலயிருந்து இறங்கினாவ. ஒருத்தர்க்கு ஒருத்தர் தோள்ல கை போட்டுக்கிட்டாவ. அங்க ஆனந்தம் சூழ்ந்திருந்துச்சு. பொன்னுத் தேவர் அவயிளப் போக விட்டுத் தனிமைல இருந்தார். இப்பம் ஆறுமுகத் தேவரக் கூப்பிடணும். அதுக்கு முன்ன தெய்வக்கனியப் பார்த்துட்டுப் போயிறலாமான்னு மனசு ஏங்கிச்சு. திரேகம் சிலுத்துச்சு. இப்பம்தானே பார்த்துக் கெட்டிப் பிடிச்சுட்டு வந்தோம். அதுக்குள்ள என்ன நெனப்புன்னு மனச இறுக்கிப் பிடிச்சுக்கிட்டார்.

3

கோமதி முத்துவீரங்கிட்ட பேசிவிட்டாள். அவள், தனக்குக் கலியாணம் முடிஞ்சது, புருஷன் செத்தது, வீட்டுக்குள்ளயே முடங்கிக்கிற தெல்லாத்தியும் சொல்லிவிட்டாள். வீரனும் அவள அதிர்ச்சில பார்த்தான். அவனுக்குச் சின்ன வயசு கோமதி நெனப்புத்தான் நின்னது. பட்டுப் பாவாடை உடுத்திச் சிலுக்குச் சட்டப் போட்டு, தலய்ல எண்ணெய் வச்சு உச்சி வகுந்தெடுத்து, அழுத்திச் சீவி சடப் பின்னிப்போட்டு, பூ வச்சுப் பொட்டிட்ட வட்ட வடிவமான கோதும நிற மூஞ்சுதான் அலையலையாய் வந்து போனது. அந்தக் கோமதி தான் சொன்னாள்? “முக்கியமான துஸ்டி. எங்கம்ம போயிருக்கா. எங்காச்சி தூக்கத்துல யிருக்கா. எங்கப்பன் – அதான் ஒங்க மொதலாளி – விளாத்திகுளம் போனாளு வரல. அதனால நின்னு பேச முடியுது.”

அப்படி பேசிக்கிட்டிருக்கச்சில அவள் மேலும் “ஒன்ன பாத்ததும் நம்ம ஒண்ணா உக்கார்ந்தது, பேசுனது, படிச்சது சண்டயிட்டுக்கிட்டதெல்லாம் ஞாபகத்துக்கு வருது. அதுனாலத்தான் ஒங்கிட்டப் பேசுறேன். இல்லன்னா எதுக்குப் பேசப் போறேன்? இங்க வேலக்கி வாராங்க. போறாங்க. எனக்கு ஆரத் தெரியும்?” அவளது கண்ணோரம் நீர்த்துளி கசிஞ்சது. முந்திச் சீலய வச்சித் தொடச்சுக்கிட்டு, நிமிர்ந்து பார்த்துச் சிரிச்சுக்கிட்டாள்.

அவனுக்கு நெஞ்சம் நெகிழ்ந்துச்சு. பதில் பேச முடியாம கலங்கிப்போய் நின்னான். “சரி போறேன். எங்காச்சி எந்திரிச்சான்னா ஏச ஆரம்பிச்சுடுவாள். ஒனக்கும் ரண்டு ஏச்சுக் கெடைக்கும். எங்கப்பா வந்தவுடனே சொல்வாள். ஒன்ன வேலையிலயிருந்து நிப்பாட்டிடக் கூடாது. பெறவு எனக்கு இந்தப் பேச்சுத் துணையும் இல்லாமப் போயிடும்.”

கோமதி சொன்னது வாஸ்தவம்தான். பேச்ச வளர்க்கக் கூடாது. அது நல்லதுமில்ல. அவளுக்குத்தான் இடைஞ்சல். வீட்டுச் சிறை பலப்படுத்திடுவாவ. அதுக்குப் பொறுப்பாளியாகக் கூடாது. அதயும்மீறி அவள் பேசினால் பேசட்டும். அதுனால அவளுக்கு ஆறுதல் கிடைச்சாக் கிடைக்கட்டும். அந்தச் சந்தோஷம் அவளுக்கு மகிழ்ச்சியத் தந்தால் தரட்டும். அது சுகத்தையும் கொடுத்தால் கொடுக்கட்டும். அதுக்குமேல் அவனால பெரிசா எதுவும் நெனக்கவும் தோணல. கண்டெடுத்த நாணயம் போலத்தான் அவள். அது அப்டியே இருந்து தூசித் துரும்பாய் அழுக்கேறிப் போயிருக்கு. அத விலக்கிக் கழுவிச் சுத்தப்படுத்தினால் பளிச்னு இருக்கும். அதென்ன பெரீய்ய வேலயா? ஆனால் அவள் தனக்குள் எவ்வளவு எவ்வளவு ஆசைகள மூட்டக் கட்டி வைத்திருப்பாள்? அதனுள் எத்தன எத்தன கனவுக இருக்கும்? இந்த ஆசைகளயும் கனவுகளயும் கொட்டித் தீர்க்க அவன் தகுதியுடையவன்தானா? அவன் வாலிபன்தான். ஆனாலும் நலிவடையச் செய்து, பின்தங்க வச்ச சாதியச் சார்ந்தவன் அவன். வசதியிலும் வாய்ப்பிலும் செல்வாக்கிலும் கூடியவள் அவள். இருந்தாலும் அவளொரு கைம்பெண். அதுக்காக ஒரு கோனார்ப் பெண், ஒரு சக்கிலியப் பையனோடு பேசலாமா? அவள் அதெல்லாம் நெனைக்கல. அவந்தான் நெனச்சான். அவனுக்கும் கனவுக உண்டு. அந்தக் கனவுகளிலே பெரிய கனவு வாழ்க்கையில் முன்னுக்கு வரணும்ங்கிறதுதான். அவளும் என்ன முன்னுக்கு வராதேன்னியா சொன்னாள்? அவளது சினேகிதம் கள்ளமும் களங்கமும் இல்லாதது. அதுவும் பிள்ளைப் பிராயத்துல பழகிய சினேகிதம். அதப் புதிப்பித்துக்கொண்டாள்.

ரொம்ப நேரம் யோசிச்சிக்கிட்டிருக்க முடியல. வேலைங்க ஜாஸ்தியிருக்கு. செய்யணும். விளாத்திகுளம் ஊருக்குப் போனா சைக்கிளிலேயே திரும்பணும். அப்படித் திரும்பச்சிலத்தான் முத்துவீரன், ஓராள் நடந்து போய்க்கிட்டிருக்கிறதப் பார்த்தான். அந்தத் தார்ச்சாலையும் அமைதியாக இருந்துச்சு. ஒரு காரயோ வண்டியையோ காங்கல. மேற்குக் கடைசில சூரிய ஒளிதான் பிரகாசமாய் இருந்துச்சு. காக்கா கூட்டம் பறந்து போயிற்று.

முன்னால போய்க்கொண்டிருந்தவனக் கூர்ந்து பார்த்த முத்துவீரன், “இது நம்ம குன்னிமரியான மாதிரிலயிருக்கு!”ன்னு முணுமுணுத்துக்கிட்டு, விருட்னு சைக்கிள அழுத்தி, சட்னு அவன் முன்னால் போய் நிறுத்தினான்.

திடீரென்று பூத்த மலர் மாதிரி, அதுலயிருந்து வருகிற மணம் மாதிரி, ரொம்ப நாளைக்கிப் பெறவு பார்க்கிற தோழமயக் கண்டதும், எல்லையில்லாத மகிழ்ச்சி துள்ளிக்கிட்டு வந்துச்சு முத்துவீரனுக்கு. அந்த நொடிப் பொழுதில் சைக்கிள ஸ்டாண்டு போட்டு நிறுத்தினான். விரசலாய் வந்து முட்டி மோதிக் கைகளப் பிடிக்கிற வேகம் தாங்காம செத்த திணறிப் போனான் குன்னிமரியான். அவனுக்கும் முத்துவீரனப் பார்த்ததும் பொங்கும் சினேகிதம் கொப்பிச்சு. அந்த ஞாபகம். அந்தாளை மிதி மிதின்னு மிதிச்ச ஞாபகம். அதோடு அவன் தங்கை ஞாபகமும் வந்துச்சு. உள்ளம் பூரிக்கிற புன்னகையோடு கேட்டான், “மக்கா ஒங்க தங்கச்சி எப்டியிருக்கா? நல்லா யிருக்காளா? பிரச்சன ஒண்ணுமில்லைல்ல?”

“அவளுக்குக் கலியாணம் பேசியிருக்கு. கூடிய சீக்கிரம் நடக்கும், இப்பம் எந்தப் பெரச்சனையுமில்ல”ன்னு சொல்கிற முத்துவீரனின் குதூகலம், குன்னிமரியானையும் அவன் கைகள இறுக்கிப் பிடிக்க வச்சது. முத்துவீரனும் “நீ எப்படியிருக்க?”ன்னு கேட்டதும், குன்னிமரியானும் நெறைய விசயங்களச் சொன்னான், “நா இப்பம் பட்டாளத்துலயிருக்கேன். யுத்தம் முடிஞ்ச பெறவுதான் என்ன பார்க்கலாம். குறைஞ்சது அஞ்சி வருசம் அங்கயிருக்கணும். அதுக்கு அய்ந்தாப்பு பாசாகியிருக்கணும். அந்த சர்பிக்கேட்டு வாங்காமக் கெடக்கு. அத வாங்கிட்டு நாளக்கி நா பாளையங்கோட்டைல இருக்கணும். அங்கயிருந்து நாங்க வடமாநிலத்துக்குக் கிளம்புறோம்.”

“நீ எப்டி பட்டாளத்துல சேர்ந்த?” முத்துவீரனின் ஆர்வக் குரலுக்குக் குன்னிமரியான் பதில் சொன்னான், “நானு தூத்துக்குடிக்குப் போனேன். அங்கவுள்ள பையமாரு பட்டாளத்துக்கு ஆளெடுக்காவன்னு போனாவ. அவுங்க பெறத்தால நானும் பாளையங்கோட்டைக்குப் போனேன். அதுல செலக்சன் ஆகியாச்சு. திரும்பவும் அடுத்த மாசம் பதினாறாம் தேதி ஆள் எடுக்காங்க. உன் வளர்த்திக்கும் பாடிக்கும் சரியா இருக்கும். அஞ்சு முடிச்சுயிருக்கல்ல. அந்தச் சர்பிக்கேட வாங்கிட்டு வந்திடு – கொஞ்ச வருஷம் கண்ண மூடிட்டுப் பட்டாளத்துல இருந்தாலும் போதும். நம்மள பணத்தோட அனுப்பி வச்சிடுவாவ. நாந் கொழும்புலயிருந்து வரச்சிலயும் இப்டித்தான் என்னால முடிஞ்சதக் கொண்டு வந்தேன். அதயும்

போட்டுத்தான் எங்கண்ணன் செங்கச் சூள வச்சாவ. அதே மாதிரி நம்மளும் எதாச்சும் தொழில் செஞ்சிப் பிழைச்சு கிடலாம். இல்லன்னா இங்க அடிம தொழில்லதான் கெடக்கணும். இதப் பாத்து இண்டேற முடியாது."

அந்த வார்த்தை உரைச்சுச்சு. அதக் கவனமாக உள் வாங்கிக்கிட்டு குன்னிமரியானப் பார்த்தான் முத்துவீரன். "நல்லவேள நீ இப்பம் வந்த. இல்லன்னா இந்த விசயமே தெரியாமப் போயிருக்கும்."

"இங்ன இருக்குந்தட்டியும் நமக்கு எதுவும் தெரியாது. நானே தூத்துக்குடிக்குப் போயித்தான் பேப்பர் படிக்க பழகிக் கிட்டேன். சரி, நீயும் பட்டாளத்துக்கு வா. நம்ம பையமார்க் கிட்டயும் சொல்லி வையி. அடுத்த மாசம் பதினெட்டாம் தேதி புதன்கெழம காலைல பாளைங்கோட்டைக்கு வரச் சொல்லு. அங்க வச்சு ஆளெடுக்காவ."

"அப்டியா என்னய்ய எடுத்துக்கிடுவாவளா?"

"என்ன இப்பிடி கேட்டுட்ட. ஒனக்கு வளர்த்திருக்கு. பாடியிருக்கு. அஞ்சி முடிச்சுருக்கில்ல, போதும். வா."

சடையன் குளம் ஊர் விலக்குல திரும்பச்சில, சூரிய வெளிச்சம் முற்றிலும் இல்லாமப் போச்சு. ஆனாலும் அந்தி சாய்கிற கண் வெளிச்சம் இருந்துச்சு. பாதை நெடுக ஊசி ஊசிக் கல்லாய்க் கெடந்துச்சு. இந்தப் போஸ்ட் நட்டி, கரண்ட் கொண்டு வந்தவிய ஊர்ப் பாதையையும் சரிசெஞ்சியிருக்க லாம். எப்பமோ போட்ட பாதை. இப்பம் பார்த்துப் பார்த்து நடக்க வேண்டியதாய் இருந்துச்சு. இல்லன்னா காலப் பதம் பார்த்துவிடும். முத்துவீரன் ஓரமாய் சைக்கிளத் தள்ளிக்கிட்டு வந்தான். பெறத்தால குன்னிமரியான் வந்தான். பேசிக்கிட்டே அவன் வீட்டு முட்டும் வந்து விட்டுட்டுப் போனான் முத்துவீரன்.

குன்னிமரியான் தயங்கித் தயங்கி வீட்டுக்குள்ள நுழையச்சில எல்லாரையும் முத்தத்துல பார்க்க முடிஞ்சது. புதுசாய் ஓராளும் உக்கார்ந்திருந்தார். அவர்க்கு மட்டும் நாற்காலி போட்டிருந்தாவ. மத்தவியெல்லாம் நின்னாவ. தம்மக்காரச் சாம்பாத்தி அங்ஙன குத்தவச்சுயிருந்தாள். ஊர்க்காத்தான் இக்கட்டுல மாட்டிக்கிட்டவர்போலச் சோர்வாய் இருந்தார். அந்தாளு என்னமும் சொல்லியிருக்கணும். அதுக்குத் தொடிச்சி சொன்ன பதில் தெளிவாய்க் கேட்டுச்சு, "குன்னிமரியான பொறுத்தமட்டுல அடக்கமும் மருவாதயும் உள்ளவிய. அவுக மேல எந்தக் குற்றமும் பதிவாகல. அவுக போதாத காலம் அந்தப் புள்ளய விரும்புனதுதான். அதுக்கா

வச்சிட்டிப் பெத்தப் புள்ளய கொன்னக் கொடும போலீஸ் வாசல்ல நடந்துச்சு. அந்தத் தகப்பனையும் தண்டிச்சுட்டாங்க. அதுக்குப் பெறவு குன்னிமரியானையும் காங்கல. நாங்களும் தேடிக்கிட்டிருக்கோம்"ன்னு சொல்லி வாய் மூடங்காட்டிலும், "மய்னி இந்தா நானே வந்துட்டேன்"னு கண்ணுல ஆர்வமும் ஆனந்தமும் மின்ன குன்னிமரியான் முன்னால் வரச்சில, "ஆரு எம் பேரனா!"ன்னு எந்திரிச்சச் சாம்பாத்தியப் பார்த்து, "நாந்தானாச்சி குன்னி மரியான்"ன்னான்.

"கண்ணூ வந்துட்டீயா. நானும் இன்னும் செத்த நாளு இருப்பேன். எங்கண்ணு முன்னால இரி ராசா."

"நீங்க ரொம்ப நாளைக்கி இருப்பீய. பயப்புடாதீய"ன்னு சொல்லிக்கிட்டே வந்தான். உடனே நல்லையாவும், "அய்யா நீங்க இவ்வளவு நேரமும் இவனப் பத்தித்தான் கேட்டுக்கிட்டிருக்கீய. இவன்தான் என் தம்பி. அவனே வந்துட்டான்"ன்னார். நல்லையாவுக்கும் காணாமப் போன தம்பியக் கண்டதும் பாசத்துல என்னெல்லாமோ பேச வாய் துடிச்சது. அவ்வளத்தியும் அடக்கிக்கிட்டார்.

"குன்னிமரியான்ங்கிறது நீதானா? உன்னத்தான் இவ்வளவு நேரமும் விசாரிச்சுக்கிட்டிருந்தேன். நீயே வந்துட்ட. அதுவும் நல்லதாப் போச்சு. நாளக்கித்தானே எல்லாரும் போறீங்க. இப்பம் வீட்டுக்கு வந்துட்ட. இனிம எப்பம் போவ?"ன்னு போலீஸ்காரர் கேட்டதும் குபீர்னு குண்டு விழுந்த மாதிரி திணறல் எடுத்துச்சு எல்லாருக்கும்.

குழப்பம் அடைஞ்சு ஊர்க்காத்தான் குன்னிமரியான ஏறிட்டுப் பார்த்தார், "ஏல என்னல, என்ன ஒண்ணும் வெளங்க மாட்டுக்கு. நீ எங்கப் போன? எங்கயிருந்த? இப்பம் ரெய்ல்ல போறங்கியே எங்க?"

உடனே போலீஸ்காரர் சொன்னார், 'என்னங்க நீங்க பயப்புடுறீங்க. அவுரு ராணுவத்துல சேர்ந்திருக்காரு. ஒங்களுக்குத் தெரியாதா? நாளக்கிப் புறப்படணும். எங்களுக்கும் இன்னக்கித்தான் கடிதம் வந்துச்சு. என்ன விசாரிச்சுட்டு வர அனுப்பி வச்சாங்க. சரி இப்பம் ஒண்ணுமில்ல. நானும் நல்ல படியா சொல்லிடுறேன்."

"நாங்களும் என்னமோ யாதோன்னு பயந்துட்டோம். என்னமும் நெனக்காதிய. இரிங்க. நா காபி போட்டுக் கொண்டாறேன்"ன்னு சொன்ன தொடிச்சியப் பார்த்து, "அதெல்லாம் ஒண்ணும் வேண்டாம். ஒங்க வீட்டுல ஓராளு ராணுவத்துல சேர்ந்திருப்பதே சந்தோஷம். சுணங்காம உடனே அனுப்பிவைங்க"ன்னார் போலீஸ்காரர்.

ஊர்க்காத்தான் முந்தில் சுருட்டி வச்ச துட்ட எடுத்து அவர் கைல திணிச்சார். “இது எதுக்குங்க வேண்டாம்.”

“அப்டிச் சொல்லக் கூடாது. நீங்க எங்களுக்காவ விளாத்திகுளம் ஊர்லயிருந்து மெனக்கட்டு வந்திருக்கீய. இங்க வந்துபோன செலவு கொடுக்க வாண்டாமா?”ன்னு சொல்லச்சில போலீஸ்காரர் தலய ஆட்டிக்கிட்டார். கொடுத்தத வாங்கிப் பாக்கட்டுல போட்டுக்கிட்டார்.

குன்னிமரியான் பட்டாளத்துல சேர்ந்துட்டான்ங்கிறது ஊர்ல பரபரப்பாய் இருந்துச்சு. மத்தவியளும் பட்டாளத்துல சேர்றதுக்கு அலைஞ்சாவ. அவியள வீட்டுல உள்ளவிய குழப்பினாவ. தெருவுல உள்ளவியளும் பயங்காட்டுனாவ. “மேல குண்டு விழுந்திடும். மலங் காட்டுல பச்சத்தண்ணிகூட கெடைக்காது. குளுரு தாங்காம காய்ச்சல் வரும். பாக்க ஒரு நாதியிருக்காது. செத்துப் போனா தூக்கி வீசிடுவாவ.”

சம்முகம் பகடையும் மாடத்தியும் முத்துவீரனின் கால் ரெண்டையும் பிடிச்சிக் கெஞ்சாத குறையாகக் கெஞ்சினாவ. “ஏலே நீ அங்க போவாதல. ஒந் தங்கச்சி கலியாணமிருக்கு. அவ கூட பெறந்தவன் நீ ஒருத்தந்தான். அண்ணனாயிருக்கிற நீ ஒந் தங்கச்சி கலியாணத்தப் பாக்க வாண்டாமா?”

இதக் கேட்கக் கேட்க முத்துவீரனுக்குக் கோபம் கோபமாக வருது. அன்னக்கி இந்தத் தங்கச்சியத்தானே கொலை செய்யத் துணிஞ்சிய. இப்பம் என்ன மவா மேல பாசம்? இதயெல்லாம் வாய்த் திறந்து வெடுக்குன்னு கேட்கலாம்போல இருந்துச்சு. ஆனால் கலியாணிக்கு எதுவும் தெரியாது. அவிய சொல்லி வச்சு விசயத்தத் தெரியாம மறச்சுயிருந்தாவ. இப்பம் அவளுக்குத் தெரிஞ்சி, அவள் ஏன் சங்கடப்படணும்? அவள் கலியாணம் முடியப் போகிற பொண்ணு. அடுத்த வீட்டுக்குப் போகிற மருமவா. அவள் வாழணும்ங்கிறதுக்காகச் சாவுக் குழிய மூடியாச்சு. பெறவு மூடுனக் குழிய எதுக்குத் தோண்டனும்?

முத்துவீரன் போனது சிவன் கோனார்க்குக் கை உடைஞ்ச மாதிரி இருந்துச்சு. கறந்த பாலும் வாங்குற பாலும் ஒழுங்கா வீடு வந்து சேர்ந்துடுது. பால் கேன் பூராத்தியும் விளாத்திகுளம் ஊர்க்குக் கொண்டு சேர்த்திடலாம். அதயெல்லாம் பிரிச்சி அனுப்பணும். கடை கடையாய்க்கொண்டு கொடுக்கணும். அதுல துட்டும் புரளும். கணக்கும் ஒழுங்காய் வச்சுக்கிடணும். இந்த வேலயைத்தான் முத்துவீரன் செஞ்சான். அதுக்குத்தான்

இப்பம் ஆள் தேடிக்கிட்டிருந்தார் கோனார். அதிலும் நம்பிக்கையான ஆளாக இருக்கணும். தெரிஞ்ச ஆளாக இருக்கணும். பழகின ஆளாக இருக்கணும். அதுக்காக மேலத் தெருக்காரவீயன்னா வேண்டாம். எதாவது சரவல இழுத்துட்டாவன்னா போச்சு. என்னதான் பழகினாலும் அவியள நம்ப முடியாது. ஏதாவது ஒண்ணாச்சுன்னா உள்ளதும் கெட்டுப் போகும். சண்டைச் சச்சரவுதான் மிஞ்சும். பெறவு மீளுவது கஷ்டம். அந்தப் பயம் அவர்க்கு நெறயாயிருந்துச்சு. கடைசில அசலூருலயிருந்து அவர் சாதிக்காரப் பையன் – சுத்தி வளைச்சுப் பார்த்தால் சொந்தம் – அவன வேலைக்குச் சேர்த்தார்.

ராமச்சந்திரன் இளவட்டப் பையனாக இருந்தான். துருதுருன்னு எல்லா வேலைகளயும் பார்த்தான். அவனுக்குச் சாப்பாடு, சம்பளம், தங்கயிடமும் கொடுத்தார் கோனார். பால் பண்ணைல தங்கிக்கிட்டது அவருக்கும் ஏந்தலாய் இருந்துச்சு. ராத்திரி காவல்க்குக்கூட ஓராள் இருந்த மாதிரியும் ஆச்சு. அவனும் கணக்கு வழக்கு ஒழுங்காய் வச்சுயிருந்தான். துட்டையும் கரைட்டாகக் கொடுத்தான். சிவன் கோனார்க்கு ரொம்பப் பிடிச்சிக்கிட்டு அவன.

ராமச்சந்திரன் வேலய முடிச்சுட்டு ஊர் முச்சந்திக்குப் போயிருவான். பஞ்சாயத்துத் தாழ்வாரத்துல எப்பமும் வயசானவிய குத்த வச்சுக்கிட்டிருப்பாவ. அங்ஙன நின்ன வேப்ப மரங்க நிழலுக்கடில போடப்பட்ட பனங்கட்டைப் பெஞ்சில இளவட்டப் பையமார்களயும் பார்க்கலாம். இப்பம் அவியக் கூடயிருந்த முத்தையா பாண்டியன் ராமச்சந்திரனக் கூப்பிட்டான், “ஏலய் தம்பி வா. வேலையெல்லாம் எப்டியிருக்கு? கோனார் ஒழுங்கா சம்பளம் கொடுக்காரா?” ராமச்சந்திரனும் பிடி கொடுக்காமப் பேசினான், “அதெல்லாம் ஒழுங்காத் தாராவ. எதப்பத்தியும் கவலயில்லைங்க. வேலயும் தன்னப்போல நடக்கு.”

“சரில அதுயிருக்கட்டும். கோனாருக்கு ஒரு மவ இருக்காளே, பாத்தீயா?”

“இருக்குன்னுத்தான் பேரு. அத எங்க பாக்க விடுறாவ. பொத்திப் பொத்தி வச்சுக்கிடுறாவ. நானும் பாத்திடலாம்னுதான் பாக்கேன் முடியல.”

“ஒனக்கு அவளப் பாக்கணும்னு ஆசையிருக்கா?”

“இருக்கு.”

"அப்பன்னா ஒண்ணு செய்யி. அவிய ஊட்டுல ஆருமில்லன்னா வந்து சொல்லு. அப்டியிருந்தும் ராத்திரி காவலுக்கு ஆள் போடுவாவ. பெரியமுத்து கோனான் லேசுல ஆர்ரையும் வுடமாட்டான். நாங்க அவனப் பாத்துக்கிடுறோம். நீ உள்ளப் போயிரு. அந்தப் புள்ளயப் பாத்ததில்லன்னுத்தானே சொல்ற? அவளக் கெட்டிப்பிடி, அணச்சுக்க. என்ன வேணும்முன்னாலும் செய்."

"அய்யய்யோ. என்ன இப்டிச் சொல்லீட்டிய. இதெல்லாம் நடக்கக்கூடிய காரியமா? வெளியே தெரிஞ்சா கொன்னுப்புடுவாவள."

"அடக் கோட்டிக்காரப் பயல. நல்லாக் கேளுடா. நீ இப்டிச் செஞ்சுட்ட மறுநாளு அவளப் புடிச்சு ஒனக்குக் கெட்டி வச்சுடுவாவ. பெறவு ஓங்கக் கோனார் சொத்துக்கெல்லாம் நீ முதலாளியாகி விடலாம்."

"ஓ அப்டியா?"

"பெறவு எப்டி? நல்ல ஆளுடா நீ. பொழைக்கத் தெரியாதவனாய் இருக்க. எத்தன நாளக்கிக் கை நீட்டிச் சம்பளத்த வாங்கப் போற? அவள மட்டும் கட்டியணைச்சிடு. பணத்துக்குப் பணம். முதலாளிக்கு முதலாளி. பொண்டாட்டிக்குப் பொண்டாட்டி எல்லாம் கெடைக்கும். எம்புட்டுச் சொகமிருக்கச்சில பயப்பிடக் கூடாது. போ. போய் பாத்துக்கிட்டேயிரு. ஆளு அரவமில்லன்னா வந்து சொல்லு. நாங்க ஒனக்காக எது வேணும்மாலும் செய்றோம்."

"என்னருந்தாலும் அந்தப் புள்ள கலியாணம் முடிஞ்சவ தானே?"

"நீ வெளங்காதாளுடா. ஒனக்கு ஒண்ணுமே தெரியல. அவளச் சொப்ப வயசுலேயே கெட்டிக் கொடுத்துட்டாவ. இப்பம் நேருல பாரு தகதகன்னு இருப்பா."

அங்ஙன ஒரு கட்டுப் பீடி காலியாச்சு. காணாததுக்கு முத்தையா பாண்டியன் ஒரு பாக்கட் பெர்கிலி சிகிரெட் வச்சுருந்தான். அத ஆளுக்கொன்னு கொடுத்தான். ராமச்சந்திரனும் வாங்கிப் பத்த வச்சுக்கிட்டான். அவனுக்கும் ஆச தளிர் விட்டுச்சு. அவள உடனே பார்க்கணும்னு ஆவல் பொங்கிச்சு. "சரி அண்ணாச்சி வேலை கெடக்கு. தேடுவாங்க"ன்னு கிளம்பினான்.

"ஏலய் சொன்ன சங்கதிய காதுல வச்சுக்கா. கண்ணும் மூக்கும் வச்ச மாதிரி காரியம் நடக்கணும். பாத்துக்கா"ன்னு முத்தையா

பாண்டியன் சொல்றது கேட்டுச்சு. கூட்டம் கலயச்சில, ஒரு பையன் கேட்டான், "என்ன முத்தையா பாண்டியன் இந்தச் சோப்பலாங்கிப் பயல விட்டா அந்தப் புள்ளியத் தூக்கு, கட்டியணைங்கிய? பெறவு நம்ம எதுக்கிருக்கோம்?"

முத்தையா பாண்டியன் அவன உத்துப் பார்த்தான். பெறவு சொன்னான், "நீயும் கூறுக்கெட்டப்பயலாத்தான் இருப்ப போலத் தெரியுது. இந்த வேலயில நானு கைத்தேர்ந்த ஆளாக்கும் பாத்துக்கா. எது எப்டி எப்டி வளயும்னு எனக்குத் தெரியும். கோனார் ஊட்டுக்குள்ள நம்ம போக முடியாது. எத்தனையோ தடவ முயற்சி பண்ணியாச்சு முடியல. இப்பம் இவன விட்டு வேலய துவங்குவோம். சூழ்நிலய அறிஞ்சு நம்ம உள்ள போயிருவோம். என்ன நா சொல்றது?"

"சரி சரி ஒங்க மனசுபோல செய்யுங்க. ஒங்கக் கூடவே நாங்க இருப்போம்."

என் அன்பிற்கும் பாசத்துக்கும் உரிய ஆருயிர் சினேகிதி கோமதிக்கு, முத்துவீரன் எழுதும் கடிதம். இதில் எழுதப் போகிற விசயங்களையெல்லாம் ஒங்கிட்ட நேருல சொல்லணும்னு நெனச்சேன். முடியல. அன்னைக்கி நீ எங்கிட்ட பேசிய பிறகு கண்ணுலையும் தட்டுப்படல. அப்போதெல்லாம் நான் துடிச்சத் துடிப்பு எனக்குத்தான் தெரியும். காரணம். நான் ஊரை விட்டுப் புறப்பட வேண்டிய சூழ்நிலையாகிற்று. இந்தக் கடிதம் உன் கைல கிடைக்கச்சில, நான் எங்க இருப்பேன்னு எனக்கே தெரியாது. அப்படி முன்பின் தெரியாதயிடத்துக்கு, மனிதர்கள் அறிமுகமில்லாத பாஷை புரியாதயிடத்துக்கு நான் போய்க்கொண்டிருப்பேன். அப்படிப் போவதை நீயும் வரவேற்பாய் என்றே நெனக்கிறேன். என் நிலைமை உனக்குத் தெரியும். எனது நிலையை உயர்த்துவதற்காக நான் போக வேண்டிய கட்டாயம். இதையெல்லாம் நினைத்துத்தான் நான் பட்டாளத்துல சேர்ந்துள்ளேன். நான் திரும்பி நிச்சயம் வருவேன். அப்பம் உன்னைப் பார்ப்பேன். பேசுவேன். பட்டாளத்துக் கதைகளையெல்லாம் சொல்வேன். நீயும் கேட்பாய். அந்த நாள் சீக்கிரம் வர வேண்டுமென்று பிரார்த்தித்துக்கொள்ளுகிறேன். நீயும் வேண்டிக்கொள். தைரியமாய்க் கவலைப்படாமக் கவனமாய் இரு. இங்க யாரையும் நம்ப முடியல. கொத்திக்கிட்டுப் போகிற கழுகுக நிறைய இருக்கு. எங்கூடப் பெறந்த தங்கச்சிக்கும் இப்படியொரு நிலமை வந்துச்சு. அவளக் காப்பாற்றப் பட்டபாடு எனக்குத் தெரியும். அதுனால கவனம் முக்கியம். ஒரு வெட்டரிவாள் எப்போதும் உன் படுக்கையறையில் இருக்கட்டும். நிலைமை முற்றும்போது கொலை செய்தால்கூட பாதகமில்லை. அப்பந்தான் நம்மைப் போன்றவர்கள் தப்ப முடியும்.

நான் நெடுந்தூரம் போனாலும் என் மூச்சு உன் நினைவுலதான் இருக்கு, உன் மூஞ்சிம் அழியாது என் நெஞ்சுக்குள்ள தங்கியிருக்கு. நமக்கான காலம் பக்கத்தில் இருக்கிறது.

இப்படிக்கு,
உன் ஆத்ம சினேகிதன்
ச. முத்துவீரன்

கடிதத்தப் படிச்சதும் திக்னு இருந்துச்சு. பெறவு துள்ள வச்சது. கோமதி சுறுசுறுப்பானாள். கடிதத்தக் கொடுத்துட்டுப் போன கலியாணியைத் தேடினாள். அவளத் தேடி வெளியில் வந்தாள். வெளி முற்றதுல சிவன் கோனார் நாற்காலியில் இருக்க, மத்தவிய சுத்தி நின்னாவ. அவியளோட சம்முகம் பகடையும் இருந்தார். மாடு ஒண்ணு செத்துப்போச்சு. அத அறுக்க வந்தவியகூட கலியாணியும் வந்தாள். அவள் கையில் முத்துவீரன் பட்டாளத்துக்குப் போகச்சில கொடுத்த கடிதம். “இது வேற ஆருக்கும் தெரியக் கூடாது”ன்னாள். கடிதத்த எப்படி கொடுக்கணும்னு குழம்பிக்கிட்டேயிருந்தாள். அப்பந்தான் அப்பா, கோனார் வீட்டுக்குப் போகப் போறாவன்னு தெரிஞ்சது. “அண்ணே வேலப்பாத்த ஊடு. கோனார் ஊட்ட நானும் பாக்கணும்”ன்னாள். “கொமரு இப்டி ஊடு ஊடா வரக் கூடாது”ன்னாலும் கேட்கல. விடாப் பிடியாய்ப் பிடிச்சிக்கிட்டாள். “என்ன இந்தப் புள்ள இப்டி அடம்பிடிக்கி?”ன்னு சம்முகம் பகடை முணுமுணுத்துக்கிட்டாலும், “சரி சரி வந்துத்தொல”ன்னு கூட்டிட்டு வந்தார்.

“இதாருடா?”ன்னு சிவன் கோனார் கேட்டதும், “எம் புள்ளதானுங்க சாமி. இவுளுக்குத்தான் கலியாணம் பேசி வச்சுருக்கு”ன்னார் சம்முகம் பகடை. அவளும் மண்டியிட்டுக் கோனார் கால்களத் தொட்டுக் கும்பிட்டாள். “எம்மா நீ தீர்க்காய்ஸா இரி”ன்ன கோனார், முந்திப் பைய அவுத்து அதுலயிருந்து ஒத்த ரூபாத் தாள எடுத்துக் கொடுத்தார். இப்படி தருவார்னு யாரும் எதிர்பார்க்கல.

அப்பந்தான் கோமதியப் பார்த்தாள். அவள் வாசலருகில் நின்னு எட்டிப் பார்ப்பதக் கண்டதும், அண்ணன் சொன்ன அங்க அடையாளமெல்லாம் ஞாபகம் வந்துச்சு. அங்கனயிருந்து நழுவி வாசல் பக்கம் போன கலியாணி கேட்டாள், “நீங்கதானே கோமதிங்கிறவீயா?”

“ஆமா. ஒனக்கென்ன வேணும்?”ன்னு கோமதி அதட்டினாலும் அதனப் பொருப்படுத்தாது சுற்றும் முற்றும் பார்த்த கலியாணி அக்கடிதத்தச் சட்டென்னு கோமதி கைல

திணிச்சாள். "இது என்னது?"ன்னு கோமதி பதறினாலும் அதப்பத்திக் கவலப்படாம விரசலாய் வந்து சம்முகம் பகடை பக்கத்துல நின்னு, அவரோட வீடு வந்துசேர்ந்தாள். இப்பம் கோமதி வந்து பார்க்கச்சில, அங்ஙன யாருமில்ல. முற்றம் வெறிச்சோடியிருந்துச்சு.

அதுவும் செத்த நேரம்தான். வெளிவாசல்ல காளைங்க மணி யோசக் கேட்டு ராக்காயி ஆச்சி எட்டிப் பார்த்தாள். பேத்தியாளும் பேத்தியாள் புருஷனும் வந்திறங்கினாவ. சரஸ்வதி துண்டுல பொதிஞ்சு வச்சுயிருந்த புள்ளியக் கொடுக்கச்சில, "எப்பூ வாப் பூ"ன்னு பாட்டி வாங்கிக்கிட்டாள். அதுக்குள்ள கை வேலயாய் இருந்த உலகம்மை வந்தாள். "வாங்க. வாங்க.. மாப்புள்ள வாங்க. என்ன இந்தப் பக்கமே ஆளக்காங்கல. முன்னால வாரம் தவறாம வருவீய. இப்பம் ரெண்டுபேரும் வரக் கூடாதுன்னு இருந்துக் கிட்டீயளா?ன்னு கேட்டாள்.

"அப்டியெல்லாம் இல்லத்த. போலீஸ் உத்தியோகத்தப் பத்தி தெரியாதா? பெரச்சனன்னா எங்கயும் நகர முடியாது. அதான் வர முடியல"ன்னு சொன்ன கிருஷ்ணனப் பார்த்துத் திரும்பவும் உலகம்ம கேட்டாள், "பெரியவள யெங்க?"

"பெரியவா அவுக தாத்தாகூடத் தூத்துக்குடிக்குப் போயிருக்கா"ன்னு சொன்ன சரஸ்வதிய, ஓடிவந்த ராமத்துரை கட்டிப்பிடிச்சிக்கிட்டான். "ஹைய் சரஸக்கா! இப்பந்தான் வாரீயளா?"

"ஆமடா. நீ நல்லா படிக்கிறீயா?"

"ம்..."

"என்ன படிக்க?"

"ரண்டு".

"எம்மா தேவர்க்குக் கோவில் கட்டியிருக்காகளாமே. நம்மள பாக்க விடுவாவளா?"ன்னு கேட்டாள் சரஸ்சு. வந்தவியளுக்கு அடுப்பப் பத்த வச்சுப் பால் காய்ச்சுக் கொடுக்கலாம்னு போன உலகம்ம நின்னாள். பெறவு மகளப் பார்த்துச் சொன்னாள், "ஆரும் போவலாம். மேலத்தெருக்காரவிய கீழத் தெருக்காரவியளத்தான் தடுப்பாவ. நம்மள தடுக்க மாட்டாவ. பாக்கணும்னா சொல்லு. நா கூட்டிட்டுப் போறேன்."

"இப்பம் போயிட்டு வந்துட்டம்னா நல்லது. இல்லன்னா பொழுதடைஞ்சிப் போவும். போக முடியாது. நாளைக்கி ஒரு நாளு இருப்போம். பெறவு ஊரெப்பாக்கப் போவோம்"ன்னு

சொன்ன சரஸ்சு, புருஷனப் பார்த்து, "என்னங்க. நீங்களும் வாரீயளா?"ன்னு கேட்டாள்.

வீட்டுல தனியா இருக்க சந்தர்ப்பத்த எதிர்ப்பார்த்துக் கிட்டிருந்த கிருஷ்ணன், "ஒங்கப் பாட்டியையும் கூட்டிக் கிட்டுப் போ. நானு ஊட்டப் பாத்துக்கிடுறேன். எல்லாரும் போயிட்டுப் பையா வாங்க. அவசரமில்ல"ன்னு உற்சாகத்துல சொன்னான்.

கோமதிக்குக் குழப்பம் சூழ்ந்துச்சு. "என்ன எல்லாரும் கிளம்புறீய. நானு ஒத்தயிலயா இருக்க?"ன்னு கேட்டாள்.

"நீ எதுக்கு ஒத்தையில இருக்கப்போற. அவிய ஆருன்னு நெனச்ச. போலீஸ்காரு. ஒனக்குக் காவலுக்கிருந்து பாத்துக்கிடுவாவ"ன்னு உலகம்மை சொன்னாள். கோமதிக்கு ச்சீயின்னாப்பல இருந்துச்சு. இதுக்குமேல பேசக் கோமதிக்குப் பிரியமில்லை. கிருஷ்ணன் எல்லாத்தியும் வழியனுப்ப வாசலுக்குப் போனப் பெறவு, பனை நொங்கு சீவிகிற பாளையரிவாள எடுத்துக்கிட்டு வந்தாள். அது படுகூர்மையாக இருந்துச்சு. சும்மா தூக்கி ஒரு போடு போட்டாலும் போதும். கையோ காலோ தனித்தனியாக விழுந்திடும். பெறவு அப்பாடேன் னாலும் முடியாது. ஆத்தான்னாலும் முடியாது. அப்டி அரிவாளத் தலக்கு மாட்டுல வச்சுக்கிட்டாள். அவளுக்குப் பயம் அத்துப்போச்சி. அறைல வந்து உக்கார்ந்துக்கிட்டாள்.

கிருஷ்ணன் அவளத் தேடி வந்தான். அறைக் கதவு பூட்டல. திறந்துதான் இருந்துச்சு. நேராய் உள்ளே வந்தான். அவன் பேசத் தொடங்கினான், "நீ ஏன் வீம்புலயிருக்க? வீணா காலத்தக் கழிக்காத. எங்கூட நீயும் வந்து குடும்பம் நடத்து. ஒன்ன வேணும்னா தனி ஊட்ல வச்சுருறேன். இது ஊருல நடக்காததா? தங்கச்சியக் கட்டிக்கிட்டான். இப்பம் அக்காவயும் மச்சான்காரன் சேர்த்துக்கிட்டான் எம்பாங்க. இதுல ஒண்ணும் கெட்டுப் போவாது. நீ கலர் கலராய் சீல உடுத்தலாம். சிங்காரிக்கலாம். நாலிடத்துக்குப் போவலாம். வரலாம். ஒன் சம்மதம் மட்டும்தான் வேணும்."

கோமதி பொறுமையாகக் கேட்ட மாதிரிதான் இருந்துச்சு. ஆனால் அவன், சலார்னு உச்சில அடிக்கிற மாதிரி வார்த்தைங்க கொப்பளிக்கும்னு நெனக்கல. அவள் ஆவேசத்துல சொன்னாள், "வெளியே போடா நாயே. நாஞ் செத்தாலும் சாவேனே தவிர ஒங்கூட வருவேன்னு கனவுலக்கூட நெனக்காத. இதுக்கு மேலேயும் ஏன் நிக்க. போ வெளியே."

கோமதிக்கு வெளம் ஏறிக்கிட்டுப் போச்சு. அவனும் அதப் புரியாம, “என்ன நீ, என்ன மருவாதியில்லாம வாடா போடான்னு பேசுற? நீ வரலன்னா, ஒன்ன தூக்கிப் போட்டு ஏறிடுவேன்”ன்னான்.

கோமதிக்குப் பொறுக்கல. கேந்திவாக்குல அரிவாளத் தூக்கினாள். “என்ன தூக்கிப் போட்டு ஏறிடுவியா? எங்க ஏறு பாப்பும். ஒரே வெட்டுத்தான். நெஞ்சு வகுந்துடும். கிட்டத்துல வந்தா துண்டுத் துண்டாக வெட்டிப் போட்டிடுவேன். என்னமோ தங்கச்சி புருஷன்னு பாத்தா ரொம்ப துள்ளுறீயா? ஒனக்குத்தான் துள்ளத் தெரியும்னு நெனக்காதே. ஒந்துள்ளெல் லாம் இங்க செல்லாது. அதெல்லாம் ம் போலிஸுல வச்சுக்கா. ஒன் அதட்டலயும் துள்ளலயும் இங்கக் காட்டாத. இங்கக் காட்டுன ஒட்டப் பிடிச்சி வெட்டி எடுத்துடுவேன்.”

4

ஒரு நாள் சோறாக்கி வடிச்சி, அடுப்புல மீன் குழம்பு கொதிக்கிற வாடை வந்துச்சு. இசபெல்லா முத்தத்துல விளையாடிக்கிட்டிருந்தாள். பாத்திரத்த விளக்கிக்கிட்டிருந்தாள் தொடிச்சி. அப்பந்தான், "இங்க ஊர்க்காத்தான் ஆரு?"ன்னு குரல் கேட்டுச்சு. தொடிச்சி சேல முந்தில கையத் துடைச்சிக்கிட்டு வந்தாள். தபால்காரரப் பார்த்ததும் "குன்னிமரியாங்கிட்டயிருந்தா கடிதம் வந்திருக்கு?"ன்னு கேட்டாள்.

"கடிதமில்லம்மா. குன்னிமரியான் மணியாடர் அனுப்பியிருக்கார். ஊர்க்காத்தான் யாரு? அவுரு கைல கொடுக்கணும்."

"அவிய மருமவத்தான் நானு. எங்கிட்டக் கொடுங்க."

"அந்தாளு கையெழுத்து போடணும். அப்பந்தான் கொடுக்க முடியும்."

"எல்லாம் செங்கச் சூளக்கிப் போயிருக்காவ."

"அப்பம் அவுகளயும் சாட்சிக்கு ஓராளயும் கூட்டிக்கிட்டுக் கீழ விளாத்திகுளம் போஸ்டாபீஸ்க்கு வரச் சொல்ங்க. வந்தா நாலு மணிக்குள்ள வரணும். அதுக்கு மேல வந்தா நானு இருக்க மாட்டேன்"ன்ன தபால்காரர், இன்னும் அஞ்சாறு பெயரச் சொல்லி, "இவுகயெல்லாம் இப்பம் எங்கயிருப்பாவ. வீட்டுக்குப் போனா இருப்பாவளா?"ன்னு கேட்டார்.

எது எப்படியானாலும் அவியளுக்கு மகிழ்ச்சித்தான். போன புள்ளய நல்லாயிருக்குன்னு நம்பிக்கை வந்துச்சு. "எம் புள்ள இவ்வளவு அனுப்பியிருக்கான். ஓம் புள்ள எவ்வளவு அனுப்பியிருக்கு?"ன்னு அவிய பேசிக்கிட்டாலும் வந்த தொகை எல்லாத்துக்கும் ஒண்ணுபோலதான். இந்தப் பணத்த வச்சு சிதிலமடைந்துபோன குச்சிலப் புதிப்பிச் சிக்கிடலாம். பணத்தச் சேர்த்துவச்சு காரவீட்ட எழுப்பிடலாம். அவியளும் நாள் பூரா முக்கி முக்கி வேலை பார்த்து அரை ரூபா, முக்கா ரூபான்னு பார்த்தவிய. அதுவும் வாங்கின மாதிரிதான் இருக்கும், உடனே கரஞ்சிப் போவும். சம்முகம் பகடையும் சொன்னார்: "நானும் எம் புள்ளீய பட்டாளத்துக்குப் போவ வாண்டாம்னு தடுத்தேன். எந் தொண தொணப்பக் கேட்கல. இப்பம் அவன் போனது எவ்வளவு ஏந்தலாயிருக்கு. புள்ளக் கலியாணத்துக்கு ரொக்கம் கேட்டாவ. இப்பம் மவன் அனுப்புனப் பணம் அதுக்குக் காணும்."

அன்னக்கிக் காலைல கருப்பாயி பிள்ளைங்கப் பூராத்தியும் கூட்டிக்கிட்டு வந்தாள். படலைக்கு வெளியே படுத்துக் கெடந்த ஆடுவ, ஆள் வருறது தெரிஞ்சதும் பைய எந்திரிச்சு, சோம்பல முறிச்சிக்கிற்று. தொங்கல்ல தெரிஞ்ச சந்தி மறிச்சான் மண் பீடத்தப் பார்த்துக் கும்புட்டுக்கொண்டாள் கருப்பாயி. "அம்மா சந்தி மறிச்சாளே ஓம் புள்ளீயள நீதாம்மா காப்பாத்தணும்." அவளது சேல முந்தியக் குழந்தை பட்டாணிச்சிப் பிடிச்சிக்கிட்டு விரலை வாய்ல விட்டுச் சப்பினாள். எல்லா புள்ளியளும் இருக்கான்னு பார்த்துக்கிட்டாள். சொக்கனும் முருகனும் படலக்கிட்ட நின்னாவ. மூத்தவள் முனியம்மாள், தலைல வட்டுப் பெட்டிய வச்சிக்கிட்டு, தாயத் திரும்பிப் பார்த்து நின்னாள். மாணிக்கத்தக் காங்கல. மாணிக்கம் – அன்னா தெரியுதுல ஆலமரம் – அது கிட்ட நின்னான். "ஏலேய் மாணிக்கம்! ஏம்ல அங்ன நிக்க? ஒங்கப்பன மாதிரி எங்கனியும் போய்த் தொலஞ்சிராதல. இங்ன வந்து தொல."

ஒரு வாரமாய் மூக்கன காங்கல. அவரு எங்க போனாருன்னு தெரியல. கருப்பாயிக்குத் தேடி அலுத்துப்போச்சு. என்ன மனுஷன் இவன்? கொஞ்சமாவது கூறு வேண்டாமா? பொண்டாட்டிப் புள்ளயே இருக்கே. மூத்தவ முனியம்மா. குத்தவச்சு வருசம் ரெண்டாச்சு. அவள ஒருத்தன் கைல பிடிச்சிக் கொடுக்கணும். அடுத்தவன் மாணிக்கம் சொல் பேச்சுக் கேட்க மாட்டுக்கான். பள்ளிக்கூடத்துக்குப் போன்னா, அலைவாய்க் கரைல போய் நிக்கான். இந்தச் சோவாரிப் பயல அடிச்சிப்

பார்த்தாச்சு. சத்தம் போட்டும் பார்த்தாச்சு. புத்தி சொல்லிப் பார்த்தாச்சு. ஒண்ணும் மண்டைல ஏறமாட்டேங்கு. சின்னதுக மூணுயிருக்கு. அதுகளயும் வளர்த்து ஆளாக்கணும். ஒத்த மனுஷி எத்தன நாளைக்குத் தூக்கிப் பிடிக்க முடியும்?

கருப்பாயி படலைத் திறந்தாள். பிள்ளைங்கள முன்னப் போக விட்டுப் பெறத்தால வந்தாள். அவள் மனசுல அதிர்வு குறையல. அவளப் பத்தி அவளுக்கே வெறுப்பாய் வந்துச்சு. வாழ்க்கை மீது சலிப்பும் வந்துச்சு. அவள் அவமானப்பட்ட மாதிரியும் மரியாத இழந்த மாதிரியும் புறக்கணிக்கப்பட்ட மாதிரியும் உணர்ந்தாள். என்றாலும், இவற்றெயெல்லாம் ஒருபுறம் ஒதுக்கி வைக்கிறமாதிரி தானும் தம் பிள்ளைகளும் உக்கார்ந்துக்கிட ஒரு மனயும், ஆக்கினியா பொங்கினியான்னு கேட்க தம்மக்காரச் சாம்பாத்திலயிருந்து தொடிச்சி முட்டும் ஆட்கள் இருக்காவ. இந்தச் சொக்காரமாருவ அப்படியா கை விட்டுடப் போறாவ?

அப்பம் எதுக்க வந்த தொடிச்சி, "வாங்கத்தெ வாங்கத்தெ"ன்னு மகிழ்ச்சி பொங்க வரவேற்றாலும், அவியள ஏறிட்டுப் பார்த்து, "என்னத்தெ என்ன? எல்லாரும் ஒண்ணு போலப் புறப்பட்டு வந்துட்டீய. என்னமும் தகராறா?"ன்னாள். பட்டாணியத் தூக்கி இடுப்புல வச்சாள். முனியம்மாவ அணச்சிக்கிட்டாள். "ஹைய் மாணிக்கம். என்ன நின்னுட்ட வா"ன்னு எல்லோரயும் கூப்பிட்டாள்.

கருப்பாயிக்கு எதுவும் பேசத் தோன்றல. அவளுக்குத் தொண்டையும் கனத்துச்சு. இருந்தாலும் மருமகள நேராகப் பார்த்து, மனசு குழப்பத்துல சொன்னாள், "என்ன வாழ்க்க. சவத்துப் பய வாழ்க்க, இந்த வாழ்க்க? வாழணும்னு ஆரடிக்கா? இருக்கங்காட்டிலும் செத்துப் போயிறலாம். நானும் போயிட்டன்னா எம் புள்ளிய அல்லாடிப் போவும். அதான் போக்கத்துப் போயி உசுரப் பிடிச்சிக்கிட்டிருக்கேன்." அவளது மூஞ்சி வெளறிப் பேயறைஞ்ச மாதிரி ஆனதும், அவள் கண்ணுல நீர் வடிஞ்சது.

"எதுக்குத்தெ அழுவுறீய. மொதல ஊட்டுக்குள்ள வாங்க"ன்ன தொடிச்சி முன்னால் போனாள். கருப்பாயிக்கு நடை தளர்ந்து போச்சு. புருஷன நெனச்சவுடனே காறித் துப்பணும்போல இருந்துச்சு.

எதயும் சொல்ல வேண்டாம்னு நெனச்சாள் கருப்பாயி. ஆனால் அவளது மூஞ்சே எல்லாத்தியும் சொல்லிச்சு. அடிக்கடி

கண்ணீர் விட்டாள். தொடிச்சி வேறு பக்கத்துல உக்கார்ந்துக்கிட்டு, "ஏத்த என்ன வெபரம் எங்கிட்டச் சொல்ங்க. அப்பந்தான் மனசுல உள்ளது இறங்குன மாதிரி இருக்கும்"ன்னாள்.

அப்பமும் கருப்பாயி சொல்லல. அவள் எல்லாத்தியும் அடக்கிக்கிட்டு இருந்தாள். தம்மக்காரச் சாம்பாத்தியும் பக்கத்துல உக்கார்ந்துக்கிட்டாள். அவளும், "எம்மாத் தாயி. என்ன இப்டிக் குத்தவச்சுக்கிட்டு அழுற? ஒனக்கும் ஒம் புருஷனுக்கும் சண்டயா?"ன்னு கேட்டாள்.

இப்படிக் கேட்டாலே கருப்பாயிக்குக் கோபம் வந்திடும். இப்பம் கோபமும் எரிச்சலும் மாறிமாறி வந்துச்சு. "ஆமா சண்ட. நாங்க போடாத சண்ட . . . இன்னக்கிப் புதுசா போட்டுட்டோம். நானு சண்ட போட்டுட்டு என்னக்கி இங்க ஓடி வந்தேன்? ஒங்க புள்ள லட்சணத்தப் பாத்து தூத்துக்குடி ஊரே சிரிக்கி. மத்தவான்னா நாண்டுக்கிட்டுச் செத்திருப்பா. நா இந்த எடுப்பட்டவனுக்கு அஞ்சு புள்ளியளப் பெத்துட்டு உசுரோடயிருக்கேன்." கருப்பாயி மக்கு மக்குன்னு அழுதாள்.

"ஏய் கருப்பாயி விசயத்துக்கு வா. என்ன நடந்துச்சு? அதச் சொல்லு. இப்டி அழுது கண்ணீர் விட்டா ஒண்ணும் நடந்திடாது"ன்னு ஊர்க்காத்தான் கேட்டதும் சொன்னாள், "ரொம்ப நாளா அந்தத் தொடுக்கு இருந்திருக்கு. நானும் நம்ம புருஷன் ஷோக்காளி. அதுலயும் குடிகாரன். போனாப் போவுதுன்னு நாய்படாத பாடுபட்டு புள்ளியள வளர்த்தா, இந்தப் பய ஒரு சிறுக்கிய சேத்து வச்சுருக்கான். அவிய ரண்டு பேரும் எந்த வூருக்குப் போனாவளோ தெரியல. தேடியும் கண்டுப்பிடிக்க முடியல. அந்தச் சாவகாசமே வாண்டாம்னு புறப்பட்டு வந்துட்டேன். அங்கின மானம் மருவாத இழந்து நிக்கிறதுக்கு, நம்ம ஊரு. பட்டா நெலமும் வேற கெடக்கு. ஒரு குச்சில மடக்கி, தாய்ப்புள்ளையோட உக்காரலாம்னு வந்துட்டேன்."

கருப்பாயி சில விசயங்களுல கறாராக இருந்தாள். செங்கல் சூளக்கு வேலைக்குப் போனாள். அன்னாடு கூலியக் கைல வாங்கிக்கிட்டாள். அங்ஙன வந்தால் ஒரு வாய் சோறு தந்தாப் போதும். தின்னுக்கிடுறோம். மத்தபடி எனக்கும் எம் புள்ளியளுக்கும் கொடுக்கணும்னு நெனக்காதீய. நாங்க பொங்கித் தின்னுக்கிடுவோம். எங்கப் பாட்ட நாங்க பாத்துக்கிடுறோம். அப்பந்தான் படிப்பின இருக்கும். என்ன செஞ்சோம், யாது செஞ்சோம்னு தெரியும்ன்னு சாதாரணமாகத்தான் சொன்னாள். அவளும் மத்தவியளுக்குத் தொந்தரவாயிருக்கக் கூடாதுன்னு நெனச்சாள். அவியளுக்கும்,

புருஷன் தட்டழிஞ்சிப் போனதால, பிள்ளைகளோட கஷ்டப்படுறாளேன்னு அனுதாபம் இருந்துச்சு. அதுனால யாரும் எதுவும் சொல்றதும் கிடையாது.

கருப்பாயிக்கு ஒத்தாசை செஞ்சாள் தம்மக்காரச் சாம்பாத்தி. ஆளோட அவளும் செங்கக்காட்டுக் குச்சில்ல தங்கியிருந்தாள். சம்பாத்தி, அவியளுக்கு முன்னே எந்திரிப்பாள். ஒரு கும்பா நீர்த்தண்ணி குடிப்பாள். அந்தால வேலயத் தொவங்குவாள். மண்ணக் கூட்டிப் பாத்திப் பிடிப்பாள். அதுல தண்ணி ஊத்திப் பிசைவாள். பதப்படுத்துவாள். ஒரு மூச்சு வேல இருக்கும். குத்த வச்சு குத்த வச்சு மெல்ல மெல்ல செஞ்சி முடிப்பாள். மணி பத்தாகச்சில கூன நிமிர்த்துவாள். வேல செய்யாதீங்க. இரிங்கன்னாலும் கேட்க மாட்டாள். வெயில்ல அவளுடைய வயசான திரேகம் வளயச்சில ஊர்க்காத்தானுக்குத் தாங்காது. எரிச்சல் பொசுபொசுன்னு வரும். “என்னத்துக்கு நீங்க வேல பாக்கீய, ஒங்கள ஆரு வேல பாக்கச் சொன்னா? கையையும் காலையும் வச்சுக்கிட்டுச் சும்மாயிருக்க முடியாதா? பேசாம ஊருக்குப் போங்க. அங்ஙன பொங்கி ஆக்கித் துன்னுட்டிருந்தா போதும்.”

உடனே அவர் அம்மை சொல்வாள், “போல ஒஞ்சோலியப் பாத்துக்கிட்டு” அக்குரல்ல உள்ள கம்பீரத்த யாரும் எதிர்க்க முடியாது. எதிர்க்கவும் தைரியம் வராது. அவள் பாட்டுல வேல பார்த்துக்கிட்டிருப்பாள். அவ்வளவு வேலயும் மருமகளுக்காகத்தான். திடுதிப்னு வந்து நின்ன கருப்பாயியப் பார்த்து மனசு இறங்கிப் போச்சு. எப்பமும் இல்லாத அளவுக்குப் பாசம் பொங்கிற்று.

வீட்டுலயிருக்கிறவிய, “செலவுக்கில்ல . . . ஏதாவது வச்சுருந்தா கொடுங்க”ன்னு கேட்கச்சில – சாம்பாத்தி முந்தில துட்டிருக்கும் – ஊகூம். காத்துட்டுக் கொடுக்க மாட்டாள். “எங்கிட்ட இல்லவே இல்ல”ன்னு சாதிச்சுடுவாள். பெறவு ஒத்தைல உக்கார்ந்து முணு முணுப்பாள், “அவனுவயென்ன உழைக்காமயா இருக்கான்? துட்டு வச்சுருப்பான். இல்லன்னா கடன் வாங்கட்டும்.” ஆனாலும் இப்பம் அனாதப் பிள்ளைங்க மாதிரி நிறம் மங்கி, சோர்ந்து, அமுங்கி, பம்பி இருக்கிற பேரப்பிள்ளைங்களப் பார்த்ததும், அவியளுக்கு ஏதாவது செய்யணும்போலத் தோணிச்சு. கருப்பாயியக் கூப்பிட்டு, “ஏளா என்ன கொண்டு வந்தெ. என்ன வச்சுருக்க. என்ன செய்யப் போறே?”ன்னு கேட்டதும், கருப்பாயி முந்தில முடிஞ்சி வச்சுருந்த துட்டுவளக் காட்டினாள். “இது ரெண்டு நாளு கூத்துக்குக் காணாது. பெறவு நீ எப்டிக் குச்சில மடக்குவ, அதுல உக்காருவ.

புள்ளியள எப்டி வளப்ப?”ன்னு சாம்பாத்திக் கேட்டதும் கருப்பாயியும் சொன்னாள், “நல்லயா குச்சில் கட்டித் தாரேன்னு சொல்லியிருக்கான். அதுக்குண்டான செலவக் கூலில கழிக்கச் சொல்லணும்.”

“சரி, அது ஒம்பாடு, அவம்பாடு. இப்பம் நீ எங்கூட வா. நானு துட்டுச் சேர்த்து வச்சுருக்கேன். அதத் தாறேன். நா தந்ததா ஆர்க்கிட்டயும் சொல்லாத”ன்னு மருமவள ரகசியமாகக் கூட்டிக்கிட்டுப் போய், ஒரு தகர டப்பாவுல சேர்ந்து வச்ச துட்டுப் பூராத்தியும், கருப்பாயிய முந்திய ஏந்தச் சொல்லி, அதுலத் தட்டினாள்.

மாமியா மறைஞ்சு கொடுத்தாலும், மருமவா மாமியார் பணம் கொடுத்த விசயத்தச் சொல்லிட்டாள். நல்லையாவும் தொடிச்சியும் ஒண்ணும் நெனக்கல. பெருந்தன்மையாகக் கேட்டுக்கிட்டாவ. ஊர் காத்தானுக்குத்தான் ஒரே பொசப் பொசப்பு. “ஆரு கண்டா எங்கம்ம எங்கையெல்லாம் பணம் வச்சுருக்கான்னு? ஒரு அவசர சோலிக்குத் தலைகீழாக நின்னாலும் ஒரு தம்படிக் கொடுத்து உதவியிருப்பாளா? இப்பம் மட்டும் ஒனக்கு எப்டித் தந்தா?”

“என்ன மாமா, ஒங்களுக்குத் தராட்டாலும் ஒங்கத் தம்பி பெஞ்சாதிக்குக் கொடுத்திருக்காவ. அத நெனச்சுக்காங்க. கருப்பாயி அத்த பாவம். அத வச்சு அங்ஙன ஒரு ஊட்டக் கட்டட்டும்.”

“நானும் இப்ப என்ன கொறையா சொல்றேன்? எங்கம்ம இப்டித் தெரியாம தெரியாம வச்சுருக்காளே நாளப் பின்ன ஒண்ணிருக்க ஒண்ணாச்சின்னா அந்தக் காசு பணம் கைக்கிக் கெடைக்குமா? எங்கிட்டத்தான் சொல்ல வாண்டாம். ஒங்க ஆர்க்கிட்டையாவது சொல்லலாம்ல. நம்ம என்ன அவ பணத்த அப்பியா தின்னிடப் போறோம்”ன்ன ஊர்க்காத்தான் கருப்பாயியப் பார்த்துச் சொன்னார், “ஏ கருப்பாயி. எங்கம்ம ஒங்கூட வரங்கா. அவள எங்கையும் வுடாத. ஊட்டுலருந்து பொங்கித் திங்கச் சொல்லு. அவள வேலக்கிக் கூப்புட்டு வராத. நீ மட்டும் வா. அவளயும் கூப்புட்டு வந்தா, அவ கையும் காலும் சும்மாயிராது. வயசு போனக் காலத்துல கீழக்கீழ வுழுந்துட்டான்னா தூக்கிச் சுமக்கிறது நம்மத்தான். அதயும் பாத்துக்கிடணும்.”

ஊர்க்காத்தான் ரெண்டு பேரயும் அனுப்ப பஸ் ஸ்டாண்டு முட்டும் வந்தார். அங்ஙன அருப்புக்கோட்டை போகிற ‘ஜெய விலாஸ்’ மட்டும் நின்னுச்சு. வேறு ஒரு பஸ்சையும்

காங்கல. சடையன் குளம் ஊர்வழியாகப் போகிற பஸ்க்காக காக்க வேண்டியதிருந்துச்சு. இருட்டிற்று. மினுக்மினுக்னு விளக்குவ எரிஞ்சுச்சு. "ஏளா வாங்குன சாமான்வள பத்திரமா வச்சிருக்கியா?"ன்னு கேட்டாள் தம்மக்காரச் சாம்பாத்தி.

அதுக்குள்ள பஸ் வந்துற்று. சுறுசுறுப்படைஞ்ச ஊர்க் காத்தான், முன்ன போய் பஸ்ல ஏறி இடம் பிடிச்சார். அவிய ஏறி வந்து உக்கார்ந்த பெறவு, அவர் இறங்கி வந்து வெளில நின்னு ஜன்னல் வழியாய்ப் பார்த்துப் பேசினார், "எம்மா நீ எங்கயும் போவாத. காலைல கருப்பாயி மட்டும் வந்தா போதும்."

"எதுக்குல என்ன வரக் கூடாதுங்க?"

"எம்மா நீங்க வந்தா ஒங்கக் கையும் காலும் சும்மா இராது. என்னத்தையாவது செஞ்சிக்கிட்டிருப்பீய. வேனா வெய்யிலில நீங்க எதுக்குக் கஷ்டப்படணும்? பேசாம ஊட்டுல இரிங்க."

"போல போ. நா என்னமோ நெழல்ல நோகாம கஷ்டப் படாம உக்கார்ந்திருந்த மாரில்ல பேசுற. அப்டி என்னக்கி உக்கார்ந்திருந்தேன், சொல்லு பாப்பும்?"

ஊர்க்காத்தான் அண்ணாந்து தாயப் பார்த்தார். தம்மக்காரச் சாம்பாத்தி முந்தியடிச்சி ஏறி வருகிற கூட்டத்தப் பார்த்தாள். பஸ் நிறைஞ்சுட்டு. அவிய பேச்சொலியும் மூஞ்சிச் சுளிப்பும்தான் மிஞ்சியது. ஒருத்தி பெருசா கூப்பாடு போட்டாள். பஸ் நகரச்சில, "ரெண்டு பேரும் கவனமா ஊர் போய்ச் சேருங்க. ஏய் கருப்பாயி அம்மய பத்தரமாக கூப்பிட்டுப் போ"ன்னார் ஊர்க்காத்தான்.

ராத்திரி முழுசும் அவரும் அவர் மகனும் காவல் இருந்தாவ. ஓராளு செத்த தூங்கினால் ஓராளு முழிச்சியிருக்கும். அப்டி மாறி மாறியிருக்கச்சில, நல்லையா அசந்து தூங்கிட்டார். ஊர்க்காத்தான் கம்பூன்றிச் சுத்தி வந்தார். பெறவு அவரும் அங்ஙன உக்கார்ந்த மேனிக்குத் தூங்கிட்டார். திடீரென்று முழிக்கச்சில நல்லா விடிஞ்சிப் போச்சு. தொட்டில்ல கிடந்த தண்ணில வாய்க் கொப்பழிச்சி, மூஞ்சையும் கழுவிக்கிட்டார். அவர் துண்ட வச்சு துடைச்சுக்கிட்டு நிமிரச்சிலத்தான், தம்மக்காரச் சாம்பாத்தியக் கண்டார். அவர் மனசு திகைப்புல மூழ்கிச்சு. அம்மா வீட்டுக்குப் போகலயா? ராத்திரி இங்ஙனத்தான் தங்குனாவளா? இல்லன்னா அவ்வளவு தூரத் தொலை வெட்டுலயிருந்து இம்பிட்டுச் சீக்கிரம் எப்டி வர முடியும்? அதிர்ச்சில அவர் திரேகம் சிலிர்த்துச்சு. உடனே அவர், "எம்மா

எப்பம் வந்திய?"ன்னு கேட்டதும், தம்மக்காரச் சாம்பாத்தி சொன்னாள், "நா எப்பம் வந்தா என்னல? பாவம் கருப்பாயி. அஞ்சு மக்கமாருவள வச்சுக்கிட்டு அந்தப் பாடு படுறா. அவளுக்குக் கொஞ்சம் ஏந்தலாயிருப்போம்னு முழிச்சக் கண்ணுக்கு வந்துட்டேன்."

கருப்பாயி பெத்தப் பிள்ளைஙகளுக்கும் மதிய உணவு கிடைச்சது. அதத் தெரிஞ்சி, வெளியூருலயிருந்து வந்தவியளுக்குத் திங்கக் கொடுக்காவ. நம்ம புள்ளியளுக்குக் கொடுக்காமலா போவாவன்னு அன்னாரு கூலி வேலைக்குப் போற மேலத்தெரு தேவமார் பொம்பள சலவம்மாள் – அவளுக்கு ஏழு, எட்டு, ஒம்பது பிள்ளைஙக. புருஷன் ஒரு கிழவி பாம்படத்த அக்கச்சில, கையும் களவுமாய் மாட்டிக்கிட்டான். இப்பம் அவன் மதுரை மத்தியச் சிறைல இருக்கான் – சலவம்மாளுக்கு வாழ்க்கையே சவத்துப் போச்சு. நல்லதங்காள் மாதிரி புள்ளியள கிணத்துலத் தள்ளி, தானும் செத்துப் போயிறலாம்னு ஒரே யோசன. அப்பந்தான் சிஸ்டர் பொங்கிப் போடுறாவன்னு தெரிஞ்சதும், பழஞ்சேலயின் மாராப்ப இழுத்துச் சொரிகிக்கிட்டு வந்தாள்.

பெர்டின் சிஸ்டர் அறைல பொம்பளைஙக கூடியிருந்தாவ. அப்பந்தான் சலவம்மாளும் உள்ளே வந்தாள். எல்லாரும் அவளப் பார்த்தாவ. பேசுற சத்தம் நின்னு போச்சு. அந்த அமைதில பதற்றம் இருந்துச்சு. சிஸ்டர்தான் கேட்டாக, "என்னம்மா என்ன விசயம், ரொம்ப அவசரமா வந்தாப்புலருக்கு?"

சலவம்மாள் உடைஞ்ச மனசத் தேத்திக்கிட்டுப் பேசினாள், "அம்மா. சிஸ்டரம்மா. எம் புள்ளியள நீங்கத்தாம்மா காப்பாத்தணும்? ஒரு தேரம் திங்கக் கொடுத்தாலும் போதும். நோஞ்சானும் கீஞ்சானுமா ஒம்பது வச்சிக்கிட்டு நானு திண்டாடிக்கிட்டிருக்கேன். புருஷனுமில்ல. அந்தாளு ஜெயில்ல யிருக்கான். எம் பொழப்பு அம்போன்னு நிக்கி."

சிஸ்டர் திகைச்சுப்போய்ப் பார்த்தாள். அந்தக் குடச்சல்ல அவிய மூஞ்சியும் வாட்டம் கண்டது. எதுக்க நிற்கிறவள் வேறு யாருமில்ல. அவள் இன்னாயிருக்கிற தெருக்காரி. அதுவும் மேலத் தெருக்காரி. அதுலயும் சண்டியர் கோட்டைச்சாமித் தேவர் பொண்டாட்டி. கீழத்தெருவ அடிச்சி நொறுக்க வந்தாட்களுல அவனும் ஓராளு. இவளும் இலேசுப்பட்டவள் இல்ல. வரிஞ்சுக் கட்டிக்கிட்டுச் சண்டைக்கு வந்தவள். அந்த எச்சளிப்புலத்தான் அமலோற்பம் சொன்னாள், "எம்மா, நாங்களே கீழத்தெருவுக்

காரவீய. அதிலயும் கீழ்ச்சாதின்னு ஒதுக்கி வச்சுருக்கியவீய. எங்கட்ட வந்து கையேந்தலாமா? நீங்க கையேந்தினா கொடுக்க ஒங்க சாதிசனத்துல ஆயிரம்பேர் இருப்பாவ. எங்களுக்கு அப்டியா? இந்தம்மா எங்களுக்காக மனசு இரங்கி, கொஞ்சம் தூக்கிவிடணும்னு நெனக்கச்சில, அதுலயும் பங்கு கேட்கலாமா? இது ஒங்களுக்கே நியாயமாயிருக்கா?"

அதுல ஒருத்தி கேட்டாள், "என்னக்கா இவக்கிட்ட வள வளன்னு பேச்சு. ஆரு கண்டா, இங்கின வந்து ஒட்டிக்கிட்டு, ஏழு வழி பண்ணினாலும் பண்ணிருவாவ. நம்மதான் ஜாக்கிரதையா இருக்கணும்."

"ஆம்ளா கவனமாக இருந்துக்காங்க. எந்தக் கட்டுக்குள்ள எந்தப் பெரிச்சாளி இருக்கும்னு தெரியும்?"ன்னு இன்னொருத்தி சொல்லச்சில, ஆளாளு மட்டுல ஒண்ணு இருக்க ஒண்ணச் சொன்னாவ.

சலவம்மாள் பேசாம, குலுங்காம, ஆடாம, அசயாம, சாதுவாய் நின்னாள். அவளது கண்ணுல ஈரம் தட்டிச்சு. அதக் கவனிச்ச பெர்டின் சிஸ்டர்க்கு இரக்கம் தோன்றிச்சு. அதவச்சுத்தான் சிஸ்டர் சொல்வாக, "நீங்க சொல்றது சரிதான். தப்புன்னு சொல்லல. இந்தப் பொம்பள பாவம். ஒம்பது புள்ளியள வச்சுருக்கா. புருஷன் வேற ஜெயில்ல இருக்கான்னு வேற சொல்றா. இந்தக் கஷ்டப்பட்ட பொம்பள பெத்த பிள்ளைகளுக்கு ஒரு நேரம் சோறு கொடுக்கிறதுனால நம்மென்ன கெட்டாப் போவோம்?"

எதுர்த்த நாற்காலில் உக்கார்ந்திருந்த தொடிச்சி சொன்னாள், "இல்ல சிஸ்டர். நாங்க அந்த நோக்கத்துல சொல்லல. அவியளால பாதிக்கப்பட்டிருக்கோம். என் கலியாணத்துல ரேடியோ பாடுனதுல என்ன தப்பு? அதயும் உடைச்சி, கட்டுன லைட் பூராத்தியும் ஒண்ணில்லாம ஆக்கி, பெரும் நட்டம். கலியாணம் மக்கா நாளு நடந்துச்சு. அதோட போகல. ஊடுவளுக்குத் தீ வச்சாவ. இதெல்லாம் தெரிஞ்சிதான் நீங்களும் வந்தீய. பெறகெதுக்கு அவிய சரவல வாங்கணும்?"

"ஆமாங்க சிஸ்டர் அவியள சேக்க வாண்டாம். எங்க தெருவுல ஒரு பொம்பளய வுட மாட்டானுவ. சீலத்துணிய உரிஞ்சு எடுத்துடுவானுவ. அந்த மூட அடிச்சி கெடத்தி குழிக்குள்ள வச்சப் பெறவுதான் செத்தத் தாவல"ன்னாள் அம்மாளு.

"இதெல்லாம் பாத்துக்கிட்டா இருந்தீங்க? எல்லாரும் சேர்ந்து சாத்தக் கூடாதா?"

“எங்க பயம் எங்களுக்குத்தான் தெரியும். நீங்க சாத்துன்னு லேசா சொல்லிட்டீய. அப்டி அவியள சாத்திட முடியமா? எங்க ஆம்பளைவளக் கொல செஞ்சிடுவாவ. ஒரு ஊடு இருக்காது. தீதான் எரியும். நீங்க வரப்போய் எங்கப்பாடு தேவல. நாங்களும் ஒங்க எதுக்க இருந்து பேச முடியுது.”

“எல்லாம் சரிதான். நடந்தது நடந்துட்டு. இனிம அதயே பேசிக்கிட்டிருக்க வேண்டாம். எனக்கென்னமோ பழசெல்லாம் நெனச்சிக்கிட்டிருக்கிறதுல பிரோசனமில்லன்னு படுது. இனியும் எதுவும் நடக்காம பாத்துக்கிடணும். அதுக்கு ஒருத்தருக்கு ஒருத்தர் விட்டுக் கொடுத்துப் போகணும். அப்டிப் பேசி ஒத்துமயாயிருக்கிறது நல்லது.”

“நல்லதுதான். ஆரும் இல்லன்னு சொல்லமாட்டாவ. இங்ஙனவுள்ள நாங்க விட்டுக் கொடுத்துப் போயிருவோம். அதுமாதிரி அவிய விட்டுக் கொடுக்கணுமே. எத விட்டுக் கொடுத்தாலும் சாதிய விட்டுக் கொடுத்திடுவாவளா? அவிய ஆரு? எங்க சாதிதான் ஒசத்தின்னு தொங்கிறவிய. பெறவு எங்ஙனக்கூடி ஒத்துமய வளர்க்க முடியும்?”

தொடிச்சிகூடச் சேர்ந்துக்கிட்டு அம்மாளும் சொன்னாள், “அவிய பாதைல நடந்தாலே பலி. ஏலே சக்கிலியத் தாயிளி எங்கல போறன்னு கேட்பாவ. ஆளாளுக்குப் பிடரில ரெண்டு தட்டுத் தட்டுவாவ. இப்டி ஆளுவக்கிட்ட என்ன பேச்சு வேண்டிக் கெடக்கு?”

“ஒரேடியா யாரயும் வெறுக்க முடியாது. நம்ம யார்க் கிட்டயும் போக வேணாம். வருற ஆளுவள வராதீங்கன்னு சொல்லவும் வேணாம்.”

சிஸ்டர் பிடிச்சப் பிடியில நின்னதும், அமலோற்பம் சொன்னாள்,“இம்புட்டுத்தூரம் பேசுறீய. அவியள சேர்க்கணும்னும் சொல்றீய. சேருங்க. அதுனால எதுவும் ஒண்ணாச்சுன்னா நீங்கதான் தாங்கணும்.”

“அப்டி எதுவுமாகாது. அப்டியே நெனப்போம். அப்டி எதுவுமாச்சுன்னாலும் தாங்கிக்கிடுவோம். நம்ம சகிச்சிப் போவோம்.”

சிஸ்டர் இப்படிச் சொன்னதும் தொடிச்சி சொன்னாள், “எங்கள யார் வேணும்னாலும் பகச்சிக்கிட்டு வாழ்ந்திடலாம். ஆனா அவிய பகச்சிட்டு வாழ முடியுமோ? அப்டி அடுத்தவியள வாழ சகிக்காத ஆளுவளக் கூட்டிப் பக்கத்துல வச்சுக்கிட்டா காரியம் ஒண்ணும் நடக்காது, பாத்துக்காங்க.”

எதுர்த்தச் சுவருல ஒருச்சாய்ந்தபடி, 'அம்போ'ன்னு சலவம்மாள் நின்னாள். தலையின் நரையுடன் எண்ணெய் காணாத கூந்தல அப்படியே தூக்கிச் சொருகியிருந்தாள். அவளது மூஞ்சி, சுருங்கிக் கோடுகளாய் இருந்துச்சு. பெர்டின் சிஸ்டரும் அவள ஆறுதல்படுத்திக்கிற மாதிரி சொன்னாள், "இதுல நானா முடிவு எடுக்க முடியாது. எதயும் கூடித்தான் பேசுவோம். பாதர் வரட்டும். அவுகக்கிட்ட சொல்லுறேன். பாதர் என்ன சொல்றாங்கன்னு கேட்டுட்டு மத்ததப் பாப்பும். அதுந்தட்டியும் பொறுங்க."

ஓராள சேர்த்தால் மத்தவியளும் வந்து ஒட்டிக்கிடுவாகங்கிற மாதிரி கிளமெண்ட் பாதர் ஏற்பாட்டுல சலவம்மாள் பிள்ளைகளுக்கு மதிய உணவு கொடுக்க ஆரம்பிச்சப் பெறவு, எம்புள்ளைக்கும் கொடுங்க. எம்புள்ளைக்கும் கொடுங்கன்னு மேலத்தெருவு பொம்பளைங்க புள்ளியளக் கூட்டிக்கிட்டு வந்தாவ. வந்தவியளும் சோறுக்கு வழியில்லாதவிய. புருஷன்மார்வ கெடயாது. புருஷன்மார் வம்பு, வழக்கு, வாய்தான்னு சிறைல இருந்தாவ. அவியளுக்குப் பிள்ளைங்க ஐந்துக்கு மேல, ஆறு, ஏழுன்னு எண்ணலாம். அதனால பாதர் சாப்பிட்டுட்டுப் போவட்டும்னு சொல்லப்போய் சிஸ்டரும் சேர்த்துக்கிட்டாக. சிஸ்டர் பெயரும் விளாத்திகுளம் வட்டாரம் பூராவும் தெரிஞ்சது. நோய் வாய்ப்பட்டவிய சிஸ்டரத் தேடி வந்தாவ. அதே நேரத்துல மிரட்டலும் வந்து சேர்ந்துச்சு அவியளுக்கு.

அன்னக்கிக் காலை மணி பத்திருக்கும். மேலத்தெரு ஆட்களைக் கீழத்தெருவுல பார்க்க முடிஞ்சது. அவிய வீராப்பும் கோபமும் கொண்டு பெர்டின் சிஸ்டர் வீட்டு முன்னே நின்னாவ. அவ்வளவு பேரையும் பார்த்த சிஸ்டர் என்ன விபரமுன்னு தெரியாம பதற்றத்தோடு வாசல்க்கு வந்தாக. இக்கட்டான நிலைல அவுக விசாரிக்கச்சிலத்தான் தெரிஞ்சது. சிஸ்டரும் அடக்கமும் மரியாதைவுமாய் நின்னு பேசினாக. "என்ன விசயமா வந்திருக்கீங்க?"

"மொதல்ல நாங்க கேட்கிற கேள்விக்குப் பதில் சொல்லு. எங்க தெருக்காரப் புள்ளீயளுக்கு நீ எப்டி ஓசில சோறு கொடுக்கிறது? நாங்க என்ன அப்டியா தட்டழிஞ்சி போயிட்டோம். இப்டி ஓசில ஓசில கொடுத்து மதமாத்தம் செய்யலாம்னு நெனக்கீயா?"

சிஸ்டர்க்கு விஷயம் புரிஞ்சது. கீழத்தெருக்காரவிய அங்ஙன வந்து கூடிட்டாவ. ஏகப்பட்ட பொம்பளைங்களும் சிஸ்டரச் சுத்தி நின்னாவ. இசபெல்லாவ கைலப் பிடிச்சிக்கிட்டு நின்ன தொடிச்சிக்குப் புதுசாய்க் குழப்பம் விளைவிச்ச மாதிரி

இருந்துச்சு. அவள கடைக்கண்ணாலப் பார்த்து அம்மாளு சொன்னாள், “நம்மத்தான் அப்பமே சொன்னமே. சிஸ்டர் எங்கக் கேட்டாவ? இப்பம் பாருங்க. மறவனுவ பூரா வரிஞ்சிக் கெட்டிக்கிட்டு வந்து கேள்வி கேட்கான்.”

“நீ ஓம்பாட்டுல இரி. என்ன நடக்குன்னு பாப்பும்”ன்ன தொடிச்சி, சிஸ்டரப் பார்த்தாள். சிஸ்டர் பதற்றப்படாம, கோபமில்லாம நிதானமாகச் சொன்னாக, “அய்யா அப்டி யெல்லாம் நெனக்காதீங்க. எங்களால முடிஞ்ச உதவிய நாங்க செய்றோம். அதுக்காக யார்க்கிட்டயும் துட்டு வாங்கினதில்ல. எங்க பணத்த செலவு செய்றோம். ஒங்க தெருவுலயிருந்து யாரயும் வாங்க வாங்கன்னு கூப்புடல. அவுகதான் வந்தாங்க. அவுக வந்து கெஞ்சப்போய், அவுக பிள்ளைகளுக்கு மதிய உணவு கொடுக்கோம். வேணும்னா அவுகள கூப்புட்டு கேட்டுப் பாருங்க. இன்னும் நெறைய பேரு பிள்ளைகளுக்கு உணவு கொடுங்கன்னு கூட்டிட்டு வாராங்க. நாங்கத்தான் இப்பம் நிதி வசதி இல்ல… பாத்துக்கிடுறோம்னு நிப்பாட்டி வச்சுருக்கோம். அதுக்காக மதமாற்றம் செய்றோம்னு சொல்லாதீங்க.”

“நீங்க ஆரு? கிறிஸ்தவியதானே? ஒங்களுக்கு எதுக்கு இந்தப் பச்சேரி மேல அக்கற? அக்கறய பச்சேரியோட வச்சுக்கிடணும். மறக்குடிக்காரனுவக்கிட்டக் காட்டக் கூடாது. அந்த உரிமையும் ஒங்களுக்குக் கெடயாது. ஆமா. சொல்லிட்டோம்”ன்னு கோபப்பட்டு எவ்வி எவ்வி நெஞ்ச மலத்திக்கிட்டுப் பேசினார் பால்பாண்டித் தேவர்.

அவரச் சுத்தி நின்ன மத்த தேவமார் ஆட்களும் தொண்டைக்குள்ளிருந்து வருகிற முணுமுணுப்புல, “அப்டிச் சொல்லும்”ன்னு தலய ஆட்டிக்கிட்டாவ. அப்பம் வெடுக்னு புலமாடன் சொன்னார், “அதான் நீங்க, நாச்சாரிமார்வ யெல்லாம் நிற்கிறது பறக்குடின்னு தெரியுதுல. பெறவு பச்சேரி பச்சேரின்னா வேண்டாத சிக்கலாப் போவும். அவியளோட பேசி நீங்க ஒரு முடிவுக்கு வாங்க.”

“ஏலே என்ன, ஒங்க தெருவுக்கு வந்ததுனால ஏறி மோள்றீயோ?”

“சாமியோவ் கோவப்படாதீய. வந்த விசயத்தப் பேசி முடிவு பண்ணுங்க.”

தொடிச்சிக்குக் கோபம் வந்துச்சு. “நீங்க என்ன மாமாவ் அய்யா – சாமின்னுட்டு? நம்ம ஆரயும் அய்யான்னும் சொல்ல வாண்டாம். சாமின்னும் சொல்ல வாண்டாம்.”

"ஓனக்கென்ன வாய் நீளுது. நேத்து பெறந்த பறச்சி நீ. தேவர் வம்சத்துக்குக் கெட்ட பெயரு வாங்கிக் கொடுத்திடலாம்னு நெனக்கீயா? வம்பா சீரழிஞ்சிப் போவாத"ன்னு சொல்லிக்கிட்டே அடிக்கப் போகிற மாதிரி வந்தான் ஒரு தேவன்.

"இங்க யாரும் சாதியச் சொல்லி அலட்ட வேணாம். அப்டி ஒண்ணும் தொடிச்சி வித்தியாசமா சொல்லல. அவுக எது சொன்னாலும் ஒழுங்காத்தான் சொல்வாக. ஓங்களுக்குக் கேட்க பொறுமயில்ல. உடனே சாதிய இழுக்கீங்க. அல்லன்னா அடிக்கப் போறீங்க. அது நல்லதில்ல"ன்னு சொன்ன பெர்டின் சிஸ்டர், பெறவு தொடிச்சியப் பார்த்து சொன்னாக, "அந்தோணியம்மா நீங்க எதுவும் பேசாதீங்க. நான் பேசிக்கிடுறேன்." அதத் தொடிச்சி என்ற அந்தோணியம்மாளும் கேட்டுக்கிட்டாள்.

அங்ஙன நின்ன சலவம்மாள் சொன்னாள், "இப்பம் என்ன நடந்து போச்சுன்னு எல்லாரும் இப்டி வந்து வரிஞ்சிக் கட்டிக்கிட்டு நிக்கீய?"

"என்ன, என்ன நடந்துச்சா? எல்லாம் ஒன்னாலத்தான். நீ ஓசிச்சோத்துக்கு டப்பா ஏந்தப்போயித்தான். மேலத்தெருவு மானம் கப்பல் ஏறுது. முதல்ல ஒங் கொண்டய அறுக்கணும்."

அங்கமுத்துத் தேவர் போட்ட சத்தம், சலவம்மாளுக்குச் சுரீர்னு பிடிச்சது. அந்தச் சூட்டோட சூடா அவளும் சொன்னாள், "ஆரு கொண்டய ஆரு அறுக்குறது? நம்ம அக்காமாரு தங்கச்சிமாரு இருந்தாப் போயி அறும். அறுத்துருவாராம்ல அறுத்து. அப்டி பொம்பளக் கொண்டய அறுக்கப் போட்டா வச்சுருக்கு? ஊர் கெடக்கிற கெடத் தெரியல. ஊர்த்தலைவரு இப்பம் பொம்பளக் கொண்டய அறுக்க அலைகிறாராம். இதான் ரொம்ப முக்கியம்."

"பேசாதே கண்டாரயோளி. தலைவர் ஆரு. அவரயா நீ எதுர்த்துப் பேசுற?" கூட்டத்துல நின்ன முத்தையா பாண்டியன் கனத்தக் குரல்ல சொல்லிச் சீறிக்கிட்டு விரசலாய் ஓடி வந்தான். வந்த வேகத்தில் அடி விழுந்திருக்கும். ஆனால் பக்கத்துல நின்னவிய தடுத்துட்டாவ. அந்தக் கேந்தில சலவம்மாள் சொன்னாள், "ஏலே பொட்டப் பயல. பொம்பளையையா அடிக்க வார? பொம்பளைகப் பூரா சேந்தா, தூமத்துணியால அடிப்பாவ. பெறவு நீ நாண்டுக்கிட்டு நின்னுதான் சாவணும்."

சலவம்மாளுக்குச் சாதகமாய் அங்கயற்கண்ணி – மேலத் தெரு தேவர்சாதிப் பொம்பள – அவள் கேட்டாள், "ஏய் தூமயக் குடிச்சான் என்ன சொன்ன? நாங்க என்ன கண்டாரயோளியா? நாங்க புள்ளக்குட்டிய வச்சுக்கிட்டுப் படுற கஷ்டம் ஒனக்குத்

தெரியுமா? அதுக படிக்கணும், நல்லா வளரணும்னு நாங்க நாயாய் அலைகிறோம். அதுக்காவ பச்சேரி வந்து வாங்கித் திங்கோம்னு வரிஞ்சிக்கட்டிக்கிட்டு வரத் தெரியுது. அதுமாதிரி ஊரக் கூட்டி இந்தப் புள்ளியளுக்கு என்ன செய்யணும்னு தெரியல. அதவுட்டுட்டு ஊர்த்தலைவர் பேசுறாராம் பேச்சு. புடுங்கினப் பேச்சு. பொம்பள கொண்டய அறுப்பாராம். பொம்பளன்னா அவ்வளவு இளக்காரமா போச்சு. என்ன?"

"ஏய் நீ ஆர்க்கிட்ட பேசுற? தலைவர்க்கிட்ட ஞாபகம் வச்சுக்கோ?"

"தலைவர்க்கென்ன ரெண்டு கொம்பாயிருக்கு. தலைவர்ன்னா தலைவர் மாதிரி பேசணும். அதவுட்டுட்டு கொண்டய அறுப்பேன், இத வெட்டுவேன், அதப் புடுங்குவேன்னா எப்டி?"

"ஏது தைரியம் ரொம்ப வந்துட்டுப்போல இருக்கு? பறக்குடி சோறு இந்த ஏத்தம் ஏறச் சொல்லுதாங்கும்? ஒரு மறத்திக்குப் பறக்குடில வாங்கித் திங்கோம்னு கொஞ்சமாவது வெக்கம், மானம், சூடு, சொரண வாண்டாம்? ச்சீ. நீயும் பேச வந்துட்டீயாங்கும்?"

"என்ன சீ வாழுது, சீதான் சோறு போடுதாக்கும்? அவனவன் மொள்ளமாரியாவும் முடிச்சி அவுக்குறவனாகவும் இருக்கான். அதுல வேற காணாம வேற போயிருறான். பெத்த புள்ளியள ஆர் வளக்றது? இப்டி எச்சலிப்பும் ஏழாப்பும் போட்டுக் கிட்டிருந்தா கதக்கி ஆகாது. ஒங்க சோலி எதுண்டோ அதப் பாருங்க போங்க."

"இனிம நீங்க தெருக்குள்ள வர முடியாது."

"வர முடியலன்னா என்ன, அதுக்காவ செத்தா போயிருவோம்? உசுரோடத்தான் இருப்போம்."

சலவம்மாளுக்கு ஒம்பது புள்ளியன்னா, அங்கயற்கண்ணி – அவள் பெற்றப் புள்ளிய ஏழு – அவ்வளவு பேரையும் கூட்டிக் கிட்டுப் பெர்டின் சிஸ்டர்க்கிட்ட வந்துட்டாவ. சிஸ்டரும் இது சூத்த அது நொள்ளன்னு சொல்ற ஆளும் கெடையாது. அதனால இரக்கம் கொண்டாக. வீடு விசயமாக புலமாடனக் கூப்பிட்டுப் பேசினாக. புலமாடனும், "அசலூர் செங்கச் சூளைக்குப் போனவிய ஊடுவ சும்மாத்தான் கெடக்கு. அதுவளுல குத்தவச்சியிருக்கட்டும்"ன்னார். அவியளுக்குக்

கொடுத்து உதவ வெள்ள அரிசியும், கைல காசுப் பணமும் இருந்துச்சு சிஸ்டர்க்கிட்ட. ஆனால் அவியளுக்கு அந்தக் குச்சில்க ஒத்துக்கிடல. "தெருவ விட்டு விலக்கி வச்சுருக்காவ. இதுல வேற சேரிக்குள்ள இருந்தா இனிம எக்காரணத்தக் கொண்டும் சேர்க்க மாட்டாது"ன்னு மறுத்தாவ.

"அப்பம் எதுக்கு இங்கயிருந்துக்கிடுவோம்னு சொன்னீங்க?"

"அப்பம் சொன்னோம் ஒரு கோபத்துல. இப்பம் வேற மாதிரில யோசிக்க வேண்டியதில்ல இருக்கு?"

"இத வுட்டா வேற வீட்டுக்கு எங்கப் போக?"

சலவம்மாளும் அங்கயற்கண்ணியும் பொன்னுத் தேவரப் பார்க்க வந்தாவ. அவரும், தன்னச் சந்திக்கனும்னா சாய்ங்காலம் விளக்கேற்றுற நேரத்துல பள்ளிக்கூடத்து வாசலுக்கு வந்திருங்கன்னு சொல்லியிருந்தார். அதே மாதிரி அவரும் நின்னார். அவியளக் கண்டதும் அவர் பதறல, பதற்றப்படல, குழம்பல, குமறல, எப்பமும் போலத்தான் இருந்தார். அவியத்தான் பதறுனாவ. "என்ன வாத்தியாய்யா ஒங்கக்கிட்ட வந்து எங்கக் கஷ்டத்தச் சொல்லி, புள்ளியள படிக்க வைக்கணும், அவியளுக்கும் மதியம் ஒரு நேர சோறு கொடுங்கன்னு கேட்டோம். நீங்க அந்தக் கன்னியாஸ்திரியப் பாக்கச் சொன்னீய. அவியளும் கொடுத்தாக. இது இப்டி ஆவுமுன்னு நாங்க என்னத்தக் கண்டோம். அந்தம்மாவச் சும்மாச் சொல்லக் கூடாது. அவிய நல்லவிய. ஊடுவளும் ஏற்பாடு செஞ்சாவ. மறக்குடில விலக்கி வச்சாலும், அதுக்காவச்சிட்டி மறத்தி சேரிக்குப் போய்க் குத்தவைக்க முடியுமா? அதான் வாண்டாம்னுட்டோம். இப்பம் நீங்கத்தான் மாத்து ஏற்பாடு செய்யணும்"ன்னு அவிய சொன்னதும் பொன்னுத் தேவர் மனசுல வேறு மாதிரி திட்டம் உருவானது.

"நா சொல்றபடி நடந்தா அஞ்சு செண்ட் நெலம் கெடைக்கும். அப்டியே அது கெடைக்கலன்னாலும், ஊருல சொல்லி ஒங்கள, ஒங்க வீட்டுல பழையபடியே இருக்கவைக்கேன் போதுமா?"ன்னார்.

"அப்டியா அஞ்சி செண்ட் நெலம் கெடைக்குமா!"ன்னு அவிய ஆர்வக் கோளாறுல கேட்டாவ. "உறுதியெல்லாம் நா சொல்ல மாட்டேன். மொதல்ல அந்தயிடத்துல ஒரு குச்சில மடக்கி உக்காருங்க. யார் என்ன சொல்வான்னு நா பாத்துக்கிடுறேன்." அவர் எதுக்க நின்னு பேசிக்கிட்டிருந்த சலவம்மாளுக்கும் அங்கயற்கண்ணிக்கும் மனசுல மகிழ்ச்சியும் சந்தோஷமும் பொங்கிச்சு. அவிய பெறத்தால இருட்டும் படிஞ்சுச்சி. தெருவுல போற ஆளுவ மங்கலாத் தெரிஞ்சாவ. "இன்னக்கி ரா மட்டும்

பொறுங்க. நாளக்கி ஒங்க வீடுகளுலவுள்ள தட்டி, மரம், கம்பு, கழை எல்லாத்தியும் ஆள விட்டுத் தூக்கிக் கொண்டுவந்து போடச் சொல்றேன். அந்த அஞ்சு செண்ட் மனையில குச்சிலக் கட்டி உக்காருங்க. மத்ததப் பெறவு பார்த்துக்கிடலாம்.” இந்த வார்த்த குளுந்துச்சி. இப்பமே ஐந்து செண்டுல வீட்டக் கட்டி உக்கார்ந்த மாதிரியும் இருந்துச்சு. அதுவே போதும்ன்னும் தோன்றிச்சு. அவியளும் பொன்னுத் தேவரப் பார்த்து, “சரி வாத்தியாரயா. நாங்க போயிட்டு வாறோம்”ன்னு கிளம்புனாவ.

நல்லையா பட்டா நெலத்துல இவியளக் குச்சிலக் கட்டச் சொன்னார் பொன்னுத் தேவர். அதுதான் சாக்குன்னு ஆட்கள வச்சிச் சலவம்மாளும் அங்கயற்கண்ணியும் வேலை வாங்கிக்கிட்டிருந்தாவ. எதுர்த்தாப்பல கருப்பாயி இருந்தாள். அங்ஙனக் கூடியிருந்த பட்டா நிலம் பூராவும் சும்மாக் கெடந்துச்சு. ஒருத்தரும் வேலி அடைக்கல. அப்படி அடைச்சிருந்த நிலத்திலும் கருக்கு மட்டச் சரிஞ்சிக் கெடந்துச்சு. எதுர்த்த நிலத்துல வேலை தொவங்கியதும் கருப்பாயி பார்த்தாள். உடனே அவள் உஷாரானாள். “ஏம்மோவ் என்ன எம்மவன் நெலத்துல கம்பு நட்டுறீய? இத வாங்கியிருக்கியளா? கிரயம் முடிச்சு பத்திரம் வச்சுருக்கியளா? பட்டாயிருக்கா?”ன்னு கேட்டதும், எதுக்க நின்னு தலை தூக்கிப் பார்த்த சலவம்மாள் படபடத்துச் சொன்னாள், “நீ ஆரு கேட்க? நீயே அசலூருக்காரி. ஒனக்கே நெலம் சொந்தமாயிருக்கச்சில, எங்களுக்கு இருக்கக் கூடாதாங்கும்? நாங்களும் என்ன நெலத்த தூக்கிட்டாப் போறோம்? குத்தவைக்க ரெண்டு குச்சில மடக்குறதுக்குள்ள ஒனக்கெதுக்குப் பொத்துட்டுப் பாயுது?”

“மடக்குங்க ஆரு வாண்டாங்கா. இங்ஙன மடக்காதிய. வேற எங்காவது போய் மடக்குங்க. ஆரும் கேட்க மாட்டாவ.”

செஞ்ச வேலய நிப்பாட்டிட்டுப் பேசுற சங்கதிவளக் கவனிச்சிக்கிட்டிருந்த வேலையாட்களப் பார்த்து அங்கயற்கண்ணி அரட்டினாள், “நீங்க என்ன வாப்பாத்துக்கிட்டிருக்கீய? ஒங்க வேலயப் பாருங்க.” அவியளும் சுறுசுறுப்பாய்க் குழி தோண்ட ஆரம்பிச்சாவ. கருப்பாயி சொல் எடுபடல. அவளும் குழம்பினாள். நின்னா காரியம் கெட்டுப் போவும்னு விரசலாய் நடந்தாள். அவளுக்கும் வேலை மெனக்கிட்டுப் போச்சு. புள்ளியளுக்கும் ஒண்ணும் பாக்கல. அவியளுக்கு இனிமத்தான் வயிற்றுக்குக் கொடுத்துப் பள்ளிக்கூடம் அனுப்பணும். அவளும் தூக்குச்சட்டில கஞ்ச வைச்சுக்கிட்டு ரோட்டுக்கு வரணும். பஸ்சப் பார்க்கணும். பஸ் கெடைக்கலன்னா நடக்கணும். அதயெல்லாம் விட முக்கியமான வேலை இப்பம். ரவுக்க இல்லாத திரேகத்தை சேலய

இழுத்து மாராப்புத் தெரியாம சொருகிக்கிட்டுப் புலமாடன் வீட்டுக்கு நடந்தாள்.

வீட்டுல புலமாடன் இல்ல. அவரும் அவர் பெஞ்சாதியும் காட்டு வேலைக்குப் போயிட்டதாகச் சொன்னாவ. அங்ஙன உள்ளவிய கூடி நின்னு என்ன விசயம்ன்னு விசாரிச்சாவ. விவரத்தச் சொன்னதும், "அய்யோ இதென்ன அநியாயமாயிருக்கு? மொதல்ல குத்த வச்சுக்கிடுறேன்னு சொல்வாவ. பெறவு எழுப்ப முடியாது. சக்னு உக்கார்ந்துக்கிடுவாவ. நம்மத்தான் அய்யாச்சாமின்னு தரிக்கணத்தோம் போடணும். அப்டியும் ஒண்ணும் நடக்காது. மொதல்ல போய் மறிப்போம். குச்சில் போட விடாம செய்வோம். வாங்க."

"ஆமா போய்த் தடுக்கணும். இன்னக்கி ரெண்டு பேருனா நாளைக்கி நாலு பேராகிடும். ஆளாளுவ மட்டுல வந்து குத்த வச்சுக்கிட்டா எழும்பக் கஷ்டம். இருக்கிற ஆளுவளயெல்லாம் திரட்டிட்டு வாங்க. என்னன்னு கேப்போம்."

"ஏலே அப்டியே விளாத்திகுளம் முட்டும் போயிட்டு வந்திரு. அங்ஙனதான் செங்கச் சூள. நல்லையாவுக்குச் சத்தங் காட்டு. போற வழில புலமாடன வரச் சொல்லிட்டுப் போ."

சேதி காதுக்கு எட்டி ஈரக்குலயப் பிடிச்சுக்கிட்டு ஓடியாந்தாள் தொடிச்சி. அவக்கிட்டயிருந்த குழந்தய கருப்பாயி வாங்கங்காட்டிலும் அனேகமாய் எல்லாரும், ஒரு பர்லாங்கு தூரத்தில் இருக்கும் பட்டா நிலத்த நோக்கி ஓடிக்கொண் டிருந்தாவ. அங்ஙன ஆளும் பேருமாய் நின்னு குழிகளத் தோண்டிக் கம்புகள நட்டிக்கொண்டிருந்தாவ. குச்சில்களக் கட்டுற வேலைகள் பலமாக நடந்துச்சு. ரெண்டு பொம்பளைகளும் கயித்த நீட்டிப் போட்டு, ஆட்கள வேல வாங்கிக்கொண்டிருந்தாளுவ. அப்பம் அங்கயற்கண்ணி சொன்னாள், "எக்கோவ் அண்ணாப் பாரு. அவளுவ தெரண்டு வருவத!" அதுக்குமேல வேலைங்க ஓடல. மத்தவியளும் அவியப் பெறத்தால நின்னுக்கிட்டாவ.

"ஏய் எடுப்பட்ட சிறுக்கிகளா. இதாரு நெலம். ஆரு நெலத்துல ஆரு வந்து குச்சில மடக்குறது. நகண்டு போறீங்களா. அல்லன்னா அவ்வளத்தையும் பிடிங்கி எறியட்டா?"ன்னு அடி வயிற்றிலிருந்து குமறிக்கிட்டு வருகிற கோபத்தில் சொன்னாள் தொடிச்சி.

அவ்வளவுத்தான் அவியளுக்கும் கோபத்த அடக்க முடியல. ஒரு படி விஞ்சுக்கிட்டு, நிமிர்ந்து பார்த்து சலவம்மாள் சொன்னாள், "சாதி கெட்ட துப்புக் கெட்ட பறத் தேவிடியா.

யாரடி எடுப்பட்டச் சிறுக்கின்ன? இங்ஙனத்தான் குச்சிலக் கெட்டுவோம். இதவுட்டு எழும்ப மாட்டோம். செய்றத செய். பாப்பும்!"

"பூழக் கொழுப்பு ரொம்பதான் ஏறிப்போச்சு. குச்சில் கட்டணும்னா ஒங்க சொந்த நெலத்துல கட்டணும். ஊரா ஊட்டு நெலத்துல வந்து கட்டிக்கிட்டு இந்த நொட்டு நொட்டுனா நாங்க சும்மா வுட்டுடுவோமோ?"ன்னு கருப்பாயி சொன்னதும், அதன் தொடர்ச்சியாக எதோ சொல்ல வாயெடுத்த தொடிச்சியப் பார்த்து, அங்ன வந்து நின்ன பெர்டின் சிஸ்டர் சொன்னாக, "அந்தோணியம்மா நீங்க பேசாதிங்க. நான் பேசிக்கிடுறேன்"ன்னு அந்தப் பொம்பளைங்கப் பார்த்தாக. "அந்தானக்கி இதயெல்லாம் தூக்கிட்டுப் போங்க. இது நியாயங் கெடயாது. அநியாயம். இந்த நிலம் அவுகது. அவுக பட்டா நெலம். என்னமோ ஒங்க நெலம் மாதிரி ரொம்ப சௌவுரியமா குடிச போடுறீய? அடுத்தவங்க நெலத்த அபகரிக்காதீங்க. ஒங்களுக்குப் பட்டா நெலம் வேணும்னா, இனியொரு நாளுல எல்லாரும் போய் தாசில்தாரப் பாருங்க. ஒங்களுக்கும் நெலம் கெடைக்கும். நீங்க வீட்டக் கெட்டுங்க. யாரும் தடுக்கமாட்டாங்க."

"என்னம்மா நீங்களும் அவியக்கூடச் சேர்ந்து ஒழப்பிரிய. அவியளுக்கு ஒண்ணாச்சின்னா நீங்கத்தான் முன்ன வந்து நிக்கீய. அவிய புள்ளீயளுக்குன்னா சன்ன வெள்ள அரிசில சோறு பொங்கிப் போடுறீய. எங்க புள்ளீயளுக்குன்னா வெறும் புளுத்த அரிசில சோறு. வாயில வய்க்க முடியல."

"பொய்ய இந்த மேனிக்கு நிறுத்துங்க. இதுக்குமேல பேசாதீங்க. அண்ணக்கே சொன்னாங்க. நாங்க கேட்கல. ஒங்க பிள்ளங்கள சேர்த்திருக்கக் கூடாது. சேர்த்ததுதான் நாங்க செஞ்சத் தப்பு."

"தப்போ நொப்போ. போங்கம்மா ஒங்க சோலியப் பாத்துக்கிட்டு."

பெர்டின் சிஸ்டர் நெஞ்சில சிலுவையிட்டுக்கிட்டாக. ஆட்களும் நெறய கூடியிருந்தாங்க. ஆளாளு முட்டுல பேசிக்கிட்டிருந்தாவ. அந்தப் பொம்பளைங்க திமிராப் பேசியதும் தொடிச்சி அரட்டினாள். "ஏய் நீ ஆரச் சோலியப் பாத்துக்கிட்டுப் போவச் சொல்ற? மொதல்ல ஒஞ்சோலி மயித்தப் பொத்திக்கிட்டு இடத்தக் காலிப் பண்ணப்பாரு."

"அந்தோணியம்மா திரும்பத் திரும்பப் பேச்ச வளர்க்காதீங்க. அவுக முட்டிக்கிட்டுக் குனியப் போறாங்க. அவுக செய்கிற

வேலையும் செலவும் நட்டமாகும். அப்பந்தான் மண்டைல உறைக்கும். நம்ம சொன்னா ஏறாது?"

"அவளுவ என்ன காரியம் பண்ணிக்கிட்டிருக்காவ? அவியளச் சும்மா விடலாமா?"

"அதுக்காக அவுகள அடிக்கணும்னு நெனக்கீங்களா?"

"அப்டிச் செஞ்சாலும் தேவலத்தான்."

"அப்டி நெனக்காதீங்க. அது அவுங்க செய்கிறதவிட முட்டாள்தனமானது. இப்பம் எங்கூட வாங்க. நான் அவுங்கள இடத்த காலி பண்ண வைக்கேன்."

"எப்டி சிஸ்டர்?"

"நீங்க பேசாம வாங்க. எல்லாம் நல்லப்படியா நடக்கும்."

தொடிச்சி புள்ளய வாங்கி வச்சுக்கிட்டாள். பெர்டின் சிஸ்டரும் அவளும் நடந்தாவ. கருப்பாயியும், "எங்கப் போறீய. நீயும் சிஸ்டரும்?"ன்னு கேட்டாள். "சிஸ்டர் கூப்புடுறாவ. நானும் போறேன்".

உடனே சிஸ்டர் சொன்னாக, "நீங்க வேலைக்குப் போகலயா? போகணும்னா போங்க. நாங்க பாத்துக்கிடுறோம். முட்டாப் பொம்பளைக கூறு கெட்டத்தனமா என்னமோ செய்யுது. அவியள நகட்டுற விதமா நகட்டணும். அதுக்காச்சிட்டி சண்டப் போடக் கூடாது. இது விசயமா ஆட்களப் பாக்கணும். அதுக்காகப் போறோம்."

"நானும் வரட்டா?"

"ஒரு நாளு வேலய ஏன் கெடுக்கீய? போங்க. நாங்க பாத்துக்கிடுறோம்."

"இப்டிச் சரவல வச்சுக்கிட்டு எங்க போக? அது முடிஞ்சாத்தானே மனசுக்கு நிம்மதி."

"அப்பன்னா சரி வாங்க."

அங்ஙனதான் கட்டடத்து வேலை நடந்துச்சு. செங்கல் ஒண்ணுபோல அடிக்கி வச்சுருந்தாவ. கற்களும் தட்டுமுட்டுச் சாமான்களும் சிதறிக் கிடந்தன. பார்க்கிறயிடமெல்லாம் மச மசன்னு வளர்ந்திருந்த புல்லும் பூண்டும் பசப் பசப்புக் கருகி மடஞ்சு வெறும் தரையாய் இருந்துச்சு. நின்ன ஆட்கக்கிட்ட, "மேஸ்திரி வந்தாச்சா?"ன்னு சிஸ்டர் கேட்டாக.

"இப்பம் வந்திடுவாரு. என்னமும் சொல்லணும்மா சிஸ்டர்?"

“ஒண்ணுமில்ல. ஒரு எட்டுல போய்ப் பஞ்சாயத்துத் தலைவர் அய்யாவ நான் கூப்புட்டதாச் சொல்லி, நான் தங்கி யிருக்கிற வீட்டுக்கு வரச் சொல்லணும்.”

“இப்பம். ஒரு ஓட்டம் ஓடிப்போய் சொல்லிட்டு வந்திடுறேன்.”

“நாங்க போறோம். மறக்காம வீட்டுக்கு வரச் சொல்லிடுங்க.”

“ம்…”

மூலபடச் செட்டியாருக்கும் குழப்பமாக இருந்துச்சு. “எதுக்கு இந்தப் பொம்பளைங்க இப்டிச் செய்றாளுவ? இவளுவளுக்கென்ன பைத்தியம் கீத்தியம் பிடிச்சிப் போச்சா?”ன்னார்.

“அதுல வேற அவள்வ தாருமாறா ஏசுறாளுவ. சாதியச் சொல்லி வைறாளுவ. நாங்க சண்டப் போட்டு, எல்லாத்தியும் அடிச்சி விரட்ட முடியும். சிஸ்டர்தான் வாண்டாம்னு கூட்டிட்டு வந்துட்டாவ”ன்னாள் தொடிச்சி.

“நான் எப்பமும் எல்லாரும் வேணும்னு நெனப்பவன். அதிலயும் ஞாயமிருக்கிற பக்கம்தான் இருப்பேன். நீங்க ஏங்கிட்டச் சொல்லிட்டீங்கல்ல. விடுங்க. நாந் இப்பமே ஒரு முடிவு எடுத்திடுறேன்.”

“உடனே அதச் செய்யுங்க. இல்லன்னா போலீஸ்க்குத்தான் போவணும்”ன்னாக சிஸ்டர்.

மூலபடச் செட்டியார் போற எட்டுல, நாட்டாமயப் பார்த்தார். ராமசாமி நாயக்கருக்கும் இந்தக் கசபுச காதுக்கு எட்டியிருந்துச்சு. அவரும் செட்டியாரப் பார்த்துக் குரல உயர்த்தினார், “ஆரு மூலபடச் செட்டியாரா. வாங்கய்யா. வாங்க. எதுவும் சாப்பிடுறீகளா?”

“அதெல்லாம் ஒண்ணும் வேணாம். அவியளுக்குப் பட்டா கொடுத்திருக்கு. அதுல தேவமாரு பொம்பளைக குச்சிலக் கட்டிக் கிட்டிருக்காளுவ. என்ன அநியாயமாயிருக்குப் பாருங்க?”

“பெறவு பட்டாக் கொடுத்தா எல்லா சாதிசனங்களுக்கும் கொடுக்கணும். அத வுட்டுட்டு ஓரவஞ்சம் செஞ்சா இப்டித்தான் வரும்.”

“வருறது இப்டின்னாலும், இனிம வருறது இதவுட மோசமா இருக்கும். அந்தக் கன்னியாஸ்திரியம்மா இத நல்லபடியா முடிச்சிக் கொடுங்க. இல்லன்னா போலீஸ்க்குப்

போக வேண்டியதிருக்கும்ங்காவ. அதான் ஒங்களயும் கூட்டிக்கிட்டுப் போய்ப் பிரச்சனய முடிக்கலாம்னு கூப்புட வந்தேன். வாரீங்களா?"

"இந்த வூருல குண்டூசி விழுந்தாலும் நம்மத்தான் போய் நிக்கணும்மா? அவுகளுக்கும் இவியளுக்கும் உள்ள பெரச்சன. அவுக அவுகப் பாத்துக்கிடணும்."

"நானும் அப்டித்தான் நெனச்சேன். ஆனா இத இப்டி விட்டிட முடியாது. அதுனால சாதித் தகராறு வந்து அடிச்சிக்கிட்டுக் கிடக்கக் கூடாது. சூட்டோட சூடா இத முடிக்கணும்."

"சரி நீங்கப் போய்ப் பேசுங்க. நீங்கதான் பொதுவான ஆளு. ஒங்களால முடியலன்னா நானும் வர்றேன்."

பொன்னுத் தேவரும் வந்து சேர்ந்துக்கிட்டார். அங்கமுத்துத் தேவர் வீட்டுக்கு வரச்சில, தேவர் வீட்டு வராண்டாவுல பெரிய மனுசங்க நின்னாவ. "பிரசிடெண்ட் அய்யா விசயத்த கேள்விப் பட்டதும் வந்துட்டாவ பாத்தீயளா? அதான் அவியள பஞ்சாயத்துத் தலைவராத் தேர்ந்தெடுக்கிறது"ன்னார் பால்பாண்டித் தேவர்.

"வாத்தியாரய்யா நீங்களும் வாங்க. நீங்க ஒரு படிச்சாளு. இந்தப் பொம்பளைவ என்னத்தையாது ஒண்ண செய்றாளுவ. அன்னக்கி என்னன்னா பறக்குடிப் புள்ளியக்கூட உக்கார்ந்து ஓசிச்சோறு திங்க புள்ளியள அனுப்புனாளுவ. இப்ப என்னன்னா கீழத்தெருவிலுள்ள பறயன் சக்கிலியனுக்குக் கொடுத்த நெலத்துல குச்சில கெட்டுறாளுவ. இவளுவள என்ன செய்ய?"ன்னார் அங்கமுத்து தேவர்.

மூலபடச் செட்டியார் பொன்னு தேவரப் பார்த்தார், "என்ன வாத்தியாரய்யா. அங்கமுத்துத் தேவர் சொன்ன மாதிரி அவுக அங்க போய்க் குச்சில்களக் கெட்டிக்கிட்டிருக்காவ. அதுனால பகைதான் நீளும். அவுக போலீஸ்க்குப் போனா, அவியள மட்டும் இழுத்துட்டுப் போவ மாட்டாவ. ஊர்த் தலைவர் ஆருன்னுத்தான் கேட்பாவ. அங்கமுத்துத் தேவர்தான் கைய கட்டிக்கிட்டு நிக்கணும்."

அங்கமுத்துத் தேவர்க்குப் பகீர்னு இருந்துச்சு. செட்டியார அண்ணாந்து பார்த்து, "அப்டியா? அவளுவ செய்கிறதுக்கு நானுமா பலியாகணும்"ன்னார்.

"அப்டியெல்லாம் வரக் கூடாதுன்னா, அவிய ரெண்டு பேரயும் நம்ம தெருக்குள்ள கூப்புடுங்க. அவுக ஊட்டுகளுக்குப் போகச் சொல்லுங்க. பாவம். அவிய பெழப்பப் பத்தி தெரியாதா?

புருஷமாருவ கெடையாது. புள்ளக்குட்டியோட கஷ்டப்படுறாவ. அவியள ஊரே வுட்டு விலக்குனா எங்கப் போவாவ?"

"அதெல்லாம் நெனச்சா அவளுவ பேசுனாளுவ? என்ன கேள்வியெல்லாம் கேட்டாளுவ? அவளுவள எப்டி ஊர்க்குள்ள சேர்க்க முடியும்? சேர்க்கக் கூடாது"ன்னு சொன்ன அங்கமுத்துத் தேவரின் குரலில் உறுதி இருந்துச்சு.

உடனே மூலபடச் செட்டியார் சொன்னார், "சரி தலைவரே, தலைவர்னு இருக்கச்சில எப்டியும் கேள்வி கேட்கத்தான் செய்வாவ. நான் கேட்காத கேள்வியா? அப்டியெல்லாம் சொல்லுறப்போ பொறுமை வேணும். அப்பந்தான் தலைவருக்குப் பெருமை."

"அதுக்கு நானு என்ன செய்யணும்னு சொல்றீய?"

சமயத்த எதிர்பார்த்துக்கிட்டிருந்த பொன்னுத் தேவர்க்குப் 'பாய்ண்ட்' கெடச்சிப் போச்சு. அவர் சொன்னார், "அப்டி வாங்க வழிக்கு. இப்பம் நீங்க நம்மாளுகள கூட்டிக்கிட்டுப் போங்க. அந்தப் பெம்பளைகளுக்கு ஆளுக்கு ரெண்டு ரெண்டு ரூபா கொடுங்க. அவளுவள அவுக அவுக ஊட்டுக்குப் போகச் சொல்லுங்க. அங்ஙன கெடக்கிற கட்ட, மட்ட, கம்பு எல்லாத்தியும் பிடிங்கிட்டு வந்திடுங்க. பெரச்சன முடிஞ்சிப் போவும்."

அங்கமுத்துத் தேவர் தலையைச் சொறிஞ்சார். "என்ன தலைவர ரோசன? நீங்க வாங்க. வாத்தியாரய்யா சொன்ன மாதிரி கூட்டிக்கிட்டு வந்திடலாம்"ன்னார் வைரவத் தேவர்.

"என்னமோப்பா ஒங்கப் பிரியம். நம்ம போலீஸ் கேஸ்னு அலயக் கூடாதுன்னுதான் வாறேன்." அங்கமுத்து தேவர் கிளம்பச்சில, அவர் பெறத்தால அவியளும் கிளம்புனாவ. "என்ன பொன்னு தேவர் நீங்க வரலயா?"ன்னு மூலபடச் செட்டியார் கேட்டார்.

அதுக்குப் பொன்னுத் தேவர் சொன்னார், "நான் ஸ்கூல்ல பெர்மிஷன் கேட்டுத்தான் வந்திருக்கேன். உடனே போவணும்."

5

வள்ளியம்மாள் சங்கடத்துல நின்னாள். இப்பம் மெனக்கிட்டு வந்தும் ஆளக் காங்கலன்னதும் கோபமும் வெறுப்பும் வந்துச்சு. வள்ளியம்மாள ஏமாற்றம் பிச்சுத் தின்னது. அவள் குழப்பத்துல திணறினாள். ஆனாலும் அவளுடைய பையன் சந்தோஷமாக நின்னான். அவன், நேராய்ப் போய் முட்டித் திரும்பித் தெருவைப் பார்த்தான். பேச்சுச் சத்தத்தில் தொட்டுப் பிடிச்சி விளையாண்டுக் கிட்டிருக்கிற புள்ளியளக் கண்டான். ஆட்களும் ஒண்ணு ரெண்டுதான் தெட்டுப்பட்டாவ. தெருவு ஆளுக காடுகரைக்குப் போயிற்று. அங்ஙன கூடியிருந்தவியள்ல சாமி கொண்டாடி வைரவ தேவர்தான் பெரிய மனுசர். பொன்னுத் தேவரப் தேடிப் போனவியளும் வந்துட்டாவ. "எங்ஙனத் தேடியும் காங்கல"ன்னாவ.

வேலை பார்க்கிற ஊருல புருஷன் இல்லன்னு தெரிஞ்சதும் வள்ளியம்மாள் மனசு கலக்கம் அடைஞ்சது. இவ்வளவு தூரம் புறப்பட்டு வந்து அவரப் பார்க்காமல் போனால் எப்டி? பொழுதடைஞ்சிப் போச்சு. விளக்கும் வச்சாச்சு. இருந்தாலும் அவரப் பத்துன விபரமாவது தெரியணும். அப்டிச் சொல்லக்கூடிய ஆள் யாருன்னு நெனச்சிப் பார்த்தாள். அவளுக்குச் சட்டென்னு வெங்கடாசல நாயக்கர் ஞாபகம் வந்துச்சு.

"சரிங்க. ஸ்கூல் ஹெட்மாஸ்டர் வீடு எங்கயிருக்கு?"

“ஆரு நம்ம வெங்கடாசல நாயக்கர் வூடா?”

“ம்...”

“ஏலே நீ இவியளக் கூட்டிக்கிட்டுப் போயி நாயக்கமார் கோட்டயக் காட்டு.”

“அட நீங்க ஒண்ணு மச்சான். அவியள ஆரும் அண்டக் கூடாதுன்னு கோட்டச் சுவர் கட்டியிருக்காவ. பெறவு அங்க போன்னா எப்டி?”

“நீ உள்ளப் போவ வாண்டாம். அங்ஙன நின்னு காட்டிக் கொடு. அவியப் போய்க்கிடுவாவ.”

“அப்பம் சரி வாங்க.”

“ஹெட்மாஸ்டர் வீட்டுலயிருப்பாரா?”

“பொழுதடைஞ்ச நேரத்துல எங்கயும் போக மாட்டாவ. அப்டியே போனாலும் வந்திருப்பாவ.” “நீங்க பொன்னுஸார இன்னக்கிப்பாத்திகளா?”

“இன்னக்கிப்பூரா எங்கண்ணுல தட்டுப்படல.”

“எங்கப் போயிருப்பாருன்னு தெரியுமா?”

“அதெப்படிங்க எனக்குத் தெரியும்?”

“அதுஞ் சரிதான். அவுரு வாத்தியாரு. எங்கப் போனாவன்னு ஆருக்குத் தெரியும்?”

“இந்தா வந்துட்டு நாயக்கமார் கோட்ட. முன்னால கேட்டிருக்கும். போங்க.”

“ம்...”

எதிர்ப்பட்ட மதில் சுவரின் மரக்கேட்டப் பார்த்ததும் அச்சம் வந்துற்று வள்ளியம்மாளுக்கு. அவளும் தயங்கித் தயங்கி வந்தாள். அந்தச் சுவர ‘ட’னா வடிவத்துல கட்டியிருந்தாவ. புதுசாகத் தலக்கட்டுக் கூடிக் குடும்பங்க பெருகப் பெருக இந்தச் சுவர இன்னும் இழுத்துக்கிட்டுப் போகலாம். அதுக்கு எசவாக கெடந்த நிலமும் முள்ளும் செடியுமாய் மண்டிக் கெடந்துச்சு. காணாததுக்கு இருட்டும் சூழ்ந்துச்சு. வீடுகள்ல பல்புக எரிஞ்சுச்சு. ஆட்கள் அசவும் இல்ல. எது ஹெட்மாஸ்டர் வீடுன்னு தெரியல. எல்லாமே கம்னு இருந்துச்சு. கொஞ்சம் முந்தி வந்திருக்கலாம். கண் வெளிச்சத்துல பார்த்திருக்கலாம். மத்தியானத்துக்கு மேலதான் விடுப்பு. உடனே புறப்பட்டு வந்தாச்சு. அலச்சலும் ஜாஸ்தி. காணாதுக்கு மன உளச்சல். வேதன. வலி. எரிச்சலாக இருக்கு. இவ்வளவு தூரம் வந்துற்றுச் சும்மாப் போக

முடியுமோ? பையனுக்கும் நடந்து நடந்து அலுத்துப் போச்சு. "வாம்மா. வூட்டுக்கு போவோம்"ன்னு சிணுங்கினான். அவன் தொந்தரவு பொறுக்காம அரட்டினாள். "ஏலே செத்த சும்மா இரி. வந்தது வந்தாச்சு. ஒங்கப்பன பாத்துட்டுக் கிளம்புவோம்"

அப்பந்தான் ஒரு பையன விரட்டிக்கிட்டு இன்னொரு பையன் ஓடியாந்தான். அவியள நிப்பாட்டி வள்ளியம்மாள் கேட்டாள், "இங்கன ஸ்கூல் ஹெட்மாஸ்டர் வீடு எது?"

"ஆரு. எங்க மாஸ்டர் ஊடா? இந்தா இந்த ஊடுதான்."

வள்ளியம்மாள் ஏறிட்டுப் பார்த்தாள். காரக் கட்டடம். அளிப்பாச்ச தார்சாவுல டியூப் லைட் எரிஞ்சது. அந்த வெளிச்சம் முற்றத்துல விழுந்துச்சு. ஐந்து கருங்கல்லுனால செஞ்சப் படிக. அதுல மெல்ல ஏறி வாசல அடைஞ்சாள் வள்ளியம்மாள். தயக்கத்தோடு கதவத் தட்டினாள். அவள் கைல போட்டிருந்த வளையல்ங்க குலுங்கிச்சு. அந்தச் சத்தங் கேட்டு ஒரு பொண்ணு வந்தாள். ஒத்தத் தாவணிப் போட்ட அவளுக்குச் சித்து உடம்பு. "நீங்க ஆரு? என்ன விசயமா வந்திருக்கீங்க?"

"நானு அருப்புக்கோட்டைல டீச்சரா இருக்கேன். ஹெட்மாஸ்டரப் பாக்கணும்."

"சரி. வாங்க. இந்தப் பெஞ்சில இரிங்க. நா நைனாவ கூட்டிக்கிட்டு வாறேன்."

பையன் தார்சா இரும்புக்கம்பிகள எண்ணத் தொடங்கி னான். அதுல அவனுக்குச் சந்தோஷம். வள்ளியம்மாள் தயங்கியபடி இருந்தாள். சிமெண்ட் தளம் பளபளத்துச்சு. அவள் பிறந்த வீடும் சிமெண்ட் தளம் போட்ட மட்டப்பா வீடு. பொன்னு தேவர் வீடும் கார வீடு. அவரும் டீச்சர். அவளும் டீச்சர். இப்படி பொருத்தத்தோடுதான் கலியாணம் முடிஞ்சது. அவிய ஊர் ஊர்க்குப் பிரிஞ்சியிருந்தாலும், ஒருத்தர ஒருத்தர் பார்த்து, கடிதம் எழுதி, அன்னியோன்னியமாய் இருந்தவிய. ஆனாலும் இப்பம் என்னாச்சி? அவரக் காணாம ஏக்கத்தோடு உக்கார்ந்திருக்கச்சில, அவளுக்குத் தன்னறியாம கண்ல நீர் கெட்டிச்சு.

வீட்டுக்குள்ளிருந்து ஆள் வருகிற அரவங்கேட்டு, முந்திச் சீலய வச்சு மூஞ்ச துடைச்சுக்கிட்டாள் வள்ளியம்மாள். தன்ன நிதானப் படுத்திக்கிட்டு நிமிர்ந்து உக்கார்ந்தாள். வேட்டிய இறுக்கிக் கட்டிக்கிட்டு மேல துண்டப் போர்த்தியப்படி வந்தார் வெங்கடாசல நாயக்கர். அவரக் கண்ட அவளும் சுறுசுறுப்படைஞ்சாள். "வணக்கம் ஸார்."

"வணக்கம். நீங்க அரும்புக்கோட்டைலையா டீச்சரா இருக்கீங்க, எந்த ஸ்கூல்ல?"

“மானா மானா தேனா நாடார் ஸ்கூல்.”

“அங்கத்தானே பொன்னுத் தேவர் சம்சாரமும் வேல செய்யுது?”

“நான்தான் அது!”

“அப்டியா? இப்பம் என்ன விசயமா வந்திருக்கீங்க?”

“வேற ஒண்ணும்மில்ல. இவுக அப்பாவ தேடி வந்தேன். பாக்க முடியல. ஓங்கக்கிட்ட கேட்டா தெரியுமேன்னு வந்தேன்.”

“ஸார் எங்கயும் போக மாட்டார். நல்லாப் பாத்தீங்களா?”

“நல்லாப்பாத்தாச்சு. ஆட்களும் தேடிப் போனாங்க. இங்ஙன கூடியில்ல.” “சரி இதான் ஓங்கப் பையனா? அடேய் கண்ணா என்னடா, என்ன கிளாஸ் படிக்க?”

“என்ன படிக்கன்னு சொல்லு.”

“ஒண்ணு.”

“ம். உள்ள வாங்க. எதுவும் சாப்புடுறீங்களா?”

“அதெல்லாம் ஒண்ணும் வேணாம். குடிக்க மட்டும் தண்ணி குடுங்க.”

அவியயெல்லாம் வீட்டுக்குள்ள வந்தாவ. பெரிய பெண் தண்ணீர் கொண்டுவந்து கொடுத்தாள். “இவ மூத்தவா. அடைக்கலாபுரத்துல டீச்சர்க்குப் படிக்கா”ன்னு அறிமுகப்படுத்தியவர், மகள் பெயரயும் சொன்னார். பெறவு பக்கத்துல நின்ன இளயமகளின் பெயரயும் சொல்லி, அவள் என்ன படிக்கிறாள் என்பதயும் சொன்னார். கடைசிலவுள்ள பையனும் பொண்ணும் லீவு விட்டவுடன ஆச்சி வீட்டுக்குப் போயிட்டாங்கன்னு சொல்லிக்கிட்டிருக்கச்சில, பால் காபி கொண்டு வந்து கொடுத்தாள் இளயமகள். வள்ளியம்மாள் தலைய சாய்ச்சிச் சிரிச்சுக்கிட்டே காபி தம்ளர வாங்கிக்கிட்டாலும், சீக்கிரம் கிளம்பணும்னு அவசரம் தோன்றிச்சு. அதனால முந்திக் கிட்டு நேரடியாய் விசயத்துக்கு வந்தாள். “இவுக அப்பாவத் தேடி அலஞ்சேன். கண்ணுல தெட்டுப்படல. ஒங்களுக்கு எதுவும் தெரியுமா? இப்பமெல்லாம் போட்டக் கடிதத்துக்குப் பதில் போடமாட்டுக்காவ. அதான் என்னன்னு தெரியல.”

வள்ளியம்மாள் எதுக்க உக்கார்ந்திருந்த ஹெட்மாஸ்டர் பதில் ஒண்ணும் சொல்லல. மத்தவியளும் அங்ஙன இல்ல. அவிய பேசட்டும்னு போயிட்டாவ. முக்குல குவிஞ்சிக் கெடந்த சிவப்பு வத்தல் நாசியத் தொட்டுச்சு. அதுனால தொண்டை கமறிச்சு. “என்ன நானு கேட்டதுக்குப் பதிலில்ல. ஒண்ணும் சொல்லாம

உக்கார்ந்திருக்கிய. எதுவும் தப்பாச் சொல்லீட்டேனா?" குழப்பமாக இருந்த வள்ளியம்மாள் ஏறிட்டுப் பார்த்தாள்.

ஹெட்மாஸ்டரும் மெல்லச் சொன்னார், "நீங்க என்ன தப்பாக் கேட்டீங்க? ஒங்க கணவரக் காங்கலன்னு கேட்கீங்க. இதுக்குப் பதில் சொல்லத்தான் ரோசனையா இருக்கு. இருந்தாலும் சொல்றேன். பொன்னுசார் நடத்தயே சரியில்ல."

"அவுகளுக்கென்ன நோக்காடு வந்துச்சி? பெறகெதுக்கு நடத்த சரியில்ல. எதாவது தப்பான வழியில்ல போறாவளா? சொல்ங்க ஸார். சொன்னாத்தான எனக்கும் தெரியும்."

"சொல்றேன்னு வருத்தப்படக் கூடாது. நான் சொன்னேன்னு ஆர்க்கிட்டயும் சொல்லவும் கூடாது. குறிப்பாகப் பொன்னு சார்க்குத் தெரியவே கூடாது. அதுனால எல்லாத்துக்கும் சங்கடமாகப் போவும்." "இப்டிச் சொல்றச்சிலயே எனக்கு ஈரக்கொல நடுங்குது. இந்த வலியத் தாங்கிக்கிடுறேன். என்ன நடந்துச்சிச் சொல்ங்க."

"நான் இத எப்டிச் சொல்லட்டும். சொல்லாமலும் இருக்க முடியாது. அதுல பாதிக்கப்படுற நீங்களே முன்னால இருக்கிறீங்க. இருந்தாலும் சொல்லித்தானாகணும். சொல்றேன். ஒங்கக் கணவருக்கும் இங்க ஒரு பொம்பளக்கும் பழக்கமா இருக்கு. இது தெரிஞ்சாலும் அவுர எதுவும் கேட்க முடியாது. வீணா வம்ப இழுத்த மாதிரியாகிடும். பள்ளிக்கூடத்த நடத்த முடியாம கொலச்சுப்புடுவார். ஏன்னா அவுரால நடக்கிற வேலைக பூரா அப்டித்தான் இருக்கு."

ராத்திரி நெடுநேரமானதுனாலயும் அதுக்கு மேல பஸ்ஸில்லங்கிறதாலயும் வள்ளியம்மாள், வெங்கடாசல நாயக்கர் வீட்டுல தங்க வேண்டியதாகிற்று. நாயக்கர்க்குத் தயக்கந்தான் இதுனால எந்தச் சரவலும் வந்திடக் கூடாதுன்னு நெனச்சார். அவர் வீட்டம்மாளும், "ரா மட்டும் தங்கட்டும். இதுக்கு மேல பொம்பள எங்கப் போவாவ? நாளக்கி இருக்ற கொற வேலயும் முடிஞ்சிட்டு ஊர்க்குப் போனா சரியாயிருக்கும்"ன்னாள். என்ன செய்யலாம்னு வள்ளியம்மாளும் கேட்டாள். "நீங்க ஒண்ணு செய்ங்க. வந்தது வந்திட்டீய. பொன்னுசார் என்ன விட்டுப் பிரிஞ்சி இருக்கார். அவுர என்னோட சேர்த்துவைங்க. அவுகளுக்கும் உள்ளூருல ஒரு பெண்ணோடத் தொடர்வு இருக்குன்னு கேள்விப்படுகிறேன். அதயும் விசாரிங்கன்னு கடிதம் எழுதி எனக் கொண்ணு கொடுங்க. ஊர்த் தலைவர் அங்கமுத்துத் தேவர்க்கும் ஒண்ணு கொடுங்க. ஊர் நாட்டாமக்குக் கொடுக்க

வேணாம். நேருல போய் சொல்லிருங்க. எல்லாரும் சேர்ந்தாதான் இதுக்கு ஒரு முடிவு கெடக்கும். இப்பம் இதவுட்டா வேற வழியில்ல. இல்லன்னா அவுர லேசுல கிளப்ப முடியாது"ன்னார். வள்ளியம்மாளும் தாள வாங்கி எழுதினாள். அவள் எழுதியத நாயக்கர் படிச்சார். அதுல திருத்தம் சொன்னார். நாட்டாம ராமசாமி நாயக்கர் வீட்டுக்கு அவரயும் கூப்பிட்டாள். "நாட்டாம வீடு மூணாவது வீடு. அங்க வரக் கூடாதுங்க. பெறவு நான்தான் ஒங்கள முறுக்கிவிட்டு இவ்வளவும் செய்கிறேன்ம்பாவ. இந்த வசவு வாங்க வேணாம். நீங்களே போய்ப்பாருங்க. நான் ஒங்களுக்கு என்னால முடிஞ்ச உதவி அத்தனயும் செஞ்சி தர்றேன்"னார். வள்ளியம்மாளுக்கும் சரின்னு பட்டுச்சு. பையன் அக்காமார்க்கிட்ட ஒட்டிக் கிட்டான். "இரி. அம்மா அந்த வீட்டுக்குப் போயிட்டு வந்திடுறேன்"னதும் கேட்டுக்கிட்டான். பெறவு ஒத்தைல நாட்டாம வீட்டுக்கு வந்தாள் வள்ளியம்மாள்.

நாட்டாமை ராமசாமிநாயக்கர் வீடு, வெங்கடாசல நாயக்கர் வீடு மாதிரி இல்ல. தரையோடு இருக்கிற மாதிரி ஒத்தப்படிக்கட்டு. ரெண்டு பக்கமும் திண்ணைங்க. வாசலக் கடந்து உள்ளே ஒரு கூட்டத்தயே நடத்திவிடுற அளவுக்குத் திறந்தவெளி. அவ்வளத்துக்கும் சிமெண்ட்தளம். ஒரு வேம்பும் புளியும் ஓராளு கட்டும் அளவுக்குப் பெருசா நின்னுச்சு. மரங்க நிழல் எப்பமும் இருக்கும். காலையும் மாலையும் சுத்திப் பெருக்க வாகப் போலத் தெரியுது. அங்ஙன குப்ப, கூளம், சண்டு சருகு எதுவுமில்ல. இடம் சுத்தமாக இருந்துச்சு. வரிசையாக பெஞ்சிகப் போட்டிருந்தாவ. எதுத்தாப்பல வீடு. வாசல்ல ஒரு பொம்பள நின்னாள். அவளுக்கு நாப்பது நாப்பத்தைந்து வயது இருக்கும். சிவத்தப் பொம்பள. ரெண்டு காதுகளையும் ரெட்டக் கொத்துப் பாம்படங்கள் போட்டிருந்தாள். கழுத்த ஒட்டினாப்பல அட்டியலு. முறுக்குச் செயின்ல தாலிக் கொத்து. கைலேயும் நவ்வாலு வளையல்ங்க. அவள்தான் இறங்கி வந்து, "நீங்க ஆரப் பாக்கணும்"ன்னாள்.

வள்ளியம்மாள் பதில் சொன்னாள், "நான் அருப்புக்கோட்டைல டீச்சராக இருக்கேன். நாட்டாம அய்யாவக் கண்டு பேசணும். அதுக்காவ வந்திருக்கேன்."

"அவுக உள்ளத்தான் இருக்காவ. அவுக வரந்தட்டியும் இதுல உக்காருங்க"ன்னு சொல்லிட்டு அவள் போய்விட்டாள்.

ஆட்கள் பம்பு செட்டில் குளிச்சிட்டு வருகிறவிய பேச்சொலி கேட்டுச்சு. வள்ளியம்மாளுக்கு ஒத்தைல இருக்க என்னமோ போல இருந்துச்சு. நாட்டாம இன்னேரம் வந்திருக்கணுமே. என்ன இன்னும் காணோம்னு முணுமுணுத்துக்கிட்டாள்.

அப்பம் காத்து அழுத்தமாய் வீசிச்சு. அதுவும் வந்த போக்குல போயிற்று. அதுல பலதுகள நெனக்கிறதும் நின்னு போச்சு. அவள் கம்னு இருந்தாள். இன்னொரு பொம்பளயும் அங்ஙன சாவகாசமாய் வந்தாள். அவளுக்குக் கொஞ்ச வயசு. சருகப்பட்டு வச்ச சேலய ஒண்ணுபோல சுருக்கு வச்சுக் கட்டியிருந்தாள். பச்சக் கல்வப் பதித்த கம்மலும் குண்டுமணி லோலாக்கும் எடுப்பாய் இருந்துச்சு. அடுக்ன மாதிரி போட்டிருந்த கண்ணாடி வளையல்ங்க குலுங்கிக் குலுங்கிச் சத்தம் வந்துச்சு. அவள் போன செத்த நேரத்துல ஒரு இளவட்டப் பையன் வந்தான். யாரும் வள்ளியம்மாளைக் கண்டுக்கிடல. ஒரு வேள இப்படி தன்னந்தனியாக உக்கார்ந்து ஆட்கள் நாட்டாமயக் கண்ட பேசிட்டுப் போவாவப் போல. அதுல நமக்கென்ன சோலிங்கிற மாதிரி அவிய நடந்துக்கிடுவாகப் போல.

அடேய்ப்பா . ஒரு படியா நாட்டாம வந்தாச்சு. தலைக்குக் குளிச்சி, சாமி நமஸ்காரமெல்லாம் செஞ்சி, சிவனடியார் மாதிரி விபூதிப் பட்ட, குங்குமம், சந்தனத்தோடு வந்து நின்னார். அவரப் பார்த்ததும் வள்ளியம்மாள் எந்திரிச்சு நின்னு கும்பிட்டாள். “வணக்கம்யா.”

ராமசாமி நாயக்கர் தோள்ல தொங்கிய துண்டத் தூக்கிப் பின்னால் போட்டுக்கிட்டுக் கேட்டார், “என்ன விசயமா வந்திருக்கீய?”

“என்ன சொல்றது? சொல்லாமலும் இருக்க முடியாது. பொன்னுத் தேவர் பெஞ்சாதிதான் நானு.”

“அப்டியா! நீங்கத்தானா அவுக? உக்காருங்க. உக்காருங்க. உக்கார்ந்து பேசுவோம். ஒங்களுக்கும் பொன்னுத் தேவருக்கும் தகராறா?”

“தகராறுன்னாலும் பரவாயில்லயே எப்பிடியாவது பேசிக்கிடலாமே? இது அதோட மோசமானது. மோசம்னு கூடச் சொல்ல முடியாது. கேவலம். பொன்னுத் தேவருக்கு இந்த வூருல உள்ள ஒரு பொம்பளயாளோட தொடர்வு இருக்காம். ஊர்க்கு அவுரு வந்து ஆறு மாசமாகுது. போடுற கடிதத்துக்குப் பதிலில்ல. இப்பமும் ஆள் ஒளிஞ்சிக்கிட்டு. அவுரக் கூப்புட்டுப் பேசி ஈவு சாவாய் இந்தப் பிரச்சனய முடிச்சுத் தரணும்.”

நாட்டாம ராமசாமி நாயக்கர் குழம்பினாலும், அக்கறை யுடன் சொன்னார், “அவுக ஊர்க்கே பெரியாளு. அதிலயும் படிச்சவுக. பள்ளி ஆசிரியர். அவுகக்கிட்ட அவுக சொந்த வாழ்க்கயப் பத்திப் பேச முடியுமா? இருந்தாலும் ஒங்கக் குடும்ப நன்மை கருதி நான் பேசுறேன். அதுக்கு முன்னே அங்கமுத்துத் தேவர வச்சு ஊர்ல கூட்டத்துக்கு ஏற்பாடு

செய்யச் சொல்ங்க. அதுல என்ன சொல்றாவன்னு கேட்டுட்டு மத்ததெப் பாப்பும்." வள்ளியம்மாளுக்கு அதுவும் சரின்னு பட்டுச்சு. அவளும் வள வளன்னு பேசல. "சரிய்யா. நானு போயிட்டு வர்றேன்"ன்னு கிளம்பினாள். பெறவு நாட்டாம பொலம்பிக்கிட்டார், 'அவக்கிட்ட நெறய விசயங் கேட்கணும்னு நெனச்சேனே. அதுக்குள்ள போயிட்டாளே...'

வள்ளியம்மாள் கிண்டிட்டுப் போனது, அசப்பு செப்பாய் பொன்னுத் தேவர் காதுகளுக்கும் எட்டுச்சு. உடனே அவர் விழுந்தடிச்சு ஓடியாந்தாப் போல அங்கமுத்துத் தேவரத் தேடிப் போனார். தேவர் பஞ்சாயத்துத் திண்டுல உக்கார்ந்து சவுடால் பேசிக்கிட்டிருந்தார். அவரச் சுத்தி ஆட்க இருந்தாவ. வேப்பமரத்து நிழல்ல அவிய படுத்திருந்தாவ. பேச்சிச் சுதில ஓராள் எந்திரிச்சு உக்கார்ந்துக்கிட்டார். அவர் சொன்னார், "வேய் சார்வாள லேசா மதிக்காதீய. அவுரு எம்மாப் பெரியாளு. பெரியாளுன்னா அசவு பெசவா இருக்கத்தான் செய்வாவ. நாமக் கண்டுக்கிடக் கூடாது ஆமாவ்."

அதுவும் வாஸ்தவம்தான்ங்கிற மாதிரி பொன் இசக்கிப் பாண்டியன் சொன்னார், "ஓங்கப் பருப்பு பொன்னுத் தேவர்க்கிட்ட வேகாது. அவுருக்கிட்டப் பாத்து பதமா நடந்துக்காங்க."

அதையும் பொன்னுத் தேவர் கேட்டார். நம்மப் பத்தியே பேச்சுன்னதும் சுதாரிச்சார். தன் கதை சந்திக்கு வந்தத அவரால சகிக்க முடியல. ஊர் வாய மூட முடியாது எம்பாங்க. ஆனால் அத மூடியாகணும்னு தவிச்சார். அந்தக் கேந்தில அவிய முன்ன போய் நின்னார். அங்க வுள்ளவிய திணறிப் போனாவ. அங்கமுத்துத் தேவர் எழுந்து நின்னு சமாளிச்சார், "என்ன வாத்தியாரய்யா திடுத்திப்புன்னு வந்து நிக்கீய? சும்மாப் பேசிக்கிட்டிருக்கோம். ஏலே எந்திரி. நம்ம வாத்தியார்க்கு இடங்கொடு."

"வோய் என்ன. என்ன பேசிக்கிட்டிருந்தீய. ஆரு கதய ஆரு பேசுறது? பேசணும்னா நேருல வந்து பேசணும். அத வுட்டுட்டு குண்டிக்குப் பெறத்தால பேசுன்னா மருவாதக் கெட்டுப் போவும். அப்டி வீராப்பக் காட்டணும்னா நேருல காட்டுங்க. அத வுட்டுட்டு இப்டிப் பேசாதீங்க. மொதல்ல நானு இந்த வூரில்ல தெரியுமா? என்ன கிளப்பணும்னு நெனச்சீங்க, வம்பாச் சீரழிஞ்சிப் போவீய. அதயும் தெரிஞ்சிக்காங்க வேய். நானு ஸ்கூல் டீச்சரா வேலக்கி வந்தவன்."

"பொன்னுத் தேவர் கொஞ்சம் இரிங்க. எதுக்கு இம்புட்டு கோபப்படுறீய? ஓங்கப் பொண்டாடி மெனக்கட்டு வந்து

ஒங்க மேல காகிதம் எழுதிக் கொடுத்திருக்கா. அதுவும் நீங்க ஒரு பொம்பளய வப்பாட்டியா வச்சுருப்பதாகவும், அவள விலக்கிட்டு எம் புருஷன எங்கிட்டச் சேர்த்துவைங்கன்னும் எழுதியிருக்கா. அதப் பத்தித்தான் பேசிக்கிட்டிருக்கோம். என்னமோ பஞ்சாயத்துப் பேசி முடிவுக்கு வந்த மாதிரியில்ல நீங்க கனைக்கிய"ன்னு அங்கமுத்துத் தேவர் சொன்னதும், பொன்னுத் தேவர் சொன்னார், "எல்லாம் எனக்குத் தெரியும். நா ஒண்ணும் ஒளிஞ்சு மறஞ்சி வாழுற ஆளில்ல. இது என் சொந்த விசயம். என் விசயத்துல ஆரும் தலயிட உரிம கெடயாது. அதப் பேசவும் விசாரிக்கவும் அதிகாரமும் கெடயாது."

"ஆரு சொன்னா இது ஒங்க சொந்த விசயம்னு? சொந்த விசயம்னா ஒங்க வூடு மட்டும் இருக்கணும். ஒம்மப் பொண்டாட்டி ஊருல வந்து சொன்னப் பெறவு இது ஊர் விசயம்?"

"ஊரு ஊருங்கீங்களே எந்த வூரு? அவள் இந்த ஊர்க்காரியா? நானு இந்த ஊர்க்காரனா? வேணும்னா ஒங்கத் தெருவுல இருக்கக் கூடாது, தங்கக் கூடாதுன்னு சொல்லுங்க. அத வுட்டு வேற எதுவும் பேசக் கூடாது. இந்தயிடத்துல ஒண்ணு சொல்றேன். கவனமாக் கேட்டுக்காங்க. வோவ் அங்கமுத்துத் தேவரே நீமரு மீறிப் பஞ்சாயத்துக் கிஞ்சாயத்துன்னு எதுவும் வச்சீரு, ஒம்ம தெரு ரெண்டு பட்டுப் போவும். நீமரு திரும்பவும் தலைவரா இருக்க முடியாது. இதப் பேச்சுக்குச் சொல்லல. செஞ்சிக் காட்டுவேன். நீமர் புரிஞ்சுக்காரும்."

அங்கமுத்துத் தேவர்க்குக் கோவந் தாங்க முடியல. இருந்தாலும் ஒரு வகையான பயம் அப்பிக்கிற்று. அதனால என்ன சொல்லுறதுன்னு அவருக்குத் தெரியல. அவர் யோசிக்கிறதுக்குள்ள பக்கத்தில் உள்ளவர் சொன்னார், "ஒங்களப் போயி எவனாச்சும் தப்பாச் சொல்வானா? இந்தாய்யா அங்கமுத்துத் தேவரே இத இந்த மட்டுல விட்டுடும். வாத்தியார் சொல்றதுல என்ன தப்பிருக்கு? அவுரு நம்மூர்க்காரரா? பெறவு எதுக்கு அவுரு விசயத்துல நாம தலயிடணும்? நீமர் அந்தக் கடிதாசிய வாங்கியிருக்கவே கூடாது. கமுக்கமாப் பேசி ஒப்பேத்தி அந்தப் பொம்பளய அனுப்பியிருக்கணும். இப்பமும் ஒண்ணும் கெட்டுப் போகல. இந்த மேனிக்கி விட்டிடும். எதுவும் பேசாதீயும்."

"அப்டிச் சொல்லுங்க. அப்பந்தான் தலைவர்க்கு உரைக்கும். நான் நல்லதத்தான் செஞ்சிகிட்டிருக்கேன். நம்ம சாதி சனங்க, பொம்பளைங்க, பையமார்களுக்காக இறங்கி வேலை செய்கிறேன். இப்டிப் பாடு படுற என்ன சந்தி சிரிக்க வைக்கப்போறாரா? அப்டி ஒண்ணு நடந்திடக் கூடாதுன்னு நீங்களாம் சொல்லிவைங்க?"

பொன்னுத் தேவர் கோவந் தணிஞ்சதக் கண்டுக்கிட்ட பொன் இசக்கிப் பாண்டியன் சொன்னார், "வாத்திரய்யா நீங்க போங்க. நாளப்பின்ன எவனும் ஒங்கக்கிட்ட வாலாட்ட மாட்டான். நம்ம தலைவரு இத்தோட ஒங்க பிரச்சனய எடுக்க மாட்டார்."

"ஆமா. நம்ம பயல்வ கெடந்த கெடப்புக்கு நீங்க ஒராளு இருக்கப் போய்தான் சண்ட கிண்ட இழுக்காம உண்டான வேலைவளப் பாத்துக்கிட்டிருக்காவ. ஒங்களப் போய் பஞ்சாயத்துல ஏத்துவோமா? நீங்க ஒண்ணுக்கும் கவலப்படாதீய. போங்க நாங்க பாத்துக்கிடுறோம்."

அந்தச் சூட்டோட சூட்டாகத்தான் பொன்னுத் தேவர் வெங்கடாசல நாயக்கரப் பார்க்கப் போனார். ஆனாலும் வெளிலயிருந்த சூடு பள்ளிக்கூடத்துலயில்ல. அதுவும் வகுப்பறைக்குள் நுழஞ்சதும் தணிஞ்சிப் போச்சு. அவர் அஞ்சாப்பு டீச்சர். மூணு பீயடு தமிழ், கணக்கு, ஆங்கிலம். இடையில ஒரு பீயடு ஓய்வு. அந்த நேரத்துல ஹெட்மாஸ்டரப் பார்க்கலாம். அப்பமும் அவர் பார்க்கல. நாலு மணிக்குப் பள்ளி விட்டு, அதுலயும் பத்து நிமிசம் நின்னு, பொன்னுத் தேவர், பைய வந்து ஹெட்மாஸ்டர் அறைல தல காட்டினார். ஹெட்மாஸ்டர்க்கிட்ட அடிச்சிப் பேச முடியாதுன்னு அவருக்கும் தெரியும். ஹெட்மாஸ்டராக இருக்கிற வெங்கடாசல நாயக்கர் ஒண்ணு கெடக்க ஒண்ணச் சொல்லி, அதுனால பகை வந்திடக் கூடாதுன்னு எச்சரிக்க எப்பமும் தேவர்க்கு உண்டு. அதே மாதிரி பொன்னுத் தேவரும் ஒண்ண ரெண்டாச் சொல்லி வம்பிழுத்திடக் கூடாதுன்னு ஜாக்கிரதயா இருந்தார் வெங்கடாசல நாயக்கர். ஆனாலும் பாடம் எடுக்கிறதுல பொன்னுத் தேவர் கெட்டிக்காரர். அவருக்கிட்ட படிச்சப் புள்ளியளுவ சோடப் போனதில்ல. தேவரும் புத்தகத்தப் பார்த்துப் பாடம் நடத்த மாட்டார். அவ்வளவு பாடமும் அவர்க்குத் தலைகீழ்ப் பாடம். மக்குப் புள்ளியளுக்கும் பக்குவமாகச் சொல்லிக் கொடுத்துத் தேற்றிவிடுவார். அவரும் லீவு போட மாட்டார். பாடச் சம்பந்தமாகத்தான் பேசுவார். அப்படி பேசணும்னாலும் பள்ளிக்கூடம் விட்டதும் வாங்க பேசிக்கிடலாம் என்பார். அவருடையக் கையெழுத்து முத்து முத்தாய் இருக்கும். பேச்சிலயும் கில்லாடி. யார்க்கிட்ட எப்டிப் பேசணும், யாரப் பிடிச்சாக் காரியம் நடக்கும்னு அவர்க்குத் தெரியும். எதுவும் சிக்கல்னா வெங்கடாசல நாயக்கரும் அவரத்தான் கூப்பிடுவார். பொன்னுத் தேவர் வப்பாட்டி வச்சுருக்கிறது தெரிஞ்சதும், கர்மம் கர்மம்னு புலம்பிக்கிட்டார் வெங்கடாசல நாயக்கர். அவரும் ஆசிரியர் தொழில உயர்வாகக் கருதுவார். 'எழுத்தறிவித்தவன்

இறைவனாவான்' என்பார். அப்டித்தான் பள்ளி ஆசிரியர் நல்லொழுக்கத்தப் போதிக்கணும். மாதா, பிதா, குருதான் பள்ளி ஆசிரியர். இப்டிப்பட்ட பள்ளி ஆசிரியர் போயும் போயும் கலியாணம் முடிஞ்சி, ஒரு குழந்தைக்குத் தகப்பனாகிய பெறவு, தெய்வக்கனிய சேர்த்து வச்சுருக்கிறதுதான் தாங்க முடியல. அதிலயும் வள்ளியம்மாள் வந்து கேட்டதும் உள்ளத ஒளிக்காம சொல்லிவிட்டார். அதயும் துப்பெடுத்து வந்துவிட்டார் பொன்னுத் தேவர்.

"ஸார் வாங்க. ஒங்க வீட்டுக்காரம்மா வந்தாக."

"ஆருங்க. வள்ளியம்மாதானே ... ஒரு வாரத்து முன்னயே வந்துட்டுப் போனதாகக் கேள்விப்பட்டேன். நீங்க இப்பம் சொல்றீங்க. இது ஒங்களுக்கே நியாயமாயிருக்கா?"

"இதுல என்னங்க நியாயம் வாழுது? அந்தம்மா தேடி வந்ததே சிக்கலான பிரச்சனைலதான். நீங்க ஒரு பொம்பளய சேர்த்துக்கிட்டதாகவும், அவக்கிட்டயிருந்து ஒங்கள மீட்டுத்தர முடியுமான்னும் கேட்டாங்க. நானு, ஒங்களுக்கும் எனக்கும் பள்ளி, படிப்புச் சம்பந்தமான தொடர்வுதான். மத்தவிய சொந்த வாழ்க்கைல தலயிட மாட்டேன்னு சொல்லி அனுப்பிவச்சேன். இதப்போய் மெனக்கட்டுச் சொல்லணும்மான்னு சொல்லல. அதான் இப்பம் சொல்றேன்." வெங்கடாசல நாயக்கர் பிடி கொடுக்காமப் பேசினார். அவருக்கு இப்படி பேசிப் பழகிப் போச்சு. பொன்னுத் தேவரும் இனிம இதக் கிளறக் கூடாது, நாறும்னு கம்க்கமாக நின்னார். பெறவு இப்படி நிக்கக் கூடாதுன்னு பேச்ச மாத்தினார்.

"இன்னக்கி நெலமைல நம்மப் பள்ளிக்கூடத்துல புள்ளிய நெறஞ்சிப் போச்சு. ஒவ்வொரு கிளாஸ்லேயும் ஸ்டென்த்துக்கு மேல புள்ளிய கனமா வருது. கூடிட்டுன்னா இன்னும் ரெண்டு டீச்சர் மார்வள வேலைக்கு எடுக்கலாம்ல ஸார்," இப்படி பொன்னுத் தேவர் கேட்டதும், வெங்கடாசல நாயக்கர் மெதுவாக மேச ட்ராயரத் திறந்து, ஒரு கடிதத்த எடுத்துத் தேவர் கைல கொடுத்துட்டுத் தலை நிமிர்ந்து பார்த்தார். கடிதத்தப் படித்த தேவர் மூஞ்சி மாற்றம் கண்டுச்சு. அந்த அதிர்ச்சில சொன்னார், "என்ன சார். இப்டி எழுதியிருக்காங்க. எல்லாயிடத்திலயும் இந்தத் தாயளிகளுக்கு இடமா? சும்மாக் கெடந்தவனுவளுக் கெல்லாம் ஜமீன் நெலத்த அப்பிக் கொடுத்துட்டானுவ. பள்ளிக்கூடத்துக்கு வருற அவிய புள்ளியளுக்கு நம்ம திங்கக் கொடுக்கோம். அதுவும் காணாதுன்னு அவிய சாதில டீச்சர் போடணுமாமுல. சர்க்காருக்கென்ன கண்ணவிஞ்சாப் போச்சு?

அவியளுக்குக் கீழ்ச்சாதி பயவுள்ளகத்தான் கண்ணுக்குத் தெரியுது. நம்மளயெல்லாம் தெரிய மாட்டேங்கு?"

"நீங்க டென்சனாகாதீங்க. அவுங்க என்ன எழுதி இருக்காங்கன்னு பாத்தீங்களா? ஸ்கூல்ல பாதிக்கு மேல அரிசனப் புள்ளிய படிக்குக. புதுசா டீச்சர் போடச்சில ஒரு அரிசன டீச்சர்க்கு வேல வாய்ப்புக் கொடுக்கணும்ங்காங்க. நீங்களே சொல்ங்க. என்ன பதில் எழுதலாம்னு?"

"இதெப்பிடி கழிசடைகளக் கொண்டு உள்ள நுழைக்க முடியும்? அப்டியே அவியள வேலைக்கிச் சேர்த்தா பிரச்சனத்தான் வரும்."

"பிரச்சன வரும்னு கவர்மெண்ட் சொல்லணும். அதுக்காக நாம ஆளப் போடாம இருக்க முடியாது. வேலைக்குப் போட்டுத்தானே ஆகணும்?"

"போடுங்க போடுங்க. பிரச்சனன்னு வந்தா நீங்களே பாத்துக்காங்க. என்னயெல்லாம் கூப்புடாதீங்க."

"என்ன இப்டிச் சொல்லீட்டிங்க. கூட ஒரு டீச்சர் வந்தா நமக்கு நல்லதுதானே. மொதல்ல நம்ம வேலைப்பளு குறையும். புள்ளியளும் படிக்கும்."

வள்ளியம்மாளை அன்னக்கிப் பார்க்கச்சில புருஷனத் தேடி வந்த பெஞ்சாதியாய் ஒரு பள்ளி வாத்திச்சியாய் அமைதியும் பொறுமையும் கொண்ட பொம்பளயாய் இருக்கிற மாதிரிதான் இருந்தாள். இன்னக்கி அவள் குரல் கனத்து ஓங்கி ஒலிக்கிறது. "அந்த வூடுதான். அடிங்க. நொறுக்குங்க. விடாதீய. அவனக் குண்டுக்கட்டாத் தூக்கிட்டு வாங்க. இன்னக்கி அவனிருக்கணும் ஒண்ணு, இல்லன்னா நானிருக்கணும். ரெண்டுல ஒண்ணு பாக்காம போவக் கூடாது." அந்தச் சொல்லுக்கு மறு சொல்லில்ல. அவளுக்கு, ஐந்து கட்டமாட்டு வண்டிகளுல வந்திறங்கி நின்ன சண்டியமார்க கட்டுப் பட்டாவ. எல்லாரும் வீடு புகுந்தாவ. ஆளுக்கொரு உருட்டாந்தடிகள வச்சுருந்தாவ. அவிய வழி நெடுக்க கெடந்த பொருள்களத் தூக்கி எறிஞ்சாவ. எல்லாப் பொருட்க மேலயும் தொம் தொம்ன்னு அடிக விழுந்துச்சு.

என்னமோ யாதோன்னு பதறிப்போன பொன்னுத் தேவர்க்குப் பயம் கொடுத்துச்சு. திரேகம் நடுங்கிச்சு. படபடப்பு எடுத்துச்சு. அதுலயே அவர் கலங்கிப் போனார். அவர் ஜன்னலைத் திறந்து பார்த்தார். அவர்க்குப் பதற்றம் ஜாஸ்தியானது. உடனே இடத்தக் காலி பண்ணணும். இங்ஙன நிக்கக் கூடாது. ஆபத்து.

ஆளுக்கொரு அடி கொடுத்தாலும் போச்சு. அம்புட்டுத்தான். செத்தோம். உடனே உஷாரானார் பொன்னுத் தேவர். அந்தச் சுதாரிப்பில தெய்வக்கனிய அணைச்சுக்கிட்டார். அவள் குழந்த மாதிரி அழுதாள். "இது அழுற நேரமில்ல. இப்பம் தப்பிக்கணும். நீ பெறத்தால கதவத் தெறந்துட்டு வெளில போ. நானு மேச மேல பணமிருக்கு. எடுத்துட்டு வந்திடுறேன். ஒரு மாசச் சம்பளம். தூக்கிட்டுப் போயிட்டாங்கன்னா போச்சு."

"சம்பளம் கெடக்கு. எங்ககூட நீங்களும் வாங்க. ரெண்டு பேரும் ஒண்ணா போயிறலாம். அவுனுவ வீட்டுக்குள்ள வந்துட்டாங்கனா போச்சு."

"உழச்ச பணம் அனாமத்தா போயிடக் கூடாது. அப்டி என்ன அடிக்க வந்தாலும் சமாளிச்சுக்கிடுவேன். மொதல நீ இடத்தக் காலி பண்ணு. வயித்துப்புள்ளக்காரி நிக்கக் கூடாது போ."

வள்ளாதடியா தெய்வக்கனியப் பெறவாசல் வழியாய்ப் போகச் சொல்லிட்டு பொன்னுத் தேவர் திரும்பச்சில, நாலய்ந்து பேர் அவர் எதுக்க நின்னாவ. அவியளப் பார்த்ததும் தேவர் அரண்டு போனார். அதுக்குள்ள மொத்தமாக சூழ்ந்துக்கிட்டாவ. "இவந்தாடா அந்த வாத்தியாரு. இங்ஙன ஒரு பொம்பளய வச்சு நொட்டிக்கிட்டு, நம்ம டீச்சர வேண்டாம்னவன்."

"ஆமு விடாதீய. பிடிங்க."

"ஏலே வாத்தியாரே நாங்கென்ன இளிச்சவாய்ப் பயல்வன்னு நெனைச்சியா? அசலூருல ஒரு பொண்டாட்டி குத்துக்கல்லாயிருக்கச்சில உள்ளூருல ஒரு வப்பாட்டியா கேக்குது ஒனக்கு"ன்னு கொடுத்தான் முதுவுல அடி. அந்த அடிய வாங்கிக்கிட்டு ஏதோ சொல்ல வாயெடுத்தார் பொன்னுத் தேவர்.

"என்னல ஒனக்குப் பேச்சு வாழுது? ஒனக்கு வாக்கப்பட்டவா தெருவுல நிக்கணும். நீ சும்மாக் கூட்டிக்கிட்டு வந்தவா சொகுசுல தூங்கணும். இந்தக் கூதி மவன சும்மாவிடக் கூடாது. வச்சு மாட்டுங்கல"ன்னு தொவ தொவன்னு தொவச்சுட்டாவ.

பொன்னுத் தேவர் திணறிப் போனார். வாத்தியார்க்கு இருக்கிற மதிப்பு, மரியாதை, செல்வாக்கு, கௌரவம் எல்லாம் சகட்டு மேனிக்குச் சரிஞ்சிற்று. அவரது வேட்டிய உரியச்சில, அவரும் முண்டுக் கொடுத்துப் பார்த்தார். அப்பிடியும் முடியல. அவர அண்டர்ராயரோடு இழுத்துட்டு வந்தாவ. அப்பந்தான் தெரு பையமார்வளும் வந்து சேர்ந்தாவ. அவிய அவருக்கிட்ட வாங்கித் திங்கிற ஆளுவ. "நீங்கயெல்லாம் ஆரு. மருவாதியா வாத்தியார விடுங்க. இல்லன்னா நடக்கிறதே வேற"ன்னு நெஞ்ச மலர்த்திக்கிட்டு முன்ன வந்து சொன்னான் ஒருத்தன்.

“இது எங்களுக்கும் வாத்தியாருக்கும் உள்ள பிரச்சன. இதுல ஆரும் தலையிட வாண்டாம். பெறவு வம்பா சீரழிஞ்சிப் போவிய.”

“ஆரு ஊருல வந்து ஆர வெட்டுறது. ஏலே வேல்கம்ப எடுல. வெட்டருவாள பொறக்குல. இன்னக்கி ரெண்டுல ஒண்ணுதான். அசலூரா உள்ளூரான்னு பாத்துருவோம்.”

“வாத்தியான் தேவிடியாமவனுக்கு ஏண்டுக்கிட்டு வருற பயல்வள சும்மாவிடக் கூடாது. அருவாள எடு. கத்திய உருவு. வேல்கம்பத் தூக்கிக் குத்து?”

“ஒங்க வேலய எங்ககிட்டயா வந்து காமிக்கீய? அதயும் பாப்பும். ஆரு தல உருளுதுன்னு.”

அப்பம் வந்த மூலபடச் செட்டியார், அங்ஙன நடந்துக் கிட்டிந்த அக்கப்போரக் கண்டதும், உள்ளே புகுந்தார். “ஏய் ஏய் என்ன சண்டயிது? ஒருத்தனுக்கு ஒருத்தன் வெட்டிக்கிட்டுச் செத்துக்கித்துப் போயிறாதீய. நீங்க செஞ்சுட்டுப் போயிருவீய. பெறவு இங்கவுள்ளவன் லோல் படணும். மொதல்ல வாத்தியார்க்கு வேட்டிய எடுத்துக் கொடுங்க. அவுரு கெட்டட்டும்.” அவர் கனச்சக் குரலுக்கு மதிப்பில்ல. அவிய மல்லுக்கட்டிக்கிட்டிருந்தாவ. அது ஓயல. செட்டியார்க்கு வெளம் ஏறிச்சு. எதுக்க நின்ன அங்கமுத்துத் தேவரப் பார்த்துக் கேட்டார், “வேய் நீமரு பெரிய மனுஷனா? கண்ணெதிர சண்ட நடக்கு. தட்டி விலக்கக் கூடாதாங்கும்?”

“என் சொந்த விசயத்துல தலயிடாதீயன்னுட்டாரு வாத்தியாரு. பெறவு எதுக்கு நம்ம ஊடால போவணும்? அதான் எம்பாட்டுல நின்னுட்டேன்.”

“அவனுவ வெட்டிக்கிட்டானுவன்னா நம்மதான் பெறத்தால போவணும். எல்லாரும் வாங்கய்யா அவனுவள விலக்குப் பிடிக்க”ன்னு செட்டியார் கூப்பிட்டதும் தெரு ஆம்பளயாட்களும், சிவன் கோனார், ராமசாமி நாயக்கர்னு மத்தச் சாதி ஜனங்களும் வந்து சூழ்ந்துக்கிட்டாவ.

“ஒரு பொம்பள வண்டி வண்டியா ஆளுவளக் கூட்டிக்கிட்டு வந்து வாத்தியாரப் போட்டு நொத்திட்டாளாம்!”

“ஆமக்கி. அது அவுரு பொண்டாட்டியாங்கும். அவள விட்டுட்டு வாத்தியாரு சொவருமுட்டி மவள வச்சுருக்காராம். இதுக்குத்தான் இந்தடி.”

“வேணும் வேணும். வாத்தியாருக்கு இந்தடி காணாது. இன்னும் வேணும்.”

“என்னயிருந்தாலும் பொன்னுத் தேவர் எம்புட்டு பெரியாளு? அவுருக்கு அடின்னா எப்டி? அதயும் தெருக்காரனுவ வேடிக்கைல பாத்துக்கிட்டிருக்கானுவ”ன்னு ஊர் முழுசும் இதுதான் பேச்சு. கொஞ்ச நேரத்துக்கெல்லாம் ஆட்க மேலத்தெருவுல வந்து குமிஞ்சுட்டாவ.

“ஊர் தலைவராம் ஊர்த் தலைவர். சும்மா மெப்புக்குத் தூக்கி வச்சுருக்கு அவுர. ஒரு சல்லிக் காசுக்குப் பெற மாட்டார்”ன்னு வள்ளியம்மாள் சொல்லச்சில, பக்கத்துல நின்னவர் வெடுக்னு கேட்டார், “நீ ஆரு? எங்கயிருந்து வந்து எங்கவூர் தலைவர வைற?”

“பெறகென்ன வையாம கொஞ்சவா செய்வாவ? மொதல்ல அவுருக்கிட்ட நானு எழுதிக் கொடுத்தது என்னாச்சின்னு கேளுங்க?”

“ஏம்மா நீ நல்லாயிருப்ப. மொதல்ல சண்டய நிறுத்து. என்னன்னாலும் பேசித் தீர்த்துக்கிடலாம்”ன்னு மூலபடச் செட்டியார் கேட்டுக்கிட்டார்.

“அப்டி வாங்க வழிக்கு. இதான் தலைவருக்கு அழகு. நானு எப்பமும் அவசரப்பட மாட்டேன்; வம்புச் சண்டைக்குப் போவவும் மாட்டேன். வந்த சண்டய விடவும் மாட்டேன். இந்தப் பிரச்சனய ஒங்களால முடிச்சுத்தர முடியுமா, சொல்ங்க. இல்லன்னா சண்டையும் போடுவேன். போலீஸுக்கும் போவேன். கோர்ட்க்கும் போவேன். எப்டிச் சௌவுரியம்?”

“இப்பம் சண்டய நிறுத்தச் சொல்லு தாயி. பேசுவோம். பேசி முடிவாகலன்னா அடுத்ததப் பாப்பும்.”

“சரி தலைவரு முடிச்சித் தாரேங்காரு. அவுரு போக்கு எப்டின்னு பாத்துக்குவம். அந்தாள விட்டுட்டு வாங்க.”

பொன்னுத் தேவர்க்குக் கிறுகிறுன்னு வந்துச்சு. வேட்டிய இடுப்பல இறுக்கிக்கிட்டார். மூச்ச நிதானப்படுத்திக்கிட்டு, மூஞ்சில சலம்ப தண்ணீர் அடிச்சிக் கிரக்கத்தக் குறைச்சுக்கிட்டார். பெறவு வேற ஒரு சட்டயும் போட்டுக்கிட்டு வெளில வந்தார். அவர் இன்னும் கோபத்துல துடிச்சுக்கிட்டிருந்தார். வள்ளியம்மாள பார்த்ததும் படபடத்தார், “என்னடி நெனச்சுக்கிட்ட ஆளுவளக் கூட்டிட்டு வந்து அடிக்கும்படி ஒனக்கு திமுரு ஏறிப்போச்சோ?”

அவளுக்கும் கடும் கோபம் வந்துச்சு. சேலய இழுத்துச் சொருகிட்டு ஓரடி முன்னே வந்தாள், “திமிரப் பத்தி நீ பேசாத. நீ நல்ல யோக்கியம் உள்ள மனுஷனா நீ? கட்டுனப் பெஞ்சாதி

கல்லு மாதிரி இருக்கத்தக்கன, இன்னொருத்திய கூட்டி வச்சு உறங்குறீயே, உனக்கு வெக்கமில்ல. ஒந் திமிர இறக்கத்தான் ஆளுவளக் கூட்டி வந்திருக்கேன். இப்பம் தெரிஞ்சுச்சா திமிரு எப்டின்னு?"

"அட அடடா இதென்ன பெரிய இளவாப்போச்சு. ஒங்க சண்டய நிப்பாட்டுங்க. எல்லாத்தியும் ஊட்டுல வச்சுருக்கணும். இது தெருவுல வந்து நாறுறனாலத்தான் நாங்க வந்து நிக்கோம். இனிமயும் எதுவும் பேசாதீய. கம்னு இரிங்க"ன்னு மூலபடச் செட்டியார் சொல்லச்சில யாரும் பேசல. ஆனாலும் பொன்னுத் தேவர் முனங்கிக்கிட்டு நின்னார். அவருக்குக் கோபம் தணிஞ்சபாடில்ல. அந்த அழுத்தத்துலயும் அவராலப் பேசாம இருக்க முடியல. "அவ என்ன கேட்கான்னு கேட்டுச் சொல்ங்க. நம்மளால காத்திட்டிருக்க முடியாது. இதோட சனியன் தொலயட்டும்னு ஒதுக்கிடணும்."

"என்ன ரோசம் வெடச்சிட்டு வருது. அப்டிச் சுருத்து மயிருந்தா நாங் கேட்கிறதெல்லாம் கீழ வை."

"சொல்ல மாட்டேன். வச்சுருவேன். தல முழுகிருவேன்"

"முழுகு முழுகு. முழுகுறதுக்கு முன்னால ஒனக்குப் புள்ளப் பெத்து வச்சுருக்கேன்ல. அந்தப் புள்ளக்கிப் பதில் சொல்லிட்டு முழுகு."

அங்கமுத்துத் தேவர் கோபப்பட்டுச் சொன்னார், "இப்பந்தானே சொன்னாவ, இப்டிச் சண்ட போடாதீயன்னு. ரெண்டு பேரும் கேட்க மாட்டீயளா? கேட்கலன்னா சொல்ங்க. நாங்க போலீஸ்க்கு எழுதி வச்சிடுறோம். அவியப் பாத்துக்கிடுவாவ. எப்டிச் சம்மதம்?"

பெறவுக் கூட்டத்துல கசமுசன்னு பேச்சு எழுந்துச்சு. அத அமுக்கிற மாதிரி தோள்ல கெடந்த துண்ட எடுத்து கழுத்தச் சுத்திப் போட்டுக்கிட்டு, கூட்டத்துக்குள்ள நுழைஞ்சவர் சொன்னார், "போலீஸ்க்குத்தானே எழுதிக் கொடுக்கப் போறீங்க. மகராசனாப் போய் எழுதிக் கொடுங்க. நீங்களும் போலீஸ்க்கு வரத்தான் செய்யணும்." அவருக்குப் பெறத்தால அசலூர் சண்டியமார்கயெல்லாம் நின்னாவ. அவரது கையப் பிடிக்கச்சில வள்ளியம்மாளுக்கு அழுக வந்துற்று. அவர் மகளத் தேற்றினார், "நீ எதுக்கெம்மா அழணும்? உன்னவிட்டு போனவன் எதுக்க நீ அழக்கூடாது. அவன் போனாப்பல நம்மென்ன செத்தாப் போவோம். அவளச் சந்திக்கு இழுத்து அடிச்ச மாதிரி, இன்னும் அடியிருக்கு பயப்புடாத."

6

தொடிச்சி வளக்குற ஆடுகளக் காங்கல. நல்லையா அதுகள தேடிப் போயிருக்காரு. அப்பந்தான் ரெண்டாளுக வந்தாவ. அவிய சடையன் குளத்துகாரவிய. ஒண்ணு, கடற்கரை மச்சான். இன்னொண்ணு புலமாடன் மாமாவின் மகன். படலைத் தள்ளிக்கிட்டு வந்தவிய பரபரப்புல சுத்திப் பார்த்தாவ. காளவாசல் முற்றத்துக்கு வந்து நின்ன கடற்கரை, "ஏலே நல்லையா"ன்னு குரல் கொடுத்தார். அவியளப் பார்த்ததும் திடுக்கிட்டாள் தொடிச்சி. ஓடக்கரயக் கடந்து வந்து, "அண்ணேய் நாந்தான் தொடிச்சி, இனத்தான் நிக்கேன். வாறேன்"ன்னாள்.

"என்ன அங்கிட்டுப் போய் நிக்க. நல்லையா எங்க?"

"ஆடுவ நின்னுச்சு. அதுவளக் காங்கல. அதான் தேடிப் போயிருக்காவ."

"இப்பம் வந்திடுவானா?"

"வந்திடுவாவ. அவியள எதிர்ப்பார்த்துதான் நிக்கேன்."

"ம்..."

"நீங்க என்ன விசயமா வந்திருக்கீய?"

"சாம்பாத்தி செத்துப் போனா!"

"ஆரு எங்க தம்மக்கார ஆச்சியா?"

"ம்..."

“என்னண்ணேய் சொல்றீய? நாங்க வரச்சில சொகமில்லாம இருந்துச்சி. ஆனா நல்லாப் பேசுனாவள?”

“நல்லாத்தான் பேசுனா. திடீரென்னு இழுப்பு மாதிரி வந்துச்சு. என்ன செய்யுதுன்னு கேட்கங் காட்டிலும் ஜீவம் போயிற்று!”

“அய்யோ எங்காச்சிச் செத்துப் போச்சா, இனும வரமாட்டாவளா? நா எப்டி தாங்குவேன்?”ன்னு புலம்ப ஆரம்பித்தாள் தொடிச்சி.

“இங்ன அழுதுக்கிட்டிருந்தா ஒண்ணும் நடக்காது. இப்பம் நடக்கிறதப் பாப்போம். ஊர்க்குப் புறப்படணும். நல்லையா வாரானான்னு பாரு”ன்னு அவசரப்படுத்தினார் கடற்கரை.

“சரி. இந்தப் பெஞ்ச இழுத்துப் போட்டு உக்காருங்க”ன்ன தொடிச்சி மூஞ்சத் தண்ணி வச்சுக் கழுவினாள். சேலை அழுக்காய் இருந்துச்சு. குச்சில்க்குப் போய் அத மாத்தி, வேறவொரு ரவுக்கயும் அணிஞ்சிக்கிட்டாள். கண்கள அகலத் திறந்து ஓடைக்கு அங்கிட்டுப் பார்த்தாள்.

நல்லையா வருறது தெரிஞ்சது. அவ்வளவு ஆடுகளயும் துரத்திக்கிட்டு வந்தார். அதுக அடியும் வாங்கியிருக்கணும். துள்ளிக் குதிச்சி ஓட்டமும் நடையுமாய் விரசலாய் வந்த வண்ணமிருந்தன. அவரும் மேட்டுல ஏறச்சிலதான், அங்ஙன நின்னவியளப் பார்த்தார். அதுக்குள்ள தொடிச்சி சொன்னாள், “திரும்பவும் அதுக ஒலப்பிறாம, அவ்வளத்தியும் குச்சில்ல கட்டிப் போடுங்க.”

“அதுக தவிச்சுப் போயிருக்கும். தாகம் தீரத் தண்ணிக் காட்டுங்க மொதல்ல”ன்னு சொன்ன கடற்கரயப் பார்த்த நல்லையா, “ஹைய் மச்சான் நீமரு எப்பம் வந்தீரு. ஏலேய் நீயும்கூட வந்தீயா?”ன்னு கேட்டதும், “ஏலேய் நல்லயா, நாங்க துஸ்டி சொல்ல வந்திருக்கோம்மடா. வேற யாருமில்ல... ஒங்காச்சி... தம்மக்காரச் சாம்பாத்தித்தான் செத்துப் போனா. உடனே கிளம்பணும். ஒன்னத்தான் எதிர்ப்பார்த்துக்கிட்டிருந்தோம்”ன்னார் கடற்கரை.

நல்லையா நெஞ்சில கை வச்சுக்கிட்டுப் பதறினார். “என்ன சொல்றீய, எங்காச்சி செத்துப் போச்சா?”

“ஏம்ல கவலப்படுற? அவளுக்கு நல்ல சாக்காலம்தான். வா பாக்க வேண்டிய வேலயப் பாப்போம். கிளம்பு.”

தம்மக்காரச் சாம்பாத்தி செத்த இழவுக்கு மூக்கன் வந்திருந்தார். கடைசி நேரத்துல 'கட்டை'ல முழிச்சது ஆறுதல். அவரும் கூடமாட நின்னு ஆக வேண்டிய காரியத்தப் பார்த்தார். கருப்பாயியும் துட்டுக் கேட்டு நச்சரித்தாள். சாக்குப் போக்கு சொல்ல முடியல. கடைசில இதுதான் இருக்குன்னு கைல கொடுத்தார். அப்படியே பெஞ்சாதி புள்ளியக்கிட்ட சமாதானம் தேடிக்கிட்டார் மூக்கன். தெருவும் கலகலப்பாய் இருந்துச்சு. செங்கல் சூளைல சிதறிக் கிடந்தவிய எல்லாரும் வந்திருந்தாவ. அவிய கைல காசு பணமும் இருந்துச்சு. அவியளும் குத்த வைக்கல. ஆம்பளைங்க உழவு அடிக்கப் போனாவ. பொம்பளைங் களுக்கும் சித்தாள் வேலன்னு இருந்துச்சு. நல்லையா, இருக்கிற செங்கல விற்றுத் துட்டாக்கிக்கிற முயற்சியில இருந்தார். நிலத்தச் சீர் செய்ய வெள்ளனயே புறப்பட்டுப் போனார் ஊர்க்காத்தான். போறதுக்கு முன்னால மூக்கனையும் கூப்பிட்டார். இன்னா வாரேன்ன ஆளக் காங்கல. பெறவு தேடிப் பிடிச்சி கருப்பாயிதான் கூட்டி வந்தாள். அப்பம் தொடிச்சி கேட்டாள், "என்ன மாமா வேலக்கி இப்டி டிமிக்கி கொடுக்கீய? ஓங்கள கூட மாடத்தான நிக்க சொல்றாவ. நின்னுட்டு எல்லாத்துக்கும் தக்கன கூலிய வாங்கிக்காங்க."

அவிய போய்ச் சேர்றதுக்குள்ள ஊர்க்காத்தான் வேலையைத் தொடங்கியிருந்தார். கருப்பாயி தண்ணி எடுக்கப் போனாள். தொடிச்சி, கண்ணுல தட்டுப்பட்ட கல்லப் பெறக்கினாள். அங்ஙன அங்ஙன ஆட்களும் வேலையைப் பார்த்துக்கிட்டிருந்தாவ. சம்சாரித் தொழில் தொடங்கியிருந்துச்சு. கரிசல் காட்டு மண்ணு புரண்டுக் கிடந்துச்சு. இனி உழவடிக்கணும். மூக்கனும் ஒரு பக்கம் மம்பெட்டியப் பிடிச்சி வெட்டினார். திரேகம் நீராய் வடிஞ்சிச்சு. வெயில் ஏற ஏற கிறக்கமும் ஜாஸ்தியாகிற்று. ஊர்க்காத்தான் 'சூ'ன்னு குத்த வச்சார். மூக்கனும் நிழல் கண்டயிடத்துல ஒதுங்கினார். கருப்பாயி மம்பெட்டியப் பிடித்தாள். ஒரு ஆம்பள செய்கிற வேலய அவள் செஞ்சாள்.

கிழக்காம பரந்துகிடக்கிற நிலத்துல தெருக்காரவிய வேலை பார்த்துக்கிட்டிருந்தாவ. பெரும்பாலும் புருஷன் பெஞ்சாதியுமாத்தான் இருந்தாவ. அந்தக் காடுகர அசலூர் நாயக்கமார்களுக்குப் பாத்தியப்பட்டது. தெருவுக்கு வந்து ஆனா சானா முதலாளியின் கணக்கப்பிள்ள ஆள் எடுத்தான். இப்பம் கணக்கப்பிள்ளயான நாயக்கனக் காணோம்னு தெரிஞ்சதும், பொடி நடையாய் அவியக் கிட்ட நடந்தார் மூக்கன். அவர் அங்ஙன போனதும் அவியளுக்கும் பேச்சு துணைக்கித் தோதாயிருந்துச்சு. அதுல ஒரு பொம்பளக் கேட்டாள்,

“ஏலேய் மூக்கா, என்ன ஒங்க அண்ணஊட்டம் வாங்கிப் போட்ட காட்டுல வேலக்கி வந்தியாங்கும்?”

“என்ன அப்டிக் கேட்டிட்டீய. நானு சும்மாவா வேலக்கி வந்தேன்? எல்லாத்த மாதிரி கூலிக்குத்தான் வந்திருக்கேன்.”

“அதெல்லாம் தெரியுது. நீ எந்தக் கூலி வாங்கி என்னத்தக் கிழிக்கப் போற? ஒங்க அண்ண ஊட்டுக் கை உசருது. நீ இங்ஙன வாங்கி அங்ஙன குடிச்சிட்டுப் போற ஆளுதான்.”

“என்ன இப்டிக் கேட்டுப்புட்டீய. நானும் குடும்பத்தோட சேர்ந்துட்டேன்ல. பாருங்க நா எப்டி வாறேன்னு.”

“நீ ஏணி வச்சாலும் ஒங்கண்ணஊட்டம் மாதிரி வர முடியாது. ஒங்கண்ணன் மவன் நல்லயா இன்னக்கி முதலாளி. எப்புச் சாப்பா அவங்கிட்ட ஆரும் நிக்க முடியாது. நீ அவியளப் பாத்து ஏனாக் குடிச்சிட்டுப் போவ வேண்டியதான்.”

“சரி இதுக்கு என்னதான் செய்யுணும்ங்கிறீய?”

“அப்டி கேளு. நீயும் ஒம் பொண்டாட்டியும் நாயா பேயா உழச்சாலும் காத்துட்டு மிஞ்சாது. அப்டியே நீ சம்பாதிச்சிச் சேர்க்க ரொம்ப காலமாகும். அதுக்குள்ள ஒம்புள்ள கலியாணத்துக்கு வந்து நிக்கும். ஒங்கம்ம சாம்பாத்தி வூட்டுமன இருக்குல. அது ஒரு பங்கக் கேளு. இல்லன்னா அதுக்குண்டான துட்ட வாங்கு. ஒம் பொண்டாட்டி மூணு பவுன் நக வச்சுருக்கா. அதயும் வாங்கி வில்லு. ரெண்டையும் வச்சு இப்டிக் காட்ட வாங்கிப்புடலாம். பெறவு நீ ஆர்ட்டயும் கை கட்டவும் வாண்டாம். கூலிக்னு நிக்கவும் வாண்டாம். இனிம நீதான் ராசா. நீதான் மந்திரி.”

சும்மா போய் நின்ன மூக்கன, அவிய வலிய வலியப் பேசிக் குழப்பிட்டாவ. அவருக்கும் அது வாஸ்தவமாய்ப் பட்டுச்சு. இங்ஙன வந்ததும் நல்லதாய்ப் போச்சுன்னு நெனச்சார். இல்லன்னா யார் புத்தி சொல்வா? எல்லாத்தியும் கருப்பாயி கிட்டச் சொல்லணும். விசயத்த அவள வச்சுத்தான் பரப்பணும். அப்பந்தான் காரியமாகும்.

ஊர்க்காத்தான் ஏறிட்டுப் பார்த்துக் குரல் கொடுத்தார், “ஏலேய் என்ன அங்ஙன சொணங்குற? வேணும்னா போயி கஞ்சக் குடிச்சிட்டு வந்து வேலயப் பாரு.”

அதுக்குள்ள அந்த ஆம்பளயும் “வேல செய்கிற ஆளுக்கிட்ட என்ன பேச்சு? போகச் சொல்ங்க. அவுக அண்ணன் கூப்புடுறாரு”ன்னார்.

“மூக்கா போ, போ, பெறவு நாங்கதான் ஒன்ன எங்க முந்திக்குள்ள வச்சுக்கிட்டோம்னு சொல்லப் போறா ஓம் பொண்டாட்டி.”

மூக்கன் சத்தங் காட்டாமல் வேலைக்குப் போனார். பொண்டாட்டியத் திட்டாமல், சந்தோஷமாக நடந்துக்கிட்டார். அவர்க்கு எப்பமும் அவளது நகை மேலும், அம்மா வீட்டு மேலும் கண்ணாய் இருந்துச்சு. அவற்றைக் கைப்பற்றணும் எங்கிற உறுத்தல் கூடிச்சு. உடனே பணமாக்கணும் எங்கிற ஆர்வம் பீறிட்டிச்சு. ஒரு நாள் வீட்டுக்கு உண்டான கறி, புளி, அரிசியெல்லாம் வாங்கிக் கொண்டு கொடுத்துக் கருப்பாயியிடம் நல்ல பெயர் வாங்கிக் கொண்டார். ரெண்டு ஆட்டுக் குட்டிகள வாங்கிவிட்டார். அதுகளுக்குப் புல்லறுத்துப் போட்டார். குட்டிகள் துள்ளிக் குதிச்சி ஓடும். அதுகமேல எல்லாத்துக்கும் பிரியம் வந்துச்சு.

வீடு சந்தோஷமாக இருக்கிற நேரத்துல, கருப்பாயிக்கிட்ட விசயத்தச் சொன்னார். நனஞ்ச பனைநாரை ரெண்டாய் வகுந்துக்கிட்டிருந்த கருப்பாயிக்கு, இதக் கேட்டதும் பதற்றம் ஏற்பட்டுச்சு. தகர்ந்துபோன செத்தய அடைக்கணும்னு இருந்த அவள் முறச்சிப் பார்த்தாள். பெறவு படபடன்னு பேச ஆரம்பித்து விட்டாள், “ஒனக்கென்ன புத்திக்கித்தி மழுங்கிப் போச்சா? வேற ஏதாச்சும் வேலகில இருந்தா பாரு. இல்லான்னா கவுந்து படு. இதக் கேட்டு வாங்கித்தா, அத வித்துத்தான்னு கேட்காத. அதெல்லாம் கைல கெடயாது. கோட்டத் தெருவுல ஒரு நாயக்கன் வூட்டுல அடமானத்துல இருக்கு. அத வச்சுத்தான் இந்த வூட்டக் கட்டிருக்கு.”

“நீயே எல்லாத்தியும் கெடுத்திடுவபோல இருக்கே. நானு என்ன, எனக்கா கேட்கேன்? நமக்குன்னு பூமி வாங்கிட்டனா, நம்ம பிடிச்ச தரித்திரம் தீர்ந்து போவும். நம்ம நெலத்துல நம்ம நாத்து நடலாம். பருத்தி எடுக்கலாம். களத்து வேல செஞ்சி நாலு துட்டப் பாக்கலாம். கடனிராது. வித்த நகயயும் திரும்பச் செஞ்சிடலாம்.”

“ஒங்கைல துட்டிருந்துச்சுன்னா வாங்கு. அதுக்காகச்சிட்டி இப்டி வெடச்சிட்டு அலயாத. அப்டி தம்மக்காரச் சாம்பாத்தி வூட்டுல பங்கு வேணும்னு ஆசயிருந்துச்சுன்னா நீ போய்க் கேளு. அது ஒங்க அண்ணமாரு பாடு, ஓம்பாடு. அதுல என்ன இழுக்காத.”

“நீ இதச் செய்யலன்னா ஒங்கையால ஒரு சொட்டுக் கஞ்சி வாங்கிக் குடிக்காம தொலஞ்சு போயிருவேன்.”

“போ, மகராஜனாப் போ. இதுக்கு முன்னால எவா பின்னாலையோ போனீயே, அப்பம் நாங்கென்ன செத்தாப் போயிட்டோம்? இப்பமும் சாகமாட்டோம். சொல்லாத செய்.”

“நீ எவனையாச்சும் வப்பாளனா வச்சுருப்ப. அதான் என்ன ஓடச் சொல்ற.”

“தூமயக் குடிச்சான், ஆரச் சொல்ற? பொசமுட்டுன நாயி நீ. ஒனக்கு முந்திய விரிச்சி ஆறு புள்ளப் பெத்தவடா நா. என்னயா சொல்ற. வப்பாளன் வச்சுருக்கான்னு.”

அவளுக்குப் புருஷன் கோளார் சொன்னதும் தாங்க முடியல. சீன்னு அய்யரவுப்பட்டாள். அந்தக் கேந்தி வாக்குல, கைலயிருந்த கத்திய விட்டெறிந்தாள். அது கழுத்த நோக்கி பாய்ஞ்சது. ஒரு இணுக்குக் குனியலன்னாலும், எசகுப் பிசகாய்க் கழுத்துலக் குத்தியிருக்கும். எக்கச்சக்கமாய் ரத்தம் சிந்தி இருக்கும். மூக்கனுக்கு கதக் கதக்னு இருந்துச்சு. அந்த விருட்ல அவரும் பாய்ஞ்சார். அவளும் வேகு வேகுன்னு விரசலாய்ப் போய்க் கைலக் கெடச்சக் கருக்கு மட்டையைத் தூக்கிக்கிட்டு வந்தாள். “ஏலே பட்டச் சோத்துக்குக் கெட்டன பொண்டாட்டிய கூட்டிக் கொடுக்குற பயலெ. நகன்னு கேக்கிறீயே அது நீ செஞ்சிப் போட்ட நகையா? எங்கப்பன் வூட்டு நக. அத ஒங்கிட்டக் கொடுத்துட்டு நா வழிக்கரைல நக்கிட்டுப் போவயா?”

அவிய சண்டை ஊர்க்காத்தான் காதுக்கு எட்டிச்சு. நல்லயாவுக்கும் சீ... சீன்னு போச்சு. “இவ்வளவுக்கும் காரணம் கருப்பாயி சித்தித்தான்”ன்னார்.

“அத்தெய அப்டிச் சொல்லாதீய. பாவம் அவ என்ன செய்வா? அந்தாளு குண்டத் தூக்கிப் போட்டா அவியளா பலி?”ன்னு தொடிச்சி கருப்பாயிக்காகப் பரிந்து பேசச்சில, ஊர்க்காத்தானுக்குக் கோபங் கோபமாய் வந்துச்சு. “மூணு பவுன் நகய நம்மக்கிட்டக் கொடுத்தாலும், பத்திரமா வச்சிக் கொடுப்போம். அந்த நாயக்கங்கிட்ட கொடுத்திருக்கா. அவன் மேலும் மேலும் பணத்தக் கொடுத்து, நகய விழுங்கிடுவான். பெறவு என்னத்த செய்யப் போறா இவ?”

“அப்டின்னா நகய மீட்டுக் கொடுங்க.”

“படுக்க இடம் கொடுத்தா கெடைக்கு ரெண்டு ஆடுவக் கேட்டானாம். அந்த மாதிரில இருக்கு ஒங் கத. நம்ம படுறப் பாடு பெரும்பாடு. இதுல ஆர்க்கு என்ன செய்ய முடியும்?”

நல்லையா உடனே சொன்னார், “இப்டிப் பேசிக்கிட்டிருந்தா ஒண்ணும் நடக்காது. ஒங்கத் தம்பிமார்வகிட்டப் பேசி மூக்கன்

சித்தப்பாவுக்கு என்ன உண்டோ அதப் பிரிச்சிக் கொடுத்திடுங்க. பிரச்சன முடிஞ்சிப் போவும். அதுக்கு மேல இதுல உரிம கொண்டாட முடியாது.”

“அவந்தான் கூறுக்கட்டத்தனமா கேட்டுச் சண்டப் போட்டான்னா, நீயுமா அவனுக்கு ஏண்டுக்கிட்டு பேசுற”ன்னு ஊர்க்காத்தான் விசனப்பட்டார்.

நல்லையா சொன்னதப் போலத்தான் தொடிச்சியும் சொன்னாள்: “அவிய சொல்ற மாதிரி இப்டிச் செஞ்சிட்டா நல்லதாப் போச்சு. இனும சரவலுக்கு மூக்கன் மாமா ஊட்டம் வராது. அவிய அவியக் குடும்பம்னு இருந்துட்டுப் போவாவ.”

“என்ன ஒரு வடியா பேசுறீய. இது நடக்கக்கூடிய காரியமா? திடீர்னு நா ஆர்ரப் போய்க் கூப்புடுவேன். எல்லாரும் தூத்துக்குடில இருக்காவ. அவிய இவிய வருவாவளா. அவியளுக்கு என்ன சோலி இருக்குன்னு ஆர்க்குத் தெரியும்?”

“எதுவுமிருக்கட்டும். போய்க் கூப்பிடுங்க. சித்தப்பாமார்வ வந்தாத்தான் ஒரு முடிவு ஏற்படும்.”

“சும்மா போவ முடியுமா? எல்லார் ஊட்டுக்கும் ஏதாது வாங்கிட்டுப் போவணும். துட்டு வேணும்ல.”

“இதுக்கெதுக்கு ஆயிரத்தெட்டு ரோசன. பணம் நாந் தாறேன். மொதல்ல போய் எல்லாத்தியும் கூட்டிட்டு வாங்க.”

தூத்துக்குடியிலிருந்து கந்தன் மட்டும் வந்திருந்தார். ஊர்க்காத்தான் புலமாடனையும் கூப்பிட்டிருந்தார். சாய்ந்திரம் நாலு மணிபோல வந்த புலமாடன், அவர் பெறத்தால மூலபடச் செட்டியாரயும் கூட்டிட்டு வந்தார். “என்னத்துக்கு இந்தாளயும் கூட்டிக்கிட்டு வந்திருக்கீய”ன்னு சடஞ்சிக்கிட்டார் நல்லையா.

“அடேய் இது பாகப் பிரிவினைடா. எது கொடுத்தாலும் வாங்கினாலும் காகிதத்துல எழுதி வாங்கணும். சாட்சி கையெழுத்துப் போடணும். யார் முன்னே கொடுத்தோம்ணும் எழுதணும். இன்னக்கே மடிமேல போடுன்னு ஒத்தக் காலுல நிக்கிற ஒங்கச் சித்தப்பன், நாளைக்கே நா வாங்கலன்னா நீ என்ன செய்வ? ஒரு பொது ஆளு இருந்தா எல்லாத்துக்கும் நல்லது. எந்தக் கோர்ட் கச்சேரிக்கும் போவ முடியாது. அதான் செட்டியார முன்னால வச்சியிருக்கிறது”ன்னு சொன்னதும் நல்லையா பதில் பேசல. ஒரு ஓரமாய் ஒதுங்கி நின்ன மூக்கன ஒரு பார்வை பார்த்துக்கிட்டார். மூக்கன்கூட, அவர் பெஞ்சாதி பிள்ளைங்க யாரும் வரல. அவர் மட்டும் வந்திருந்தார்.

“கந்தன் சித்தப்பா, சொல்லி வச்ச மாதிரி எல்லாரும் வந்தாச்சு. நீங்க என்ன சொல்றீங்களோ அது மாதிரி நாங்க கேட்டுக்கிறோம்.”

“நா சொல்றதுக்கு என்ன இருக்கு? இந்த மன எவ்வளவு போகும்னு பாருங்க. அத ஆறு பங்காப் பிரிங்க. ஒண்ண, ஆடு அறுக்கங் காட்டிலும் புடுக்குப் புடுங்குங்கானே, அவங் கைல கொடுங்க.”

“அதென்ன ஆறு பங்கு? நம்ம நாலு பேருதானே இருக்கோம்”ன்னு குழம்பிப்போய்க் கேட்டார் மூக்கன்.

உடனே கந்தன் சொன்னார், “கோட்டிக்காரப் பெயலே சொல்றேன், கேளு. நம்ம நாலு பேரு இருக்கோம். நாலு பங்கு. நம்மக் கூடப் பிறந்தது ரெண்டு பொம்பளயாளு. அது தெரியும்ல ஒனக்கு. அவியளுக்கு அர அரப்பங்கு. ஒண்ணு நம்ம அம்மா செத்த இழவுக்குச் செலவான துட்டு. அதுல ஆர்க்கும் கை நட்டம் வரக் கூடாது. அதுபோக மிச்சத்த எடுத்துக்காங்க.”

“சரி. ஆம்பளைக்கித்தான் சொத்துல பங்குண்டு. பெறவு எப்டிப் பொம்பளைகளுக்கும் பங்கு கொடுக்க முடியும்? நீங்க பேசுறது கொஞ்சம்கூட நல்லாயில்ல.”

“நீ கூடப் பெறந்தவியள மறந்தா, நாங்களும் மறக்கணுமா? அவிய ரெண்டு பேரயும் கண்டு பேசியாச்சு. ஒரு பங்குல, ஆளுக்குப் பாதி கொடுக்கணும்.”

“அதெல்லாம் முடியாது.”

“முடியாதுன்னா, போ போய் கேஸ் போடு. கோர்ட்ல பார்த்துக்கிடலாம்.”

புலமாடன் இடையிலப் புகுந்து, “ஏய் மூக்கா, நீ கொடுக்கிறத வாங்கிட்டு சத்தங் காட்டாமப் போ. இல்லன்னா ஒரு தம்படிக் காசு வாங்க முடியாது. இதுவும் உன் ஒவத்திரம் தாங்க முடியாமத்தான் தருது”ன்னார். அதுக்கு மேல மூக்கனும் சத்தம் கொடுக்கல. “சரி கொடுக்கிறதக் கொடுங்க”ன்னார்.

கருப்பாயி நொந்துபோனாள். முனியம்மாள் கஞ்சி வடிச்சிக் கொடுக்கச்சில, ஒரு பருக்கயக்கூட வாயில வைக்கல. ராத்திரி பூரா உருண்டு உருண்டு படுத்தாள். சாமத்துல எந்திரிச்சுப் புலம்பினாள். அவளது குரல் குசுகுசுன்னு கேட்டுச்சு. பக்கத்துல படுத்திருந்த மகளுக்கு முழிப்பு வந்துற்று. “ஏம்மா இப்டிச் சாமத்துல பொலம்புற. படும்மா”ன்னு அதட்டினாள் முனியம்மாள். பெறவு சத்தங் காட்டல கருப்பாயி.

கருப்பாயி வெள்ளங்காட்டி எந்திரிச்சு ஆக வேண்டிய வேலகளப் பார்த்தாள். முற்றம் பெருக்கி, தொளிச்சு, ஆடுவளுக்குத் தண்ணி வச்சு, பையமார்களயும் குளிக்கச் சொல்லி, ரெட்டைக் குடம் போட்டு நாலு குடம் தண்ணியும் கொண்டு வந்து இறக்கினாள். முனியம்மாள் அடுப்பப் பத்த வச்சாள். சூரியன் ஒளிமயமாய் இருந்துச்சு. காலைப் பொழுதின் சுகம். இந்தச் சுகம் அப்படியே இருக்கணும். அதன் எதிரொலிதானா இந்தப் பறவைங்க ரீங்காரம்? முனியம்மாள் சுள்ளிகளப் பெறக்கிட்டு வரச்சில பச்சக் கிளிகளப் பார்த்தாள். ஒத்தப் பன உச்சில அதுக உக்கார்ந்திருந்துச்சு. கிளியப் பிடிச்சா எப்பிடியிருக்கும்? அய்யையோ பறந்து போயிற்றே. அதுக்குள்ள வெள்ள ஆட்டுக் கூட்டம் படலை தாண்டி வந்துற்று. உடனே அம்மாவைப் பார்த்து இரைந்தாள், "வந்தீகளே படலய சாத்தி வச்சான்ன? இதுக அநியாயம் தாங்க முடியல."

அவள் விரட்டலுக்கு, ஆடுவ சிதறி ஓடினாலும், பெறவு மொத்தமாய்ப் படலைக் கடந்து போயிற்று. அந்நேரம் நல்லையாவும் தொடிச்சியும் வந்தாவ. அவியளப் பார்த்ததும் முனியம்மாள் மூஞ்சில சந்தோஷக் கள. "வாங்கண்ணே வாங்க. மைனி என்ன வெள்ளனயே வந்தாப்பல இருக்கு"ன்னாள். அவள் இசபெல்லாவைத் தூக்கி இடுப்பல வச்சுக்கிட்டாள். கருப்பாயி அப்பந்தான் வெளியே எரிஞ்ச சுள்ளிள அடுப்புலத் தள்ளி வச்சுட்டு திரும்பிப் பார்த்தாள். எல்லாந்தான் முடிஞ்சிப் போச்சே பெறவு எதுக்கு வரணும்னு முணுமுணுத்துக்கிட்டாள். வந்த கோபத்தக் கட்டுப்படுத்திக்கிட்டு எதுக்க வந்தாள்.

"வாங்க. எல்லார் பாடும் நல்லாத்தான் இருக்கு. எம்பாடுதான் பெழைக்கத் தெரியாத பொழப்பாப் போச்சு. இல்லன்னா எங்கிட்ட ஒரு வார்த்தக் கேட்காம முடிச்சிமாரிக்கிட்ட துட்டக் கொடுப்பியளா? இப்பம் பாரு எல்லாத்தியும் கொண்டுட்டு ஓடிட்டான். இந்தத் துட்டு கைக்கி வந்தா எவ்வளவு ஏந்தலா இருக்கும். இப்பம் எல்லாம் போச்சு. நாந்தான் அம்போன்னு நிக்கேன். ஆமா எப்டியும் நின்னுக்கிடுவேன். அந்தாளு பணமிருக்கந் தட்டியும் ஆடுவான். எல்லாம் சூரையிட்டுட்டுப் பெறவு இங்ஙனதான வந்து நிப்பான். அப்பம் என்ன செய்றது?"

"எல்லாரும் பாத்துக்கிட்டுத்தான் இருந்தாங்க சித்தி. எங்கிட்டத் தந்தாத்தான் கையெழுத்துப் போடுவேன்னு ஒத்தக் கால்ல நின்னத. பெறவு நாங்களும் கொடுத்தோம். சித்தப்பா இப்டி ஊரேவுட்டு ஓடுவாருன்னு ஆரு நெனச்சா?"

கருப்பாயிக்குக் கோபம் தணிஞ்சப்பாடில்ல. குமுறல் அவ்வப்போது எழுந்துச்சு. அது உரசிட்டுப் போன வேகம்

பேச வச்சது. "இந்தப் போக்கத்தவன் கொண்டுட்டுப் போனது கொறஞ்ச துட்டுன்னாலும் மனச ஆத்திக்கிடலாம். அவன் கனமால வாங்கிட்டுப் போயிட்டான். அது முந்திக்குள்ள இருக்கந்தட்டியும் கூத்தியா, கும்மாளம், குடின்னு இருப்பான். அந்தாலப் போக்கழிச்சிப் போயிட்டானாலும் தேவல. நாளப் பின்ன வந்து நின்னிடக் கூடாது. அதான் கவலயாய் இருக்கு. மத்தபடி பெழைக்கத் தெரியாதவளா நா. எம் புள்ளியள வச்சுக் காப்பாத்துவேன் கடேசி முட்டும்?"

அவள் சொன்னதையே சொன்னதும், தொடிச்சிக்கு மனசு வதச்சது. அவள் படக்னு பேச்ச மாத்தப் பார்த்தாள். "மத்ததெல்லாம் இருக்கட்டும் அத்தெ. இப்பம் வாங்க வேலைக்குப் போவலாம். இங்ன இருந்தா குழப்பந்தான். ஆளோட நின்னா எதுவும் நெனக்க வராது. அங்ஙன வந்து சும்மா குத்த வச்சுயிருந்தாலும் போதும். ம். வாங்க."

"வாராம இங்ன குத்த வச்சுக்கிட்டிருக்க மாட்டேன். வாறேன். நல்லயா ஒம்மேல சித்தி கோபப்படுறேன்னு நெனக்காத. தப்பு ஆர்மேலன்னு ஒனக்கே தெரியும்."

"அப்டியே நீ நெனக்கிற மாதிரி எம்மேல தப்பிருந்தா பொறுத்துக்கோ சித்தி. ஒன்ன நாங்க வுட்டுட மாட்டோம். இப்பம் தொடிச்சிக்கூட கௌம்பு. முனியம்மா நீயும் அம்மாக்கூட போ. நா மதியத்துக்கு மேல அங்ஙன வாறேன்."

அஞ்சாறு நாட்கள் கழிச்சி, புலமாடன், கருப்பாயியப் பார்க்க வந்தார். கருப்பாயி அவர்க்கிட்ட மூஞ்சிக் கொடுத்துப் பேசல. மூக்கன் பணத்த வாங்கிட்டு ஓடிப் போனது அவருக்கும் தெரிஞ்சது. ஆனாலும் அவராக வலியப்போய் விசாரிக்கல. என்னதான் இருந்தாலும், நம்ம கண் முன்னால பணத்த வாங்கிக்கிட்டு வீட்டுக்கும் கொடுக்காம, பொண்டாட்டிப் புள்ளியும் பார்க்காம, அவ்வளத்தியும் சுருட்டிக்கிட்டு ஓடிப் போனது அவருக்கும் வேதனையாகத்தான் இருந்துச்சு. பெறவு எப்படி நம்மக்கிட்ட பேசுவா? அதுக்காகச்சிட்டி நம்மளும் பேசாமல் இருக்க முடியுமா? புள்ளியளயும் வச்சுக்கிட்டு ஒத்தைக்கு ஒரு மனுஷியாகக் கஷ்டப்படுகிறாள். அவளுக்கு ஒரு வேல வாங்கிக் கொடுத்தால் பிழைச்சுக்குவாள். குடும்பத்துக்கும் ஏந்தலாய் இருக்கும். அது விசயமாகத்தான் வந்தார்.

புலமாடன் வேலை வாங்கிக் கொடுக்கிற வீடும் பெரிய வீடு. வசதியிலயும் வாய்ப்பிலயும் கூடுன வீடு. அந்தக் கார வீடு கருமைக் கண்ணன் நாயக்கர விளாத்திகுளம் பஜாரில் வைத்துப் பார்த்தார். நாயக்கர வயதின் தளர்ச்சி, கம்பு ஊன்ற வச்சது.

திரேகத்தயும் குன்ற வச்சது. அவர் வெள்ள மீசை தொங்கியபடி வில் வண்டியிலிருந்து ஓராள் உதவியுடன் இறங்கி நின்னார். அவரும் களத்து மேடுக ஜாஸ்தி உள்ள முதலாளி. காணாததுக்குச் சர்க்கார் உத்தியோகத்திலிருந்து ஓய்வுபெற்ற அதிகாரி. பிள்ளைங்க பூரா படிச்சி உத்தியோகம் பார்க்காவ. வெவ்வேறு ஊர்களுல பொண்டாட்டி, புள்ள, குடும்பமாய் இருக்காவ. ஊருல சண்ட சச்சரவு வந்துச்சுன்னா, அவரப் பஞ்சாயத்துக்கு வைப்பாவ. அவர் பக்குவமாகப் பேசி முடிச்சிக் கொடுப்பார். இப்பம் அதுக்கும் போறது கிடையாது. ரொம்ப நாட்கள் கழிச்சி அவரக் கண்டதும், "சாமியோவ் வணக்கம்ங்க"ன்னார் புலமாடன்.

கருமைக்கண்ணன் நாயக்கர் கூனை உயர்த்தித் தலையை நிமிர்த்திப் பார்த்தார். "ஆர்யிது?"ன்னு கேட்டார். "நாந்தான் சடையன் குளம் புலமாடன்"ன்னதும், "அடேய் நீயா வா வா"ன்னார். சட்டப் பாக்கட்டில் இருந்து மணிபர்சை எடுத்த கருமைக்கண்ணன் நாயக்கர், அதுல உள்ள துட்டக் கொடுத்து, "நீ போய் அறுபது வால்ட் பல்பு ரெண்டு வாங்கிட்டு வா"ன்னார். சாவகாசமாக வாங்கிட்டுப் போனார் வேலைக்காரர். அது சாய்ங்கால நேரம். கடைவீதி சுறுசுறுப்பாய் இருந்துச்சு. அங்ஙன ஒரு காரும் நின்னுச்சு. ஆட்களும் கூட்டம் கூட்டமாய் நின்னாவ. போனாவ. வந்தாவ. அப்பந்தான் ஞாபகம் வந்த மாதிரி நாயக்கர் சொன்னார், "ஏய் புலமாடா வீட்டுக்கு ஒரு வேலக்காரப் பொம்பள வேணும்டா. ஏற்கெனவே ஒருத்தி இருந்தா பாத்துக்கா. அவ திருடி. திருடுறத பாக்கலன்னாலும் தெரியாது. என் சட்டப் பாக்கட்டலயிருந்து துட்ட எடுக்கிறதப் பாத்துக்கிட்டேன். பெறவு வேண்டாம்னு நிக்கச் சொல்லியாச்சு. நம்ம ஓராளுதான வேலக்காரன வச்சுக்கிட்டு ஒப்பேத்தலாம்னு பாத்தேன். நம்ம அவசரத்துக்கு இருக்க மாட்டுக்கான். சோர்ந்திருக்கச்சில தண்ணி மோர்ந்து தரக்கூட ஆளில்லாம இருக்கு. ஒரு பொம்பளயாளிருந்தா பாரு. காலை வந்துற்று சாய்ந்தரம் போயிறலாம். அவளுக்கு என்ன கூலி உண்டோ கொடுத்திடலாம். மாசச் சம்பளமா வாங்குனாலும் வாங்கட்டும்."

"சாமி நா சொல்றேன்னு தப்பா எடுத்திடக் கூடாது. நானு எங்கத் தெருவுலயிருந்துதான் ஆளக் கூட்டிக்கிட்டு வர முடியும். இது ஒங்களுக்குத் தோதுப்படுமா?"

"என்னடா இப்டி கேட்டுட்ட? ஊரு நாட்ல வேலைக்கி வருறவியக்கிட்ட சாதி பாத்தா கதக்கியாகுமா? நா சொன்ன வேலயச் செய்யக்கூடிய ஒரு பொம்பள இருந்தாப் போதும். அதுக்காவ சாட சப்பட்டன்னு யாரயாவது கூட்டிக்கிட்டு வந்திராத."

கருமைக்கண்ணன் நாயக்கர் கேட்ட வேலைக்காரிக்குக் கருப்பாய்க்கிட்ட சொல்லலாம்னு வரச்சில, அவள் பாராமப் போனதும், " என்ன கருப்பாயி ஒங்க வூட்டுக்கு ஆள் வந்தா என்னன்னு கேட்க மாட்டீயா. கண்ணவிஞ்சிப் போவுமா ?"ன்னு கேட்டார்.

உடனே கருப்பாயியும் "அதென்ன அப்டிக் கேட்டுட்டீய? ஏற்கெனவே குழப்பம். பேதில போனவனப் பத்துனக் கவல. அதான் கவனப் பிசகு"ன்னாள்.

"சரி சரி அதிருக்கட்டும். இப்பம் ஒரு வேல விசயமா பேச வந்தேன். செத்த இப்டி வந்து உக்காரு. நாந் சொல்றத நல்லா கேட்டுக்கா. விளாத்திகுளம் ஊருல கருமைக்கண்ணன் நாயக்கர்னு ஓராளு. நமக்கு வேண்டப்பட்டவர். வய்சாளி. அவுருக்கு மாத்திர மருந்து தண்ணின்னு எடுத்துக் கொடுக்க ஆள் வேணும். காலம்பெற போயிட்டுப் பொழுதடைய வந்திடலாம். மாசச் சம்பளம் தந்திடுவாரு. போறீயா ?"

"ஆரு. நாயக்கரா. நாயக்கமாருகளுக்குத்தான் நம்மளக் கண்டா ஆவாதே. பெறவு எப்டி என்ன வேலக்கிச் சேர்ப்பாவ ?"

"அவுரு கூப்புடாமயா நானு ஒன்னத் தேடி வந்திருக்கேன். ஒன்னால முடியுமா, முடியாதா. அதச் சொல்லு ?"

"நாந்தான் நம்ம நல்லயா பிஞ்சயில வேலைக்குப் போறேனே. அங்ன போனா அசவு ஏசவா காலு நீட்டி உக்கார்ந்தாலும் ஆரும் கேட்க மாட்டாவ. கூலிய நல்லயா ஊட்டுல வந்து தந்திடுவான். இத வுட்டுட்டு எப்டி வர? வேணும்னா ஒண்ணு செய்ங்க. வயசான ஆளக் கவனிக்கத்தானே எம் மவள கூட்டிட்டுப் போங்க. மாசம் மாசம் என்னத்தயாவது கொடுத்தா, தூக்கி வுட்ட மாதிரி இருக்கும்."

"இதுவும் நல்ல ரோசனதான். ஏய் முனியம்மா ஒங்கம்ம சொன்னதக் கேட்டீயா. ஒனக்கு சரின்னு படுதா ?"

முனியம்மாளுக்குப் பேச வாய் வரல. அவள் ஒடுங்கி நின்னாள். "என்ன புள்ள பேசாம நிக்க? பெரியப்பா கேட்குல. சொல்லு"ன்னு கருப்பாயி கேட்டதும் முனியம்மாள் சொன்னாள், "எனக்குப் பயமா இருக்கு. முன்னப் பின்னத் தெரியாத ஊட்டுல எப்டி நிக்க முடியும் ?"

"கோட்டிக்காரச்சி அப்டியெல்லாம் பயப்புடாத. தெரியாத யிடத்துல கொமரக் கொண்டு வுடுவேனா ?"ன்னு புலமாடன் சொன்னதும், கருப்பாயியும் எடுத்துச் சொன்னாள், "வேத்தாளு. மூஞ்சித் தெரியாதாளுன்னா பெரியப்பா இவ்வளவு

தூரம் ஊடுத் தேடி வந்து சொல்லுமா? பயப்புடாமப் போ. ஒனக்கு புடிச்சிருந்தா நில்லு. இல்லன்னா வந்திடு. இங்னயிருந்து என்னத்த செய்யப் போற. அம்மா வேலைக்குப் போயிருவேன். தம்பிமாரு பள்ளிக்கூடம் போயிருவானுவ. நீ ஒத்தைல இருக்கணும். இதுக்கு அங்ஙன நின்னுட்டு வா."

முனியம்மாள் திகைச்சி நின்னாலும், சற்றே புன்முறுவலுடன் தலய அசைத்துக்கிட்டாள். புலமாடனும் எந்திரிச்சார். அவர் துண்டை உதறித் தோளில் போட்டுக்கிட்டுச் சொன்னார், "பொம்பளப்புள்ள இப்பமில்லாம் பயப்புடக் கூடாது. ஒங்கம்மயப் பாத்தீயா. எவ்வளவு தைரியமாயிருக்கா. அது மாதிரி இருக்கணும். நம்ம எவனயும் எத்திப் பொழைக்கல. களவு எடுத்துப் பொழைக்கல. உழைச்சுத்தான் சாப்புடுறோம். ஏதாச்சும் ஒண்ணுன்னா தைரியமா சொல்லு. அதுக்குப் பெறவு பாத்துக்கிடலாம்." அதற்குமேல் நிற்கல. "சரி கருப்பாயி நா அவுரக் கண்டு பேசிட்டுக் கூப்பிட வாரேன்"ன்னு புறப்பட்டார்.

இந்த விசயம் ஊர்க்காத்தான் காதுக்கு எட்டச்சில கோவப்பட்டார். இது அறவே பிடிக்கல. கொமரு புள்ளயக் கொண்டுபோய்த் தெரியாத வீட்ல எப்டி விட முடியும்? அவர்க்கு மனசு ஒத்துக்கிடல. அவர் அதட்டலாகத்தான் கேட்டார், "ஒனக்கென்ன அறிவு மங்கிப் போச்சா? புள்ளியக் கொண்டு நாயக்கன் வீட்ல விடுறன்ங்கிய. இந்த வேலயெல்லாம் வாண்டாம். பேசாம உள்ள வேலயச் செஞ்சிட்டு ஊட்ல இரிங்க."

"ஏம் மச்சான் போறதுக்கு முன்னால தடுக்கிய? அங்கயும்தான் போய்ப் பாப்புமே. ஊரு ஒலகத்துல எல்லாரும் ஒண்ணுபோலயா இருக்காவ, எல்லாரும் மோசம்னு சொல்றதுக்கு? அப்டியும் சொல்ல முடியாதுல்ல. அது நல்லயிடங்கப் போய்தானே புலமாடன் வந்து சொன்னாவ. இல்லன்னா சொல்வாவளா? முனியம்மா கொஞ்ச நாளக்கி அங்ஙன நிக்கட்டும். அவ கொண்டு வருதற வச்சு ஒரு சீட்டு நாட்டப் போட்டு, அவளுக்குன்னு சேர்த்து வைக்கலாம்னு ஆச. இதயும் கெடுத்திடுவீயப்போல இருக்கே"ன்னு சலிச்சிக்கிட்டாள் கருப்பாயி. ஆனாலும் ஊர்க்காத்தான் எதிர்க்கத்தான் செஞ்சார், "காலம் கெடக்கிற கெடப்புல, ஒரு கொமர அனுப்புறேன்ங்கிறீயே ஒண்ணு கெடக்க ஒண்ணாச்சுன்னா ஆரு பாப்பா. நல்லாயிருக்கிற ஊட்டுலயே ஊடு புகுந்து புள்ளய தூக்குனானுவ. ஒரு நாயக்கன நம்பிப் புள்ளய அனுப்புனா நெலம என்னாவும்? ஆரும் வரமாட்டாவ. நம்மதான் நாக்கப் பிடிங்கிட்டுச் சாவணும்."

கருப்பாயி எதுக்கத்தான் நின்னாள். இன்னும் மச்சான் மாறல. பழைய ஆளாத்தான் இருக்கார்னு முனங்கினாள். மச்சான்மீது எரிச்சல் எரிச்சலாய் வந்துச்சு. அத அடக்க முடியாம சொன்னாள், "என்ன மச்சான் நீங்க பேசுறது? என்னமோ பொம்பளங்க நடமாட முடியாத மாதிரியும் தூக்கிட்டுப் போற மாதிரியும்ல பேசுறீய. அப்டியோர் காலமிருந்தா அதான் என்னாளும் இருக்கணும்மா? அப்டிப் பயந்தா ஓரிடத்துக்கும் வேலைக்குப் போவ முடியாது. ஊட்ல மொடங்கிட்டுக் கெடக்க வேண்டியதான்."

உடனே நல்லையாவும் குறுக்கிட்டுச் சொன்னார், "எப்பா ஒங்களுக்கென்ன வந்துற்று இப்பம்? புள்ள வேலக்கிப் போனா நல்லதுன்னு நெனக்கி சித்தி. அவிய நெனக்கிற மாதிரி முனியம்மா போவட்டும். எல்லாம் நல்லதா நடக்கட்டும்னு நெனப்போம்."

"எக்கேடுகெட்டும் போங்க. நா சொல்றத சொல்லீட்டேன். பெறவு ஒங்க இஷ்டம்."

7

நல்லையாவுக்கு மறுபடியும் சிக்கல் வந்துற்று. அவர் பிஞ்சைக்கு யாரும் உழவு மாடு கொடுக்கல. அப்டிக் கொடுக்கக் கூடாதுன்னு சொல்லி வச்சுருந்தாவ. அது யார் சொன்னா, எப்பம் சொன்னா, எங்க வச்சு சொன்னாவன்னு தெரியாது. அது ரகசியமாக நடந்திருந்துச்சு. அங்ஙன கூடியுள்ள பூமிக பூராவும் உழவு வேலை முடிஞ்சாலும், நல்லையா பூமி மட்டும் அப்படியே கிடந்துச்சு. ஊருல மாடு வச்சுருக்கிறவியக்கிட்டப் போய்க் கேட்கச்சிலத்தான் தெரிஞ்சது, அவர்க்கு மட்டும் மாடு கொடுக்கக் கூடாதுன்னு சொன்னது. மீறிக் கொடுத்தா பக வளர்க்கிற மாதிரி இருக்கும்னு தட்டிக்கழிச்சாவ. அவரும் வேறு வழியில்லாமத் திரும்பினார். அதிலும் இரக்கப்பட்ட ஓராளு, உழவு தாறேன், வேற யார்க்கிட்டயாவது மாடு வாங்கி உழுதுக்கான்னார். மாடு இல்லாம வெறும் ஏர்கால் வச்சு என்ன செய்ய? அவர்க்கும் கசந்து போச்சு. நிலம் இருக்கு. காசு இருக்கு. வேலைக்கு ஆளிருக்கு. எதையும் செய்யலாம்னு தைரியமும் இருக்கு. எல்லாமிருந்து என்ன செய்ய?

தொடிச்சியாலும் நம்ப முடியல. “இது வேணும்னு செய்கிற மாதிரியிருக்கு. என்னெல்லாமோ செஞ்சுட்டானுவ. இது ஒண்ணு பாக்கியிருக்குப் போல. அதயும் செஞ்சுட்டுப் போவட்டும். அதுக்காவ நம்ம சும்மாயிருக்கக் கூடாது. இதுக்கு ஒரு வழியப் பாருங்க”ன்னாள். அவளும் வாக்கப்பட்டு வந்த நாளு முதலா

பார்த்தது உழவு மாடுவளத்தான். மாடுவ தேவர்க்குச் சொந்தமானதான்னாலும், அதுவளப் பேணிக்காத்து கவனிச்சது ஊர்க்காத்தான். இப்பம் இந்த மாதிரி மாடுவளுக்கு எங்கப் போக? மாடு அவியளுக்குக் கொடுக்கக் கூடாதுன்னு சொன்ன வேதனைக்கும் வலிக்கும் வழி கண்டுப்பிடிச்ச மாதிரி நல்லையா சொன்னார், “இங்ன உள்ளவிய மாடு தராட்டாயென்ன? ஒந் தம்பிய ஊருலருந்து மாடு கொண்டுவரச் சொல்லு. அதுவள வச்சு உழுதுக்கிடலாம்.”

“ஆமா நல்ல யோசனை அவன் மாடு கொண்டு வந்தா, அங்ஙனயே வேல முடிச்சிட்டு, அந்தப் பாதைக்கு அனுப்பிவச்சிடலாம்”ன்னு தொடிச்சி சொன்னதும், கருப்பாயி கோவப்பட்டாள். “என்ன ஆமா, ஓம்மா? இவ்வளவு கெடுபிடியாய் இருக்கிறவனுவ அந்தப் பயலயும் அடிச்சிக் கெடத்தி மாடுவளயும் கொன்னுருவானுவ தெரிஞ்சுக்காங்க. பெறவு நம்மதான் கெடந்து லோல் படணும்.”

“அப்பம் என்னதான் செய்யணுங்கிறீய?”

“மாடு கெடச்சா பாக்கணும். இல்லன்னா நாம ஏர் பிடிச்சு இழுத்திட வேண்டியதான்.”

இப்படியும் ஒரு முறை உண்டா என்ன? கருப்பாயி எவ்வளவு ஈஸியாய் சொல்லிட்டா? ஏர்கால் பூமியக் குத்திக் கிளறி, அதன் காய்ஞ்சக் கட்டத்தளத்த இழுக்கிறது அவ்வளவு இலேசா, அதுலயும் பொம்பளைங்கள வச்சு எப்டி இழுத்துக்கிட்டுப் போக முடியும்? கருப்பாயி சாதாரணமாகச் சொல்லிட்டுப் பக்கத்தில் இருக்கிறாள். திகைத்துப்போன நல்லையா அவளைப் பார்க்கிறான். அதுக்குப் பதில் கிடைக்காத மாதிரி திணறுகிறாள் தொடிச்சி. பெறவு தன்ன நிதானப்படுத்திக் கொண்டாள். வேலை, அதிலும் கடுமையான வேலை. அதையும் கண்ணும் கருத்துமாய்ச் செய்யணும். எப்படியும் செய்திடலாம்னு எண்ணம் தொடிச்சிக்கு. “அத்தெ சொல்ற மாதிரி ஏர்ப்பிடிச்சி இழுத்து பாத்திரலாமே”ன்னு அவள் கேட்க, “சித்தித்தான் அப்டி சொல்றாவன்னா நீயும் அப்டிச் செய்யலாங்க. இதெல்லாம் நடக்கக்கூடிய காரியம்மா?”ன்னு நல்லையா கேட்டார்.

“முடியுமோ முடியாதோ முதல்ல ஏர் பிடிப்போம். இழுத்து ஒழுங்கா வந்துட்டுன்னா மல, இல்லன்னா மயிரு. இதுக்கு ஏன் இத்தன ரோசன”ன்னாள் கருப்பாயி. அவளுக்கு அவ்வளவு நம்பிக்கை.

“அதுக்குத் திரேகம் தாங்காது. நொந்து போவும் சித்தி”

“இப்பம்னாப்பல நொந்து போகாமயா இருக்கோம்.”

“சரி சித்தி. நீ இவ்வளவு தூரம் சொன்னபெறவு நானு எதுக்குத் தடையாயிருக்கணும்? அதயும் பாப்பும்.”

மனுசன் இழுக்கிற கலப்பைக்கு மட்டும் ஏன் இவ்வளவு கஷ்டம்? கலப்பையின் ஒரு பக்கத்தை நல்லையா பிடித்திருந்தார். மற்றொரு பக்க விழும்ப கருப்பாயி பிடித்திருந்தாள். ஊர்க்காத்தான் ஏர்க்கால இறுக்கிப் பிடித்திருந்தார். அந்த மரக்கட்டைகளின் அழுத்தம் நெஞ்சத் தொட்டுச்சு. ரெண்டுபேரும் ஒண்ணுபோல இழுக்க, ஏர் முன்னோக்கிச் சென்றது. முதல்ல இழுக்கங்காட்டிலும் போதும் போதும்னு படு சிரமமாய் இருந்துச்சு. அடேயப்பா. அது இழுக்க இழுக்க ஓடி வந்துற்று. பெறவு சொன்னபடி கேட்குது. இதயெல்லாம் பார்க்கப் பார்க்க விக்கவும் முடியாம விழுங்கவும் முடியாம இக்கட்டான நெலைல நின்ன தொடிச்சி, பெறத்தால தொங்கிய முந்தானய இழுத்துச் சொருகிக்கிட்டுக் கேட்டாள். “அத்தெ நீங்க இங்ஙன வந்து இரிங்க. நாந் செத்த இழுக்கேன்.”

“நீ சும்மா இரி. கடும் வேலைக்கி திரேகம் வளயணும். ஒண்ணுக்கிடக்க ஒண்ணாகிடப் போவுது”ன்னாள் கருப்பாயி.

கருப்பாயிதான் வேலை நேரத்தயும் தேர்வு செஞ்சாள். நேற்று ராத்திரி இது விசயமாக பேசிக்கிட்டிருக்கச்சில எப்பம் வேல வச்சுக்கிடலாம்னு கேட்டதற்கு, கிழக்க வெள்ளி பூக்கச்சில நாம அங்க இருக்கணும்ன்னாள். அது மாதிரி வெள்ளனயே வேலய ஆரம்பிச்சாவ. வெயில் ஏறுறதுக்குள்ள ஒரு பாடு வேல முடிஞ்சியிருந்துச்சு. வேல முடிஞ்சயிடத்தயெல்லாம் ஆர்வக் கோளாறுல பார்த்தார் நல்லையா. தரயக் கிளறி, அந்த மண்ணுவ குதுகுதுன்னு கிடந்துச்சு. அவருக்குச் சந்தோஷம் பொங்கிச்சு. அந்தச் சந்தோஷம் வேல செஞ்ச சோர்வையும் போக்கிச்சு. அந்தத் திகைப்பில சிரிச்சுக்கிட்டார். பக்கத்துப் புஞ்சக் காட்டுக்கு வேலைக்கு வந்தவிய மெனக்கட்டு வந்து பார்த்தாவ. அவியக்கிட்ட பேச்சு கொடுத்துக்கிட்டு, நிலத்துல பார்வ வச்சபடி இனிம என்ன செய்யலாம்னு யோசித்தார் நல்லையா. செங்கச் சூளையிலேயும் வேல கிடக்கு. இன்னும் கொஞ்சம் செங்கலும் இருக்கு. அதயும் வித்துக் காசாக்கணும். கால் செங்கல் அரச் செங்கல் குவியல மொத்தமா வில பேசிக் கொடுத்திடலாம். காள வாசல் வேல முடிஞ்சிப் போவும். அதே காள வாசல்க்குத் தீ மூட்டி, திரும்பவும் செங்க இறக்க ஆசதான். மழ வந்துட்டன்னா உள்ளதும் போச்சு. அதனாலயே ஆசயக் கட்டுப்படுத்திக்கிட்டார். அவர்க்கிட்ட பேசிக்கிட்டிருந்த ஆட்களும் போயிட்டாவ.

அப்பந்தான் ஊர்க்காத்தான் கேட்டார், "என்ன கருப்பாயி இப்பம் வேலய நிப்பாட்டிட்டு, இதே மாதிரி நாளைக்கி வந்து செஞ்சிக்கிடலாமா?"

"ஒங்க பிரியம் எப்டியோ அப்டிச் செய்ங்க."

"நல்லயா நீ என்ன சொல்ற?"

"நா இப்பம் காள வாசல்ல இருக்கணும். இன்னக்கி இங்ஙன வேல இருக்கப் போயி அங்ஙன போவ லேட். இப்பம் செங்கச் சூளக்கிப் போறேன். ஆருமில்லன்னா, கள்ளப் பயல்வ வந்து இருக்கிற செங்கல களவாண்டுட்டு போயிறக் கூடாது."

"அப்பம் நீ கிளம்பு."

"நானுந்தான் போகணும். நல்லயா என்னயும் கூட்டிட்டுப் போ. ஒரு எட்டுல முனியம்மா எப்டி இருக்கான்னு பாத்துட்டு வந்திடுறேன்."

"அத்தெ நானும் வாறேன். என்னயும் கூட்டிட்டுப் போ."

"எப்பூ நீ பச்சப்புள்ளக்காரி. இவ்வளவு நேரமும் புள்ளயயும் வச்சுக்கிட்டு வேல பாத்த. திரும்பவும், அதுக்குக் கொழுந்தயத் தூக்கிட்டு எவ்வளவு தூரம் அலயணும்?"

"இதுல என்ன சிரமமிருக்கு? இசபெல்லா இடுப்புலத்தான இருக்கா. வச்சுக்கிடுவேன். நீங்களும் இருக்கீயளே. பாத்துக்கிட மாட்டீயளா?"

"அதுஞ் சரிதான். ஒனக்குத் துணைக்கு வந்த மாதிரி இருக்கும். தொடிச்சிய கூட்டிட்டுப் போ. மூணுபேரும் சீக்கிரம் கிளம்பிப் போங்க. நா மத்த வேலயப் பாத்துக்கிடுறேன்."

ஊர்க்காத்தானும் போகச் சொன்னார். அவிய கிளம்பச்சில, கிழக்குல வெயில் உறைக்கத்தான் செஞ்சது. ரோட்டுக் கரைக்கு வந்து, அங்ஙன நின்ன உட மூட்டு நிழல்ல செத்த நேரம் காத்திருந்தாவ. ஆட்கள் ஒண்ணையும் காணோம். ஒரு ஆடுவக் கூட்டம் நீண்டு ரோட்டக் கடந்து போயிற்று. விளாத்திகுளம் பஸ் வந்ததும், ஏறி நேராய் பஜாருல வந்து இறங்கினாவ. நல்லையா சொல்லிட்டுத் தெற்காம நடந்தார். ஊர்ஜனங்களும் வெயில் பாராமப் பரபரப்பாய் இருந்தாவ.

நாகலாபுரம் போகிற ரோடு. கடை வீதியைக் கடந்து வந்ததும், கார வீடுகள் ஜாஸ்தியாய் இருக்கிற தெரு வந்துச்சு. அங்ஙன ஒரு பிள்ளையார் கோவில். சுத்துச் சுவர் எழுப்பி மண்டபமும் எடுத்திருந்தாவ. முனியம்மாள் சொன்ன கோவில் இதுவாகத்தான் இருக்கும். இங்ஙன கேட்டா சொல்வாவன்னியும்

சொல்லியிருந்தாள். அப்படித்தான் அந்தாளுக்கிட்ட கேட்டாள், "இங்ஙன கருமைக்கண்ணன் நாயக்கர் அய்யா வீடெது?" அவர் ஏற இறங்கப் பார்த்தார். அந்தப் பார்வயே ஒரு தினுசாய் இருந்துச்சு. இருந்தாலும் சொன்னார், "இந்த வீடுதான். போங்க."

கடுக்காப்பூக் கருப்பட்டி, வெள்ளக்கரு சேர்த்து, சுண்ணாம்புல கலந்து செக்குல ஆட்டிக் கட்டுன வீடு. அதுக்கு அஸ்திவாரம் உசரம். இரும்புனால அளி பாய்ச்சியிருந்தாவ. வீட்டு முன்ன. வேம்பு ஒண்ணு உசரமாய் வளர்ந்து, நிழலத் தந்துச்சு. காம்பவுண்ட் சுவரக் கருங்கல்லாலக் கட்டி இரும்பு கேட். கேட்டத் தள்ளுனதும் திறந்துக்கிற்று. தொடிச்சி எட்டிப் பார்த்தாள். அங்ஙன யாருமில்லன்னவுடனே பயப்பிடாம உள்ளே வந்தாள். பெறத்தால கருப்பாயி நுழைஞ்சாள். திரட்டாய் நடைபாதை. ரெண்டு பக்கமும் செடிக வளர்ந்து பரவியிருந்துச்சு. "ஏளா முனியம்மா"ன்னு குரல் கொடுத்தாள் கருப்பாயி. அவள் கூப்பிட்டக் குரலுக்கு விரசலாய் வந்தாள் முனியம்மாள். திடீரென்று அவியளப் பார்த்ததும் ஒண்ணும் ஓடல அவளுக்கு. எதிர்பாராத அதிர்ச்சியாய் இருந்துச்சு. அதுவே ஆறுதலாகவும் இருந்துச்சு.

நல்ல நேரத்துல வந்திருக்காவ. கொஞ்சம் முந்திதான் பெரியவர் குலுங்கிக் குலுங்கி வாந்தியெடுத்தார். அதுல மயக்கமும் வந்துற்று. இறங்கி அப்பிடியே கிடந்தார். அவரப் பார்த்துப் பதறிய முனியம்மாள், "அய்யா அய்யா"ன்னு கூப்பிட்டும் பார்த்தாள். மூச்சுப் பேச்சில்ல. என்ன செய்யலாம்னு ஒரே குழப்பம். காலைல இப்படியில்ல. நாயக்கர் நல்லாத்தான் இருந்தார். வேலைக்காரர் இட்லி, காபியெல்லாம் கொடுத்தார். மதியம் சாப்பாட்டையும் செஞ்சி வச்சார். தண்ணிய மட்டும் சுட வச்சு ஆத்திக் கொடுன்னுட்டுப் போனார். அவரையும் நாயக்கர் அனுப்பிவச்சார். அவர் செவல்பட்டிக்குப் போய்க் குத்தக பாக்கிய வாங்கிட்டு வரச் சாய்ங்காலம் ஆகிப்போகும். அதுக்குள்ள என்ன கோளாறோ தெரியல. என்னமும் ஆகிற்றோ?

கலவரத்தோடு நிக்கச்சில கருப்பாயியின் குரல் கேட்டுச்சு. அம்மாவயும் அக்காளயும் பார்த்ததும் அப்பாடின்னு இருந்துச்சு அவளுக்கு. அவள் முழி பிதிங்கிப் பதற்றமாய் நிற்பதப் பார்த்ததும், "என்ன ஒரு மாதிரி நிக்க. ஒன்ன ஆரும் என்னமும் சொன்னாவளா?"ன்னு கேட்கச்சில, முனியம்மாளும் விவரம் சொன்னாள். அவியளும் என்னமோ யாதோன்னு பதறினாவ. பெறவு விழுந்தடிச்சு ஓடி வந்து, அந்தக் கிடயாய்க் கிடக்கிற நாயக்கரப் பார்த்ததும் எதுவும் யோசிக்கல தொடிச்சி. இசபெல்லாவ முனியம்மாள் கைல கொடுத்தாள். சட்னு தலக்குமாட்டுல உக்கார்ந்தாள். அவரது கன்றிப் போன திரேகத்த,

அந்தமேனிக்குத் தூக்கி நிறுத்தினாள். அதப் பார்த்ததும் பயம் தாங்க முடியல கருப்பாயிக்கு. “அய்யய்யோ நீயென்ன அவரத் தொட்டுட்டா? அவுரு உசந்த சாதி. அதுலயும் வசதியிலயும் வாய்ப்புலயும் கூடுனவிய. அவுரு கண் விழிச்சுட்டாருன்னா, என்ன எப்டித் தூக்கலாம், எம்மேலத் தீட்டுப்பட்டுட்டேன்னு வையப் போறாரு”ன்னு சங்கடப்பட்ட கருப்பாயியப் பார்த்ததும் தொடிச்சி எரிச்சல் பட்டாள்.

“இப்பம் நாம அவுருக்குப் பாடு பாக்கல. நாயக்கரு உயிரோடயிருக்க மாட்டாரு. பெறவு நாயக்கர் எலும்பயும் சதயையும் மூலைல கூட்டித்தான் வைக்கணும். அதுலருந்து நீர் வடியும். ஊள நாத்தம் வரும். அப்பம் தெரியும் தீட்டு எதுலருக்குன்னு. இப்பம் பேச நேரமில்ல. போய் ஒரு இனுக்குக்காணு இஞ்சி தட்டிப்போட்டு வென்னிய ஆத்திக் கொண்டாங்க.”

அதக் கொடுத்த பெறவுதான் தெளிச்ச வந்துச்சு கருமைக் கண்ணன் நாயக்கர்க்கு. கண்ணத் திறந்து பார்த்தார். தொங்கிய மீசையும் துருத்திய கண்ணுமாய்க் கிடந்த கருமைக் கண்ணன் நாயக்கர் பேசத் தொடங்கினார், “என்னாச்சு. ஏற்கெனவே வாமிட் வந்துச்சு. எந்திரிக்க முடியல. நீங்கதான் தூக்கி மருந்து கொடுத்தீங்களா? ஒங்களுக்குப் புண்ணியமாப் போகும்.”

உடம்பு ரொம்ப நாளைக்குத் தாங்காதுபோல தெரிஞ்சது. இல்லன்னா ஆசைப்பட்டு, ஒரே ஒரு மாம்பழத்தத் தின்னதுக்கு இப்பிடியாகுமா? தன் சுய நினைவு இருக்கச்சிலயே எங்ஙன எங்ஙன அசயா சொத்துக இருக்கு. உள்ளூர் – பக்கத்தூர் – தொலவெட்டு ஊர்களுலயெல்லாம் என்னென்ன கெடக்கு, யார்க்கிட்ட பணம் தங்கியிருக்கு, இன்னும் எவ்வளவு வந்துசேரும், இருப்பிருக்கிற பணமும் பொட்டணம் கட்டி வச்சுருக்கிற நக நட்டும் எவ்வளவு? அம்புட்டயும் கணக்குப் பார்க்கணும். கணக்கு விசயத்துலயும் அவர் கில்லாடி. அரசுக் கணக்குப் பிரிவுல முப்பத்தேழு வருசம் உழைச்சவர். அவர் நைனா – கடம்பூர் முத்து முரளிதரன் நாயக்கர் – வச்சுட்டுப் போன செத்தங்காணு சொத்து, சுகத்த, மக்கமாரு ஏழுபேரும் பகிர்ந்துக்கிடச்சில, கருமைக் கண்ணன் நாயக்கர்க்கு இம்புட்டு நிலமும் ஒரு பழய வீடும்தான் கெடச்சது. அவர் பெஞ்சாதியும் உள்ளூர்க்கார மனுஷி. அந்தம்மாளும் ரெண்டு வருசத்துக்கு முன்னத்தான் காலமானாள். அவிய மக்கமார்களும் குல தெய்வத்துக்குப் பொங்கல் வைக்கச்சில வருவாவ. ஒவ்வொரு வருசமும் அன்னக்கித்தான் வீடு முழுக்க ஆட்கள் இருக்கும். இப்பம்

எல்லாத்தியும் கூப்பிடணும். இருக்கிற அத்தனயும் பிரிச்சி, 'இந்தாங்க'ன்னு கைல கொடுத்திடணும்.

கருமைக்கண்ணன் நாயக்கர் வாயிட்டுச் சொல்லிக் கிட்டார், "இப்டி செய்கிறதான் சரி." அசயாது கிடந்த அவரிடம் பேச்சொலி கேட்டதும் விபரம் தெரியாத தொடிச்சி சொன்னாள்,

"எப்டிச் செய்யணும் சொல்ங்க? அப்டிச் செஞ்சுட்டுப் போறோம்?" சுமைய இறக்கி வச்ச மாதிரி சிரித்தார் நாயக்கர்.

"நீங்க ரெண்டு பேரும் யாரு?"

"எம் பெயரு தொடிச்சி. இவிய எங்கத்த. அவிய மவாதான் முனியம்மாள். முனியம்மாவ பாக்க வரச்சில, நீங்க அந்தக் கெடயா கெடந்தீய. ஒங்களத் தூக்கி வச்சி இஞ்சிக் கசாயம் கொடுத்தோம்."

"ஒத்தயல கெடந்தவனத் தூக்கி, நிப்பாட்டி வச்சுருக்கீங்க. செத்த நேரம் செஞ்ச உதவி, பெரிய உதவி. இந்த யோசனை சட்னு யாருக்கும் வராது. நீங்க ரெண்டு பேரும் வெறுங்கையோடப் போக வேண்டாம்"ன்னு தலக்கு மாட்டுல வச்சுருந்த பணப்பையைத் திறந்து ரூபாயத் தூக்கிக் கொடுத்தார் நாயக்கர்.

"இந்தப் பணத்த ரெண்டுபேரும் எடுத்துக்காங்க. இதுல எதுவும் வாங்கிட்டுப் போங்க."

"அப்பம் இங்ஙன வந்தா ஒங்களுக்கு ஊழியம் பாக்கிறதுல ஆளுக்குப் பப்பாதிப் பங்கு கெடைக்கும்ல?"ன்னு கேலியாய்ச் சிரித்தாள் கருப்பாயி. ஆனால் பணத்த வாங்க மறுத்தாள் தொடிச்சி. "வேண்டாங்க. ஒரு நாளு முழுசும் பாடுப்பட்டாத்தான் இந்தப் பணம் காசப் பாக்க முடியும். ஒரு வாய் மருந்து கொடுத்ததுக்கு இவ்வளவு ரூபான்னா பெரும் தொக வாண்டாம். வச்சுக்காங்க. வாங்க மனசு கேக்கல."

"பணம் என்னது. இப்பம் பணம் பெருசுல்ல. காலாகாலத்துல வந்து, எதுவும் நெனக்காம தூக்கி மருந்து கொடுத்தீயளே அதான் பெரிசு. அதுக்காக நான் கூலி கொடுத்ததா நெனக்காதீங்க. வாங்கிக்காங்க"ன்னு அவர் சொன்னதும் கருப்பாயிக்குக் குழப்பம்தான் ஜாஸ்தியானது. "என்ன இந்தப் புள்ள கொடுக்கிறத வாண்டாம்ங்கு"ன்னு முணுமுணுத்துக்கிட்டாள். அவளது கோண மூஞ்சப் பார்த்ததும், தொடிச்சியும் அவளது எண்ணத்தக் கண்டுக்கிட்டாள்.

"எனக்கென்னமோ இத வாங்றது அவ்வளவு நல்லதாப்படல. எங்கத்தைக்கும் இதுல பங்கிருக்கேன்னுத்தான் வாங்கிக்கிடுறேன்"

தொடிச்சி பணத்த வாங்கிட்டு, பெறவு சொன்னாள், “முனியம்மாவ ஓங்க தயவுல விட்டுட்டுப் போறோம். வயது வந்த கொமரு. அவ ஓங்க புள்ள மாதிரி. பாத்துக்காங்க.”

“நீ ஒண்ணுக்கும் கவலப்படாத. பாத்தில. நா வயசான காலத்துல எப்டித் தடுமாறுறேன்னு. முனியம்மா அச்சரவு பாராம என்ன நல்லபடியா கவனிக்கட்டும். அவளுக்கு ஒரு வழிபண்ணாமப் போவ மாட்டேன். போதுமா?”

“போதுமையா போதும். எங்கள ஓங்க நாயக்கமார் ஆயிரம் கொற சொல்வாவ. அதுல ஓங்களப் பாக்க ஒரு தெய்வம் மாதிரியிருக்கு எங்களுக்கு”ன்னு சொன்ன கருப்பாயியக் கட்டுப்படுத்துகிற மாதிரி தொடிச்சி சொன்னாள், “அப்பம் நாங்க புறப்படுறோமையா.”

“சரி போயிட்டு வாங்க. இங்ன வந்தா ஓங்க புள்ளயவும் பார்த்துக்காங்க.”

“என்னம்மா எங்கையோ அவசரமா போனாப்புல இருக்கு?” கருமைக்கண்ணன் நாயக்கரப் பத்திப் பேசிக்கிட்டுவரச்சில, யாரோ கூப்பிடுறதக் கேட்டு, குரல் வந்த திசைய நோக்கித் திரும்பினாவ தொடிச்சியும் கருப்பாயியும். பஸ்டாண்டு முகப்புல டீக்கடையோரம் ஆட்கள் உக்கார்ந்திருக்காவ. அங்ன நட்டமா நின்னு டீ குடிச்சிக்கிட்டிருந்த ராமையாத் தேவர் தலைதூக்கிப் பார்த்தார். தொடிச்சிக்கு அடையாளம் தெரிஞ்சது. “அய்யா நல்லாயிருக்கிறீயளா?”

“நல்லாயிருக்கேம்மா. நீங்க என்ன இம்புட்டுத் தூரம்?”

“கருமைக்கண்ணன் நாயக்கர் இருக்காங்களே, அவிய ஊட்டு முட்டும் போயிட்டு வாறோம்.”

“அங்கென்ன சோலி?”

“இவிய எங்கத்த. இவுக மவள அவுரு ஊட்ல வேலக்கிச் சேர்த்திருக்கு. அதான் புள்ளியப் பாத்துட்டுப் போறோம்”.

ராமையாத்தேவர் பாவப்பட்டவங்களுக்காகப் போராடுற கச்சியச் சேந்தவர்னு தொடிச்சி கேள்விப்பட்டிருக்கா. சொந்த பிரச்சனைய அவர்கிட்ட சொல்லீரலாமான்னு இருந்துச்சு அவளுக்கு. காசா பணமா கேட்டுத்தான் பாப்போமேன்னு துணுஞ்சி கேட்டேபுட்டாள். “ஊர் பிரச்சனையயெல்லாம் போராடி தீக்கீகளே ஐயா! எங்க பிரச்சனைக்கும் ஒரு வழி சொல்லுங்களே.”

“பிரச்சன என்னன்னு சொல்ங்க. எதும் சரிப்படலன்னா கட்சியத் தலயிட வப்போம்.”

“அந்தப் பிரச்சனையே கட்சிக்கிச்சி எதுவாலயும் தீர்க்க முடியாது.”

“முதல்ல சொல்லும்மா. முடியுமா முடியாதான்னு பாப்பும்.”

“அதாங்க. ஊருல சொல்லி வச்சு ஆரும் எங்களுக்கு உழவுமாடு கொடுக்கக்கூடாதுன்னுட்டாவ. இன்னக்கி மாடு கெடைக்காம நாங்க மாங்மாங்குன்னு ஏர்ப்பிடிச்சி இழுத்திருக்கோம். அதுவும் பாதிதான் முடிஞ்சது. நாளக்கியும் இழுக்கணும். இதுபோவ இன்னும் ரெண்டு உழவு இருக்கு. எப்டி இழுக்க போறோமோ தெரியல.”

“என்னமா இத இப்பம் சொல்ற, மொதல்ல சொல்லி யிருக்கக் கூடாதா? மாத்து வழி பாத்திருக்கலாம்ல. இப்பமும் ஒண்ணும் கெட்டுப் போகல. நீங்க ஒங்கபாட்ல இரிங்க. நாளக்கி நா மாடுவ கொண்டு வாறேன். எவன் தடுப்பான்னு பாத்துடுவோம்.”

“இது பொறுக்காது. மல்லுக்கட்ட வந்து நிப்பாவ.”

“வரட்டும். வரட்டும். அதயும் பாப்பும். நீங்க அங்ஙன உக்கார்ந்து பாத்துக்கிட்டிருந்தா போதும். வேற ஒண்ணும் செய்ய வாண்டாம்.”

“நீங்க சொல்றதெல்லாம் நெஜம்தானா? மாடுவளக் கொண்டு வந்து உழுது வந்திருவியளா?’

“ஒரு உழவுல, மூணு உழவு சொன்னீகளே... அந்த மூணயும் முடிச்சித் தந்தாப் போதுமா?”

“ம்...”

“இனியும் பயப்புடாதீய. பகல்ல பத்து மணிக்கு வாறோம். அதுக்குக் கூலிய மட்டும் கொடுங்க. வேற எதுவும் தர வாண்டாம். மத்ததெல்லாம் எங்களுக்கானது.”

வீட்ல சொன்னா நம்பல. “நல்லயா நானும் பக்கத்துல நின்னேன். அந்தாளு நெஜமா சொன்னாரு. நாளைக்கி மாடு கொண்டு வாராறாம். நம்ம ஒண்ணும் செய்ய வாண்டாமாம். உக்கார்ந்து வேடிக்கப் பாருங்கங்காரு.”

“சித்தி, கூறு கெட்டத்தனமா பேசாதீய. மாடு வச்சுருக்கவிய எல்லாத்துக்கிட்டயும் கேட்டுப் பாத்தாச்சு. பக்கத்துல தெரிஞ்சவி யன்னு நாந்தான் கேட்டேன். எவனாவது கொடுத்தானா? எல்லாவனும் கழண்டுக்கிட்டான். அப்பிடியிருக்கச்சில மாடுவ நமக்காவ ஆரு கொண்டு வருவா? அப்டியே கொண்டுவந்து உழுதாலும் சண்ட வரும். அதுக்குப் பயந்து வரமாட்டாவ.”

“எல்லாம் சரி டேய். நீ எதுக்கு நம்பிக்கயில்லாம பேசுற? அவிய கச்சேரி நாளக்கித் தெரியும். அப்பம் பாரு.”

தொடிச்சியும் கூடச் சேர்ந்துக்கிட்டு ராமையாத் தேவர் கொண்டு வரப்போற மாடுவளப்பத்திப் பேசினாள், “அவுரு வரன்னுருக்காருல்ல வரட்டும். இப்பம் நமக்கு நெலம் உழுதாகணும். அவிய நமக்காவச்சிட்டி இந்த வேலய செஞ்சித்தாறேன்யிருக்காவல, பெறவு எதுக்கு நம்ம குழம்பணும்? சொன்ன மாதிரி செஞ்சித் தரலன்னா அதுக்குப் பெறவு நாம நம்ம வேலயப் பாப்பும்.” ஆனால் சொந்தத்துக்கு நிலம் வாங்கி, அதுல வேலையைத் தொவங்கின நேரத்துல, அதுவே கலவரமாய் மாறிடக் கூடாதுன்னு ஊர்க்காத்தானுக்குப் பயம். எப்பமும் எதாவது சொல்வார். இப்பம் சத்தம் மூச்சுக் காட்டல. கம்னு இருந்துக்கிட்டார். அவருக்கும் பொம்பளக் கைனால உழவு இழுக்கக் கஷ்டம். இனிம வேண்டாம். அவிய வந்து செஞ்சிக் கொடுத்தா, அதுக்குண்டான கூலியக்கூட கொடுத்திடலாம். அந்தப் பாரம் குறஞ்சா போதும்னு நெனச்ச ஊர்க்காத்தான்தான் சொல்வார், “நல்லயா அவிய வந்து உழவடிச்சித் தரட்டும். நாள முட்டும் பொறு. தொடிச்சி சொல்ற மாதிரி அதுக்குப் பெறவு பாத்துக்கிடலாம்.”

“என்ன நீங்களும் அவியக் கூடச் சேர்ந்து பேசுறிய? நம்மளும் பாத்துக்கிட்டுத்தான் வாறோம், நம்மச் சுத்தி என்னன்ன நடக்ன்னு? நம்மத்தான் கையால இழுக்கோம்ல உழவு. அத இழுத்திட வேண்டியதானே. மத்தவியளுக்குத் தொந்தரவு வாண்டாம். நம்மப் பிரச்சன நம்மளோடப் போயிடும்.”

“இழுக்கிறது லேசா? நீதானே இழுத்த. எப்பிடியிருந்துச்சு? திரும்பவும் இழுக்கலாம் இழுக்கலாம்னா எப்டி?”ன்னு ஊர்க்காத்தான் சொல்ல உடனே கருப்பாயி சொன்னாள், “நல்லயா என்னால இழுக்க முடியலப்பா. உடம்பு தாங்கல.”

அதுதான் சாக்னு தொடிச்சியும் கூடச் சேர்ந்து சொன்னாள், “இன்னும் உரக்கச் சொல்ங்க. அப்பந்தான் நல்லா உறைக்கும்.” நல்லையா அதுக்குப் பெறவு பேசல. எல்லாரும் ஒண்ணுபோலச் சொல்லச்சில, நம்ம எதுக்கு முட்டிக்கிடணும்னு கம்னு ஆகிட்டார்.

காலைல ராமையாத் தேவர் வந்தார். அவர் சொன்ன மாதிரி கூட்டிட்டு வந்த ஆட்களைப் பார்க்கச்சில ஆச்சரியம் கூடிச்சு. அவியளோட கடற்கரை மச்சானும் இருந்தார். அவர் கழுத்துல சிவப்பாய்க் கட்டத் துண்டு. அவர்கிட்டத்துல போன நல்லையா குத்தலாய்க் கேட்டார்: “ஓ மச்சான் நீமரு எப்பம் இந்தக் கட்சில சேந்தீரு? நீரு கூத்தாடின்னுல நெனச்சேன். இப்பம் கட்சித் தோழர்னு ஆகிட்டீரா, இது எப்பத்துலருந்து?”

அவரும், அவர் தோழர்கள மத்தில வச்சுக்கிட்டு ஏகச் சிரிப்புல சொன்னார், “நம்ம மாதிரி கீழக் கிடக்கிறவியள தூக்கிவுடணும்னு ஒண்ணாச் சேர்ந்திருக்காவ. அப்பிடித்தான் நானும். அப்டிச் சேரலன்னா ஒம்ம கஷ்டத்துக்கு முண்டுக் கொடுக்க முடியாம போயிருக்கும். ஆமு அதத் தெரிஞ்சிக்காரும் மாப்புள.”

பெறவு நல்லையா சத்தங்காட்டல. கிட்டத்துல நின்ன ராமையாத் தேவரும் நல்லையாவைக் கண்டுக்கிடல. தொடிச்சிக்கிட்டத்தான் பேசினார், “எதுக்கும் பயப்புடாதீய. நெலத்த செம்மயா செய்நேத்திச் செஞ்சி உழுதுக் கொடுத்திடுவாவ. இன்னும் ரெண்டு உழவுக்கும் ஆளுவ வரும். அதுக்குண்டான துட்டக் கொடுத்தாப் போதும்.”

“வேல செஞ்சக் கூலி கொடுக்கத்தானே செய்யணும். இதயும் நீங்க சொல்லணும்மா?”

“அப்டியில்லமா. இப்பம் நல்லதா செஞ்சா அதயும் நோண்டிப் பாக்கிற ஆளுவ இருக்கத்தான் செய்யுது. அதுக்குத்தான் ஆரானாலும் ஒரு வார்த்த சொல்லிடுறது”ன்னு அவர் சொல்றத அவளும் கேட்டுக்கிட்டாள். அவளிடம் நேற்று சாயங்காலம் இது விஷயமாகக் கேட்டதும் அவரும் அலைந்திருக்கணும். அந்த ஏற்பாட்டுலதான் கட்ட வண்டில யிருந்து ஏர்க்காலையும், மாடுகளயும் இறக்கினாவ. உடனே சிவப்புக் கொடியத் தூக்கியும் பிடிச்சுக்கிட்டாவ.

உழவு மாடு நாலும் நுரை கக்கிட்டு அப்ராணியா நடந்துச்சுக. அந்தாட்க அதுக கழுத்துல எல்லாத்தியும் மாட்டிட்டு, உழவு வேலைகளைத் துவங்கினாவ. “இந்த வேல இன்னும் ரெண்டு மணி நேரத்துல முடிஞ்சிப் போவும். அதுந்தட்டியும் நிக்கணும். நம்மளும் போயிட்டம்ன்னா, ஆளில்லாத நேரத்துல வருவானுவ கலாட்டாப் பண்ணுறதுக்குன்னி”ன்னு சொல்லச்சில கேட்டுக்கிட்டாவ.

“சரிதான் அதுக்காவ எதுக்கு நட்டமா நிக்கணும். வாங்க மரத்து முட்டுல போய்ச் செத்த சாய்வோம்.”

“அதுக்கு முன்ன நம்மக் கொடிய இங்ஙன நட்டி வப்போம். அது பறக்கட்டும். அப்பந்தான் வருறவியளுக்குத் தெரியும்.”

தொடிச்சிக்கு இது புதிதாய்த் தெரிஞ்சது. கொடி பறக்க வேலை நடக்கும்னு நெனச்சதுமில்ல. அதுக்குள்ள பதற்றக் குரல் திகைக்க வச்சது. “ஏலே ஏலே அன்னாப்பாரு. எடுப்பெடுத்தவனுவ கூட்டமா வாரானுவ” அவியள முதல்ல பார்த்தவர், குடிச்சிக்

கிட்டிருந்த பீடிய நசுக்கிப் போட்டுட்டு எந்திரிச்சார். அதுக்குள்ள மத்தவியளும் உஷாராய்க்கிட்டாவ.

சண்டியமாராய் வந்தப் பயல்வ அரிவாள வீசிக்கிட்டு, “ஏலே கூதிவுள்ளைகளா ஒங்கள எவன்ல இந்தத் தேவுடியாவுள்ளை களுக்கு மாடு கொடுக்கச் சொன்னது? ஒங்களுக்கு அவ்வளவு ஏத்தமாகிப் போச்சோ”ன்னு ஓட்டமும் நடையுமாய் உழுத நிலத்துல இறங்கினாவ. கம்யூனிஸ்ட் கட்சிக்காரவியளும் அரிவாள், கம்பு, தடின்னு வச்சுருந்தாவ. சண்டயும் கூப்பாடும் ரோட்டத் தாண்டிக் கேட்டுச்சு. கட்சிக்காரவியளயும் சும்மாச் சொல்லக் கூடாது. அவிய விரசலா போயி முதலேயே அடி வைக்க ஆரம்பிச்சுட்டாவ. அவிய வெட்ட வருகிறதுக்கு முன்ன, இவிய முந்திக்கிட்டாவ. எல்லாம் அடிதடிதான். கைலயிருந்த கம்பயும் தடியயும் வச்சிச் சாத்துனாவ. அடின்னா அடி அப்பிடி அடி. “இத்த மாதிரி பயல்வளுக்கு இந்த அடி கொடுக்கலன்னாலும் அடங்க மாட்டானுவ.”

“எங்க வந்து ஆர்ரெ வெட்ட வாரீய. இதெல்லாம் ஒங்கத் தெருவுல வச்சுக்காங்க.”

“அந்தா ஓடுறவனப் பிடி. நாலு சாத்துச் சாத்து. மரத்துல கட்டி வையி.”

“இவனுவள சும்மாவிடக் கூடாது. போலீஸ்ல ஒப்படைக்கணும்.”

“நேத்துப் பெறந்த பொடி மசுரு. எங்க வந்து வாலாட்டுது.”

அங்ஙன உள்ளவியளும் சேர்ந்துக்கிட்டாவ. வீம்புல வந்தவியள வளச்சாச்சு. எல்லாரும் சேர்ந்து கொடுத்த அடிக, அவியள ஓட்டம் பிடிக்க வச்சது. அடியினால மண்டயும் உடைஞ்சிப் போச்சு. ரத்தம் வடிய வடிய நாலாப்பக்கமும் ஓட்டம். தகராறு பண்ணினவிய ஓடுனப் பெறவு, மத்தவியளும் கலஞ்சிப் போனாவ. அங்ஙன அமைதி திரும்பிச்சு. அப்பந்தான் ஊர்க்காத்தான் முனங்க ஆரம்பிச்சார். “என்னங்க இப்டி நடந்து போச்சு. எல்லாரும் போயிருவீங்க. திரும்ப வந்து எங்கள அடிக்க வருவானுவ. நாங்க என்ன செய்யட்டும்?”

“யோவ் சும்மா இரியா. என்னமோ அவனுவ அடிச்சிக் கெடத்துன மாதிரி புலம்புறீரு? அதெல்லாம் ஒண்ணும் நடக்காது. அதுக்கதுக்கு ஆப்பிருக்கு. ஒண்ணும் பயப்புடாம இரியும்”ன்னு ஓராள் சொல்லச்சில, நல்லையா சொன்னார், “அப்டித்தான் நடந்துக்கிட்டிருக்கு. நாங்க இந்தத் துன்பத்த அனுபவிச்சுக்கிட்டிருக்கோம். காணாதுக்குப் பழைய பகயும்

இருக்கு. எல்லாத்தயும் சேர்த்து வச்சு அவிய என்ன வேணும்மா னாலும் செய்வாவ. அத வச்சுத்தான் எங்கப்பா பயப்புடுது."

"ஒரேடியா பயந்து போவாதீய. இத லேசுல விட முடியாது. வேல முடிஞ்சி நாங்களும் வாறோம். இதுக்கு ஒரு முடிவு ஏற்படுத்தித் தராம போவ மாட்டோம். போதுமா?"ன்னு ராமையாத் தேவர் சொன்னதும், "அதென்னய்யா முடிவு!"ன்னு தொடிச்சி கேட்டாள். "பாத்துக்கிட்டே இரிம்மா தெரியும்."

வேலை முடிஞ்சி மாடுவளயும் அதற்கான கூலியயும் கொடுத்தனுப்பினப் பெறவு, ராமையாத் தேவர், பெறத்தால அஞ்சாறு ஆட்களையும் கூட்டிக்கிட்டு விளாத்திகுளம் ஊர்க்குப் போனார், போலீசப் பார்க்க.

புரட்டாசில மழை பிடிக்கும்னு எதிர்ப்பார்த்தாவ. தசரா துவங்கின அண்ணக்கி தூறல் இருந்துச்சு. அதுக்குப் பெறவு ஒரு சொட்டு மழை கிடையாது. ஒரே உச்சி வெயில். இருக்க முடியல. பொழுதன்னைக்கும் வேக்காடு. திரேகம் புழுங்கி அவிஞ்ச்சு. இப்டி வெயில் அடிக்கே... மழ வருமான்னு தொவங்கின மழை வலுத்துற்று. நின்னு நின்னு பெஞ்சு பெரும் மழையாச்சு. எங்ஙனப் பார்த்தாலும் வெள்ளக்காடு. பூமி பச்சப்பசேர்னு இருந்துச்சு. வேலைங்க மும்முரம் கண்டுச்சு. குடும்பமாய்ப் பாடு பட்டாவ. ஒத்த செத்த இருக்கிறவிய நச்சரிப்பு. ஏய் அதப்பாரு, இத எடு, இங்ஙன வான்னு கூலியாட்கள ஏவுனாவ. செங்கச் சூளைலயிருந்து வந்தவியளுக்குக் காட்டு வேல கைத்தூக்கி விட்டுச்சு.

நல்லையாவும் மரியசிலுவையும் வாங்கிப் போட்ட நெலத்துல ஒரு பாடு வேலயிருந்துச்சு. அதுல மேல் மந்தை கதிர்வேல் ரெட்டி நிலச்சரிவுக்கும் மேலத்தெருவு பெரியத்தம்பி தேவர் நிலத் திரட்டுக்கும் இடைல ஒரு துண்டாய் விரிஞ்சுக் கெடந்துச்சு மரியசிலுவ நெலம். அவர்க்குப் போக பாதை கொடுக்க மாட்டோம்னுட்டாவ அவிய ரெண்டு பேரும். அப்படியிருந்தும் மேலோரமாய் வரப்பு இருந்துச்சு. அதுவும் திரட்டு மாதிரி இருக்கிற வரப்பு. யாரும் போகலாம், வரலாம். எந்த இடைஞ்சலும் கிடையாது. ஆனாலும் அவிய, இது எங்களுக்குப் பாத்தியப்பட்டதுன்னாவ.

உழவு மாடுவளப் பத்திக்கிட்டு, வேலையாட்களையும் கூட்டிக்கிட்டு வந்த மரியசிலுவய பெரியத்தம்பித் தேவர் தடுக்க, அவர் பெறத்தால கதிர்வேல் ரெட்டியும் ஆட்களும் நின்னாவ. ஈரத்துல கணுக்கால் பதிய நின்ன மரியசிலுவைக்கு அனல்ல

நிக்கற மாதிரி காந்தல். அப்பந்தான் அவர் சொன்னார், “இதெல்லாம் ஒரு வேலயா? வேல மெனக்கட்டு வந்து பக்கத்து பிஞ்சக்காரன வேல செய்யவுடாம மறிக்கிறது? பேசாம இடத்த வுட்டு நகர்ங்க. நல்லயா போலீஸ்க்குத்தான் போனான். நான் நெனச்சா வேற மாதிரி செஞ்சிடுவேன்.” மலைச்சாமித் தேவர் முந்திக்கிட்டு, “என்னடா மப்பாய்ப் பேசுற? நாந் னெச்சா ஓம் ஊடும் இராது. ஓம்ம வூரும் இராது. ஆமா.”

“போயாப் போ. அதெல்லாம் அந்தக் காலம். இப்பம் ஒரு மசுரும் புடுங்க முடியாது.”

“அடேய் இவன் ரொம்ப பேசுறாண்டா. இவனப் புடிச்சிக் கட்டுங்கடா. எல்லாரும் சேர்ந்து வாயில சுண்ணி வச்சு மோளுவோம்.”

“என்ன சுண்ணியத் தூக்கி மோளுவியளா. பெறவு மோளுறதுக்குச் சுண்ணியிறாது”ன்னு மரியசிலுவ சூட்டோடு சூட்டாய்ச் சொன்னதும், அடிக்க வருற மாதிரி சூழ்ந்துக்கிட்டாவ அவிய. மரியசிலுவயும் சுதாரிச்சார். அவர் அடிமடில குண்டுக இருந்துச்சு. அதுல ஒண்ணத் தூக்கி எறிஞ்சாலும் போதும். மோளுறதுக்கு சுண்ணியும் கொட்டயும் இராது. அத்துக்கிட்டுப் போயிரும். ஆனாலும் அவசரப்படக் கூடாதுன்னு நெனச்சார். போக்கு எப்பிடின்னு பார்த்துக்கிட்டு, சமயம் வரச்சில, மாட்டணும். அது யார் செஞ்சான்னு தெரியக் கூடாது. அந்த நிதானத்துக்குப் பெறவுதான் மரியசிலுவை சொன்னார், “அவிய பேச்சுக்கால் சரியில்ல. ஊருல சொல்லி பஞ்சாயத்துப் பேசி வேலயச் செஞ்சிகிடுவோம். வாங்க. இன்னக்கி உண்டானக் கூலியத் தந்திடுறேன்.”

நல்லையாவின் பிரச்சனை, கம்யூனிஸ்ட் கட்சிக்காரவிய தயவால நிப்பாட்டி வச்சுருக்கு. அதனால அவர் விவசாய வேலைகளைக் கவனிக்க முடிஞ்சது. இந்த நஞ்சய இதுக்கு முந்தி வச்சுருந்தவிய பருத்தி போடுவாவளாம். “அதே மாதிரி நாமும் பருத்தி போடுவோம்”ன்னார் நல்லையா. ஊர்க்காத்தானுக்கு அதுல அவ்வளவு பிரியம் கிடயாது. ஏதாவது ஒரு நவதானியத்தப் பயிர் செய்யணும்னு ஆசை. சொந்தப் பூமில பாடுப்பட்டு அத வீட்டுக்குக் கொண்டு வருறதுல இருக்கிற சுகமே சுகம். இத வச்சுத்தான் அவரும் சொன்னார், “பருத்தியத் தவிர வேறு எதுன்னாலும் போடு.” தகப்பன் சொல்வதக் கேட்டுக்கிட்டாலும், நல்லையா வேறு மாதிரி எண்ணினார். மத்த எதுனாலும் உடனே விற்க முடியாது. பார்த்து நிதானிச்சு மொத்தமாகத்தான் விற்க முடியும். அதுவும் வீட்டுக்குப் போக விற்பன. பருத்தி அப்பிடியில்ல. பருத்தி வெடிக்க வெடிக்கத் துட்டாகிக் கிட்டே

இருக்கும். கமிஷன் கடைக்காரனும் அண்ணக்கி உள்ள ரேட்டுக்கு எடுத்துக்கிடுவான். பணமும் கைக்கு வந்திடும். மேலும் மழைக்காலம் முடிஞ்சதும் காள வாசலக் கூட்டணும். அதுக்குப் பணம் வேணும். பருத்தி வித்தக் காசு பாதித் தாங்கும். பாரம் குறைந்த மாதிரியும் இருக்கும். பெறவு எதுக்கு வேற ஒண்ண பயிர் செய்யணும்? "பருத்தி போடுவோம். அதுலதான் துட்டுப் பார்க்கலாம். செங்கக் காள வாசலயும் சமாளிச்சுக்கலாம்."

புருஷன் சொல்லுறது சரியாப்பட்டுச்சுத் தொடிச்சிக்கு. திண்ணைல சம்மணம் போட்டு உக்கார்ந்திருந்த அவள், தனது மாமாவப் பார்த்துச் சொல்வாள், "என்ன மாமா பறிகுடுத்த மாதிரி முழிக்கீய? ஒங்க மவன் சொல்ற மாதிரி கேளுங்க. எனக்கும் அவயி சொல்றது சரின்னு படுது. பருத்தி வெள்ளாம நல்லது. பருத்திய வச்சு நம்ம ஒண்ணும் செய்ய முடியாது. வித்துத்தான் ஆகணும். அந்தத் துட்ட வச்சுக்கிட்டனா, நாளப்பின்ன கண்ணப் பிசுங்க வாண்டாம்."

"ஏன் இதுக்கு முன்ன எந்த வெள்ளாம செஞ்சிக் காசு பணம் வச்சிருந்தோம். அப்போம்லாம் சமாளிக்கலயா?"

"சமாளிக்கலன்னு சொல்லல. சமாளிச்சோம். கடன்பட்டு சமாளிச்சோம். இப்பம் கடன்பட வாண்டாம்ல. அதச் சொல்லுது."

"என்னமா நீயும் இப்டிச் சொல்ற? மொத மொத வெள்ளாம செய்றோம். பருத்தியத் தவுர வேற எதாவது ஒண்ணப் போட்டு நம்ம நெலம் வெளஞ்சுச்சுன்னா ருசி பாக்கலாம்னாலும் பாக்கவுட மாட்டிப் போலயிருக்கே. சரி ஒங்க மனசுபோல செய்ங்க."

நல்லையாவும் கணக்குகளக் கூட்டிக் கழித்துப் பார்த்தார். அவருக்கும் ரொம்ப நாள் ஆச, ஒரு கார வீட்டக் கட்டிப் பார்க்கணும்னு. ஆனால் செங்கச் சூளைக்குப் பணம் வேணும். துட்டுப் பூரா நெலத்துல கெடக்கு. பருத்தி வெடிச்சிப் பஞ்சாகணும். கமிஷன் கடைக்குக் கொண்டு போகணும். துட்ட கைல வாங்கணும். வீட்டுலயும் இதுதான் பேச்சு. "எவனும் எதுவும் செஞ்சிடக் கூடாது. எதுவும் ஒண்ணாச்சின்னா நம்மளால தாங்க முடியாது. நல்லயா வா. ராத்திரியும் பகலும் அங்ஙன இருப்போம்"ன்னு கூப்பிட்டார் ஊர்க்காத்தான்.

தொடிச்சியும் அதுக்கு ஏண்டுகிட்டுச் சொன்னாள், "ஆமா, மாமா சொல்றது சரிதான். அங்ஙனப் போய் இருக்குறது நல்லது."

"போறதுக்கு முன்ன வைத்தான் மச்சான் ஊட்டுக்குப் போயி, அவிய எப்டியிருக்காவன்னு பாத்துட்டுப் போயிருவோம்."

“ம், நீ போய்ப் பாத்துட்டு வா. அவனும் ஒத்தச்செத்த பறயன், நம்ம மாதிரி. அவனும் காவலுக்கு வாரானான்னு கேளு. வந்தா எல்லாரும் சேர்ந்து போவோம்.”

வைத்தான்செல்லையா என்ற மரியசிலுவை வீட்டுக்கு நல்லையா என்ற அந்தோணி போனார். இப்பம் பெர்டின் சிஸ்டரும் அங்ஙனக் கிடையாது. சொந்தக் கட்டடத்துக்குப் போயிட்டாவ. அமலோற்பத்துக்குப் பேறுகாலம். அவள தாய்க்காரி வந்து கூட்டிக்கிட்டுப் போயிட்டாள். வீடு பரபரப்பு இல்லாம இருந்துச்சு. ஆனாலும் வீடு நெறய ஆட்கள் இருந்தாவ. அவ்வளவுபேரும் தோணிக்குப் போறவிய. பர்ணாண்டஸ் ஆட்கள். அவியளோட மரியசிலுவை பேசிக்கிட்டிருந்தார். அவர் நல்லையாவப் பார்த்ததும், “மாப்புள்ள வா, வா, நாங்க இப்பந்தான் நம்ம காடுகரயப் பாத்துட்டு வந்து உக்கார்ந்திருக்கோம். எதிர்ப்பார்த்தத விட எல்லாம் நல்லபடியாயிருக்கு. அந்தத் தெளிப்புல மனசு குளுந்து போச்சு”ன்னார்.

“மச்சான் நானும் எங்கப்பாவும் ராத்திரி காவலுக்கு அங்ஙனப் போறோம்.”

“அங்ஙன மழ பெஞ்சிச் சகதிக்காடாலயிருக்கு. குளுரும் தாங்க முடியாது. இந்தக் குளுருல போயாயிருக்கப் போறிய?”

“பரண் கெட்டியிருக்குல. அதுல வக்கிலப் போட்டு இருந்துக்கிடலாம். யாரும் வந்தா தெரியும்ல. அந்த அசப்புல சத்தமாது கொடுக்கலாம்ல.”

“அப்பம் சரி நா வெள்ளன எந்திரிச்சு வாறேன்.”

மூஞ்சிக்கருக்கல்ல முழிப்புத் தட்டிச்சு மரியசிலுவைக்கு. ஆளோடு ஆளாய்ப் படுத்திருந்தவர் மெல்ல எந்திரிச்சி வெளில வந்தார். வானம் கன்னங்கரேர்னு இருந்துச்சு. ஒரு நட்சத்திரத்தக்கூடக் காணோம். எங்ஙனப் பார்த்தாலும் இருட்டு. காணாதுக்குக் குளிர். குளுருல தகப்பனும் மகனும் இந்நேரம் காவல் காத்துக்கிட்டிருப்பாவ. பழைய சைக்கிள் ஒண்ணுயிருக்கு. அதப் பதமாய் ஓட்டிட்டுப் போய் அவியளப் பார்க்கணும். துணைக்கி இருந்துட்டுக் காலம்பெற வந்திடணும். கை கால்க ஓய, இடுப்பு ஆத்தாம பாடுபட்ட வெள்ளாம. அத ஒழுங்காய் வீடு வந்து சேர்க்கணும். எந்நேரமும் அந்த நெனப்பாய் இருக்கு. இப்பிடி நெனச்சுக்கிட்டு சைக்கிள எடுக்கச்சில, சைக்கிள் சரிஞ்சி விழுந்துச்சு. அதுனால கால் வசமாய் அடிப்பட்டுச்சு. நல்லவேள ரத்தம் வரல. வலிக்க மட்டும் செஞ்சது. ஸ்ஸ்ன்னு மூஞ்சச் சுளிச்சார் மரியசிலுவை. பெறவு இன்னொரு ஆளும் எந்திரிச்சு வந்துற்று.

“ஏலேய் நீரென்ன இருட்ல நிக்கீயரு?”ன்னு அவர் கேட்டதும் மரியசிலுவை சொன்னார், “காவலுக்கு ஆளுவப் போயிருக்கு. விடிகிறதுக்கு முந்தி ஓரெட்டுப் பாத்துட்டு வந்திடலாம்னு போறேன்.”

“ஆமு. இந்த இருட்டுலயா போறீரு. அதுவும் ஒத்தைல. வேணுமின்னா நானும் வாறேன். ஜேப்புல அஞ்சாறு எறிகுண்டு போட்டு வச்சுக்கிடுவோம்லேய். சமயத்துக்கு உதவும். எவனும் பக்கத்துல வர முடியாது.”

“அதுவும் சரிதான். கை வசமிருக்குறது நல்லது. நானு ஒரு பைல போட்டு எடுத்து வாறேன்.”

மரியசிலுவ தலப்பாகய இறுக்கிக் கட்டிக்கிட்டார். பெறவு படக் படக்னு மிதிச்சி சைக்கிள்ல ஏறி உக்கார்ந்தார். கேரியல்ல பர்ணான்டோ ஏறிக்கிட்டார். கும்பலாய், கொசுக்க மூஞ்சில ஆஞ்சது. கடும் இருட்ல போற வழி மட்டும் மங்கிப் போய்த் தெரிஞ்சது. அவிய கைல வச்சுருந்த டார்ச்சத் தூக்கி அடிச்சிக்கிட்டாவ. அதுலயிருந்து பிச்சுப் பிடுங்கி ஒளில பாதைப் பளிச்னு தெரிஞ்சது. வழியில ஒருத்தரையும் காணோம். குளிர் திரேகத்துல அப்பிச்சு. குறுக்கா ஒரு கப்பிச் சாலை. அது வழியாகச் சைக்கிள் சிரமம் இல்லாம ஓடிச்சி. பெறவு ஓரே சவதிக் காடு. சைக்கிள் பைதா ரெண்டுலயும் களிமண் அப்பிக்கிட்டுச் சங்கடப்பட்டுச்சு. அங்ஙனயே சைக்கிள நிப்பாட்டிட்டு நடந்தாவ. டார்ச் அடிச்சிப் பார்த்தாவ.

அங்ஙனதான் நல்லையா பிஞ்சை இருந்துச்சு. அதத் தாண்டிப் போனால் மரியசிலுவை பிஞ்சை வரும். ஆமா. தகப்பனும் மவனும் பரண் கட்டியிருக்கோம்னு சொன்னாவளே காங்கல? மரிய சிலுவைக்குக் கடுங் குழப்பம். பதற்றத்துல இடுப்பில கை வச்சுக்கிட்டுத் தலையை ஆட்டி ஆட்டிப் பார்த்தார். “அடேய் மாப்புள்ள எங்கடேயிருக்க? ஒங்கய்யா எங்கத் தொலஞ்சிப் போனாரு?”

“ஆளுவ இருந்தாத்தான் சத்தங் கொடுப்பாவள. பெறவு நீமரு கத்திக் கத்தித் தொண்டத் தண்ணியக் கொடுக்கீரு.”

“இங்னத்தான இருப்பன்னாவ. என்னாச்சி? அசபு எசப்பா என்னமும் ஆகியிருக்குமோ?”ன்னு மரியசிலுவ சந்தேகப்பட, கூட இருந்த பர்ணாண்டோ, “முதல்ல தேடுவோம்”ன்னு டார்ச்ச அடிச்சிக்கிட்டு முன்னால போனார்.

“சொன்னாப்புல தேடத்தான் செய்யணும்போல”ன்னு புலம்பிக்கிட்டே வந்த மரியசிலுவ திரும்பவும் பலமாய்க் குரல் கொடுத்தார், “ஏய் நல்லையா, எங்கடா இருக்க?”

அந்தச் சத்தம் திரும்பக் கேட்டுச்சு. டார்ச்சு ஒளிச் சிதறலில் நாலாப்பக்கமும் பார்க்க முடிஞ்சது. அங்ஙன ஆளிருந்த மாதிரி துப்பில்ல. கொடக் கொடக்னு விடாம தவளைங்க சத்தம் கேட்டுச்சு. குளுந்த காத்துல பாசி வாடை நாசியத் தொட்டுச்சு. அடர்த்தியாய் ஒராளு உயரத்துக்கு வளர்ந்திருக்கிற பருத்தி செடிகளுக்கூடே, வரப்பக் காணச் சிரமாய் இருந்துச்சு. அதுல வேறு சவதி கால்ல ஒட்டிக்கிட்டு, தூக்கி நடக்க முடியல. சனியன் பிடிச்ச மாதிரி கொசுக்கடித் தாங்கல. ஆனாலும் அவியளத் தேடுனாவ. தேடத் தேடக் குழப்பம், பதற்றம், கவலை, சங்கடம் எல்லாம் ஜாஸ்தியாச்சு. அந்தத் துயரத்துல தடுமாறினாவ. வேதனைல மனசு துடிப்பதை உணர்ந்தார் மரியசிலுவ. விரசலாய் முன்னே போன பர்ணாண்டோ கலவரத்துடன் சொன்னார், “ஏலேய் மரியசிலுவ இன்னா பாரும். இந்த நெலத்துல ஒரு செடிகூட யில்ல. எல்லாத்தியும் தரையோட சீவிப் போட்டிருக்கு!”

“அய்யய்யோ இதன்ன இப்டியாகியிருக்கு. எந்தத் தாயிளி இதச் செஞ்சான். ஒரு செடியில்லாம வெட்டிப் போட்டிருக்கே!”

“அவிய ரெண்டு பேரும் என்னானாங்கன்னு தெரியல. மொதல்ல அவியளத் தேடுவோம்.”

அப்பந்தான் அவிய, குளுக் குளுக்னு திக் சிவப்புல ரத்த வளைவுகளக் கண்டாவ. அது நீளக் கோடாய் நீர்க்குட்டை முட்டும் விழுந்து கிடந்துச்சு. டார்ச்ச அடிச்சுக்கிட்டே பார்க்கச்சில தேங்கிக் கிடந்த நீர்க்குள், நீர் இரத்தமாய்த் திரண்டு மிதக்க, ஊர்க்காத்தானும் நல்லையாவும் வெட்டுப்பட்டு குப்பறக் கிடந்தாவ பிணமாக.

●

பாகம் 3

1

அந்தமான்லயிருந்து வந்த தோணியப் பதமாய் நிறுத்தி, பாலத்துத் தூண்களுல இழுத்துப் பிடிச்சிக் கட்டி, கயிறு வழியாய் இறங்கிய ஆட்களுக்குப் பெறத்தால கடைசியாய் தர இறங்கிய மரிய சிலுவைக்கு 'நடை'க்கிப் போறதுக்கு (தூத்துக்குடி – கொழும்புக்குத் தோணிப் போக்குவரத்து) முன்னால ஊருல நடந்தச் சம்பவங்க நெனக்கச்சில திகிலாய்யிருந்துச்சு. திட்டமிட்டு, என்ன நடந்தாலும் சரி, ஒரு கை பார்க்கலாம்ங்கிற கடும் கோபத்துல வெடிகுண்டோடு வீட்டுல வந்து உக்கார்ந்த பர்ணாண்டஸ் ஆட்களுக்கு வசமாய் வேலையும் வந்துற்று: வெட்டுப்பட்டு உயிர விட்ட ஊர்க்காத்தான், நல்லையா பிணங்களப் பார்த்துக் கதறித் தொட்டுத் தூக்கப்போன மரிய சிலுவையுடன் கூட வந்த பர்ணாண்டோ தடுத்தார். "அலேய் பாடியத் தொடாதலய். இங்ன நிக்கயும் கூடாதுலேய். ம், இடத்தக் காலிப் பண்ணு"ன்னு சொல்லி வலுக்கட்டாயமாக மரிய சிலுவைய சைக்கிள்ல ஏத்திக்கிட்டு வந்தார். வீட்டுல தூங்கிட்டிருந்தவியள எழுப்பித் துயரத்தச் சொன்னதும், அவிய அடுத்த சுதாரிப்புக்கு மும்முரமாகிட்டாவ.

அது படுபயங்கரமாய் இருந்துச்சு. மேலத் தெருவுல ஒரு வீடு விடாம குண்டு அடிச்சாவ. வெளியில ஓடிவந்தவியளுக்குக் கண்டமேனிக்கு அடி விழுந்துச்சு. அங்கமுத்துத் தேவர்க்குச் சரியான வெட்டு. விடியக் கருக்கல்ல விழுந்த வெட்டுல ரத்தம் தரைல பீச்சு அடிச்சது. வலியோடு ஓடுற

பையமார்களப் பிடிச்சிக் கட்டி வண்டில தூக்கிப் போட்டாவ. வண்டியும் அவிய வீட்டு வண்டித்தான். மாடுவளயும் அவுத்து வண்டிலக் கட்டிட்டாவ. வண்டிய ஒரு பர்ணாண்டோ பத்திக்கிட்டுப் போயிட்டார். அப்பம் கோட்டச் சுவரைத் தாண்டி, நாயக்கமார் குடியிருப்புல குண்டு விழுந்துச்சு. அங்கயிருந்து ஓடிவந்த ரெண்டு பேரயும் சாத்து சாத்துன்னு சாத்தினாவ. அப்பமும் ஆத்திரம் அடங்கல. இன்னும் ரெண்டு பேருக்கு வெட்டும் விழுந்துச்சு. அவிய அலறல் கேட்டு ஊரே எழுந்துச்சு. சன்னஞ்சன்னமாய் வந்து கூடியவிய பதற்றத்துல எவ்வி சுற்றும் முற்றும் பார்க்கிறதுக்குள்ள எல்லாத்தியும் முடிச்சிட்டுத் தூத்துக்குடி பர்ணாண்டஸ் ஆட்கள் காணாமல் போயிட்டாவ.

செத்தநேரம் நடந்த சண்டத்தான். அதச் செம்மையாய் முடிச்சிட்டு, குற்ற நிழல் மேல விழாம, எச்சரிக்கையா ஜாக்கிரதயா முன்யோசனயா தூத்துக்குடிக்கு வந்ததும் அவிய எல்லாரும் சேர்ந்து, வள்ளத்தடியாய் (அவிய தோணி கரை இழுத்து வச்சுருக்கு) இன்னொரு தோணித் தண்டலப் பார்த்து, மரியசிலுவய அந்தமானுக்கு அனுப்பி வச்சாவ. அதுக்குப் பெறவு அவருக்கும் ஊர்ப்பக்கம் போக வாய்ப்பில்லாமல் போச்சு. இப்பம் எதுவும் நடக்காத மாதிரி தூத்துக்குடி மண்ண மிதிச்சார். தண்டல்கிட்டச் செலவுக்குப் பணத்த வாங்கிட்டு ஊர்க்கு வந்தார்.

மரியசிலுவை தெருவுல நடக்கச்சில அந்தி சாஞ்சி இருள் சூழ்ந்திருந்துச்சு. வழக்கமாய் ஊர் வரச்சில, துள்ளல் நடையும் நிமிர்ந்த பார்வையும் சிரிச்ச மூஞ்சியுமாய் வருவார். இப்பம் நடை தளர்ந்து போச்சு. வேதனைங்க முட்டித் தள்ளிச்சு. எதுக்கு ஊர்க்கு வாறோம்னு இருந்துச்சு. பிள்ளைங்க ரெண்டும் தூத்துக்குடில படிக்கி. அவியளப் பார்த்துட்டும் வந்தாச்சி. கேட்டத வாங்கியும் கொடுத்தாச்சி. பெறவு ஏன் இவ்வளவு தூரம் வரணும்? தூத்துக்குடில ஒரு வீட்டப் பிடிச்சி இருந்திடலாம். எந்தச் சண்டச் சச்சரவும் இருக்காது. எவனும் எதுவும் சொல்ல முடியாது. நம்ம வீடு. நம்ம பிள்ளைங்கன்னு இருந்துட்டுப் போகலாம். ஆனால் அது பயந்து ஓடுன மாதிரி ஆகும். என்ன ஆனாலும் பரவாயில்ல. கடைசி முட்டும் இங்ஙனத்தான் இருக்கணும்னு முடிவோட வந்தார் மரியசிலுவை.

தொடிச்சி வீடு, சோகத்துல ஆழ்ந்திருக்கச்சில, தெருப் பொம்பளைங்க, வெள்ளை சேலக்கட்டிப் பதினாறு நாட்க மூலைல உக்கார்ந்து விளக்கி ஏத்திக் கும்பிடணும்னாவ. அதெல்லாம் வேண்டாம். மூணு நாளுல எல்லாத்தியும் முடிங்கன்னாள் தொடிச்சி. மக்கா நாளு புருஷனும் மாமனும்

வெட்டுப்பட்டுச் சாய்ஞ்சயிடத்தப் பார்க்கணும்னால எல்லாரும் சேர்ந்து போனாவ. போனயிடத்துல உக்கார்ந்து அழுதாவ, தொடிச்சி பொலபொலன்னு கண்ணீர் வடியச்சில மூக்க உறிஞ்சுப் போட்டுட்டு, சீல முந்திய வச்சு அழுத்தித் துடைச்சுக் கிட்டாள். அவள் தீர்க்கமாய்ப் பார்த்தாள். தன்னெதிரிலே, உசுர வாங்கியது மட்டும் அல்லாம, நெலத்துல ஒரு பருத்திச் செடிய விடாம அத்தனையையும் வெட்டி வீசி, சீரழிச்சித் தரமட்டமாக்கி, அதுவும் காய்ஞ்சு கம்பாய் நிக்கிறதப் பார்த்ததும் தடுமாறினாள் தொடிச்சி. அந்த வேதனை தாங்காம கத்தினாள், “அடேய் தேவுடியாவுள்ளகளா ஒங்களச் சும்மா வுடமாட்டேன்டா. ரெண்டுல ஒண்ணு பாக்கலன்னா எம் பெயரு தொடிச்சியில்லடா.” அவள் மூஞ்சிச் சிவந்து போச்சு. அவிய எழுந்து ஓடி வந்தாவ. அவள அணைச்சுக்கிட்டு ஆறுதல்படுத்தினாவ. அவளது கவனத்தத் திருப்புறதுக்காச்சிட்டி, “வந்தாச்சு. பாத்தாச்சு. போவோம். எது பேசினாலும் ஊட்ல வச்சுப் பேசிக்கிடலாம்”ன்னாவ.

தொடிச்சிக்கிட்ட பேச்சுக் கொடுத்துக் கிட்டத்துல உக்கார்ந்து, அவள குளிக்கவச்சு, அடுப்ப மூட்ட வச்சுப் பொங்கி ஆக்கி இறக்கி மவ மனசத் தேற்றினாள் கள்காரி. தொடிச்சிக்கு இசபெல்லாவப் பார்க்கச்சில உறுத்திச்சு. நல்லையாக்கிட்ட அப்பா அப்பான்னு ஒட்டிக்கிடுற பொண்ணு. அவளுக்கும் விவரம் தெரியும்தானே! இனிம தகப்பனப் பார்க்கவே முடியாதுன்னு ஆகிப்போச்சே, அவள் எப்டியெல்லாம் ஏங்குவாள்? உடனே மவளக் கட்டிப்பிடிச்சி அழுதாள் தொடிச்சி. பேத்தி இசபெல்லாவக் குளிப்பாட்டி, தலவாரி, புதுச்சட்டப் போட்டுக்கிட்டிருந்த கள்காரி பெருமூச்சு விட்டுக்கிட்டுச் சொல்வாள், “ஏளா தொடிச்சி, மேலத்தெருவுல காணாமப் போன ஆளுவள இன்னும் கண்டுப்பிடிக்கலையாம். நாம கொன்னுப்புட்டோம்னு பேசிக்கிடுறாவ. எதுக்கும் கவனமாயிருந்துக்கிடணும்.”

“இந்தச் சனியனுவ ஒளியட்டும்.”

“சனியனுவ ஒளிஞ்சான்ன. இருந்தான்ன. நம்மள திருப்பியும் வந்து தாக்கக் கூடாது. அதுக்குத்தான் சொல்றது.”

“தாக்குவான்வளோ. அப்டித் தாக்கிட்டுப் போயிடு வான்வளோ? எதோ நம்ம புத்தியக் கடன் கொடுத்துட்டோம். அதுனாலத்தான் கொத்தா ரெண்டு பேரயும் தூக்கிக் கொடுத்தாச்சு. இனிமயும் அது மாதிரி கொடுக்க கேணச் சிறுக்கியா?”

கள்காரிக்கு வயிற்றுல புளி கரைச்சது. அவளும் மகளுக்கு என்னமும் ஆகிருமோனு பயந்தாள். அவள் மனக்குழப்பத்த

யார்க்கிட்டச் சொல்லன்னு தெரியல. வீட்டுலயும் ஆம்பளையாட்க கிடயாது. ஆட்கள் வந்து வந்து பார்த்துட்டுப் போனாவ. நாலு வார்த்தை ஆறுதல் சொன்னாவ. அவிய சொல்லுறத வச்சி வெளியில் நடக்கிறதயும் தெரிஞ்சாள். சாய்ங்காலமானா போலீஸ்காரவிய கூட்டமாய் வந்துட்டுப் போறது. கம்யூனிஸ்ட் கட்சிக்காரவிய கூட்டமாய் வந்துட்டு போறது. விளாத்திகுளத்துல கூட்டம் போட்டது. கலெக்ட்டர் கிட்ட மனு கொடுத்தது. கிளமெண்ட் பாதர், பிஷப்பைக் கூட்டிக்கிட்டு வாராறாம். அப்பம் நிதி உதவி கொடுப்பாவளாம். போலீஸ்காரவிய நேரடி விசாரணயெல்லாம் வெட்டுப்பட்ட அன்னக்கே முடிஞ்சிப் போச்சு. சாய்ங்காலமானால் வேலைகளுக்குப் போயிட்டு வந்தவிய கூட்டம் ஜாஸ்தி இருந்துச்சு. அதுவும் லைட் வச்சவுடனே குறஞ்சிப் போச்சு. அப்பந்தான் மரியசிலுவ வந்தார்.

மரியசிலுவ அண்ணனப் பார்த்ததும் தொடிச்சி மூஞ்சில பல மாத்தம் நிகழ்ந்துச்சு. துயரம் வெகுவாகக் குறஞ்சி ஒருவகை தெளிவு வருகிறத அவளும் உணர்ந்தாள். எதிர்க் கலவரத்த யார் துவக்குனா, குண்டுமழ எப்டி பொழிஞ்சுச்சு, ஒரு வெட்டுல அங்கமுத்துத் தேவர் கைய நறுக்கினது யார், அதுக்கு மேல ஒரு படி போய் அங்ஙன உள்ளவியள கண்காணாம கடத்திக்கிட்டுப் போனது யார், இன்னும் அந்த முடிச்சி அவுக்கப்படல. துப்பும் புலப்படல. வீடு வீடாய் போலீஸ்காரவிய ஏறி இறங்கினாவ. ஒவ்வொருத்தரையும் தனித்தனியாய்க் கூப்பிட்டு விசாரிச்சாவ. ஆம்பளைங்களக் கணக்கெடுத்தாவ. பையமார்ங்க வெளியூருக்கும் பட்டாளத்துக்கும் போனது நல்லதாப் போச்சு. அமலோற்பம் தம் புருஷன் அந்தமானுக்கு 'நடை' போயிருப்பதாகச் சொன்னாள். அந்தத் தோணி நம்பரயும் சொன்னாள். தண்டல் பெயரயும் சொன்னாள். போலீஸ்காரவிய எங்ஙனயெல்லாம் விசாரிச்சாவளோ தெரியாது. எல்லாம் கிணத்துல போட்டக் கல்லாய்க் கெடக்கு. ஆனாலும் அமலோற்பம் தொடிச்சிக்கு மட்டும் விசயத்தக் கசியவிட்டாள். அதக் கேட்டதும் தொடிச்சியின் சோகம், துயரம், துன்பம், வருத்தம், பாரம், பாதிப்பு, பரிதவிப்பு எல்லாம் செத்த நேரம் அமுங்கி விகைப்பும் அதிர்ச்சியும் படபடப்பும் பதற்றமும் எட்டிப்பார்த்துச்சு. கொலைங்க நடந்த கையோட தனிப்பட்ட மனுஷனாய் நின்னு, இன்னொரு சாதி ஆளுவளக் கூட்டி வந்து கலவரத்த நடத்தி முடிக்கிறங்கிறது இலேசான காரியமா? "ஏளா தொடிச்சி, இத ஆர்கிட்டயும் சொல்லிடாத. ஒன் ஆறுதலுக்காகத்தான் சொன்னேன். சிஸ்டர்க்குக் கூடத் தெரியாது. ஒங்கண்ணன் ரகசியம் எனக்கு மட்டும்தான் தெரியும்"ன்னு அமலோற்பம்

வேண்டிக் கேட்டுக்கிட்டாள். தொடிச்சியும் எல்லாத்தியும் உள்வாங்கிக்கிட்டாள். யார்க்கிட்டயும் சொல்ல மாட்டேன்னு சத்தியமும் செஞ்சிக் கொடுத்தாள்.

மரியசிலுவயும் இக்கட்டான நிலைலேதான் இருந்தார். அவர கவலயும் குழப்பமும் வருத்திச்சு. அந்தத் தாக்குதலில் நம்ம யாரும் கண்டிருப்பாவளோ? இவன்தான் செஞ்சான், அடிச்சான், வெட்டுனான், ஆளுவளக் கூட்டிக்கிட்டு வந்து குண்டு போட்டான்னு தெரிஞ்சியிருக்குமோ? நல்லவேள தக்கச் சமயத்துல அந்தமான்க்கு அனுப்பி வச்சாவ. மாதா கோவில் கடற்கரைல எப்பமும் மாதிரிதான் அவியளும் இருந்தாவ. அவியளப் பொறுத்த மட்டுல அண்ணக்கி நடந்த சம்பவத்திற்குப் பெறவு எதுவும் தெரியாதுன்னுட்டாவ. அவியளத் தேடி யாரும் வரலங்கிறதுதான் ஆறுதல் தருகிற செய்தியாக இருந்துச்சு.

அப்படியிருந்தும் சிமினி லாம்பு வெளிச்சத்துல பாதி நிழலாய்த் தெரிகிற தொடிச்சி, அண்ணனுக்கு மட்டும் கேட்கிற குரலில் சொன்னாள், “ரொம்ப நன்றியண்ணோய். நாம ரெண்டு பேத்த பொலி கொடுத்தது ஒரு பக்கமிருந்தாலும், மறுபக்கம் நீங்க செஞ்சிருக்கிற வேல பெருசு, இந்த கைங்கரியத்த எண்ணக்கிம் மறக்க முடியாது. நா மட்டுமில்ல. நம்மத் தெருவே ஒங்களுக்குக் கடமப்பட்டிருக்கு. நீங்க பயப்புடாதிய. நா ஆர்கிட்டயும் சொல்ல மாட்டேன். மைனிக்கிட்ட சத்தியம் செஞ்சிக் கொடுத்திருக்கேன்.”

“இத ஆர்கிட்டையும் சொல்ல கூடாதுன்னேன். ஒங்கிட்டச் சொல்லிட்டாளா? நம்மக்கூட இதப் பேசக் கூடாது. ஒண்ணிருக்க ஒண்ணாகும். போலீஸ் விசயம் கம்னு இருக்கணும்.”

“சரியண்ணோய் இது எனக்குள்ளே இருக்கும். ஆர்கிட்டயும் சொல்ல மாட்டேன்.”

“சரி. குன்னிமரியானுக்குச் சொன்னீயளா?”

“சொன்னோம். பதில் தானில்ல.”

“அதுக்குப் பெறவு நெலத்த போய்ப் பாத்தீயளா?”

“அதுல ஒண்ணுமில்ல. எல்லாம் காய்ஞ்சிக் கெடக்கு.”

“அப்டிக் கெடந்தா எப்டி. எதாது செய்யணும்ல?”

“ஊட்டுல ரெண்டு தூணயும் சரிஞ்சி இல்லன்னு ஆனப் பெறவு இனிம என்னத்தப் பாடு பாக்க? பயிர் செய்ய? கைல துட்டும் கெடயாது. எல்லா வழியும் மொடங்கிக் கெடக்கு.”

“இம்புட்டுத் தூரம் வந்த பெறவு நீ என்ன செய்வ? எதுவும் நெனக்காத. ஒம்பாட்டுல இரி. கொஞ்சம் தேறி வா. நானு

கைத்துட்ட வச்சு நெலத்த சீர் செய்யிறேன். அதுல எதாவது கெடச்சா ஏந்தலாயிருக்கும்ல. இப்பம் நீ ஒண்ணும் தர வேணாம். பின்னால தந்தாப் போதும்.”

“அதுக்கு எம்புட்டுத் துட்டுப் போட்டிருக்கு. ஒழச்சதுக்கு ஒரு பலனில்ல. ரெண்டு உசுரு போனதுதான் மிச்சம். நீங்க ஒங்க நெலத்துல வேலய துவக்குங்க. அதுல என்னயச் சேர்க்காதீய. நெலம் அதுபாட்டுல கெடந்துட்டுப் போவுது.”

“அப்டிச் சொல்லக் கூடாது. நானுல செலவு செய்கிறேன். நீ கம்னு இரி.”

தொடிச்சி யோசித்தபடி நின்னாள். கள்காரி சுடச்சுடக் காபி கொண்டுவந்து கொடுத்தாள். காபியக் குடிச்சிட்டுக் கிளம்பினார் மரியசிலுவ. என்னதான் தன்ன நிலநிறுத்திக்கிட்டாலும், சன்னஞ் சன்னமாய் வந்து ஒட்டிக்கொள்ளும் அதிர்வும் அதிர்ச்சியும் பதற்றப்பட வச்சது. அவர் எச்சரிக்கையாக நாலாப் பக்கமும் பார்த்துக்கிட்டார். அம்மங் கோவில் திரட்டுல எரிஞ்ச லைட் வெளிச்சத்தையும் தாழ்வாய்த் தொங்கின அரச மரத்தின் கிளைக மறைக்க நிழலாடிச்சு. அந்த இருட்டுல ஆளுவ வருறது போறது எதுவும் தெரியல. இருந்தாலும் அவர் வாய்விட்டு முனங்கிக்கிட்டார், “இங்ஙன நிக்கக் கூடாது. நேராய் ஊட்டுக்குப் போயிறணும். வந்தமா போனமா. வேலயப் பார்த்தோம்மான்னு இருக்கணும். பெறவு தூத்துக்குடியப் பாக்க ஓடிடணும்.”

கம்யூனிஸ்ட்காரவிய தூத்துக்குடிலயும் விளாத்திகுளத்திலயும் தட்டிப் போடு வச்சுட்டாவ. நெலம சிக்கலாகிறது தெரிஞ்சதும் கீழ்த்தெரு ஆட்கள விட்டாச்சு. சந்தேகப்படுற மாதிரி இருக்குன்னு, அஞ்சாறு பையமார்கள ரிமாண்ட்ல வச்சுயிருந்தாவ. அவியளயும் ஜாமீன்ல கொண்டு வந்தாச்சு. மேலத்தெரு ஆட்களயும் பிடிச்சி, பெறவு விட்டுட்டு, அப்பாடின்னு இருக்கச்சில, திடீர்னு வந்து இளவட்டப் பையமார்வளத் தூக்கிட்டுப் போயிட்டாவ. அவியள நொத்து நொத்துன்னு நொத்தி, நொங்கக் கழத்தி, கக்க வச்சுட்டாவ. அடித் தாங்க மாட்டாம மேலத்தெருவு பையன் ஒருத்தன், பொன்னுத் தேவர் பெயரயும் சொல்லி வம்புல மாட்ட வச்சுட்டான்.

பொன்னுத் தேவரத் தேடி போலீஸ் வந்துச்சு. கொல, கொள்ள, கலவரம், கலாட்டா, காங்கலன்னது, ஓடுனது, பயந்தது, பரபரப்பானது, பதற்றப்பட்டது எல்லாம் சடையன் குளம் ஊரோட நின்னுடல. விளாத்திகுளம் ஊரயும் தாண்டிப் பட்டித் தொட்டியெல்லாம் தொட்டுச்சு. அதுலயும் பள்ளிக்கூடத்து வாத்தியார் சம்பந்தப்பட்டிருக்கார். அவரப் பிடிக்கப் போலீஸ்

வந்திருக்குன்னு தெரிஞ்சதும், ஏராளமான ஆளுவ வந்து கூடிட்டாவ. ஏட்டயா ஸ்கூல் ஹெட்மாஸ்டரப் பார்த்தார். விசயத்தச் சொன்னதும் வெங்கடாசல நாயக்கர் விக்கிப் போனார். ஊர் பரபரப்பாய் இருந்தாலும் அவருடைய பள்ளிக்கூடம் அமைதியாக நடந்துக்கிட்டிருந்துச்சு. முன்னங்காட்டிலும் பிள்ளைங்க ஜாஸ்தி. எந்தக் கெட்டப் பெயரும் கிடயாது. அப்படியிருக்கச்சில வாத்தியாரக் கைது செஞ்சா எப்டியிருக்கும்?

வெங்கடாசல நாயக்கரக் கவல அரிச்சுச்சு. மனசு பொருமிக் கோபமாக வந்துச்சு. என்ன செய்யலாம்னு குழம்ப, பொன்னுத் தேவர ஒத்தைல அனுப்பவும் பயந்தார். ஒண்ணிருக்க ஒண்ணச் செஞ்சிவச்சிடக் கூடாது. பெறவு போலீஸ் கேஸ்னு அலய முடியாது. பள்ளிக்கூடம் படுத்துட்டுன்னா நிமிர்த்தக் கஷ்டம். இத வச்சுத்தான் பேச்சுவாக்குல அவரும் கேட்டார், “ஒங்களுக்கும் நடந்த கலவரத்துக்கும் என்ன சம்பந்தம்? ஒங்கள மட்டும் குறிப்பா வந்து கூப்பிடுறாங்க.”

“என்ன நடந்துட்டு? நீங்க எதுக்குப் பயப்புடுறிய? எவ்வனோ ஒரு பரதேசி சொன்னானாம். சோத்துக்கு உப்பில்லன்னு. அதுக்காவக் கூப்பிட்டுப் போறாங்க. அவ்வளவுதான்”ன்னு பொன்னுத் தேவர் சட்டயிலயிருந்த தூசியத் தட்டினார். “சரி புறப்படுங்க. நானும் வாறேன்.”

“நீங்க எதுக்கு ஸார்? நானே போய் என்னன்னு கேட்டுட்டு வந்திடுறேன்.”

“இல்ல. இது போலீஸ் கேஸ். அவனுக என்னத்தயாவது செஞ்சிடக் கூடாது. பள்ளிக்கூடத்துல வந்து கூப்பிட்டுப் போகச்சில, நானும் இருக்கிறது நல்லது.”

பிள்ளைகளுக்குக் கல்வி போதிக்கிற ஒரு வாத்தியாரக் கூப்பிட்டு, வாத்தியாரும் வந்து எதுக்க நிற்கிறதப் பார்த்ததும் எரிச்சலாய் வந்துச்சு இன்ஸ்பெக்டர்க்கு. அவரும் மனம் பொறுக்காம பொறுமயிழந்தார், “யாரயா நீ? நீ எங்கயிருந்து வாரெ?” கோபத்துல கொப்பிளிக்கிற வார்த்தகளக் கேட்டதும் ரெண்டு பேரும் திணறிப் போனாவ. வெங்கடாசல நாயக்கர் கிறக்கம் வந்த மாதிரி சோர்ந்தார். இருந்தாலும் பதில் சொல்லணுமே என்பதற்காகப் பேசினார். “நானு ஸ்கூல் ஹெட்மாஸ்டர். எங்க ஸ்கூல் டீச்சர கூப்பிட்டு விட்டிருக்கீங்க. அதுனால நானும் கூட வந்திருக்கேன்”ன்னு சொல்லி வாய் மூடல, அதுக்குள்ள இன்ஸ்பெக்டர், “யாராயிருந்தா என்ன? ரெண்டு பேரும் வெளியே போய் நில்லுங்க. கூப்பிடச்சில வா”ன்னு இரஞ்சார். வெங்கடாசல நாயக்கர் நடுங்கிப் போனார். யார் மீதெல்லாமோ கோபம் வந்துச்சு. எதயும் காட்டிக்கிடாம வாய மூடிக்கிட்டு

வெளியேறினார். அவர் பெறத்தால பொன்னுத் தேவரும் வந்தார். அவிய போகச்சில இன்ஸ்பெக்டர் திரும்பவும் அதட்டுகிற குரல் தெளிவாய்க் கேட்டுச்சு, "அவன எம் முன்னால கூட்டி வந்து நிறுத்துங்க. இவனுவளச் சும்மாவிடக் கூடாது. புள்ளயிளுக்குப் பாடம் சொல்லிக் கொடுக்கிறவனுக்கு இந்த ரவுடிக் கூதிவுள்ளைகளோட என்ன தொடர்வு?"

லாக்கப்பிலிருந்து கைல விலங்கு மாட்டி, திரேகத்துல துணியில்லாம, ஜட்டியோடு கூட்டிக்கிட்டு வந்து நிறுத்தியவன இன்ஸ்பெக்டர் தலை தூக்கிப் பார்த்தார். பெறவு கடுப்புலச் சொன்னார், "வெளில நிக்கான்ல வாத்தியாரு, அவன வரச் சொல்ங்க." உடனே போலீஸ்காரர் விரசலாய்ப் போனார். கலக்கத்துல திணறிப்போன பொன்னுத் தேவர், திரும்பவும் இன்ஸ்பெக்டர் என்ன சொல்லப் போராறோன்னு பயத்துல வந்தார். இப்பமும் இன்ஸ்பெக்டர் விடல. நிக்கவச்சு மிரட்டினார். "நீமருதானே வாத்தியார்? ஓமர பள்ளிக்கூடத்துல புள்ளியளுக்குப் பாடம் சொல்லிக் கொடுக்க வச்சுருக்காங்களா? இல்லன்னா இவனுவளுக்கு அடிதடி சொல்லிக் கொடுக்க வச்சுருக்கா? இதுக்கெல்லாம் தலைவரா இருக்கப் போயிக் கொலைங்க செய்யச் சொல்லி, ஊரச் சூறையாடிக் கொள்ளையடிக்கவும் சொல்லிக் கொடுத்திருக்கீராமியில்ல."

"அய்யய்யோ இதென்ன அபாண்டமாயிருக்கு. என்னக்கி அடிதடில இறங்குனேன்? நானு பள்ளி டீச்சர். கொஞ்சம் எலட்ரிக் வேல தெரியும். ஊருல கரண்ட் வந்தாப்பல வீடுகளுக்கு வயரிங் வேல செஞ்சேன். அப்பம் இவிய எங்கூட வேலைக்கு வந்தாவ. அத வச்சுக்கிட்டு என்ன தலைவன்னுட்டாவ. மத்தப்படி எனக்கு ஒண்ணும் தெரியாது."

"தெரியாதா, என்ன தெரியாது? அடிதடி வெட்டுக் குத்துக்குத் தலைவனாயிருந்து செஞ்சிட்டுத் தெரியாதுன்னா சொல்ற?"

"அய்யா அப்டிச் சொல்லாதீங்கய்யா. ஊருல என்னப்பத்தி கேட்டுப் பாருங்க. சொல்வாங்க."

"சொல்வாங்க. சொல்வாங்க. நீ எப்டிப்பட்ட முடிச்சிமாறி, செல்லமாறி, பொம்பளப் பொறுக்கின்னு சொல்வாங்க. எல்லாத்தியும் கேட்டுப் பாத்துத்தான் ஒன்ன கூப்புட்டு விட்டிருக்கு. ஒன்னெல்லாம் சும்மாவுடக் கூடாது. கரண்டக் கால்க்குக் கீழவுள்ள நரம்ப உருவியெடுக்கணும்."

கூனிக் குறுகிப் பயந்து நடுங்கிய பொன்னுத் தேவரிடம், முதல் கட்ட விசாரண முடியாத நெலைல, "அப்டிப் போய் தரைல குந்து"ன்ன இன்ஸ்பெக்டர், "வெளில நிக்கானே அந்த

வாத்தியான், அவனயும் வரச் சொல்ங்க. அவனும் இவனோட சேர்ந்தாளான்னு பாப்பும்"ன்னார் கடுங்குரலில். உடனே வெங்கடாசல நாயக்கரக் கூப்பிடச்சில, நாயக்கர அங்ஙன காங்கல. வேப்பமர நிழல்ல மத்தயாட்க உக்கார்ந்திருந்தாவ. பக்கத்துல எங்கனயும் நிப்பாரான்னு தேடியும் ஆளக் காங்காமத் திரும்பி வந்த போலீஸ்காரர், "அந்தாளு ஓடிட்டான் ஸார்"ன்னார்.

"என்ன அந்தாளு ஓடிட்டானா? ஏலமாட்டாத பயல்வ யெல்லாம் ஹெட்மாஸ்டராயிருந்து என்னத்தக் கிழிக்கப் போறானுவ? சரி அவன் கெடக்கான் விடுங்க. இந்தாளு இருக்கந்தட்டியும் அந்தாளு வராமப் போக மாட்டான். அவன் வரட்டும். வந்தப் பெறவு இந்தாள விசாரிச்சுக்கிடலாம். அப்டியே அவன் வரலன்னா, தேடிப் பிடிச்சி இழுத்துக்கிட்டு வரணும். இப்பம் ஓடுற ஃபேன ஸ்பீடா வையுங்க. ஒரே புழுக்கமாயிருக்கு."

இன்ஸ்பெக்டர் கோபப்படாமலும் பதற்றப்படாமலும் கடுகடுப்பில்லாமலும் எதுக்க நிக்கிற ஒரு திருடன் குடும்பத்தோடு பேசிக்கிட்டிருக்கிறதப் பார்க்கச்சில பொன்னுத் தேவர்க்குப் பொசுபொசுன்னு வந்துச்சு. நம்மக்கிட்ட இந்தாளு என்ன கடுகடுப்பில பேசினான். அப்டி நாமென்ன செஞ்சுட்டோம்? எவ்வனோ சொன்னதக் கேட்டு, ஒரு பள்ளி ஆசிரியர்னு தெரிஞ்சிம் வெறும் தரைல உக்கார வச்சுட்டான். நம்ம ஹெட்மாஸ்டரயும் விரட்டிட்டான். இப்பம் கொணட்டுறான். நம்ம அப்டியா மோசமாகிட்டோம்? இன்னக்கி யார் கண்ணுல முழிச்சோம்னு தெரியலன்னு புலம்பி, நொந்து, சலிச்சி, சங்கடப்பட்டு, பதற்றத்தோடு பேந்த பேந்த முழித்தார் பொன்னுத் தேவர்.

உள்ள வந்ததும் சட்னு திணறி, கலங்கி, குழம்பி, பயந்து, நடுங்கி இப்படி மாட்டிக்கிட்டோமேன்னு சங்கடத்துல, "கடவுளே கடவுளே"ன்னு சொல்லிக்கிட்டு வந்தார் வெங்கடாசல நாயக்கர். இன்ஸ்பெக்டரும் சுதாரிச்சிக்கிட்டார். வந்தவியள ஏறிட்டுப் பார்த்தார். இது நம்ம ஜமீன் கணக்கப்பிள்ள இல்லயான்னு நெனச்சவுடனே தன் உடம்ப நிமிர்த்திக் குரல் மாத்தி கம்பீரத்துடன் பேசினார், "என்னயா ஜமீன் கணக்கப்புள்ள, என்ன விசியம்? எதுக்கு வந்திருக்கீய? இந்தாளுதான் ஒம்ம கூப்புட்டு வந்தாரா?"

வெங்கடாசல நாயக்கர் பதுங்கினாப்போல நின்னார். மேசைக்கு எதிர்ல வேர்க்க வேர்க்க நின்னு கணக்கப்பிள்ள கந்தையாத் தேவர் சொன்னார், "என்னங்க எஜமான். பள்ளிக்கூடத்துல பாடம் சொல்லிக் கொடுக்கிற வாத்தியாரப் பிடிச்சி இப்டித் தரைல உக்கார வச்சுயிருக்கீய? அவிய அப்டியா கொடூரம் செஞ்சுயிருப்பாவன்னு நெனக்கீய? செத்த

ரோசன செஞ்சிப் பாருங்க எஜமான். பெயருக் கெட்டுப் போச்சுன்னா பள்ளிக்கூடம் பாழாப் போவும்?”

“என்னங்க நீங்கப் பேசுறது? இந்த வாத்தியாரு பெரிய்ய கிரிமினல். எல்லா ரவுடித்தனத்துக்கும் இவனுக்கும் சம்பந்த மிருக்கு. இவனுக்கு வக்காலத்து வாங்க ஒங்க ஜமீந்தாரு ஒங்கள அனுப்பி வச்சாராக்கும்?”

“ஆமாங்க. அவுருதான் அனுப்பிவச்சாரு.”

“அவுரு அனுப்பிவச்சுட்டாரு. நீங்களும் வந்துட்டீய. அதுக்காவச்சிட்டி இந்தாள விடணும்மாக்கும்?”

“என்னயிருந்தாலும் அவுரு நம்மாளு. அதுலயும் வாத்தியாரு. அவுர வச்சுத்தான் ஜமீந்தார், அவிய நெலத்த இல்லாதவியளுக்கு ஓசில கொடுக்கச் சொன்னாரு. அவுர விட்டுடுங்க.”

“அதெப்படி விட முடியும்? இவன விசாரிக்கச்சில படுமோசமாயிருக்கு. இவன வச்சா ஜமீன் நெலத்தப் பங்கு வைக்கச் சொன்னாரு. உள்ள வில்லங்கம் இருக்கும் பாருங்க.”

“என்னயிருந்தாலும் இவுரு ஜமீனுக்கு நம்பிக்கைக்கு உரிய ஆளு. அதான் அவுருக்கு உறுத்துது. என்ன அனுப்பி வச்சாரு.”

எதுவும் பேசாத இன்ஸ்பெக்டர் செத்த கண்ணமூடி எதையோ யோசித்து, மீண்டும் எதுக்க நின்னவியளப் பார்த்தார். அவருக்கும் ஏதோ ஒண்ணு உறுத்திச்சு. அந்த வாக்குல பொன்னுத் தேவரப் பார்த்து அதட்டினார் கோபத்துல. “வோய் ஒன்னத்தான். எந்திரிச்சு இங்க வாயா.”

தேவர் எந்திரிச்சு வரச்சில மேசயை விட்டுத் தள்ளியே நின்னாவ எல்லாரும். போலீஸ்காரவிய எதுவும் பேசல. வெளியிலயிருந்துதான் பேச்சொலி கேட்டுச்சு. அப்பம் இன்ஸ்பெக்டர் துல்லியமாய்ப் பேசினார், “ஒனக்கும் சிவாரிசு செய்ய ஆளிருக்குன்னு நெனக்கச்சிலதான் வருத்தமாயிருக்கு. இல்லன்னா ஒன்ன துண்டக் காணோம், துணியக் காணோம்னு ஓட வச்சுருப்பேன். வாத்தியாருன்னா வாத்தியாரா இருக்கணும்ல. அதவுட்டுட்டு ரவுடிக் கூட்டம் நடத்தக் கூடாது. இனிம நீ ஊருல இருக்கக் கூடாது. என்ன செய்வீயோ யாது செய்வீயோ தெரியாது. ஊரவுட்டு ஓடிப் போயிரு. இங்னயிருந்தா நீ கம்பி எண்ண வேண்டியது வரும். ஆமு சொல்லிட்டேன்.”

இன்ஸ்பெக்டர் வெங்கடாசல நாயக்கரப் பார்த்தார். நாயக்கர்க்கு இன்னும் பயம் தெளியல. அவர் விக்கிப்போய் நடுங்கிட்டு கண்ண உள்ளுருட்டிப் பார்த்தார். “என்னயா

என்ன பாக்க, நீதானே ஹெட்மாஸ்டர்? பெறவு எப்டி இப்டி ஆளுவளயெல்லாம் டீச்சராய் வச்சுருக்க? ஒங்களுக்கெல்லாம் கொஞ்சம்கூட வெக்கம், மானம், ரோஷம், சூடு, சொரண எதுவும் கெடயாதா? இந்தாளப் பத்தி எல்லா ரிப்போட்டயும் எடுத்துக் கைல வச்சுருக்கேன். நானே இவ்வளவு ரிப்போட்டையும் தெறட்டி வைக்கச்சில, நீ என்னத்த புடிங்கிக்கிட்டிருந்த? புள்ளியப் படிக்கிப் படிக்கின்னு பள்ளிக்கூடத்த மட்டும் காப்பாத்துன்னா போதாது. படிச்சுக் கொடுக்கிற வாத்திச்சுமார்வளும் ஊர் உலவத்துல ஜனங்க எப்டியிருக்காவன்னு பாக்கணும். போயா போ. உள்ளப் போய் அவுக எப்டி எழுதச் சொல்லுறாவன்னு கேட்டு அது மாதிரி எழுதிட்டு வா."

இன்ஸ்பெக்டரின் வசவு தாங்கல. அதுவே நெருப்பாய்ச் சுட்டுச்சு. தணல் தாங்க முடியாம, எதுவும் எதிர்த்துப் பேச முடியாம, ஒரு ஆழமான வடுவாய்ப் பதிஞ்சிப் போக அடுத்த அறைக்குப் போனார் வெங்கடாசல நாயக்கர். அங்னயிருந்த போலீஸ்காரரும் கோபமும் அகங்காரமுமாய்த்தான் இருந்தார். "என்னயா பொறுப்பான ஆளுங்கிறீய. இப்டிக் கொலக்கேஸ் சம்மந்தமா கூப்புட்டு விசாரிக்கிற மாதிரி வச்சுக்கிட்டீய. சரி. சரி. இதுல எழுதுங்க. நா சொல்லுற மாதிரி." போலீஸ்காரர் சொன்னார். வெங்கடாசல நாயக்கர் பேப்பரும் பேனாவும் வாங்கி எழுதினார். சொல்றத எழுதச்சில, நெனச்சு பார்க்காத தெல்லாம் நடந்த மாதிரி இருந்துச்சு. திருத்தம் கேட்கவும் நாயக்கர் பயந்தார். இங்னயிருந்து போனால் போதும்ங்கிற மாதிரி இருக்கப் போய் எதுவும் கேட்கல அவர். அவரது விரல்வ படபடன்னு எழுதிக்கிட்டிருந்துச்சு. அவ்வளத்தயும் எழுதி முடிச்சப் பெறவு, அதுவள கூர்ந்து படிக்கச்சில, நெஞ்சக் குடைஞ்ச மாதிரி இருந்துச்சு நாயக்கர்க்கு.

பள்ளிக்கூடம் இரச்சலில் மூழ்கிக் கிடந்துச்சு. மரங்க நிழல்ல பறவைக இளைப்பாறிச்சு. அதுக விட்டுப்போன எச்சம் மிச்சம் மண்ணோடு மண்ணாக் கலந்துபோச்சு. காத்தடிச்சிக் கிளைங்க நகரச்சில, உச்சி வெயில் செங்குத்தாய் விழுந்துச்சு. அதன் உறைப்புக்கு வடிகிற வேர்வயும் நசநசப்பும் பெருசாய்த் தெரியல. போலீஸ்காரவிய நடந்துக்கிட்டதுதான் கடுப்பாய் இருந்துச்சு. வேண்டாத பாரத்தச் சுமந்த மாதிரி, செய்யக் கூடாத வேலையைப் பார்த்த மாதிரி, தேவயில்லாத விசயத்துல தலையை நுழச்ச மாதிரி காத்துட்டுப் பிரயோசனப்படாத காரியத்துக்காக முட்டிமோதிக்கிட்ட மாதிரி சலித்துக் கிறங்கி அச்சலத்தியாய் அறைக்குள் வந்தார் வெங்கடாசல நாயக்கர்.

அவர்க்கு வேலைல மனசு ஒட்டல. வேலையும் ஜாஸ்தி இருக்கு. எல்லாம் பள்ளி சம்மந்தமானது. அவசரம் ஒண்ணுமில்ல. இப்பமும் செஞ்சிக்கிடலாம். பெறவும் செஞ்சிக்கிடலாம், வீட்டுல வச்சும் செஞ்சிக்கிடலாம். எல்லாத்தியும்விட முக்கியம் ஒண்ணிருக்கு. அத உடனே செஞ்சாகணும். இருந்தாலும் படபடப்புக் குறயணும். பொழுதெல்லாம் குத்திக்கிட்டிருக்கிற மாதிரி இன்ஸ்பெக்டர் ஞாபகமாக இருக்கு. அங்ஙன நடந்ததும் அதுதான் ஞாபகத்துக்கு வருது. இனிம ஒவ்வொண்ணுலயும் கறாரா இருக்கணும். மாட்டிக்கிட்டு முழிக்கக் கூடாதுங்கிற நெனப்புல எதிர்த்த சுவராணில தொங்கின பிள்ளயார் படத்தயே பார்த்துக்கிட்டிருந்துச்சு அவர் கண்ணுக.

அப்பம் வந்த தங்கையா ஸார் கேட்டார், "என்ன ஸார் ரோசனைல இருக்கிறாப்புல இருக்கு?"

உடனே திரும்பிப் பார்த்த வெங்கடாசல நாயக்கர் சொன்னார்:, "வாங்க சார். உக்காருங்க. இந்தக் கடிதத்தப் படிச்சிப் பாருங்க. எழுதுனது சரிதானா, எதுவும் திருத்தணுமா? சொல்ங்க."

நாலா மடிச்சக் கடிதத்தப் படிச்சார் தங்கையா. அவர் படிச்சிக்கிட்டிருக்கத்தக்ன குறுக்கிட்டார், "என்ன ஸார் இப்டி எழுதியிருக்கீய? அந்தாளு பொல்லாத ஆளாச்சே. சும்மா இருக்க மாட்டாரே. என்னத்தயாவது ஒண்ணச் செஞ்சிடக் கூடாது. அதான் பயமாயிருக்கு."

"பயந்து பயந்துதான், அவுருக்காவச்சிட்டி, நான் போலீஸ்ல மாட்டிக்கிட்டது போதும். இனிமயும் பயந்தா நம்மத் தல உருண்டிடும். அவுரு விசயத்துல உஷாராத்தான் இருக்கணும். உடனே இந்தக் கடிதத்தோட தூத்துக்குடி போங்க. தொடக்கக் கல்வி அலுவலரக் கண்டு பேசிக் கடிதத்த கைல ஒப்படச்சுடுங்க."

"சரிங்க ஸார் இப்பமே கிளம்புறேன்."

தங்கையா ஸார் போனப்பெறவு புள்ளியப் பூரா பேசி, சிரிச்சி, குதிச்சி, கொண்டாட்டாத்துலயிருந்து வரும் பேச்சொலிதான் திரும்பவும் கேட்டுச்சு. அதுலதான் எவ்வளவு சந்தோஷம், மகிழ்ச்சி, ஆனந்தம், பூரிப்பு, புன்னகை? ஆனாலும் வெங்கடாசல நாயக்கர்க்கு எரிச்சலாய் வந்துச்சு. கோபத்துல எந்திரிச்சு ஒவ்வொரு வகுப்பறயாகப் பார்த்துட்டு வரலாமான்னு நெனச்சார். பெறவு படாத பாடுப்பட்ட மன அழுத்ததுல எந்திரிக்க மனசில்லாமப் போச்சு. மிஞ்சி மிஞ்சிப் போனால் புள்ளிய எவ்வளவு நேரம் கத்தும், கத்திட்டுப் போவட்டும்னு கம்னு இருக்கச்சில, ஹெட்மாஸ்டரப் பார்க்க சுப்புலெஷ்மி டீச்சர் வந்தாள். அவளும் புள்ளங்க ஒற்றுமை, சுகம், சந்தோஷத்த

உடைக்கிற மாதிரிதான் சேதி கொண்டு வந்தாள். “என்ன டீச்சர் திடீர்னு வந்திருக்கீய? எதுவும் வேலயா”ன்னு வெங்கடாசல நாயக்கர் கேட்கச்சில, சுப்புலெஷ்மி சொன்னாள், “பெரிய வேலன்னு ஒண்ணுமில்ல ஸார். ஆனாலும் சிக்கலான வேல மாதிரி ஒண்ணு வந்திருக்கு. அத எப்டிச் சரி செய்யலாம்னு தெரியல. அதுக்குத்தான் ஒங்கக்கிட்ட வந்திருக்கேன்.”

“என்ன சிக்கல். அதச் சொல்லுங்க?”

“மேலத் தெருவுல காணாம போனவிய திரும்பக் கெடக்கணும்னு விஷேசப் பூச வச்சாவளாம். அங்கவுள்ள மிட்டாய், பண்டம் எல்லாத்தியும் புள்ளியளுக்குக் கொடுங்கன்னு கொடுத்து விட்டிருக்காவ.”

“அதுக்கென்ன கொடுத்திட வேண்டியதானே?”

“கொடுக்கிறதப் பத்தி ஒண்ணுமில்ல. எல்லாப் புள்ளியளுக்கும் கொடுக்கணும். ஆனா சேரிப் புள்ளியளுக்கு மட்டும் கொடுக்கக் கூடாதுன்னு கறாரா சொல்லிட்டுப் போயிருக்காக. அதான் என்ன செய்யன்னு தெரியல.”

“அடடா இது என்ன மடத்தனமாயிருக்கு? காலம் எப்டியெல்லாம் மாறிக்கிட்டிருக்கு? இப்பம் போய்ப் புள்ளியளப் பிரிச்சிப் பாத்து என்னத்த மிச்சம் கொண்டுபோவ முடியும்? இப்டியெல்லாம் பிரிச்சி வச்சு, தள்ளி வச்சு, அடி தடியிலயிறங்கி இப்பம் கொல, கொள்ள, சேதாரம்னு முடிஞ்சிருக்கு. நம்மளும் அது மாதிரி பாகுபாடெல்லாம் பாக்க வேணாம். புள்ளியன்னா எல்லாம் புள்ளியத்தான். நாந் துட்டுத் தாறேன் மிட்டாய் வாங்குங்க. கொடுக்கக் கூடாதுன்னு சொன்ன புள்ளியளுக்கும் சேர்த்துக் கொடுங்க. நம்மத் துட்டு. ஆரும் கேட்க முடியாது.”

தங்கையா ஸார் கடிதம் கொடுக்கப் போனயிடத்துல, உடனே பதில் கடிதம் கைல கொடுப்பாவன்னு நெனைக்கல. அதுவே ஆச்சரியமாகவும் ஆனந்தமாகவும் இருந்துச்சு அவருக்கு. கல்வி அதிகாரியும் கனிவோடு நடந்துக்கிட்டார். அவருடைய பேச்சு நிறைவாகவும் இருந்துச்சு. அப்பிக்கிட்டிருந்த பயமும் போச்சு. சாய்ந்தரம் வாக்குல ஊர் வந்துசேர்ந்தார். ஹெட்மாஸ்டரப் போய்ப் பார்த்தார். ஹெட்மாஸ்டர் பொன்னுத் தேவரக் கூப்பிட்டுவிட்டார். அவர் கைல கடிதம் கொடுக்கப்பட்டுச்சு. கடிதத்தப் படிக்கப் படிக்க முள்ளாய்க் குத்திச்சு. கடிதத்துல கண்ட உத்தரவுப்படி அவர் நாகலாபுரம் போகணும். ரொம்ப தொலவட்டும் கிடையாது. இன்னாத்தான் இருக்கு. பஸ் இருக்கு. போயிட்டு வந்திடலாம். ஆனாலும் பொன்னுத் தேவர்க்குத் தாங்கல. கடுப்பும் கோபமுமாய் இருந்துச்சு. எதக் கொண்டு

யார்க்கிட்டக் காட்ட? கடிதம் சொல்லுறபடிதான் நடக்கணும். போகணும். வரணும். இல்லன்னா தூத்துக்குடிக்குப் போகணும். அதிகாரியக் கண்டு பேசணும். வாதாடணும். அதிகாரி பிடிச்சப்பிடிலயிருந்தால் சண்டயிடணும். பெறவு என்னத்தயாது ஒண்ண செஞ்சிடக் கூடாது. அந்தப் பயமும் பொன்னுத் தேவர்க்கு இருந்துச்சு. எதோ சொல்ல வாய்யெடுத்தார். அதுவும் போலீஸ்ல நடந்தத நெனக்கச்சில அமுங்கிப் போச்சு. சின்னதப் பெருசாக்கி, பெருச நாலாக்கி, அதுல சுகம் கண்ட பொன்னுத் தேவர், இப்பம் வாய் மூடிக்கிட்டு நின்னார்.

இப்படிச் சத்தங்காட்டாம, கொடுத்த உத்தரவுக்குப் பணிஞ்சி, ஊரவிட்டு பொன்னுத் தேவர் போய்விட்டாலும், ஊர்க்குள்ள சந்தோஷங்கிறதே இல்லாமப் போச்சு. பையமார்க காணாமப் போனதும், கொலைகளச் செஞ்சது யாருன்னு மர்மம் நீடிச்சுக் கிட்டிருக்கத்தக்கன, பிடிப்பட்ட பையமார்க மேலே எல்லா கேஸ்களயும் வச்சாவ போலீஸ்காரவிய. அதுலயிருந்து ஒரே அலைச்சல். போலீஸ்க்குப் போறது, தூத்துக்குடி கோர்ட்க்கு போறது, வக்கீலப் பார்க்கிறது, பெரியாட்கள் தயவ வேண்டி அலைகிறதுன்னு காசு பணம் தண்ணியாய்ச் செலவழிஞ்சது. சூரப்புலியாய் வலம் வருகிற நாட்டாம ராமசாமி நாயக்கர் விளாத்திகுளம் மகன் வீட்டுலப் போய்ப் பதுங்கிக்கிட்டார். அடிக்கடி தொந்தரவு தாங்கலன்னவுடனே பஞ்சாயத்துத் தலைவர் மூலபடச் செட்டியாரும், “எப்பா, நா பஞ்சாயத்துத் தலைவரு. எது பேசினாலும் அதப்பத்திப் பேசு. இந்த அடிதடி, கொல விசயமாப் பேசாத. வராத”ன்னு சொல்லித் தப்பிச்சுக் கிட்டார். தலைவர் அங்கமுத்துத் தேவரப் பெரியாஸ்பத்திரில சேர்த்திருந்துச்சு. அவர் குடும்பமே அங்கத்தான் இருந்துச்சு. காணாதுக்குப் போலீஸ்காரவியளோட மல்லுக்கட்டினாவ. அவரவர் சோலிகளப் பார்க்க முடியல. திடீரென்னு திமுதிமுன்னு போலீஸ்காரவிய வந்தாவ. சந்தேகப்படுறவியளப் பிடிச்சிட்டுப் போயிட்டாவ. அதுக்கும் மெனக்கட்டு அலைய வேண்டியதிருந்துச்சு. காடு கழனியப் பார்க்க முடியல. வேலையாட்களுக்கும் பஞ்சம் வந்துச்சு. அதனால கூலியும் உயர்ந்துச்சு. கொடுக்க முடியாதவிய ஒத்தைல பாடுபட்டாவ. அவிய கறுத்து, சோர்ந்து, தேய்ஞ்சி, சுருங்கிப் போனாவ. நோய்வாயும் பட்டாவ.

தொடிச்சிக்கும் பெரும் சோகம், துக்கம், துயரம், கவலை, கண்ணீர் எல்லாம் வந்துசேர்ந்த கையோட பொறுப்பும் கூடிப் போச்சு. மரியசிலுவை தன் நிலத்தச் சீர்செஞ்சு ஊடு பயிர் வச்ச மாதிரி, தொடிச்சி நிலத்துக்கும் துட்டப் பாராம விதச்சுப் போட்டார். கருப்பாயி ஒத்தாசையாக இருந்தாள். அவளும்

ரெண்டாட்களக் கூட்டிட்டுப் போய்க் களைகள எடுத்து, உரம் வச்சு, தண்ணிப் பாய்ச்சி எல்லா வேலைகளயும் செஞ்சாள். தொடிச்சி கைலவுள்ள காசு பூரா காலியாப்போச்சு. துட்டுக்கு என்ன செய்யலாம்னு முழிச்சிக் கிட்டிருந்த நேரத்துலதான் குன்னிமரியான் வந்துசேர்ந்தான். அப்பாடி. குன்னிமரியானாவது மனுஷனாய் உயிரோடு வந்து நிக்கானேன்னு மனசத் தேத்திக் கிட்டாலும், அவனக் கண்டதும், "குன்னிமரியானா வா. ஓம் அண்ணணயும் ஓம் அப்பாவயும் வெட்டிக் கொன்னுட்டானுவ. கட்ட மண்ணாப் போறவனுவ"ன்னு கதறியபடிக் கொழுந்தன கட்டிப்பிடிச்சு அழுதாள். அவளது முழங்கால் சேலையப் பிடிச்சிக்கிட்டு இசபெல்லாவும் அழுதுட்டு. அங்ஙன உள்ளவிய எந்திரிச்சு வந்து தேற்றினாவ. குன்னிமரியானும் நில குலஞ்சுபோய், கல்லாய் நின்னான். அவனுக்கும் கைல மரணச் செய்தி கிடச்சதும், துக்கத்த அடக்க முடியல. பக்கத்துல இருந்தவிய தேற்றினாவ. உடனே புறப்படச் சொன்னாவ. அவனும் பட்டாளத்துலயிருந்து வந்திருந்தான். வர வர துக்கமும் சோகமும் முட்டிக் கவலைகள் ஜாஸ்தியாகிச்சு. அப்பாவும் போய் அண்ணனும் போய் இனிம மைனி என்ன செய்வாள்?

"இப்பமே போகணும் மேலத்தெருவுக்கு. ரகளப் பண்ணிடனும். ரெண்டுல ஒண்ணு பார்க்கணும். அவுகள வெட்டிச் சாய்ச்சாலும் பாதகமில்ல"ன்னு பன்னருவாளத் தூக்கிட்டு வந்தவன கடற்கரை மறிச்சிக்கிட்டார். "குன்னிமரியான் சும்மா இரி. தாக்குதல் நடந்திருக்கு. ஆனாலும் தாக்குனது ஆர்னு தெரியல. போலீஸ் தேடுது. அங்கமுத்து கை போயிக் கெடக்காரு. இந்த நேரத்துல நீ போய் என்னத்தயாது ஒண்ணச் செஞ்சா துன்பத்த வெலக் கொடுத்து வாங்கின மாதிரி ஆகிப்போம் பாத்துக்கா. அம்புட்டுத்தான் சொல்வேன்."

அவர் அவனோடு மல்லுக் கட்டிக்கிட்டிருக்கச்சில மரியசிலுவ வந்தார். அவருக்கும் விசயம் தெரிஞ்சிப் பதறினார். "மாப்புள மாப்புள செத்தப் பொறு. வீம்புல எதுவும் செஞ்சிடாத. பதிலுக்கு ஆப்பு வச்சுருக்கு. இப்பம் அது போதும். இனிம நடக்கிறதப் பாப்பும். நீ எத்தன நாளிருப்ப? அதுக்குள்ள செய்ய வேண்டிய வேலைக நெறயா இருக்கு"ன்னு அவர் சொல்லச்சில, அண்ணனும் அண்ணன் மகனும் செத்த இழவுல வந்து பூப்போல ஒட்டிக்கிட்ட மூக்கன் ஊடாலச் சொன்னார், "எப்பூ நடந்தது நடந்துபோச்சு. வைத்தான்செல்லையா சொல்றது வாஸ்தவமான பேச்சு. அதக் கேளு."

"பெரிய தூண்வ ரெண்டு நின்னுச்சு. திட்டம் போட்டு சரிச்சுப்புட்டாவ. இதுக்குமேல என்ன வேணும்?"

“அதுக்கு மேலேயே செஞ்சி வச்சுருக்கு. இனிமயும் சரவல வச்சுக்கிட்டாவன்னா, அவிய வால ஒட்ட அறுக்க நம்மக்கிட்ட ஆளுவயிருக்கு. நம்ம எதுக்கும் பயப்புட வேணாம். இப்பம் நமக்கு தலைக்கு மேல வேல கெடக்கு. பயிறு பச்சயெல்லாம் அடிச்சி மிதிச்சி ஒதவாம பண்ணிட்டானுவ. அதயெல்லாம் புதுப்பிச்சிருக்கு. அதுலப் போட்ட முதல எடுக்கணும். அதயும் இதயும் போட்டு காள வாசலப் புதுப்பிக்க பாருங்க. இப்பம் மார்கழி பெறந்துட்டு. இனிமப் புதுவருசம் பெறக்கும். பொங்க வந்தா செங்கச் சூள வேல ஆரம்பம். எல்லாத்தியும் பாக்கணும் நாம.”

“எல்லாம் சரிதான். இப்பம் இழந்துல நிக்கேன். இப்டித் தெரிஞ்சா நா பட்டாளத்துக்குப் போயிருக்க மாட்டேனே. அவிய மூஞ்சிலகூட முழிக்க முடியாம ஆகிப்போச்சே. கொள்ளி வைக்கக்கூட நா இல்லாமப் போனேனே.”

“சரிப்பா. நீ இழந்துட்டதா சொல்ற. ஒம்ம மைனியப் பாரு புருஷனயும் மாமனயும் இழந்து நிக்கா, இழந்தவியளுக்கு நம்ம ஏதாவது செஞ்சுத்தானே ஆவணும்? இப்பம் அழுதுக் கிட்டிருந்தா ஒண்ணும் நடக்காது. ஆக வேண்டிய காரியத்தப் பாக்கணும்”ன்னு மரியசிலுவ சொல்லச்சில நிதானமாயிக் கிட்டான் குன்னிமரியான்.

2

இசபெல்லாவுக்குத் தகப்பன் மூஞ்சித் தெரியாமப் போகுமோ? தகப்பனயும் தாத்தாவயும் வெட்டிக் கொல்லச்சில அவளுக்கு ரெண்டு வயசு. ஓடித் திரிஞ்சித் துள்ளிக் குதிச்சிப் பேசி மகிழ்ந்து சுறுசுறுன்னு வளர்ந்து நிற்கிற அழகிய சிறுமிக்கு ஆகஸ்ட் வந்துச்சுன்னா அஞ்சு முடிஞ்சி ஆறு பெறக்கும். அவளது தாய் தணல்ல நிக்கச்சில அவியளக் கட்டி அணச்சு அழுது புலம்பி, கண்ணீர் சிந்தினாள் பெர்டின் சிஸ்டர். "நீங்க ஒண்ணுக்கும் கவலப்படாதீங்க. பயப்புடாம இரிங்க. நாங்க இருக்கோம்." சிஸ்டர் மெப்புக்குச் சொல்லல. சொன்னதோடு நின்னுக்கிடவும் செய்யல. ஒரு தொகயை வாதாடிப் பெற்றாக. அதத் தூத்துக்குடி மேற்றாசனத்துலருந்து கொடுத்தாக. தொடிச்சியும் மனங்கோணாம வாங்கிக்கிட்டாள். அடுத்த மாசமும் கைச்செலவுக் கொடுக்கச்சில, சங்கடமாப் போச்சு. ஊகூம், வேண்டாவே வேண்டாம்னு மறுத்தாள். சிஸ்டரும் விடல. தொடிச்சியப் பிடிச்சி நிறுத்தி உள்ளங்கைல திணிச்சிட்டுச் சொன்னாக, "பணத்த வாங்கிக்காங்க. இது யார் பணமும் கெடயாது. எம் பணம். என் உழைப்புக்குத் தருற பணம். அதத்தான் தாறேன்." சிஸ்டர் கனிவாய்ச் சொல்லச்சில தட்ட முடியல. அவிய நெனச்சா சுகஜீவியாயிருக்கலாம். சேவ செய்யணும்னு கணக்குக் கிடையாது. ஆனாலும் இக்குக்கிராமத்துக்கு வந்து அடிதடி, கலாட்டா, சண்ட, வெட்டு, குத்து, கொலன்னு

விழுந்தாலும், அதயும் பார்த்துக் குமுறிக் காயங்களுக்கு மருந்து தடவிக் கட்டுப்போட்டு ஊசி மருந்து மாத்திரைகள் கொடுத்து அனுப்புவாக. அதுவும் காணாதுன்னு புள்ளியளக் கவனிக்கிற பொறுப்பும் சேர்ந்துபோச்சு. இதுல வேறு கோவிலையும் கட்டிக்கிட்டிருக்காக. அதயும் கவனிச்சிகிடுவாவ. இதுக்கிடைலத்தான் மாசம் தவறாமப் பணத்தக் கொடுக்காக.

தொலவெட்டுலயிருக்கிற ஊர்களுல விஷக்காய்ச்சல் பரவுதுன்னதும் பெர்டின் சிஸ்டர் போனாவ. பெறவு திரும்பி வரல. அவியளுக்குப் பதிலாய் இன்னொரு சிஸ்டர் வந்தாக. ஆக்னஸ் சிஸ்டர் ஊர்க்குள்ள வர மாட்டாவ. ஆஸ்பத்திரியக் கவனிச்சுக்கிடுவாவ. சாய்ங்காலம் கார் வரும். அதுல விளாத்திகுளம் போவாவ. மக்காநாளு காலைல காருல வந்து இறங்குவாவ. பெர்டின் சிஸ்டர் இல்லைங்கிற குறய அவிய பணம் வந்து காப்பாத்திச்சு. எக்காரணத்தக் கொண்டும் நிறுத்தல. தொடிச்சியும் சுகசெய்தியக் கேட்டு எழுதுவாள். சிஸ்டரும் கடிதம் எழுதுவதுண்டு. இசபெல்லாவப் பத்தி ஆவலாய்க் கேட்பாக. இசபெல்லாவுக்கு ஆறு வயசானதும் எங்கிட்ட அனுப்பிடுங்க. அவளப் படிக்க வச்சு ஆளாக்கிற பொறுப்பு என்னதுன்னாக.

ஒரு நாள் திடூரென்னு பெர்டின் சிஸ்டர் வந்தாக. அவியளப் பார்க்கணும் பேசணும்னு நெனச்சுக்கிட்டிருக்கச்சில எதிர்பாராத சந்திப்பு. ஆச்சரியம் வந்துச்சு. “வாங்க. வாங்க சிஸ்டர் வாங்க. வணக்கம்”ன்னு தொடிச்சி வரவேற்றாள். உடனே ஓடிப்போய் நாற்காலியத் தூக்கி வந்து முற்றத்துலப் போட்டாள். சிஸ்டரும் அதுல உக்காருவதற்கு முன்ன துண்ட வச்சுத் துடச்சிக்கிட்டாக. அவிய கரண்டக் கால் முட்டும் மூடியிருக்கிற வெள்ள கவுன்ல ஒரு துளி அழுக்கில்ல. அது பளபளத்துச்சு. அதுக்குக் கீழக் கருப்பாய் ஷூ தெரிஞ்சது.

பெர்டின் சிஸ்டர் யார் வீட்டுக்குப் போனாலும் உண்ண உணவு, காபி, டீ எதுவும் சாப்பிடமாட்டாக. அமலோற்பம் வீட்டுல இருக்கச்சில அவியளுக்குத் தனிச் சமையல். அதே மாதிரித் தனி ஏனம், டம்பளர், செம்புன்னு வச்சுருப்பாவ. அதனாலேயே கடைக்குப் போய் ‘கலர்’ வாங்கிட்டு வந்தாள் தொடிச்சி. “ஒங்களுக்கு ஏன் சிரமம்? இத எதுக்கு வாங்கிட்டு வந்தீங்க?” பெர்டின் சிஸ்டர் கேட்கச்சில, தலையை மட்டும் அசச்சுக்கிட்டு, பாட்டிலத் திறந்து, “இந்தாங்க குடிங்க”ன்னு நீட்டினாள் தொடிச்சி. அவளக் கூர்ந்து பார்த்தாக சிஸ்டர். தொடிச்சியும் தளர்ந்து போயிருந்தாள். உயிர்க்கு உயிராவுள்ளவியள இழந்த சோகம் இன்னும் போகல. அது அகலாம தெரிஞ்சது அவள் மூஞ்சில. ஆனாலும் தொடிச்சி

சாடச்சப்பட்டன்னு இருக்கல. அவளது தலைல எண்ணெய்ப் பதம் இருந்துச்சு. தலய ஒழுங்காய் வாரி கொண்டயிட்டிருந் தாள். துவச்சு மடிச்சச் சேலய அணிஞ்சிருந்தாள். ரவுக்கயும் புதுசாய் இருந்துச்சு. சிஸ்டரும் கலர் பானத்த மெள்ளப் பருகிக்கிட்டே கேட்டாக, “இசபெல்லாவ எங்கக் காங்கல?”

“முனியம்மாகூட விளாத்திகுளம் போயிருக்கா.”

“செங்கச் சூளைல வேல துவங்கியாச்சா?”

“ஒரு காள வாசல் இறக்கியாச்சு. அந்தச் செங்கல வித்திக்கிட்டிருக்கு. அடுத்தாப்பல கல்லறுக்கத் தொடங்கியிருக்கு. அதயும் ஆளுவ வச்சுத்தான் அறுக்கு. இன்னும் ஒரு வாரத்துல முடிச்சிடுவாவ. பெறவு காள வாசல்ல அடுக்கணும்.”

“எதுவும் பணம் வேணும்மா?”

“பிஞ்ச வெளஞ்சி, அத வித்தத் துட்டுருக்கு.”

“காணாட்டனா கேளுங்க. தாறேன்.”

“இப்பம் ஒண்ணும் வேணாம். இசபெல்லாவ பள்ளில சேர்க்கணும். வயசு ஆறாகுது. அதப்பத்தித்தான் யோசிச்சிக் கிட்டிருக்கேன்.”

“நான் சொன்னேன்னுல எங்கிட்ட வுட்டுடுங்கன்னு. பெறவென்ன யோசன? நான் கூட்டிக்கிட்டுப் போறேன். அவளப் படிக்கவச்சு ஆளாக்கிற பொறுப்பு எம் பொறுப்பு.”

பெர்டின் சிஸ்டர் நம்பிக்கையோடச் சொல்லச்சில, பூரிச்சுப் போனாள் தொடிச்சி. அப்பந்தான் செத்தைக்கு அங்கிட்டு நின்னு எட்டிப் பார்த்த சம்முகக்கனியக்கா, “ஹைய் நம்ம பெர்டின் சிஸ்டருல வந்திருக்காவ”ன்னாள். ஒரு வாளி துவச்சத் துணிகளக் காயப்போட வந்தவள், அத அப்படியே வச்சிட்டு உடனே ஓடி வந்தாள். திண்ணைல கால் நீட்டி உக்கார்ந்திருந்த புஸ்பம் பெரியம்மா, மருமகள் விரசலாய் ஓடுவதக் கண்டு, “என்னளா. என்ன விசயம். எங்க ஓடுறாப்புலயிருக்கு?”ன்னு கேட்டாள்.

போறப் போக்குல சம்முகக்கனி சொன்னார், “அன்னா தொடிச்சி ஊட்டுக்குப் பெர்டின் சிஸ்டர் வந்திருக்காவ. பாக்கப் போறேன்.”

“அப்டியா வந்திருக்காவளா? அவியளப் பாத்து எம்புட்டு நாளாச்சி. நானும் வாறேன்.”

எல்லாருக்கும் உள்ளூரச் சந்தோஷம். முன்னெல்லாம் சிஸ்டர அடிக்கடி பார்ப்பாவ. அமலோற்பம் வீட்டுக்குப்

போனா சேர் போட்டு உக்கார்ந்து பேசலாம். எதுவும் யோசனச் சொல்வாவ. முடிஞ்சதச் செஞ்சும் கொடுப்பாவ. இப்பம் சிஸ்டர்க்குச் சொந்த வீடு கட்டியாச்சு. அங்கத்தான் ஆஸ்பத்திரியும் இருக்கு. நெனச்ச நேரத்துக்குப் போக முடியாது. அப்பிடியே போனாலும் காத்துக் கிடக்கணும். வேல மெனக்கட்டுப் போவும். அதுக்காகச்சிட்டி அங்ஙன போறதே கிடையாது. அப்பிடித் தடையில்லாமப் பழகி, பேசி, உதவின பெர்டின் சிஸ்டர் பார்க்க வந்திருக்காவன்னு தெரிஞ்சதும் விரசலாய்த் தொடிச்சி வீட்டுக்குள் நுழைஞ்சாவ. அவியளயும் சிஸ்டர் வரவேற்றாவ, "வாங்க. வாங்க. எல்லாரும் நல்லாயிருக்கீங்களா ?"

"நீங்க எப்டியிருக்கீய. நல்லாயிருக்கீயளா ?"

"மாதா கிருபைல நானு நல்லாயிருக்கேன்."

"இந்தப் பக்கமே ஆளக் காங்கல. ஓங்களப் பாத்து எம்புட்டு நாளாச்சு? இப்பந்தான் பாக்கிறா போலயிருக்கு ?"

"என்னத்தான் மாத்திட்டாங்களே, இப்பம் விளாத்திகுளத்துக்கு ஒரு புரோகிராம் விசயமா வந்தேன். அப்டியே ஓங்களயும் பாத்துட்டுப் போவலாம்னு வந்திருக்கேன்."

"அப்டியா சிஸ்டர்? ஓங்கள மாதிரி இப்பம் வந்திருக்கிற சிஸ்டர் இல்ல. எங்கக்கிட்ட பேசக்கூடப் பயப்புடுறாவ."

"இது அவுக அவுக விருப்பத்தப் பொறுத்தது. நம்ம அதுல தலயிட முடியாது. அவுகப் பயப்புடுறாங்கன்னா ஊர் நெலவரத்தக் கேள்விப்பட்டிருப்பாங்க. அதுனால பயமிருக்கும். நீங்க அடிக்கடி போய்ப் பாருங்க. எல்லாம் சரியாகிப் போவும்."

"சிஸ்டர் எதாச்சும் சாப்பிடுறீயளா ?"

"இப்பம்தான் கலர் குடிச்சேன்."

அந்த நேரத்துல கிளமெண்ட் பாதரும் ஆக்னஸ் சிஸ்டரும் அங்ஙன வரச்சில, "ஏளா தொடிச்சி, இன்னாபாரு ஓம் ஊட்டுக்குப் பாதரும் புது சிஸ்டரும் வாராவ." எதிர்க்கப் பார்த்த புஸ்பம் பெரியம்மா சொல்லச்சில, எல்லோரும் ஏறிட்டுப் பார்த்து, "ஸ்தோத்தரம் பாதர்" "வணக்கம் சிஸ்டர்" "வாங்க பாதர்"ன்னு வரவேற்றாவ. தொடிச்சி பரபரப்பானாள். சட்னு வீட்டுக்குள்ளப் போய் இன்னொரு நாற்காலியயும் ஸ்டூலையும் தூக்கிக்கொண்டு வந்து போட்டாள்.

முற்றத்துல நின்ன கிளமெண்ட் பாதர் சொன்னார், "அந்தோணியம்மா நாங்க உடனே கிளம்பணும். அதுக்கு முன்னால ஒரு காரியம் சொல்லிட்டுப் போகத்தான் வந்தோம். தீர்ப்பாகிப் பணம் கைக்கு வராம இருக்கில்ல. அது இந்த வாரம்

கொடுக்காங்க. நம்ம வக்கீல் வந்து சொன்னார். ஒங்களுக்கு என்னக்கிக் கொடுப்பாங்க, எப்பம் கொடுப்பாங்கன்னு கடிதம் வரும். சிஸ்டர்க்கிட்டே சொல்ங்க. சிஸ்டரயும் கூட்டிக்கிட்டுப் போங்க. பணத்த வாங்கிக்காங்க. ஒண்ணுக்கும் கவலப்படாதீங்க. நம்மள ஆண்டவர் கைவிட மாட்டார்."

"இந்த உதவிய வேற ஆரும் செஞ்சித்தர மாட்டாங்க. நீங்க செஞ்சுத் தந்ததுக்கு நானு என்ன கைம்மாறு செய்யப் போறேன்னு தெரியல."

"நீங்க ஒண்ணும் செய்ய வேணாம். ஒங்களுக்கும் ஒங்கப் புள்ளைக்கும் ஆண்டவரின் ஆசிர்வாதம் எப்பமும் இருக்கும்."

கண்ணுல கட்டிய நீரத் தொடிச்சி, சேல முந்திய வச்சுத் துடச்சுக்கிட்டாள். பெர்டின் சிஸ்டரும் அவள மெள்ளத் தட்டித் தேற்றினாள். சம்முகக்கனியும் கண் கலங்கினாள். அவளும் பக்கத்துலயிருந்து பார்க்கிறாள். அதுலயும் பாதர் சொன்னதைக் கேட்கச்சிலயும் அவியெல்லாம் செய்கிற உதவிகளப் பார்க்கச்சிலயும் இந்தக் கிறிஸ்தவ மதத்துக்கு நம்மளும் போனா என்னன்னு இருந்துச்சு அவளுக்கு.

"இனிமயும் இந்த இந்து மதத்துல என்னத்துக்கு இருக்கணும்? இருந்து என்னத்தக் கண்டோம். சடையன் சாம்பான் பிடிச்ச மண்ணு, அது மண்ணாத்தான் இருக்கு. சந்தி மறிச்சாளுக்கு வருசம் வருசம் எடுக்கிற கொடயும் செலவும்தான் மிச்சம். அதுவும் எவ்வளவு காலம்தான் எடுக்கப் போறாவளோ தெரியல. அதுக்குள்ள சண்ட போட்டு அழிஞ்சிடுவாவப் போலத் தெரியுது."

"என்னடி நீ சந்தி மறிச்சாள இழுக்க. அவ நம்க்கிட்ட காலம் காலத்துக்கு உக்கார்ந்திருக்கிற தெய்வம். அவளக் கொற சொல்ல நமக்கு யோக்கியதக் காணாது."

"ஆமா யோக்கியத காணாதுதான். சரி. அவ முன்னேதானே ஊர் கூடுறீய, எல்லாத்தீயும் பேசுறீய? பணம் பிரிக்கீய. கொடை எடுக்கீய. பக்கத்து ஊட்டுல ரெண்டு உசுர் போயிருக்கு. அடிச்சி வெட்டி எதிராளிக கொன்னியிருக்கானுவ. ஊருலருந்து என்னத்தச் செஞ்சிருக்கீய? எதுவும் பணம் கிணம் பிரிச்சிக் கொடுத்தீயளா. இல்லன்னா அதுக்கான முயற்சியில இறங்கியிருக்கீயளா. சொல்ங்கப் பாப்பும்?"

"என்ன இப்டிச் சொல்லிட்ட, ஊருலருந்து ஒண்ணுமே செய்யலன்னு? கொலைக வுழுந்த அன்னக்கி எல்லாருமா போய் ரோட்ட மறிச்சி உக்காரல? நீயும் கூடத்தானே வந்த?"

“கொலைங்க வுழுந்து போச்சு. தெரு ஆட்களயும் போலீஸ்காரவிய பிடிச்சுட்டுப் போயிட்டாவ. அவியளவிடச் சொன்னோம். இல்லன்னா எந்திரிக்க மாட்டோம்னு உக்கார்ந்தோம்.”

“சரி அடக்கம் ஆரு எடுத்தா? ஊருலருந்தானே எடுத்துச்சு.”

“ஆமா பெரிய அடக்கம் எடுத்தீய அடக்கம். எங்க ஊருலருந்தான் அடக்கம் எடுப்போம்னு ஒங்களாலச் சொல்ல முடிஞ்சதா? கிளம்மெண்ட் பாதர் கிறிஸ்தவியக் கோயில்ல ஞானஸ்தானம் பெற்றவிய. கிறிஸ்தவ முறப்படி அடக்கம் எடுக்கணும்னு மைய வண்டியப் புடிச்சுட்டு வந்துட்டாவ. தூத்துக்குடிலயிருந்து பெட்டிச் செஞ்சி வந்துச்சு. கிறிஸ்தவிய அடக்கம் எடுத்தாவ. நீங்க நாங்கதான் எடுத்தோம்னு பீத்துறீய.”

“நாங்க எடுக்கல அடக்கம்னு சொல்ற சரி. அன்னக்கி ராவோட ராவோ மேலத்தெருவ அடிச்சி கெடத்துனது, இன்னக்கித் துண்டக் காணோம் துணியக் காணோம்னு அலைகிறானுவ. இது ஆர் செஞ்சது, நாங்கத்தானே?”

“நாங்கத்தான் செஞ்சோம்னு சொல்லாதீய. இன்னும் ஆளுவ தட்டுப்படலன்னு தேடிக்கிட்டிருக்காவ. நா நீன்னா அவ்வளவுத்தான். ஒங்களப் புடிச்சி உள்ள வச்சுடுவாவ. பெறவு அப்பாடேன்னாலும் முடியாது. ஆத்தாடின்னாலும் முடியாது. பார்த்துப் பேசுங்க.”

“இதுக்கு நீ என்னதான் செய்யணுங்க?”

“பேசாம சாமியப் பாத்து, ஞானஸ்தானம் வாங்கி கிறிஸ்தவங்களா மாறிட வேண்டியதுதான்.”

“அதுலப் போனா எல்லாப் பிரச்சனயும் தீர்ந்துபோய், சாதியெல்லாம் இல்லாம போகுமாங்கும்?”

“தீருமோ தீராதோ அதெல்லாம் தெரியாது. அதுலதான் மருவாதயிருக்கு. ஒழுங்கிருக்கு. ஒழுக்கமிருக்கு. போட்டி பொறாமயில்ல.”

“அதுலயும் சாதியிருக்குத் தெரிஞ்சுக்கா.”

“இருந்தா இருக்கட்டும். இந்த மாதிரி மனுஷ மாமிசத்த சாப்புட்டு ரத்தம் குடிக்கிறவிய இருக்க மாட்டாவுளா. அது போதும்.”

“நீ ரொம்பப் பேசுற. இதெல்லாம் எப்டிப் படிச்ச? ஆர் சொல்லிக் கொடுத்தா?”

“என்ன இப்டிக் கேட்டிட்டீய? நானு புத்தியில்லாத வெறும் சிறுக்கின்னு நெனச்சுக்கிட்டீயளா? நாவொன்னும் மரக்கட்டயில்ல. தீ வச்சா பொசுங்கிப் போவ.”

“ஒண்ண மட்டும் தெரிஞ்சுக்கா. நீ மந்திரம் படி. ஞானஸ்தானம் எடு. கிறிஸ்தவனாகிக்க. என்ன மட்டும் அதுல சேக்காத. நா என்னைக்கும் மின்னடிச் சாம்பான் மவன் கடக்கரச் சாம்பான்தான். எனக்கு என்னைக்கும் தெய்வம் சந்தி மறிச்சாள்தான். நா அவளுக்குப் பாடுவேன். ஆடுவேன். குதிப்பேன். கும்மாளம் போடுவேன். என் விசயத்துல நீ தலயிடக் கூடாது. ஆமா. பாத்துக்கா.”

“என்னத்துக்கு ஒங்களுக்கு இந்தச் சந்தேகம்? என்னக்கி நானு ஒங்க ஆட்டம் பாட்டத்துக்குத் தடயாயிருந்தேன். ஒங்கம்மாதான் ஒங்கள ஆடக் கூடாதும்பாவ.”

“நா இந்து மதத்துலருக்கிறது ஒனக்குப் பொசக்காப்பு ஆகிடக் கூடாதுல்ல. அதுக்குச் சொல்றேன்.”

“நல்லா சொன்னிய சொரக்காய்க்கு உப்பில்லன்னு. நீங்க நா, நம்ம புள்ளிய நல்லாயிருக்கணும், ஊரும் முன்ன மாதிரி யிருக்கக் கூடாது. ஊரும் முன்னுக்குப் போகணும்னுதான் நானு மதம் மாறுறது.”

உடனுக்கு உடன் பதில் அடைக்கிற பெஞ்சாதிக்கிட்ட, என்ன கேட்கயிருக்கு? சம்முகக்கனியும் ஒரு முடிவோடு இருக்காள். அவக்கிட்ட வாய்க் கொடுத்து வாய் வாங்க முடியல. அவப்போக்குல விட்டிடணும். தடுத்தாத்தான் சிக்கல். நாம ஒண்ணச் சொல்ல, அவ ஒண்ணச் சொல்லச் சண்ட வரும். ஆயிரத்தெட்டு நூரநாட்டியம் இருக்கும் அதுல. அதுக்கில்லாமப் புள்ளி வைக்கணும். கடற்கரையும் அப்படித்தான் பேசவும் செஞ்சார், “ஓம் விசயத்த நீ பாரு. எம் விசயத்த நா பாக்கேன். இப்பம் பசிக்குது. பழயதிருந்தா புழிஞ்சி வச்சுத் தா.”

“என்ன அங்ஙன சொணங்கிட்டிருக்க? எந்திரிச்சிச் சோலியப் பாரு” கடற்கரை திரும்பவும் சொல்லச்சில, சம்முகக்கனி இருக்கிற பழையதைப் பிழிஞ்சி வச்சு, கிடக்கிற சுண்டக் குழம்ப ஊத்திக் கொடுத்தாள். அவர் சாப்பிட்டுக்கிட்டே கேட்டார், “புள்ளியள எங்கக் காணும்?”

“அப்பாடி இப்பமாது புள்ளிய ஞாபகம் வந்துச்ச. அவிய ஒங்கம்மாகூட முனியம்மா ஊட்டப் பாக்கப் போயிருக்காவ.”

“ஏய்... அங்க எதுக்கு அனுப்புன? முனியம்மாவுக்கு வாக்கப் பட்ட அந்தப் பய ஒரு மாதிரில்ல. என்னத்தயாவது ஒண்ண வெடுக்னு கேட்டுட்டு அவள என்னமும் செஞ்சிக் கூடாது.”

“ஆர்சொன்னா அவன் அப்டி யாளுன்னு. அவன் இங்ன வரச்சில என்ன சொல்லி வாப்பார்ன்னா தெரியுமா? அவஞ் சொல்றதக் கேட்டு எனக்கு கண்ணீர் வந்துற்று.”

“அப்டி என்னதான் சொன்னான்?”

“எவ்வனோ ஒரு எடுப்பட்டப் பெய சொல்லிருக்கான், முனியம்மா நாயக்கர வச்சுருந்தாளாம். அதுனால நாயக்கர் அந்த ஊட்டக் கொடுத்தாராம். வெக்கமில்லாம் அவளக் கட்டிக்கிட்டு அந்த ஊட்ல இருக்கீயன்னு கேட்டிருக்கான் இப்டிச் சொன்ன பெறவு கோவம் வராது? வெடுக்னுத்தான் பேசுவான்.”

“அய்யய்யோ இதென்ன வம்பாயிருக்கு? எதுக்கு இப்டிச் சொன்னானுவ? நாசமுத்துப் போவானுவ என்னத்தயாவது ஒண்ணச் சொல்லிக் குடும்பத்த ரெண்டாக்கிவிடுவாம்போல இருக்கே. இதக் கேட்டு அந்தப் பய. முனியம்மாகூடச் சண்ட கிண்ட போட்டிடக் கூடாதே. சந்தேகம் பொல்லாதது. நீ புத்தி சொல்லி அனுப்பினீயா?”

“சுத்தி வளச்சி ஒடியாம நல்லபடியாச் சொல்லிருக்கு. நா, ஓங்கம்மா, தொடிச்சி, கருப்பாயி அத்த எல்லாருமா சேர்ந்துதான் முனியம்மா புருஷன உக்காரவச்சுப் பேசினோம். ஓம் பொஞ்சாதி வயசான நாயக்கர்க்குப் பாடு பாக்கத்தான் போனா. அவுரு மாசச் சம்பளமும் கொடுத்து, சாகப் போற நேரத்துல, இந்த ஊட்டயும் ஓம் பொண்டாட்டிப் பெயருல எழுதி வச்சுட்டுப் போயிட்டாரு. அது தங்கமான புள்ள. ஒனக்கு ஏத்தவா. சொல்வார் பேச்சக் கேட்காத. எதுவும் ஒண்ணுன்னா வா, பாத்துக்கிடலாம்னு அவன அனுப்பிவச்சோம். இப்பம் ஓங்கம்மா எல்லாத்தியும் கூட்டிக்கிட்டு அவியளப் பாக்கப் போயிருக்காவ. காலைல போனவிய. இப்பம் வரக்கூடிய நேரம்தான்.”

அப்பந்தான் சொல்லி வாய் மூடல, அதுக்குள்ள எல்லாரும் வந்துட்டாவ. கடற்கரைக்கும் அங்ஙன நடந்ததக் கேட்க ஆர்வம் பொங்கிச்சு. அவருக்கும் இங்ஙனக்கூடி நடக்கிற ஒண்ணும் தெரிய மாட்டுக்கேன்னு சலிப்பு. இல்லன்னா நடந்த கொலைக, தாக்கு, போலீஸ், பிரச்சனயெல்லாம் உடனே தெரிஞ்சுருக்க வேண்டாமா? இப்பமும் மேலத்தெருவத் தாக்குனது யாருன்னு தெரியல. மெப்புக் குன்னாலும்,

நாமத்தான் தாக்குனோம், பதிலடி கொடுத்தோம்னு சொல்லிட்டு அலைகிற ஆளுவளுல அவரும் ஒருத்தர். அன்னக்கி ரெண்டு கொலைக விழுந்தவுடனே, பதில்க்கு பதில் செஞ்சாச்சி. அது யார் செஞ்சா என்ன? நம்மளே செஞ்ச மாதிரி உணர்வுலதான் இப்பமும் இருந்தார் கடற்கரை. ஆனாலும் முனியம்மாள் வீட்டுப் பிரச்சனத் தெரியலேயேன்னு வருத்தம். அவர் சாப்பிட்டு எழுந்தபடி, "என்ன புதுமணத் தம்பதிக எப்டியிருக்காவ. சண்டச் சச்சரவு ஒண்ணுமில்லைல?"ன்னு அடக்க முடியாத ஆர்வத்துல கேட்டார். புஸ்பமும் சாதாரணமாகச் சொன்னாள், "அவிய நல்லாத்தான் இருக்காவ. எவ்வனோ இல்லாதத பொல்லாதத சொல்லப் போயித்தான் அவளுக்குப் பெரிசாப் போச்சு. இப்டிச் சொல்லிட்டாவளன்னு முனியம்மாதான் அழுதா. அவளத் தேர்த்தி வச்சுட்டு வந்திருக்கு."

இசபெல்லா கையப் பிடிச்சிக்கிட்டு வருகிற தொடிச்சி யின் சத்தங் கேட்டதும், முற்றத்துல நின்ன புஸ்பம் திரும்பிப் பார்த்தாள். "தொடிச்சியா வா. வா. ஒன்னத்தான் ஒந் தங்கச்சி கேட்டா. கொஞ்ச நேரம் அழுதா. அவளத் தேத்தி வச்சுருக்கு. இப்பம் ஒண்ணுமில்ல. அவ புருஷன் கிருவமானவந்தான். சொல்லுறதப் புரிஞ்சிக்கிட்டு நல்லபடியாதான் இருக்கான்."

"முனியம்மா மாப்புள்ள அப்புராணி. அவியக்கிட்ட இப்டியெல்லாம் சொல்லிக் கொடுக்காவுளே. ஒரு குடும்பத்தக் கெடுத்து என்னத்த அள்ளிட்டுப் போவப் போறாவ"ன்னு சம்முகக்கனி விசனப்பட்டுக்கிட்டாள். அவளது முந்திய இழுத்துத் தொந்திரவு செஞ்சப் புள்ளியள அதட்டினாள், "சும்மா இருங்கல கையக் கால வச்சுக்கிட்டு. இவ்வளவு நேரம் இவிய இல்ல. ஒரு ஒவத்திரமும் இல்லாம இருந்துச்சு." பெறவு புள்ளியளும் தொட்டுப் பிடிக்க ஓடினாவ. அவியளுக்குப் பயந்து ஆடுவளும் சிதறி ஓடிச்சி. சம்முகக்கனி விட்டதுலயிருந்து தொடர்ந்தாள், "தொடிச்சி, சாமி வந்திருக்காவளாம். எம் புள்ளியள தூத்துக்குடி பட்டணத்துல சேர்க்கிறதப்பத்திப் பேசணும். நீயும் கூட வந்தா ஏந்தலாருக்கும். வாரீயா?"

"ம்... போய்க் கேட்போம்."

"போங்கப் போங்க. எல்லாரும் சாமியார் பெறத்தாலப் போங்க. ஒங்களுக்குத் தூக்கிட்டுக் கொடுப்பாரு வாங்கிக்காங்க"ன்னு வெடுக்னு புஸ்பம் சொல்லச்சில, கடற்கரை வாஞ்சனயோட சொன்னார், "நீ எதுக்கம்மா அப்டிச் சொல்ற? அவியளால தொந்தரவு கெடையாது. நிம்மதியாயிருக்குன்னு சொல்றாவ. அத நம்ம ஏன் கெடுக்கணும்? நம்ம சந்தி மறிச்சாளக் கும்பிட்டா அவிய மேரி மாதாவ கும்புடட்டும்."

“ஒங்க மவன் சொல்லிட்டாவுல கேளுங்க”ன்ன சம்முகக்கனி, தொடிச்சியப் பார்த்துச் சொன்னாள், “வா தொடிச்சி நம்மப் போவோம். இப்பம் போனாத்தான் வேல நடக்கிறயிடத்துல சாமி நிப்பாவ. கண்டு பேசலாம். பொழுதடைஞ்சா பாக்க முடியாது.”

கிளமெண்ட் பாதர் நேத்து வந்த மாதிரி இருக்கு. அதுக்குள்ள நாலு வருஷம் ஓடிப்போச்சு. பெர்டின் சிஸ்டரும் இப்பந்தான் மாத்தலாகி இருக்காவ. அவியளும் சாதித்திமிரயும் ஜனச்சிக்கல யும் பார்த்துட்டாவ. ஒவ்வொரு நாளும் சிரமங்கத்தான் ஜாஸ்தி. ஆனாலும் முன்ன மாதிரி இப்பம் இல்ல. கீழத்தெருக்காரவியள, மிரட்டுறதுக்கு உருட்டுறதுக்கு முறைக்கிறதுக்கு அடிக்கிறதுக்கு ஆளுமில்ல. அப்பிடியே ஆள்வயிருந்தாலும், அவியளும் வாலச் சுருட்டி வச்சுக்கிட்டிருக்காவ. கிறிஸ்தவிய திடப்பட்டுக்கிட்டாவ. அவியளுக்கு அலுவலகம், ஆஸ்பத்திரின்னு கட்டியாச்சு. எல்லாம் காரக்கட்டிடம். மலங்காட்டு மரத்தைப் பரப்பி, சிமெண்ட் வாங்கி செங்கல் குத்துன மட்டப்பா. கரண்ட்டும் எடுத்தாச்சு. இரணூறு பேர் உக்கார்ந்து பூசப் பார்க்கிற மாதிரி கோவில் வேலைங்க நடக்கு இப்பம். அதயும் திரட்சியாய்க் கட்டுறாவ. கிளமெண்ட் பாதர் காரியஸ்தர். எப்டி வளஞ்சி எப்டி நிமிரணும்னு தெரிஞ்சவர். அதிலயும் அவர் பொறுமைசாலி. அப்டியில்லன்னா ஒரே நேரத்துல மூணு ஊருல கோவில் கட்டுற வேலைகளக் கொடுப்பாவளா? அதுவுமில்லாம ஊர் வளர்ச்சி, ஜனங்க உடல் நலம், புள்ளியக் கல்வி எல்லாத்தியும் சேர்த்துச் செய்கிறார். இப்பமும் அதே விசயத்துக்காகப் போனால் பதில் சொல்ல மாட்டாரா என்ன?

ஒருநாள் தொடிச்சி கேட்கத்தான் செஞ்சாள். அதுக்குப் பாதர் சொன்னார், “நீங்க என்னத்துக்கு தூத்துக்குடில கொண்டு பிள்ளைங்களச் சேர்க்கணும்னு ஆசப்படுறீங்க? நட தூரத்துல பள்ளிக்கூடமிருக்கு. அருமையான பள்ளிக்கூடம். வெங்கடாசலம் ஸ்கூல நல்லா நடத்துறாரு. டீச்சர்மாரும் சிறப்பாச் சொல்லிக் கொடுக்காங்க. இதுலப் படிப்புச் சரியில்லாக் குறைபாடு இருக்கு. முறைகேடு நடக்குன்னா சரி. வேறு ஸ்கூல நோக்கிப் போகலாம். ஊரக் குழப்பி அதிகாரம் செஞ்சப் பொன்னு வாத்தியாரும் போயிட்டாரு. இப்பம் ஒரு பிரச்சனையில்ல. ஐந்துவரை இங்கன படிக்கட்டும். ஆறுக்கு வேணுமானா தூத்துக்குடில கொண்டு சேர்க்கலாம். அப்பம் பிள்ளைங்களுக்கும் விபரம் தெரிஞ்சிக்கிடும். ஹால்டல்ல நின்னுக்கிடுவாங்க. வேலயிருக்காது.”

“அப்பம் அமலோற்பம் மக்கமாரு தூத்துக்குடில படிக்காவ. அவியளயும் சின்ன புள்ளியள இருக்கச்சிலத்தானே கொண்டு போய்ச் சேர்த்தாவ. இன்னக்கிப் பெரிய பத்து படிக்க வந்திடலயா ?

“அது எப்டி நடந்துச்சு ?”

“நீங்க அதக் கேட்கீயளா. கேளுங்க. அதுல ஒரு கதயே இருக்கு. ஒங்கள மாதிரிதான் மரியசிலுவ, அவர் பிள்ளைகள தூத்துக்குடில கொண்டுவந்து சேர்த்தார். ஹாஸ்டல்ல சும்மானாலும், சாப்பாட்டுக்கு மாசம் மாசம் பணம் கட்டினார்.”

“நீங்க சொல்றதப் பாத்தா, எங்கயும் புள்ளியள அனுப்ப வாண்டாம். இங்கனயே படிக்க வைங்கன்னு சொல்ற மாதிரில்ல இருக்கு ?”

“ஆமா. அப்டித்தான். இன்னயே படிக்க வைங்க. பிரச்சன கிடயாது. பிள்ளைங்கள ஒழுங்கா ஸ்கூல்க்கு அனுப்புங்க. இப்பம் மதிய உணவு கொடுக்காங்க கவனிச்சுக்கிடுறாங்க. படிப்புச் சொல்லிக் கொடுக்காங்க, பெறவு எதுக்குக் கவலப்படணும் ? படிப்பு விசயத்துல கண்டிப்பாய் இருங்க. பிள்ளைங்கள சுத்தமா வச்சுக்காங்க. துணிமணிங்க வாங்கிக் கொடுங்க. சிலேட் உடஞ்சுட்டு, புத்தகம் கிழிஞ்சுட்டுன்னு வந்தா, இனும் அப்டிச் செய்யாதன்னு கண்டிங்க. அதுக்காக அடிக்காதீங்க. புதுசா வாங்கிக் கொடுங்க. பிள்ளைங்க தன்னப்போல படிச்சி வந்திடும்.”

அத வச்சுத்தான் தொடிச்சி சொன்னாள், “இப்பம் போனாலும் இதத்தான் சொல்லப்போறாவ பாதர். பெறவு எதுக்கு அலயணும் ?”

“சரி என்னயும் எம் புள்ளியளயும் வேதமாக்கணும். அதயாவது போய்க் கேட்போம்.”

“இதுவும் பெரிய விசயமில்ல. சிஸ்டர்க்கிட்டச் சொன்னா போதும். எல்லாம் நல்லப்படியா நடக்கும்.”

அவிய பேசிக்கிட்டிருக்கச்சில பெர்டின் சிஸ்டரோட ‘அம்மை’ன்னு சொல்லிக்கிட்டு ஒருத்தி வந்து நின்னாள். அவளும் ஆளு ‘கெப்பரா’ இருந்தாள். அந்தச் சிவத்தப் பொம்பள கழுத்து நெறைய நகையும் போட்டிருந்தாள். அவள் கூடக்கூட்டிக்கிட்டு வந்தாளும் மீசையை முறுக்கிக்கிட்டான். “இதுல ஆரு தொடிச்சி ?”

“நாந்தான்.”

“எம்மவள ஏமாத்தி மாசம் மாசம் பணம் வாங்கினியா ?”

“ஆரு ஓங்க மவா?”

“எம் மவளயா ஆருன்னின்னு கேட்க? அதான் பெர்டின் சிஸ்டர்.”

“பெர்டின் சிஸ்டர்கிட்டப் பணம் வாங்கினது வாஸ்தவம் தான். யாரயும் யாரும் ஏமாத்தல. இப்பம் அதுக்கென்ன?”

“அதுக்கென்னையா. வாங்கினத் துட்டுப் பூரா கைக்கு வரணும்.”

“என்ன வந்ததும் வாராதுமா துட்டு துட்டுங்கியளே. நீங்களா கொடுத்தீயத் துட்டு. கொடுத்தவிய வரட்டும். வாங்கினத் துட்ட விட்டெறிஞ்சிடுறேன்.”

இதச் சொன்னதும் அந்தப் பொம்பளைக்குக் கோபம் பொத்துக்கிட்டு வந்துற்று. “பணத்த வாங்கி முந்தில வச்சுச் செலவழிச்சுட்டு, என்ன ராங்கியா பேசுறா?”

தொடிச்சியும் எதிர்வாதம் செஞ்சாள், “நாவொண்ணு ராங்கியா பேசல. பணம் கொடுத்தவங்க வந்து கேட்கட்டும். கொடுக்கேன்னுதான் சொல்றேன்.”

“பணம் எனக்கு இப்பமே வேணும்”ன்னு அந்தப் பொம்பளச் சொன்னதும், அவள் கூட வந்த ஆம்பளயாளும் நெஞ்ச மலர்த்திக்கிட்டு, அதட்டியபடிச் சொன்னான், “நீங்க பணத்த ஏமாத்தி வாங்கியிருக்கீங்க. அதுக்கு வட்டியோடக் கொடுக்கணும்.”

உடனே சம்முகக்கனி முந்திக்கிட்டுப் பேசினாள். “நீ ஆரு, எங்கயிருந்து வந்து ஆர அதட்டுற? வட்டி வேணுமாம்ல வட்டி. வட்டிக்காகவா கொடுத்தாக பெர்டின் சிஸ்டர். ஏதோ கஷ்டப்படுற காலத்துல கேட்காம உதவுனாவ. அத இப்பம் கேட்டா எப்டி? புடிச்சப்புடில்ல புள்ளயப் பெறுன்னா எப்டிப் பெக்க முடியும்? கொடுக்கச்சில வாங்கிக்கா போ.”

“ஒழுங்கா பணம் கைக்கு வரலன்னா பண மோசடின்னு போலீஸ்க்குப் போவேன். பெறவு கம்பிய எண்ணணும்”ன்னு அந்தப் பொம்பள ஓரடி முன்ன வந்து சொல்லச்சில, தொடிச்சியும் எதிர்கொண்டு சொன்னாள், “போம்மா போ. போலீஸ் கோர்ட் நாங்களும் பார்த்தாச்சு. நீ எங்கயும் போய்ச் சொல்லு. நீ ஆர்ரின்னி எனக்குத் தெரியாது. நீ அடியாளக் கூப்பிட்டு வந்து மிரட்டுற. நா ஒனக்குப் பணம் கொடுக்கவும் மாட்டேன். நீ எங்கிட்டயிருந்து வாங்கவும் முடியாது. நீ செய்கிறத செய்.” சம்முகக்கனிக்கும் பொறுக்க முடியல. அவளும் தன் பங்குக்குச்

சொன்னாள், “மூணு நேரம் தின்னுட்டுப் பணப் பேய் பிடிச்சித் திரியிற பிசாசுன்னு எங்கள நெனச்சியா? நாங்க அன்னாடு உழைச்சுப் பாடு பட்டு திங்கிற ஆளுவ. ஒந் திமிர இங்கக் காட்டாத. நீ போலீஸ்க்குப் போ. கோர்ட்டுக்குப் போ. எங்கயும் போ. இப்பம் ஒனக்கு ஒரு சல்லிக்காசும் தர முடியாது. அப்டியே கொடுக்கணும்னாலும் ஒங்கிட்டக் கொடுக்க மாட்டோம். பெர்டின் சிஸ்டர் வரணும். அவிய கைலதான் கொடுப்போம்.”

“ஓ முடியாதா. அதயும்தான் பார்ப்போம்”ன்ன வீராப்புல அவள் சொல்லிக்கிட்டுக் கூட வந்தாளைப் பார்த்து, “வாப்பா. இவுளுவக்கிட்ட என்ன பேச்சு? எப்டி பணம் வாங்கணும்னு எனக்குத் தெரியும்”ன்னு சொன்ன விருட்டுலயே, அந்தயிடத்த விட்டு நகரத் தொடங்கினாள்.

3

இப்பிடி சொல்லிட்டுப் போயிட்டாளேன்னு கவலைப்பட்டு, குழம்பி, குமறிக்கிட்டிருக்கச்சில, திடுத்திப்னு முத்துவீரன் வந்து எதுக்க நிக்கச்சில அதிர்ச்சியும் படபடப்பும் இல்லாமையா யிருக்கும்? இந்த திகைப்புல அவிய ரெண்டுபேரும் வாய் அடைச்சிப் போய் நின்னாவ. “என்னக்காவ் என்ன இப்டியிருகீய? உசுருக்கு உசுரானவியள பறி கொடுத்த சோகம் இன்னும் கலையளையா? அக்கா மாரல்லாம் பலம் கொறஞ்சு சோந்து வாடுன மேனிக்க நிக்கீய.”

“எப்பூ, வாபூ, எப்பம்பூ வந்த. இப்பந்தான் வாரீயா, வா, வா. அக்காமாரு நெலம ஓரடி ஒசந்தா ஒம்பதடி சறுக்கீது. அத நெனச்சுதான் வாப்பாரிக் கிட்டிருக்கோம்”ன்ன தொடிச்சி, திண்ணைல பாய் விரிச்சி, “இதுல இரி கண்ணு”ன்னாள்.

புஸ்பத்துக்குப் பொசுபொசுன்னு வந்துச்சு. வாயிட்டு முணுமுணுத்துக்கிட்டாள், “சாம்பாத்தி ஓராள் இல்லாம போச்சு. இப்டி கண்ட கழிசடையும் படலத் தாண்டி வந்திடும்மா?” ஆனாலும் அதைச் சத்தமாக சொல்லத் தைரியம் காணாது அவளுக்கு. நிக்கப் பிடிக்காம குச்சில்ல போய் முடங்கிக்கிட்டாள். முத்துவீரன் பக்கத்துல அவிய குத்த வச்சுக்கிட்டாவ. முத்துவீரன் பையத் திறந்தான். அதுல திருநெல்வேலி ஊருல வாங்கின மிட்டாய்க் கொட்டானுவ இருந்துச்சு. அந்த ஓலக் கொட்டான்களச் சாவகாசமாய்

எடுத்துப் புள்ளியக் கைல கொடுத்தான். அவிய திருதிருன்னு முழிச்சுக்கிட்டு அம்மாமார்கள பார்த்தாவ. "நம்ம மாமாதான். மாமா கொடுக்கச்சில வாண்டாம்னு சொல்லக் கூடாது."

"நீ மட்டும்தான் வந்தியாங்கும்? ஒங்கூட வேற ஆரும் வரலயா?"ன்னு தொடிச்சி கேட்கச்சில, சம்முகக்கனியும் ஆர்வம் கொண்டாள். "எல்லாரும் மொத்தமா வர முடியாதா? ஒருத்தர் ஒருத்தரா வந்துட்டுப் போறீய?"ன்னு அவள் கேட்கச்சில முத்துவீரன் சொன்னான், "அப்டியெல்லாம் லீவு கொடுக்க மாட்டாவ. எனக்கு இப்பந்தான் லீவு கெடச்சது. மூணு வார லீவு. மூணாஞ்சனி அன்னக்கிக் கிளம்பணும். எங்கூட சேரன்மாதேவியில இருந்து ஓராளு வந்திருக்காரு. அவுரும் நானும் ஒண்ணாத்தான் திருநெல்வேலில இருந்து போவோம்."

தொடிச்சி அவன் தங்கச்சியப் பத்திக் கேட்டாள். "கலியாணி எப்டியிருக்கா? அவளப் போய்ப் பாத்தீயா?"

"அதப்பபடிப் பாக்காம இருப்பேன்? அவள இன்னக்கி நெனச்சாலும் நெஞ்சிப் பதறுது. அண்ணக்கிக் கொஞ்சம் அசந்திருந்தாலும், இன்னக்கி அம்போன்னு போயிருப்பா. அவ செத்தயிடத்துல புல் முளச்சிருக்கும். நல்லவேள எல்லாரும் சேர்ந்து அவளக் காப்பாத்திட்டோம். இண்ணக்கி நல்லாயிருக்கா."

"அவள் நல்லாயிருக்காளா அது போதும். நீங்கயெல்லாம் எவ்வளவு நாளக்கிப் பட்டாளத்துல இருப்பீய?"

"அத நா சொல்றேன். அதுக்கு முன்ன குன்னிமரியாண்ணன் பணம் கொடுத்து விட்டாவ. வாங்கிக்காங்க."

தொடிச்சி பேசாம அவனப் பார்த்தாள். சம்முகக்கனிக்கு அப்பிடி இருக்க முடியல. "பணம் கொண்டு வந்திருக்கீயாப்பா. இப்பந்தான் ஒருத்தி பணத்துக்காகவ நாண்டுக்கிட்டு நின்ன மாதிரி நின்னுட்டுப் போறா. தொடிச்சி கைல கொடு. எண்ணி அவ மூஞ்சில விட்டெறிஞ்சிடலாம்."

அப்பம் தொடிச்சியும் கேட்டாள், "எவ்வளவு பணமிருக்கு?" இருக்கிற பணத்தச் சொன்ன முத்துவீரன், அங்ஙனயே பணத்த எண்ணிக் கொடுத்தான். தொடிச்சியும் ஒரு தடவ எண்ணிப் பார்த்துக்கிட்டாள். "பெறகென்ன, கேட்டவள வரச் சொல்லி கைல கொடுத்து வாங்கின கடன ஓச்சிரு"ன்னு சம்முகக்கனி சொல்லச்சில தொடிச்சி சொன்னாள், "இப்டித் தலத்தெரிக்க நின்னுட்டுப் போனவா கைல உடனே பணத்தக் கொடுக்கக் கூடாதக்கா. பெறவு வாங்கிட்டு இல்லன்னிக்கூடச் சொல்லிடுவா. சிஸ்டர வரச் சொல்லி அவியளயும் முன்ன வச்சு, நாலு ஆட்களோட கொடுக்கணும்."

“ஆமா ஆமா நீ சொல்றது சரிதான். அத அப்பிடித்தான் செய்யணும்.”

தொடிச்சி பணத்தக் கைலப் பொத்தி வச்சுக்கிட்டு முத்துவீரனப் பார்த்துச் சொன்னாள், “நல்ல நேரத்துல அக்காவுக்குப் பணத்த கொண்டுவந்து கொடுத்த பாத்துக்கா. செலவு தலைக்கு மேலயிருக்கு. இசபெல்லா அப்பாவும் தாத்தாவுமிருக்கச்சில இவ்வளவு கஷ்டமிருக்காது. இப்பம் எல்லாத்தியும் ஒத்தைல சமாளிக்கி. சும்மா குத்தவைக்க முடியல.”

“சரியப்பா நீங்கயெல்லாம் எப்பம் ஊரோட வந்து சேருவிய? இன்னும் வருஷம் நீளுமா?”ன்னு சம்முகக்கனி கேட்கச்சில முத்துவீரன் சொன்னான், “அவிய அவியப் பிரியம்போல எழுதிக் கொடுத்திருக்காவ. அஞ்சி வருஷம், பத்து வருஷம், பதினெஞ்சு வருஷம்னு. நாங்க அஞ்சு வருஷம் இருப்போம். பெறவு ஊரப் பாக்க வந்திடுவோம்.”

“அதுவும் சரிதான். ஒங்க அம்மையும் அப்பனும் பொம்பளப் புள்ளியளக் கட்டிக் கொடுத்துட்டு ஒத்தைல இருக்காவ. இங்கையும் நானும் எம்புள்ளயும் ஒத்தைல இருக்கோம். கொழுந்தப்புள்ள வந்தா, அவிய கைல ஊட்டுப் பொறுப்ப ஒப்படைச்சுட்டன்னா, எனக்கும் கொஞ்சம் ஏந்தலாயிருக்கும்”ன்னாள் தொடிச்சி.

அவிய பட்டாளத்தப் பத்திப் பேசச்சில சம்முகக்கனிக்கு ஆர்வம் பொங்கி, கணகளுல ஒரு வகையான துடிப்பும் பிறந்துச்சு. அத வச்சுத்தான் அவளும் கேட்டாள், “ஏந்தம்பி, எங்க ஊட்டுக்காரவியளயும் பட்டாளத்துக்குக் கூட்டிட்டுப் போயேன். ஒங்கவூட்டம் மாதிரி பட்டாளத்துக்குப் போனவிய ஊட்டமெல்லாம் விழிப்போடு இருக்காவ. எங்க ஊட்டுக்காரரயும் கூட்டிக்கிட்டுப் போனா நாங்களும் கொஞ்சம் விழிச்சிக்கிடுவோம்.” முத்துவீரன் லேசாச் சிரிச்சிக்கிட்டான். பெறவு அக்காவப் பார்த்து சொன்னான், “எக்காவ் இதுல வயசுருக்கு. படிச்சிருக்கணும். அப்பிடியிருந்தாலும் ஆளப் பாத்து, எடப் போட்டு, ஓட வச்சு, வளர்த்திய அளந்துதான் எடுப்பாவ. அப்டியே எடுத்தாலும் சும்மா வச்சு சோறு கொடுக்க மாட்டாவ. ஓடு, நில்லு, உக்காரு, நிமிரு, காலக்கைய நீட்டுன்னு உசுர வாங்கிடுவாவ. பட்டாளத்துல இருக்கிறது லேசுப்பட்ட விசயமில்ல. மழத்தண்ணி, வெய்யில்ன்னு எதயும் பாக்காம கெடக்கணும். ஊட்டயெல்லாம் நெனைக்கக் கூடாது. இவ்வளவு கஷ்டமிருக்கு. இந்தக் கஷ்டத்த தாங்கினாலும், அண்ணன எடுத்துக்கிட மாட்டாவ.”

“அப்டியாப்பா. நாந்தான் தெரியாத்தனமா கேட்டுட்டேன் போலயிருக்கு.”

குச்சில்க்குள்ளயிருந்து புஸ்பம் கனைக்கிறக் குரல் கேட்டுச்சு. “ஏளா கடற்கரைப் பொண்டாட்டி பொழுதடஞ்சு எம்புட்டு நேரமாவுது? லாம்புவளப் பொறுத்த வாண்டாமா? அங்ஙன குத்த வச்சுக்கிட்ட. எந்திரிச்சு வா.” அத்தைக்கு என்ன வந்துற்று? எதுக்கு இந்தக் கத்து கத்துறாவன்னு புலம்பிக்கிட்ட சம்முகக்கனி, “இரிங்க. அத்தெ கூப்புடுறாவ என்னன்னு கேட்டுட்டு வந்திடுறேன்”ன்னு எந்திரிச்சாள்.

முத்துவீரனும், “நானும் போயிட்டு வாறேன்”ன்னான். அவனும் பார்க்க வேண்டிய ஆளுவளப் பார்த்தாச்சு. ஆனாலும் இன்னும் கோமதியப் பார்க்கல. அவள் எப்பிடி யிருக்காளோ? அவளப் பார்த்தால் மனசு ஆறும். ஆமா. அவள எப்பிடிப் பார்க்கலாம். எங்க சந்திக்கலாம். என்ன பேசலாம்?

முத்துவீரன் வெளில வரச்சில நல்லா இருட்டிக்கிற்று. தெருவுல பல்புக மினுக் மினுக்னு எரிஞ்சது. தெருப் புழுதில தோல் செருப்பு அழுத்திப் பதிய நடந்தான். சட்னு வீட்டுக்குப் போகாம, கோங்கக்கமாரு தெருக்குள்ள கால் மாறிப் போனது. அந்தத் தெருக்குள்ள நுழைஞ்சதும் குப்புன்னு இருட்டு. கோமதி வீட்டுலதான் லைட் எரிஞ்சது. வீட்டுக்கிட்ட போனதும் பால் கொச்சையடிச்சது. மாடுவ கத்துறதும் தெளிவாய்க் கேட்டுச்சு. சந்தேகமே இல்ல. இதோ இந்த வீடுதான். அதே பால் பண்ணைத்தான். ரெண்டும் சேர்ந்த வீடு, சிவன் கோனார் வீடு. முத்துவீரனின் அன்புக்குரிய கோமதி இந்த வீட்டுலத்தானே இருக்கா? அவளச் சுகமாக வச்சுருக்காவளா? அவளது சுதந்திரமான துள்ளலுக்கும் நடைக்கும் குதிப்புக்கும் கும்மாளத்துக்கும் கட்டுப்பாட்ட தளர்த்தியிருப்பாவளா?

எதெப்படியாயிருந்தாலும் முதல்ல கோமதியப் பார்க்கணும். இப்பம் பார்க்கலன்னா, ஒரு வருஷம் பார்க்க முடியாது. என்ன செய்ய? உள்ளப் புகுந்திட வேண்டியதுதான். பெறவு வருகிறதப் பார்த்துக்கிடுவோம். அந்தத் தைரியத்துலதான் பால் பண்ணைக்குள்ள நுழைய அரவம் பார்த்தான் முத்துவீரன். பார்த்தயிடத்துல ஒரு லைட் மட்டும் எரிஞ்சது. ஒளிச்சிதறல்ல மாட்டுத் தொழுவம் தெரிஞ்சது. மாடு முக்கிட்டு மோண்டது சலசலன்னு கேட்டுச்சி. அங்ஙன யாரும் இருந்த மாதிரி தெரியல. எந்தச் சத்தமும் வரல. எல்லாம் கப்திப்னு இருக்கு. பதமாப் பார்த்து சாத்தியிருந்த படலையத் தள்ளிக்கிட்டுக் கொஞ்சங் கொஞ்சமாய் உள்ளே வந்தான். அவனுக்கு இதுக்கு முன்ன வேலை பார்த்த இடமாய் இருந்ததுனால யாரு எங்ஙன

இருப்பா, எந்த வாசல் கூடி எங்கப் போகலாம், எந்த ஜன்னல எட்டிப் பார்த்தால் யாரப் பார்க்கலாம்னு எல்லாம் தெரியும். அவனும் பதுங்கிப் பதுங்கி கோமதி இருக்கிற அறையின் ஜன்னல் அருகில வந்தான். முன்னயும் பின்னயும் பார்த்துக்கிட்டான். ஆளுவ அசவு இல்லன்னு தெரிஞ்சதும், எவ்வி அண்ணாந்து ஜன்னல் வழியாய்ப் பார்த்தான். அந்த அறைல லைட் வெளிச்சம் குப்னு இருந்துச்சு. ஆனாலும் ஆளில்ல. எதிர்த்த வராண்டவுல சிவன் கோனார் நின்னது தெரிஞ்சது. வெள்ளச் சட்டைக்கு மேல் பச்சத் துண்டப் போட்டிருந்தார். அவர்தான் சொல்வார், “இந்தக் கசவாளிப் பயல்வள வச்சு வேல வாங்கங்காட்டிலும் போதும் போதும்னு ஆகிடுது. விளாத்திகுளம் போயி நேரம்ன்னாவுது. போனா போனயிடம், வந்தா வந்தயிடம். இவன வச்சு என்னத்த வேல செஞ்சி, எங்ஙன முன்னேற? இந்தப் பய வந்தா சொல்லி வையி. சத்தம் போட்டாங்கன்னு. நானு இப்பம் வெளியப் போயிட்டு வாறேன்.”

“சரி சரி புலம்பாதீய. போயிட்டு வாங்க. அவன் வந்தா சொல்லுறேன்”ன்ன கோனார் பெஞ்சாதி உலகம்மை. அவள் சருவச்சட்டில உள்ள தண்ணிய அண்டாவுல ஊத்தினாள். கோனார் மறக்காமப் பணப்பைய இடுப்புல சொருகிக்கிட்டு, வார் பெல்ட்டை இறுக்கக் கட்டிக்கிட்டார்.

சிவன் கோனார் போகந்தட்டியும் மறைவுல நின்னு பார்த்துக்கிட்டிருந்த முத்துவீரன் சுதாரிச்சான். கோமதி எங்கயிருப்பான்னு அரக்கப்பரக்கப் பார்த்தான். அவள் கண்ணுல தெட்டுப்படலன்னதும், கோமதிய எங்கக் காங்கலன்னு புலம்பினான். அன்னா, ஒராளு வருகிற மாதிரி இருக்கு. ஹைய். அது கோமதிதான். அவளது வெள்ளச் சேலைப் பளிச்னு இருந்துச்சு. அதுதான் முத்துவீரன உதைச்சது. எரிச்சலயும் கடுகடுப்பயும் வரவச்சது. என்ன இப்டியிருக்காவ, இப்டி யில்லாம் சேரில ஒரு பொம்பளயும் இருந்தது கிடயாது. யாரயும் வெள்ளச் சேல கட்டிக்கிட்டுப் பார்த்ததுமில்ல. அவனுக்கு ஒரு அத்தையிருக்கா. தகப்பன்கூடப் பிறந்தவா. முதல் புருஷன் செத்தக் கையோட – அவர்க்குப் பிறந்தது நாலு பிள்ளைங்க இருக்கு – இன்னொரு ஆளச் சேர்த்துக்கிட்டாள். அந்தாளுக்கு ரெண்டு ஆம்பிளப் பிள்ளைங்க. அந்தச் சோவாரி இன்னொருத்தியச் சேர்த்துக்கிட்டான். அதுக்காக அத்த கலங்கல. குழம்பல. பயப்பிடல. போடா பீஸ்கின்னு புள்ளியப் பூராத்தியும் அவள்தான் வளர்க்கிறாள். ஆட்கள் அவளக் குத்திக் குத்திப் பேசுறாவ. அதுலயும் ஒரு படி மேலே போய், “அடுத்த வப்பாளன் எப்பம்?”ன்னு கேட்கிற ஆட்களுக்கு வென்னியக்

கோரி மூஞ்சில ஊத்துற மாதிரி சொல்வாள், “அந்த வப்பாளனக் கூட்டிக்கிட்டு வா. அவன ஏறி புள்ளியப் பெத்துக்கிடுறேன். அத நீ ஒண்ணும் வளர்க்க வாண்டாம்.” அவ்வளவுதான். மறுபேச்சு பேச மாட்டாவ. அவிய வாயப் பொத்திக்கிட்டுப் போயிருவாவ. சக்கிலியக்குடியிலயும் ஆம்பளைகளக் கண்டால் கூனி, குறுகி, குனிஞ்சிப் போற பொம்பளைங்க யாரும் கிடயாது. இங்ஙன என்னன்னா சொற்ப வயசுப் பிள்ளய வெள்ளச் சேல கட்டி, மூலைல உக்கார வச்சுருக்கு?

கோமதி அவனப் பார்க்கல. அவள் நின்னுக்கிட்டே கொடியிலக் கெடந்த துணிகள ஒவ்வொண்ணா எடுத்து மடிக்க ஆரம்பிச்சாள். அவனுக்குத்தான் படக்படக்னு இருந்துச்சு. யாரும் வந்திடக் கூடாது. அதுக்குள்ள அவளப் பார்க்கணும். பேசணும். போயிறணும்ன்னு மனசு கனக்குது. கோமதி செத்தத் திரும்பினாலும் போதும். சின்னச் சத்தத்துல அவளது கவனத்தத் திருப்பிடலாம். அவனும் முன்னப் பின்ன திரும்பிப் பார்த்துக்கிட்டான். அவன் நிக்கிறது இருட்டுல தெரியாதுன்னாலும், கோமதி நிற்கிறது வெளிச்சத்துல நல்லாத் தெரிஞ்சது. அவளப் பார்த்து அவன் “உஸ்ஸ்ஸ்”னு குரல் கொடுத்தான். அப்பமும் அவள் திரும்பல. பெறவுதான் அவன், அவள் காதுகளூல கேட்கிற மாதிரி கூப்பிட்டான், “ஏய் கோமதி அங்ஙன நின்னு என்னத்த நொண்டிக்கிட்டிருக்க. திரும்பிப் பாரு, ஆரு வந்திருக்கான்னு?”

“ஆரு”ன்னு பதறினாள் கோமதி.

“ஆமடியம்மா நாந்தான் முத்துவீரன். ஜன்னல் அண்ட நிக்கேன். நா நிக்கிறது கண்ணுத் தெரியலா?”ன்னு அவன் சத்தங் கொடுக்கச்சிலத்தான், அவள் ஜன்னலப் பார்த்தாள். கம்பிகளுக்கிடையே முத்துவீரன் மூஞ்சித் தெரிஞ்சதும், அவள் பதறிப் போனாள். அவளது திரேகம் நடுங்கி ஆடுச்சு. அவள் அந்தால நின்னாள். பயந்துபோன அவள முத்துவீரன்தான் உசுப்பிவிட்டான். “என்ன அப்டியே நின்னுட்ட?”

அப்பந்தான் கோமதியும் சுதாரிச்சாள். உடனே உஷாராகி கதவ அடைச்சாள். அந்தப் பதற்றத்துலதான் அவளும் சொன்னாள், “நேரம் கேட்ட நேரத்துல வந்து இப்டி நிக்கீய? ஆரும் பாத்தா கொன்னுருவாவ. நிக்காதீய. போயிருங்க.”

“எதுக்கிடி இப்டிப் பயப்புடுற இப்பன்னாலும் வா. நம்ம ரெண்டு பேரும் ஒன்னா கண்காணாத யிடத்துக்குப் போயிருவோம்.”

“அதெல்லாம் என்னால வர முடியாது. பயமாயிருக்கு. ஆரும் பாத்தா ஆபத்து. தயவுசெஞ்சிப் போயிருங்க.”

“நீயில்லாம எங்கப் போவ? ஒன்ன கூட்டிக்கிட்டுப் போவத்தான நா வந்திருக்கேன். வா.”

“இப்டி வா. வான்னு கூப்பிட்டுக்கிட்டு நிக்காதீய. பெரிய சிக்கல் வந்திடப் போவுது.”

“ஆமா பெரிய சிக்கல், எனக்குத் தெரியாதாங்கும்? நீ சொல்லித்தான் தெரியணுமாங்கும். இப்டிச் சிக்கலயெல்லாம் கடக்கணும்னா ஒன்சோலியெல்லாம் விட்டுட்டு, இப்பமே வா. நம்ம இந்த ஊர விட்டே ஓடிடலாம்.”

அப்பம்தான் சரியா மாட்டுன மாதிரி ஆகிப் போச்சு. பால் பண்ணைல தன்னந்தனியா இருட்டுல ஓராளு நிற்கிறதப் பார்க்கச்சில யார்தான் விட்டுவப்பா? அங்ஙன வந்த வேலைக்காரன் கூப்பாடு போட்டான், “திருடன் திருடன். பால் பண்ணக்குள்ள திருடன் வந்துட்டான். பிடிங்க. பிடிங்க.” எதிர்த்த வீட்டுல இருந்தவியளும் ஓடி வந்தாவ. பதற்றத்துல தெருவு பரபரப்பு அடைஞ்சது. கோங்கமாரு பால் பண்ணையில குவிஞ்சுட்டாவ. தெரு ஜனம் முக்காவாசி பண்ணையச் சுத்தி நின்னாச்சு. பெறவு எங்ஙனக்கூடித் தப்பிக்க முடியும்? திருடன் எங்கன்னு தேடி அலஞ்சி கேட்டுக்குள்ள லைட் அடிச்சிப் பார்த்து, கடைசியில முத்துவீரன் சுவரேறிக் குதிக்கப் போச்சில, அவனக் கவுக்னு பிடிச்சிக்கிட்டாவ. தப தப தபன்னு அடிங்க விழுந்துச்சு. முத்துவீரனும் அடிச்ச கைகளத் தடுத்துக்கிட்டு, முண்டுக் கொடுத்து எழுந்திரிச்சான். அப்பந்தான் அவன் சொன்னான், “எம்மேல எவ்வனும் கை வைக்காத. நா ராணுவச் சிப்பாயி. என்ன அடிச்சவன் பூரா கம்பி எண்ண வேண்டிய வரும்.”

“பெறவு எதுக்குல திருட வந்த?”

“நாவொண்ணும் திருட வரல. கோனாரு மவளக் கூட்டிக்கிட்டுப் போகத்தான் வந்தேன்.”

“ஏலே சாதி கெட்ட சக்கிலியத் தேடிவுடியாவுள்ள. ஒனக்குக் கோனாரு ஊட்டுப் புள்ளயா கேட்கு? எவ்வளவு பூழக் கொழுப்பிருந்தா, கோனார் பால்பண்ணைக்குள்ள நுழைஞ்சி, ஒரு கைம்பெண்ண கையப் பிடிச்சி இழுத்துட்டுப் போவ வந்திருப்ப? இப்ப இவனப் பிடிச்சி மரத்துல கெட்டி வச்சுத் தொலிய உரிங்கடா.”

அதுக்குள்ள முத்துவீரன் கொமட்டுல குத்து விழுந்து ரத்தம் வடிஞ்சது. கன்னத்துல காயம். அதுல ரத்தம் கன்னிப்போய்

இருந்துச்சு. ஒரு கோனாத்தி முந்திச் சேலய இழுத்துச் சொருகிக் கிட்டு, "ஏய் சக்கிலியத் தூம, ஒனக்கு ஏறி ஓக்க கோனாத்தியா கேட்கு? ஒஞ் சாமானப் புடிச்சி ஒட்ட நறுக்கணும். அப்பந்தான் புத்தி வரும்"ன்னு ரெண்டு கைகளயும் இடுப்புல வச்சுக்கிட்டு மல்லாக்க நின்னு எட்டி உதைச்சாள். திரும்பவும் ஆளாளு முட்டுக்கு அடிச்சாவ. முத்துவீரனும் முண்டுக் கொடுத்து பார்த்தான். அவனால் தப்பிக்க முடியல.

அப்பந்தான் வந்த மூலபடச் செட்டியார் கனைச்சார். "ஏய். ஏய். நிறுத்துங்கப்பா., அடிச்சிக் கிடிச்சிச் சாவடிச்சிப்புடாதீய. பெறவு எல்லாரும் கம்பி எண்ணனும்."

"இந்தச் சக்கிலியத் தேவிடியாவுள்ளய கொல பண்ணிட்டுக் கம்பி எண்ணுறதுல தப்பில்ல."

"என்ன தெனாவட்டிருந்தா கோனார் ஊட்டுக்குள்ள நுழஞ்சி கோனார் பெண்ண கையப் பிடிச்சி இழுப்பான். எல்லாம் நம்மக் கொடுத்த இளக்காரம். இன்னக்கித் தலைல ஏறி மோளுறானுவ?"

"ஏலே சக்கிலியத் தாயோளி. ஒங்க ஊட்டுல உள்ள புள்ளயப் போய் ஏற வேண்டியதானல. இங்ஙனத் தெறந்தா வச்சுருக்கு? உள்ள வந்து கையப் புடிச்சி இழுத்திருக்க."

"இவனச் சும்மாவிடக் கூடாது. மண்ணெண்ணய கொண்டாங்கல. தலவழியா ஊத்தி தீ வைங்கல. அப்பந்தான் சக்கிலியக் கூதிவுள்ளைகளுக்கெல்லாம் ஆர் ஊட்டுக்கு எப்டிப் போகணும்னு அறிவு வரும்."

எல்லாரும் கொமஞ்சு பொங்கி எழுச்சில, "டேய் செத்த சும்மாயிருங்கடா"ன்ன மூலபடச் செட்டியார், மத்தாட்களயும் கூப்பிட்டார். "ஏய் வாங்கப்பா. இவிய சொன்னது காதுல விழுந்துச்சா? தீ வச்சுக் கொன்னுடுவாவளாம். அதுக்கு முன்ன அடிச்சிக் கொன்னாலும் கொன்னுருவாவ. மொதல்ல எல்லாத்தியும் நவுளச் சொல்ங்க."

பெறவு நின்னவிய சுதாரிச்சாவ. "அடிச்சது போதும். ஊர்க்குப் பொதுவாயிருக்கிற பஞ்சாயத்துத் தலைவர் சொல்றத எல்லாரும் கேட்கணும். ம்... நவுளுங்க. நவுளுங்க"ன்னு தெரு பெரியாளு சொன்னதும், மத்தவியளும் விலக்குப் பிடிக்க வந்தாவ. ஒத்தச் செத்தயா வசமாய் மாட்டிக்கிட்ட முத்துவீரன அடிச்சி ரத்தம் வரவழச்சவியளுக்குச் செத்த தடுமாற்றம் ஏற்பட்டுச்சு. அங்ஙனயிருந்து உடன நகந்துறணும்னு பயம் வந்தாலும், வீரன,

மெப்புக்குனாலும் 'கெத்தா' மொறச்சி, நெஞ்சமலர்த்தி, ஒரு பார்வப் பார்த்துக்கிட்டு நகண்டாவ.

முத்துவீரனுக்கு அடிபட்டத் திரேகம் வலிச்சது. அதுல பூரா ரத்தம் கன்னிப் போயிருந்துச்சு. சுத்தி நிக்கிறவிய எல்லாரும் கோங்கக்கமாருன்னு கண்டுக்கிட்டான். அவனுக்காகச்சிட்டி ஏண்டுக்கிட்டுப் பேச ஒருத்தருமில்ல. அதுதான் மனசு அரிச்சது. வந்த காரியம் முடியாம, இப்படி வந்து அனாமத்தா அகப்பட்டுக் கிட்டோம்னு சங்கடப்பட்டான். இந்தக் கேந்திவாக்குல அடிச்சிக் கிடத்தி வீடு புகுந்து கோமதியத் தூக்கிட்டுப் போயிற லாமான்னு வெறி வந்துச்சு. அதுக்கும் வழியில்ல. கோபம்தான் மிஞ்சு நின்னுச்சு. நடக்கிறது நடக்கட்டும். அதயும் ஒரு கை பார்த்திடலாங்கிற திமிரும் வந்துச்சு. வீம்புக்குன்னாலும் வலில குறுகுறுத்தத் திரேகத்த நிமிர்த்திக்கிட்டு நின்னான் முத்துவீரன். வேலைக்காரனுக்கு, அத்துமீறி நுழைஞ்சவனப் பிடித்துக் கொடுத்த சந்தோஷம். "சிவன் கோனாரு எங்கடா?"ன்னு கேட்கச்சில, "நா பாக்கல"ன்னான்.

அங்கன நின்ன கோனார் பெஞ்சாதி உலகம்ம, "அவிய போயிட்டு வாறென்னு போனாவ. எங்கப் போனாவன்னு தெரியலயே"ன்னாள். அவளச் சுத்திப் பொம்பளைங்க கூடி நின்னாவ. அவிய ஆறுதல் சொன்னாலும், உலகம்மைக்கு அழுகைதான் வந்துச்சு. அவள் சேல முந்திய வாய்க்குள்ள வச்சுக்கிட்டு, அழுகய அடக்க முயற்சி செய்தாள்.

"ஏய் என்னப்பா இன்னும் கொமஞ்சுக்கிட்டிருக்கிய? கொமஞ்சா காரியமாவாது. மொதல்ல சிவன் கோனாரப் பாத்துக் கூட்டிட்டு வாங்க. அவுரு வீட்டுப் பிரச்சன. அவுரில்லாம ஒண்ணும் நடக்காது. கோனார வச்சுத்தான் பேசணும்"ன்னு முதல் தீர்ப்பைச் சொன்னார் மூலபடச் செட்டியார்.

"ஆமா. அப்டித்தான் சிவன் கோனாரக் கூட்டிட்டு வாங்க"ன்னு ஓராள் சொல்ல, கோனாரத் தேடி ஆட்கள் போனாவ. அந்த அமளியெல்லாத்தியும் பார்த்துக் கல்லாய் நின்னாள் கோமதி. குளிர்ந்த காத்து ஜன்னல் வழியாய் வந்து திரேகத்தத் தழுவினாலும், அவளுக்கு நெருப்புல கால் வச்ச மாதிரி இருந்துச்சு. அவளது ஆச்சி வாப்பாரினாள். பெறவு அழுது கண்ணீர் விட்டு ஒப்பாரி வைக்கச்சில, அங்கன நின்ன பொம்பளைங்கத்தான் ராக்காயிய அதட்டினாவ. "நீ என்னத்துக்கு ஒப்பாரி வைக்க? அந்தக் கருமம் பிடிச்சப் பய ஓம் பேத்தியாளச் சுத்தி வட்டமிட்டுருக்கான். அவனப் பிடிச்சாச்சில பிரச்சனய விடு. மொத ஓம் மவன் வரட்டும். அவுரக் கூப்புடப்

போயிருக்காவ. அவிய வந்தாத்தான் மத்ததப் பாக்கணும்." இவ்வளுவு அமளியில ஒரு வார்த்தைகூடப் பேசல கோமதி. அவள் ஓரடி எடுத்து வச்சு ஜன்னல் கம்பிகளப் பிடிச்சபடி, ஆடாம அசையாம அப்டியே நின்னாள்.

பால்பண்ணையில் தெரு ஜனங்கள் நிறைஞ்சிருக்கத்தக்கன, அவிய எதிர்பாராம போலீஸ் ஜீப் வந்துற்று. போலீஸ்காரவிய உள்ள நுழையச்சில, கும்பலாய் நின்னவிய கலைஞ்சாவ. அவியள விலகச் சொல்லிட்டு, இன்ஸ்பெக்டரும் அவர் கூட வந்த போலீஸ்காரவியளும் முன்னால் போனாவ. முத்துவீரன் காயங்களையும் ரத்தக் கசிவுகளையும் பார்த்ததும் இன்ஸ்பெக்டர்க்குக் கோபங் கோபமாய் வந்துச்சு. வந்த வாக்குல அதட்டிக்கிட்டுக் கேட்டார், "எவம்லே இப்டிச் செஞ்சது? ஏதாச்சும் நடந்தாலும் போலீஸ்க்கு கம்ளைண்ட் பண்ண வேண்டியதுதானல. ஒங்கப்பாட்டுல யாரயும் அடிச்சிக் கெடத்திடுவியளோ. ஒங்களச் சும்மாவிட முடியாது. அடிச்சவயெல்லாம் ஜீப்ல ஏறு. யாரயும் விடாதீங்க. அவனுவளப் பிடிங்க." அதக் கேட்டதுதான், அங்ஙன நின்னவிய ஓடுறதுக்கும் இடத்தக் காலி பண்ணுறதுக்கும் வழி தேடினாவ. ஆட்க விரசலாய் எட்டு வச்சு இருட்டுல ஒளிஞ்சிட்டாவ. ஆனாலும் நின்னவிய முந்துனாவ. தைரியத்த வரவச்சுக்கிட்டுப் பேசுனாவ, "என்னங்க அய்யா நீங்க பேசுறது? கைம்பெண்ண கையப் பிடிச்சி இழுத்திருக்கான் இந்தச் சக்கிலியப் பய. எப்டி விட, அதான் வந்த வீச்சுல அடிச்சிட்டாவ. அதுக்கு என்ன செய்ய முடியும்?"

"என்னலே இவ்வளவு லேசா சொல்ற? அடிச்சிப் புட்டாங்கன்னு, இந்தப் பையன் ஆரு? ராணுவத்துல இருக்கான். அவனப் போய் நீ சக்கிலியன் கிக்கிலியன்னு சொல்ற. இப்பம் அடிச்சி உடம்பு பூரா ரத்தக் காயமாருக்கு. செத்துக்கித்துப் போயிட்டா ஆர் பொறுப்பு?"

"ஆமா சாமி ஏதோ தெரியாத்தனமா நடந்துபோச்சு. நாங்களே பேசி முடிச்சிக்கிடுறோம். அதுக்காவ நீங்க கேஸ் கீஸ் எதுவும் போட்டுறாதீய."

"அதெல்லாம் ஒரு மயிரும் செய்ய முடியாது. ஒங்களுக் கெல்லாம் உள்ளத் தள்ளினாத்தான் அறிவு வரும்."

"என்ன எங்கள அறிவில்லன்னு சொல்லுறீய? அறிவு கெட்டத்தனமா இந்தாயிருக்கானே இவன்தான் ஊடு புகுந்து பொம்பளப் புள்ள கையப் பிடிச்சு இழுத்துக் கலாட்டா செஞ்சான். அவன விட்டுட்டு எங்கள உள்ளத் தள்ளுவேன்ங்கிய? என்ன நியாயம்?"

“நியாயம், அநியாயத்தப் பத்தி எனக்குச் சொல்லித் தாரீயாங்கும்”ன்னு செவிடு வாக்ல ஒண்ணு கொடுத்து அந்த ஆள ஜீப்ல ஏற்றச் சொன்னார் இன்ஸ்பெக்டர்.

மூலபடச் செட்டியார் நைசாய் நகண்டு தெருவுக்கு வந்தார். தெருவுல சரியாக வெளிச்சமில்லாம யாரயும் அடையாளம் காண முடியல. சிவன் கோனாரக் கூப்பிட போனவியளயும் காங்கல. அதுலயும் அங்ஙன கூடி நின்ன ஆட்கள் கூட்டத்துல, கோனார் வாறாருன்னு உன்னிப்பாய்க் கவனிக்க வேண்டியதிருந்துச்சு. எதுத்தாப்பல அவரத் தேடி போனவிய வரவும், “அடேய் என்ன சிவன் கோனார எங்க ஆளக்காங்கல?”ன்னார். அதுக்குள்ள கலபுலன்னு சத்தம் கேட்க ஆரம்பிச்சுற்று. ஆட்களப் பிடிச்சி ஜீப்ல ஏத்தவும் கசமுச ஏற்பட்டுச்சு. மல்லுக்கட்டுனவியளப் பிரம்பால அடிச்சி ஏற்றினாவ. அதெல்லாம் பார்த்து மூலபடச் செட்டியாரும் பதறினார், “என்னப்பா என்னாச்சு? சிவன் கோனார எங்க? ஒங்கத் தெருக்காரவியள போலீஸ் ஜீப் ஏத்திக்கிட்டு போறாவ. அவரக் காங்கலன்னா எப்டி?”

“கோனார், ராமசாமி நாயக்கரக் கூப்புடப் போயிருக்கார்”ன்னு ஒருத்தன் சொல்லவும் இன்னொருத்தன் சிவன் கோனாரக் குறை சொன்னான், “சிவன் கோனாரு ஒண்ணுக்கும் லாயக்கில்லாத ஆளு. இல்லன்னா ஒரு சக்கிலியனப் பால்பண்ணைல வேலைக்கு வைப்பாரா? இப்பம் அவுரு வாயில வச்சுட்டான் சக்கிலியன். அவனுவ வேற போலீஸ்க்குப் போயிட்டான். அவன் பட்டாளத்துக்காரனாம். அவன அடிச்சது தப்பாம். நம்மள அடிச்சி இழுத்துட்டுப் போறானுவ. பத்து ஊட்டுச் சக்கிலியனுக்குக் கீழத்தெருவு பறயனுவ ஆதரவு. அவனுவ சொல்லிக் கொடுக்கப் போயித்தான், குழம்படிப் பகட போலீஸ்க்குப் போய் எழுதிக் கொடுத்துக் கையோட அவியள கூட்டிக்கிட்டு வந்துட்டான்.”

உடனே செட்டியார் கேட்டார், “அவனுவ போலீஸ்க்குப் போனானுவள, நீங்க என்ன செஞ்சிய? உடனே அந்தச் சக்கிலியப் பயல கெட்டி வச்சு போலீஸ்ல கொண்டு ஒப்படைக்க வேண்டியதானே?”

“அதெப்டி முடியும்? அவன் ஆரு. சக்கிலியன்னு தெரியுதுல. அந்தச் சக்கிலியக் கூதிவுள்ளய கொல்லாம விட்டுட்டோம்னு பெருமப்பட்டுக்காங்க. அதுவும் நீங்க வரப்போய்த் தப்புனான். அல்லன்னா உசுரு இருக்காது.”

சிவன் கோனார் ராமசாமி நாயக்கரக் கூட்டிக்கிட்டுத் தெருவுல வரச்சில, அவர எல்லாம் சூழ்ந்துக்கிட்டாவ. கோனார்,

அவுகள விலகச் சொல்லிட்டு, அவர் வீட்டுக்குள்ள போகச்சில, மூலபடச் செட்டியார் தடுத்து நிறுத்தினார், "வேய் எங்கப் போறீரு? நில்லும்."

"எனக்கு வருற ஆத்திரத்துல ஊட்டுலயிருக்கிற சிறுக்கி வுள்ளைகள கழுத்தத் திருக்கிக் கொன்னுட்டு வாறேன்."

"யோவ் என்ன நீமரு வெளங்காத ஆளாயிருக்கீரு? எதயும் யோசிச்சிப் பேசும். முட்டாத்தனமா பேசாதீயும். இப்பந்தான் ரகள முடிஞ்சி ஆளுவள போலீஸ் பிடிச்சுட்டுப் போயிருக்கு. நீமரு வேற ஊட்டுக்குள்ளப் போய் சண்டய இழுத்து நாறடிச்சுடுவீர்போல இருக்கே. ஒம்ம ஊட்டாளுங்க மேல எந்தத் தப்புமில்ல. சக்கிலியப் பையன நீமருதான் மொதல்ல வேலக்கிச் சேர்த்திருக்கீயரு. இன்னக்கிப் பிரச்சன வேற மாதிரியாகிற்று. இப்பம் போலீஸ் பிடிச்சுட்டுப் போனவியள வெளிய எடுக்கணும். அத விட்டுட்டு சண்டப் போட்டு குதிச்சா காரியமாகாது."

நாட்டாம நாயக்கருக்கும் சுளீர்னு கோபம் வந்துற்று. "கோனாரே நீரு ஊட்டுக்குள்ளப் போயி சண்டக்கி நிப்பீரு. அத வேடிக்க பார்க்கவா நாங்க வந்திருக்கோம்? இங்க வாரும். தலைவர் சொல்றதக் கேளும்."

அங்ஙன நின்னவியளும் கசமுசன்னு பேச ஆரம்பிச்சுட்டாவ. மடிஞ்சு மடிஞ்சு தெரிகிற செத்தங்காணு வெளிச்சத்துல அவிய மூஞ்சிவ சரியாகத் தெரியலயின்னாலும், பேச்சுவ தெளிவாய்க் கேட்டுச்சு. ஆனாலும் பையன்மார்களப் பெத்தவிய அரட்டத் தொடங்கிட்டாவ. "மொதல்ல எங்க மக்கமார காப்பாத்துங்க. போலீஸ்ல அம்புட்டவிய வெளிய வரலன்னா நாங்கள்ல வதப்படணும். அவியள எடுக்க வழியில்லாம ஒங்கப்பாட்டுல பேசிக்கிட்டிருந்தா எப்டி? என்ன அர்த்தம்?" கோனார் எல்லாத்தியும் வாங்கிக்கிட்டுக் கம்னு நின்னார். அவர்க்கு இருக்கிற பதற்றத்துல காலும் ஓடல. கையும் ஓடல.

அப்பந்தான் நாட்டாம சுதாரிச்சார், "செத்தயிருங்க. திடுத்திப்னு நம்ம போனா வந்து யாருன்னுவானுவ. ஏற்கெனவே அப்டிப் போய் அனுபவப்பட்டிருக்கு. போலீசப் பார்க்கிறதுக்கு முன்னால, ஆரப் போய்ப் பார்த்தா அவியள வெளிய எடுக்கலாம்னு யோசிச்சிக்கிடுவோம். அதுண்டியும் பொறுமையாயிருங்க."

உடனே தோரணயையிட்டுப் பஞ்சாயத்துத் தலைவராய்ப் பேசினார் மூலபடச் செட்டியார், "வோவ் நாட்டாம, இப்பம்

பையமார பிடிச்சிட்டுப் போன விளாத்திகுளம் இன்ஸ்பெக்டர் யார் தெரியுமா?"

"ஆரு தெரியலயே?"

"நாட்டாமைக்கு விளாத்திகுளம் இன்ஸ்பெக்டர் ஆர்ன்னு தெரியலையாம். நீமரெல்லாம் என்னய்யா நாட்டாம? யோவ் அந்த இன்ஸ்பெக்டர் ஓங்காட்கத்தான். செவல்பட்டி பஞ்சாயத்துத் தலைவர் மல்லையா நாயக்கர் மருமவன். இப்பம் மல்லையா நாயக்கரப் போய்ப் பார்த்தா காரியமாகும்."

"அய்யா பெரியவங்களே அப்பிடியாவது எங்க புள்ளியள மீட்டுக் கொடுங்க"ன்னு ஆளாளு முட்டுல சொல்லச்சில, சிவன் கோனார் ஆத்திரம் தணிஞ்ச மாதிரி பேசினார், "எவ்வளவு பணங்காசு செலவானாலும் பரவாயில்ல. அதுக்காவ ஆரும் சங்கடப்பட வாண்டாம். அவியவிய புள்ளியள மீட்டுக் கொடுங்கச் செட்டியாரே."

"என்ன பஞ்சாயத்துத் தலைவரே புறப்படுவோமா? நா வேணும்னா ஒரு கார வரச் சொல்றேன். சுணங்காம ராத்திரியோட ராத்திரியா போய் வேலய முடிச்சுட்டு வந்திடுவோம்"ன்னு நாட்டாம ராமசாமி நாயக்கர் சுதாரிப்புல சொல்லச்சில, அதெல்லாம் தூக்கிச் சாப்பிடுகிற மாதிரி கத்தினாவ.

"அய்யய்யோ சக்கிலியக்குடில தீ வச்சுட்டானுவள பாவிப் பெயல்வ"ன்னு ஆட்கள் ஓடி வாராவ. மூலபடச் செட்டியார்க்குப் படக்னு கோபம் வந்துற்று. "இதென்ன கூத்து? இப்பந்தான் போலீஸ் இழுத்துக்கிட்டுப் போன பையமார கூட்டிக்கிட்டு வர என்ன செய்யணும்னு பேசிக்கிட்டிருக்கத்தக்கன, தீ வச்சுட்டாகன்னா, இதுக்கு ஆர் பொறுப்பேக்கிறது? போங்க. நீங்களே என்னத்தையும் செஞ்சுக்காங்க. என்ன கூப்புடாதீய. நா போறேன்."

"என்னடா கிறுக்குப் பெயவலாருக்கானுவ. அங்கப் போய் எவன் தீ வச்சது? இனிம கேஸ் ஸ்ட்ராங்காகிடுமே. ஆர் தூக்கி நிறுத்துவா? நாட்டாமைன்னா கூடயிருந்து வழக்குப் பிடிச்சி சமாதானம்தான் பேச முடியும். தீ வச்சு பொருள்கள அழிமாட்டம் செஞ்சா நா கிட்டத்துல இருக்க மாட்டேன். அதுக்குப் போலீஸ் வரும். அவுங்கக்கிட்டப் பதில் சொல்லுங்க. நா போறேன்."

"என்ன ரெண்டுபேரும் எங்கள நட்டாத்துல விட்டுட்டுப் போறீய. எவ்வனோ தீ வச்சதுக்கு நாங்க என்ன செய்யட்டும்."

"பிரச்சன ஒங்களுக்கு. ஒங்க பிரச்சனைக்காவ நாங்க வந்திருக்கோம். இப்பம் சக்கிலியப் பையன அடிச்சுட்டாங்கன்னு ஒங்கப் பையமார பிடிச்சிட்டுப் போயிருக்கு. அதுக்குள்ள சக்கிலியக்குடி தீ பிடிச்சி எரிதுன்னா என்ன அர்த்தம்? போலீஸ்காரனுவ வந்தா யாரக் கூப்புடுவான், ஒங்களத்தான? நீங்கதான் பதில் சொல்லணும்."

"இதென்ன வம்பாப் போச்சு."

"வம்புதான். மேலத்தெருக்காரவிய வம்பு வீம்புன்னு அலஞ்சி இன்னும் நாலு பையமாரு அம்புடல. ஆ ஊன்னு குதிச்ச அங்கமுத்துத் தேவர்க்குக் கை போனதுதான் மிச்சம். அது மாதிரி நீங்களும் எந்திரிச்சிக் குதிச்சா நாங்க என்ன செய்யட்டும்."

"என்ன ரெண்டுபேரும் இப்டிக் கை விரிக்கீய. அந்தச் சக்கிலியத் தாயோளித்தான எங்கப் புள்ளய கையப் பிடிச்சி இழுத்திருக்கான். இப்பம் அவன விட்டுட்டு வேற என்னலாமோ பேசுறீய?"

"சரி அவனப் பிடிச்சீங்க. எங்கிட்டயா ஒப்படச்சீங்க? இல்லன்னா போலீஸ்க்கிட்ட சொன்னீங்களா? அவன அடிச்சுக் கிடத்திட்டு, அவனப் போலீஸ் வந்து தூக்கிட்டுப் போயிருக்கு. இப்பம் ஆஸ்பத்திரியில சேர்த்திருப்பாங்க. டாக்டர் எழுதிக் கொடுக்கிறத வச்சு கேஸ் தொடுப்பாங்க. சரி அதான் போவட்டும். இப்பம் தீ வச்சுருக்கு. அதுக்கு ஆர் பொறுப்பு?"

"அய்யோ இது எவனோ வேணும்னு செஞ்சுருக்கான். இதுக்கு நம்ம எப்டிப் பொறுப்பேக்க முடியும்?"

"அதெப்டி வேணும்னு செய்வான்? இங்ஙன சக்கிலியத் தெருப் பையன ரெத்தம் கக்க அடிச்சிருக்கீய. அங்ஙன சக்கிலியக்குடி தீப்பிடிச்சி எரியுது. ஆரும் இதுக்கும் அதுக்கும் சம்பந்தமிருக்குன்னுதான நெனப்பாவ."

"சரி நாம இங்ஙன பேசிக்கிட்டு நேரத்தப் போக்க வேணாம். நாமும் ஓரெட்டுப் போய் எப்டி எரிஞ்சிருக்கு. என்னென்ன எல்லாம் சேதமாகியிருக்குன்னு பாத்துட்டு வந்துருவோம்."

"சரி சரி வாங்க தலைவர் சொல்ற மாதிரி சக்கிலியக்குடி என்னாச்சுன்னு பாப்பும்."

அவிய சக்கிலியக்குடிக்குப் போறதுக்கு முன்ன, பாதி வீடுக எரிஞ்சிப் போச்சு. மத்த குச்சில்களப் பிரிச்சிப் போட்டிருந்தாவ.

எங்ஙன பார்த்தாலும் புகை மூட்டம். அனல் தெறிப்புல, தணல் பளிச் பளிச்னு வெளிச்சம் கொடுத்துச்சு. மேலும் தீப்பரவாம அணச்சாவ. வேலைல எல்லாருமே மும்முரமாய் இருந்தாவ. "தண்ணி இல்லன்னா மண்ணள்ளிப் போடு." "அந்த மூங்கில்ல தீ எரியுது. தண்ணிய ஊத்து." "அய்யய்யோ ஊடு போச்சே. உள்ளவுள்ள பொருளு, துணிமணியெல்லாம் போச்சு. இனிம எங்ஙன தங்க? எங்கயிருக்க,"ன்னு திரேகத்துல தீப்பத்துன மாதிரி அலறினாவ.

"இதுக்கு முன்னால மறவன்தான் இந்த வேலைகளச் செய்வான். இப்பம் கோங்கமாருவளும் இந்த வேலைல இறங்க ஆரம்பிச்சுட்டாவளா?"

"தீ வைக்கணும்னா அவிய ஆத்தா கூதில வைக்கணும். அதவுட்டுட்டு சக்கிலியன் ஊட்டுக்குள்ளயா வைக்கச் சொல்லி யிருக்கு?"

"ஏலே என்ன சொன்ன, ஆத்தா கூதியா? ஓரடில கொட்ட கன்னத்துக்கு ஏறிடும். பெறவு புடுக்கத்து அலயணும்."

அங்ஙன நின்ன கோங்கமாரு ஆட்க முந்திக்கிட்டு வரச்சில குழம்படிப் பகட பையமார்களப் பார்த்துச் சொன்னார், "ஏலே ஏலே நீங்க இங்ஙன நிக்காதீய. போய்ப் புகைஞ்சிக்கிட்டிருக்கிற தீய அணைங்க. திரும்பவும் போலீஸ் வர்ற சமயம் வந்தாச்சு. அவிய வந்து எல்லாம் பேசிக்கிடுவாவ. நம்ம ஒண்ணும் பேச வாண்டாம்."

"என்ன திரும்பிப் போலீஸ் வருதா? இப்பந்தானே வந்துட்டுப் போயிருக்காவ. அதுக்குள்ள ஆரு சொன்னா?"

"அன்னா பஞ்சாயத்துத் தலைவர், நாட்டாம, நம்ம தெருத்தலைவர் எல்லாரும் வாராவ. அவியக்கிட்டப் போய் சொல்ங்கப்பா."

அங்ஙன வந்துட்டாவ மூலபடச் செட்டியாரும் ராமசாமி நாயக்கரும் அவியப் பெறத்தால சிவன் கோனாரும்; அவருக்கு வேண்டப்பட்டவியளும் இருந்தாவ. காணாதுக்குப் பால்பாண்டித் தேவரும் முத்தையா பாண்டியனும் வந்து ஒட்டிக்கிட்டாவ. இருட்டுலக்கூட அவிய வெள்ள வேட்டி மினுக்னு தெரிஞ்சது. அப்பமும் ஊர்ல எல்லாரும் ஒற்றுமையா இருக்கணும்னுதான் பேசிக்கிட்டாவ. முதல்ல பதறுன மாதிரிப் பேசி, என்னால இங்ஙன நிக்க முடியாதுன்னு பேசுன மூலபடச் செட்டியார், இப்பம் ஏதோ ஒரு சந்தோஷத்த உள்வாங்கிக் கிட்ட மாதிரி பேசினார், "வோய் சிவன் கோனார பார்த்தீரா? ஒம்ம வீட்டு விசயம் எப்டியெல்லாம் ஆவுதுன்னு பாரும்.

துட்டக் கனமா வச்சுக்காரும். ஓம்ம மேலயும் ஓம்மச் சாதிக்காரன் மேலயும் சின்னத் துரும்புகூட விளாம பாக்கிறது எம் பொறுப்பாச்சி"ன்னு சொல்லி வாய் மூடல, அதுக்குள்ளப் போலீஸ்காரவிய வந்து திமுதிமுன்னு இறங்கிட்டாவ. அவியகூட வந்ததெல்லாம் பொம்பளையாட்க அம்மாளு, மாடத்தி, பொன்னம்மா, இலந்தப்பூ கிழவின்னு சக்கிலியச் சாதிப் பொம்பளயாட்கக்கூட கீழத்தெரு தொடிச்சி, சம்முகக்கனி, கருப்பாயி, முத்தம்மான்னு பறைச்சாதி பொம்பளைங்களையும் பார்க்க முடிஞ்சது.

இப்பம் போலீஸ் நிக்கல, விசாரிக்கல, என்னன்னு கூடக் கேட்கல. தடதடதடன்னு இறங்கி, அங்ஙன நின்னவியளையும் பிடிச்சி – பெரிய வேனக் கொண்டு வந்திருந்தாவ – அதுல ஏத்துனாவ. முரண்டு பிடிச்சவிய, ஏற மறுத்தவிய, எதுர்த்துப் பேசினவிய எல்லாத்துக்கும் பிரம்படி விழுந்துச்சு. அடி சுள்ளுன்னு உறைக்கப்போய் உஸ்ஸ்னு வந்த சத்தத்துல ஏறிக்கிட்டாவ. பால்பாண்டித் தேவர் அதுலருந்து தப்பிச்சோம் பிழைச்சோம்னு ஓடினார். முத்தையா பாண்டியன் வேட்டி முந்தி ஓராள் கால்பட்டு இழுத்துச்சு. அந்த வேட்டிய உரிஞ்சுப் போட்டுட்டு ஓடுனான். ஏலமாட்டாம அம்புட்டுக்கிட்ட மூலபடச் செட்டியார், "நான் பஞ்சாயத்துத் தலைவர்"ன்னார். ராமசாமி நாயக்கர், "நான் நாட்டாமை"ன்னார். "எவ்வனா யிருந்தா எனக்கென்னல. ஏறுங்கல வேன்ல. இப்பந்தான் ஒருத்தன அடிச்சிக் கெடத்தி இருக்கீய. அதுக்குள்ள வீடுகளுக்கும் தீ வச்சுக்கிட்டா அலைகிறீய"ன்னு இன்ஸ்பெக்டர் சொல்லிக் கிட்டிருக்க, சிவன் கோனார் சும்மா கெடக்காம, "அய்யா இவியயெல்லாம் எங்கவூருக்கு பொறுப்பானவிய. வழக்குப் பிடிக்க வந்தாவ. அவியளையும் ஏத்திக்கிட்டுப் போறீகளா. இது ஒங்களுக்கே நல்லாயிருக்கா"ன்னார்.

உடனே ஏட்டையா அதட்டினார், "அவுக இருக்கட்டும். நீ யாரு? அவுகளுக்கு ஏண்டுக்கிட்டு பேசுற?"

"நானு பால்பண்ணை வச்சு நடத்துறேன். எம் புள்ளயத்தான் அந்தச் சக்கிலியப் பெய கையப் பிடிச்சி இழுத்திருக்கான்." கோனார் சொல்லி முடிக்கல, அதுக்குள்ள ஏட்டையா, "அய்யா இவுரு மவளத்தான் அடிப்பட்டு கெடக்கானே, அவன் கையப் பிடிச்சி இழுத்தானாம்"ன்னார். இன்ஸ்பெக்டர் கறாராகச் சொன்னார், "ஆள விடாதீங்க. இப்பம் எதுவும் பேசக் கூடாது. எல்லாம் ஸ்டேஷன்ல வச்சுப் பேசிக்கிடுவோம்." அவர் கடைசில ஏறி வேன்ல உக்கார்ந்தார். உடனே வேன் கிளம்பிற்று.

நாட்டாம ராமசாமி நாயக்கர் மக்கமார் உடனே உஷாரானாவ. அவிய நைனாவ எந்தக் கஷ்டமும் சங்கடமும் இல்லாம வெளியே எடுக்கணும் இப்பம். ராத்திரியோட ராத்திரியா செல்வாக்கு உள்ள காங்கிரஸ்காரர்களப் போய்ப் பார்த்தாவ. அதோடு நிக்காம நாயுடு மகாசபை சங்கத்துத் தலைவரையும் பார்த்து விசயத்தச் சொன்னாவ. மூலபடச் செட்டியார் வீட்டுலயும் ராத்திரி இருட்டிலேயே போய் அவியளுக்கு வேண்டப்பட்ட போலீஸ் அதிகாரியப் பார்த்தாவ. அவிய ஆட்கள் செவல்பட்டி பஞ்சாயத்துத் தலைவர் மல்லையா நாயக்கரயும் பார்க்கப் போயிருக்காவ. ஆள் விட்டுக் கூப்பிட்டதுனால ஆள வச்சுச் சொல்ல வச்சாவ. விளாத்திகுளம் இன்ஸ்பெக்டரும் வந்தவியளச் சமாளிச்சார். அவர்க்கும் மூர்க்கம் குறைஞ்சு, மூஞ்சிச் சுணக்காம, நிதானமாகப் பேசினார், "இவுகள நான் விசாரிக்கத்தான் கூப்புட்டு வந்திருக்கேன். ஒருத்தன அடிச்சிப் போட்டிருக்கு. அடிபட்டவன் இப்பம் ஆஸ்பத்திரியில இருக்கான். விசாரிச்சு கேஸ் எழுதி முடிக்கல. அதுக்குள்ள குடியிருக்கிற வீடுகளுக்கெல்லாம் தீ வச்சுருக்கு. குற்றம் யார் செஞ்சாங்களோ அவுக மேலத்தான் கேஸ். மத்தவங்கள விசாரிச்சுட்டு விட்டுடுவோம்"ன்னார்.

மூலபடச் செட்டியாருக்கும் ராமசாமி நாயக்கருக்கும் இருப்புக் கொடுத்தார். அவிய ரெண்டு பேரும் நாற்காலில உக்கார்ந்திருந்தாவ. காபியும் வந்துச்சு. சுடச்சுட காபியக் குடிச்ச பெறவுதான் அவியளுக்கும் மனசுல ஆறுதல். அவிய சொந்தக்காரவிய வந்ததும் இன்ஸ்பெக்டர், "தடுக்காதீங்க வரட்டும்ன்னார்." வந்தவியளும் மேசயச் சுத்தி நின்னுக்கிட்டாவ. அவரும் எந்திரிச்சு மேசைல சாய்ஞ்சமாதிரி நின்னார். டியூப்லைட்க வெளிச்சம் குப்னு இருந்துச்சு. லாக்ப்ல எல்லாத்தியும் பிடிச்சிப் போட்டிருந்துச்சு. அவியயெல்லாம் கம்பியப் பிடிச்சிக்கிட்டுப் பார்த்துக்கிட்டே இருந்தாவ. அடுத்தாப்பல ஏட்டையா, ரைட்டர், போலீஸ்காரவிய, அவரு எல்லாத்துக்கும் காபி வந்துச்சு. இன்ஸ்பெக்டர் வாங்கிக் குடிச்சிக்கிட்டு, "இங்ஙன இருக்கிற ஊர்ல. சடையன் குளம் ஆக மோசம்"ன்னு பேசத் தொடங்கினார். அதக் கேட்கச்சில கோபமாய் வந்துச்சு நாட்டாம ராமசாமி நாயக்கர்க்கு. ஆனாலும் நாயக்கர் வாய் திறக்கப் பயந்தார். பஞ்சாயத்துத் தலைவர் மூலபடச் செட்டியார் கேட்டுட்டார். "அப்டி என்ன மோசம் கண்டீய?" இன்ஸ்பெக்டர்க்கு வெடுக்னு கோபம் வந்துச்சு: "கிறுக்குத்தனமா பேசாதீங்க. சொல்றத கவனமா கேட்கணும். கூறுகெட்டதத்தனமா இடைல முந்தக் கூடாது. நீங்க எவ்வளவு வருசமா பஞ்சாயத்துல தலைவராய் இருக்கீய?"

“அஞ்சு வருசம் இருந்துட்டுப் பழையபடி இப்பம் ஜெயிச்சி நாலு வருசம் ஆவுது.”

“அப்பம் ஒம்பது வருசம்.”

“ம்…”

“அவ்வளவு வருசத்துல என்ன நடந்துச்சுன்னு சொல்லத் தெரியுமா. அதாவது நீங்க சொன்னாலும் சொல்லாட்டாலும், நாங்க ஃபைல் போட்டு அவ்வளத்தியும் பதிவு செஞ்சி வச்சுருக்கோம்.”

“அப்டியா எல்லாம் பதிவாகியிருக்கா. சரிய்யா அப்டியே தப்புத்தண்டால் நடந்தா நீங்கத்தானே பொறுக்கணும்.”

“பொறுத்துப் போகணும்மா. எங்னகூடிப் பொறுத்துப் போகும் போலீஸ் டிப்பார்ட்மெண்ட்? டிப்பார்ட்மெண்ட் குற்றவாளியப் பிடிச்சி நீதிமன்றத்துல நிறுத்தும். அதான் அது வேல.”

இன்ஸ்பெக்டர் திரும்பவும் போய் நாற்காலியில் உக்கார்ந்துக்கிட்டார். அவர் பேசாம இருக்கப்போய் மத்தவியளும் அமைதியாக இருந்தாவ. ராமசாமி நாயக்கர்க்கு அவரப் பார்க்கப் பார்க்கச் சங்கடம் தாங்கல. அவரும் நம்ம சாதிக்காரன். நம்மள என்ன கேள்வியெல்லாம் கேட்கான்னு கோபம். ஆட்களும் விட்டுடுங்கன்னு சொல்லியாச்சு. அப்படியிருந்தும் விடாம இருக்க வச்சுருக்காரேன்னு கடுப்பு. இன்ஸ்பெக்டர் நிதானமாகக் கைத்துண்ட வச்சு மூஞ்சத் துடைச்சுக்கிட்டார். அவரும் பெரிய உயரம். உயரத்துக்குத் தக்ன திரேகக் கட்டு. அவர் மூஞ்சியில திரட்சி குறையாத பளபளப்பு. அப்படி ‘கெத்தா’ நிமிந்துக்கிட்டு சொன்னார், “ஓங்க ரெண்டு பேரயும் இப்பம் விடுறேன். நாளைக்கி காலைல சரியா எட்டு மணிக்கு நீங்க இங்க இருக்கணும். எதுக்கு வரச் சொல்றேன்னா, இத இப்டி விட்டிட முடியாது. அடிச்சது யாரு. அடிப்பட்டவன், அடிப்படறதுக்கு முன்னால அந்தப் புள்ள வீட்டுக்குப் போனது உண்மைதானா? அவள் கையப் பிடிச்சி இழுத்தானா? அவனுக்கும் அவளுக்கும் முன்னமே தொடர்வு இருந்துச்சான்னு, அவளயும் கூப்பிட்டுக் கேட்கணும். அதோட நில்லாம தீ வச்சது யாருன்னு தெரிஞ்சாகணும். இதெல்லாம் தெரியல, விசாரணைக்கும் வரல, எல்லார் மேலயும் கேஸ் பதிவாகிடும் பாத்துக்காங்க. பெறவு பதினைஞ்சு நாளு பாளைங்கோட்டைல யிருக்கணும். எது சவுரியம்னு நீங்கதான் சொல்லணும். இப்பம் போறதுக்கு முன்ன பேப்பருல எழுதிக் கொடுத்துட்டுப் போங்க.”

அப்பம் மூலபடச் செட்டியார் முக்கி முனங்கிச் சொன்னார், "அய்யா அந்தப் புள்ளயோட தகப்பனையும் பிடிச்சி வச்சுருக்கிய. அவரையும் எங்களோட விடுங்க. அப்பந்தான் எல்லாத்தியும் கூட்டிக்கிட்டு வர தோதாயிருக்கும்."

"அந்தாளு பெயரென்ன?"

"சிவன் கோனார்."

"சிவன் கோனாரு ஆர்ரீயா. இங்க வாரும்"ன்னு இன்ஸ்பெக்டர் கூப்பிட்டதும், லாக்கப்ல பிடிச்சிப்போட்ட சிவன் கோனார வெளில வரச் சொன்னாவ. சிவன் கோனாருக்கு மயக்கம் வருகிற மாதிரி இருந்துச்சு. ஒவ்வொண்ணா வந்து தாக்கப்போய், நில குலைஞ்சி, பெரிய வலைப்பின்னல்ல அம்புட்டுக்கிட்டு வெளியே வர முடியாம முழிக்கிற மாதிரித் திணறினார். அப்பிடியே நிதானப் பட்டு, நம்மள இன்ஸ்பெக்டர் கூப்பிடுகிறார்ங்கிறத உணர்ந்தார். என்னதானிருந்தாலும் வீட்டுப் பிரச்சன தெருவக் கடந்து சந்தியத் தாண்டி இப்பம் போலீஸ்ல நிற்கிறத எண்ணி வேதன அடஞ்சார். அந்த வேதனையோடயும் வலியோடயும் இன்ஸ்பெக்டர் எதுக்க நிக்கச்சில, இன்ஸ்பெக்டர் அதே அதட்டலும் கெத்துமாய்த்தான் கேட்டார், "யோவ் ஓம்ம புள்ளய வச்சு இவ்வளவு பிரச்சன நடந்திருக்கு. நீர் என்ன செஞ்சீரு. புடுங்கையாச் செஞ்சீரு?"

சிவன் கோனாருக்குத் திரேகம் நடுங்கிச்சு. அதனக் கட்டுப் படுத்திக்கிட்டுப் பேசினார், "அய்யா இவ்வளவும் நடக்கச்சில நாந் இங்ஙன இல்ல. நான் சூரங்குடிக்குப் போய், மாடு வாங்கிற விசயமா பேசிட்டு, அதுலருந்து தங்கமாள்புரத்துக்கு நடந்து போய், சின்ன வயசுல இருந்தே எங்கூடப் பழகினவரு கன்னயா நாயக்கர். அவரயும் பார்த்துட்டு, பஸ்ல வந்திரங்கச்சிலத்தான், விசயமே தெரியும். அதுக்குள்ள எல்லாம் கைமீறிப் போச்சு. இப்பம் ஓங்க முன்னால நான் கைக்கட்டி நிக்கேன்."

"சரி நீரும் போரும். நாளைக்கி ஓம்ம மவா, நீமரு எல்லாரும் இங்க வரணும்."

கோமதிக்கு இன்னும் பயம் தெளியல. மனசு வதைப்பு திரேகத்தச் சுண்டவச்சது. பலதும் நெனச்சி, சோர்ந்துபோனாள். முத்துவீரன எதுக்குப் பார்த்தோம்? முதல்ல பார்க்கச்சிலயே யாரோ எவ்வரோன்னு இருந்திருந்தா இந்தத் தொரட்டு வேண்டாம். பிரச்சனயும் வளர்ந்திருக்காது. இப்பம் அவனும் வந்திருக்க மாட்டான். அடியும் விழுந்திருக்காது. சக்கிலியக்குடியில தீயும் எரிஞ்சியிருக்காது. அவியவிய சோலியப் பார்த்துக்கிட்டு எப்பமும் போல இருந்திருப்பாவ. இருந்தாலும் முத்துவீரனுக்குத்

துணிச்சல் ஜாஸ்தித்தான். இல்லன்னா முன்னப்பின்ன யோசிக்காம பால் பண்ணைக்குள்ள நுழஞ்சி ஜன்னல் வழியாய் எட்டிப் பாப்பானா? பார்க்க மட்டுமா செஞ்சான்? கூப்பிடயும்ல செஞ்சான். வா, ஓடிப் போவலாம்னு, அவன் சொன்ன மாதிரி ஓடிப் போனால் பிரச்சனத் தீர்ந்தாப் போவும்? இப்பம் பிரச்சனைங்க புதுசு புதுசாய் முளைக்கி. அதுவும் தீராதப் பிரச்சனயாயில இருக்கு. அடிச்சதும் காணாதுன்னு வீடுகளுக்குத் தீயும் வச்சாச்சு. போலீஸ், கேஸ், அலச்சல், செலவு, சங்கடம், குழப்பம், கவல, எரிச்சல், அப்பப்பா. எதுக்கு முத்துவீரன் வந்தெ? இப்பம் பார்த்தியா? என்னென்னலாம் ஆகிட்டுன்னு?

கோமதியச் சுத்திப் பொம்பளைகளா இருந்தாவ. துஸ்டி வீடு மாதிரி ஆகிப் போச்சு கோனார் வீடு. போறாளும் வாராளும் கண்ணீர் சிந்தினாவ. உலகம்ம தலைல தலைல அடிச்சி நில குலஞ்சிப் போனாள். இதுதான் சாக்குன்னு வந்த பொம்பளைங்களும் வாய்க்கு வந்ததெல்லாம் பேசினாவ. "என்னடி சங்கதி. அவங்கூட தொடர்வு வச்சுருந்தியா. இல்லன்னா அவன் எப்டி ஊட்டுக்குள்ள நுழைவான்?"

"ஏய் பொட்டக் கழுத, நம்ம சாதியென்ன? நம்மக் கோத்திரமென்ன? இந்தப் பவுஸ்சோட இருக்கப் போயித்தான் இன்னக்கிம் ஒரு கொள்ளியோட வாழுறோம். கொள்ளி அணஞ்சாலும் அடுத்த கொள்ளிய நெனச்சிப் பாக்கமாட்டோம்."

"ஏய் கொள்ளி முறிஞ்சவள. நீ அடுத்த கொள்ளிய நெனக்காம இருக்க வேண்டாம். நீ அத நெனைக்கப் போய்த்தானே இப்பம் ஊரே லோல் படுது. இனிம ஒங்கையா தலய் நிமிர முடியுமா? சூறு கெட்டவள, கொஞ்சமாவது நெனச்சுப்பாத்தியா?"

"எதுக்குத் தொணதொணத்துக்கிட்டிருக்கிய? அவளே பதறிப் போய் நிக்கா. நீங்க ஒண்ணிருக்க ஒண்ணச் சொல்லி அவளப் பைத்தியாமாக்கிடாதிய."

"நாமளே இப்பம் பைத்தியமான மாதிரி ஆகிட்டோம். அவ ஆனாத்தான் என்ன? அவள நம்ம சாதிக்குள்ள ஒருத்தன் வந்து பேசி கையப் பிடிச்சி இழுத்தாக்கூட மனசு ஆறும். இருந்து இருந்து ஒரு சக்கிலியன்ல கையப் பிடிச்சி இழுத்திருக்கான். அத நெனச்சாத்தான் மனசு ஆறமாட்டேங்கு. ஈரக் குலையெல்லாம் நடுங்குது."

வைது தீர்த்ததனால அவிய பாரத்த இறக்கி வச்சாவ. ஒருத்தர் எந்திரிச்சி போவ, இன்னொருத்தர் வந்து குத்த வச்சுக்கிட்டாவ. அங்ஙனவுள்ள பொம்பளைங்கக் கூட்டம் ஏசிக்கிட்டே இருந்துச்சு. அவிய ஏச்சில கோமதி திணறிப்

போனாள். அவளுக்குப் பதில் பேச முடியல. வாய்விட்டு அழ முடியல. நிக்க முடியல. உக்கார முடியல. பேந்த பேந்த முழிச்சா. கண்ணு படபடத்துச்சு. அதுலருந்து நீர் கட்டி வடிஞ்சது. இந்த ஏச்சுக்கும் பேச்சுக்கும் இடையில வெளிலருந்து ஆம்பளையாட்கள் சத்தம் கேட்டுச்சு, "ஏய் உள்ள என்ன செய்றீய. எல்லாரும் வெளில வாங்க. இந்தா போலீஸ்க்குப் போனவிய வந்துட்டாவ."

"வந்துட்டாவளா? அப்பாடி. எங்கவுடமாட்டாம உள்ள வச்சுருவாவளோன்னு நெனச்சேன். கும்பிடுற பாலகிருஷ்ணன் கைவிடல"ன்னு கிழவி எந்திரிக்கங்காட்டிலும், வீட்டுல வுள்ளவிய விரசலாய் வெளில வந்தாவ. தெருவுல ஆட்கள் நெறைஞ்சி நின்னாவ. ஒத்த லைட் வெளிச்சத்துல மூஞ்சிய அடையாளம் காண முடியல. ஆனாலும் காருலயிருந்து இறங்கியவர்கள் அடையாளம் கண்டுக்கிட முடிஞ்சது.

சிவன் கோனார் நொடிஞ்சிப்போய் இறங்கினார். தன் வீட்டு முன்னால, இப்படியோர் சிக்கல்ல சிக்கிக்கிட்டு இறங்குவோம்னு எதிர்பார்க்கல. கோங்கக்கமார் தெருவுல எவ்வளவோ காரியங்க நடந்திருக்கு. எதிலயும் அவர்தான் முந்திப்போய் உக்காருவார். வெள்ள வேட்டியும் வெள்ளச் சட்டயும் அயர்ன் பண்ணி, மடிப்புக் கலையாம அணிஞ்சிக்கிட்டு, அதுக்கு மேலப் பச்ச டர்க்கி துண்டயும் போட்டுக்கிட்டு இருந்தார்னா, "வாங்க பால் பண்ண முதலாளி அய்யா", "வணக்கம் சிவன் கோனார்", "தலைவருக்கு நமஸ்காரம்" இப்படி ஆட்கள் சொல்லிக் கையெடுத்துக் கும்புடுவாவ. அந்தப் பெரும், கௌரவம், செல்வாக்கு, மரியாத எல்லாம் போச்சே? அவரால் மனக்கனத்தைத் தாங்க முடியல. தெருவுல உள்ளவிய சூழ்ந்துக்கிட, மூலபடச் செட்டியார் கூப்பிட்டார், "யோவ் சிவன் கோனார் இங்க வாரும். ஒம்மக்கிட்டப் பேசணும்." அதுல ஒரு கோனார், "என்ன பேசப் போறீய? இவ்வளவு நேரமும் பேசாமயா இருந்தீய?"

"நீர் கூறு கெட்டத்தனமா பேசாதீரும். ஒம்ம பொழப்பப் பாத்துட்டு வாய் மூடிக்கிட்டு கம்னு இரியும்."

"ம்... என்ன இப்டிச் சொல்லிட்டீய தலைவா?"

"இது பொம்பளப் புள்ள காரியம். இதத் தெருவுல வச்சுப் பேசக் கூடாது. தனியா உக்கார்ந்து பேசணும். இதுல வேற சிவன் கோனாரு மனசு உடஞ்சிப் போயிருக்காரு. அதயும் தேத்தணும்."

அப்பந்தான் ராமசாமி நாயக்கர் சொல்வார், "நீங்க பேசி முடிவு எடுங்க. நானு ஊடுமுட்டும் போயிட்டு வந்திடுறேன்."

அவர் பதில் எதிர்ப்பார்க்கல. அவர் ஆட்களோடப் புறப்பட்டார். மூலபடச் செட்டியார் ராமசாமி நாயக்கர ஏறிட்டுப் பார்த்தார். அதுக்குள்ள அவிய இருட்டுல மறைஞ்சுட்டாவ. இவ்வளவு தூரம் வந்தவர் செத்த நின்னு பேசாமப் போனது வருத்தமாய் இருந்துச்சு. “எதுக்கு இப்டி நகண்டு அடியக் காலிபண்ணி ஓடுறாரு நாயக்கர்? என்னத்தத்தான் பழகினாலும் நாயக்கன் உறவு தோள் வரத்தான். தலைக்கி எவ்வாது. தலத் தப்புன்னா போதும்னு ஓடுறாரு.”

“என்ன தலைவரே இப்டிச் சொல்லிட்டீய? ஒங்கச் செட்டிமாரயும் எப்டிச் சொல்லிருக்கான். அதுவும் சும்மா சொல்லல. சொன்னதத்தான் சொன்னான் சரியா சொல்லி இருக்கான். ஆத்தோடச் செட்டி போனாலும் காரியத்தோடத்தான் போவான்னு.”

அங்னயிருந்த ஒரு நாயக்கர் அதக் கேட்டதும் மூலபடச் செட்டியார்க்குத் திணறல் எடுத்துச்சு.

“என்னப்பா நானு ஒண்ணச் சொன்னா நீங்க ஒண்ணச் சொல்றீய.”

“மூலபடச் செட்டியாரெ, அவுரு சொல்லிட்டாருன்னு நீங்க என்னத்துக்குப் பதறுறீய? எங்கக் கோனார் சாதின்னாப்புல வுட்டா வச்சுருக்கானுவ? சினிமாவுல பாடி வச்சுருக்கான். முட்டாக் கோனாரே, அறிவுக் கெட்டுத்தான் போனாரேன்னு.”

“இங்க ஏற்கெனவே சாதி சாதின்னு தீப்பிடிச்சி எரியுது. நீங்க வேற எண்ணெய் ஊத்திறீகளா? மூலபடச் செட்டியாரே நீங்க என்னமோ சொல்லணும்னு சொன்னீயல்ல... வாங்க. வீட்டுக்குள்ள போய்ப் பேசுவோம்”ன்னு சிவன் கோனார் கூப்பிடச்சில, மூலபடச் செட்டியார் பெறத்தாலப் போனார்.

அங்னனக் கவலப்பட்டு, வாசல அடைச்ச மாதிரி உக்கார்ந்திருந்த பொம்பளைங்க, ஆம்பளயாட்கள் சத்தங் கேட்டதும் எந்திரிச்சு அவியளுக்குப் போவ வழிவிட்டு ஒதுங்கி நின்னாவ. சிவன் கோனார்க்கு, மவளப் பார்த்து, அவள நாலு கிழி கிழிச்சி, கன்னத்துல ரெண்டு கொடுத்து, ‘மூக்குல உக்கார்ந்து அழு’ன்னு சொல்லணும்போலப் பரபரப்பாய் வந்துச்சு. கேந்திவாக்குல அவர் போவதயும், அவர் நெலமயையும் செட்டியாரும் உணராமலில்ல. அந்த அவசரத்துல அவரும், “கோனார நாம உக்கார்ந்து பேசுவோம். அதுக்கு முன்ன கத்திக்கித்தித் தொலச்சி ரகள பண்ணிறாதீயும். அப்டிப் பண்ணணும்னு எண்ணமிருந்தா சொல்லீரும். நா போயிறேன். நீர் பாத்துக்காரும்.”

“என்ன இப்டிச் சொல்லிட்டீக. ஓங்கப் பேச்ச மீறுவேனா. வாங்க. நாம மட்டபாவுல உக்கார்ந்து பேசுவோம்.”

ரெண்டு பேரும் படியேறி மட்டப்பாவுக்கு வந்தாவ. அங்ஙன ஒரு ஓரமா நாலு கம்பு நட்டி ஓல மேய்ஞ்சி செட் கட்டியிருந்தார் சிவன் கோனார். லைட்ட எரியவிட்டார். அதுல ஒரு நார்க்கட்டிலும் ரெண்டு மர நாற்காலிகளும் கெடந்துச்சு. “என்னமோ சொல்லணும்னீங்களே, இதுல உக்கார்ந்து சொல்ங்க”ன்னு சொல்லுகிற கோனார் மூஞ்சப் பார்க்கவே சங்கடமாயிருந்துச்சு செட்டியார்க்கு. “நீங்க என்னத்துக்கு நிக்கீய. உக்காருங்க”ன்னார்.

அவராகவே பேச்சத் துவங்கினார், “நா என்ன சொல்ல வந்தேனா நீர் ஊட்டுக்குள்ளப் போய் ஒம்ம பொண்டாட்டி புள்ளியளோட சண்டகிண்ட போட்டுறாதியும். இது சண்ட போடுற நேரங் கெடயாது. முள்ளுல சேல விழுந்தா இழுக்கக் கூடாது. அது மாதிரிதான் இதுவும். சக்கிலியத் தாயோளி பிரச்சன ஒரு பக்கம் இருக்கட்டும். அதுக்கு ஒரு முற்றுப்புள்ளி வைக்கணும்னா, நா சொல்ற மாதிரி சொல்லி, ஒம்மப் புள்ளய சொல்லவையும். மொதல்ல பதமா அதட்டும். பெறவு மெல்லப் பேசி, சக்கிலியப் பயல மனசுல நெனச்சுருந்தா மறந்திடு. செத்த மாடுவள அறுத்துத் திங்கிற பயல்வ. அவனுவளுக்கும் நமக்கும் ஏணி வச்சாலும் எட்டாது. நாளைக்கி இதச் சொல்லப் போலீஸ்க்குப் போறோம். அங்க வச்சு ஒன்ன கேட்பாவ. அவந்தான் சுவரேறிக் குதிச்சி வந்தான். நா அவனப் பாத்துப் பயந்து போயிட்டேன். அதுக்குள்ள கத்துறதக் கேட்டு ஆளுக வந்து பிடிச்சிட்டாவ. பெறவு எனக்கு எதுவும் தெரியாதுன்னு மட்டும் சொல்லச் சொல்லும். மத்தத நாமப் பாத்துக்கிடலாம்.”

4

குன்னிமரியான் பட்டாளத்து லாரில வந்தான். அதுவும் பட்டாளத்து உடையில மிடுக்காய் ஏறிட்டுப் பார்த்து இறங்கினான். பச்சக்கலர் அடிச்ச லாரியும் பெரிசு. அவன்கூட மூணு பட்டாளத்துச் சிப்பாய்களும் அதே மாதிரி உடையில வந்திருந்தாவ. இரும்புப் பீரோ, கட்டில், மெத்த, டேபிள் பேன், மர்பி ரேடியோன்னு எல்லாத்தியும் இறக்கச்சில தெருவு ஆட்களும் கூடமாட நின்னாவ. பகலானதுனால வேடிக்கப் பார்க்க கூட்டமும் சேர்ந்துச்சு. லாரி புறப்பட்டுப் போகச்சில, அவிய சலியூட் அடிச்சி, கைக்குலுக்கிக்கிட்டாவ. இந்தியில பேசுனாவ. குன்னிமரியானுக்கு இந்தியும் மலயாளமும் தெரிஞ்சியிருந்துச்சு. எல்லாரும் அவியள வாய் பார்த்தாவ. என்ன பேசுறாவன்னு தெரியல. அவியள அனுப்பி வச்சுட்டு குன்னிமரியான் தமிழ்ல பேசினான், “நாங்க நாலுபேரும் ஒண்ணாத்தான் வர்றோம். அதுனாலத்தான் லாரில வர முடிஞ்சது.”

“அப்பம் போகச்சிலயும் ஒண்ணாத்தான் போவீயளா?”ன்னு தொடிச்சி கேட்டதும் குன்னிமரியான் உடனே சொல்வான், “மைனி திரும்ப நா போக வேண்டியதில்ல. அஞ்சு வருசம் முடிஞ்சிப் போச்சு. இன்னும் அஞ்சு வருசம் எழுதிக் கொடுத்திருக்கலாம். நாந்தான் வேண்டாம்னு வந்துட்டேன். மத்தவிய நோக்கம்போல எழுதிக் கொடுத்திருப்பாவ. அவிய எப்பப்பம் வாராவன்னு சொல்ல முடியாது.”

அப்பந்தான் அவனும் இசபெல்லாவப் பார்த்தான். அவளும் அம்மா பெறத்தால ஒளிஞ்சிக்கிட்டு, தலய மட்டும் நீட்டிக்கிட்டுப் பார்த்தாள். “இசபெல்லா வா. வா, வா, வா. சித்தப்பாக்கிட்ட வா.” இசபெல்லா வரச்சில. அவளப் பக்கத்துல கூப்பிட்டு, “சித்தப்பா ஒனக்கு என்னெல்லாம் வாங்கிட்டு வந்திருக்கேன் பாரு”ன்னு பெட்டியத் திறந்து விளையாட்டுச் சாமான்கள எடுத்துக் கொடுத்தான். அவள் எல்லாத்தியும் எல்லார்க்கிட்டயும் காட்டிக் குதிகுதின்னு குதிச்சாள். அவனுக்குக் குழந்தயப் பார்க்கச்சில மனசு தாங்கல. அந்தச் சோகம் அழுத்தச்சில அழணும்போல இருந்துச்சு. இசபெல்லா எவ்வளவுதான் சந்தோஷத்துல குதிச்சாலும் வளர வளர விவரம் தெரியும். அப்பம் அப்பாவத் தேடுவாள். அப்பாவுமில்ல. அண்ணனுமில்ல. இவிய இல்லாத இடத்த யார் நிரப்புவது?

“மைனி”

“என்ன குன்னிமரியான்?”

“இசபெல்லாவ பள்ளிக்கூடத்துல சேர்க்கணும்ல.”

“சேர்க்கணும். நா மொதல்ல தூத்துக்குடில சேர்க்கலாம்னு நெனச்சேன். அப்டிப் பெர்டின் சிஸ்டர் மூலமாப் படிக்க வைக்கலாம்னு எண்ணம் இந்துச்சு. இப்பம் பெர்டின் சிஸ்டர் அம்மான்னு ஒருத்தி வந்து, எம் புள்ளக்கிட்ட வாங்கனத் துட்டக் கீழ வைய்னு நச்சரிக்காள்.”

“எவ்வளவு கொடுக்கணும்?”

“அந்தக் கணக்குத்தான் குழப்பமாய் இருக்கு.”

“வாங்கினத் துட்ட எழுதி வைக்கலாம்ல.”

“அதச் செய்யாம விட்டது தப்பாப்போச்சு.”

“பணம் வேணும்னா சிஸ்டர வந்து கணக்குச் சொல்லச் சொல்ங்க. கொடுக்கலாம். இசபெல்லாவ சிஸ்டர் மூலமா பள்ளில சேர்க்க வேணாம். அதுக்கு வேற வழியென்னன்னு பாப்பும்.”

“கிளெமெண்ட் பாதர்க்கிட்ட இது விசயமா பேசியிருக்கேன். அவுக நம்மவூர் பள்ளிக்கூடத்துலேயே சேர்க்கச் சொல்றாவ. இங்ஙன நல்லா சொல்லிக் கொடுக்காவளாம். ஆறுக்கு வேணும்னா வேற பள்ளிக்கூடத்துல சேர்த்துக்கிடலாங்காவ.”

“அப்பம் அப்டிச் செய்யுங்க. ராத்திரி டீயூசனுக்கு வேணுமானா நம்ம ஏற்பாடு செய்வோம்.”

பட்டாளத்து உடையோடு வீட்டுக்குள் போன குன்னிமரியான், திரும்பி வரச்சில முழுக்கால் டவுசரும் முண்டாப் பனியனும் அணிந்திருந்தான். எல்லா சாமான்களை யும் ஆளோடச் சேர்ந்து தூக்கி வச்சுட்டு, முட்டங்கால்களயும் மடக்கிச் சம்மணம் கூட்டித் திண்ணையில உக்கார்ந்திருந்த சம்முகக்கனி விகைப்பிலக் கேட்டாள், "ஏய் குன்னிமரியான் என்ன? இப்பமெல்லாம் லாங்ஸ்தான் போடுவீயா. வேட்டிக் கட்ட மாட்டீயா?"

"அஞ்சி வருசமா இப்படியே பழகியாச்சு. இப்பம் வேட்டிக் கட்ட தோது வர மாட்டங்கு."

அதுக்குச் சம்முகக்கனி அக்கா என்னமோ சொன்னாள். அவளது புள்ளியக் கரச்சல்ல சரியாகக் கேட்கல. அந்தத் தொந்தரவு பொறுக்காம அரட்டினாள், "ஏம்ல இப்டிக் கெடந்து கத்துற. செத்த சும்மா இரியம்ல. மத்தவியப் பள்ளிக்கூடம் போயிட்டாவ. இல்லன்னா தாங்காது."

"ஏம் பச்சப்புள்ளையத் திட்டுறீய? நீ இரி கண்ணு. மாமா ஒனக்கு மிட்டாயத் தாறேன்?"ன்னு வீட்டுக்குள்ளப் போனான் குன்னிமரியான். மிட்டாய்னதும் நாக்குச் சொட்ட விட்டுச்சு. அவிய சத்தம் காட்டல. அட்டப் பெட்டியத் தூக்கிட்டு வந்த குன்னிமரியான் பலமாய் அடைக்கப்பட்ட மூடியத் திறந்தான். அதுல வண்ண வண்ணக் கண்ணாடி பேப்பர்ல சுற்றப்பட்ட மிட்டாயாய் இருந்துச்சு. அது சாக்லெட். இது டெக்கான்." இது பெயரென்னன்னு குழம்பிய சம்முகக்கனி சட்ன்னு "எப்பப்பா இவ்வளவு மிட்டாயா?"ன்னு வாய்விட்டுச் சொன்னதும், பெறவு, "இவ்வளவும் எவ்வளவுன்னு" கேட்டாள். அவளுக்கு ஒரு குத்து மிட்டாய்கள அள்ளிக் கொடுத்த குன்னிமரியான் அதன் விலயச் சொன்னான். "இந்நேரம் இந்தத் துட்டு மட்டும் எங்கைல இருந்துச்சுன்னா நாங்க பதினஞ்சி நாளுவளுக்கு நெல்சோறு பொங்கித் திம்போம்"ன்னு அவள் சொல்லச்சில தொடிச்சி குறுக்கிட்டாள், "சும்மா தொண தொணக்காதீய. ஆசயாய் கொடுக்கச்சில வாங்கிக்கிடுவியளா? அத வுட்டுட்டுப் பதினஞ்சி நாளு திம்போம், பதினொரு நாளு திம்போம்னுட்டு. அதெல்லாம் தெரியாமயா வாங்கிக்கிட்டு வந்து கொடுக்கு? எல்லாம் தெரியத்தான் செய்யும். துட்டுப் போனாலும் பரவாயில்லன்னு வாங்கிட்டு வந்து கொடுக்கச்சில சத்தங்காட்டாம வாங்கிக்கிடணும்."

"தம்பி எப்பம் வந்தீய? நீங்க வந்திருக்கிறத சக்கிலியக்குடில சொன்னாவ. உடனே புறப்பட்டு வந்துட்டோம்." எல்லாரும் மிட்டாய்ய வாயிலப் போட்டுச் சுவைச்சுக்கிட்டிருக்கச்சில

சத்தங் கேட்டு ஏறிட்டுப் பார்த்தாவ. "வாங்க. வாங்க. ஒங்களுக்குக் குன்னிமரியான் வந்தாத்தான் இந்தப் பக்கமே கண்ணு தெரியும் போல"ன்னாள் தொடிச்சி.

படலையத் தாண்டி வந்த சம்முகம் பகடை, "இதென்ன இப்டிச் சொல்லிட்டீய? முத்துவீரன் பதினெஞ்சி நாளிருந்தான். என்ன நடந்துச்சுன்னு தெரியும்ல. பெறவு நாங்கதான் போலீஸ் கேஸ்னு அலஞ்சி இப்பந்தான் எல்லாம் முடிஞ்சிருக்கு. செலவும் ஒரு பாடாகிப் போச்சு..."

"சரி சரி இந்தளவுக்காவது முடிஞ்சிச்சின்னு சந்தோஷப் பட்டுக்காங்க. வாங்க. உக்காருங்க"ன்னு ஒதுங்கி இருந்துக்கிட்டு, அவியளுக்கு இடம் கொடுத்தாள் சம்முகக்கனி. சம்முகம் பகடை வேட்டிய இறக்கி விட்டுக்கிட்டுத் திண்ணைல உக்கார்ந்தார். மாடத்தி தரைல குத்த வச்சுக்கிட்டாள். சாய்ங்காலம் சரிகிற வெயில் தணிவுல பள்ளிக்கூடம் விட்டுப் பிள்ளைங்க வருகிற கலகலப்புக் கேட்டுச்சு. குன்னிமரியான் சம்முகம் பகடயப் பார்த்துச் சொன்னான், "முத்துவீரன் பணம் கொடுத்தான் ஒங்கக்கிட்ட கொடுக்கச் சொல்லி, பட்டா கொடுத்திருக்காவுல நெலம், அதுல வீடு கட்டணுமாம்."

"என்ன அங்னனப் போயி ஊடு கட்டச் சொல்லுறான்? அங்ன ஆரிருக்கா? ஒரே காடாலயிருக்கு."

"அதென்ன அப்டிச் சொல்லிட்டீய? இப்பம்தான் ஊடுவ நெறயா வந்துட்டே."

"என்னயிருந்தாலும் தாய் புள்ளியள வுட்டுட்டுத் தனியாத்தானே இருக்கணும்?"

"நீங்கக் கட்டத் தொடங்குங்க. அதுக்குள்ள ஊடுவ வந்திடும்."

குன்னிமரியான் பணத்த எண்ணிக் கொடுத்தான். சம்முகம் பகடயும் பணத்தை எண்ணி வாங்கினார். "தம்பி சரியாயிருக்கு. அவன் பட்டாளத்துக்குப் போகலன்னா இந்தப் பணத்தப் பாக்க முடியுமா? இப்பம் எவ்வளவு ஏந்தலாயிருக்கு. நாங்கக் கெடந்து லம்பாடுப் பட்டதுக்கு இப்பம் நல்ல சோறு திங்க முடியுது. ஆனா அவன் இங்க வந்துட்டா சரவல்தான். அவனால ஊரே தீப்பிடிச்சுட்டு. இன்ஸ்பெக்டர் அய்யா நல்லவராங்கும். அவன ஆஸ்பத்திரில சேர்த்துச் சுகமாக்கிக் கேஸில்லாமப் பட்டாளத்துக்கு அனுப்பி வச்சுட்டாரு."

"இம்புட்டு நடந்து போச்சா?"ன்ன குன்னிமரியான் ஜவுளிப் பொட்டணத்தத் தூக்கி வந்தான், "இதுல ஒங்க மவளுக்குச்

சேலயும் சட்டயும் மருமவனுக்கு வேட்டியும் துண்டுமிருக்கு. இதோட இந்தக் காகிதத்தயும் கலியாணி கைல கொடுக்கணும்னு முத்துவீரன் தந்தான் இந்தாங்க. எல்லாம் பத்தரம்."

காலைல இசபெல்லாவக் கைலப் பிடிச்சிக்கிட்டுப் பள்ளிக்கூடத்துக்கு வந்தான் குன்னிமரியான். அவன் உள்ளே நுழையச்சில, படபடன்னு வந்த ஆளு சந்தேகக் கண்களாலப் பார்த்தார். பெறவு அடையாளம் கண்டுக்கிட்டு, "நீ என்னத்துக்கு வந்திருக்க?"ன்னு கேட்டார். அதுவே எரிச்சலாய் இருந்துச்சு. காட்டுல மாடு மேய்ச்சிக்கிட்டு, அதுல கிடைக்கிற சொற்பத் துட்ட வச்சு காலத்தக் கடத்தின தேவர் அந்தாளு. இப்பம் பள்ளிக்கூடத்துக்கு வாட்சுமேன். இவர்கிட்ட என்ன பேச்சுயிருக்கு? இப்பம் போயிட்டுக்கூடப் பெறவு வரலாம். பெறவுன்னா எப்பம்ன்னு முணுமுணுத்துக்கிட்டுப் பேசினான் குன்னிமரியான், "பள்ளிக்கூடத்துக்கு எதுக்கு வருவாவ? படிப்பு விசயமாத்தானே வருவாவ. என்னத்துக்கு வந்தென்னு கேட்டா எப்டி?"

"எதுன்னாலும் இப்பம் பாக்க முடியாது. சாய்ந்திரம் வந்து பாரு."

"இப்பம் புள்ளய பள்ளிக்கூடத்துலச் சேர்க்கணும். சாய்ந்திரம் எல்லாரும் போனப் பெறவு ஆர்ரப் பாக்க?"

"இப்பம் பள்ளிக்கூடம் நடக்கச்சில யாரயும் பாக்க முடியாது"ன்னு அதிகாரத்துல சொல்லச்சில கோபமும் குழப்பமும்தான் வந்துச்சு குன்னிமரியானுக்கு.

குன்னிமரியான் தள்ளி நின்னான். பிள்ளைங்க இரைச்சல் 'சோ'ன்னு கேட்டுச்சு. அப்பந்தான் தங்கையா ஸாரப் பார்க்க முடிஞ்சது. "ஸார்"னு பலமாய்க் குரல் கொடுத்ததும், ஸார் திரும்பிப் பார்த்தார். தங்கையா ஸார் ஏறயிறங்கப் பார்த்துப் பேசினார். "என்ன குன்னிமரியான் இங்ஙன நிக்கிய?"

"அண்ணன் மவா. பள்ளிலச் சேர்க்கணும். அதுக்காவ வந்தா வாட்ச்மேன் விடமாட்டேங்காரு." உடனே தங்கையா ஸார், "விடுங்க"ன்னார்.

வாட்சுமேனாக இருக்கிற தேவர், "சார் . . . சார் . . . யாரயும் உள்ள விடக் கூடாதுன்னு ஹெட்மாஸ்டர் சொல்லி யிருக்கார்"ன்னு தட்டுத் தடுமாறிச் சொல்லச்சில, "விடுங்க. ஹெட்மாஸ்டர்க்கிட்ட நான் சொல்லிக்கிடுறேன்"ன்னு தங்கையா ஸார் சொன்னதும், வேண்டா வெறுப்பாய்த் தேவர் சொன்னார், "சரி சரி போ."

தங்கையா ஸார் திரும்பிப் பார்த்துக் கேட்டார், “என்ன குன்னிமரியான் ஒங்கள ராணுவத்துல இருக்கிறதா சொன்னாங்க. எப்பம் வந்தீங்க?”

“ஆமா சார் நேத்துதான் வந்தேன். அஞ்சு வருசம் முடிஞ்சிப் போச்சு. இனிமப் போக வேண்டியதில்ல.”

“ம்”ன்ன ஸார் போகிற வழிலயிருந்த அறைக்கதவத் திறந்துக்கிட்டு, “குன்னிமரியான் உள்ள வாங்க”ன்னு கூப்பிட்டார். இசபெல்லாவுக்குப் பள்ளிக்கூடத்துப் பார்வை திகைப்பாய் இருந்துச்சு. சித்தப்பா இருக்கிற தைரியத்துல நிதானமாக நடந்தாள். குன்னிமரியானுக்குப் படிச்சது நேத்துபோல இருக்கு. அதுக்குள்ள என்னனென்னலாமோ நடந்து, எங்கயெல்லாமோ போய், எப்பிடியெல்லாமோ சுத்தி, வீட்டில உள்ளவியளயும் பறி கொடுத்தாச்சு. இனி இசபெல்லா படிக்கணும். அவளுக்குத் தகப்பனில்லாத குறயத் தீர்க்கணும்னு நெனச்சுக்கிட்டே அறைக்குள் வந்தான் குன்னிமரியான்.

ஹெட்மாஸ்டராக இருக்கிற வெங்கடாசல நாயக்கர் மெல்லச் சிரிச்சார். “வாங்க குன்னிமரியான். என்ன நம்மப் பள்ளிக்கூடத்த நோக்கி வந்த மாதிரி இருக்கு”ன்னார்.

அதுக்குள்ள தங்கையா ஸார் ஊடாலச் சொன்னார், “சார் இவுக அண்ணன் மகள் – இந்தா நிக்கில – இதத்தான் பள்ளில் சேர்க்கிற விசயமா விபரம் கேட்க வந்திருக்காங்க.”

“அப்டியா கொழந்தைக்கு வயசென்னாவுது?”

“ஆறு பெறந்திருக்கு.”

“ஆறுன்னா சரிதான். ம். உன் பெயரன்னமா?”

“பேரச் சொல்லு.”

“இசபெல்லா.”

“ம் . . . சமத்தாயிருக்கணும். நல்லாப் படிக்கணும். கெட்டிக்காரின்னு பேரெடுக்கணும்.”

“எப்பம் சார் பள்ளிக்கூடத்துல சேர்க்கிறது?”

“சேர்கிறதென்ன வருற விஜயதசமி அண்ணக்கி இசபெல்லாவுக்கு ஆனா சொல்லிக் கொடுத்து எழுத வச்சு சேர்த்திறலாம்.”

வெங்கடாசல நாயக்கர் தெளிவாய் விவரத்தச் சொல்லிக்கிட்டிருந்தார். குன்னிமரியானுக்கும் மனதுக்குப் பிடிச்சியிருந்துச்சு. இசபெல்லா அமைதியாக நின்னு கேட்டாள்.

தங்கையா ஸாரும் எடுக்கவந்த சாமானக் கேட்டு வாங்கிட்டுப் போயிட்டார். ஆனால் குன்னிமரியானுக்குத் தன்ன மறிச்சு நிக்க வச்சத் தேவர மறக்க முடியல. பள்ளிக்கூடம்னா ஆட்க வருவாவ. போவாவ. அவ்வளவு அன்னியோன்யமான பள்ளிக்கூடத்துக்குள்ள விடாமத் தடுத்தா எப்படி? அதத்தான் குன்னிமரியான் கேட்டான், "பள்ளிக்கூடத்து முன்ன ஓராள நிப்பாட்டி, ஆரு எவுருன்னு கூடப் பாக்காம மறிக்க சொல்லியிருக்கீய. அந்தாளுக்கும் எவ்வளவு சொன்னாலும் புரியமாட்டேங்கு. எங்கள தடுத்து செத்த நேரம் நிப்பாட்டிட் டாரு. நல்லவேள தங்கையா ஸார் வந்தாவ. இல்லன்னா நின்னுக்கிட்டுத்தான் இருப்போம்."

"அதனால கோபப்பட்டுக்கிடாதீங்க. அது வேற ஒண்ணு மில்ல. ஓங்க செங்கச் சூளைல விழுந்து செத்தானே முரட்டுத் தேவன். அவனுக்குப் போன வாரம் குருபூசை நடந்துச்சு. அதுக்குப் பள்ளிக்கூடம் லீவு விடலன்னதும், பள்ளிக்கூடத்துக்குள்ள புகுந்து கலாட்டா செஞ்சுட்டாக. பெறவுதான் இந்தாள காவல்க்குப் போட்டது. யாரயும் விடாதீங்கன்னு சொன்னதுனால விடாமயிருந்திருக்கார். அவ்வளவுதான்."

ராத்திரி பாடசாலைக்குக் கிளமெண்ட் பாதர் புது கட்டடத்தத் தருவதாகச் சொன்னார். சிமெண்ட் தளம், லைட் வெளிச்சம், சுத்தம், சுகம், சுகாதாரம், எல்லாம் உண்டு. ஒரு ஆசிரியர் இல்லன்னா ஒரு படிச்சாளு இருந்தாப் போதும். பிள்ளைங்களுக்கு ராப்பாடம் நடந்திடலாம். அம்மாசி தாத்தா, "நீங்க எதுக்குல எதுக்கெடுத்தாலும் சாமியார்க்கிட்டப் போறீய? நம்ம மடம் சும்மாதான்ல கெடக்கு. அதுல ஒரு குச்சிலக் கட்டுங்க. லைட்டப் போடுங்க. பாடத்த நடத்துங்க. ஆட்க வந்தா போனா இருந்துக்கிடவும் செய்வாவ. இது எதுக்கும் உதவும்"ன்னார்.

இந்த யோசன எல்லாருக்கும் பிடிச்சிப் போச்சு. கிளமெண்ட் பாதர் கிட்டச் சொல்லச்சில, "அதுவும் சரிதான். எல்லாரும் இருந்து பேச இடம் வேணும்ல? இதோட அதுவும் வந்த மாதிரி இருக்கும். செய்யுங்க"ன்னார். பாடம் சொல்லிக்கொடுக்க ஆள் கிடைக்கிறது கஷ்டமாய் இருந்துச்சு. தங்கையா ஸாரப் பார்த்து, "ஸார் ரெண்டு மணி நேரம் எங்க புள்ளியளுக்குப் பாடம் எடுங்க. அதுக்கான சம்பளத்த தந்திடுறோம்"ன்னு கேட்கச்சில, தங்கையா ஸார் கோவப்பட்டார், "என்னை என்ன பிச்சக்காரன்னு நெனச்சீயளா? ஓங்கத் தெருவுக்கு வந்து பாடம் எடுத்து, நீங்கத் தருறக் காச வாங்க? நா இங்ஙன வந்தா, எங்கச் சாதிக்காரன்தான் என்ன மதிப்பானா?"ன்னு

சட்புட்டுன்னு சொன்னது திணறவச்சது. பெறவு வெங்கடாசல நாயக்கர்க்கிட்டக் கேட்டதற்கு அவரும் நாசுக்காய்த் தப்பிச்சார். “நியாயமா பாத்தா புள்ளியளுக்குத் தனி டியூசன் நடத்தக் கூடாது. அது சட்டப்படி தப்பு. வேணும்னா பள்ளி முடிஞ்சி, எல்லா புள்ளியளுக்கும் சாதி வித்தியாசம் பாராம டியூசன் எடுங்க. அந்த டீச்சர்க்குப் பணம் கொடுங்க. நான் வேணும்ன்னா பள்ளிக்கூடத்தத் தாறேன்.”

“எல்லா சாதின்னா எப்டி முடியும்? அவியயெல்லாம் வசதில குறைஞ்சாயிருக்காவ? அவிய ஊட்டுப் புள்ளியப் படிப்புக்காகச்சிட்டி தெனமும் விளாத்திகுளம் போயிட்டு வருது. காணாததுக்குத் தூத்துக்குடி, திருநெல்வேலி, மதுரன்னு தங்கிப் படிக்கி. எங்க புள்ளிய ஆராவது அசலூருல படிக்கப் போயிருக்கா? அஞ்சச் சரியா முடிக்கக் காணோம். பெறவு எங்ஙனக்கூடி அசலூருல போய் படிக்கும்? அதுக்காவச்சிட்டித் தான் ராப்பாடம். அதுலயும் எல்லாத்தையும் நுழைன்னா எப்டி?”

“நான் பள்ளிக்கூடம் தாறேன்ல. பள்ளிக்கூடம் பொது. அதுல எல்லாத்தியும் சேர்த்துக்கிடுறதுதானே முற. யாரும் சண்டைக்கு வர மாட்டாங்க. எந்தப் பிரச்சனயும் வராது. அதுக்குத்தான் சொல்றது.”

“அதெல்லாம் வேண்டாத சரவல இழுக்கும். நாங்கதான் மாட்டிக்கிடுவோம்”ன்னு திரும்பிவந்த குன்னிமரியான் அஞ்சாறு பையமார்களைக் கூட்டிக்கிட்டுப் போய்ப் பாதரப் பார்த்தான். அவர்க்கிட்ட விசயத்தச் சொன்னதும், விளாத்திகுளத்துல இருந்து வந்துட்டுப் போகிற மாதிரி ஒரு வாத்தியார ஏற்பாடு செஞ்சிக் கொடுத்தார்.

ஜோசப் வாத்தியார்க்கு மத்தியானத்துக்கு மேலே லீவுங்க போயி, நேரத்தோட வந்தார். ஊர் மடத்தத் துப்பரவு பண்ணி, கூரை மேய்ஞ்சி, களிமண்ல தளமும் போட்டிருந்தாவ. ஒரு டியூப்லைட்டும் கட்டியிருந்துச்சு. வாத்தியார் நாற்காலியில் உக்கார்ந்தார். அவருக்கும் அம்பத்தைஞ்சு, அம்பத்தாறு வயசுருக்கும். சட்டய உள்ள விட்டு மல்வேட்டி கட்டியிருந்தார். அதுல பெல்ட்டும் இறுக்கியிருந்துச்சு. சட்டைக்கு மேல ரெண்டு பக்கமும் பாக்கட் உள்ள கோட். கைல ரெஸ்ட் வாட்சு. எல்லாம் தூக்கலாய் இருந்துச்சு. அங்ஙன வந்தவியளும், “வணக்கம் ஸார்” “வணக்கம் அய்யா” “நல்லா இருக்கீயளா?” “ஒங்களுக்கு இந்த ஊரா? அசலூரா?”ன்னு கேட்கச்சில, அவரும் பதில் சொன்னார், “என்க்குத் தூத்துக்குடி. இருபத்தேழு வருசம் டீச்சராய் இருந்திருக்கேன். அப்பமிருந்து இப்பம் வர அம்பேத்காரப் பத்தித்தான் சொல்லிக்கிட்டு வாறேன். இது இன்னக்கி

வந்த சாமியார்க்குப் பிடிக்கல. அவுருக்கும் எனக்கும் ஒரே தகராறு. கிளமெண்ட் பாதர் இங்கக் கூட்டிட்டு வந்துட்டார். கிளமெண்ட் பாதர் கிறிஸ்தவத் துறவி மட்டும் கெடயாது. அவுரு இருக்கிறதுக்குள்ள என்னன்ன செய்யணுமோ அதெல்லாம் செஞ்சிக்காங்க. நீங்க ஒரு பண்டு பிரிச்சி வச்சுக்காங்க. அவுருக்கிட்டப் போங்க. அவுரு ஒரு பங்கு போட்டு இந்தச் சமுதாய மடத்தக் காரக் கட்டடமாகக் கட்டித் தந்திடுவாரு. காலங்காலத்துக்கும் அப்டியே இருக்கும். கூட்டம் கீட்டம் எதுனாலும் இதுலேயே நடத்திக்கிடலாம். இடத்துக்குன்னு நீங்க அலய வேண்டியதிருக்காது."

உடனே புலமாடன் சொன்னார், "நீங்க சொல்லறது வாஸ்தவம்தாய்யா. பாதர் இல்லன்னா எங்கபாடு திண்டாட்டம் தான். அவுரு ஓராள் எங்களுக்கு ஏண்டுக்கிட்டிருக்காரு. இந்த ராப்பாடசாலயக்கூட புதுக்கட்டடத்துல வச்சு நடத்துங்கன்னு தான் சொன்னார். நாந்தான் எதுக்குத் தொந்தரவுன்னு இந்த யிடத்துல வச்சு நடத்தச் சொல்லியிருக்கேன்."

"அன்னாபாருங்க. ஆரு வாரான்னு. நம்ம சொல்லி வாய் மூடல, அதுக்குள்ள சாமியே வந்துட்டாவ." முதல்ல பார்த்தவர் எந்திரிச்சி நின்னு சொல்லச்சில, மத்தவியளும் சொன்னாவ. "ஆமா சாமிதான் வாராவ."

எல்லாரும் திரும்பிப் பார்க்கச்சில கிளமெண்ட் பாதர் கிட்டத்துல வந்துட்டார். "சாமிக்கு நூறு வயசுதான்."

"என்ன நூறு வயசுதான்?"

"ஒங்களப் பத்தித்தான் பேசிக்கிட்டிருந்தாவ. அதுக்குள்ள நீங்களே வந்துட்டீய. நீங்க நூறு வயசு முட்டும் இருப்பீய."

"அதெல்லாம் நூறு வயசு வாண்டாம். இருக்கிற வயசுல நல்லத செஞ்சாப் போதும்"ன்ன கிளமெண்ட் பாதருக்கு உக்கார நாற்காலி தூக்கிப் போட்டாவ. அவியள நடுவுல வச்சு எல்லாரும் சுத்தி இருந்துக்கிட்டாவ. எல்லா மூஞ்சிலயும் ஆர்வம் தெரிஞ்சிச்சு. காடு கரைக்குப் போனவியளும் வந்துட்டாவ. புதுக்குடில புதுசாய்க் குடிபோனவியளும் நடயக்கூட்டி விரசலாய் வந்து சேர்ந்தாவ. "இதென்ன நீங்க மட்டும் இருந்தா போதுமா? நமக்குக் கெடக்கிறது நம்ம மாதிரி கீழவுள்ளவங்க எல்லார்க்கும் கெடைக்க வேண்டாமா? அதனால குழம்படிப் பகடக்கிட்டச் சொல்லி, அவுக தெரு ஆட்க, ஒண்ணு ரெண்டு குடும்பமாயிருக்கிற வாதிரிமாருக எல்லாத்தியும் கூட்டிட்டு வாங்க"ன்னு கிளமெண்ட் பாதர் சொல்லச்சில சட்னு பதிலில்ல.

புலமாடன் எந்திரிச்சு குன்னிமரியானுக்கிட்ட என்னமோ சொன்னார். தொடிச்சி குன்னிமரியாங்கிட்ட ஏதோ சொன்னாள். அதுக்குள்ள வெளியேறிக் கூட்டத்துல இருந்த அம்மாசி தாத்தா கனச்சார். "சாமின்னு ஒரு மரியாத கொடுத்தா அதுக்காவ இப்டியா? சக்கிலியனயும் கொண்டு ஊடால நுழைக்க சொல்லுறது?" அவர் சொல்லி வாய் மூடல, இன்னொருத்தனும் இடையில சொன்னான், "சக்கிலியனும் நம்மளும் ஒண்ணாவோமா? அவிய அவியத் தெருவுல எதுவும் செய்யட்டும். நம்மத் தெருவுல நடக்கிறது நமக்கு மட்டும்தான். என்னமோ அந்த நேரத்துல நமக்குத்தான் மொதல்ல பட்டா வந்துச்சி. பெறவு அவியளும் கேட்டாவன்னு கொடுத்தாவ. அது சர்க்கார் கொடுத்துச்சி. நம்ம எதுக்கு நம்மத் தெருவுல இடம் கொடுக்கணும்? அப்டிக் கொடுக்கவே கூடாது."

"ஆமா படுக்கயிடம் கொடுத்தா பெறவு கெடக்கி ரெண்டாளும் கேப்பாவ." இன்னொரு பொம்பளையும் தேய்ந்த திரேகத்த நிமிர்த்திக்கிட்டுச் சொன்னாள், "நானு அப்பமே நெனச்சேன். இந்தச் சாமி வந்தா விளங்காதுன்னு. இவுரு வந்தாரு, நம்ம ஒண்ணு போல சந்தி மறிச்சாள கும்புட்டோம். அதயும் பிரிச்சுட்டாரு. அதான் போவுதுன்னு பாத்தா, இப்பம் சக்கிலியனயும் உள்ள கொண்டுவந்து பூக்காரு."

கிளமெண்ட் பாதர் மிரண்டு போனார். ஜோசப் வாத்தியார் வேறு குழப்பம் அடைஞ்சார். அவிய எப்டிப் பேச்ச ஆரம்பிக்கலாம்னு நெனச்சிக் கிட்டிருக்கத்தக்கன புலமாடன் சட்னு சொன்னார், "நம்ம எல்லாரும் ஒத்துமயா இருக்கணும்னுதான் பாதர் சொல்றாவ. இதுல அத இதச் சொல்லி அசிங்கப்படுத்தாதீய. நம்மத் தெரு. நம்ம மடம். இது ஆரில்லன்னா? இதுல புள்ளியளுக்குப் பாடம்தான் சொல்லிக் கொடுக்கப் போறோம். அது நம்மள மாதிரி எல்லாப் புள்ளியளுக்கும் கெடைக்கணும். அதுக்காவதான் வாத்தியாரையா வந்திருக்காவ. முதல் நாளுங்கப் போயி பாதரும் வந்திருக்காவ. அவியப் பேச்ச நாம கேட்கணும். கேட்க பிரியமில்லாதவிய எந்திரிச்சிப் போயிருங்க. உக்கார்ந்து குழப்பம் பண்ணாதீய. குன்னிமரியான் நீ போய் குழம்படிப் பகடக்கிட்டச் சொல்லி அவிய ஆட்கள உடனே வரச்சொல்லு. மத்தவியளவும் சத்தம் காட்டிட்டு வா."

"ஏய் புலமாடா ஒனக்கு நாங்க பெரிசா தெரியல. சக்கிலியப் பயல்வத்தான் பெரிசாத் தெரியுதென்ன?"

"இந்தாப் பாரு, பெருசு சிறுசுன்னு பேசப்படாது. எல்லாரயும் ஒண்ணா நெனச்சா நென. இல்லன்னா போ. வீணா இதக் குழப்பாத."

மூலபடச் செட்டியார், கீழத்தெருவுல கூட்டம்னவுடனே காலார நடந்து வருகிற மாதிரி வந்து முச்சந்தில நின்னார். "ஏய் நம்மப் பிரசிடெண்ட் நிக்காரு. அவுரக் கூப்பிடு. டீ குடிக்கச் சொல்லு." கந்தையாத் தேவர் கடை முன்ன நின்று டீக் குடிச்சிக் கிட்டிருந்த பால்பாண்டித் தேவர் தலை தூக்கிப் பார்த்தார். பக்கத்துல நின்ன ஆளு போய்க் கூப்பிட்டு வந்தார்.

"என்ன தலைவா, இந்தப் பக்கம் வந்தாப்லருக்கு?"ன்னு பால்பாண்டித் தேவர் கேட்டதும், அங்ஙன நின்ன நாயக்கர் சொன்னார், "ஒங்கத் தலைவர் கையில்லாம கெடக்காரு. நம்மப் பஞ்சாயத்துத் தலைவர்க்கு கால்க ஸ்ட்ராங்கா இருக்கப்போய் இங்ஙன நிக்காரு."

"நாயக்கரே நல்லா சொல்லும். அப்பந்தான் பால்பாண்டித் தேவர் மாதிரி ஆளுவளுக்கு மண்டைல ஏறும்."

"என்ன தலைவா இப்டிச் சொல்லிட்டீய."

"கழிசடைக்குப் பெறந்த கழிசடைகளுக்கெல்லாம் இன்னக்கி ராப்பாட வகுப்புத் தெறந்தாச்சு. அந்தப் புள்ளய யெல்லாம் ஒருபடி மேலப் போயிரும். நீங்கப் பெறத்தால கெடக்க வேண்டியதான்."

"என்ன ஒரேடியா போட்டு அடிக்கீய?"

"ஒங்களத்தான் ஒரேடியா அடிச்சி ஒடச்சி மிதிச்சி வச்சுட்டாவள. பெறவு எங்கக்கூடி அடிக்க? காணாமப்போன ஒங்காளுவ நாலு பேரயும் மீட்க முடிஞ்சிச்சா? போலீஸ் காணாமப்போன குற்றவாளிகளத் தேடுறோம்ங்கு. சரி அதான் போச்சுன்னா, பள்ளிக்கூடத்த லீவு வுடுன்னு கல்லெறிஞ்சிக் கலாட்டா பண்ணியிருக்கிய. வெங்கடாசல நாயக்கர் ஆவலாதி சொல்றார். பால்பாண்டி தேவர் நானு சொல்லுறேன்னு தப்பா நெனக்கக் கூடாது. நீர் ஊர் பொறுப்ப கைல எடும். எல்லாத்தியும் ஒண்ணு திரட்டி அடுத்த வளர்த்திக்கு என்ன செய்யலாம்னு கொண்டு போரும்."

கந்தையாத் தேவர் டீயை ஆத்திக் கொடுத்துட்டு, கவனமாய்க் காச வாங்கிக் கல்லாவுலப் போட்டப் பெறவு சிரிப்பு குப்னு எழ பால்பாண்டித் தேவரப் பார்த்தார். "மருமகப் புள்ள மூலப்படச் செட்டியார் சொன்னது காதுல விழுந்துச்சா?"

கடைசிச் சொட்டு டீய நாக்குல சுவைச்சபடி பால்பாண்டித் தேவர் சொன்னார், "மாமோவ் தலைவர் சொல்றது காதுல விழத்தான் செய்யுது. நா பல சோலிக்காரன். அதுலயும் எனக்கு உப்பு யாபாரம்தான் பெரிசு. ஓயாம தூத்துக்குடி ஊர்க்கு அலைய வேண்டியதிருக்கு. என்னால தலைவர் பொறுப்ப ஏத்துக்கிட்டு மல்லுக்கட்ட முடியாது."

“மொதல்ல அப்டித்தான் இருக்கும் மருமவனே. போகப் போக சரியாப் போவும். ஒம்மப் பெறத்தால நாங்க இருக்கோம். பயப்புடாதீயும். தைரியமா இறங்கும்.”

“பெறவென்ன பால்பாண்டி தேவர் குழம்புறீங்க. இறங்கி வேல செய்யுங்க. நான் பொதுவான ஆளு. ஒங்களுக்குச் சிக்கல் வந்தா சமாளிக்கிறது எப்டின்னு சொல்லித்தாறேன்”ன்னு சொன்ன மூலபடச் செட்டியார் பக்கத்துல நின்ன நாயக்கரப் பார்த்தார், “நீங்கென்ன இன்னும் நின்னுக்கிட்டூருக்கீய. டீ குடிச்சாச்சில போங்க. போய் ஒங்க நாட்டாமக்கிட்ட நான் சொன்னதாய்ச் சொல்ங்க. பறயனுவ கூடி ராப்பாடசால வச்சுட்டானுவ. நீங்க என்ன செய்யப் போறீங்கன்னு கேளுங்க.”

“தலைவருக்கு நல்ல குசும்பு. இங்ஙன நம்மள உசுப்பி விடுறாரு. அங்ஙன அவியள உசுப்புறாரு.”

“அடேய் இது குசும்பில்லடா. நீ சொன்னீயே உசுப்புறா வன்னு. அதான் இது. அப்டி ஒங்கள உசுப்பலன்னாலும் நீங்க எங்கடா முன்னுக்கு வாரீய? ஒரு நாளைக்கி ஒரு நாளு தேய்ஞ்சுக்கிட்டுத்தான் இருக்கீய. இனிமயும் நீங்க அடிதடி சண்டப் போட்டு அனாமத்தா போவக் கூடாதுன்னுதான் பால்பாண்டி தேவரத் தலைவராய் இருக்கச் சொல்றது.”

“சரி செட்டியாரெ. நான் ஊர் நாட்டாமய இப்பமே பாத்து விசயத்தச் சொல்லி அடுத்த நடவடிக்க என்னன்னு கேக்கேன்.”

நாட்டாமைக்கு ஊருல ஊசி விழுந்தாலும் கேட்குமே? பெறவு கீழத்தெருவுல கூட்டம்னா தெரியாமயாயிருக்கும்? எல்லாம் தெரிஞ்சும் ராமசாமி நாயக்கர் அப்படியே உக்கார்ந்திருந்தார். எந்திரிஞ்சி எங்கயும் போகல. அவர மத்தவிய வந்து சத்தங் காட்டி, அது விசயமாகப் பேசினாவ. அவரும் வந்தவியக்கிட்ட நிதானமாகப் பேசினார், “நம்ம பையமாரப் போலீஸ்க்குப் போகத் தயார்படுத்தணும்.” இந்த அறிவிப்போடு நின்னு போகிற மாதிரியும் அவர் இல்ல. அவர் நெஞ்சில பல யோசனைகளும் இருந்துச்சு. ரெண்டு தடவ போலீஸ்ல வாங்கிக் கட்டிக்கிட்டவர் அவர். இப்பம் போகச்சிலகூட, நம்மாளு உதவுவான்னு நெனச்சது தப்பாப் போச்சு. எதுவும் பேச முடியல. இனியும் பொறுக்கக் கூடாது. போலீஸ்க்குள்ள நுழைஞ்சு ஆகணும். அப்டி நுழைஞ்சாத்தான் ஏந்தலாய் இருக்கும். இல்லன்னா போலீஸ்கிட்ட அடி வாங்கி முத்தாது. அதயெல்லாம் வச்சுத்தான் அவர் சொன்னார், “என்னப்பா நான் சொல்லுறது சரிதானா?” அங்ஙன இருந்தவிய நாட்டாமய ஏறிட்டுப் பார்த்தாவ. அவியளும் போலீஸ் கேஸ்னு அலஞ்சும் ஒண்ணும் நடக்கல. காக்கிச் சட்டயப் பார்த்தாலே பயமாகிப்

போச்சு. நாளைக்கே நம்மச் சாதிப் பையமாருவயெல்லாரும் போலீஸாகி விடலாம் எங்கிற மாதிரிப் பேசுகிறார் நாட்டாம. அதுதான் எப்டின்னு தெரியல. “என்னங்க நாட்டமய்யா பையமாரு போலீஸ் வேலைக்குப் போறது லேசுப்பட்ட விசயமா? அதுக்குப் படிக்கணும். உடல் பயிற்சி வேணும். ஓடணும். குதிக்கணும். கயிறப் பிடிச்சி ஏறச் சொல்வாங்க. இவ்வளவு இருக்கிறவியத்தான் எழுதிப் போடணும். கூப்புடுவாவ. அவுக முன்னால எல்லாத்தியும் செஞ்சிச் காட்டணும். எல்லாம் சரியா இருந்தாத்தான் போலீஸ் வேலைக்கு எடுப்பாவ. இதெல்லாம் நடக்கக்கூடிய காரியமா?”

“என்னங்க சுப்பு நாயக்கர் நீங்க பேசுறது? மாங்காவ கீழயிருந்து பறிக்க முடியாது. அதத் தொரட்டி போட்டுத்தான் இழுக்கணும். அது மாதிரிதான் எதுவும் கெடைக்கணும்னா பிரயாசைப்படணும். முயற்சி எடுக்கணும். அப்பந்தான் கைக்குக் கிடைக்கும். பறத்தாயோளியெல்லாம் சின்னப் புள்ளியளுக்குப் பாடம் சொல்லிக் கொடுக்கானுவன்னா, அந்தப் புள்ளிய மேல வந்திடுமா? வரும் மெதுவா. நம்ம அப்பிடியில்ல. நம்ம புள்ளியயெல்லாம் எப்பமோ அசலூர்களுக்குப் போய் படிக்க ஆரம்பிச்சாச்சு. படிச்சி முடிச்ச புள்ளியளுக்கு வேல வாய்ப்ப உருவாக்கிக் கொடுக்கணும் இப்பம். அதுக்கு மொதல்ல நம்ம சாதியிலருந்து ஜாஸ்தி பையமாருவ போலீஸ்லப் புகுத்துறதுக்கு வழி பாப்பும். அது நமக்குப் பாதுகாப்பாவும் இருக்கும்.”

மக்கா நாள் சிவந்திக்கரை ஜெனா நாயக்கர் ஊர் வந்து சேர்ந்தார். வாரத்துல எட்டு நாளு. ஆனாலும் மாசச் சம்பளம். சாப்பாடும் வீடும் கொடுத்தாச்சு. நாயக்கமாரு பையமாருவ படு உற்சாகமாக அவர் முன்ன வந்து நின்னாவ. உயரம், எடை, மார்பளவுன்னு அளவெடுத்து, எல்லாம் சரியாக இருக்கான்னு பார்த்தார். அந்தப் பையமார்கள மட்டும் தனியாக நிக்கவச்சார். அவியளுக்குக் கண் பார்வை எப்டி, காதுக நல்லா கேட்குமான்னு கேட்டார். பெறவு உடல் நலத்தயும் சோதிச்சார். எலும்பு நோய், மூக்கு நோய், இதய நோய், விரை வீக்கம் இருக்கான்னியும் பார்த்தார். போலீஸ்னா லேசுயில்ல. உடல் நலமும் இருக்கணும், மனசு திடணும் இருக்கணும்ன்னார். அவர் வச்ச தேர்வுல வெற்றிப் பெற்றவிய, இப்பமே நாங்கஎெல்லாம் போலீஸாகிட்டோம்னு சொல்லித் திரிஞ்சாவ. அவியளுக்குக் காக்கி சட்டயும் டவுசரும் போட்டுத்தான் ரெஃப் ரைட் போடச் சொன்னார். பயிற்சி நடக்கிற நாட்களுல கொண்டக் கடல, முட்ட, ரொட்டியெல்லாம் கிடைச்சது. பெற்றோர்களும் மனங்கோணாம தானியங்களையும் துட்டயும் ஊர்ப் பொதுவுல கொடுத்தாவ. நாட்டாமயும் வாங்கிக்கிட்டார். நாயக்கமாரு

கோட்டைக்குள் புதுசாய் விளையாட்டு மைதானமும் உண்டானது. பெரியாட்களும் கூடி விளையாண்டாவ. கபடிக் கபடி கபடின்னு நிலா காலத்துல பாட்டுச் சத்தம் கேட்டுச்சு. சரவல இழுக்கிற பையமார்வளும் குறைஞ்சிப் போனாவ.

இப்டியொண்ணு நடக்குன்னு ஊர் முழுசும் பேச்சாய் இருந்துச்சு. மேலத்தெரு மறக்குடியிலும், "அங்கப் பாரு நாயக்கன்னுவ கோட்டைல பையமார்வள ஒண்ணு சேர்த்து பயிற்சிக் கொடுக்காவ. நம்ம பையமாருவ காணாப் போயி, இன்னும் தேடிக்கிட்டிருக்கிறதுதான் மிச்சம். இப்பம் இருக்கிற பையமாரும் தேஞ்சிப் போனாவ. பழய மாதிரி தெம்பில்ல"ன்னு விசனப்படுவியக்கிட்ட, நைசாய் கிள்ளூற மாதிரி மூலபடச் செட்டியார் சொன்னார், "இப்பம் ஒண்ணும் கெட்டுப் போவல. நீங்களும் போய் நாட்டாமயக் கண்டு பேசுங்க. இந்தப் பயிற்சி எங்களுக்கும் வேணும். எங்கப் புள்ளீயளும் படிச்சிக்கிட்டா ஏந்தலாயிருக்கும்னு கேளுங்க. அவுரு என்ன சொல்லுறாருன்னு பாப்பும்."

அவியளும் போய்க் கேட்டாவ. ராமசாமி நாயக்கர்க்குத் தேவமாரோட கூட்டு வச்சுக்கிட விருப்பமில்ல. பன மரத்து நெழலும் சரி, ஒங்க உறவும் சரின்னு முனங்கிக்கிட்டாலும், அதச் சத்தமாகச் சொல்லப் பயந்தார். அப்படியே தட்டிக் கழிச்சார். "இது நானா செய்கிறதில்ல. எங்கச் சாதிக்காரவிய செய்கிற ஏற்பாடு. நான் தலையிட முடியாது. அவியத்தான் அதுக்கான ஆளக் கூட்டிட்டு வந்து, அவுருக்கு உண்டானதக் கொடுத்துப் பையமார்வளுக்குப் பயிற்சி கொடுக்காவ. என்னால எதுவும் செய்ய முடியாது. வேணும்னா நீங்களும் ஓராளக் கூட்டிக்கிட்டு வந்து இப்டிப் பயிற்சி கொடுங்க." அவர் திட்டவட்டமாய் மறுத்ததும், தேவமார்வளுக்குச் சடவாய்ப் போச்சு. "நாட்டாம எல்லாத்துக்கும் பொதுவுன்னு நெனச்சோம். இவுரு என்னன்னா பீத்துறாரு. அவுரு என்ன நம்மளச் சொல்றது. நமக்குத் தெரியாது. ஓராளக் கூட்டிக்கிட்டு வந்து பையமாருவளுக்குப் பயிற்சி கொடுக்க"ன்னு வீம்புல சொல்லிக்கிட்டுப் போனாவ.

ஒரு புள்ளக்கித் தாயாகி இருந்தாலும், கட்ன புருஷன் இல்லாதது சங்கடங்கிறதத் தொடிச்சி உணர்ந்தாள். இல்லன்னா தொடிச்சியையும் குன்னிமரியானையும் சேர்த்து வச்சுப் பேசுவாவளா? "தொடிச்சி எத்தன நாளைக்கித்தான் தனியாயிருப்பா? ஒரே ஊட்ல... கொழுந்தனோட வாழ்ந்தாத் தான் என்ன? குடி மூழ்கியாப் போவும்?"ன்னு ஒரு பக்கம்

சொன்னாலும், இன்னொரு பக்கம் வேறு மாதிரியும் சொன்னாவ. “அவ விளக்கு மாதிரி. தான் அணஞ்சாலும், இன்னொரு விளக்க ஏற்றி வைக்கணும்னு ஆசப்படுவா. அவ காசுப் பணத்துக்கு ஆசப்படுற ஆளும் கெடயாது. அப்டி ஆசயிருந்தா கொழுந்தன கைக்குள்ள வச்சுருப்பா. கொஞ்ச நாளுவப் பொறுத்திருந்து பாருங்க... தொடிச்சியே ஒரு பொண்ணு பார்த்து கொழுந்தனுக்குக் கலியாணத்த முடிக்காளா இல்லையான்னு.” ஊருலப் பேசுறது காதுக்கும் எட்டிச்சு.

தொடிச்சி விழுங்க முடியாமத் திணறினாள். இனிம குன்னிமரியானக் கூப்பிட்டு நேரில் கேட்கணும். ஏற்கெனவே அவங்கிட்டப் பேசிச் சரியான பதில் இல்ல. பெறவு அவளும் வேறு வழியில்லாம, பக்கத்து வீட்டக்காரவியளும் திண்ணைல கூடியிருக்கத்தக்கனத்தான் கேட்டாள், “கொழுந்தப்புள்ள நீங்க எப்பம் ஒரு கலியாணத்த முடிக்கப் போறீய? ஒங்க அண்ணனும் ஒங்கப்பாவும் நம்மளவுட்டுப் போயி வருசம் மூணாவது. ஒங்களுக்கும் வயசாவது. காலாகாலத்துல கலியாணத்தப் பண்ணீக்கிட வாண்டாமா? நம்ம ஊட்டுலயும் ஒரு விசேசம் நடக்கணும்ல?”

எதிர்த்த திண்ணைல உக்கார்ந்து பீடிய இழுத்துப் புகைவிட்ட கடற்கரை சிரிச்சுக்கிட்டே கேட்டார், “அடேய் மாப்புள்ள பட்டாளத்துக்குப் போனீயே, போனயிடத்துல எதாது ஸ்டெப்னி வச்சுக்கிட்டீயா? ஏற்கெனவே நீ அப்டி வச்ச ஆளுதான். அதுனாலத்தான் கேட்கேன்.”

“என்ன மச்சான் நீமரு பேசுறது? ஒரு காலத்துல காதல் கீதல்னு ஓடி, அருமாந்த புள்ளய சாவக் கொடுத்துட்டேன். எம் வாழ்க்கயும் தொலஞ்சின்னு நிக்கச்சில, இப்பம் அத ஞாபகப்படுத்திறீரோ?”

“இல்ல மாப்புள்ள. ஒங் கலியாணத்தப் பாக்க எல்லாத்துக்கும் ஆசையிருக்காதா? அதான் கேட்டேன்.”

தரைல கால் தீட்டி அவிய சொல்றதக் கேட்டுக்கிட்டிருந்த புஸ்பம் மருமவளப் பார்த்தாள், “ஏளா ஊட்டுல வெத்தல கும்பாயிருக்கு. செத்த எடுத்து வந்து கொடு.”

“நீங்க ஒண்ணு குன்னிமரியான் கலியாணத்தப் பத்தி பேசிக்கிட்டிருக்கச்சில, வெத்தலய எடு கும்பாவ எடுன்னுக்கிட்டு. ஏலே ஆச்சிக்கு அந்த வெத்தலக் கும்பாவத் தூக்கிக் கொண்டு வந்து கொடுல.”

“நாய ஏவுனா. நாய் வால ஏவுச்சாம். இதத் தூக்கிக்கிட்டு வந்து கொடுக்கங்காட்டிலும் குண்டி தேஞ்சிடும் போல.”

சம்முகக்கனியும் வெடுக்னு ஏதோ சொல்ல வாயத் திறக்கங்காட்டி லும், மூத்தப் பயல் வெத்தலக் கும்பாவத் தூக்கிக் கொண்டு வந்து கொடுத்தான்.

அப்பந்தான் குன்னிமரியான் சம்முகக்கனியப் பார்த்துச் சொன்னான், "எக்கா நீ எதுக்கு விசனப்படுற? எல்லாத்துக்கும் நாங் கலியாணம் முடிக்கணும்னு ஆசயிருக்கு. இருந்தாலும் கொஞ்சம் பொறுங்க. நானு இப்பந்தான் பட்டாளத்துலருந்து வந்திருக்கேன். எனக்குன்னு ஒரு வேல கெடைக்கணும். ஊட்டக் கட்டணும். எல்லாம் கட்டுக்குள்ள வந்துட்டுன்னா அப்பம் முடிஞ்சிடலாம். இப்பம் எதுக்கு... அதப் போட்டுக் குழப்பாதீய."

"நீரு நெனக்கிறதெல்லாம் நல்ல விசயம்தான் மாப்புள்ள. அது நடந்துச்சுன்னா மச்சான மாதிரி சந்தோசப்படுற ஆளு ஆரும் இருக்க மாட்டாவ. அதுக்கு முன்ன கலியாணத்த முடியும் மாப்புள்ள. நீம சரின்னு சொல்லும். நானே பொண்ணக் கொண்டு நிறுத்துறேன்."

கடற்கரைய கேட்கச்சில, பொம்பளையாட்க யாரும் பேசல. குன்னிமரியானும் பதில் சொல்லல. கடற்கரைதான் சத்தமாகக் கேட்டார், "ஒரு முடிவச் சொல்லு மாப்புள்ள."

"என்ன மச்சான் முடிவு? நாந்தான் சொல்லுறேன்ல. ஒரு வேல கெடைக்கட்டும். பெறவு பாக்கலாம்னு."

"இப்பம் என்ன வேலயில்லாமயா இருக்கீரு? செங்கச் சூளயிருக்கு. பூஞ்சக் காடும் கெடக்குப் போதாதா?"

"என்னதான் இருந்தாலும் ஒரு பொறுப்பான வேலயில்லாம கலியாணம் முடிக்க முடியாது."

"ஒனக்கு வேல கெடச்சி நீ கலியாணத்த முடிக்கங்காட்டி லும் இங்ஙன இருக்கிறவியெல்லாம் குடுகுடு கிழவனும் கிழவியுமாகிடுவாவ."

"நீங்க ஏன் சொல்ல மாட்டீய? இப்பம் மூணு புள்ளியள வச்சுக்கிட்டு நீங்க படுற கஷ்டம் தெரியாது."

"கஷ்டத்தப் பாத்தா கத நடக்காது மாப்புள்ள."

"நீங்க கஷ்டப்படுறீங்கன்னா எல்லாரும் கஷ்டப் படணும்னு கணக்கா? கொஞ்சம் புத்திசாலித்தனமும் உழைப்புமிருந்தா கஷ்டத்த நிமிர்த்திடலாம்."

"மாப்புள உட்டுக் கொடுக்காமப் பேசுறீரே. சரி மாப்புள்ள நாளைக்கி நைட்ல, நாகலாபுரம் புதூருல அம்மங்கொட. மச்சான் ஆட்டமும் பாட்டமும் இருக்க, வாரீறா?"

"அப்படியா மச்சான்? ஒம்ம ஆட்டத்தப் பாத்து எம்புட்டு நாளாச்சு. போகச்சில சத்தங் காட்டும். வந்திடுறேன்"ன்னு ஆர்வத்துல குன்னிமரியான் சொல்லச்சில, அதத் தடுக்கிற மாதிரி சம்முகக்கனி சொன்னாள், "ஏய் குன்னிமரியான் நீ வேல தேடணும். முன்னுக்கு வரணும்னு ஆசப்படுற. இந்த மனுஷங்கூட சேர்ந்து கூத்துப் பாக்க போனேன்... பாட்டுக் கேட்கப் போனேன்னு அலஞ்சிடாதே."

புஸ்பம் பிடிச்சுக்கிட்டாள், "நீ என்ன கூத்து கீத்துங்கிற. எம் மவன் ஆடுற சலங்கச் சத்தத்துக்கு ஒங்கால்வள அசைக்க உதவுமா? அதெல்லாம் கிட்டத்துலருந்து பாத்தாத்தான் தெரியும். என்னமோ போதாத காலம். அவன் தெருவுல ஆடுறான். அதனால தெருவுல ஆடுறது என்ன லேசா? இதெல்லாம் இவளுக்கு எங்கத் தெரியும்? அவனுக்கும் ஒண்ணு மூணு புள்ளியளாச்சே. குடும்பம் இருக்குப் பாருடான்னுத்தான் சத்தம் போடுவேன். அவனும் பத்து நாளு இருபது நாளுன்னு சொல்லாமப் பாராமப் போயிருவான். அப்பந்தான் எனக்கு வெளம் ஏறும். அவனப் பிடிச்சி ஏசுறது. பெறவு என்னைக்கும் அவன் ஆட்டத்தக் கொற சொன்னது கெடயாது. குன்னிமரியான் நீ போய்ப் பாரு. முடிஞ்சா எம் பேரப் புள்ளியளயும் கூட்டிக்கிட்டு வாறேன்." அம்மா சொல்றது மகனுக்குத் தெம்பு வந்த மாதிரி இருந்துச்சு.

ஆனாலும் அத வெளிக்காட்டிக்கொள்ளாத கடற்கரை, "ஏய் சம்முகக்கனி எந்திரிச்சு வந்து காப்பித் தண்ணி போட்டுத் தா. நா ஓராளப் பாத்துட்டு வரணும்"ன்னார். சம்முகக்கனியும் எழுந்துக்கிட்டாள். அதுக்குள்ள தொடிச்சி சொன்னாள்: "இரிங்க. பால் வரும். காபி போட்டுத் தாறேன்."

வெள்ளச் சேலை கட்டிய கோனாத்திய இன்னுங் காங்கல. அவள் பால் கொண்டு வாராளான்னு படலைக்கு வெளியே நின்னு பார்த்தாள் தொடிச்சி. தூரத்துல வருறது தெரிஞ்ச மூஞ்சாய் தெரிஞ்சது. அடேய். இது நம்ம கலியாணி! கலியாணம் முடிஞ்சவுடனே பெரிய மனுஷி கணக்கால இருக்கா! மடிப்புக் கலயாம சுருக்கு வச்சுக் கட்டுன சேல. சேல நிறத்துக்கு தக்கன ரவிக்க. கழுத்துல ரெட்டக் கொத்துச் செயின். தாலிக்கொடி. உச்சி வகுந்தெடுத்துச் சீவி, தலைல மல்லிகப்பூவும் வச்சுருந்தாள். "ஏய் என்னப் பெத்தத் தாயி. வா. வா. எப்பம் வந்த ஊருலருந்து?"

"எக்காவ், எப்டியிருக்கீ? நா காலம்பெறத்தான் வந்தேன். இப்பம் ஒங்களயும் குன்னிமரியான் அண்ணனயும் பாக்கலாம்னுதான் வந்துக்கிட்டிருக்கேன்."

"ஒம் ஊட்டுக்காரர் எப்டியிருக்காவ?"

“அவிய நல்லாத்தான் இருக்காவ.”

“சரி நீ உள்ளப் போயி திண்ணலை உக்காரு. நா பால் வாங்கிட்டு வாறேன்.”

உள்ள வந்த கலியாணி எதுக்க வந்த குன்னிமரியானக் கண்டுக்கிட்டாள். “எண்ணேய் ஒங்களத்தான் காண வந்தேன்.”

“என்ன, என்ன விசயம்? ஒங்கண்ணன் கொடுத்துவிட்ட சேல, வேட்டி, பொருளு பணமெல்லாம் கெடச்சிச்சா?”

“எல்லாம் கெடச்சுச்சு. அந்தச் சேலத்தான் இது.”

“ஹைய் இதானா அது? நல்லாயிருக்கு. தங்கச்சிக்கு நல்ல சேலையாத்தான் எடுத்துக் கொடுத்துருக்கான்.”

“கொடுத்தது சரிதான். இன்னொரு குண்டும்ல உள்ளயிருக்கு. அதுக்காவச் சிட்டித்தானே இப்பம் ஓடி வந்திருக்கேன்.”

“குண்டா அதென்ன குண்டு? பட்டாளத்துலதான் குண்டு சத்தம்னா இங்கயுமா குண்டு என்ன சொல்ற?”

“இந்தாப் பாருங்க. இந்தக் காகிதத்தப் படியுங்க.”

“இது ஒங்கண்ணன் எங்கிட்டக் கொடுத்துவிட்டதுதானே?”

“ம்...”

தொடிச்சி பால வாங்கிக்கிட்டு வந்தாள். அங்ஙன நின்ன குன்னிமரியான் மூஞ்சி சுருங்க, திணற, குழம்பக் காகிதத்தப் படிச்சிக்கிட்டிருந்தான். கலியாணியும் பதற்றத்துல நின்னாள். சாய்ங்கால வெயில் சரிஞ்சி இடை இடையே காத்தும் வந்துச்சு. விவரம் தெரியாத தொடிச்சி பால் செம்பக் கைல ஏந்திக்கிட்டு நின்னாள். அவளுக்கும் குழப்பம். ரெண்டு பேரயும் மாறி மாறிப் பார்த்தாள். அதுக்குள்ள சம்முகக்கனியும் சம்முகக்கனி மக்கமாரும் வந்துட்டாவ. அவியகூட இசபெல்லாவும் இருந்தாள். குன்னிமரியான் எரிச்சல்பட்டான். “இதென்ன வம்பாயிருக்கு? லீவுக்கு வந்தவன் கூறுகெட்டத்தனமா பொம்பள விசயத்துல இறங்கி அடிவாங்கி போலீஸ்க்கும் ஆஸ்பத்திரிக்கும் போயுமா அறிவில்ல? ஊடு வாசல தீ வச்சு என்னா தெணறு தெணறியிருக்கு? பழயபடியும் இந்தக் காகிதத்த அந்தப் புள்ளக் கைல கொடுக்கணும்னா எப்டி?”

“என்ன காகிதம், அத ஆர்க்கிட்ட கொடுக்கணும்? எனக்கு ஒண்ணும் புரியலேயே.”

“அதான் மைனி முத்துவீரனுக்கு நல்ல கொழுப்பெடுத்துட்டு. எம்புட்டுத் தைரியமிருந்தா சிவன் கோனார் மவள பாப்பான்?

அதுவும் புருஷன அத்தவா. அவளுக்குக் காகிதம் எழுதி தங்கச்சிய கொடுக்கச் சொல்லியிருக்கான்."

"இதுல என்னயிருக்கு? அந்தப் புள்ள மேல ஆசப்பட்டிருக்கான். அந்தப் புள்ளக்கிக் காகிதம் கொடுக்கணும்னு நெனைக்கான். கொடுக்கட்டும்."

"கொடுக்கட்டும் கொடுக்கட்டுங்கீயளே, ஆர் போய் கொடுப்பா? கலியாணி உள்ள போவ முடியுமா? இல்ல நம்மத்தான் போவ முடியுமா? அவனுக்கு முதுகுல கொடுத்தும் புத்தி வர மாட்டேங்கு. திரும்பவும் எதுக்கு வேண்டாத வேல செய்றான்? எதுவும் ஒண்ணு நடந்துச்சுன்னா ஆர் பொறுப்பேக்கிறது?"

"கொழுந்தன் நீங்க அதச் சொல்லாதீய. நீங்கென்ன ரொக்கமா? நீங்களும் ஒரு புள்ளப் பெறத்தால போய்க் கடைசில அந்தப் புள்ள செத்ததுதான் மிச்சம். அது மாதிரிதான் இது. முத்துவீரனுக்குக் கோனாச்சி மேல ஆசயிருக்கு. அத ஆர் தடுக்க முடியும்? அந்தப் புள்ளைக்கி அவன் காகிதம் எழுதி யிருந்தான்னா, அத அவள் கைல கொடுக்கணும். ஆண்டவன் சித்தம் எப்டியோ அப்டியிருக்கட்டும். நம்ம தலய்வுடக் கூடாது."

"மைனி ஆரும் அவங் காதலத் தடுக்கல. எனக்கான மாதிரி ஆகிடக் கூடாதுன்னுதான் பயமாயிருக்கு."

"இப்பம் என்ன இந்தக் காகிதத்த கோமதி கைல கொடுக்கணும், அவ்வளவுதானே? எங்கிட்டக் கொடுங்க. நா கொண்டு போய்க் கொடுக்கேன். சிவன் கோனார் பால் பண்ணைல சாணி அள்ளப் போறோம். ஒரு நாள் முழுசும் அங்கதான் வேல. எப்பிடியாது அந்தப் புள்ள கைல காகிதத்தக் கொடுத்திடுறேன். போதுமா?"

"என்ன சம்முகக்கனி அக்கா லேசா சொல்லிட்டீய? ஏதாவது ஒண்ணாச்சுன்னா என்ன செய்வீய?"

"அதெல்லாம் ஒண்ணுமாவது. அவளப் பாத்து கைல திணிச்சுட்டு வந்திடுறேன். போதாது."

"ம்… அது போதும்."

5

“ஏளா கோமதி என்ன இந்நேரம் குளிக்கப் போற? வேல ஒண்ணும் பாக்க வாண்டாமா? வெள்ளச்சீல கட்டுனவுடனே அழுக்காவும் உனக்குத் தெரியாதா?” ராக்காயி ஆச்சி மெனக்கட்டு வந்து மறிச்சிக்கிட்டுச் சொல்லச்சில, கோமதிக்னா கோபம். ஆச்சிய ஏறிட்டுப் பார்த்து மூஞ்ச வெட்டினாள். உலகம்மயும் வீட்டுல இல்ல. ஆச்சிய வச்சுட்டுக் கடை முட்டும் போயிருந்தாள். வெயிலும் உரக்கத் தொடங்கி, வெளிச்சம் பளிச்னு இருந்துச்சு. பால் பண்ணைல வேலைங்க மும்முரமாய் நடந்துச்சு. அம்பாரமாய்க் குவிஞ்சிக் கிடந்த சாணிய அப்புறப்படுத்தினாவ. அவிய பேச்சொலி கேட்டுச்சு, மாடு மூத்திரம் பெய்கிற சலசல சத்தம். இதுக்கிடைல கோமதி குரல் பலத்துக் கேட்டுச்சு. “ஒம் பொழப்ப நானு கெடுத்தேனா? எதுக்கு எங்கிட்ட வம்புக்கு வார? வயசாச்சுன்னா ஓரிடத்துல கம்னு இரிக்கணும். என்ன நிக்கக் கூடாதுங்க, உக்காரக் கூடாதுங்க. நானென்ன பிடிச்சிவச்ச கொழுக்கட்டயா, அப்டியே தூக்கி வைக்க?”

“ஏம்டீ ஒனக்குக் கொழுப்பு ரொம்பத்தான். இல்லன்னா ஒன்னத் தேடி ஒரு சக்கிலியப் பய வருவானா? இந்தச் சண்ட நடக்குமா?”

“சக்லியந்தான் வந்தான். ஆரில்லன்னா. நானு ஊட்ட வுட்டுப் போகாம இருந்தேன்ல. அதுக்கு நீங்க பெருமப்பட்டுக் கிடணும். இனிமயும் இப்டிச் சொல்லிக்கிட்டிருந்தீய, ஒரு நாளு ஓடத்தான் போறேன் சக்லியங்கூட. அப்பம் நீங்க நாண்டுக்கிட்டு நின்னு சாவணும்.”

“நானு என்ன சொல்லிட்டேன். நீ ஏன் இந்த வரத்து வார ?”

“சுண்டைக்காவுக்கு உப்பில்லன்னு நானா சண்டைய இழுத்தேன் ?”

“போ, போ, நானு ஒண்ணும் சொல்லல. ஒஞ்சோலியப் பாரு.”

“எஞ்சோலியப் பாக்காம ஒஞ்சோலியய்யா பாக்க போறேன் ?”

“என்ன எதுக்கெடுத்தாலும் எதுர்த்து எதுர்த்துப் பேசுற? ஒங்கப்பன் வரட்டும். ஒன் நாக்க ஒட்ட பிடிச்சி இழுத்து அறுக்கச் சொல்றேன்.”

“எல்லா நாக்கயும் அறுத்து ரெண்டாப் போச்சு. அவுரு வந்ததும் என் நாக்க அறுக்கச் சொல்லு. ஒனக்குத் தூக்கிட்டு கொடுப்பாவ வாங்கிக்கா.”

ராக்காயி ஆச்சி அப்படியே திகைத்துப் போனாள். கோமதி அவளக் கண்டுக்கிடல. அப்படியே குளிக்கப் போனாள். குளியல் அறையச் செங்கல் வச்சுக் கட்டியிருந்தாவ. இன்னும் பூசல. மேலயும் திறப்பு. கதவும் கெடையாது. படுதா தொங்கிச்சி. அத முழுசாய் இழுத்துவிட்டுக்கிட்டாள். சூரியன் கண்ணாடி மாதிரி தெரிஞ்சது. வெயிலும் சுள்ளுன்னு இருந்துச்சு. தொட்டில கெடந்த தண்ணிய மோந்து குளிச்சாள். அங்ஙனயே நின்னு சேலய மாத்திக்கிட்டு வந்தாள். ஆச்சி பெறவாசல் திண்டுல உக்கார்ந்திருந்தாள். கோமதி அவள ஏறிட்டுப் பார்க்கல. எதுவும் பேசல. ஆச்சி முனங்கிக் கிட்டாள், “நாங்களும் எவ்வளவு காலம் இருந்திருக்கோம். ஒராள சுடு சொல் சொன்னதும் கெடயாது. ஒராம்பளய நிமிர்ந்து பார்த்ததும் கெடயாது. புருஷன துள்ளத் துடிக்கக் கொடுத்துட்டு என்னா பேச்சுப் பேசுறா ? சக்கிலியனுக்கு வக்காலத்து வாங்கிட்டு வாரா. இப்பம் அவங்கூட போவாளாம். நாங்க சாகணுமாம். எல்லாரும் கொடுத்த இளக்காரம் இந்த ஏத்தம் ஏறச் சொல்லுது.”

கோமதி எதயும் காதுல வாங்கல. அவள் நேராய் அடுப்பாங் கரைக்குப் போனாள். பால் செம்பு நெறய இருந்துச்சு. ஒரு குண்டாலச் சட்டில அவ்வளத்தியும் ஊத்தி அடுப்புல கொதிக்க வச்சாள். ரெண்டட்டு கருப்பட்டியையும் தட்டிப் போட்டாள். அதுகூட அஞ்சாறு ஏலக்காய்களையும் போடச்சில மணமாய் இருந்துச்சு. பால்சட்டியத் துணிய வச்சுப் பிடிச்சிக்கிட்டுப் பெறவாசல் வழியாய் இறங்கினாள். அங்ஙன இருந்த ஆச்சி, எங்ஙன தலைல கிலைல ஊத்திருவாளோன்னு பயந்து திடுத்திப்னு எந்திரிச்சி ஒதுங்கி நின்னுக்கிட்டாள்.

பெறவு பேத்திப் பெறத்தால போனாள். கோமதி அவளச் சட்டயே செய்யல. சட்டில உள்ள பால ஆத்தினாள். தம்ளர்களப் பெறைக்கிட்டு வந்து, ஆளுக்கொரு தம்ளர் பால் கொடுத்தாள். வேர்த்து விறுவிறுத்து முட்டி மோதிச் சாணிய அள்ளிச் சுமந்தவியளுக்குக் கொஞ்சம் ஏந்தலாய் இருந்துச்சு. பாலக் குடிச்சதும் தூக்கிவிட்ட மாதிரி அப்படின்னு மூச்ச இழுத்துவிட்டாவ. கூடய அந்தால போட்டுட்டு வந்த சம்முகக்கனிக்கின்னா திகைப்புத் தாங்கல. அவளும் பாலக் குடிச்சுட்டுக் கோமதிக்கிட்ட ரகசியம் பேசுற மாதிரி குசுகுசுன்னு சொன்னாள், "ஏய் தாயி ஒங்கிட்ட காகிதத்தக் கொடுத்துட்டுப் பயந்துக்கிட்டேயிருந்தேன். எங்க நீ கோவப்பட்டிடுவியோ, அதுனால பிரச்சன வந்திடுமோன்னு. ஆனா நீ பாலத் தாற. எனக்கின்னு இல்ல. எல்லாத்துக்கும். ஒம் நல்ல மனசுக்கு நீ மகராசியா இருப்ப."

"சரி நிக்காதீய. போங்க. எங்காச்சி கவனிச்சிக்கிட்டேயிருக்கா. பெறவு அவ எதாவது சொல்வா. வம்பெதுக்கு?"

"ஆமா நீ சொல்றது சரிதான். கிழவி பொல்லாத கிழவியாங்கும். நானு போறேன் தாயி."

உலகம்மை வாங்கி வந்த சாமான்களக் கீழ வைக்கல, அதுக்குள்ள மருமவக்கிட்ட ஆவலாதி சொன்னாள் ராக்காயி ஆச்சி. போனது, வந்தது, வாங்குனது, வச்சது, கொடுத்ததுன்னு ஒண்ணும் விடாம சொல்லிட்டு, மேலும் அவள் சொன்னாள், "அன்னக்கி அடி வாங்கின சக்கிலியப் பயலால தெருவு கெடந்து நாறுது. இப்பம் அவங்கூட இவ ஓடுவாளாம். என்னா ஏத்தமிருக்கு ஒம்மவளுக்கு..?"

அதக் கேட்கச்சில உலகம்மைக்கு எரிச்சலும் கோபமும் வந்துச்சு. கோமதியும் அவிய முன்னத்தான் நின்னாள். சாமான்கள ஒதுக்கி வச்சுட்டு உலகம்மை கேட்டாள், "ஏட்டி நீ ஏதாச்சும் எடக்கு மடக்கா கேட்டீயா? அப்டி ஒண்ணிருக்க ஒண்ணக் கேட்டு வம்ப வெல கொடுத்து வாங்காத. இது நம்மளோட போவாது. நம்மளும் சீரழிஞ்சி, தெருவு நட்டமா நின்னத நீயும் பாத்தில்ல? இவ்வளவும் நடந்த பெறவும் எதுக்குச் சக்கிலியன் கதய இழுத்த?"

"நா எங்கயிழுத்தேன்? எல்லாம் இந்தக் கிழவிதான். கிழவி சும்மாக் கெடக்காம ஒண்ணு கெடக்க ஒண்ணு சொல்றா. சண்டய இழுத்தா. எனக்கும் பேச்சு வாக்குல அது வந்துச்சு."

"வரும் வரும் நாக்க அறுக்கணும். நா சும்மாக் கெடக்காம ஒங்கிட்டச் சண்டய இழுத்தேனா?"

“அட அடடா. இதென்ன ரெண்டு பேரும் சக்களத்திச் சண்ட போட்ட மாதிரி போடுறீய? மொதல்ல பேச்ச நிப்பாட்டுங்க.”

“நா அந்தானக்கி வாய மூடிக்கிட்டுத்தான் இருக்கேன். கிழவிதான் என்ன ஒரு நேரம் சும்மா இருக்க வுடமாட்டுக்கா.”

“நேரங்கட்ட நேரத்துல குளிக்கிறது, ஊட்ல வேல கெடக்கச்சில நல்ல சீலய கெட்டி அழுக்காக்குறது, பாலக் காய்ச்சி இருக்கிறவியளுக்கு ஓசில கொடுக்கிறது, இதக் கேட்டா பொல்லாப்பு. நல்லயிருக்கடியம்மா ஒங்கத? ஒங்கப்பன் வரட்டும். ஒன்ன என்ன செய்றேன் பாரு.”

“அன்னக்கிப் போலீஸ்க்குப் போயே ஒண்ணும் செய்ய முடியல. இப்பம் எங்கப்பா வந்து என்ன நடக்கும்? மிஞ்சிப் போனா அடிச்சிக் கொல்வாவளா? அப்டிக் கொன்னா கொன்னுட்டுப் போவட்டும்.”

உலகம்மையும் மகளப் பக்கத்துலயிருந்து பார்க்கிறாள். அந்தச் சம்பவத்திற்குப் பெறவு கோமதியும் துணிஞ்சி நிற்கிறதக் காணாமல் இல்ல. இவ்வளவு நாளும் கம்னு இருந்த பிள்ள இப்பம் விம்புதேன்னு கோபம் இருந்தாலும், நம்ம பிள்ள சின்ன வயசுல தாலி அறுத்து, அவள் வாழ்க்கை இப்டி அமைஞ்சுட்டதேன்னு கவலயும் உண்டு. ஆனாலும் ஒரு சக்கிலியன் ஏறிக் குதிச்சி மவள இழுக்க வந்துட்டானேங்கிறதத் தாங்க முடியல. அன்னைக்கே அவனத் தீ வச்சுக் கொளுத்தினாக்கூட மனசு ஆறியிருக்கும். இல்லன்னா எதயாவது ஒண்ண எடுத்து வயித்துல குத்திக் கிழிச்சி அங்ஙனையே கிடத்திட்டு, மாடு குத்திக் கிழிச்சிட்டுன்னாகூடப் பிரச்சன முடிஞ்சிருக்கும். கேப்பார் கேள்வியில்லாம போயிருக்கும். அறிவு கெட்டாப் போச்சு கோனாப் பெயல்வளுக்கு? இதச் செஞ்சியிருந்தால் மகிழ்ச்சியாவுல இருக்கும்?

மதியம் சிவன் கோனார் சாப்பிட வரச்சில யாரும் வாய் திறக்கல. அவரும் சாப்பிட்டுட்டுப் பால் வியாபாரத்தக் கவனிக்கப் போய்விட்டார். கோமதிதான் சாயந்திரம் வேல முடிஞ்சி சம்முகக்கனிப் போறதுக்கு முன்னால, அவள ரகசியமாய் சந்திச்சிச் சொன்னாள், “எதுவும் செய்தி இருந்துச்சின்னா சுணங்காம எனக்குச் சொல்லிருங்க.”

“என்னக்கா எப்டியிருக்கீய? பழய பெலம் இல்லாத மாதிரில அக்கா தெரியுது. இன்னும் இழந்தவியள மறக்க முடியல என்னக்கா?” பணத்த எண்ணிக் கொடுத்து, கொடுத்தப் பணத்த

நோட்டுல எழுதிக்கிட்டிருந்த தொடிச்சி சத்தம் கேட்டுப் படலையப் பார்த்தாள்.

“அடேய் தள்ளாடி முத்து. வா, வா, பாத்து எம்புட்டு நாளாச்சி? இன்னக்கித்தான் வாரீயாபூ? இனிம எப்பம் போற?”

“முடிஞ்சிப் போச்சு. போவ வாண்டாம்.”

“அப்பம் சீக்கிரம் வந்த மாதிரி இருக்கு?”

“என்ன அப்டிச் சொல்லீட்டிய? நாங்க போய் அஞ்சி வருசமாயிட்டுத் தெரியுமா என்ன? எழுதிக் கொடுத்த நாளூ முடிஞ்சிப் போச்சு. இனிமப் போவ வாண்டாம்.”

“அப்பாடி. நாளும் கெழமையும் என்னா ஓட்டம் ஓடுது. சரி கண்ணு. அக்கா இந்தப் பணத்த எண்ணிக் கொடுத்துக்கிடுறேன்.”

தொடிச்சிக் கிட்டப் பணத்த வாங்கிட்ட கொன்னச்சி கேட்டாள், “ஏளா இது ஆரு?”

“என்ன பெரியம்ம, இது ஆருன்னு தெரியலயா ஒனக்கு? அலுப்பன்மாமா மவன் தள்ளாடி முத்து.”

“எப்பூ நீயாயிது? எங் கண்ணால எனக்கு அடயாளம் தெரியலபூ. எப்பம்பூ வந்த? பட்டாளத்து வேலயெல்லாம் கருக்காயிருந்துச்சா?”

“காலைல வந்தேன். பட்டாளத்துல கொஞ்சம் கஷ்டம்தான். இருந்தாலும் நல்லபடியாத்தான் வேலைவளப் பாத்தோம்.”

“ஓங்கூட போனவியயெல்லாம் நல்லாயிருக்காவளா.”

“ம்… நல்லயிருக்காவ.”

“கோனாச்சிய இழுத்துட்டான்னு சொன்னாவ. அந்தப் பையன் எப்டியிருக்கான்?”

“ஆரு அந்தப் பையன்?”ன்னு தள்ளாடி முத்து கேட்கச்சில, தொடிச்சி சொன்னாள், “அதான் நம்ம முத்துவீரனப் பத்தி கேட்காவ.”

“அவன் நல்லாத்தான் இருக்கான். இன்னும் ஒரு மூணு மாசத்துல வருவான் பாருங்க.”

அப்பந்தான் குன்னிமரியான் வந்தான். தள்ளாடி முத்துவக் கண்டதும் அதிர்ச்சியும் ஆச்சரியமுமாய்க் கேட்டான், “ஏய் தள்ளாடி முத்து வா, வா. எப்பம் வந்த?”

“இப்பந்தான் வந்து உக்கார்ந்திருக்கேன். நீ வார.”

“அப்டியா. ஒனக்கொன்னு தெரியுமா இதக் கேட்ட எல்லாரும் அதிர்ச்சியாகிடுவாவ.”

“என்ன என்ன நடந்துச்சி. சொல்லுங்க கொழுந்தான் ?”ன்னு தொடிச்சி கேட்கச்சில, குன்னிமரியான் சொன்னான், “மைனி ஒங்களுக்குச் சங்கதி தெரியாதா? நம்ம கிளமெண்ட் பாதர மாத்திட்டாவ. வேறொரு பாதர் வாராவளாம்!”

பாதர் தியோனிஸ் எல்லாத்தியும் பார்க்க விரும்பல. ஞானஸ்தானம் எடுத்தவியள மட்டும் பார்த்தார். மரியசிலுவ குடும்பத்தார் பாதர் கால்ல விழுந்து முட்டங் காலிட்டு மண்டிப்போட்டுக் குனிஞ்சிக் கும்பிட்டு எழுந்தாவ. பாதரும் எதையோ சொல்லி முணுமுணுத்துக்கிட்டு, ஒவ்வொருத்தர் நெற்றியிலயும் சிலுவை வரஞ்சி, சிலுவ மாதிரி கைச்சைகைக் காட்டி, “பிதா சுதன் பரிசுத்த ஆவியின் பெயரால ஆமன்”ன்னார். மரியசிலுவ வீட்டயும் வந்து பார்த்தார். எல்லாரும் தெருவுல நின்னு பார்த்தாவ. பாதர் யாரயும் கண்டுக்கிடல. எல்லாரும் பழய பாதர மாத்தக் கூடாதுன்னு மரியசிலுவயக் கண்டு சொன்னாவ. மரியசிலுவ முயற்சி செஞ்சிப் பார்த்தார். ஒண்ணும் முடியல. அவர் சொல் எடுபடவும் செய்யல. அவருக்கும் குருவானவர்ங்கிற மரியாத ஜாஸ்தி. பாதர ஒட்டினாப்போல நடந்து வந்தார். அவர் பெறத்தால அமலோற்பம் அவிய பையமாருவ எல்லாரும் நடந்து வந்தாவ. அப்பந்தான் தியோனிஸ் பாதர் கேட்டார், “ஒங்கக் குடும்பம் மாதிரி வேற யாரும் நம்ம திருச்சபைல சேர்ந்து கிறிஸ்தவங்களாயிருக்காங்களா ?”

“அந்தோணிசாமி குடும்பம் ஆச்சி. இப்பம் அந்தோணிசாமியும் அந்தோணிசாமி அய்யாவும் இல்ல. சாதி வெறியங்க வெட்டிக் கொன்னுட்டாங்க. பாவம் அந்தோணிசாமி பெஞ்சாதி அந்தோணியம்மா. அவளுக்கு ஒரு புள்ளயும் இருக்கு.”

பாதர் சோகத்துல திகச்சிப்போய் மரியசிலுவய உற்றுப் பார்த்தார், “அவுங்களுக்கு எதுவும் உதவி கெடச்சிச்சா ?”

“நம்ம மேற்றாசனத்துலருந்தும் உதவுனாவ. ஒரு நெலத்த குத்தகைக்கி வாங்கி அதுல சின்னதா செங்கக் காள வாசல் போட்டுச் செங்க அறுக்காவ. அவுகக்கிட்டத்தான் நம்ம கிளமெண்ட் பாதரும் செங்கல் வாங்குனாவ.”

“சரி அவுகளயும் பாத்துட்டுப் போவோமா ?”

“ம்...”

தியோனிஸ் பாதர் நேராய் தொடிச்சி வீட்டுக்கு வந்தார். அவரப் பார்த்த அவசரத்துல தொடிச்சிக்குக் கையும் ஓடல, காலும் ஓடல. திடீரென்னு வந்த பாதர எப்டி வரவேற்கணும்னு தெரியல. பாதர் வருறது முன்னங்காட்டியே தெரிஞ்சா, வீட்ட ஒதுங்கப்பண்ணி வைச்சுருந்திருக்கலாம். ஆனாலும் இப்பம் புது பாதர் வீட்டுக்கு வந்தது தொடிச்சிக்கு உள்ளூர சந்தோஷம். அதிலும் பாதர் பெறத்தால மரியசிலுவ அண்ணன் குடும்பமும் தெரு ஆட்களும் வருகிறதப் பார்த்ததும் பதற்றம் தணிஞ்சு, “ஸ்தோத்திரம் பாதர்”ன்னு கை கூப்பிக் கும்பிட்டு, உடனே சேல முந்திய முக்காடிட்டு, பாதர் கால்ல மண்டியிட்டு பெறவு அண்ணாந்து பார்த்து வணங்கினாள். பாதரும், “ஆண்டவர் ஆசிர்வதிப்பாராக”ன்னு நெற்றில் சிலுவையிட்ட வுடன் எந்திரிச்சாள்.

“என்னம்மா எப்டியிருக்கீங்க. ஓங்க சோகத்த சொன்னாங்க. நானும் அதப் பகிர்ந்துகிடுறேன். என்ன உதவினாலும் தயங்காமக் கேளுங்க. செஞ்சித் தாறோம்.”

“நீங்க வந்ததே பெரிசு. அதுல உதவியும் செஞ்சித் தாறங்கிறது சந்தோஷமாயிருக்கு.”

“சரிம்மா ஓங்களப் பார்த்தாச்சு. கிளம்புறோம்.”

“என்ன பாதர் அதுக்குள்ள கிளம்புறீய? உக்காருங்க பாதர் கலர் வாங்கிட்டு வாறேன். குடிச்சிட்டுப் போங்க.”

“எனக்கு இப்பம் நேரமில்ல. நம்ம மதத்துக்காரவியள ஒரு பார்வ பார்த்துட்டுப் போகலாம்னுதான் வந்தேன். இன்னொரு நாளைக்கி சௌவுரியமா வாறேன்.”

தியோனிஸ் பாதரைப் பார்க்கவும் பேசவும் கும்பிடவும் பிரியப்பட்டுத்தான் எல்லாரும் நின்னாவ. அப்பமும் அவர் வேறு யாரயும் பார்க்க விருப்பப்படாதவராய் தொடிச்சி வீட்டிலிருந்து வெளியில் வந்தார். வந்தவுடனே தெருவுல நின்னு கேட்டார், “என்ன மிஸ்டர் மரியசிலுவ, நம்ம மதத்துல ஞானஸ்தானம் பெற்றவங்க வேற யாருமிருக்காங்களா. போய்ப் பார்க்க?” மரியசிலுவ பாதர ஏறிட்டுப் பார்த்துச் சொன்னார், “நம்ம கோவில் அபிஷேகம் அன்னக்கி நெறய பேருங்க கோவில்ல வச்சு ஞானஸ்தானம் எடுக்காங்க. இப்பம் மந்திரத்த மனப்பாடம் பண்ணுறாங்க. வேணும்னா அவுகளப் பாக்கலாம்.”

“சரி வாங்க. அவுங்களயும் போய்ப் பார்த்திடுவோம்.”

இன்னும் கிளமெண்ட் பாதர மறக்க முடியல. அந்தக் கவலை மனசுக்குள்ள வதைச்சுக்கிட்டிருக்கு. இப்படியிருக்கச்சில,

“என்னை மாற்றலாகிட்டாங்க. நான் அடுத்த மாசம் தூத்துக்குடிக்குப் போயிருவேன்”ன்னு ஜோசப் வாத்தியார் சொல்லச்சில, எல்லோருக்கும் என்ன சொல்லன்னு குழப்பமாப் போச்சு. புள்ளியப் படிப்பு முக்கியமானது. அவிய நல்லா படிச்சி வந்தாத்தான் அவியளுக்கு மட்டும்மில்ல, எல்லாத்துக்கும் ஏந்தலாய் இருக்கும். அதுல எந்தத் தடையும் வந்திரக் கூடாது. காசு பணம் செலவழிஞ்சாலும் பரவாயில்ல. புள்ளியளப் படிக்க வைச்சிடணும். “தெருக்காரவியளக் கேட்டுக்காங்க. ஒங்கப் பிள்ளைங்க எல்லாம் படிக்கக்கூடிய பிள்ளைங்க. சில பிள்ளைகளுக்கு ஏறு ஏறுன்னு ஏத்தினாலும் மண்டைல ஏறாது. இங்க அப்டியில்ல. எல்லாம் தேறிடும். அதுனால நான் போனாலும் எப்டியாது டியூசன்னுக்கு ஆள் வைங்க. அப்டியே அதுக்கு ஆள் கெடைக்கலன்னாலும், நீங்க ஆம்பளயோ பொம்பளயோ கொஞ்சம் எழுதப் படிக்கத் தெரிஞ்சாலும் போதும், அந்தப் படிப்ப பிள்ளைகளுக்குச் சொல்லிக் கொடுங்க. அவுக எழுதட்டும். ஒப்பிக்கட்டும். முன்னுக்கு வந்திடுவாக. நானும் அப்பம் அப்பம் வந்து பார்த்துக்கிடுறேன்”ன்னு பிரியாவிடை பெற்றார் ஜோசப் வாத்தியார்.

தியோனிஸ் பாதர் வந்த நேரத்துல விஷக் காய்ச்சல் வந்து தொலச்சிட்டு. இன்னா, அங்ஙன நடமாடுது. இங்ஙன அன்னா வந்துற்று. கடைசில காய்ச்சல் ஊருக்குள்ளேயும் புகுந்துற்று. அதுக்குச் சாதியும் தெரியல, மதமும் தெரியல. மனுஷங்க வித்தியாசம் பாராம சகட்டு மேனிக்கு வளச்சிக்கிற்று. முதல்ல காலயும் கைலயும் முடக்கிச்சு. படுத்தா எந்திரிக்க முடியல. எந்திரிச்சா உக்கார முடியல. முட்டுக்கு முட்டு வலி. காய்ச்சல் அகோரமா இருந்துச்சு. வயசான ஆட்களப் படாதபாடு படுத்திச்சு. அதுல ஓராளு அங்கமுத்துத் தேவர். நேற்றுத்தான் அவர் அடக்கம். படிப்பகத்துக்குப் பத்திரிகை வருகிறதுனால, நாடு முழுசும் காய்ச்சல் நடமாடுறது தெரிஞ்சது. எவனோ ஒரு அமெரிக்காக்காரன் ஒரு விஷக் கிருமியக் கண்டுப்பிடிச்சி, இங்ஙன கொண்டு விட்டுட்டான்னாவ. அப்பம் ஒரு பீடியப் பத்த வச்சுக்கிட்டுப் பேப்பர் பார்த்தவிய, ‘ஒரு பிணத்தப் பொதைக்காம போட்டுட்டானுவ. அது புழுத்து நாறி அழுகி வெடிச்சிப் போச்சு. அதுலருந்துதான் இந்தக் காய்ச்சல் பரவிச்சு’ன்னாவ. சின்னம்ம பெரியம்மன்னு வந்தாக்கூட, ஊருல சுத்தம் பத்தமில்ல, அம்மனுக்குப் பரிகாரம் செய்யணும், ஊர் எல்லைகள மறிச்சி வேப்பங்கொழக் கட்டணும், கஞ்சிக் காய்ச்சி ஊத்தணும், பூச வைக்கணும்ன்னு ஆட்கள் இறங்கி வேல செய்வாவ. இப்பம் அதுக்கும் வழியில்லாமப் போச்சு.

சிஸ்டர் ஆஸ்பத்திரியிலயும் ஏகப்பட்ட கூட்டம். ஆக்னஸ் சிஸ்டர்க்கு உதவியாக இன்னொரு சிஸ்டர். அவுகக்கூட ஒரு நர்சு. ஒரு டாக்டர்னு வந்து நோயாளிகளக் கவனிச்சாவ. மதத்துல சேர்ந்தவியளுக்கும் சேரப் பெயர் கொடுத்தவியளுக்கும் ஓசி. மேலும் மரியசிலுவ குடும்பமும் தொடிச்சி குடும்பமும், "இது எங்காட்க"ன்னு சொன்னால் இலவசம். மத்தப்படி எல்லாத்துக்கும் துட்டு. ஏன்னா, கூப்பிட்டு வந்தவியளுக்குச் சம்பளம் கொடுக்கணுமாம். அதுக்குப் பணம் கொடுத்தாலும், அவிய போட்ட ஊசி மருந்து வேல செஞ்சது. காய்ச்சலக் கப்னு நிப்பாட்டிச்சி. எந்திரிக்கத்தான் முடியல. அதுதான் படுசிரமம். அதுக்குச் சுவர்முட்டிக் குடிச்சா தாவலன்னாவ. வெள்ளத் தாயக்காவின் பார்மஸி வியாபாரம் பரபரப்பானது. அந்தச் சுவர்முட்டி விலையும் ஏறிப்போச்சு. மருந்தாக அத வாங்கப் போய் நல்ல சம்பாத்தியம்.

கடற்கரை போய் பெரிய பாட்டல் நெறயச் சுவர் முட்டி வாங்கிட்டு வந்தார். அவர், அவர் பெஞ்சாதி, மூத்த பயல், மூணு பேரயும் தவிர மிச்ச எல்லாத்துக்கும் காய்ச்சல். காணாததுக்குக் காய்ச்சல், தொடிச்சியயும் அவள் பின்ன இசபெல்லாவயும் முடக்கிக்கிட்டு. காய்ச்சல் குறைஞ்சாலும் கை கால் கடும் வலி. பிள்ளைங்க சுருண்டு படுத்துக் கெடந்தாவ. அவிய அன்னந்தண்ணி குடிக்காம கெடக்கிறதப் பார்த்ததும், கடற்கரைக்கு எங்கும் போக முடியல. எல்லாரும் சொல்றாவன்னு அவரும் சுவர்முட்டின்னு சொல்கிற பார்மஸிய வாங்கிட்டு வந்து கொடுக்கச்சில, அதன் காபி நிறத்தக் கண்டு, "அய்யோ இதன்ன குடிய வாங்கிட்டு வந்து குடிக்கிறீய?"ன்னு சம்முகக்கனி அலறினாள். பெறவு, "இது வேண்டவே வேண்டாம் தரைல ஊத்துங்க"ன்னாள்.

கடற்கரை நிதானிச்சிக்கிட்டார். அவர் குழம்பல, பதறல. பதற்றப்படல. அவர் பக்குவமாய்ப் புரிகிற மாதிரி சொன்னார், "எதுக்கு இப்டிப் பதற? இது மதுவகையே கெடயாது. இதுவும் ஒரு மருந்துதான். இதுக்குப் பெயரு பார்மஸி. பார்மஸின்னா என்ன மருந்துன்னு அர்த்தம். இந்த மருந்த அளவோட குடிச்சா திரேகத்தத் தூக்கிவிட்ட மாதிரி இருக்கும். வலி போவும். குடிகாரனுவ இதப் பக்காப் பக்காவக் குடிச்சிட்டுச் சுவருல போய் முட்டுறானுவ. அதுக்கு நம்ம என்ன செய்ய முடியும்? இப்பம் இதக்கொடு. மதுவா நெனச்சிக் கொடுக்காத. மருந்தா நெனச்சிக் கொடு. வியாதி குணமாகும்."

குன்னிமரியானுக்கு வேலை கெடச்சது. அருப்புக்கோட்டை தாலுகா ஆபிஸ்ல பியூன் வேலை. குன்னிமரியானுக்கு வேலை

கெடச்ச மாதிரி கோட்டத் தெரு நாயக்கமார் பையமாருவளுக்குப் போலீஸ்ல வேலை கெடச்சிருந்துச்சு. நம்மப் பையமாருவ போலீஸ்ல இல்லையேங்கிற வைராக்கியமாய் எடுத்து, செயல்ல காட்டணும்னு நாயக்கர் சாதிப் பையமார்வளுக்கு உடல் பயிற்சி மையம் துவங்கினார் நாட்டாம ராமசாமி நாயக்கர். இது இவ்வளவு தூரம் கை கொடுக்கும்னு யாரும் நெனக்கல. பையமார்களும் ஒரு நாள் விடாம, பல நாட்கள் கடந்து, மாதங்களாகி, அவிய குரு ஜெனா நாயக்கர் செய்யச் சொன்ன மாதிரி செஞ்சி, திரேகத்த வில்லாய் வளச்சாவ. ஓடுனாவ. கயிறப் பிடிச்சி ஏறுனாவ. குதிச்சாவ. எல்லாருக்கும் காக்கி உடை விரைப்பாய்க் கொடுக்கப்பட்டிருச்சு. நெறயக் காக்கி உடயும் வாங்கி வச்சுருந்தாவ. பையமார்களப் பெறக்கி எடுத்து போலீஸ் தேர்வுக்கு அனுப்பி வச்சாவ. அதுல ஒம்பது பேர்ங்க தேர்வாகிட்டாவ.

செய்தி கோட்டத் தெருவையும் தாண்டி, சடையன் குளம் ஊரையும் கடந்து, விளாத்திகுளம் பஜாருல பரபரத்துச்சு. அதுல ஒருத்தரும் போலீஸ் அதிகாரியாக வர முடியலேன்னு நாட்டாமைக்குக் கவலை. அதுக்கு என்ன செய்யலாம்னு கேட்டார். கல்லூரிப் படிப்ப முடிச்சுருக்கணும். ஒரு பட்டமாவது வாங்கியிருக்கணும்னு சொல்லச்சிலத்தான், இனிம நம்ம சாதி புள்ளியளக் கல்லூரிக்குப் போய் படிக்கத் தூண்டணும்னு நெனச்சார். இப்பம் ஒம்பது போலீஸ் நம்மத் தெருவுல நம்ம சாதிக்காரங்க இருக்காங்கன்னு உத்திரவாதம் கெடச்ச மாதிரி, குறைஞ்சது ரெண்டு போலீஸ் மேல் அதிகாரிங்க நமக்கு வேணும். அப்பந்தான் போலீஸ்ல பட்ட அவமானத்தத் துடைக்க முடியும்னு அடுத்த முயற்சில இறங்கினார் நாட்டாமை.

6

ஒரு நாள் ரெண்டு போலீஸ்காரவியளும் ஒரு ஏட்டையாவும் கீழத்தெருவுக்கு வந்தாவ. அவிய வந்ததும் சொன்னாவ, "ஊர் சுண்ணியாண்டி ஆருல"ங்கச்சிலத்தான் அதிர்ச்சியாய் இருந்துச்சு. "ஊர் சுண்ணியாண்டியா? அதென்ன ஊர் சுண்ணியாண்டி? எங்களப் பாத்தா சுண்ணியாண்டி மாதிரியாத் தெரியுது?"

"ஆமாமா நாலு பேர்த்த தூக்கி ஒளிச்சி வச்சுக்கிட்டுப் போலீஸ்க்குத் 'தா'க் காட்டினா, ஒங்களச் சுண்ணியாண்டியில்லாம எப்டிக் கூப்புடறது?"

"ஆரு நாலு பேர்த்த தூக்கி ஒளிச்சி வச்சா? இல்லாதது வந்து கேட்டா ஆருக்குத் தெரியும்."

"தெரியாதோ ஒங்களுக்கு. மேலத்தெருவுல நாலு பையங்கக் காணாமப் போனாங்கல்ல, அது விசயமா விசாரிக்கணும். ஊர்த் தலைவன் யாரு? அவனக் கூப்புடு?"

"இத நேருல சொல்ல வேண்டியதானே? இத வுட்டுட்டு என்னலாமோ சொல்றீய?"

"சொன்னா என்ன செய்வ?"

"ஒண்ணும் செய்ய முடியாது. ஆனா மரியாதக் கொடுத்து மருவாத வாங்கணும்."

புலமாடன் முன்ன மாதிரி இல்ல. ரொம்பத் தைரியமாய்ப் பேசினார். ஒவ்வொண்ணுக்கும் சட்னு பதில் சொன்னார். "சரி சரி நீதான ஊர்த்தலைவன்."

“ஆமா”

“ஜீப்ல ஏறு. ஸ்டேசன்க்கு வா.”

“அதெல்லாம் வர முடியாது.”

“வரணும்னா வரணும்.”

“வர முடியாதுன்னா வர முடியாது.”

“ராஸ்கல். அடிச்சி இழுத்துக்கிட்டுப் போயிருவேன்.”

“என்னங்க. எதுக்கெடுத்தாலும் இடறுமாறாப் பேசுறீய? இப்பம் வர முடியாது. வேணும்னா நாளக்கிக் காலைல வாறேன்.”

“என்ன நக்கல் பண்ணிறியா? புடிச்சிக் கரகரன்னு இழுத்துக்கிட்டுப் போயிருவேன்.”

“என்ன கரகரன்னு இழுத்துப் போவீயளோ? எங்க இழுங்கப் பாப்போம். எந்த முகாந்தரமும் இல்லாமப் போலீஸ்க்கு எதுக்கு வரணும்னு கேட்டா கரகரன்னு இழுப்பாவளாம்ல. நாங்கென்ன ஆடு மாடா, கரகரன்னு இழுத்துக்கிட்டுப் போவ?”

ஆட்களும் சூழ்ந்துக்கிட்டாவ. அவியளும் கேள்வி மேல கேள்வி கேட்டாவ. போலீஸ்காரவியளுக்குத் திணறல் எடுத்துச்சு. அதுக்குப் பெறவுதான் ஏட்டையா நிதானம் கொண்டு பேசினார், “நாலு வருஷத்துக்கு முன்னால நாலு வாலிப் பயலுவக் காணாமப் போயிருக்காங்க. நீங்க மேலத்தெருக்கு உள்ள போய் அடிச்ச அடில காணாமப் போனதா சந்தேகப்படுறோம். இப்பம் போலீஸ்ல வந்து கேட்கிற கேள்விக்குப் பதில் சொல்லு. வா.”

“நா வர முடியாதுன்னு சொல்லல. அதுக்காவ இப்பம் வர முடியாது. எல்லாத்துக்கிட்டயும் பேசி ஒரு முடிவெடுத்து காலைல வாறேன்.”

“அப்போம் வரவே முடியாதுங்க.”

“திருப்பித் திருப்பி அதத்தானே சொல்லுறேன். வர முடியாதுன்னு.”

“எங்க ஊர்த்தலைவர்தான் சொல்றாவுல இப்பம் வர முடியாது நாளக்கி வாறேன்னு. பெறவு எதுக்கு பிரச்சனய வளர்க்கீய? நாளக்கிச் சொன்ன நேரத்துக்கு வந்து நிப்பாரு. அப்டி நிக்கலனா அதுக்குப் பெறவு என்ன செய்வீயளோ அதச் செய்யுங்க.”

ஒருபடியாய் போலீஸ்காரவியப் போனப் பெறவு, என்ன செய்யலாம்னு கூடி நின்னு பேசினாவ. தள்ளாடி முத்து

சொன்னான், "புலமாடன்னய்யா நீங்கப் போலீஸ் கூப்புடுறதுன்னு சொன்னதால நாமப் போவோம். நாம்ம ஒத்தைல போவக் கூடாது. பஞ்சாயத்துக்கு ஓராளக் கூப்புட்டுக்கிட்டுப் போவணும். நாலு வருசத்துக்கு முந்தி நடந்தது மறந்து போயிருக்கும். ஒண்ணிருக்கு ஒண்ணச் சொல்லி வம்புல மாட்டிக்கக் கூடாது. அதான் சாக்குன்னு தலைல வச்சுக் கட்டிடுவானுவ."

"ஆமா ஆமா இதுவும் சரிதான். பொறுப்பான ஆளக் கூட்டிக்கிட்டுப் போவணும். அதுக்குத் தள்ளாடி சொல்ற மாதிரி பாதர் சரியான ஆளு"ன்னு ஒருத்தர் சொல்லச்சில, புலமாடன் சொன்னார், "நம்ம கிளமெண்ட் பாதர மாதிரி இல்லயே தியோனிஸ் பாதர். கிளமெண்ட் பாதர்னா கூப்புட்டவுடனே வருவாரு. தியோனிஸ் பாதர் எங்க வரப் போறாரு? வந்தாலும் காத்துக் கெடக்கணும். கூப்புடச்சிலதான் போவணும். பேசணும். இதெல்லாம் பாதரால முடியுமா?"

"நீங்கக் கேட்கிறதுக்கு முந்தி எதுக்கு வெடச்சிக்கிடுறீய? ஏதாச்சும் போய்க் கேட்போம். என்ன சொல்றாருன்னு பாப்பும். எனக்கென்னமோ பாதர் வருவாருன்னுதான் தோணுது. இல்லன்னா எங்க ஊடு தேடி வந்து எனக்கு ஆறுதல் சொல்வாரா? அதுனால போய் கேட்போம்."

தியோனிஸ் பாதர் அப்பந்தான் வந்திருந்தார். அவரைப் பார்க்கக் கிறிஸ்தவியளயும் கிறிஸ்தவியளா மாறப் போறவியளயும் மட்டும் அனுமதி கொடுத்தார். அவிய ஒரு கூட்டமாகத்தான் இருந்தாவ. அவுகள உள்ளக் கூப்பிட்டு, "ஏன் நிக்கீங்க? அந்த நாற்காலில உக்காருங்க"ன்னார். மேலும் அந்த நாலு பேரயும் நாலு வருஷமாய்க் காங்கல. தேடிக் கண்டுபிடிச்சுத் தாங்கன்னு ஆள்கொணர்வு மனுவத் தாக்கல் செஞ்சி, ஐகோர்ட்டில வழக்குத் தொடுத்திருப்பதும் பாதர்க்குத் தெரிஞ்சியிருந்துச்சு. அத வச்சுத்தான் அவரும் கேட்டார், "அவுக நாலு பேரும் காணாமப் போனதுக்கும் ஒங்களுக்கும் சம்மந்தம் உண்டா?"

"அப்டி ஒரு சம்மந்தமும் கெடயாது. ராத்திரி என்ன நடந்துச்சு, யாது நடந்துச்சுன்னு ஒண்ணும் தெரியாது. காலம் பெறத்தான் ரெண்டு கொல விழுந்தது தெரியும். நாங்க பதறிப் போனோம். அந்தத் துயரத்தத் தவுர வேற எதுவும் தெரியாது."

"இப்பம் நான் என்ன செய்யணும்?"

"விசாரணைக்கி போலீஸ் கூப்புடுது. ஒத்தைல போவ வாண்டாம். பொறுப்பான ஆளக் கூப்பிட்டுப் போவோம்னு ஒங்களக் கூப்புட வந்திருக்கோம்."

"எனக்கு நெறய வேலையிருக்கு. என்னால வர முடியாது."

“அப்டியெல்லாம் சொல்லாதீங்க சாமி. கொஞ்சம் வாங்க. எங்களுக்கு ஏந்தலாய் இருக்கும்.”

தியோனிஸ் பாதர் செத்த நேரம் யோசித்தார். அறை அமைதியாக இருந்துச்சு. ஸீலிங் ஃபேன் சுத்துறது மட்டும் கேட்டுச்சு. அதுல இருந்து வருகிற காத்துல வேர்வ நசநசப்புத் தணிஞ்சது. அப்பமும் மதத்தப் பத்தித்தான் பேசினார் பாதர். “எல்லாரும் மந்திரம் படிச்சிங்களா?”

“ஆமா சாமி நானும் எம் பெஞ்சாதியும் படிச்சிக்கிட்டுத்தான் இருக்கோம்.”

“ஒங்கப் பெயரென்ன புலமாடன்னு வச்சுருக்கிங்க?”

“இது எங்கம்மயும் அப்பனும் வச்சதுசாமி.”

“இந்த மாடங்கிற பெயரக் கேட்டவுடனே எனக்கு எரிச்சல் வரும். ஏன் தெரியுமா? மாடங்கப் பெயரே இளக்காரமா தெரிகிறதுனால. அதுனால நான் ஒங்களுக்கு ஒரு பெயர் சொல்லட்டா?”

“சொல்ங்க சாமி நா அந்தப் பெயர வச்சுக்கிடுறேன்.”

“ஜெபத்தியான். ஜெபத்தின்னு கூப்புட்டாலும்கூட அதுல தீயிருக்கு.”

“சரி சாமி எம் பெயரு ஜெபத்தீனியே இருக்கட்டும். நீங்க போலீஸ் முட்டும் வாங்க சாமி.”

“நான் வர முடியாது. ஒங்களுக்காகப் பேச ஒரு வக்கீல அனுப்பி வைக்கிறேன். நீங்க ஒண்ணும் பேச வேண்டாம். அவுரே எல்லாம் பேசி முடிப்பாரு போதுமா?”

“இது போதும் சாமி.”

முத்துவீரன் திண்ணைல உக்கார்ந்திருந்தான். எதிர்த்தாப்பல சம்முகக்கனி குத்தவச்சுக்கிட்டிருந்தாள். என்னமோ பேசி அதுலவுள்ள சிக்கல எடுக்க முடியாமத் திணறின மாதிரி குழம்பிப்போய் அவிய மூஞ்சி கனத்திருந்துச்சு. ஒருத்தர ஒருத்தர் பார்த்துக்கிட்டாவ. குன்னியமரியானும் தொடிச்சியும் படலைக் கடந்து திண்ணைக்கிட்ட வரச்சில சம்முகக்கனி கேட்டாள், “போன விசயம் என்னாச்சி?”

“போனோம். எங்க சித்தி கறி வாங்கிட்டு வந்தா. போன வேலய முடிச்சிட்டுச் சாப்பிட்டிருந்து வாறோம்.” குன்னிமரியான்

பேச்ச நிப்பாட்டி, பெறவு மூத்துவீரனப் பார்த்துக் கேட்டான். "முத்துவீரன் நீ எப்பம் வந்தெ?"

"நா ராத்திரியே வந்துட்டேன். இப்பம்தான் முக்கிய சோலியிருக்கு. அதயும் இன்னக்கி ராத்திரி முடிக்கணும். அதுக்கு நீங்கெல்லாம் உதவி செய்யணும்."

"முத்துவீரன் சொல்றதப் பாத்தா பயமாயிருக்கு. இங்ஙன வச்சு எதுவும் பேசக் கூடாது. ஒளிச்சி மறைச்சுதான் பேசணும். மொதல்ல நாம குச்சில்ல போய் உக்காருவோம்"ன்னாள் தயக்கத்துல சம்முகக்கனி.

"நீங்க என்னத்துக்குப் பயப்புடுறீய? நாமென்ன கொலயா செய்யப் போறோம்?"

"நீ வாயப் பொத்திக்கிட்டுச் சும்மா இரி. லூஸ் கணக்காப் பேசாத."

"நீங்க என்னத்துக்கா பயப்புடுறீய? எவ்வனும் ஒண்ணும் கிழிக்க முடியாது. நா அன்னிக்கிப் போயிட்டு வந்த மாதிரி, இன்னக்கிம் போயிட்டு வந்திருக்கேன். ராத்திரி போய்ப் பார்த்துப் பேசிக் காகிதம் கொடுத்தது எவ்வனுக்கும் தெரியாது."

"ஏய் ஏய் பேச்ச நிப்பாட்டு. எது பேசினாலும் ஊட்டுக்குள்ளப் போய்ப் பேசிக்கிடலாம்"ன்னு சம்முகக்கனி பதறச்சில, தொடிச்சியும் புரிஞ்சிக்கிட்டாள். இவ்வளவு தூரமான பெறவு, கோமதியக் கூடிக்கிட்டுப் போகாம இருக்கமாட்டான். அதனால என்னமும் நடந்திடக் கூடாது. ஏற்கெனவே சக்கிலியக்குடில தீ வச்சுட்டாவ. அதுல பெரும் நட்டம். இப்பந்தான் அதுலருந்து மீண்டு வந்திருக்கு. திரும்பவும் என்னமும் நடந்திடக் கூடாது.

"முத்துவீரன் நா என்ன செய்யணும்? அதச் சொல்லு"ன்னான் குன்னிமரியான்.

"ஒரு கார் ராத்திரிக்கு வேணும். நானும் கேட்டுப் பாத்துட்டேன். ஆரும் வருற மாதிரி தெரியல. பயப்புடுறாங்க. இல்லன்னா அன்னைக்கே கோமதியக் கூட்டிக்கிட்டுப் போயிருப்பேன்."

"இது ரொம்ப ஆபத்து. ஆரும் பாத்துக்கிட்டாங்கன்னா போச்சு. இதுக்கு ஆரும் வரமாட்டாவ. என்ன செய்யலாம்?"

குன்னிமரியான் குழம்பினான். அந்தக் குழப்பம் எல்லாத்துக்கும் இருந்துச்சு. சம்முகக்கனிக்கு இன்னும் பயம் தெளியல. அவளப் பார்த்து தொடிச்சி சொன்னாள்,

“சம்முகக்கனியக்கா கடற்கர அண்ணனயெங்க? அங்ஙன இருந்தா கூட்டிட்டு வாங்க.”

“என்ன தொடிச்சி அவியளக் கூப்புடுற?”

“கூப்புட்டு வாங்கன்னா கூப்புட்டு வாங்களேன்.”

“அவியள வச்சு என்ன செய்யப் போறீய? அவியக ஒரு மாதிரி ஆளு. எங்கள விட்டு மாசக்கணக்கா ஊட்டுக்கு வாராம அலஞ்சவிய. அவியள நம்பி எதுலயும் கால வைக்காதீய.”

“அண்ணன் மேல எனக்கு நம்பிக்க வுண்டு. போய்க் கூட்டிட்டு வாங்க.”

“நீயென்ன சொன்னா கேட்க மாட்டுக்க? அவிய வந்தா ஒழப்புவாவ.”

சம்முகக்கனி பதில் சொல்லிக்கிட்டிருக்கச்சில, குன்னிமரியான் சட்னு சொன்னான், “சரி நீங்கதான் மச்சானக் கூப்புட்டு வாங்களேன். மைனியும் எது செஞ்சாலும் காரிய மில்லாமச் செய்யாது. மச்சான் வரட்டும். பெறவு என்னன்னு பாத்துக்கிடுவோம்.”

“சரி எல்லாரும் சொல்லச்சில நா எதுக்கு தடுக்கணும்? போய்க் கூட்டிக்கிட்டு வாறேன்”ன்னு போனாள் சம்முகக்கனி அக்காள்.

வரச்சில கடற்கரை குரல் பதற்றமாக இருந்துச்சு. “என்ன தொடிச்சி கூப்புட்டீயா?” எதுருல கெடந்த மரப்பெட்டியக் காட்டி, “அதுல உக்காருங்க”ன்னாள் தொடிச்சி. சம்முகக்கனியும் அங்ஙனக் குத்த வச்சுக்கிட்டாள். “இது ஆரு தெரியும்ல?”

“என்ன இப்டிச் சொல்லீட்ட, தம்பியத் தெரியாது? தம்பி நீ சம்முகம் பகட மவந்தானே. சிவன் கோனாரு புள்ளயக் கைய இழுத்துட்டான்னு ஒன்னத்தானே சொன்னாவ?”

“அதிருக்கட்டும். இப்பம் ஒங்களால ஒரு உதவியாகணும் இவனுக்கு.”

“என்ன உதவி?”

“ஒரு கார் ஏற்பாடு பண்ணித் தரணும்.”

“காரா. என்னத்துக்கு?”

“சொல்றத நல்லா கேட்டுக்காங்க. இது நம்மளத் தவிர வேற ஆருக்கும் தெரியக் கூடாது. வெளில தெரிஞ்சா எல்லாத்துக்கும் சங்கடம்.”

"சரி விசயத்தச் சொல்லு."

"அதான் கோனார் ஊட்டுப் பிரச்சன. கோனார் புள்ளய இன்னக்கி ராத்திரி முத்துவீரன் கூட்டிட்டுப் போறான். அதுக்குக் கார் வேணும். பணம் எவ்வளவுனாலும் கொடுத்திடலாம்."

கடற்கரை திணறிப் போவ, தலை தூக்கிப் பார்த்தார். பெறவு அவர்தான் சொல்வார்: "என்னமா தொடிச்சி, இந்த மாதிரி காரியத்துக்கு எவனும் கார் தர மாட்டான். டிரைவர்னு நம்மப் பையமாரு இங்ஙனக் கூடியில்ல. அப்டியே இருந்தாலும் இதுக்குன்னு வர மாட்டாவ. இதுல என்னால ஒண்ணும் செய்ய முடியாது."

"என்னங்க நீங்க இதெல்லாம் முடியாதெங்கிய? என்னத்துக்குத் தட்டிக்கழிக்கிய? எத்தனை ஊருவளுக்குப் போறிய, எத்தன ஆளுவளச் சந்திக்கிய? இதுல வேற கட்சி ஒங்களுக்கு ஒங்கக் கட்சி ஆளுவள வச்சு இவியளக் கடத்தி விடுங்க."

"சம்முகக்கனி நீ வெபரம் தெரியாமப் பேசாத. கட்சி நல்லதச் செய்கிறதுக்கு இருக்கு. காதலன் காதலியக் கடத்துறதுக்காகக் கட்சியில்ல."

முத்துவீரன் கடற்கரையைக் கூர்ந்து பார்த்துச் சொன்னான், "அண்ணாச்சி இது காதலன் காதலி பிரச்சனன்னுகூட சொல்லக் கூடாது. நானும் அவளும் ஒண்ணாப் படிச்சவிய. எனக்கு வெபரம் தெரிஞ்சப் பெறவு அவளச் சந்திக்கச்சில வெள்ளச் சீலக் கட்டிருப்பான்னு நெனக்கல. அவளச் சுத்தி கொடுமதான் நடக்கு. அதுல வேற அவளுக்குக் காவல். அவளுக்கு என்னக் கண்டு சந்தோஷம். அப்பந்தான் நானும் அவளும் பேசுனது. அவளா விரும்பித்தான் எங்கூட வாரா. நாங்க ஒண்ணா வாழப் போகிறதுல ஆர்க்கு என்ன வந்திடப் போவுது?" கடற்கரையும் சிரிச்சிக்கிட்டு உறுதியாய்ச் சொன்னார், "சரி தம்பி. நீ இவ்வளவு சொல்லிட்ட. ஒன்னயும் அந்தக் கோனாப் புள்ளயயும் சேர்த்து வைக்கிறது இந்த அண்ணன் பொறுப்பு, போதுமா?"

அவிய உடனே புறப்பட்டாவ. வேற சேல, ரவுக்கய மாத்திக்கிட்டு, வெளுத்த வேட்டிச் சட்டயோட கிளம்பச்சில, ஒரு கண்ணுக்குத் தூங்கி எந்திரிச்சு அங்ஙன வந்த புஸ்பம் கேட்டாள், "இந்நேரம் எங்கப் போறாப்புலயிருக்கு?"

புள்ளியளக் கைலப் பிடிச்சிக்கிட்டுச் சம்முகக்கனி சொன்னாள், "அத்தெ நாங்க முக்கியச் சோலியா போறோம்.

எம் புள்ளீயளயும் ஊட்டயும் பாத்துக்காங்க. மத்தத வந்து சொல்றேன்."

"எல்லாம் ஒண்ணாப் போறீய. எங்கப் போறீய, என்ன விசயமாப் போறீய? அதச் சொல்லிட்டுப் போனாத்தான் என்ன?" அம்மா சொல்லச்சில மகனுக்குக் கோவம் வந்துச்சு. "என்னம்மா என்னத்தையாது ஒண்ணச் சொல்லிக்கிட்டிருக்க. நாங்கத்தான் போயிட்டு வந்து சொல்றோம்னு சொல்றோம்ல. பேசாம இரி."

"ஏலே கடற்கர தெரிய வாண்டாம்னா வச்சுக்கா. கத்தரிக்கா முத்துனா சந்தைக்குத்தான் வரணும். நா அப்பம் பாத்துக்கிடுறேன். இப்பம் போற வேலய முடிங்க. புள்ளயள விட்டுட்டுப் போங்க. நா பாத்துக்கிடுறேன்."

"ம். சரி. நாங்க போயிட்டு வந்து சொல்றோம்."

"முத்துவீரன் நீ எங்கக்கூட வர வாண்டாம். நீ ஆர் கண்ணுலயும் படாத. தெரியாமப் போய் பஸ் ஸ்டாண்டுல நில்லு. நாங்க பெறத்தால வர்றோம்"ன்னான் குன்னிமரியான். அவனப் போக விட்டு, "நா போய் குழம்படி அண்ணாச்சியப் பாத்துக் கூப்புட்டு வாறேன்"ன்னாள் தொடிச்சி.

"இப்பம் என்னத்துக்கு அவரக் கூப்புடணும்"ன்னு சலிச்சுக்கிட்டார் கடற்கரை. "அவியளுக்குத் தெரியாம எதுவும் நடக்கக் கூடாது. அப்டித் தெரியாம முத்துவீரன் பால் பண்ணைக்குள்ள நுழயப் போய், கோனாக்கமாரு ஒண்ணாச் சேர்ந்து சக்கிலியக்குடிக்குத் தீ வச்சுட்டானுவ. இப்பம் விசயத்தச் சொல்லீட்டன்னா அவிய உஷாராயிருந்துக்கிடுவாவ."

"அப்பம் கருப்பாயி சித்தியயும் கூப்புட்டுக்கிடுவோம்."

"அவிய எதுக்கு?"

"அங்ஙனப் போன முட்டும் தங்கச்சி புருஷனயும் பாக்கலாம்ல."

"ம்..."

"எப்டில கோனாரு ஊட்டுக்குள்ள நுழஞ்ச? மொதத் தடவ அந்தப் புள்ளயப் பாக்கச்சில அடி வாங்கியிருக்கீய. இப்பம் அதே மாதிரி ஆச்சின்னா நெலம என்னாகும். கொஞ்சமாது நெனச்சுப் பாத்தீயா?"

"நா ஏற்கனவே அங்க வேல பார்த்தாளு. அப்டிப் போனா எப்டி வரணும்னு தெரியும்."

“பெறவு என்னத்துக்கு அன்னக்கி அம்புட்டுக்கிட்ட?”

“அது எம் படபடப்பு. ஆளு வருறது தெரிஞ்சும், அவக்கிட்ட பேசுற ஆர்வத்துல உஷாரில்ல. அம்புட்டாச்சு. எப்பமும் அப்டி முடியுமா? இப்பம் அவளப் பாத்துப் பேசிக் கட்டுன சீலயோட வான்னேன். அவதான், அவளுக்னு இருக்கிற நகநட்டெல்லாம் எடுத்துக்கிட்டு வாறேன்னு இருக்கா. ஒண்ணும் கொண்டு போவாம, உடுத்தின சீலயோட வந்தாலும் எல்லாத்தியும் அள்ளிக்கிட்டுப் போயிட்டான்னு சொல்வாவல்லா? எனக்கும் அதுவும் சரின்னு பட்டுது. எல்லாத்தியும் எடுத்துட்டு வந்திடுன்னுட்டேன். சொன்ன மாதிரி போய்க் கூப்புட்டுப் போவலன்னா ஏமாந்து போவா.”

“ஏலேய் புள்ளயக் கூப்புட்டுப் போறேங்க பார்த்துடா. ஒனக்கும் எதுவும் ஆகிடக் கூடாது. அதுக்கும் ஒண்ணாகிடக் கூடாது.”

“என்னணே இப்டிப் பயப்புடுறீய? ஒண்ணும் வராது. நீங்க தைரியமா இரிங்க.”

“இல்லடா அப்டியொரு சம்பவம் எனக்கும் நடந்திருக்கு. அதுவும் நடந்து ஏழு வருசம் முடிஞ்சி எட்டாவது வருசம் நடக்கு. இப்பம் நெனச்சாலும் கொதவள நடுங்குது. அதுக்குத்தான் சொல்றேன்.”

“பழசெல்லாம் நெனச்சுக்கிட்டிருந்தா புதுசு ஒண்ணும் நடக்காது. ஒங்க செம்பகத்த தகப்பன் கொன்னான். அது பாடம். அதுனால நாங்க ஜாக்கிரதயா இருப்போம்”ன்னு முத்துவீரன் சொல்லச்சில தொடிச்சியும் ஆதரவாய்ப் பேசினாள், “ஆமா கொழுந்தன் எல்லாத்தியும் போட்டுக் குழப்ப வேணாம். இப்பம் மொத வேலயா இவிய ரெண்டு பேரயும் சேர்த்து வைக்கப் பாப்பும்.”

“சரி மைனி இப்பம் ஒரு கார் வேணும்மே எங்கப் போவ?”

கடற்கரை எல்லாரயும் ராமையாத் தேவர் வீட்டுக்குக் கூட்டிக்கிட்டுப் போனார். தொடிச்சிக்கும் தேவர் மேல் நல் அபிப்பிராயம் உண்டு. அவர் செஞ்ச உதவிய மறக்க முடியாது. பெரும்பாலான நேரங்கள்ல கை கொடுத்துத் தூக்கியிருக்கிறார். இப்பமும் எதாவது உதவி செய்ய மாட்டாரா என்ன? அதக் கருப்பாயி வாய்விட்டுச் சொன்னாள், “தேவர் எப்பேர்பட்ட ஆளு? எதாச்சும் ஒண்ணுன்னா முன்னுக்கு வந்து நிப்பாரு. அத முடிச்சிக் கொடுக்காமப் போவ மாட்டாரு. தேவருல இப்டியொரு ஆளப் பாக்கிறது அபூர்வம்.”

வாசல் முன்னே பேசிக்கிட்டிருக்கத்தக்கன, கடற்கரை படியேறி வீட்டுக் கதவைத் தட்டினார். ஒரு வளர்த்தியான பொம்பள – ரெண்டு காதுவளூலேயும் ரெட்டக்கொத்துத் தங்கப் பாம்படங்க – ஆட ஆட, "இங்க ஆரு வேணும்?"ன்னு அதட்டுற குரல்ல கேட்டாள்.

"அண்ணாச்சியப் பாக்கணும்."

"அண்ணாச்சியா? ஆருக்கு ஆர் அண்ணாச்சி? தேவர் ஒங் கூடப்பெறந்த அண்ணாச்சியா? அண்ணாச்சிங்க. மருவாதியா நாச்சியாரையான்னு சொல்லு" அவள் கதவு இடைல தல நீட்டி சொல்லச்சில தொடிச்சிக்கு வெளம் கிந்திச்சு. அந்தக் கேந்திவாக்ல அவளும் சொன்னாள், "என்ன நீ வெடச்சிக்கிட்டுப் பேசுற? தேவரென்ன கோவில்ல சாத்தி வச்சுருக்கிற சாமியா, நாச்சியாரையான்னு விழுந்து கும்புட? அவுரும் மனுஷன்தான். புரிஞ்சிப் பேசு."

"இவக்கிட்ட நமக்கென்ன பேச்சு? என்னமோ ஒரு சோலியா வந்து தலைவர்ங்கிற முறைல பாக்க வந்தா என்னலாமோ பேசுற? எனக்குத்தான் பேசத் தெரியும்னு."

அவ்வளவுதான். வெடுக்னு கதவை அடைச்சுட்டு உள்ளே போயிட்டாள் ராமையாத் தேவர் பெஞ்சாதி. ஆனாலும் சொல் உறைப்புக் கடுகடுக்க வச்சது அவியளுக்கு. "அவள நாலு வார்த்த நாண்டுக்கிட்டுச் சாவுற மாதிரி கேட்டிருக்கணும். அதுக்குள்ள உள்ள ஓடிட்டா"ன்னு புலம்புன சம்முகக்கனி கோவமெல்லாம் புருஷன் மேலத் திரும்பிச்சு. "அவ என்ன இப்டிக் கேட்டுட்டுப் போறா. நீங்கென்ன கம்னு நிக்கீய?"

"எது பேசினாலும் இனிம இங்ஙன வச்சு பேச வேணாம். நம்ம வந்தது சண்டைக்கில்ல. அந்த முட்டாப் பொம்பள எப்டிப் பேசின்னான்னா நம்மளும் அப்டிப் பேசுறதா? வாங்க போவலாம்."

தொடிச்சியும் சந்தேகப்பட்டுக் கேட்டாள், "நம்ம ஆர்னு அந்தப் பொம்பளக்கி எப்டித் தெரியும்?"

"அதெப்படி தெரியாம இருக்கும்? மறத்தி ஊட்டுக்குள்ள இருந்த மாதிரிதான் இருக்கும். எல்லாத்தியும் கேட்டு பாத்துவச்சுருப்பா. இல்லன்னா இவ்வளவு துல்லிதமாய்க் கேட்பாளா?"

"ஆரு கண்டா ராமையா தேவரும் அப்டி ஆளாயிருந்தாலும் இருக்கும்."

"மாப்புள்ள அப்டிச் சொல்லாதீயும். அப்பிடின்னா இவ்வளவு தூரம் கூப்பிட்டு வருவேனா?"

அங்ஙன அதுதான் பெரிய கட்டடம். குறுக்கும் நெடுக்குமாய் விரிந்து கெடக்கிற வெளி. அதுலதான் எல்லாரும் நின்னாவ. குழம்படிப் பகடைக்கு அதிர்ச்சியாய் இல்ல. இதெல்லாம் எத்தனை தடவையோ கேட்டாச்சு. அவர் இடுப்புலத் துணிக் கட்டிக்கிட்டுச் சின்னப் பயலாய் அலஞ்சித் திரிஞ்ச நாளுலருந்து இதத்தான் கேட்கார். அதுக்காவ இன்னும் கேட்டுக்கிட்டிருக்க முடியுமா? முத்துவீரன் ராத்திரியோட ராத்திரியாய்க் கோனார் மவளக் கூட்டிக்கிட்டுப் போகிறான். அதுக்குக் கார்க்கு அலைகிறான். இதச் சொன்னதும் பதற்றமும் பயமும் வரத்தான் செஞ்சது குழம்படிப் பகடைக்கு. அவர் யார்க்கிட்டயும் சொல்லாம வந்தார். அவராகத்தான் முத்துவீரங்கிட்டப் பேச்சுக் கொடுத்து மத்ததத் தெரிஞ்சுக்கிட்டார்.

ராமையாத் தேவர் வந்தவுடனே ஆவலாதி சொன்னாவ. அவரும் சங்கடப்பட்டார். “நாதான் வீட்டுப் பக்கம் வராதீங்க. என்னப் பார்க்கணும்னா பார்ட்டியாபீஸ்க்கு வந்திருங்கன்னு சொல்லியிருக்கேனா இல்லயா? பெறவு எதுக்கு வீட்டுக்குப் போனீங்க?”

“நாங்க இப்டிச் சொல்வாங்கன்னு நெனைக்கல. இப்டித் தெரிஞ்சா போயிருக்கமாட்டோம்.”

“சரி கடற்கர என்ன விசயமா வந்திருக்கீங்க.”

“நீங்க வேற ஒண்ணும் நெனைக்க வாண்டாம். சின்னச் சிக்கலான பிரச்சன. அதான் ஓங்களத் தேடி வந்திருக்கு. செஞ்சிக் கொடுக்கணும்.”

“விசயத்தச் சொல்லாம மொட்டக்கட்டயா சொன்னா எப்டி?”

“ஏய் முத்துவீரன் இங்க வா. இது நம்மப் பையந்தான். இன்னா நிக்காருல குழம்படிப் பகட இவியதான் சக்கிலியக்குடித் தலைவர். நம்மப் பையன் ஒரு கோனாப் புள்ளய விரும்பிட்டான். அதுவும் விரும்புது.”

“அடேய் இது நம்ம சிவன் கோனார் வீட்டுப் பிரச்சனையில்ல. அவுரு நமக்கு வேண்டப்பட்டவரு. நம்ம கட்சிக்கும் வேண்டப்பட்டவர். இந்தப் பையனாலதானே பிரச்சன வந்துச்சு. போலீஸ் கேஸ்னு அலஞ்சாங்க?”

“ஆமாங்க. இப்பம் இந்தப் பையனுக்குத்தான் ஒரு உதவி செஞ்சிக் கொடுக்கணும்.”

“என்ன உதவி?”

“அந்தப் புள்ளயயும் இவனயும் ஊரவிட்டுக் கடத்திக் கொண்டுவிட ராத்திரி ஒரு கார் ஏற்பாடு செஞ்சிக் கொடுக்கணும்.”

“என்னப்பா இப்டிச் சொல்ற? நாளக்கி ஒரு பிரச்சனன்னு வந்துச்சின்னா, நூறு பவுன் நகயக் காங்கலன்னு கோனார் எழுதி வச்சுருவார். அதுலயும் கட்சி இப்டி வேலைக்கெல்லாம் துணயும் போவாது. தொழில் பிரச்சனன்னா வந்து சொல்ங்க. கட்சி வந்து நிக்கும். காதல் பிரச்சனக்கெல்லாம் கட்சி வராது. அதுலயும் சாதிப் பிரச்சினையாயிருக்கு. இந்த வம்பெதுக்கு? தயவுசெஞ்சித் தப்பா நெனக்காதீங்க. இதெல்லாம் என்னால முடியாது.”

“ஒங்கள நம்பி வந்திருக்கோம். இப்டிச் சொன்னா எப்டி?”

“இந்த விசயத்துக்கு ஒத்து போக முடியாது. வேற யாரயும் பாருங்க.”

இந்தப் பதில் வரும்னு எதிர்ப்பார்க்கல. வச்சுருந்த நம்பிக்கையும் போச்சு. அவிய ஆளாளுக்குக் குழம்புனாவ. “சரிங்க. நாங்க போயிட்டு வாறோம். ஒங்கக்கிட்டச் சொன்னத சிவன் கோனாருக்கிட்டச் சொல்லிடாதீய. பெறவு ஊடுவ தீப்பிடிச்சி எரியும். நாலு கொலையும் விழும்.”

“சே சே என்ன கடற்கர இப்டிச் சொல்லீட்ட? நம்மக் கட்சியினால இது முடியாது, அவ்வளவுதான். நா எதுக்கு இதப்போய் அவுகக்கிட்டச் சொல்ல போறேன்?”

“நீங்க நூறு பவுன் நகங்கீய. காதல் பிரச்சன, சாதி பிரச்சனங்கீய. அதுக்குத்தான் சொல்லி வைக்கீ.” ராமையாத் தேவரும் தலயத் தலய ஆட்டிக்கிட்டார். அவியளும் அப்படியே நடந்தாவ. நெடுந்தூரம் வந்த பெறவு தேவர் வீடும் மறஞ்சிப் போச்சு. அப்பந்தான் சம்முகக்கனி சொல்வாள், “வேலிக்குள்ள போற பாம்ப எஞ் சீலைக்குள்ள வான்ன மாதிரியாகிப் போச்சு. சும்மாக் கெடந்த சங்க அந்தாளுக்கிட்டக் கொடுத்திருக்கு. அவுரென்ன ஊதாமயா இருப்பாரு?”

“எந்த ரகசியம் தெரியக் கூடாதுன்னு நெனச்சோமோ அத அவுருக்கிட்டச் சொல்லிட்டு வந்துட்டோம். அத நெனச்சாதான் எனக்கும் கவலையாயிருக்கு”ன்னான் குன்னிமரியான்.

“அவுரு அப்டியெல்லாம் கெடயாது டேய். அவுரு இப்டி விசயத்துக்கு வர முடியாதுங்காரு. அவ்வளவுதான். அதுக்காவச்சிட்டி அத நோண்டி நோண்டிப் பாக்க வேணாம்”ன்னு கடற்கரை சொல்லச்சில, கருப்பாயி கூடச் சேர்ந்து சொன்னாள், “அன்னக்கி பொம்பளய ரெண்டு பேருல ஏர்கால் இழுத்தோம்.

அப்பம் எந்த மைராண்டி வந்து நின்னான்? அவுரும் கடற்கரயும்ல ஆளுவளக் கூட்டிக்கிட்டு வந்தாவ. வந்து சும்மா நிக்கல. ரெண்டு மாடுவள வச்சு உழுதாவ. வேல செஞ்சாவ. அடியாளா நின்னாவ. தொடிச்சி மறந்து போச்சா? மறக்கிறது கொடும."

"சரியத்தை இப்பம் என்ன செய்யலாம்? அதச் சொல்லுங்க?"

"சொல்றதுக்கு என்னருக்கு. இப்டி அலஞ்சா நேரம் போயிரும். நேரா முனியம்மா ஊட்டுக்குப் போவோம். அவ புருஷன் மண்டில வேலப் பாக்காரு. மருமவங்கிட்டக் கேட்போம். எதாவது வண்டிவ கெடைக்குமா. எதுவும் செய்ய முடியுமான்னு."

வீட்டைப் பார்த்ததும் பழைய ஞாபக நெருக்கத்துல, கருமைக் கண்ணன் நாயக்கர நெனைக்கத் தோன்றிச்சு. அப்பந்தான் புலமாடன் சின்னையாவயும் கூட்டிக்கிட்டு வந்திருக்கலாமேன்னு நெனச்சத் தொடிச்சி, எல்லாம் நல்லபடியாய் முடியட்டும். சொல்லிக்கிடலாம்னு ஆறுதல்பட்டு, "ஏய் முனியம்மா"ன்னு குரல் கொடுத்தாள். சாய்ந்திருந்த கதவத் தள்ளிக்கிட்டு உள்ளப் போனாள் கருப்பாயி. வளவுல கை வேலையாய் இருந்த முனியம்மாள் சத்தங் கேட்டதும் எழுந்து வந்தாள். அவளுக்குன்னா ஆச்சிரியம் தாங்கல "வாங்க வாங்க என்ன எல்லாரும் ஒண்ணுபோல வந்தாப்ல இருக்கு? நீங்கயெல்லாம் வருறது முன்னங்காட்டியே தெரிஞ்சிச்சுன்னா என்னமாது செஞ்சி வச்சுருப்பேனே"ன்னு இடுப்புலத் தூக்கிச் சொருகியிருந்த சேலைய இழுத்துவிட்டுக்கிட்டு, பரணிலிருந்த கோரம் பாயை எடுத்து விரித்தாள்.

"பேத்தியாள எங்க?"ன்னு கருப்பாயி கேட்டாள்.

"பக்கத்தூட்டுல வெளயாண்டுக்கிட்டிருக்கா."

"ஏளா பறப்புள்ளன்னு அந்த நாய்க்கச்சி எதுவும் செஞ்சிட மாட்டாளா?"

"என்னம்மா நீ அப்டிக் கேட்டுட்ட? அவிய இருக்கப் போயித்தான் நா இங்ஙன தைரியமா இருக்க முடியுது. இல்லன்னா நா என்னக்கோ ஊரோட வந்து சேர்ந்திருக்கணும்."

"என்னமோம்மா பாத்து நடந்துக்கா. நா அவ்வளவுதான் சொல்வேன்."

"ஒரு கஷ்டமும் கெடயாது. பயமும் இல்ல. இருங்க நா காபி போட்டுக் கொண்டு வாறேன்."

எல்லாரும் வீட்டச் சுத்திப் பார்த்தாவ. கோங்குல விட்டம் விரிச்சி, செங்கக் குத்திய மட்டப்பா வீடு. அதுவும் நாலு பத்தி.

மேச அடுப்பு. கரண்ட் எடுத்திருந்துச்சு. பெறத்தால கிணறு இருந்துச்சு. முன்னால நெருக்கமாய் இரும்புக் கம்பிக வச்ச ஜன்னல்ங்க. அது நாயக்கமார் தெரு. அதுலதான் ஒத்தைக்கு ஒரு பறச்சியாக முனியம்மாள் இருந்தாள். "முனியம்மா தைரியசாலிதான்"ன்னாள் தொடிச்சி. உடனே சம்முகக்கனி சொன்னாள், "தைரியசாலியா, அதிர்ஷ்டசாலின்னு சொல்லு. ஆர்க்கு இப்டி ஊரு கெடைக்கும்? அந்த நாயக்கர இவ தெய்வமாக் கும்புடணும். அவுருக்கு எவ்வளவு பெரிய மனசு. காலம் கெடக்கிற கெடப்புல ஆர் இப்டி எழுதி வப்பா?"

குழம்படிப் பகடைக்கு ஆச்சரியமாய் இருந்துச்சு. "ஊடு கெடச்சதுகூட பெருசுல்ல. இந்த நாயக்கமாரோட இருக்கிறது தான் பெரிசு"ன்னார்.

குன்னிமரியான் ஜன்னல்களுக்கு வெளியே பார்த்துக்கிட்டிருந்தான். தெருவுல எல்லாம் பெரிய பெரிய வீடுகளாய் இருந்துச்சு. ஆனால் ஆட்கள் ஒண்ணும் தெட்டுப்படல. முத்துவீரனும் பக்கத்துல வந்து நின்னுக்கிட்டான். "ஏலே ஒங் காதலியக் கூட்டிக்கிட்டுப் போறதுக்கு கார் கெடைக்கலன்னா என்னல செய்யப் போற?"ன்னு குன்னிமரியான் கேட்டான்.

முத்துவீரன் கண்ணிமைக்காம அவனயே பார்த்துக்கிட்டுச் சொன்னான், "சொன்ன நேரத்துக்குப் போய் அவளக் கூட்டிக்கிட்டுக் காட்டுப் பாதைக்கு நடந்திட வேண்டியதான்." அப்பம் தொடிச்சியின் குரல் கேட்டுச்சு, "என்ன ரெண்டுபேரும் அங்ஙன நின்னுட்டீய? வாங்க காபி குடிச்சிட்டுப் பேசலாம்."

காபி குடிச்ச பாத்திரங்களையெல்லாம் எடுத்துட்டுப் போன முனியம்மாள், திரும்பி வரச்சில கேட்டாள், "என்ன விசயமா வந்திருக்கீய? அதப்பத்தி ஒண்ணுமே சொல்லலயே."

"சரி இது ஆர் தெரியுதா?"

"என்னக்கா இப்டிக் கேட்டுடீய, எனக்குத் தெரியாதாங்கும்? இது கல்யாணி அண்ணேன்."

"கல்யாணி அண்ணனுக்கா வச்சிட்டிதான் இவ்வளவு தூரம் வந்திருக்கு. சிவன் கோனார் புள்ள ஒண்ணு கைம்பெண்ணா இருந்துச்சு தெரியுமா?"

"எனக்குத் தெரியாது. நா ஒரு நாளும் கோனார் தெரு பக்கம் போனது கெடயாது."

"எனக்கே இப்பந்தான் தெரியும். பெறவு ஒனக்கெங்கத் தெரியப் போவுது? முத்துவீரன் அந்தப் புள்ளய பாத்திருக்கான். பேசியிருக்கான். அவியளுக்குள்ள நெருக்கம் ஏற்பட்டுப் போச்சு.

இன்னக்கி ராத்திரி அவளக் கூட்டிக்கிட்டுப் போயிறணும்னு ஒரே சாதனயா இருக்கான். அதுக்கு ஒரு கார் ஏற்பாடு செய்யணும். அதான் கொழுந்தனப் பாக்க வந்திருக்கு.”

“சினிமா கத கேட்டாப்புல இருக்கு. இதெல்லாம் நடக்குமா? ஏற்கெனவே நம்ம வூருல ஒரு கோனாப் புள்ளயக் கையப் பிடிச்சி இழுத்துட்டாவன்னு இங்கமுட்டும் பேசிக் கிட்டாவ.”

“பேசிக்கிட்டாவுல. அதுல விட்டது தொட்டதான் இது. முத்துவீரன் எப்டியும் புள்ளயக் கூட்டிக்கிட்டு வந்திடுவான்”ன்ன தொடிச்சி முத்துவீரனப் பார்த்தாள், “என்ன முத்துவீரன் சொன்ன மாதிரி கூட்டிக்கிட்டு வந்திடுவியா?”ன்னு கேட்டாள்.

“எல்லாம் சொல்லித்தான் வச்சுருக்கு. அவ உடனே கூடப் புறப்பட்டு வர ரெடியாயிருப்பா. வருற பாதயெல்லாம் பாத்துத்தான் வச்சுருக்கோம். நாங்க ஊரவுட்டுப் போகணும்ங்கிறதுக்காவதான் காரப் பாக்கிறது.”

“சரி இருங்க. அவிய வருற நேரம்தான். ராத்திரி வெங்காய லோடு கொண்டு போவாவ. வேன் தூத்துக்குடிச் சந்தைக்குத்தான் போவும். பேசி முடிப்போம்.”

கரைந்து கரைந்து சின்னதாகிப் போன நிலவின் வெளிச்சம் மங்கிப் போக, கூர்ந்து பார்த்தாலும் யாரயும் காண முடியாத இருட்டு. முத்துவீரன் பழக்கப்பட்ட பாதை வழியாய் நடந்து கோனார் தெருவுக்குப் பெறத்தாலயிருக்கிற காட்டை அடைஞ்சான். ஆனாலும் அவன் இங்ஙன வர்றது புதுசு. அவன் ஓடியாடித் திரிஞ்சதெல்லாம் சக்கிலியக்குடியும் மிஞ்சுப் போனாப் பறக்குடிலையும்தான். இப்பந்தான் கோனார் தெருவோடு தொடர்வு. கோமதியப் பால்பண்ணைக்குப் பெறத்தால வந்து நிக்கச் சொல்லியிருந்தான். அவளுக்கும் இப்பம் தைரியம் ஜாஸ்திதான். இல்லன்னா எப்படி மாட்டுச் சாணம் தேங்கிக் கிடக்கிற பெற வாசல் இருட்டுல ஒத்தைல நிப்பாளா? அதுலயிருந்து கீழத்தெருவத் தாண்டி, ஓடங்காட்டு ஒத்தடிப் பாத வழியாய், பிரதான தார்சாலைக்கு வந்திடணும். எல்லாத்தியும் இருட்டுத்தான் தடுமாற வச்சது. தொழுவத்துல எரிகிற செத்தங்காணு பல்பு ஒளி நீண்டு தெரிஞ்சது. ஆள் அரவம் கேட்டு, மரக்கிளைகளுல தங்கியிருந்த பறவைங்க சத்தம் கொடுத்துச்சு. அங்ஙன முடங்கிக் கிடந்த பன்னி உருமிக்கிட்டு எந்திரிச்சி ஓடிச்சு. பெறவு அதுவும் அடங்கிப் போச்சு. சத்தம் மூச்சுயில்ல. அமைதியான இருட்டுல உருவமாய் வருகிற முத்துவீரனக் கோமதி அடையாளம் கண்டுக்கிட்டாள்.

தயங்கித் தயங்கி நின்ன பயமும் போயிற்று. இனம் புரியாத பூரிப்புல விரசலாய்ப் போய், முத்துவீரனோடு சேர்ந்துக்கிட்டாள், கைல கெட்டியாய்ப் பிடிச்சிருந்த நகைப் பையோட.

முத்துவீரனும் சட்டென்னு அவளது கையப் பற்றிக்கிட்டு, ரெண்டு பேரும் ஓட்டமும் நடயுமாய் ஓடினாவ. நல்லவேள அவிய கால்ல செருப்புக கிடந்துச்சு. கோமதிக்கும் இதுமுட்டும் அறியாத திகைப்பு, பரபரப்பு, பதற்றம் மேலிட, அவன் இழுத்த இழுப்புக்கு ஈடு கொடுத்து ஓடினாள். அங்ஙன அவியள எதிர்கொண்ட கடற்கரை சொன்னார், “வாங்க. வாங்க. சீக்கிரம் வாங்க. நல்லபடியா வந்து சேர்ந்ததே பெரிய விசயம். இனிம நேராய் ரோட்டுக்குப் போயிறலாம்.” பெறவு அவியள முன்ன ஓட விட்டு, பெறத்தால கடற்கரை ஓடினார். இடைல ஆள் அரவம் ஒண்ணுமில்ல. இருட்டின் அமைதிய அவிய கால்க தடம் கலச்சிச்சு. கீழத்தெரு தாண்டியதும் சடையன் குளம் ஊர் விலக்கு. ஊர விட்டுத் தள்ளியிருக்கிற பிரதான சாலைக்கு வந்துட்டாவ.

“வாங்க. வாங்க. வந்து வேன்னுல ஏறுங்க”ன்னு குழம்படிப் பகடச் சொல்லச்சில, குன்னிமரியான் சொன்னான், “மச்சான் நீமரும் வேன்னுல ஏறும். இவியளத் தூத்துக்குடில சேர்த்துட்டு வருறது ஒம்மப் பொறுப்பு.”

“குழம்படிப் பகட நீமரும் வாரும். நம்ம ரெண்டு பேரும் போவோம்”ன்னு கடற்கரை சுவப்புட்டார்.

அதுக்குப் பகடை சொன்னார், “இதுனால ஏது வந்தாலும் சமாளிக்க ஆளு வேணும். கடற்கர நீரு பெரியாளு. புள்ளியள நல்லபடியா சேர்த்துட்டு வாரும்.” பெறவு அவிய வேன்னுல ஏறிக்கிட்டாவ.

“நீங்கயெல்லாம் நல்லாயிருப்பீய. என்னயும் இவியளயும் சேர்த்து வச்சதுக்கு.”

“இப்பம் பேசுறதுக்கு நேரமில்ல. வேன் கெளம்பட்டும்”ன்னாள் தொடிச்சி. அவளோட நின்ன கருப்பாயியும் முனியம்மாளும் கைய அசைச்சாவ.

சடையன்குளம் ௸ 379 ௵

7

ஏப்ரல் மாசம் 23ஆம் தேதி பஞ்சாயத்துத் தேர்தல். மூலபடச் செட்டியாரும் ரெண்டு தடவ இருந்துட்டார். இந்தத் தடவ ராமசாமி நாயக்கர நிப்பாட்டப் போறாவ. அவருக்கு நாயக்கர், தேவர், ரெட்டி, செட்டி எல்லாரும் ஆதரவு. இவிய ஓட்டுப் பூரா இருந்தும், கீழத்தெரு – இந்த ஒரு தெரு ஓட்டுக்கு – அவிய எல்லா சாதி ஜனங்க சேர்கிற ஓட்டுக்குச் சமம். கீழத்தெருவு ஓட்டும் விழுந்து, புதுக்குடியிருப்பு ஓட்டும் விழுந்து, அதுகூட சக்கிலியக் குடியிருப்பு ஓட்டும் விழுந்துச்சுன்னா, இவிய ஆதரவாளர் ஓராளு ஜெயிச்சுரும். அதனால புலமாடனுக்கு மவுசு கூடிப்போச்சு. அவரத் தேவமார்வ வந்து பார்க்காவ. நாயக்கமாரும் வந்து பார்க்காவ. சலுப்பச் செட்டி ஆளுவளும் வந்து பார்த்தாவ. அதிலயும் ரெட்டிமார்வ விளாத்திகுளம் வட்டாரத்திலேயே ஜனத்தொகைல கூடுனவிய ளாக இருந்தாலும், இந்தச் செத்தங்காணு ஊருல நாம குறைஞ்சி போனோமேங்கிற கவலயில, நாயக்கர்க்கு ஆதரவா கீழத்தெருவுல வந்து ஆதரவு திரட்டிட்டுப் போனாவ. ராமசாமி நாயக்கர் இன்னும் வீஞ்சிக்கிட்டுத்தான் இருந்தார். “தாயோளிக கால்ல விழுந்தா நானு ஓட்டுக் கேட்கணும்? அந்தச் சின்னச் சாதி தேவிடியவுள்ளய தெருவுல கால் வைக்காம ஜெவிச்சிக் காட்டுறேன்டா”ன்னார். அவர்க்காகப் பரிந்து பேச மூலபடச் செட்டியார்

போனார். புலமாடனும் கறாராகச் சொன்னார், "நீங்களும் இவ்வளவு வருஷம் பஞ்சாயத்துத் தலைவரா இருந்திருக்கீய. எங்களுக்கு என்ன செஞ்சியிருக்கீய? ஒண்ணும் செய்யல. நீங்கயெல்லாம் சேர்ந்து அடிச்ச அடில, அரசாங்கம் திணறி, அழுதப் புள்ளிக்கி மிட்டாய் கொடுக்கிற மாதிரி குடும்பத்துக்கு அஞ்சி செண்ட் நெலம் கொடுத்தாவ. அதுவும் ஜமீன்கிட்டப் பிடிங்கிக் கொடுத்தது. அதுலயும் பஞ்சாயத்துப் பேச பொன்னுத் தேவர் வந்து நின்னுக்கிட்டார். நீருல மூழ்கினவன காப்பாத்துன மாதிரி கிளமெண்ட் பாதர் வந்து நின்னார். அதுனால நாங்க எந்திரிச்சிக் கிட்டோம். இப்பமும் என்ன, தியோனிஸ் பாதர நானும் என்னமோ நெனச்சேன். அண்ணக்கி என்ன வந்து போலீஸ் கூப்புடச்சில, ஒரு வக்கீல அனுப்பி எங்களுக்காகப் பேச வச்சார். அதுக்குப் பெறவு போலீஸ் இந்தப் பக்கமே வரல. அவுங்கயெல்லாம் யாரோ எவரோன்னு கூடத் தெரியாது. தூண் மாதிரி நிக்காவ. இப்பம் தேர்தல்ல நீங்க நின்னாலும் பரவாயில்ல. அந்த நாயக்கன நிப்பாட்டி, அவனுக்காவ நீங்க வந்து ஓட்டுக் கேக்கீய. இது ஒங்களுக்கே நியாயமா இருக்கா? மருவாதயா எந்திரிச்சிப் போங்க."

தேர்தல் விசயத்தப் பத்திச் சொல்லவும் மத்தவிய அபிப்பிராயத்தக் கேட்கவும் எப்படி நடந்துக்கிடலாம்னு கருத்தறியவும் எல்லாத்தியும் சேர்த்து வச்சுப் பேசக் கூட்டத்துக்கு ஏற்பாடு செஞ்சார் புலமாடன். அவரே நேரில் போய்க் குழம்படிப் பகடையப் பார்த்தார். அஞ்சாறு ஆட்களோட வருகிற புலமாடனைப் பார்த்ததும், புளியமரமுட்டுல நின்னு கூட்டமாய்ப் பேசிக்கிட்டிருந்த குழம்படிப் பகடை, ஆட்களோட வந்து, "என்ன கீழத்தெருத் தலைவரே இம்புட்டுத் தூரம்"ன்னார்.

எல்லாரும் நெருங்கி நேர்க்கு நேராய்ச் சந்திச்சிக்கிடச்சில புலமாடன் கேட்டார், "ஏய் குழம்படி ஒன்ன மூலபடச் செட்டியார் பார்த்தாரா?"

"பாத்தாரு. தேர்தலப் பத்தித்தான் பேசிக்கிட்டிருக்கோம்."

"நாம தனித்தனியா பேச வேணாம். எல்லாரும் ஒண்ணாப் பேசி முடிவெடுப்போம். இன்னக்கிச் சாய்ங்காலம் ஆறு மணிக்கு அம்பேத்கர் படிப்பகம் வாங்க. வருறதுக்கு முன்ன கவனமா காவல்க்கு ஆளுவள வச்சுட்டு வாங்க. கொஞ்சம் அசந்தா ஊட்டயே தூக்கிட்டுப் போயிருவானுவ. பாத்துக்காங்க."

"இனிம எந்த அநியாயமும் நடக்க வுடமாட்டோம். இந்தத் தேர்தல்ல நம்ம ஓட்டு நமக்குத்தான். நீங்கப் போங்க. கூட்டத்துக்கு நானு எல்லாத்தியும் திரட்டிக்கிட்டு வந்திடுறேன்."

மரியசிலுவையும் கூட்டத்துக்கு வந்திருந்தார். அவர்தான் சொல்வார், “சின்னையா நீங்க நின்னா எல்லாத்துக்கும் பொது ஆளாயிருப்பீய. அதுனால நீங்கதான் பஞ்சாயத்துத் தலைவர்க்கு நிக்கணும்.” உடனே கூட்டத்துல கசபுசா எழுந்துச்சு. எழுந்த மேனிக்கு அமுங்கியும் போச்சு. “என்ன புலமாடன், வைத்தான்செல்லையா சொல்ற மாதிரி நீர் நில்லும். ஒமக்கு நாங்க வேல செய்றோம்”ன்னு பலத்துச் சொன்னார் அம்மாசி. “நா ஒரு சாதாரண ஆளு. என்னப் போய்ப் பஞ்சாயத்துப் பிரசிரெண்ட் எலெக்சனுக்கு நிக்கச் சொல்லுறீய. ஆளு கம்பீரம் வேணும். அப்டியொரு ஆளப் பாத்துத் தேர்ந்தெடுங்க.” தெருவுல வயசான பொம்பளைன்னு இருக்கிற வெள்ளைச்சி சாம்பாத்தி தடுமாறுகிற குரல்ல இரிக்கிக் கேட்டாள், “கம்பீரம்னா என்ன புலமாடா? அதுக்கு ஆறடி உசரமும் பயில்வான் மாதிரிமா இருக்கணும்? ஒனக்கு எழுதப் படிக்கத் தெரியும்ல. அது போதும் நில்லு.”

புலமாடன் பலமாக யோசித்தார். அப்பம் அஞ்சாறு பையமாருவ மொத்தமாக எந்திரிச்சி, “என்ன யோசிக்கீய? இதுல யோசிக்க என்னருக்கு? நீங்க ஒராளு நில்லுங்க. நாங்க ஒங்கப் பெறத்தால நிக்கோம். இழுப்போம். வந்தா மல, போனா மசுரு,” அவரும் அதுக்குப் பெறவு சொன்னார், “எல்லாரும் சொல்லிட்டீய. ஒங்க சொல்க்கு நானும் கட்டுப்படுறேன். தேர்தல்ல நிக்கிறது பெருசில்ல. ஜெவிச்சுக் காட்டணும். அதான் பெரிசு. அதெதுக்குத் திட்டம் போட்டு வேல செய்யணும். நம்ம ஒத்துமய கலச்சிடக் கூடாது. கலைக்கிறவனுவ வருவாவ. நம்ம ஜாக்கிரதயாயிருக்கணும். அதுல ஏமாந்திடக் கூடாது. இது எனக்கான பிரச்சன கெடயாது. இது நம்மவூர் பிரச்ன. நம்ம மானப் பிரச்ன. இந்தச் சந்தர்ப்பத்த எல்லாருமாய்ச் சேர்ந்து பயன்படுத்திக்கிடணும்”ன்னு புலமாடன் பேசிக்கிட்டிருந்தார். இப்பமே அவர் தேர்தல் பிரச்சாரத்தத் தொடங்கிட்டாரோங்கிற மாதிரி இருந்துச்சு பேச்சு.

மக்கா நாள் முழுசும் புலமாடனை ஆளுவ பார்த்த சீராய் இருந்தாவ. கீழத்தெருவுக்கு வரமாட்டேன், போவ மாட்டேன், இருக்க மாட்டேன், பேசமாட்டேன் நான்னு சொன்ன நாட்டாம ராமசாமி நாயக்கர் ஆளோட வந்தார். அதுல வேறு ஆள்வளும் கெடயாது. எல்லாம் நாயக்கர் சாதி ஆளுவ. எல்லாரும் வெளிய நின்னுக்கிட்டாவ. உள்முத்தத்துல பெரிய தட்டுப் பந்தல் போட்டிக்கிட்டிருந்தாவ. “இந்தக் கம்ப இதுல நட்டுங்க. அதுல தட்டிய வச்சுக் கட்டுங்க”ன்னு சொல்லிக்கிட்டிருந்தார் மரியசிலுவை. ஏழெட்டாட்கள் கழயும் கம்பயும் தூக்கிக்கிட்டு

வந்தாவ. ஒரு நாயக்கர் மட்டும் படலைத் திறந்து வந்தார். செத்த நேரம் அவரத்தான் பார்த்தாவ. "புலமாடன எங்கப்பா? நம்ம நாட்டாம வெளில நிக்கார். வரச் சொல்லு"ன்னார். ஒராளு போய்ச் சொன்னவுடனே, வீட்டுக்குள்ளயிருந்து அஞ்சாறு ஆட்களோட வெளில வந்தார் புலமாடன். "என்ன இவ்வளவு தூரம் வந்தாச்சி, வெளில ஏன் நிக்கணும்? உள்ள வந்தா என்ன கொறஞ்சிப் போவும்? ஒங்க நாட்டாமய உள்ள வந்து பேசச் சொல்ங்க."

"என்னயா விளங்காத ஆளாயிருக்க. ஒங்கிட்டத் தனியா பேசணும்னுதான் நாட்டாம கூப்புடுறாரு. வாரும்."

"நா என்ன ஒங்க நாட்டாம வச்ச ஆளா? கூப்புட்டவுடனே போய்க் கை கட்டி நின்னு பேச? எதாயிருந்தாலும் உள்ள வந்து நாலு பேர் மத்தில பேசச் சொல்லுங்க. இந்தயிடத்துல ஒண்ணப் புரிஞ்சுக்காங்க. நானு ஒங்க நாட்டாமய எதிர்த்து நிக்கிற வேட்பாளர். அதுவும் பஞ்சாயத்துப் பிரசிடெண்டக்குத் தேர்தல்ல நிக்கேன். இந்த நேரத்துல என்ன எதிர்த்து நிக்கிற ஒங்க நாட்டாம என்னத்துக்குத் தனியா கூப்புட்டுப் பேசணும்? போங்க. போய்ச் சொல்ங்க" புலமாடனிடமிருந்து ஓங்கி வருகிற குரலைக் கேட்டுக் கூப்பிட வந்த நாயக்கர் மிரண்டு போனார்.

அவர் தலையச் சிலிப்பிக்கிட்டு, உம்னு மூஞ்ச தூக்கி வச்சுக் கோவத்தோட விருட்னு போயிட்டார். எதிர்த்தாப்பல உள்ள வேப்ப மூட்டுல ஆட்களோட நின்ன நாட்டாம ராமசாமி நாயக்கர் கேட்டார், "என்ன சொன்னான் கூப்புட்டதுக்குப் புலமாடன்?" புலமாடனைப் பார்த்துட்டு வந்த நாயக்கரும், புலமாடன் சொன்னத அப்படியே சொன்னார். நாட்டாமைக்கு மூக்கு நுனி சிவந்துற்று. "அவன் அப்டியா சொன்னான்? வாங்க. அவன ... நாம ... பாக்கிற விதமாய்ப் பாத்துக்கிடுவோம்"ன்னு கிளம்பச்சில மத்தவியளும் அவர் பெறத்தால போனாவ. தெரு ஆட்களும் தூரத்துல நின்னு கூர்ந்து பார்த்து, "இவிய என்ன சோலியா வந்துட்டுப் போறாவ?"ன்னு குழம்புனாவ. பெறவு அவியளும் புலமாடன் வீட்ட நோக்கி வந்தாவ.

அவிய எல்லாரும் புலமாடனைச் சூழ்ந்துக்கிட்டுக் கேட்டாவ, "என்ன நாட்டாம இவ்வளவு தூரம் வந்துட்டு ஊட்டுக்குள்ள வராம வீஞ்சிக்கிட்டுப் போறாரு? என்னமும் நடந்துச்சா?" கை வேலயாய் இருந்தவியளும் அப்டி அப்டியே வந்து நின்னாவ. மரியசிலுவைக்குப் படபடப்பாய் இருந்துச்சு. "இவ்வளவு தூரம் வந்தாச்சு. படலயத் தெறந்து உள்ள வரமாட்டாராம். அவரத் தேடி நம்மத் தலைவர் போய் வெளில நின்னு பேசணும்மாம். நம்ம

தலைவர் திட்டவட்டமா சொல்லிட்டார். வந்தா நீங்க வாங்க. இல்லன்னா போங்கன்னு. பெறவென்ன நிக்காமப் போயிட்டாரு."

புலமாடனும் அழுத்தம் திருத்தமாய்ச் சொன்னார், "வந்துட்டுப் போன ராமசாமி நாயக்கன லேசாய் மதிக்கக் கூடாது. சீமைய வித்த நாயக்கன். என்ன தனியா கூப்புடுறான்னா பேரம் பேசவாத்தான் இருக்கும். நா எல்லார் முன்னாலயும் பேசுங்கன்னது நாயக்கனுக்குப் பொறுக்கல. போயிட்டான்."

எல்லாருக்கும் ஒண்ணு சொல்றேன். நம்ம எது சொன்னாலும் தேவமாருவ கேப்பாவ. எப்பம் வேணும்னாலும் எங்களக் கூப்புடுங்கன்னு பால்பாண்டித் தேவர் சொல்லிருக்காரு. அவியளயும் வச்சு புலமாடனத் தேர்தல்ல நிக்க விடாம ஆக்கணும். இன்னொரு தடவயும் முயற்சியில இறங்கணும். அவுனுவ நாலு தெருவ கைக்குள்ள வச்சுருக்கானுவ. அதுல ரெண்டு தெருக்காரனுவ ஓட்டுப் போட்டாலும் போதும், அவன்வ வின் பண்ணீருவானுவ. அதுக்கு முன்னால அவனுவள பிரிக்கணும் டோய். ஆளப் பாத்து சரிக்கட்டுங்க. பணத்தக் கொடுத்திடலாம்"ன்னு நாட்டாம ராமசாமி நாயக்கர் சொல்லச்சில,கோட்டத்தெரு பையனுவ விளையாட்டு மையத்தின் தலைவன் பொறுப்புலருக்கிற இளவட்டப் பையன் எழுந்தான்.

"நாட்டாமய்யா... என்ன இந்தப் பறப்பயல்வ இவ்வளவு கூட்டமா இருக்கானுவ?" அவன் தெலுங்கில் கேட்கச்சில, அதுக்கு நாட்டாம தமிழில் பதில் சொன்னார், "இது அவனுவ ஊர். சடையன் குளங்கிறதே ஒரு பறப்பயப் பெயர்தான். அவனுவதான் குளத்துல மண்ணெடுத்துக் கோவில் வச்சு ஊருல வந்து உக்கார்ந்தவனுவ. நம்மளும் மத்தயவிளும் பெறவு வந்தவிய."

"இவ்வளவு ஆளிருந்து என்னத்துக்கு? இன்னும் கஞ்சிக்குச் செத்து அலைறானுவ. சும்மாவா சொல்லி வச்சுருக்கான், பானைக்குள்ள சோறு இருந்தா பறையங் கண்ணு அடையாதுன்னு. சோத்துக்கும் கஞ்சுக்கும் வக்கிலாத பயல்வளுக்குப் பணத்தக் காட்டி மசிய வச்சிடலாம். நீங்க ஒண்ணுக்கும் பயப்பிடாதீய நாட்டாமய்யா"ன்னு மச்சு வீட்டுக் கோவிந்தராஜு நாயக்கர் சொல்லச்சில சந்தோஷப்பட்டார் ராமசாமி நாயக்கர். "இதான் நம்மப் பலத்தக் காட்ட வேண்டிய நேரம்"ன்னார்.

வேட்புமனுத் தாக்கல் அன்னைக்கி எல்லாரும் திரண்டாவ. முச்சந்தியில கசமுசன்னு ஒரே கூட்டம். முதல்ல புதன்கிழமத்தான்

மனுத்தாக்கல் பண்ணனும்னு இருந்துச்சு. கிளமெண்ட் பாதரக் கூப்பிடச்சில, அன்னக்கி, சோலி இருக்கு. திங்கட்கிழம நாம்னேஷன் செய்ங்க. நானும் தியோனிஸ் பாதரும் வந்து ஒங்களுக்காக ஜெபிக்கிறோம். இயேசுக்கிட்ட மன்றாடி ஆசிர்வாதம் வாங்கித் தாறோம்னாவ. அவுகக்கூட ஆக்னஸ் சிஸ்டர், விளாத்திகுளம் வேம்பார் திருச்சபை உறுப்பினர்களும் வாராவன்னதும், எல்லாத்துக்கும் தெம்பாய் இருந்துச்சு. போலீஸ்க்கும் முன் தாக்கல் சொல்லி, கடிதமும் கொடுத்தாச்சு. காலையில ஜீப்ல போலீஸ்காரவிய வந்து ஊர வட்டமிட்டுச் சந்தில நின்னாவ. வேல வெட்டிக்கு யாரும் போகல. புலமாடன் மக்கமாரும் வந்திருந்தாவ. மூத்த மகன் லாரிக்கு ஏற்பாடு செஞ்சிருந்தான்.

இந்த ஏற்பாடெல்லாம் மத்தவியளுக்குப் பொசக்காப்பு எடுத்துச்சு. உடனக்கி உடனே செய்தியச் சொன்னாவ. விசயத்தக் கேட்கக் கேட்க ஆத்திரமாய் இருந்துச்சு. ராமசாமி நாயக்கர் புலம்பிக்கிட்டார், "என்ன மூலபடச் செட்டியாரே எல்லாம் தலகீழாக நடக்கு? ஒண்ணும் கேட்க முடியல. அவனுவ தெம்பாயிருக்கான்வ." ஆளோட உக்கார்ந்திருந்த மூலபடச் செட்டியார் பதறாமச் சொன்னார், "நானு எப்பமும் சொல்வேன். அவனுவ மெஜாரிட்டியா இருக்கானுவ. அவன்வள பூப் போலத் தட்டிக் கொடுத்துக் கைக்குள்ள வச்சுக்கிடணும். சமயம் வரச்சில அமிக்கிடணும். இதச் சொன்னா ஆர் கேட்டா? நீங்களே கேட்கல. பெறவு மத்தவிய எப்டிக் கேட்பாவ? இன்னக்கி ஒண்ணுமில்லாதவனுவ ஒண்ணாச் சேர்ந்துக்கிட்டு அரசியல் ரீதியா எதுக்க வந்திருக்கானுவ."

அடக்க முடியாத கோவத்துல ராமசாமி நாயக்கர் தெலுங்குலப் பேசினார், "என்னமோ நாங்க மட்டும் அவுனுவள மிதிச்ச மாதிரி, மத்தவியெல்லாம் அவன்வள தூக்கித் தலைல வச்ச மாதிரி பேசுறீய? அவுனுவ மேலத் தெரு தேவமாரு செய்யாத அட்டூழியத்தையா நாயக்கன் செஞ்சுட்டான். என்னமோ பெருசா பேசுறீய?"

நிதானம் கலையாம மூலபடச் செட்டியார் சிரிச்சார். "நாட்டாம ஒண்ணத் தெரிஞ்சிக்காங்க. இது நம்ம கோவப்படுற நேரமில்ல. அவன்வ வோட்டுவளப் பிரிக்க வேண்டிய நேரமிது. இந்த நேரத்துல டென்ஷனாகக் கூடாது. காரியம் கெட்டுப் போவும்." ஊடால இன்னொரு நாயக்கரும் சொன்னார், "அவனுவளக் கலைக்கணும். கலச்சி விட்டாதான் குட்டையில் மீன் பிடிக்க முடியும்."

மேலத்தெரு தேவமார்வ ஏகமாய்த் திரண்டிருந்தாவ. அவிய பரபரப்புல சமுதாயக் கூடம் திக்கித் திணறிச்சு. தெரு பெரியாட்க மரப்பெஞ்சிலயும் நாற்காலிலயும் உக்கார்ந்திருந்தாவ. முன்னால கொஞ்சம் பொம்பளைங்க இருந்தாவ. மத்தவியச் சுத்தி நின்னாவ. எப்பம் உத்தரவு வரும், உடனே எந்திரிக்கணும்ங்கிற மாதிரி அவிய ஊர்த்தலைவர் பால்பாண்டித் தேவர் சொல்லுக்கு அடங்கி இருந்தாவ பையமாருவ. தேவரும் கடுமயாகச் சொல்லி இருந்தார். நான் சொல்றதுக்கு முந்தி எதுவும் செஞ்சிடக் கூடாது. இப்டி முந்தி முந்திப் போனதுனால நம்மாளுகக் காணாமப் போச்சு. இனிம அப்டி நடந்திடக் கூடாதுன்னு அவியளக் கட்டுக்குள் வச்சுருந்தார். அவிய மத்தில மூலபடச் செட்டியார்க்கும் ராமசாமி நாயக்கர்க்கும் சமமாய் இருப்புக் கொடுக்கப்பட்டிருந்துச்சு. நாயக்கமாரெல்லாம் வந்த மாதிரி, செட்டியார் கூப்பிட்டவுடனே செட்டியார் சாதி ஜனங்களும் வந்திருந்தாவ. சிவன் கோனாரயும் கூப்பிட்டாவ. அவர்தான் வர முடியாம இருந்தார். கோனார்க்கு மகள் சக்கிலியப் பையனோடப் போன ஆத்திரமும் கவலையும் சேர்ந்து வெளில எங்கயும் தலக்காட்ட முடியாம ஆக்கி வச்சுருந்துச்சு. ஆனாலும் அவர் தெருக்காரவியள அங்கன அனுப்பிவச்சார்.

“அவன்வளுக்கு ஏத்தமாவும் கொண்டாட்டமாவும் இருக்கு. நாம அவன்வள அடிக்காத கொறயா அடிச்சி அசலூர்க்கு வெரட்னோம். இன்னக்கி என்னன்னா, எல்லாவனும் ஊருல சக்னு உக்கார்ந்துக்கிட்டான். எந்திரிக்கிற மாதிரி தெரியல. உக்கார்ந்தா உக்கார்ந்துட்டுப் போறான்னு வுட்டா, இப்பம் நம்மயிருக்கிற பதவில பங்கு கேட்கான். இத இந்தால வுடக் கூடாது. நம்ம ஓட்டு நம்ம ராமசாமி நாயக்கர்க்காகத்தான் இருக்கணும். இதே மாதிரி நமக்கு ஓட்டுப் போடாம, எதிர்த்துப் போடுறவனுவள போடவிடாமத் தடுக்கணும். அப்பந்தான் நம்ம நாயக்கர் வெற்றி பெற முடியும். இதுக்கு எல்லார் ஒத்துமயும் உழைப்பும் தேவை. இந்த வெற்றிய நாம உறுதி செய்யாமப் போயிட்டமுன்னா, பெறவு நம்மள துண்டக் காணும் துணியக் காணும்னு ஓட வச்சிடுவானுவ. அப்டி உசுப்ப அவன்வ ரெடியா இருக்கானுவ. நம்ம கை கட்டி நிக்கிற மாதிரி ஒரு நெலம வந்திடக் கூடாது. பாத்து நடந்துக்காங்க எல்லாரும். ஒங்க ஓட்ட நாயக்கர்க்குப் போடுங்க. நாயக்கர்க்குப் போட மாட்டோம்னு சொல்லிப் புலமாடனுக்கு ஓட்டுப் போடுறவியள ஓட்டப் போடவிடாமத் தடுங்க. நாம ஒத்துமயத் தவற விட்டிடக் கூடாது. ராமசாமி நாயக்கர எல்லாரும் சேர்ந்து தூக்கி நிறுத்துனாத்தான் அந்தச் சின்னச் சாதி பயவுள்ளயள ஊரவுட்டு ஓடவைக்க முடியும்”.

மூலபடச் செட்டியார் தட்டி எழுப்புகிற மாதிரிப் பேசி முடித்தார். “அதாம்பா செட்டியார் சொன்னாவுல, நல்லா கேட்டிக்கிட்டீயளா? இது நமக்கு வாழ்வா சாவாங்கிற பிரச்சன. போன தடவ செட்டியார் பஞ்சாயத்துத் தலைவர். இந்தத் தடவ நாயக்கர் பஞ்சாயத்துத் தலைவர். அடுத்தத் தேர்தல்ல நம்ம தேவர் இனத்துலருந்து ஒருத்தர் தலைவராகணும். நம்ம எல்லாரும் ஒத்துமையா பாடுபடுவோம். கீழத்தெரு பறயன் ஒத்துமையக் கலைப்போம். அவனுவ கூடச் சேர்ந்த சக்கிலியனுவ குண்டில துணியில்லாம ஓடவைப்போம். நமக்கு இப்பம் இதான் வேல. இதுக்குத் தயாராயிருங்க”ன்னார் பால்பாண்டித் தேவர்.

பஞ்சாயத்துத் தேர்தல் சூடு பிடிச்சிப் போச்சு. போகிற வருகிற வழியெல்லாம் ராமசாமி நாயக்கர்க்குத் தட்டிப் போர்டு கட்டியிருந்தாவ. கீழத்தெருவு மேலத்தெருவு சக்கிலியக் குடியிருப்பு, புதுக்குடியிருப்புன்னு ராமசாமி பெயர் பெருசாய்த் தெரிஞ்சது. கோவில்பட்டி ஓவியர் ஒராள், சுவரெங்கும் அழகாய் எழுதிப் போட்டார். அவரக் கீழத்தெருக்காரவிய மறிச்சுக்கிட்டாவ. அவியள மீறி உள்ளே போக முடியல. அவரும் போகாம நின்னுக்கிட்டார். பெறவு ராமசாமி நாயக்கரயும் மறிச்சாவ. அந்தத் துணிச்சல் அதிர்ச்சியாய் இருந்துச்சு. இதுனால கீழத்தெருவு – கோட்டத் தெருவு பகை ஜாஸ்தியாச்சு என்றாலும் சண்டச் சச்சரவு, அடிதடி, வம்பு, பிரச்சனயாய்ப் போச்சு. வீடுவளுல உருட்டுக்கம்பு, உலக்க, வேல்கம்பு, அரிவாள்ன்னு எடுத்துப் போட்டிருந்தாவ. “இதெல்லாம் பத்தரமாயிருக்கட்டும். ஆர்க் கண்லயும் படாமப் பாத்துக்காங்க. அவசரத்துக்கு எடுக்கணும்.”

“முந்தா நாளு பால்பாண்டி தேவர் ஆட்க வந்து மிரட்டியிருக்கானுவ. இனிம விடக் கூடாது. வெட்டுத்தான். பாத்துக்காங்க.”

“அடேய் ஊர விட்டுப்போன பொன்னுத் தேவர் லீவு போட்டுட்டு வந்து தேர்தல் வேல செய்கிறான். அந்தாளு என்னத்தையாவது செய்வான். கவனமா இருந்துக்காங்க.”

ஒரு சண்டயே வந்துற்று. இந்த முறை கோட்டத் தெருவுக்கும் கீழத்தெருவுக்கும் முட்டிக்கிற்று. வேல்கம்புகளத் தூக்கிட்டு ஓடுனாவ. தடிகளத் தூக்கிட்டு அலஞ்சாவ. அரிவாளத் தூக்கிட்டு ஓடச்சிலத்தான் வெட்டுவ விழுந்துச்சு. நாயக்கமாருக்கு வெட்டுன்னவுடனே தேவமாருவ ஓடி வந்தாவ. பறயன்கள ஓட ஓட விரட்டினாவ. உடனே போலீஸ் கேஸாகி, ஆட்களப் பிடிச்சிக்கிட்டுப் போனப் பெறவு பம்புனாவ. அதுக்குப் பெறவு அசம்பாவிதம் நடக்கல. அப்பிடியிருந்தும் கீழத்தெருவுல

ஓட்டுப் பெறக்கிறதுல மும்முரமாய் இருந்தார் ராமசாமி நாயக்கர். ரெண்டு மூணு ஆட்களப் பிடிச்சாவ. பணம் கொடுத்தாச்சி. அவிய கீழத்தெருவுக்குள்ள, 'எங்கள் ஓட்டு ராமசாமி நாயக்கர்க்கே'ன்னு எழுதிப் போட்டாவ. இது பிரச்சனையக் கிளப்பச்சில சொன்னாவ, "நாயக்கர் தருறத் துட்ட எதுக்கு வாண்டாங்கணும்? அவுருக்கிட்ட துட்ட வாங்கிக்கிடுவோம். நம்ம ஓட்டப் புலமாடனுக்குப் போடுவோம்."

இந்த ஒற்றுமையப் பார்த்துக் கலக்கம் அடைஞ்சார் ராமசாமி நாயக்கர். அவர்க்கு தோத்துப் போவோமோன்னு பயமும் வந்துச்சு. அவிய ஆட்களக் கூட்டி வச்சுப் பேசினார். புலமாடனுக்கு ஓட்டு விழாம இருக்க என்ன செய்யலாம்னு ஆராய்ந்தார். தேர்தல் நாளும் நெருங்கிட்டு இருக்கு. அதுக்குள்ள கீழத்தெருப் பறயன்வளக் கலைக்கணும். சக்கிலியனப் பிரிக்கணும். அதுதான் முக்கிய வேலையாய் இருந்துச்சு. அவர், "இதுக்கு வழி சொல்ங்க"ன்னார். அவருடைய படபடப்பு, எல்லாரயும் தொற்றிக்கிற்று. உடனே என்ன செய்ய? அதுதான் யோசிக்க வேண்டியதாய் இருந்துச்சு. அதுனால யாரும் பேசல. செத்த நேரம் கம்னு இருந்தாவ. ஆனாலும் மூலபடச் செட்டியார்க்கு அப்படியிருக்க முடியல. உடனே பால்பாண்டித்தேவரப் பார்த்துக் கேட்டார், "மேலத்தெரு தலைவரே சொல்ங்க. நம்ம என்ன செய்யலாம்னு?" பெறவு கூட்டத்துலயிருந்தவியளும் கசபுசன்னு பேச ஆரம்பிச்சுட்டாவ. அவ்வளவும் பால்பாண்டித் தேவர் காதுலயும் விழுந்துச்சு. தேவரும் பதறாமப் பேசினார், "ஆயுதமெல்லாம் நமக்கிட்ட இருக்கு குறயில்லாம. உத்திரப் பாண்டித் தேவரும் காணாமப் போனப் பையமாரும் இருந்தாவன்னா, இந்த ஆயுதத்துக்கு நல்ல வேலயிருந்திருக்கும். இப்பமும் ஒண்ணும் கெட்டுப் போவல. நம்மளும் ஆளுவளக் கொண்டு வப்போம். என்ன, வருற அடியாளுக்களுக்கு இடம் கொடுக்கணும். நல்ல சாப்பாடு போடணும். சம்பளம் கொடுக்கணும். அவ்வளவுதான்."

கோட்டத் தெருவுக்கு முன்ன பெரிய புங்கை மரம் நின்னது. அதுக்கங்கிட்டு வாக மரமும் நின்னது. ரெண்டும் விரிஞ்சி நிக்கிறனால வெயிலே படாது அங்கிட்டு. அங்ஙன சுத்தி வளர்ந்து நின்ன மஞ்சளாய்ப் பூச்சொத்த ஆவாரஞ் செடிக கூட்டத்தயும் இழுப்பம் செடி மூடுகளையும் அரிவாள வச்சி வெட்டிச் சரிச்சி, தொரட்டிக் கம்பால இழுத்துப் போட்டுச் சுத்தப்படுத்திப் பெரியத் தட்டிப் பந்தல் போட்டிருந்தாவ. அங்கத்தான் மேச, நாற்காலி, பெஞ்சிகயெல்லாம் போடப்பட்டிருந்துச்சு. நாலு பக்கமும் 'ராமசாமி நாயக்கர்க்கு ஓட்டுப் போடுங்க'ன்னு தட்டிப்

போர்டுகளத் தூக்கிக் கட்டியிருந்தாவ. கோட்ட வாசலில் முதல் வீடாய் இருந்த கார வீட்டத் தேர்தல் அலுவலகமாக்கி இருந்தாவ. அங்கத்தான் தேர்தல் சாமான்ங்கயெல்லாம் வைக்கப்பட்டிருந்துச்சு. அதோடத்தான் புதுசாய்ச் சாணப் பிடிச்சி, தொவஞ்சி வாங்கப்பட்ட ஆயுதங்களயும் மறச்சி வச்சுருந்தாவ. அதயெல்லாம் எடுத்துக் கையாளுறதுக்கு ஆட்கள் வேணும்னு தேவர் சொன்னதும்,ராமசாமி நாயக்கரும் தேர்தல் பணிக்குழுக்குப் பொறுப்பேற்றிருக்கும் நாயக்கரக் கூப்பிட்டு, அவர் காதில் என்னமோ சொன்னார். அவரும் அவசரமாய்ப் போய்க் கொஞ்சம் பணத்தோட வந்தார். "பால்பாண்டித் தேவர் இந்தப் பணத்த வாங்கிக்காங்க. உடனே அடியாட்க வந்து நிக்கணும். தேர்தல் முடியும் தண்டியும் அவிய இருக்கட்டும். இந்தப் பறப்பயல்வள உண்டு இல்லன்னு பார்த்திடணும்."

நாலு தெருவுலயும் புலமாடனுக்குச் செல்வாக்கு. தெருக்காரவிய சொல்லி வச்ச மாதிரி வேலச் செஞ்சாவ. அவிய கைத்துட்டயும் செலவு செஞ்சாவ. விளாத்திகுளம் நாகந்திரத் தேவர் ஸ்பீர்க்கர்ங்க தினமும் பாடிச்சி. ராமசாமி நாயக்கருக்காக வச்ச போர்டுகளயும் சுவர் விளம்பரங்களையும் அகட்டியாச்சுன்னதும் நாயக்கர்க்குக் கடுப்பாகிப் போச்சு. அவரிடம் பணத்த வாங்கிய ஆட்களக் கூப்பிட்டு அதட்டினார். "ஏலே கூறு கெட்ட தாயளிகளா. பணம் மட்டும் ஒழுங்கா வாங்கத் தெரியுது. வச்சுருந்த போர்டுவளயும் எழுதுன எழுத்தயும் அழிச்சியிருக்கீய. எந்தக் கூதிமவன்ல செஞ்சது இந்த வேலைய சொல்ங்கல."

"எவ்வஞ் செஞ்சான்னு எங்களுக்கு என்ன தெரியும்? நாங்க எங்கப் பாத்தோம்? ஒங்களுக்காகச்சிட்டி வேல செய்வோம்னு பணத்த வாங்கினோம். போர்டு வச்சோம். எழுதிப் போட்டோம். அத எவனோ அடிச்சி வீசிட்டான்னா அதுக்கு நாங்க பொறுப்பாக முடியுமா? நாங்க போர்டு வைக்கல, எழுதலன்னு சொல்ங்க. அத விட்டுட்டு அநாவசியமா பேசாதீங்க."

"பேசினா என்னல செய்வ?"

"பேசினா ஒண்ணும் செய்ய முடியாது. நாங்க ஒங்களுக்கு வேல செய்ய மாட்டோம். எங்கப்பாட்டுல நாங்க இருப்போம். அவ்வளவுதான்."

ராமசாமி நாயக்கர்க்குத் திணறல் ஏற்பட்டுச்சு. சரியான பதிலும் சொல்ல முடியல. ஆனால் புலம்பிக்கிட்டார். நம்மக்கிட்ட அடி வாங்கின பயல்வ. பயந்து மோளுறப் பயல்வ. இன்னக்கி நெஞ்ச மலர்த்துறானுவ. அதுலயும் சரியான போட்டியா

வச்சுட்டானுவ. எல்லாம் காலக்கோளாறுன்னு தன் விதிய நொந்துக்கிட்டார். அவர் சக்கமாதேவிய உருகி வேண்டினார். எப்பமும் நிமிர்ந்து நிக்கிற நாட்டாம தள்ளாடச்சில, நாயக்கமார்வளுக்கும் தடுமாற்றமாச்சு. எல்லாரும் அவர்க்கு ஆறுதல் சொல்கிற மாதிரி பெரும் தொகயப் பிரிச்சி அவர் கைல கொடுத்து, ஒங்களுக்கு ஒண்ணுன்னா நாங்க இருக்கோம்னு உறுதி சொன்னாவ. ஆனால் வந்த செய்திகளோ வேறு மாதிரி இருந்துச்சு. எதிர்த் தரப்பிலிருந்து ஒரு ஓட்டயும் எதிர்பார்க்க முடியாது. தேவமார்களிலும் நாயக்கமார்களப் பிடிக்காத ஆளுவ இருக்கு. இப்டிச் சிதறுன ஓட்டுகள ஒண்ணு சேர்த்தாத்தான் நாய்க்கர்க்கு வெற்றி வாய்ப்பு. அதெல்லாம் கேட்டு நொடிஞ்ச மாதிரி இருந்த ராமசாமி நாயக்கர்க்கு, அசலூர் அடியாட்கள் வந்ததும் செத்த தூக்கிவிட்ட மாதிரி இருந்துச்சு. பால்பாண்டித் தேவரும் அவியளக் கூட்டிட்டு வந்து அவர் முன்னே ஆஜர்படுத்தினார். எல்லாத்தியும் மேலத்தெருவுல வீடு பிடிச்சி வச்சாவ.

அன்னக்கி ராத்திரியே பிரச்சன. கீழத்தெருவுக்குள்ள நுழஞ்சிப் புலமாடனுக்காக வைக்கப்பட்ட போர்டு, கொடி, பலகை எல்லாத்தியும் அடிச்சி நொறுக்கிட்டாவ. புலமாடன் ஆட்களத் திரட்டிக்கிட்டுப் போய், போலீஸ்ல புகார் எழுதிக் கொடுத்தார். இந்த முறை போலீஸ் தாமதமாய் வந்துச்சு. வந்த ரெண்டு போலீஸ்காரவியளும் விசாரிச்சிட்டுப் போய் ஒண்ணும் ஆகல. பெறவு மெனக்கட்டு தூத்துக்குடி ஊர்க்குப் போய் வக்கீல் போஸ்கோவக் கூட்டிட்டு வந்து கேட்டதுக்கு, இது தேர்தல் நேரம். எல்லா ஊருலயும் இதே பிரச்சனைத்தான். ஒங்க சண்டைக்கும் எப்.ஐ.ஆர். எழுதியாச்சு, இந்தாங்க நகல்னு அனுப்பி வச்சுட்டாவ. ஆனாலும் தினமும் வம்பிழுத்தாவ. அதச் சமாளிக்க ராத்திரி பூரா கண் விழிக்க வேண்டியதாய்ச்சு.

சுவர்முட்டி வெள்ளத்தாயக்காவுக்கு நல்ல சம்பாத்தியம். தேர்தல் வேலைக்காகச்சிட்டி போலீஸ் பிரிஞ்சிப் போனதுனால, அக்காவுக்கும் கெடுபிடி ஜாஸ்தி கிடையாது. சந்தர்ப்பத்த நல்லா பயன்படுத்தினாள். சாராயம் காய்ச்சி வித்தாள். தொழில் மும்முரமாய் நடந்துச்சு. ஊர்வளுக்கு கேன்ல அடச்சி அனுப்பி வச்சாள். நாலு பெரிய மனுஷங்க ராத்திரி படுத்தெந்திரிச்சுப் போனாவ. சோற்றுக்கு வழியில்லாத பொம்பளைங்கள ராத்திரி தங்க வச்சு, காலம் பெறக்கி முன்ன பணத்தக் கொடுத்து அனுப்பி வச்சாள் அக்காள். பணத்த மடில இறுக்கிக் கட்டிக்கிட்டு, விசுவாசமான ரெண்டு ஆம்பளைங்களயும் கூட்டிக்கிட்டு விளாத்திகுளம் பதிவாளர் அலுவலகம் போனாள்.

சாயந்திரம் திரும்பி வரச்சில, அக்காவ எதிர்பார்த்து பால்பாண்டித் தேவர் காத்திருந்தார். "என்னக்கா, எங்கப் போயிட்டு வாரீய?"

"ஆரு நம்ம ஊர்த் தலைவரா? வாங்க. வாங்க. உக்காருங்க. என்ன இம்புட்டுத் தூரம்."

"அக்கா நா எப்பமும் சாமத்துலதான் வருவேன். எதுவும் சிக்கலில்லாம பாத்துக்கிடணும். இல்லன்னா சீச்சீன்னு போயிடும்."

"என்ன இப்டிச் சொல்லிட்டீய? பயப்புடாமத் தங்குங்க. சிக்கல் என்ன வருதுன்னு பாப்பும். சரி என்ன விசயமா வந்திருக்கீய?"

"எல்லாம் காரியமாகத்தான் இந்தப் பணத்த வச்சுக்காங்க. ஆள் வந்து எதுக்கேட்டாலும் கொடுங்க. தேர்தல் முடியும் தட்டியும் கணக்கிருக்கட்டும். கொடுக்காம மட்டும் இருந்திராதீய."

"ஒங்க சொல்லுக்கு மறு சொல் உண்டா? வரச் சொல்ங்க. எது வேணும்னாலும் கொடுக்கேன். வருறவியக்கிட்ட ஒரு சீட் எழுதிக் கொடுங்க. அப்பந்தான் பின்னால மனஸ்தாபம் வாராம இருக்கும்."

"சரி சீட் எழுதிக் கையெழுத்துப் போட்டுக் கொடுக்கேன். போதுமா?"

"அவ்வளவு போதும் நா எதுவும் கொடுக்க ரெடி."

சிவகாசில அச்சுக்குக் கொடுத்த சுவரொட்டிகளும் துண்டுப் பிரசுரங்களும் வந்து சேர்ந்துச்சு. அச்சிடப்பட்ட காகிதங்களுல பூரா ராமசாமி நாயக்கர் கைகூப்பி, கும்பிட்டுக்கிட்டிருந்தார். அதே மாதிரி புலமாடன் சுவரொட்டி அடிக்கலன்னாலும், அறிக்க அச்சிட்டிருந்தார். அவர் கோரிக்கைகளுல ரெண்டு விஷேசமாய் இருந்துச்சு. ஒண்ணு: ஊர் முச்சந்தில் டாக்டர் பி.ஆர். அம்பேத்கர் சில வைப்பேன். ரெண்டு: ஊர் ஆரம்பப் பள்ளிய உயர்நிலைப் பள்ளியாக மாத்திக் காட்டுவேன்னார். அம்பேத்கர்னா, இங்ஙன உள்ளவியளுக்கு யார்னு தெரியல. ராமசாமி நாயக்கர் மூலபடச் செட்டியார்க்கிட்டத்தான் கேட்டுத் தெரிஞ்சிக்கிட்டார். உடனே அவர் தேவமார்களத் திருப்திப்படுத்த, நான் பஞ்சாயத்துத் தலைவரான முதல் வேலயாக பசும்பொன் முத்துராமலிங்கத் தேவர்க்குச் சில எடுப்பேன்னார். அப்பம் நம்ம சாதிக்காரவியளுக்குச் சிலை

இல்லயான்னு ஆளாளுக்குக் கேட்டாவ. உடனே சமாளிச்சிப் பேசினார், "நா யாரு. வேற ஆளா? நம்ம பஞ்சாயத்தப் பிடிப்போம். அதுக்குப் பெறவு நம்ம வச்சது தான் சட்டம். பயப்பிடாதீய. மொதல்ல ஓட்டுவள வாங்கப் பாப்பும்."

விடிஞ்சா பஞ்சாயத்துத் தேர்தல். மாசக்கணக்கா நடந்த பிரச்சாரம், விளம்பரம், வசவு, வீம்பு, அதட்டல், அடிதடி, வெட்டு, குத்து, எல்லாம் ஒரு வழியாய் ஓய்ஞ்சது. ஓட்டுப் பதிவுக்குப் பள்ளிக்கூடம் தயாராய் இருந்துச்சு. ஓட்டுப்பெட்டி, சிலீப், பேப்பர், மைப்புட்டி, பதிவு நோட்டுக, பைல்க, அரக்கு, சணலு, நூலுன்னு எல்லாம் வந்து சேர்ந்துற்று. அரசு அலுவலர்களும் அசலூருயிலருந்து வந்திருந்தாவ. ரெண்டே ரெண்டு போலீஸ்காரவிய காவலுக்கு இருந்தாவ. பள்ளிக்கூடத்து முன் வாசலத் தவிர நாலுபக்கமும் சவுக்கு மரங்கள வச்சு மறிச்சிக் கட்டியிருந்தாவ. காலைல ஓட்டுப் போடணும். இத்தன நாளும் சடையன் குளத்துல நெருக்கடியான போட்டி கிடயாது. இப்பந்தான் பலத்தப் போட்டி. இந்தப் பலப்பரீட்சைக்குத் தயாராகக் கீழத்தெருக்காரவியளுக்கு இவ்வளவு காலமாகி யிருக்கு. அதன் அடையாளமாய் நிற்கிற புலமாடனுக்கு ஓட்டுப் போட்டு வெற்றிபெறச் செய்யணும்னு, ராத்திரி பூரா தூங்காம, காலம்பெற எந்திரிச்சிக் குளிச்சி முடிச்சி வெளுத்து மடிச்சி வச்சுருந்த உடைகள நேர்த்தியாய் உடுத்துக்கிட்டு வந்தாவ. கிளமெண்ட் பாதர் ஒராள விட்டுக் காலை உணவுக்கு ஏற்பாடு செஞ்சியிருந்தார். உருளக்கிழங்கு, முருங்கக்காய், மசாலா கலந்த கறிக்குழம்பு ஊத்தி, சுடச்சுட இட்லிக வச்சாவ வாழயிலைல. ஆறுமணிக்குள்ள எல்லாம் சாப்பிட்டு முடிச்சாச்சி. அம்பேத்கர் படிப்பகம் முன்னே நாலு தெரு ஜனங்களும் கூடினாவ. அம்மாசி சந்தி மறிச்சாளுக்கும் பூஜய நடத்தினார். பூசாரி எல்லாத்துக்கும் விபூதியும் குங்குமமும் கொடுத்தார். பெறவு தியோனிஸ் பாதர்க்கிட்டயும் ஆசிர்வாதம் பெற்றாவ. எல்லாம் ஒண்ணு போலத் திரண்டு ஓட்டுச் சாவடிக்கு வந்தாவ ஓட்டுப் போட.

ஓட்டுச் சாவடியாய் மாறியிருக்கிற பள்ளிக்கூடத்துக்கு முன்னே கூலிப்படைக் கூட்டம் நின்னது. அவியளோட சம்மந்தப்பட்ட ஆட்களும் பையமார்களையும் பார்க்க முடிஞ்சது. சூழ்நிலை சரியில்லன்னு தெரிஞ்சவுடனே வந்தவியளுக்குப் பதற்றம் அதிகரிச்சது. "ஏதோ திட்டத்தோடத்தான் நிக்காவ. நாம பள்ளிக்கூடத்துக்குப் போய் முதலாளா ஓட்டப் போட்டுட்டு வெரசலா வந்திடணும். எதுவும் பிரச்சனயக் கிளப்பக் கூடாது"ன்னார் புலமாடன். ஆனால் பிரச்சன வேறு விதமாய்

ஆனது. "ஏய் அவனுவளத் தடுத்து நிறுத்து. ஓட்டுப் போடவிடக் கூடாது. மீறி உள்ள வந்தானுவன்னா அடிச்சிக் கெடத்திடு"ன்னு முன்னால நின்ன சண்டியன் உத்தரவு விட்டான். அதையும் மீறிப் போகச்சில, சொன்ன மாதிரியே செஞ்சிட்டாவ. நல்ல திரேகக் கட்டும் நெஞ்சுறுதியும் கொண்ட தள்ளாடி முத்துக்கு வெட்டு விழுந்துச்சு. அவனும் கைல வெட்ட வாங்கிக்கிட்டு, மல்லுக்கட்டினான். அப்பந்தான் வந்தவிய கைல ஆயுதம் இல்லங்கிறத உணர்ந்தாவ. ஓட்டுப் போட வருகிறவியளுக்கு எதுக்கு ஆயுதம்? ஆனாலும் பெரும் கூட்டமாய் இருந்ததுனால முண்டு கொடுக்க முடிஞ்சது. கைல சவுக்குக் கட்டக் கிடச்சது. அரிவாள அப்பி, பதிலுக்கு வெட்ட முடிஞ்சது. அங்னனப் பூரா சொட் சொட்னு ரத்தம் சிந்தி வடிஞ்சது. தள்ளு முள்ளு, அடி தடி, வெட்டுல பலர் காயம் அடைஞ்சாவ. பள்ளிக்கூடம் போர்க்களம்போல ஆகிப்போச்சி. பதற்றமும் பரபரப்பும் கூப்பாடுமாய் இருக்கச்சில, ரெண்டு போலீஸ்காரவியளும் நின்னுப் பார்த்துக்கிட்டிருந்தாவ. மோதல் நடந்துக்கிட்டுத்தான் இருந்துச்சு. வலுக்கட்டாயமாக ஓட்டுப் போட விடாமத் தடுக்கிற கூலிப்படையோட அங்னன நின்னவியளும் வந்து சேர்ந்துகொண்டாவ.

நெலமய உணர்ந்துக்கிட்டவிய ஒண்ணுபோலச் சொன்னாவ: "நாம இங்னன நிக்க வேணாம். நேராய் மெயின் ரோட்டுல மறிச்சி உக்காருவோம். ஒரு வாகனத்தயும் போவ விட வேணாம். அப்டியே நிப்பாட்டிடுவோம்."

"அதுக்கு முன்ன தள்ளாடி முத்துவ ஆஸ்பத்திரிக்குக் கொண்டு போவ வாண்டாமா?"

"எனக்கொன்னுமில்ல. கைல சின்ன வெட்டுதான். துணிய வச்சுக் கெட்டியாச்சு. வாங்க ரோட்டுக்குப் போவோம்." எல்லாரும் அவன் கையப் பிடிக்கப் பிடிக்க, "அப்பம் எங்கையா பெரிசு? எல்லாரும் உடனே போய் பஸ்ச மறிக்கணும்"ன்னு சொன்ன அவந்தான், காயம் ஏற்பட்டு ரத்தக்கற படிஞ்ச கைய மேல உயர்த்தி, "வெற்றி பெற வக்கில்லாத கோமாளி ராமசாமி நாயக்கர் ஒழிக. கூடயிருந்து கொதவளய அறுக்கிற பச்சோந்தி மூலபடச் செட்டி ஒழிக. போராடத் திராணியில்லாத மானங்கெட்ட பால்பாண்டித் தேவர் ஒழிக"ன்னு கத்திச் சத்தமாகச் சொன்னான். தள்ளாடி முத்து உணர்ச்சிக் குரலொலி மத்தவியளயும் தாக்க, அவியளும் சொன்னாவ, "பஞ்சாயத்துத் தலைவர் புலமாடன் வாழ்க," "அம்பேத்கர் நாமம் வாழ்க"ன்னு கோஷமிட்டப்படி முச்சந்தியக் கடந்து, விளாத்திகுளம் மற்றும் சூரங்குடிய இணைக்கிறபிரதான தார்ச்சாலைக்கு வந்து

அப்படி அப்படியே உக்கார்ந்தாவ. வீட்டுல கைவேலையாய் இருந்தவியளும், தாக்குதலக் கேள்விப்பட்டதும் ஓட்டமும் நடையுமாய்ப் போராட்டக் களத்துக்கு வந்துட்டாவ.

பிரதான சாலைல பெருங்கூட்டம். அங்ஙன இரச்சலும் கூச்சலுமாய்க் கேட்டுச்சு. பையமாருவ ஒழிக கோஷத்த விடாம சொன்னாவ. அதச் சொல்லிச் சொல்லி ஆவேசமான பையமார்வ எந்திரிச்சுட்டாவ. “இங்ஙன உக்கார்ந்து எவ்வளவு நேரம்தான் கத்திக்கிட்டிருக்க? எல்லாரும் ஆயுதத்த எடுத்துக் கிட்டுப் போவோம். ரெண்டுல ஒண்ணு பாப்பும்.”

“நாம ஓட்டுப்போடப்போனா நம்மளத்தடுக்க அவன்வளுக்கு என்ன யோக்கியதயிருக்கு. இப்டிப்பட்டவனுவள அடிச்சிக் கொன்னாக்கூட பாவம் கெடயாது. எல்லாரும் வாங்க. கைல கெடச்சத எடுத்துக்காங்க. புறப்பட்டுப் போவோம்.”

“இன்னுமென்ன உக்காந்திருக்கிய? எந்திரிங்க போவோம். அவனுவள உண்டில்லன்னு பண்ணீறணும்”ன்னு கத்தி ரகளச் செஞ்சாவ. அவியளச் சமாதானப்படுத்தவே பெரும் பாடாய் இருந்துச்சு. பொம்பளையாட்களும் கிளர்ந்து எழுந்தாவ. அவியளயும் ஆறுதல் படுத்த வேண்டியதாச்சு.

எதிர்பாராம பஸ்ல வந்தவிய மாட்டிக்கிட்டாவ. அவிய திணறிக்கிட்டு முழிச்சாவ. யார்க்கிட்ட என்ன கேட்கணும்னு தெரியல. டிரைவர்மாருவ பஸ்லயிருந்துக்கிட்டுத் தலய நீட்டி விசாரிச்சாவ. “என்ன கூட்டமாயிருக்கு. ரோட்ட மறிக்காவளா, என்னமும் நடந்துச்சா?”

“ஓட்டுப் போட விடமாட்டுக்காங்களாம். அடியாட்க வச்சு வெரட்டுறாங்களாம். அதுனால இந்த மறியல்.”

“வெட்டு பெரிய வெட்டா?”

“ஆமா நல்ல வெட்டுதான் ரெண்டு பேருக்கு. இன்னும் எத்தனப் பேருக்கு வெட்டுன்னு தெரியல.”

“வெட்டுக் குத்துனா பஸ்லருந்து இறங்காதீங்க. அப்டி உக்காந்திருங்க. பெறவு ஏதாவது ஒண்ணாச்சுன்னா நீங்க மாட்டிக்கிடுவீய.” கண்டக்டர் சொன்ன பெறவு யாரும் இறங்கல.

அதுக்குள்ள ஹாரன் ஒலி எழுப்பியபடி போலீஸ் ஜீப்புகளும் வேன் நெறய போலீஸ்காரவியளும் வந்திறங்கினாவ. அவிய நெனச்சதவிட பெரியக் கூட்டம். ரோட்ட அடச்சிக்கிட்டு உக்கார்ந்திருக்கிறவியளப் பார்த்ததும் குழப்பம் மிஞ்சியது. இவியள எப்படிக் கலைக்க? உடனே ஏதாவது செஞ்சாகணும்.

வந்த வேகத்துல போலீஸ் அதிகாரி சொன்னார், "உடனே எல்லாரும் எந்திரிங்க. ரோட்ட மறிக்காதீங்க. இடத்தக் காலிப் பண்ணுங்க." இன்னொரு போலீஸ் அதிகாரி லத்தியக் சுழட்டியபடி நெஞ்ச மலர்த்திக்கிட்டு அதட்டினார், "எந்திரிக்கியளா. இல்ல பெறம்பால குண்டில சப்பட்டா?"

"இப்டியெல்லாம் அதட்டுனாப்ல நாங்க பயந்திட மாட்டோம். எங்கப் பிரச்சன என்னன்னு தெரியுமா ஒங்களுக்கு? அதெல்லாம் தெரியாம சப்பட்டா வைக்கட்டான்னா எப்டி? எங்கப் பிரச்சனய முடிச்சித் தரலன்னா எங்களால எந்திரிக்க முடியாது. செய்கிறது செய்யுங்க. பாத்துக்கிடலாம்"ன்னு கோவத்துல கண்க ரெண்டும் சிவக்கச் சொன்னார் புலமாடன்.

"அதெல்லாம் பேசித் தீர்த்துக்கிடலாம்னு சொல்லும்றோம்ல காதுல விழலலயா?"

"மொதல்ல பேசித் தீர்ங்க. ஓட்டுப் போடப் போனயிடத்துல வளச்சி வச்சு வெட்டுறானுவ. அத என்ன யாதுன்னு கேட்கல. எங்கள நகளச் சொன்னா எப்டி? அதெல்லாம் ஓரடிகூட நகள முடியாது."

சம்முகக்கனிய ஒட்டி அவளுடைய மக்கமாரும் இருந்தாவ. அந்த நெருக்கத்துல இசபெல்லாவ கைலப் பிடிச்சிக்கிட்டிருந்தாள் தொடிச்சி. கருப்பாயி குடும்பம் அடுத்தாப்பல இருந்துச்சு. அப்பந்தான் கருப்பாயி தொடிச்சிக்கிட்டச் சொன்னாள், "ஏளா தொடிச்சி, குன்னிமரியான இங்னயிருந்து போவச் சொல்லு. ஏற்கெனவே மனுத்தாக்கல் அன்னக்கி வந்தானு எழுதிக் கொடுத்தானுவ. நல்லவேள குன்னிமரியான் வேலைலயிருந்தனால சரியாப்போச்சு. இப்பமும் அத மாதிரி என்னத்தையாவது எழுதிப் போட்டிடக் கூடாது. போ போய்ச் சொல்லு."

"இங்க எப்டியிருக்குன்னு பாக்கீளா வாழ்வா சாவான்னு இருக்கச்சில என்ன சொல்ல? போராட்டம்னு வந்தப் பெறவு, எப்டிப் பின் வாங்க முடியும்? வேல போனாலும் பரவாயில்ல. இருந்து போராடட்டும்."

"என்ன கிறுக்குக்காரி மாதிரி பேசுற? இந்தக் காலத்துல வேல கெடக்கிறது குதுர கொம்பாயிருக்கு. கெடச்ச வேலயக் காப்பாத்த வாண்டாமாங்கும்."

"எனக்கு மட்டும் கொழுந்தன் வேலயக் காப்பாத்தணும்னு அக்கர இருக்காதா? மனுத் தாக்கல் அன்னிக்கி நாந்தான் வேலைக்கி அனுப்பி வச்சேன். இப்பம் நெலம எப்டியிருக்கு?"

“இருக்கத்தான் செய்யும் அதுக்காவ. வேலைக்கிப் போறப் பையன சிக்கல்ல மாட்டி வச்சிடக்கூடாது”ன்ன கருப்பாயி அங்ஙன நின்ன அம்மாசி தாத்தாவச் சத்தங் காட்டிக் கூப்பிட்டுச் சொன்னாள், “குன்னிமரியான இடத்தக் காலி பண்ணிப் போவச் சொல்லுங்க. நாளப்பின்ன வேலக்கிப் போறவனுக்கு எதுவும் ஆகிடக் கூடாது.”

தாசில்தார் வந்து பேசினார், “நீங்க சொல்லறது சரிதான். யாராயிருந்தாலும், அப்டி அராஜகம் செய்கிறவங்களப் போலீஸ் டிப்பார்ட்மெண்ட் சும்மா விடாது. அவுங்க அவுங்க வேலய ஒழுங்கா செய்வாங்க. அதப்பத்தி நீங்க பேசாதீங்க. நீங்க இடத்தக் காலி பண்ணுங்க. போக்குவரத்துக்கு வழிவிடுங்க.”

புலமாடன் குறுக்கிட்டுச் சொன்னார், “திரும்பத் திரும்ப எல்லாரும் அதயே சொல்லிக்கிட்டிருக்கீய. பூத்துல ஓட்டுப் போடவிடாம எங்கள அரிவாள வச்சு வெட்டுறானுவ. அவன்வள போய் விரட்ட மாட்டுக்கீய. எங்கள எந்திரிக்கச் சொல்றீய. அதெப்டி எந்திரிக்க முடியும்? மொதல்ல அவன்வள விரட்டி அடியுங்க. பெறவு எங்கக்கிட்ட வாங்க. நாங்க எந்திரிக்கோம்.” அப்பம் பெரிய போலீஸ் அதிகாரி அதட்டினார், “இன்னும் அஞ்சி நிமிசம் டைம் தாறேன். அதுக்குள்ள கலஞ்சு போங்க. இல்லன்னா நெலம விபரீதமாகிடும்.”

அவியளும் தைரியசாலிகதான். இல்லன்னா அரசு அதிகாரிகளும் சுத்திலும் காக்கிக் கோடுக மாதிரி பாராவுல நிற்கிற போலீஸ்காரவிய கூட்டமும் நெறஞ்சி இருக்கச்சில, பச்சப் புள்ளியள மடில இறுக்கிக்கிட்டு பிரதான தார் சாலைல மறியல் செய்கிறது சாதாரணமான விசயமா? ஆனாலும் எவ்வளவு நேரந்தான் ரோட்ட மறிக்க முடியும்? போலீஸ்காரவியளும் பார்த்துக்கிட்டா இருப்பாவ? அவியக் கெடுவும் முடிஞ்சிப் போச்சு. அதிகாரிமாருவ உத்தரவு கொடூரமாய் வந்துச்சு, “ஏன் நிக்கீங்க? அடில விடுங்க. துரத்தியடிங்க. எவ்வனும் இங்ஙன நிக்கக் கூடாது. ரோடு கிளீயராய் இருக்கணும்.”

அவ்வளவுதான். புலமாடனுக்கும் அவரோட முன்னணியில இருந்தவியலுக்கும் சரியான அடி. அடிக சடச்சடச்சடன்னு மத்தவியளுக்கும் பரவிச்சு. கண்ணு மூக்குத் தெரியாம அடிக விழுந்துச்சு. போலீஸ்காரவிய லத்தியோட இறங்கி விளாசினாவ. அந்த அடிக்கித் திரேகம் எங்கத் தாங்கும்? ஆம்பளைங்க ரெண்டு கால் பாய்ச்சல்ல ஓடுனா, பொம்பளைங்க நெலமை? யாரயும் சும்மாச் சொல்லக் கூடாது. ஆணும் பெண்ணும் பெத்தப் புள்ளியத் தேடி அலஞ்சாவ. புள்ளியளத் தோள்ல தூக்கி வச்சுக்கிட்டு ஓடினாவ. போலீஸ் அடிச்சித் தப்ப நாலாப் பக்கமும்

சிதறி ஓடினாவ. அதுவும் ரொம்ப தூரம் ஓடல. எல்லாரும் அப்டி அப்டியே வந்து சாலைல குமிஞ்சிட்டாவ. அவியளுக்கு இப்டி செஞ்சுட்டாவளேன்னு கோபமும் வன்மமும் இருந்ததுனால, என்னானாலும் பரவாயில்ல, போராடி மடிஞ்சிப் போனாலும் தேவலங்கிற மாதிரி கொதிச்சிப் போனவிய ரோட்டோரம் குமிஞ்சிக் கெடந்த கருங்கற்களத் தூக்கி எறிஞ்சாவ. அவிய விட்டெறிஞ்ச கற்க பூரா மழ பொழிஞ்ச மாதிரி வந்து விழுந்துச்சு. போலீஸ்காரவிய நெல தடுமாறிப் போனாவ. ஏகமாய் வந்து விழுகிற கல்லுவ அவிய மேல விழுந்துச்சு. அவுக மண்டயும் உடஞ்சிப் போச்சு. ஒரு கல் அந்தப் போலீஸ்காரர் மூக்குவாக்குல வந்து விழுந்துச்சு. மூக்குல இருந்து பொதுபொதுன்னு ரத்தம் வடிஞ்சது. போலீஸ்காரர் சுருண்டு விழுந்தார். அவர்க்குப் பேச்சு மூச்சுயில்ல. அவர் 'பொட்டு'ன்னு போயிட்டார். உடலத் தூக்கி வேன்ல ஏற்றுனாவ. போக்குவரத்து முழுசாய் நின்னுப் போச்சு. சாலை பரபரப்புல மூழ்கிச்சு.

ராமசாமி நாயக்கர் கெத்தா இருந்தார். அவர் கண்ணு ரெண்டும் ஒளி பிரகாசமாய் இருந்துச்சு. அவர்தான் எல்லாத்தயும் கூப்பிட்டுக்கிட்டு விளையாட்டு மையத்துக்கு வந்தார். கோட்டத் தெரு நாயக்கமாரோட பால்பாண்டித் தேவரும் அவர் தெருப் பையமார்வளும் கூட வந்தாவ. அடியாட்களாக பூரா வரிசைல நின்னாவ. ஏற்கெனவே எடுத்து வச்சுருந்த காக்கி டவுசர், சட்ட, பூட்ஸ் சிவப்புத் தொப்பி, பெல்ட் எல்லாத்தியும் தூக்கிக் கொடுக்கச் சொன்னார். முதல்ல அடியாட்க வாங்கி, உடைகள அணிஞ்சுக்கிட்டு, போலீஸ் மாதிரி டிப் – டாப்பாய் நின்னாவ. மிச்சமிருந்த உடைகள பால்பாண்டித் தேவர்க்கு வேண்டிய பையமார்வ போட்டுக்கிட்டாவ. அவியளப் பார்க்க உண்மயிலேயே போலீஸ் மாதிரித்தான் தெரிஞ்சது. அப்டியோர் அமைப்புல நின்னவியளப் பார்த்து ராமசாமி நாயக்கர் சொன்னார், "நல்லா கேட்டுக்காங்க. ஒரு வூடு இருக்கக் கூடாது. எதயும் விட்டு வைக்கக் கூடாது. அடிச்சி நொறுக்குங்க. அப்பந்தான் நம்ம ஆர்னு அவன்வளுக்குத் தெரியும்."

போலி போலிஸ்வ ஆளுக்கொரு ஆயுதத்தத் தூக்கிக்கிட்டாவ. "எல்லாம் வாங்க எம் பெறத்தால. நம்ம நாட்டாம சொன்ன மாதிரி ஒரு ஊடு பாக்கியிருக்கக் கூடாது. ஒரு சாமான் இல்லாம அடிச்சி நொறுக்கணும். நம்ம செஞ்ச மாதிரியும் இருக்கக் கூடாது. எல்லாம் போலீஸ் செஞ்சமாதிரி இருக்கணும்."

"சரி சுணங்காதீங்க. உடனே போங்க. எல்லாத்தியும் கச்சிதமா செஞ்சிட்டு வெரசலா வந்திடுங்க. ஒங்களுக்குப் பேசுனதுக்கு மேல கூட்டித் தாறேன்." அவியள அனுப்பிட்டு பால்பாண்டி தேவருடன் பேசிக்கிட்டிருந்தார் ராமசாமி நாயக்கர்.

கலவரத்தப் பார்த்த ஆட்கள் பதறிப் போனாவ. அவிய நடுக்கமும் பதற்றமும் ஜாஸ்தியாச்சு. எங்னப் பார்த்தாலும் புலம்பலாய்க் கேட்டுச்சு, "என்ன நம்ம நாட்டாம இப்டி நடந்துக்கிடுறாரு? இது எங்க போயி விடுமோ தெரியலயே."

"இந்தக் கொட்டுக்காரப் பறயன்கிட்ட நாம குடித்தண்ணிக் கிணத்த இழந்தத மறந்துட்டீயளா? இனியும் சுதாரிக்கல, இருக்கிறத யும் இழந்திடுவோம். நாட்டாம எடுக்கிற நடவடிக்கைக்குக் கட்டுப்படணும். எதுத்துப் பேசக் கூடாது."

"சொல்றது வாஸ்தவம்தான். நம்ம நாட்டாம பிரசிடெண்ட்டாகக் கூடாதுன்னு இந்தச் சின்னச்சாதிச் சிறிக்கிவுள்ளய என்ன மாதிரி தடுக்காணுவ? இந்தத் தடுப்புக்கு எதிர்ப்புக் கொடுக்கலன்னா அவுனுவ தலைவராகிடுவானுவ. இத வுடக் கூடாது. அவன்வள இல்லாமப் பண்ணணும். அதான் இப்பம் நடக்கு"ன்னு கோவிந்த ராஜு நாயக்கர், நாட்டாம செய்கிறதச் சரிங்கிற மாதிரிப் பேசினார். அவர் பேச்சுக்கு மறுபேச்சு இல்ல.

பட்டப்பகல்ல எல்லாம் நடந்துச்சு. அரசு அலுவலர்களும் அரசைக் காப்பாற்றுகிற பொறுப்பான போலீஸ் அதிகாரிகளும் சடையன் குளத்தை முற்றுகை இடச்சில, போலீஸ் உடையில அடியாட்கள் வீடுகளுக்குள்ள புகுந்தாவ. கொள்ளையடிக்கிற வேலைங்க நடந்துச்சு. கதவுகள உடைச்சி உள்ளே போகச்சில, வீடுகளுல பெரிய சாமான்கன்னு மரக்கட்டில், பீரோ, மேச, நாற்காலின்னு இவ்வளவுதான் இருந்துச்சு. பீரோல உடச்சும் பிரயோசனம் இல்ல. துணிமணிகளும் வீட்டுப் பத்திரமும் பள்ளிச் சான்றிதழுமாய் இருந்துச்சு. மத்தப்படி காசுபணம், நக நட்டுன்னு ஒண்ணும் கிடையாது. ஏதாவது இருக்கும் தூக்கிட்டுப் போயிறலாம்னு ஆசையில வந்தவியளுக்குப் பெரிய ஏமாற்றம். அந்தக் கேந்திவாக்குல பட்டாப்பத்திரத்தக் கிழிச்சி எறிஞ்சாவ. பழய சைக்கிள் ஒண்ணு கெடந்துச்சு. அதயும் போட்டு உடைச்சாவ. கிறிஸ்தவ மக்கள் கூட்டுறவுச் சங்கத்துல சேர்ந்து பாஸ்புக் வைச்சியிருந்தாவ. அதயும் கிழிச்சிக் குப்பைல போட்டாவ. அப்பமும் அவிய கோபம் தீரல. வீடுலயிருந்த அரிசி, பருப்பு, கம்பு, சோளம், கருப்பட்டி எல்லாத்தியும் மூட்டக் கட்டித் தூக்கிட்டு வந்து கிணத்துல போட்டாவ. ஒருத்தன் கிணத்துல மண்ணண்ணெய்யைக் கொண்டு ஊத்தினான். அப்பிடியிருந்தும் அவனுக்குப் பொறுக்கல. படபடக்கிற திரேகமும் கொடூரக் கண்ணுமாய்ச் சொன்னான், "இந்தக் கழிசடக் கூதிவுள்ளயளுக்குக் கிணறாக்கேக்குக் கிணறு.

ஏற்கெனவே பீய அள்ளிப் போட்டோம். அப்பிடியிருந்தும் மானங் கெட்டக்கூதிவுள்ளய தண்ணி எடுக்கானுவ. இனிம என்ன செய்வானுவ ?"

"இனிம சோத்துக்கு நக்குவானுவ"ன்னவனுக்கு ஆத்திரம் தீர்ந்த பாடில்ல. அவனும் ஓடிப்போய் இன்னொரு உணவு மூட்டயத் தூக்கிட்டு வந்து, கிணத்துல 'பொத்'ன்னு போட்டான். கிணத்து நீர் உடனே சலம்பி, மெல்ல மெல்ல அமர்ந்து போச்சு.

அப்பந்தான் ரெண்டு ஜீப்க விரசலாய் வந்துச்சு. அதுக மேலத் தெருவத் தாண்டி, நடுத்தெருக்குள்ளப் போய், பெறவு நேராய் கோட்ட வாசல் முன்னே வந்து நின்னுச்சு. போலி போலீஸ்காரவிய கலவரம் அடைஞ்சாவ. அதுக்குத் தலைவன் இருந்தான். அவன் தான் சொன்னான், "போறது ரெண்டும் போலீஸ் ஜீப்க. அவன்வ கைல அம்புட்டம்னா உடம்புல தொலி இருக்காது. எல்லாரும் காட்டுப் பாதைக்கு நகண்டுடுங்க." அவிய பதுங்கி, ஒதுங்கி, ஒளிஞ்சிக்கிட, கோட்டத் தெரு ஜனங்களும் அங்ஙனத்தான் நிக்காவ. அவிய மூஞ்சிவளும் கருத்துப் போயிருக்கு. அவிய நெனச்சதெல்லாம் தவிடு பொடியாகிப் போச்சு. துக்கமும் துயரமும் துன்பமும் சோகமும் முட்டிக்கிற்று. பொம்பளைங்க அழுகச் சத்தம் பெருசாய்க் கேட்டுச்சு. ஆம்பளைங்களுக்கும் துக்கத்த அடக்க முடியல. "என்ன நாட்டாம இப்டி ஆகிப்போச்சு ?"ன்னு கேட்கிற ஆட்களுக்குப் பதில் சொல்லத் திணறினார் நாட்டாம. இருந்தாலும் நாட்டாம ராமசாமி நாயக்கர் சொன்னார், "நீங்களும் சின்னப் புள்ளிய மாதிரி அழுதுக்கிட்டிருக்கீங்க. தைரியமா இருங்க. என்ன வந்தாலும் எதிர்கொள்ளணும். அதான் கோட்டத் தெரு நாயக்கமார் அடயாளம்." பெறவு போலீஸ் அதிகாரியப் பார்த்து நாட்டாம கேட்டார், "என்னங்க. கல்லெறிப் பட்டு மண்ட உடஞ்சதாத்தான் கேள்விப்பட்டிருக்கு. நீங்க உசிரு போயிட்டுங்கிய. இது நல்லாத் தெரியுமா ?"

"புதுசா போலீஸ்ல சேர்ந்த விஷ்ணுவர்த்தன் இங்க உள்ளவர்தானே ?"

"ஆமா. இங்கவுள்ளவர்தான்."

"தகப்பனார் பெயர் கிருஷ்ணன் நாயக்கர்தானே ?"

"ஆமா. இந்தா நிக்காரு கிருஷ்ணன் நாயக்கர்."

"அய்யா இங்க வாங்க. ஒங்க மகன் கலவரக்காரங்க விட்டெறிஞ்ச கல் மூக்குலப் பட்டு விறச்சிச் செத்துப் போனார். பாடிய ஜி.ஹைச்ல சேர்த்திருக்கு. போஸ்ட்மார்டம் முடிஞ்சப் பெறவு வாங்கிக்காங்க."

போலீஸ்காரவிய திமுதிமுன்னு கீழத்தெருக்குள்ள நுழைஞ்சாவ, எவ்வனாவது ஒருத்தன் கெடச்சாலும் போதும். கொன்னுடணும். ஆனால் ஒருத்தரும் அம்புடல. தெரு பூரா அலசிப் பார்த்தும், ஒவ்வொரு வீடாய்ப் புகுந்து பார்த்தும், ஓரிடமில்லாம தலய ஓட்டியும் யாரும் கெடைக்கல. ஓட முடியாத ரெண்டு கிழவிமார்வ மட்டும் தெருவுல குத்தவச்சிக்கிட்டிருந்தாவ. அவியள உத்துப் பார்த்துட்டு, அந்த வாக்குல வீடுவள அடிச்சி நொறுக்கினாவ. நமக்கு முன்ன ஆளுவப் போய் அடிச்சி நொறுக்கி இருக்கே, நம்மளும் போய் நொறுக்குறோமங்கிற செத்தங்காணு அச்சமும் அறிவும் இல்லாம சமட்டி எடுத்தாவ. அதுல அம்பேத்கர் படிப்பகம் தப்பிகிற்று. அதுவும் இப்பம் கட்டினதுங்கப் போய் உடைக்க முடியல.

மத்தியானம்போல தியோனிஸ் பாதர், கிளமெண்ட் பாதர், வேம்பார் பங்குத் தந்தை, அவிய சபைல உள்ள பொம்பளயாட்க, ஆம்பளயாட்க, கன்னியாஸ்திரிமாருகன்னு அவ்வளவு பேர்களயும் கூப்பிட்டுக்கிட்டு ஒரு காரில் வந்திறங்கினாவ. சாலை மறியல்ல ஏற்பட்ட விபரீதத்தக் கேள்விப்பட்டதும் தியோனிஸ் பாதர் தூத்துக்குடியிலருந்து வந்திருந்தார். அதுக்குள்ள வீடுகளயும் அதுலருந்த பொருட்களயும் ஒண்ணுக்கும் உதவாம ஆக்கியாச்சு. எது எப்டியானாலும் விரட்டியடிக்கப்பட்டவிளயக் காப்பாத்தியாகணும். ஊருக்குத் திரும்ப வைக்கணும். அவியப் பொருட்களுக்கு நஷ்ட ஈடு வாங்கிக் கொடுக்கணும். அதப் பத்திக் கேட்கச்சில போலீஸ் அதிகாரிகளுக்குக் கடுங்கோபம் வந்துச்சு. குவிஞ்சியிருக்கிற போலீஸ்காரவியளையும் அதட்டுகிற அதிகாரிகளையும் பார்த்துப் பயந்துபோனார் தியோனிஸ் பாதர். ஆனாலும் கிளமெண்ட் பாதர் தைரியமாகப் பேசினார், “அவ்வளத்தியும் ஒண்ணுக்கும் உதவாம செஞ்சுட்டுக் கேட்டா கோவப்படுறீங்க? யார் குற்றவாளியோ அவுங்களப் பிடிக்காம. இப்டி உடச்சி நொறுக்னா என்ன அர்த்தம்?”

“திரும்பத் திரும்ப என்ன இப்டிப் பேசுற? நீங்கயெல்லாம் சேர்ந்துதான் இந்த வேலய நடத்திருக்கீங்க. ஒங்கள நாலு சாத்துச் சாத்தி உள்ளப் போடணும்.”

“நீங்க சொல்றது சரிதான். மதம் மாத்தத்துக்காவ இவ்வளவு வேலயும் செஞ்சிருக்காங்க? இவுகள விடக்கூடாது”ன்னு பக்கத்துல நின்ன அதிகாரி சள்ளுன்னு விழுந்தார்.

கிளமெண்ட் பாதர்க்கும் கோபம் வந்துச்சு. பாதரும் கடுமையாகச் சொன்னார், “என்னங்க பொறுப்பத் தட்டிக்

கழிக்கீங்க? எதுக்கு இப்டிச் செஞ்சிங்கன்னு கேட்டா நாங்க மதம் மாத்தப் போறோம்ங்கிறீங்க?"

"பொறுப்புப் பொறுப்புங்கீங்களே என்ன பொறுப்பு? இப்பம் எங்கத் தரப்பிலயிருந்து ஒரு உயிர் போயிருக்கு? அதுக்கு யார் பொறுப்பு. அந்தப் பொறுப்ப நீங்க ஏற்பீங்களா?"

"என்ன நீங்க மொட்டக்கட்டயா பேசுறீங்க? யாரோ ஏதோ செஞ்சாங்கன்னா அதுக்கெல்லாம் பொறுப்பு ஏற்க முடியுமா?"

"முடியாதுல்ல. அப்பம் இடத்தக் காலி பண்ணுங்க. இல்லன்னா வம்பா சீரழிஞ்சிப் போவீங்க. நாங்க சாமியார்னு கூடப் பார்க்க மாட்டோம்." உடனே வக்கீல் போஸ்கோ கறார் குரல்ல சொன்னார், "வாங்க. இவுங்கக் கிட்ட எந்த நியாயமும் எதிர்பார்க்க முடியாது. நம்ம எப்டிச் செய்யணுமோ அப்டிச் செஞ்சிக்கிடுவோம்."

பரபரப்பும் பதற்றமும் நீண்டு நீண்டு சாய்ங்காலத்துல வந்து நின்னது. மேற்காட்டுக்குள்ள சூரியனின் செவ்வொளி சிதறிக் கெடந்துச்சு. நீலவானத்துல கருமைநிறக் காகங்கள், சரியான தீவனம் கெடைக்காத சோர்வுல மரக்கூடுவளுக்குப் பறந்துக்கிட்டிருந்துச்சு. ஊர்க்குள்ள புதுசு புதுசாய் வருகிற போலீஸ்க வேனக் கண்டு கொலச்ச நாய்க ஒஞ்சிப் போய்ப் படுத்துக் கிடந்துச்சு. இன்னும் செத்த நேரத்துல அந்தி சாஞ்சிப் போவும். இருட்டிடும். ஆட்கள விரட்டிட்டு, உடஞ்சிப் போட்ட வீடுவளுக்கு யார் லாம்புப் பொறுத்துவா? மேஞ்சுட்டு வருகிற ஆடுமாடுவள யார் கட்டுவா? கோழிவளுக்குப் பிரச்சன இல்ல. அதுவ மரத்து உச்சிலேயும் குச்சில்வ மேலயும் ஏறிக்கிட்டிருந்துச்சு. ஆனாலும் வெளிச்சத்துக்குப் பஞ்சமிருக்காது. ஊர் முழுசும் குழல் விளக்குக் கட்டினாவ. நாகந்திரத் தேவர் ரெண்டு ஜெனரேட்டர்களயும் கொண்டு வந்திருந்தார். சடையன் குளத்தூர் துஷ்டிச் செய்தி, இங்கிட்டு எப்போது வென்றான் வழியாய் குறுக்குச்சாலயைத் தாண்டி தூத்துக்குடிக்குப் போயிற்று. அங்கிட்டு எட்டயாபுரம் வழியாய்க் கோவில்பட்டியத் தாண்டித் திருநெல்வேலிக்குப் போச்சு. அன்னா தெற்க நாகலாபுரம் புதூரக் கடந்து அருப்புக்கோட்ட வழியாய் மதுரைக்கும் போயிற்று. ஒரு போலீஸ அடிச்சிக் கொன்னுட்டாவன்னு விளாத்திகுளம் ஊருல கடை அடைப்பு. ஊர் பஜாருல பொறுப்பான போலீஸ் அதிகாரிக முகாம் விட்டிருந்தாவ. சடையங்குளம் ஊருல போலீஸ் குவிக்கப்பட்டிருந்துச்சு. கோவில், ஆஸ்பத்திரி, பாதர் அலுவலகம் எல்லாத்திலும் போலீஸ் பாரா. ஊர்க்குள்ள யாரயும் விடல. பத்திரிக்கக்காரவிய வந்தாவ. அவியள

உள்ளே விடாமப் போலீஸ்காரவிய மறிச்சிக்கிட்டாவ. அவுக எவ்வளவோ சொல்லித்தான் பார்த்தாவ. விடல. ஓரடிகூட எடுத்துவைக்க முடியல. போலீஸ் மல்லுக்கு நின்னுச்சு.

போலீஸ்காரர் சடலத்த அறுப்பறைல வச்சு செய்ய வேண்டிய வேலைங்க பூராத்தியும் டாக்டர்மார் மத்தியானம் மூணு மணிக்கு முடிச்சிட்டாவ. அவர் பணியில இறந்துட்டாராம். அதுவும் கலவரத்தக் கட்டுப்படுத்தப் போனவரக் கலவரக்காரங்க அடிச்சிக் கொன்னுட்டாவளாம். அதுனால சடலத்துக்குச் சகல மரியாதயும் நடந்துச்சு. அத ஊர்க்குக் கொண்டுவந்து, அவிய வெளியூர் சொந்தக்காரவிய வந்தப் பெறவு, ஆறுமணிக்கு அடக்கம். கோட்டத் தெருவு நெறஞ்சி வழிஞ்சது. பொம்பளைங்க ஒப்பாரி வச்சாவ. இப்பந்தான் போலீஸ் வேலைக்குச் சேர்ந்த பையன். அவனத் துள்ளத் துடிக்க இழந்த சோகம் எல்லாரயும் வாட்டிச்சு. தவிப்புப் பீறிட்டு வரச்சில, கோபமெல்லாம் கீழத்தெருக்காரவிய மேலத்தான் திரும்பிச்சு. அவியளப் பத்தியப் பேச்சு இழவு வீட்டுல நடமாடிச்சு. "இல்லங்க. நாம அந்தப் பயல்வளுக்கு இளக்காரம் கொடுத்தது தப்பு. இதே மாதிரி அன்னக்கே அடிச்சி ஊர விட்டுக் காலி பண்ண வச்சுருக்கணும். அதச் செய்யாம விட்டுட்டோம். இன்னக்கி மாட்டிக்கிட்டு முழிக்கோம். ஒரு உசிரும் போச்சு. இழவு நமக்காகிப் போச்சு"ன்னு ராமசாமி நாயக்கர் கண்கலங்கினார். உடனே சிவன் கோனார் சொன்னார், "எங்க தெருவுலயும் என்னாச்சி . . . நாங்களும் தல குனிஞ்சித்தான் இருக்கோம். கண்ணே பொண்ணேன்னு வச்சுருந்த எம் புள்ளய ஒரு சக்கிலியன் இழுத்துக்கிட்டுப் போயிட்டான். நானு இப்பம் கையப் பெசையிறேன். என்ன செய்யணும்னு தெரியல."

நாலாப்புறமும் அடர்ந்த காடு. சீம உடைக நெருக்கமாய் வளர்ந்து நின்னுச்சு. அதுக ஊடால செடி, கொடி, புல், பூண்டுன்னு எல்லாம் அடச்சிக்கிட்டிருக்கு. தப்பிச்சா போதும்னு ஓட்டமும் நடையுமாய் ஓடி வந்தவிய தொலவட்டுல வந்துட்டாவ. அதுலயிருந்து வேடப்பட்டிப் பக்கம். அங்ஙனப்போனா தாய் பிள்ளைங்க இருக்கு. உக்கார்ந்துக்கிடலாம். ஒரு நாளைக்கு ரெண்டு தடவ பஸ். சடையன் குளத்தத் தாண்டி விளாத்திகுளம் போகும். இங்ஙன ஆட்க இருக்குன்னு போலீஸ்காரன்வ தூக்கிட்டுப் போயிறக் கூடாது. அதுவும் பயமா இருக்கு. ஆனாலும் பக்கத்துக் கிராமத்துல சொந்தக்காரங்க உள்ளவிய நடையக் கட்டிட்டாவ. தூரமாய் இருக்கிறவிய திணறிப் போனாவ. வெயிலும் சரி அடி அடிக்கி. சின்னப் புள்ளிய பசி தாங்காம

அழுதுச்சுங்க. குடிதண்ணீருக்கு என்ன செய்யன்னு தெரியல. தெரிஞ்சாளுவ ஒண்ணும் தெட்டுப் படல. எல்லாரும் தப்பியோடி வந்தவிய. அவியளுக்குத் தாகம் நாக்கப் பிடிங்கிச்சு. உதடுவளும் காய்ஞ்சிப் போச்சு. புள்ளியளுக்குப் பசி ஆத்தவும், குடிக்கத் தண்ணி வாங்கிட்டு வரவும், பணத்தக் கொடுத்து கடற்கரைய அனுப்பி வச்சாவ. போனவர் போனவர்தான். வரவே செய்யல.

அங்ஙன உக்கார்ந்திருந்தவிய எந்திரிக்க முடியாம இருந்தாவ. அவிய வதங்கி, தவங்கி, கிறங்கி, சோர்ந்து அலுப்போட வேர்வ ஒழுகினமேனிக்கு உட மூட்டுல முடங்கிக்கிட்டாவ. அப்பந்தான் போன ஆளக் காணோம்னு புலமாடன், "மரியசிலுவ நீ போய் திங்க வாங்கிட்டு, தண்ணியிருந்தா ஏதாவது ஏனம் கெடைக்குமான்னு பாத்துப் பிடிச்சுட்டு வா. இந்தா பணம்"ன்னு கொடுத்தார். குத்துக்காலிட்டு ரெண்டு முட்டுவளயும் கையால இறுக்கக் கட்டிக் கிட்டு உக்கார்ந்திருந்த மரியசிலுவை எந்திரிச்சு வந்தார், "சின்னயா எங்கிட்டப் பணமிருக்கு. இத நீங்க வச்சுக்கங்க. நா போய் வாங்கிட்டு வாறேன்"ன்னு போகச்சில, "மாப்புள இரும். நானும் வாறேன்"ன்னு கூடப் போனார் சன்னியாசி.

●

வட்டாரச் சொல் வரிசை

வெள்ளன	–	அதிகாலை
செத்தங்காணு	–	சின்னச்சிறுக
வெளம்	–	கோபம்
வள்ளுசா	–	முழுமையாக
வல்லாத்தடியா	–	கட்டாயப்படுத்தி
சரவல்	–	சண்டை
குத்து	–	வயது
சில்க்கா	–	தீப்பெட்டி மருந்துக்கான பொருள்
தாசா	–	சமாதானம்
நொட்டுக்கும்	–	வேண்டியதும், வேண்டாததும்
கொணங்கி	–	ரிப்பேர்
ஏனாக்குடிச்சாவ	–	ஏக்கத்தை உள்வாங்குவோர்கள்
முத்த மாட்டெங்கு	–	முடியவில்லை
தட்டோடம்	–	தடுமாற்றம்
ஒப்பேத்திடலாம்	–	சரிக்கட்டிவிடலாம்
தொலவெட்டு	–	ரொம்பத்தூரம்
கசவாளி	–	திருடன்
தொடங்கல்	–	கடைசி
மானாங்கணியமா	–	தான்தோன்றித்தனம்

பவுஸ்	–	செல்வாக்கு
முட்டும்	–	வரை
இண்டேற முடியாது	–	முன்னேற முடியாது
நோண்டிப்பார்க்க	–	ஆழம் பார்க்க
ஏவீட்டு	–	சொல்லிட்டு
கேந்தி	–	அதிகமான கோபம்
தொரட்டு	–	துன்பம்
சடஞ்சிக்கிடாம	–	வருத்தம்
அச்சலாத்தி	–	அசவுகரியமாக
நொட்டு	–	உடலுறவு
பெறத்தால	–	பின்னால்
ஒழப்பி	–	கலைத்து
எசவா	–	பலமா
கைய வந்து	–	மெதுவாக வந்து
வெடச்சிட்டு	–	பொங்கிக்கொண்டு
ஜீவம்	–	உயிர்
அண்ண ஊட்டம்	–	அண்ணன் வீட்டார்
பட்(டை)டச் சோறு	–	பனை ஓலையில் வைக்கப்படுகிற சோறு
லோல் படணும்	–	கஷ்டப்படணும்
இம்புட்டு	–	இவ்வளவு
நோண்டி	–	கவனம்
அசபு எசப்பா	–	தெரிந்தும் தெரியாமலும்
கண்டமேனிக்கு	–	கேட்பாரில்லாமல்
தண்டல்	–	கேப்டன்
மொப்பு	–	பெருமை
கெப்பரா	–	கௌரவமாக
நாண்டுக்கிட்டு	–	தூக்கில் தொங்கி
கொச்சை	–	கெட்டவாடை

நைசாய்	–	மெதுவாய்
முக்கு	–	முலை
கரைச்சில	–	அதிகமான சத்தம்
லம்பாடு	–	அதிக கஷ்டம்
சகட்டுமேனிக்கு	–	ஒன்றுபோல
கசபுசா	–	சலசலப்பு
பொசக்காப்பு	–	பொறாமை
கெத்தா	–	கௌரவம்
கணமால	–	அதிகமான